75 गुज़रे

મહાકાવ્ય-શી અમર ફ્રેન્ચ નવલકથા લે-મિઝરાબ્લ

દુખિયારાં

(ખંડ ૧-૨ સાથે)

વિક્ટર હ્યુગો

અનુવાદક

મૂળશંકર મો. ભટ્ટ

ગૂર્જર ગ્રંથરત્ન કાર્યાલય

રતનપોળનાકા સામે, ગાંધીમાર્ગ, અમદાવાદ-૩૮૦૦૦૧

ફોન. ૦૭૯-૨૨૧૪૪૬૬૩, ઈમેલ : goorjar@yahoo.com

કિંમત : રૂ. 350

સંવર્ધિત ત્રીજી સંયુક્ત આવૃત્તિ : 2013
પહેલી આવૃત્તિ : 1977
બીજી આવૃત્તિ : 2000

DUKHIYARA PART 1-2
French Novel Le-Miserable Written by Victor Hugo
Translated into Gujarati by Mulshankar M. Bhatt,
Published by Gurjar Grantha Ratna Karyalaya,
Opp. Ratanpolnaka, Gandhi Road, Ahmedabad - 380 001, (India)

© અનુવાદક : મૂળશંકર મો. ભટ્ટ

પૃષ્ઠ : 20 + 460

ISBN : 978-81-8480-842-1

નકલ : 1250

પ્રકાશક : અમરભાઈ ઠાકોરલાલ શાહ
ગૂર્જર ગ્રંથરત્ન કાર્યાલય
રતનપોળનાકા સામે, ગાંધીમાર્ગ, અમદાવાદ - ૩૮૦ ૦૦૧
ફોન : ૦૭૯-૨૨૧૪૪૬૬૩, ઇમેલ : goorjar@yahoo.com

ટાઇપસેટિંગ : વિક્રમ કમ્પ્યુટર સેન્ટર
એ-૧, વિક્રમ એપાર્ટમેન્ટ, શ્રેયસ ક્રોસિંગની પાસે,
આંબાવાડી, અમદાવાદ - ૩૮૦ ૦૧૫ ફોન : ૨૬૬૨૦૪૭૨

મુદ્રક : ભગવતી ઑફસેટ
સી/16, બંસીધર એસ્ટેટ, બારડોલપુરા, અમદાવાદ - ૩૮૦ ૦૦૪

અર્પણ

ગરીબાઈના ઝંઝાવાતમાં જેણે માનવતા અને
ગૌરવની દીવીઓ અખંડ જલતી રાખી
તે મારી માતાને ચરણે

ભા. કા.

ભાષાંતર કે રૂપાંતર ?

વિખ્યાત ફ્રેંચ કવિ વિક્ટર હુગો પોતાના લોકશાહી વિચારોને કારણે ઈ. સ. 1851થી 1870 સુધી દેશવટો ભોગવી રહ્યા હતા તે દરમિયાન 'લે મિઝરાબ્લ' લખાયું હતું અને ઈ. સ. 1862માં એક જ દિવસે આઠ મોટાં શહેરોમાં જુદીજુદી દસ ભાષાઓમાં પ્રગટ થયું હતું. તે દિવસથી એણે હુગોની વિપુલ સાહિત્યરચનાઓમાં તો અગ્રસ્થાન મેળવ્યું જ છે, પણ સમગ્ર નવલકથાસાહિત્યમાં પણ એક અનોખી કૃતિ તરીકે એ પંકાયું છે.

યુરોપે છેલ્લાં સો-સવાસો વરસમાં આપણાં પ્રાચ॒ ગણોની કોઈક યાદ આપે એવી જ કેટલીક મહાકાય નવલકથાઓ સર્જી છે તેમાંની 'લે મિઝરાબ્લ' એ એક છે. આ અર્વાચીન યુરોપીય પુરાણકથાઓમાં પણ અનેક આડકથાઓ આવી મળતાં મૂળ કથાનો પ્રવાહ પુષ્ટ થતો હોય છે અને એ બધી શાખાપ્રશાખાઓ પોતાની સાથે સમાજના ખૂણેખૂણાની વાત લઈ આવી હોય છે, તેમ જ અંતે આખોય કથાપ્રવાહ રચનારને પ્રિય એવી કોઈ વિશાળ ધર્મભાવનાના સાગરસંગીતમાં વિલીન થઈ જતો હોય છે.

'લે મિઝરાબ્લ'નાં કોઈ પણ ચાર પૃષ્ઠ વાંચતાં વરતાઈ આવે એવું છે કે હુગોના હૃદયમાં રમી રહી છે તે માનવધર્મની ભાવના છે. એ ભાવનાનો ફુવારો આપણે ત્યાં તો યુગેયુગે અવિચ્છિન્ન ઊડ્યા જ કર્યો છે. ભક્તકવિ ચંડિદાસે ગાયું છે : 'સબાર ઉપર માનુષ આછે, તાહર ઉપર નાઈ.'- સર્વની ઉપર મનુષ્ય છે, તેની ઉપર કોઈ નથી. મનુષ્યનું આવું બહુમાન યુરોપમાં 18મી સદીના અંતમાં મહાનુભાવ રૂસોએ ભારે જોરજોરથી કર્યું. પ્રત્યેક જીવાત્માના – પ્રત્યેક વ્યક્તિના મહત્ત્વનો રૂસોએ ઉદ્ઘોષ કર્યો. ફ્રાંસમાં થયેલી 1789ની ક્રાન્તિમાં રૂસોની આ ઘોષણાનો ફાળો નાનોસૂનો લેખાતો નથી. વ્યક્તિનું ગૌરવ પૂર્ણપણે ખીલી ઊઠે તે તો કેવળ પ્રકૃતિના ખોળામાં જ, એ વિચાર પણ રૂસોએ આગળ કર્યો હતો. પરિણામે, શહેરોની ઊંચનીચ ભેદવાળી કહેવાતી સંસ્કૃતિ સામે અણગમો જાગ્યો અને એ કહેવાતી સંસ્કૃતિથી અલિપ્ત એવાં કુદરતને ખોળે કિલ્લોલતાં નિર્દોષ માનવબાળ માટે પક્ષપાતનું વલણ જામ્યું. આની સાથે શહેરોની કહેવાતી સંસ્કૃતિના ભોગ બનેલા, સમાજનાં ષડ્યંત્રોમાં

પિલાઈ વિકૃત બનેલા, કંગાલ, ભિખારી, વેઠિયો, ગુનેગાર વગેરે માટે પારાવાર સહાનુભૂતિની-સહાનુકંપાની લાગણી ઊછળવા માંડે એ પણ સ્વાભાવિક જ હતું. 'લે મિઝરાબ્લ'માં આ લાગણીનું ઉજ્જ્વળ પ્રતિબિંબ ઝિલાયું છે.

જિન-વાલજિન પ્રામાણિકપણે મજૂરી કરી બહેન અને ભાણેજિયાંનું પોષણ કરતો. બેકાર બનતાં એક વાર એ રોટી ચોરવા જાય છે અને એ માટે પાંચ વરસની સજા પામે છે, જે કેદખાનામાં થયેલા બીજા ગુનાઓને લીધે ઓગણીસ વરસ સુધી પહોંચે છે. રીઢો ગુનેગાર બની આખરે એ છૂટે છે ત્યારે દુનિયા આખી એની પૂંઠે કૂતરાં મેલે છે. માત્ર એક પાદરીનું હૃદય એને વધાવે છે અને ચોરી ઉપર સામેથી શિરપાવ આપે છે. આ મંગળપૂર્તિ પાદરીનો પરિચય જિન-વાલજિનના હૃદયને સનાતન માનવતાના રાજમાર્ગ ઉપર પાછું ચડાવી દે છે. મેડેલીન નામથી એક ગામમાં એ નવો અવતાર શરૂ કરે છે અને પરગજુ નગરપતિ બની ચોમેર સાધુતાની સુવાસ પ્રસારે છે. જેવર્ટ નામના એક પોલીસ-અધિકારીને મેડેલીન વિશે શંકા રહ્યા કરે છે, પણ જિન-વાલજિન તરીકે કોઈ નિર્દોષ ખેડૂત પકડાયાનું જાણી મેડેલીન પોતે જ ન્યાયમંદિરમાં હાજર થઈ ફરી કેદી થવાનું સ્વીકારે છે. એક ખલાસીને વહાણના ઊંચા વાંસ પરથી બચાવી, પોતે સમુદ્રમાં ઝંપલાવી, અદશ્ય થઈ, ફરી પાછો જિન-વાલજિન સમાજમાં ડોકું કાઢે છે. મેડેલીન તરીકે એક કુમારી માતાને અંતકાળે મદદરૂપ થયેલો, તેની દીકરી કૉઝેટને વીશીની કાળી મજૂરીમાંથી છોડાવી એ પારીસ ભેગો થાય છે પણ, ત્યાં જેવર્ટ બે ડગલાં આગળ જ હતો ! નાસીને સાધ્વીઓના મઠમાં પોતે માળી તરીકે રહી ત્યાં જ કૉઝેટને ભણવા મૂકે છે. કૉઝેટ મોટી થતાં મેરિયસ નામના એક નબીરાના પ્રેમમાં પડે છે. ઈ. સ. 1832ના જ્વલંત દિવસોમાં પારીસમાં વિપ્લવ ભભૂકી ઊઠે છે તેમાં તે એક અગ્રણી છે. ક્રાન્તિકારીઓના હાથમાં જેવર્ટ જાસૂસ તરીકે સપડાઈ જાય છે. જિન-વાલજિન (હવે તેનું નામ ફ્રૉશલવેન્ટ છે) પોતે એને પૂરો કરવાની રજા મેળવી તમંચાની અણીએ એને ગલીને નાકે લઈ જઈ હાથપગનાં બંધન કાપી નાખી છૂટો કરી હવામાં ખાલી બાર કરે છે. પાછળથી વિપ્લવવાદીઓનું આવી બને છે. જિન-વાલજિન સલામત છે, પણ મેરિયસ ઘવાઈને બેભાન બન્યો છે. તેને ઊંચકીને, બીજો કોઈ રસ્તો ન હોઈ, ગટરમાર્ગે એ બચી છૂટે છે. નદીકિનારા પાસે બહાર નીકળે છે તો સામે જેવર્ટ ! મેરિયસને તેના દાદાને ત્યાં મૂકી આવવા પૂરતી તે માગણી કરે છે. મેરિયસને એને ઘેર સોંપ્યા પછી જિન-વાલજિન પોતાની ખોલીએ ડોકિયું કર્યા બાદ પકડાવાની ઇચ્છા બતાવે છે. ત્યાં પહોંચ્યા પછી જેવર્ટ કહે છે : 'ગાડી ઊભી છે, તમે ઉપર જઈ આવો.' જિન-વાલજિન પાછો આવીને જુએ છે તો નહિ ગાડી કે નહિ જેવર્ટ ! પોલીસ-કચેરીએ જઈ છેલ્લો અહેવાલ પેશ કરી જેવર્ટ સીધો સીન નીદીએ જઈ તેના જળમાં

અદશ્ય થાય છે. અહીં મેરિયસ સાજો થઈ કૉઝેટને પરણે છે. જિન-વાલજિન પોતે નાસી છૂટેલો કેદી છે એ વાત મેરિયસને કહે છે. નવદંપતી ધીમેધીમે તેની માયા ઓછી કરી દે છે. ડોસો એકલો દહાડા કાઢે છે, પણ તેના મૃત્યુ પહેલાં મેરિયસ જાણવા પામે છે કે પોતાની જિંદગી બચાવનાર ડોસો તે આ માણસ જ છે. દંપતી ડોસા પાસે દોડી પહોંચે છે. ત્યાં, અંતિમ ઘડી આવી પહોંચી છે. જિન-વાલજિન કહે છે : 'ઓરાં આવો, બંને જણાં ઓરાં આવો.... આ રીતે મરવું કેવું રૂડું છે ! મારે તમને બે વાત કશીક કહેવી હતી, પણ રહો, હવે એની કાંઈ જરૂર નથી. જરી ઓરાં આવો તો, મારાં બાળુડાં ! આમ મરતાં પણ કેટલું સુખ છે !'

ખરે જ જિન-વાલજિનને જગત સુખી જીવન જીવવા દે એમ ન હતું; તેમ છતાં એણે જગતની બૂરાઈઓ જીરવી જઈ, પોતાની અંદર પેલા પાદરીએ પ્રગટાવેલી ભલાઈને બુઝાવા ન દઈ, જે ધીરજભરી અખૂટ સહનશીલતા દાખવી, તેને અંતે સુખભરી મૃત્યુઘડી જરૂર મેળવી હતી. પોતાની પાછળ બે સુકુમાર કોડભર્યાં દંપતીને-બંનેનાં જીવનનું પોતાના પ્રાણને ભોગે રક્ષણ કરીને મૂકતો ગયો હતો. અને જેવર્ટ ? તેને પણ એણે મોટું જીવનદાન કર્યું ન હતું ? એનો સ્થૂળ દેહ એક વાર પોતે બચાવ્યો હતો એ તો ઠીક, પણ કાયદા કરતાં પણ કાંઈક (માનવઆત્મા) મહાન છે એ સત્યનો સાક્ષાત્કાર પોતાને લીધે જેવર્ટને થયો ન હતો ? તેની એણે સીનમાં ઝંપલાવીને પ્રાણથી જે કિંમત આપી તે કાંઈ બહુ મોટી હરગિજ ન હતી.

'લે મિઝરાબ્લ' એ આમ ઉપલકદષ્ટિએ જગતનાં દીનદુખિયાં, દબાયાં-દુભાયાંની કરુણ કથા લાગે છે, પણ જરીક જ ઊંડું જોતાં દુનિયાના નિર્ઘૃણ સ્વાર્થપોપડાઓ નીચે કલકલ વહી રહેલા ચિરંતન માનવતાઝરણનું આપણને દર્શન અને પાન કરાવનારી એ એક મંગલકથા બની રહે છે.

હ્યુગોની રંગદર્શી લેખણીએ કથા ભારે સચોટતાથી રજૂ કરી છે. કથાનો વેગ ક્યાંય કથળતો નથી. સાદી છતાં એકએકથી વધુ આશ્ચર્યકારક ઘટનાઓ નજર આગળ બનતી જ રહે છે અને ન્યાયમંદિરમાં મેડેલીન હાજર થાય છે, જિન-વાલજિન ખલાસીને બચાવે છે વગેરે ચિત્રો તો હૃદયમાં છપાઈ જ જાય એવાં છે ! 'પાદરીની દીવીઓ'નું અંગ્રેજી એકાંકી નાટક થઈ ચૂક્યું છે. એવાં નાટકો આ કથામાં વેરાયેલાં પડ્યાં દેખાશે.

આખી ગાથા મહાકાવ્યની ભવ્યતા ધારણ કરે છે અને વાક્યેવાક્યે એમાંથી ઊર્મિકવિતા ઝરે છે. લિટન સ્ટ્રેચી કહે છે કે શબ્દ ઉપરના પ્રભુત્વમાં હ્યુગો એક શેક્સપિયર કરતાં જ ઊતરે એમ છે.

પણ ઘણી વાર આ શબ્દસ્વામીત્વ એ શબ્દાડંબર તરીકે પણ લેખણીને ઘસડી ગયા વગર રહેતું નથી, અને હ્યુગોને એ કારણે થોડુંક વેઠવું પણ પડ્યું છે. આજે

વિવેચકો હ્યુગોની અમર કૃતિઓ માટે એની ગદ્યરચનાઓ કે અનિયંત્રિત પદ્યરચનાઓ તરફ નહિ, પણ દૃઢ છંદોબંધનમાં રાચતી એની કવિતા તરફ મીટ માંડે છે, કોઈ-કોઈ રસજ્ઞને 'લે મિઝરાબ્લ' આજે અતિકાય લાગે છે.

અને તેથી ભાઈશ્રી મૂળશંકરે 'લે મિઝરાબ્લ'નો સંક્ષેપ આપ્યો એમાં બેવડું ઔચિત્ય સધાયું છે. ઉપર સૂચવ્યો છે તેવો શૈલીનો મેદ દૂર થયો અને વિદ્યાર્થીઓને એક રોચક, સરળ અને સાચો સંક્ષેપ પણ મળ્યો. આવા સંક્ષેપ કરવાનો હક, જે લેખક મૂળ કથાના રસને પી ડોલી ઊઠ્યો હોય અને એને માટે જેને એવી ગાઢ આત્મીયતા બંધાઈ હોય કે પોતે એને સર્વથા વફાદાર જ રહે, તેને જ હોઈ શકે. શ્રી મૂળશંકરે મૂળનો રસ આપણને પહોંચાડવામાં કશી જ કમી રાખી નથી.

ભાષાંતર કે રૂપાંતર - એ પ્રશ્ન આ જાતના પ્રયાસો વખતે હંમેશાં ઊભો થાય છે. પ્રકાશકો બૂમો પાડે છે કે ગુજરાતી વાચકો રાસ્કોલ્નિકોફ કે ઇવાનોવિચ જેવાં વિશેષનામો જોતાં જ ત્રાસી ઊઠે છે, ત્યારે અનુવાદકો ધા નાખે છે કે મેરિયાનું મધુરી કે નુસોફિયાનું સુનન્દા કરી તેમને ગુજરાતી કપડાં પહેરાવવાથી આખી કથા કાંઈ ગુજરાતના વાતાવરણમાં ગોઠવાવી સહેલી નથી. વિશેષનામો અંગેનો વાંધો બહુ મોટો ગણવો જોઈએ નહિ. આ મહાયુદ્ધમાં યુરોપનાં કેટકેટલાં અજાણ્યાં નાનાંમોટાં સ્થળોનાં નામ છાપાં દ્વારા આપણી જીભને ટેરવે ચડી ગયાં હતાં ? આપણે જો જાણીએ કે મ્વિશિકન કરીને કોઈ ઓલિયો હોઈ શકે છે કે બીએટ્રીસ કરીને કોઈ સન્નારી સંભવે છે, તો એથી આપણા માનસિક કુટુંબનો વિસ્તાર જ થશે અને દૂરદૂરના પ્રદેશોમાં આપણાં સ્વજનો છે એવી આત્મીયતાની ભાવનાને બળ મળશે. રૂપાંતર કરવા જતાં તો કેટલીક વાર મૂળ વસ્તુનું સ્વરૂપ જ બદલાઈ જવાનો ભય છે. ભાઈશ્રી મૂળશંકરે રૂપાંતરને બદલે સંક્ષેપમાં પણ ભાષાંતર આપ્યું છે તે યોગ્ય જ થયું છે. ફ્રેન્ચ નામો ફ્રેન્ચ ઉચ્ચારો પ્રમાણે જ (જેમ કે જિન-વાલજિન જ્યાઁ વાલ્જ્યાઁ) નથી અપાયાં એ પ્રમાણમાં ગૌણ બાબત છે.

ભાષાંતરની શૈલી સરળ, તળપદી અને રોચક છે. વચ્ચે આવતા બોલચાલના રૂઢિપ્રયોગો અને લહેકા ભાષાંતરને જીવતું કરી મૂકવા માટે પૂરતા છે. કથારસિકો – ખાસ કરી વિદ્યાર્થીઓ આ પુસ્તક હોંશેહોંશે વાંચશે એમાં શંકા નથી.

ભાઈશ્રી મૂળશંકરને 'લે મિઝરાબ્લ' જેવા એક ગૌરવગ્રંથનો સ્વભાષામાં સંક્ષેપ આપવાનું સાહસ ઉઠાવવા માટે અને શિષ્ટ, સુઘડ, સંક્ષેપ રજૂ કરી એ સાહસમાં સફળતા મેળવવા માટે અભિનંદન ઘટે છે.

ઉમાશંકર જોશી

સ્વામી આનંદની ભલામણ

'લે મિઝરાબ્લ' 19મી સદીના યુરોપનું સર્વશ્રેષ્ઠ સર્જન છે. હ્યુગોની આ અમરકૃતિમાં કદી ઘરડા ન થવાનો ગુણ છે. ધરતીતલ ઉપર જ્યાં લગી દુખિયારાં રહેશે ત્યાં લગી આ ગાથા માનવનાં હૃદયમનને સ્પર્શશે ને તેના ઊંડામાં ઊંડા આતમ-તારને ઝણઝણાવશે. આ મહાકથાની ટૂંકીટચ પ્રસ્તાવનામાં એની ઉપયોગિતા વિશે ગ્રંથકારે આટલી જ એક વાત લખીને તેની દુનિયાને ભેટ કરી છે.

લગભગ 45 વર્ષ થયાં આની અસંખ્ય પારાયણો હું કરતો આવ્યો છું. 13-14 વર્ષની વયે જ્યારે હું અંગ્રેજી બહુ નહોતો સમજતો ત્યારે પહેલીવહેલી બે અંગ્રેજી નવલકથાઓ મેં વાચી. જેઈન પોર્ટર પ્રણીત 'સ્કૉટિશ ચીફ્સ' અને વિક્ટર હ્યુગોનું 'લે મિઝરાબ્લ'. પહેલી કથાએ દેશ પ્રત્યેના અને બીજીએ માનવ પ્રત્યેના અનુરાગનું બીજ મારામાં વાવ્યું. જેમ મોટો થતો ગયો તેમ બેઉ પુસ્તકો પ્રત્યેનો મારો અનુરાગ વધતો ગયો. 30 વરસનો થયો ત્યાં સુધી આ કથાઓનાં કેટલાંય પાનાં મને મોઢે હતાં.

પહેલી ઐતિહાસિક નવલકથાની ઝીણા અક્ષરે છાપેલી ને પૂંઠા પર લીલા રંગમાં સ્કૉટિશ દેશભક્ત વિલ્યમ વોલેસનાં ચિત્રોવાળી 6 પેનીની આવૃત્તિ તે કાળે મુંબઈમાં સાડાચાર આને વેચાતી. આ સસ્તી આવૃત્તિ નહિ-નહિ તો 2-5 ડઝન નકલો મેં મિત્રોમાં 'સપ્રેમ ભેટ' તરીકે વહેંચી હશે. એ પુસ્તક હવે ભાગ્યે જ ક્યાંયે જોવા મળે છે, પણ 'લે મિઝરાબ્લ' હજુ આજે પણ જ્યારે નજરે પડે ત્યારે જે પાનું ઊઘડે ત્યાંથી વાંચવાની ને ઊઠવું પડે ત્યાં લગી વાંચ્યા જ કરવાની હજુ મને ટેવ છે.

'લે મિઝરાબ્લ'ની કોઈ સસ્તી આવૃત્તિ તે કાળે ન મળતી છતાં બોરીબંદર પર વોરાબઝારને નાકે આવેલી 'પીપલ્સ ફ્રી રીડિંગ રૂમ અને લાઇબ્રેરી'માં ને ધોબીતળાવ પરના નવા-જૂના બુકસેલરોને ત્યાં કે કાવસજી ફ્રામજી હૉલમાં જ્યારે ને ત્યારે હંમેશાં આ એક જ પુસ્તક લઈને હું વાંચતો. પીટીટ લાઇબ્રેરીમાં તેની એક સુંદર સચિત્ર પાકા પૂંઠાવાળી આવૃત્તિ હતી તે પણ જુદાજુદા મેમ્બર મિત્રો

મારફત વારંવાર મેળવીને હું અસંખ્ય વેળા એના એ પ્રસંગો વાંચતો. મારા અતિપ્રિય રોમાંચક અને કેટલાક તો મને અચૂક રડાવનારા પ્રસંગો આ હતા.

1. ચોરી પછીનો બિશપ-ઝયાં વાર્તાલાપ.
2. રબારી છોકરા જર્વિસનો આક્રોશ.
3. ક્રાંતિનાં વીતકો અને મરણપ્રસંગ.
4. નર્સનું અસત્યકથન.
5. આરાસની અદાલત આગળ ઝયાંનું પ્રગટ થવું.
6. કૉઝેટનું બાલદી ભરવા ઝરે જવું.
7. કૉન્વેન્ટની દીવાલે કૉઝેટ સાથે ઝયાંનું ચડવું.
8. ઝયાંનું જીવતાં ઘોરમાં દટાવું.
9. પલિત થેનાર્ડિયરની જાળમાં સપડાયેલા ઝયાંનું લાલચોળ લોઢાને પોતાના અંગ પર ચાંપવું.
10. ચંડોલ ગાવ્રોશનું હાથીના પેટમાં પેસીને ઉંદર નોળિયા વચ્ચે સૂવું ને વરસતી ગોળીઓ વચ્ચે કારતૂસો વીણી મરવું.
11. ક્રાંતિકારોનો મોરચો ને ઝિંદાદિલી.
12. ઝયાંને હાથે કેદી જેવર્ટનું મુક્તિદાન.
13. મૃતવત્ મેરિયસને ખાંધે લઈ મેરિયસનું ગટરમાં ઊતરવું ને ખાડાવાળી જગ્યાએ લગભગ ડૂબવું.
14. બુઢ્ઢા ઝયાંનું રોજ કૉઝેતના ઘર ભણી દોટ મૂકી-મૂકીને અધવચથી પાછા વળવું ને અંતે એને ઝંખતાં-ઝંખતાં આખરી મેળો કરી મરવું.
15. વૉટર્લ, નેપોલિયન વગેરે અંગે હ્યુગોનો નિયતિવાદ.

આ મહાકથાનો ગુજરાતી સંક્ષેપ ભાઈ મૂળશંકર ભટ્ટે કર્યાનું ક્યાંક વાંચ્યું ને ચંદ્રશંકર કરવાના હતા તેમને મેં ખબર આપી. મેં તે જોયેલો નહિ. વર્ષો અગાઉ સ્વ. ભોગીન્દ્રરાવ દિવેટિયા તેનો અનુવાદ કે વેષાંતર અધૂરો મૂકી ગુજરી ગયેલા ને તે પાછળથી કોઈએ પૂરો કરેલો, પણ તે કાળના અનુવાદો બહુ નબળા ને કરનારા ઇન્ફિરિયારિટી કૉમ્પ્લેક્સથી 'અંકલ ટોમ્સ કૅબિન'નો શ્રી વિમળાબહેન સેતલવાડે કરેલો અનુવાદ એક વાર મેં જોયેલો તે પછી ઘણા સદ્ભાવ અને ભક્તિભાવપૂર્વક કરેલા છતાં આવા અનુવાદો વાંચવા-વંચાવવા તરફ બહુ ભાવ ન થતો.

ગાંધીજીના આગમન પછી એ સ્થિતિ બદલાઈ અને આત્મવિશ્વાસ-પૂર્વક દેશી પરદેશી સાહિત્યસૃષ્ટિને ખેડનારી એક પ્રતિભાશાળી પેઢી દેશ આખામાં તેમ ગુજરાતમાં ઊભી થઈ.

ભાઈ મૂળશંકર ભટ્ટ આ નવી પેઢીના એક ચુનંદા પ્રતિનિધિ અને વિદ્યાર્થી આલમના Hero છે. શોધ સાહસ ને પ્રવાસ-કથાઓનો સારો એવો ફાળો એમણે આ અગાઉ ગુજરાતને આપ્યો છે. ૨-3 માસની વાત પર મારા એક નિકટ મિત્ર આંબલે ગયેલા ત્યારે તેમણે ભાઈ મૂળશંકરે કરેલો 'લે મિઝરાબ્લ'નો ગુજરાતી સંક્ષેપ બહુ રસપૂર્વક વાંચ્યો ને મુંબઈ આવી મારી આગળ તેનાં ભારોભાર વખાણ કર્યાં. મેં તે મેળવ્યો ને સાદ્યંત વાંચી ગયો ત્યારે જ મને સમજ પડી કે ગુજરાતીમાં યુરોપીય કથાઓના આવા Classic સંક્ષેપો થઈ શકે છે.

આ અનુવાદ મને એટલો બધો ગમ્યો છે કે આ મહાકથાના સવિસ્તર વાચન પ્રત્યે મારા જીવનભરના પક્ષપાત છતાં ફ્રેંચ કે અંગ્રેજીના બહુ ઊંચા જ્ઞાન વિનાનાં કોઈ પણ ગુજરાતી ભાઈબહેનને હવે હું આ કથા અંગ્રેજીમાં વાંચવાની ભલામણ નહિ કરું.

વાપી

– સ્વામી આનંદ

નવી આવૃત્તિ વેળાએ

'લે મિઝરાબ્લ'નું નવું સંસ્કરણ લગભગ ત્રીસ વરસ પછી 'દુખિયારાં' નામે પ્રસિદ્ધ થાય છે, એનો મને આનંદ છે.

આ આવૃત્તિને પૂ. સ્વામી દાદાની થોડી લીટીઓ મળી શકે છે તેને હું મારું સદ્‌ભાગ્ય માનું છું. તેમણે વરસો અગાઉ પત્રરૂપે અને પ્રસિદ્ધ કરવાની અપેક્ષા વિના જ આ લખાણ મોકલેલું, પણ એમના જેવા કડક પરીક્ષક પાસેથી પણ થોડા પીઠ થાબડતા શબ્દો મળ્યા, તેને હું મારી મૂડી ગણું છું.

આ અગાઉની આવૃત્તિમાં કેટલીક ભૂલો રહી જવા પામી હતી તે આ વખતે સુધારવાનો પ્રયત્ન કર્યો છે. મારા મિત્ર શ્રી રામજીભાઈ પટેલે ચકોર ને શાસ્ત્રીય દૃષ્ટિએ આ પુસ્તકના દોષો પકડીને સુધારી આપ્યા, તેનો પણ મને ખૂબ આનંદ છે.

આ પુસ્તક કાંઈક સસ્તી કિંમતે ગુજરાતના વાચકો પાસે પહોંચી શકે એવી યોજના કરીને સંસ્કાર સાહિત્ય મંદિરે પણ પોતાનો ફાળો આપ્યો છે, એનો પણ મને આનંદ છે.

14-10-77   મૂળશંકર મો. ભટ્ટ

(દુખિયારાં નામથી 1977માં છપાઈ તે સમયે)

મૂળ લેખકની પ્રસ્તાવના

આ ચોતરફના સંસ્કૃતિના બાહ્ય ભપકા છતાં વિશ્વમાં જ્યાં સુધી કાયદા કે રૂઢિના કારણે મનુષ્ય મનુષ્ય વચ્ચે તિરસ્કાર ફેલાય અને જ્યાં ત્યાં દુ:ખથી ખદબદતાં નરક સરજાય છે, જ્યાં સુધી આજના આ ત્રણ મહાપ્રશ્નો – ગરીબાઈથી અધ:પતિત થતો માનવી, ક્ષુધાના કારણે દેહ વેચતી નારી અને આત્મિક અને દૈહિક કેળવણીના અભાવને કારણે ક્ષુદ્ર બની જતું બાળક - ઊકલ્યા નથી, અથવા જો ટૂંકામાં અને વધુ વિશાળ દૃષ્ટિએ કહીએ તો વિશ્વમાં જ્યાં સુધી દીનતા અને અજ્ઞાનની આ ગૂંગળાવનારી પરિસ્થિતિ પ્રવર્તે છે અને મનુષ્યના ઉજ્જ્વળ ભાવિને અંધકારમય કરી મૂકે છે ત્યાં સુધી આવા પ્રકારનાં પુસ્તકની ઉપયોગિતા કદી ઓછી થવાની નથી.

હોટવિલ હાઉસ,

1862

પ્રકાશકીય

સાચી કલાકૃતિને સ્થળ-કાળની સંકુચિતતાઓ ક્યારેય નડતી નથી. જો સ્થળ કાળના માપદંડથી કલાકૃતિ પરખાતી હોત તો પિરામિડ જોઈને આપણી આંખો ધન્ય ન થતી હોત અને તાજમહાલ જોઈને વિદેશી પર્યટકોના હૈયે ઊર્મિતરંગો ન ઉદ્ભવતા હોત. ચિત્રકલા હોય કે સંગીતકલા ભાવકના દિલને ઝંકૃત કરે એ સાચી કલા.

સાહિત્ય-કલા પણ સ્થળ-કાળ પૂરતી સીમિત રહેતી નથી. શબ્દો ભલે કોઈપણ ભાષાના હોય, પરંતુ એનો રણકો તો હૃદયની ભીનાશ પ્રગટાવે છે. શબ્દો જુદા હોઈ શકે, દેશ જુદા હોઈ શકે અને યુગ પણ બદલાતા રહે છે. છતાં માનવીની મૂળભૂત સંવેદનાઓ હંમેશાં પોતાની મૃદુતા જાળવી રાખે છે. એ મૃદુતાનો મહિમા કરતી પ્રત્યેક કલાકૃતિ વિશ્વના ભાવકોને ભાવ-તરબોળ કરતી રહે છે.

'ગૂર્જર' દ્વારા ગુજરાતી ભાષાની શિષ્ટ-વિશિષ્ટ કૃતિઓનું પ્રકાશન થાય છે, તેમ વિશ્વસાહિત્યની ઉત્કૃષ્ટ કૃતિઓના અનુવાદો પણ પ્રગટ થતા રહે છે. આલ્બેર કામૂ, દોસ્તોયેવસ્કી, આન્તાન ચેખોવ, ફ્રાન્સ કાફકા, વિક્ટર હ્યુગો, ઈર્વિંગ સ્ટોન, હુસૈન હેન્રી, બાલ્ઝાક, કાર્લ માર્ક્સ જેવા અનેક મહાન સર્જકોની વિવિધ સ્વરૂપની રચનાઓને ગુજરાતી વાચકો સુધી પહોંચાડવામાં ગૂર્જરનું યોગદાન વિશેષ છે. તાજેતરમાં ચાર્લ્સ ડિકન્સની નવલકથા 'પીકવીક પેપર્સ' (અનુ. સુરેશ શુક્લ) તથા માર્શલ બી. રોઝનબર્ગનું પ્રેરક પુસ્તક 'દિલની વાણી બોલો' (અનુ. દિલીપ સોની, રેમન્ડ પરમાર)નું પ્રકાશન ગૂર્જર દ્વારા થયું છે. એ જ રીતે ટૉલ્સ્ટૉયની નવલકથા 'પુનરાવતાર' (અનુ. માવજી કે. સાવલા)નું પુનઃ પ્રકાશન પણ કર્યું છે. આવી તો અઢળક વિદેશી વિશિષ્ટ કૃતિઓની યાદી બની શકે તેમ છે.

ફ્રેંચ ભાષાની 'લે મિઝરાબ્લ' કૃતિને વિશ્વના વિવેચકોએ વખાણી છે અને દુનિયાના સહૃદયી ભાવકોએ દિલથી બિરદાવી છે. એનો ગુજરાતી અનુવાદ મૂળશંકર મો. ભટ્ટ દ્વારા થયો હતો. એ મૂળ કૃતિને તથા એના અનુવાદને ઉમાશંકર જોશી જેવા સમર્થ સર્જકે બિરદાવ્યાં છે. સંજોગોનો શિકાર બનતા માનવીના જીવનમાં કેવા કેવા કપરા સંઘર્ષો પેદા થાય છે એની રોમાંચક અને હૃદયદ્રાવક કથા એટલે લે મિઝારબ્લ. ગુજરાતીમાં એ કૃતિનું નામ છે : દુખિયારાં.

વિશ્વસાહિત્યની આવી ઉત્કૃષ્ટ રચના આપના હાથમાં મૂકતાં આનંદ અને ગૌરવની લાગણી અનુભવીએ છીએ.

'ગૂર્જર' પરિવાર

અનુક્રમણિકા

ખંડ - 1

દુખિયારાં ખંડ : ૧-૨

વિક્ટર હ્યુગો
અનુ. મૂળશંકર મો. ભટ્ટ

દુખિયારાં

ખંડ - ૧

૧. હડધૂત !

ઈ. સ. 1815ના ઑક્ટોબર માસની શરૂઆત છે. સાંજનું ટાણું છે. ફ્રાન્સના દક્ષિણ કિનારાથી ઉત્તર તરફ જવાના ધોરી માર્ગ પર ડુંગરાઓની ગાળીમાં લપાયેલું એક નાનકડું શહેર પોતાનું કામ સંકેલીને ઘરની હૂંફમાં જલદી-જલદી લપાઈ જવા લાગ્યું હતું. ઠંડીની ચમક શરૂ થઈ ગઈ હતી. માણસોની અવરજવર માર્ગ ઉપર નહિ જેવી હતી.

આવે વખતે એક આડોડિયા જેવો દેખાતો મુસાફર શહેરના પાદરમાં દાખલ થયો. જોતાવેંત પહેલી જ ક્ષણે ગમે તે માણસને ભયની જ લાગણી થાય. તેનું મોઢું ફાટેલી ટોપીથી અરધું ઢંકાયેલું હતું, તોપણ તેમાંથી ભયાનકતા ડોકિયાં કરતી હતી. ટાઢ અને તડકાના સપાટા ખાઈ-ખાઈને તેનો ચહેરો તાંબાવર્ણો થઈ ગયો હતો અને તેના ઉપર પરસેવાના ઊતરેલા રગેડા લૂછવા વાંકે એમ ને એમ સુકાઈ ગયા હતા અને તેની છારી જામી ગઈ હતી. થીગડાંવાળો ભૂરા રંગનો ચોરણો, કોથળા જેવો કોટ, ખભા પાછળ લટકતો મેલો-ઘેલો, હાથમાં પકડેલો ગાંઠા-ગાંઠાવાળો દંડો, ફાટેલાં અને ધૂળ ઉડાડતાં ખાસડાં – આ બધું તેની ભયંકરતામાં વધારો કરતું હતું. તેનાં ફાટેલાં કપડાંમાંથી તેની પાસાદાર અને વાળનાં ગૂંચળાંથી ભરેલી છાતી, તેના હાથ ઉપરના માંસલ સ્નાયુઓ, તેની લોઢાના ઘણ જેવી પિંડીઓ જોતાં જ એમ લાગે કે આ માણસમાં અસાધારણ બળ ભર્યું છે. તેના જીંથરિયા વાળ જંગલી વેલની જેમ તેના કાન તથા ખભાને ઢાંકીને વીખરાયેલા પડ્યા હતા, અને તેની દાઢી જાણે માથાના વાળમાંથી જ નીકળી હોય તેમ તેની સાથે ગૂંચવાઈ ગયેલી હતી. તે આ પ્રદેશનો અજાણ્યો લાગતો હતો. તેના ચહેરા ઉપર અને આ પહાડી શરીર ઉપર થાકનાં ચિહ્નો દેખાતાં હતાં. તે ખૂબ લાંબો પંથ કરીને આવતો હશે – કદાચ ઠેઠ દરિયાકાંઠાના ગામથી ચાલ્યો આવતો હોય. સીમમાંથી કામ કરીને આવતા માણસોએ આ જ મુસાફરને સડકના કાંઠાના એક કૂવા પર પાણી પીતો જોયો હતો. વળી તેની પાછળ કુતૂહલથી લપાતાં-લપાતાં જતાં છોકરાંના ટોળાએ પણ તેને તે કૂવાથી બસો જ હાથને છેટે આવેલા બીજા કૂવા પર પાણી પીતો જોયો. તે તરસ છિપાવવા આમ કરતો હશે કે ભૂખ મટાડવા, તેની ખબર નથી.

તે ગામમાં દાખલ થયો. મોટા રસ્તાના નાકા ઉપર ડાબે હાથે વળીને પોલીસના થાણામાં તે ગયો. ત્યાંથી પાએક કલાકમાં બહાર આવ્યો ને ત્યાંથી આગળ વધીને ગામની મોટી વીશી પાસે આવ્યો. વીશી સુધીના માર્ગમાં આવેલાં ઘરની બારીમાંથી અનેક નજરો તેના પર પડતાં જ તેમાં શંકા અને ભયના ભાવ તરવા લાગતા.

તે વીશીને બારણે ઘડીક ઊભો, મકાન ઉપર નજર કરી, અને બારણામાં પેઠો. પેસતાં જ પહેલું રસોડું આવતું હતું. રસોડામાં ચૂલાઓ ઉપરનાં મોટાંમોટાં તપેલાંમાંથી રંધાતા માંસની તથા બીજી વાનગીઓની મીઠી સુગંધ છૂટી રહી હતી. આખો ઓરડો ચૂલાની ગરમીથી એક કામળા જેવો હૂંફાળો લાગતો હતો.

વીશીનો માલિક અત્યારે રસોઇયાના વેશમાં આવીને ખૂબ લહેરથી ચૂલા ઉપરનાં તપેલાંને એક પછી એક સંભાળી રહ્યો હતો. પડખેના ઓરડામાંથી ખાવાનું આવવાની રાહ જોતા કેટલાક ગામડિયાઓનો અવાજ આવતો હતો – જાણે કે ડુંગરાળ રસ્તા ઉપર ચાલતા ગાડાના અવાજ જેવો તેમનો ખડખડાટ હસવાનો અવાજ આખી વીશીને ભરી મૂકતો હતો. રસોડામાં એક ખૂણામાં સળગતી સગડી પર સળિયામાં પરોવાયેલાં સસલાં, તેતર, જંગલી ઉંદરડા શેકાઈ રહ્યાં હતાં.

વીશીના માલિકે બારણું ઊઘડવાનો અને કોઈના અંદર આવવાનો અવાજ સાંભળ્યો, અને ઊંચું જોયા સિવાય જ નવા આવનારને તેણે પૂછ્યું, "આવો, આવો, પટેલ ! કેમ, શો હુકમ છે ?"

"કંઈક ખાવા-પીવાનું ને રાતવાસો !"

"વાહ ! એનાથી રૂડું બીજું શું ? આ ઘર તમારું જ છે ને ?" વીશીવાળાએ કહ્યું. પણ નજર ફેરવીને નવા આવનાર તરફ જોઈને તેણે ઉમેર્યું "આ ધર્માદાની વીશી નથી હોં ?"

"આ રહ્યા પૈસા !" મુસાફરે કોટના અંદરના ખીસામાંથી પૈસાની નાની કોથળી કાઢીને કહ્યું.

"બસ ! બસ ! એ તો અમસ્તું ! આવો, અંદર આવો !"

મુસાફરે પૈસાની કોથળી પાછી ખીસામાં મૂકી, ખભા પરનો થેલો ઉતારીને બારણાની અડોઅડ મૂક્યો, અને દંડો હાથમાં રાખીને સગડી પાસે ટેબલ પર તાપવા બેઠો. વીશીવાળો પોતાને કામે લાગ્યો, પણ તેની નજર વારંવાર આ મુસાફર પર ફર્યા કરતી હતી.

"ખાવાનું તો તૈયાર છે ને ??" મુસાફરે પૂછ્યું.

"હા હા, તૈયાર જ છે ! જરા થાક ખાઓ ને ટાઢ ઉડાડો."

મુસાફર સગડી તરફ મોઢું રાખીને જાણે કે કેટલાંય વરસોની ઠંડી ઉડાડતો હોય તેમ તાપવામાં તલ્લીન થઈ ગયો હતો. તે દરમિયાન વીશીવાળાએ ખીસામાંથી

પેન્સિલનો કટકો કાઢ્યો અને પડખેના ટેબલમાંથી કાગળની એક ચબરખી કાઢીને તેના પર કંઈક લખ્યું. વીશીમાં કામ કરતા એક છોકરાને બોલાવીને તેને એ કાગળ હાથમાં આપ્યો ને કાનમાં કંઈક કહ્યું. છોકરો બારણામાંથી સરકીને બહાર ગયો. મુસાફરને આની કંઈ ખબર નહોતી. થોડી વારે સગડીની હૂંફમાંથી જાગીને તેણે પૂછ્યું : "કેમ, કેટલી વાર છે ?"

"આ... તૈયાર જ છે, કાઢું એટલી વાર !"

છોકરો પાછો આવ્યો. તેણે વીશીવાળાના હાથમાં કાગળ મૂક્યો. તેણે તે ધ્યાનથી વાંચ્યો. થોડી વાર તે વાંકી ડોક કરીને વિચારમાં પડ્યો અને પછી એક ડગલું આગળ વધીને મુસાફરને ઉદ્દેશીને બોલ્યો :

"મહેરબાન ! આપ ચાલતી પકડો. અહીં જગ્યા નથી."

મુસાફર પોતાની જગ્યા પરથી અર્ધો ઊભો થઈ ગયો :

"કેમ ! તમને એમ લાગે છે કે હું પૈસા નહિ આપું ? લો પૈસા આગળથી, આ રહ્યા પૈસા !"

"પૈસાની ક્યાં વાત છે, મારા ભાઈ !"

"ત્યારે છે શું ?"

"તમારી પાસે પૈસા છે એની ના નથી, પણ... મારે ત્યાં જગ્યા નથી."

"ભલે, જગ્યા નહિ હોય તો ફળિયામાં તબેલામાં પડ્યો રહીશ." મુસાફરે શાંતિથી કહ્યું.

"એ ન બને "

"કેમ ? "

"તબેલામાં ઘોડા બહુ છે. જગ્યા જ નથી."

"તો બહાર એકઢાળિયામાં પડ્યો રહીશ. જમ્યા પછી ત્યાં ચાલ્યો જઈશ."

"અરે ! પાછી જમવાની ક્યાં માંડો છો, નામદાર !"

વીશીવાળો આ વાક્ય ધીમા, પણ દૃઢ અવાજે બોલ્યો કે મુસાફર ઊભો થઈ ગયો.

"હેં ! વાહ ! ઈયે ઠીક ! આ ભૂખે અધમૂઓ થઈ ગયો છું, પરોઢિયાનો પગ વાળીને બેઠો નથી, તમને માગો એ પૈસા આપું છું – અને એક પાશેર અનાજ માગું છું એનીય ના ?"

"અહીં ખાવા-બાવાનું છે નહિ."

મુસાફર ગાંડાની જેમ ખડખડાટ હસી પડ્યો, ને ચૂલા તરફ હાથ કરીને બોલ્યો : "ખાવાપીવાનું નથી ? ત્યારે તો આ બધાં તપેલાં શેનાં છે ?"

"એ બધું ઘરાકો માટે રાંધેલું છે. બધા પડખેના ઓરડામાં બેઠા છે."

"કેટલાક ઘરાક છે ?"

"બાર."

"અને આ તો વીસને થાય એટલું છે !"

"પણ આ બધું વરધીથી રાંધેલું છે. પૈસા તેમણે આગળથી આપ્યા છે."

મુસાફર પાછો નીચે બેસી ગયો અને અવાજને જાણે ખૂબ કાબૂમાં રાખતો હોય તેમ દાબીને બોલ્યો : "આ વીશી છે. મારે ખાવું છે. ભૂખ લાગી છે. હું તો આ.., બેઠો."

વીશીવાળો મુસાફરના કાન પાસે પોતાનું મોઢું લઈ જઈને એવા અવાજે બોલ્યો કે મુસાફર ધ્રૂજી ઊઠ્યો : "ચાલ ! નીકળ અહીંથી !"

મુસાફર પોતાના દંડાની લોઢાની ખોળી વડે તાપણીનાં લાકડાં સંકોરતો ટેબલ ઉપર બેઠો હતો ત્યાંથી ચમકીને ઊભો થયો. એ કાંઈક બોલવા જતો હતો ત્યાં વીશીવાળો ફરી બોલી ઊઠ્યો :

"હવે બસ ! ડહાપણ રહેવા દે ! તું કોણ છે, કહું ? પેલો જિન-વાલજિન ને ? તને જોયો ત્યારથી મને વહેમ તો હતો જ, છતાં પોલીસમાં તપાસ કરાવીને મેં ખાતરી કરી લીધી છે. જો આ કાગળમાં લખ્યું છે તે. ભણ્યો છે ? વાંચતાં આવડે છે ?" એણે પેલો કાગળનો ટુકડો મુસાફરની આંખ પાસે ધર્યો.

મુસાફરે કાગળ ઉપર નજર નાખી. વીશીવાળાએ થોડી વાર મૂંગા રહીને કહ્યું : "હવે અહીંથી પધારો ! એ તો એમ માન કે હું સારો માણસ છું તે તને એમ ને એમ જવા દઉં છું. ઉપાડ તારો થેલો !"

મુસાફરે પોતાનું માથું નીચે નમાવ્યું, ઊભા થઈને બારણા પાસે પડેલો થેલો ખભે નાખ્યો, અને વીશીની બહાર નીકળી ગયો.

૨. 'આવો !'

બહાર નીકળીને તેણે મોટી સડક પર આગળ ચાલવા માંડ્યું – જાણે કે પગ જ્યાં લઈ જાય ત્યાં તેનું શરીર ઢસડાતું હતું. એને ખબર નહોતી કે પોતે ક્યાં જાય છે. તે પાછું વળીને જોતો પણ નહોતો અને એ જ સારું હતું. કારણ કે વીશીના બારણા આગળ ઊભેલા કેટલાય માણસો તેના ચાળા તથા મશ્કરી એવી રીતે કરી રહ્યા હતા કે તેના ઘા ઉપર મીઠું ભભરાવ્યા જેવું તેને લાગત. દુઃખનું એવું વજનદાર પોટલું તેને માથે હતું કે પાછળ જોવું પણ તેને માટે અશક્ય હતું. અલબત્ત, તેની પાછળ તેનું કમનસીબ પડછાયાની જેમ ચાલ્યું આવે છે એની તેને ખાતરી હતી. તે થોડુંક ચાલ્યો. એકાએક તેના પેટમાં ભૂખની અગન ઉપડી. તેણે આસપાસ નજર ફેરવી. શહેરની સારી વીશીનાં દ્વાર તેને માટે બંધ હતાં. હવે કોઈ નાનકડું ભઠિયારખાનું મળી આવે તો ઠીક એ આશાએ તે પડખેની શેરીમાં વળ્યો. શેરીને બીજે નાકે એક નાનકડું ભઠિયારખાનું તેની નજરે પડ્યું. શેરીમાં પડતા બારણાથી અંદર જવાની તેની હિંમત ન ચાલી એટલે તે એને પાછલે બારણેથી અંદર ગયો.

અંદરથી અવાજ આવ્યો : "કોણ ?"

"એ તો હું.... વટેમાર્ગુ. ભૂખ્યો છું. ખાવાનું અને રાતવાસો જોઈએ છે."

"ભલે, અહીં બેયની સગવડ છે." અંદરથી ફરી અવાજ આવ્યો. તે અંદર ગયો. અંદર કેટલાક માણસો બેઠાંબેઠાં દારૂ પીતા હતા. બધા આ નવા આવનાર તરફ વળ્યા. ઓરડાની એક બાજુ દીવો બળતો હતો અને બીજી બાજુ તાપણું બળતું હતું. તેણે થેલો નીચે ઉતાર્યો.

"આવો, ઘડીક ટાઢ ઉડાડો, હાંડલું ચૂલે ચડેલું જ છે. ઘડીક આરામ કરો." થાક અને ભૂખથી અધમૂઆ જેવો થઈ ગયેલો આ મુસાફર પડખે જ બેસી ગયો. તેના અરધા ઢંકાયેલા ચહેરા ઉપર અસાધારણ શ્રમ અને અપાર વિષાદની છાયા પથરાયેલી હતી. પહેલી નજરે તે ચહેરો દયામણો લાગે, પણ બીજી નજરે જોતાં જ તેમાં સખતાઈ દેખાવા માંડતી. કોઈ ઘાસની ગંજી નીચે પડેલા અગ્નિના તણખા જેમ તેની ઘાટી ભમ્મર નીચેની આંખો ચમકી રહી હતી. અંદર બેઠેલા માણસોની

અંદર એક માછીમાર હતો અને તે આ મુસાફરને પેલી વીશીમાં જતો જોઈ ગયો હતો. એ અગાઉ દિવસના ભાગમાં પણ તે ગામડેથી ઘોડા પર બેસીને આવતો હતો ત્યારે આ જ મુસાફરને સડક ઉપર ચાલતો આવતો તેણે જોયો હતો. તેણે આ માછીમારને ઘડીક ઘોડા પર બેસાડવાની વિનંતી પણ કરી હતી. માછીમાર આ માગણીથી એવો તો બીનેલો કે તેણે ઘોડો મારી જ મૂક્યો. આ બધી વાત આ માછીમારે આ ભઠિયારખાનાના માલિકને ઓરડાને એક ખૂણે લઈ જઈને કરી. મુસાફર સગડીની ગરમીથી ઘડીભરને માટે પોતાનાં થાક અને ભૂખ ભૂલી ગયો હતો. ભઠિયારાએ તેના ખભા પર હાથ મૂકીને તોછડે અવાજે કહ્યું : "ઉપાડ અહીંથી તારા લબાચા."

મુસાફર પાછળ ફર્યો ને નમ્રતાથી બોલ્યો : "એમ ! તમેય મને ઓળખો છો ? હા.... મને પેલી વીશીમાંથી કાઢી મૂક્યો...."

"અને હવે અહીંથીય સિધાવો !"

"તો પછી... મારે જવું ક્યાં ?"

"જહન્નમમાં !"

મુસાફરે લાકડી ને થેલો હાથમાં લીધાં ને બહાર આવતાવેંત જ જાણે તેની વાટ જ જોતું હોય એમ છોકરાંનું એક ટોળું તેના પર કાંકરા નાખવા માંડ્યું. તે ક્રોધથી પાછો ફર્યો અને પોતાનો ગાંઠાવાળો દંડો ઉગામીને ઘૂરક્યો. છોકરાંઓ પંખીના ટોળાની જેમ ભર્રર્ર વિખેરાઈ ગયાં.

આગળ ચાલતાં શહેરનું કેદખાનું આવ્યું. એક લોઢાની સાંકળ અંદરના ઘંટ સાથે બાંધેલી લટકતી હતી. તેણે તે ખેંચી. ઘંટ વાગ્યો. દરવાજો ખખડ્યો. ડોકાબારીમાંથી એક ડોકું દેખાયું. મુસાફરે માનમાં પોતાનો ટોપો ઉતાર્યો.

"મહેરબાન ! જરા દરવાજો ખોલશો ? આજની રાત મારે સૂઈ રહેવું છે."

"આ કંઈ ધર્મશાળા નથી. જેલ છે. કંઈક ચોરી-બોરી કરીને આવ એટલે અંદર આવવા દઈશું."

ડોકાબારી દેવાઈ ગઈ.

આગળ જતાં એક નાની શેરીમાં તે પેઠો. શેરીની બંને બાજુએ નાના-નાના બગીચાઓ વચ્ચે સુંદર ઠાવકાં ઘરો હારબંધ આવી રહેલાં હતાં. તેણે શેરી ઉપર પડતા એક મકાનની કાચની બારીમાંથી અંદર નજર કરી. એક મોટો સ્વચ્છ તાજો જ ઓરડો હતો. એક ખૂણામાં મોટો પલંગ હતો. બીજા ખૂણામાં એક પારણું હતું. વચ્ચે એક ટેબલ ફરતી બે-ત્રણ ખુરશીઓ પડી હતી. ટેબલ ઉપર મૂકેલો પિત્તળનો દીવો આખા ઓરડામાં શાંત પ્રકાશ પાથરતો હતો. એ જ ટેબલ પર દારૂની બે-એક પ્યાલીઓ પડી હતી. એક મોટી થાળીમાંથી સૂપની વાસ તથા ધુમાડા

નીકળતાં હતાં. એક ખુરશી ઉપર એક આધેડ વયનો પુરુષ પોતાના પગના ફણા ઉપર એક બાળકને હીંચકા ખવરાવતો હતો. તેને પડખે તેની જુવાન સ્ત્રી બીજા એક બાળકને ધવડાવી રહી હતી. છોકરું અને તેનો બાપ ખડખડાટ હસતાં હતાં અને મા મરક-મરક હસતી હતી. મુસાફર આ મધુર અને હૃદયસ્પર્શી દૃશ્ય જોતો ઘડીક થંભી ગયો. તે શું વિચાર કરતો હશે એ તો ભગવાન જાણે – કદાચ તેને થયું હશે કે એ ઘરમાં તેને આશ્રય ને ખાવાનું મળે. સુખ સાથે દયાની આશાએ તેણે કાચની બારી ઉપર ટકોરો માર્યો. એ અંદર સંભળાયો હોય એમ ન લાગ્યું. તેણે ફરી ટકોરો માર્યો.

"જુઓ તો, બારીએ કંઈ ખખડાટ થાય છે ?"

"ના, ના, એ તો અમથું." પુરુષનો અવાજ આવ્યો.

મુસાફરે ફરી ત્રીજી વાર ટકોરો માર્યો. બારી ઊઘડી. બત્તી સાથે ઘરમાલિકનું માથું દેખાયું.

"માફ કરજો, શેઠ ! એક બટકું રોટલો અને મારા સાથરા જેટલી જગ્યા જો મળે તો આપનો આભાર માનીશ. કહેશો તે પૈસા આપીશ."

"કોણ છે તું ?"

"દૂર દેશથી આવું છું. આખા દિવસનો થાકેલો છું. ભૂખ્યો પણ છું. પૈસા આપતાં આશરો મળશે ?"

"પૈસા મળે તો સારા માણસને કોણ આશરો ન આપે ? ગામમાં ઘણી વીશી છે, ત્યાં જ જાઓ ને !"

"ત્યાં ક્યાંય જગ્યા નથી."

"હેં જગ્યા નથી ! હોય નહિ ! આજ કાંઈ મેળો નથી – નથી હટાણાનો દિવસ. ઓલી પાદરમાં મોટી વીશી છે ત્યાં જઈ આવ્યા ?"

"હા."

"તો પછી ?"

"ત્યાં મને ના પાડી."

"પછી... બીજી વીશીમાં ?"

"બધા વીશીવાળાઓએ ના પાડી."

મકાનધણીના મોઢા પરના ભાવોમાં એકદમ ફેરફાર થવા લાગ્યો. તેણે મુસાફરને પગથી માથા સુધી નિહાળ્યો : તેના અવાજમાં ધ્રુજારી આવી. "તું જ પેલો કે ?" તેણે પાછા અંદર જઈને દીવો ટેબલ પર મૂક્યો ને ખીંટી પરથી બંદૂક ઉપાડી. તેની સ્ત્રી પણ પોતાનાં બંને બાળકોને હૈયાસરસાં દાબીને પોતાના ધણીની પાછળ લપાઈ ગઈ, ને છૂપીછૂપી ભયભરેલાં નેત્રે પેલા મુસાફર સામે તાકી રહી.

ગણગણી : 'બદમાશ !' આ બધું એક મિનિટથી ઓછા સમયમાં બની ગયું. જાણે ઘરમાં સાપ નીકળ્યો હોય તેમ પેલો ઘરધણી હાથમાં બંદૂક લઈને વટેમાર્ગુ સામે તાકીને તાડૂક્યો : "ભાગ !"

"એક પ્યાલો પાણી... દયા કરીને !"

"આ બંદૂક ભાળી ?" આમ કહેતાંની સાથે તેણે બારીનું બારણું બંધ કર્યું અને ઉપર પડદો નાખી દીધો.

ઝનઝન કરતી રાત વેગે ઊતરી રહી હતી. આલ્પ્સના પર્વતમાંથી હિમ જેવો ઠંડો પવન ફૂંકાવો શરૂ થઈ ગયો હતો. દિવસના છેવટના અજવાળામાંથી તેણે આગળ એક વાડની અંદર નાનું ઝૂંપડું જોયું. તે વાડનું ઝાંખરાંવાળું ખોડીબારું લાકડીથી હટાવીને વાડામાં પેઠો. ઝૂંપડું એક બખોલ જેવડું નાનું હતું. ભૂખ તો ન શમી, પણ આ રાતની ટાઢમાંથી તો રક્ષણ મળ્યું એમ મનને મનાવીને તે ગોઠણભેર નમીને અંદર પેઠો. થાકનો માર્યો ઘડીક તો એમ ને એમ તે પડ્યો રહ્યો. પછી ખભા પરનો પેલો થેલો ઓશીકે મૂકીને શરીર લંબાવવાની તૈયારી કરતો હતો ત્યાં તેણે જોરથી કૂતરાના ભસવાનો અવાજ સાંભળ્યો. તેણે જોયું તો ઘાસની એ ઘોલકીના મોઢા પાસે મોટા રાક્ષસી કદનો કૂતરો ઊભો હતો. આ ઝૂંપડીના માલિકનો એ કૂતરો હતો. મુસાફર પોતાના થેલાની ઢાલ કરીને, હાથમાં ઉગામેલી લાકડી રાખીને માંડમાંડ આ કૂતરાના પંજામાંથી છટક્યો, પણ કૂતરાએ પોતાની ઝૂંપડી બે-ત્રણ મિનિટ વાપરવા માટેનું ભાડું લીધું. તેના ચોરણામાંથી ચાર-પાંચ વધારે લીરા નીકળ્યા.

તે વાડ ટપીને માંડમાંડ ભાગ્યો. કૂતરા જેટલું સુખ પણ તેના ભાગ્યમાં ન હતું. તે હતો તેવો નિરાધાર એકલો-અટૂલો આભની નીચે ઊભો. તેણે રસ્તા ઉપર પડતું મૂક્યું, પણ એમ બેસી રહ્યે પાલવે તેમ નહોતું. તેણે પાછું ચાલવાનું શરૂ કર્યું. મકાનના આશરાની આશા છોડીને તે શહેરને બીજે છેડે કોઈ ઝાડ કે ઘાસની ગંજીના આશરાની શોધમાં આગળ વધ્યો. તેના પગ યંત્રની જેમ ચાલતા હતા. ઘણું ચાલ્યા પછી તેને ભાન આવ્યું કે તે એક ખેતરમાં ઊભો છે. ખેતરથી દૂર ચારે તરફ વીંટાયેલી નાનીનાની ટેકરીઓ અંધકારના ઢગલા જેવી લાગતી હતી. આ ટેકરીઓના જ થાંભલાને ટેકે જાણે કાજળકાળાં વાદળાંઓનો ઘટાટોપ ઘેરાઈને પડ્યો હતો. દૂર ક્ષિતિજમાં અંધકાર સામે છેવટની બાથ ભીડીને અજવાળું ઢળી પડ્યું હતું. સમસ્ત પૃથ્વી જાણે કોઈ અદૃશ્ય એવા ઓથારમાં અકથ્ય એવી ભીંસ અનુભવતી હોય તેમ સ્તબ્ધ દેખાતી હતી. આખા વાતાવરણમાં કુદરતમાં છુપાયેલી સમસ્ત ક્રૂરતા-ભયંકરતા જાણે અત્યારે જ બહાર આવી હતી. ખેતરને છેડે ઊભેલું એક ઝાડનું ઠૂંઠું પણ જાણે ક્રોધમાં ને ક્રોધમાં બળીને વળ ખાઈ ગયું હોય એવું

લાગતું હતું. આ આખા વિષાદમય વાતાવરણની અસર આ વટેમાર્ગુ ઉપર શી હશે ? ઘડીભર તે ઝાડની સામે ને ખેતરની આસપાસ જોતો ઊભો રહ્યો, અને એકાએક પાછા ફરીને તેણે શહેર તરફનો માર્ગ લીધો. ઘણી વાર એવું પણ બને છે કે પ્રકૃતિમાતા પણ પોતાના ખોળામાં માથું ઢાળવા દોડેલા માનવબાળને જોઈને પોતાનું મોં ફેરવી લે છે.

આઠના ટકોરા થયા અને શહેરના દરવાજા મોટા અવાજ સાથે બંધ થઈ ગયા.

શહેરના બહારના પરામાં સરકારી અમલદારોના બંગલાઓ, નિશાળો, કૉલેજનાં વિશાળ કમ્પાઉન્ડો, દેવળના મોટા મિનારાઓ તેની નજર આગળથી એક પછી એક પસાર થવા લાગ્યાં. દેવળનું મકાન જોતાં જ તેનો લોખંડી હાથ મુઠ્ઠી ઉગામી ઊંચો થયો.

દેવળવાળા ચોકના એક છેડા ઉપર નાનું એવું છાપખાનાનું મકાન હતું. છાપખાનામાંથી નેપોલિયને પોતાનો બાદશાહ તરીકેનો પહેલો ઢંઢેરો છપાવી બહાર પાડ્યો હતો. આ જગ્યાએ એક પથ્થરના વિસામા ઉપર થાકથી હતાશ થઈને તે બેસી ગયો. એક ડોશીમા તે જ વખતે દેવળમાંથી દર્શન કરીને ત્યાંથી નીકળ્યાં. આવી મેઘલી રાતે આ પથ્થરની પાટ ઉપર આડા પડેલા માણસને જોઈ તેમણે દયાથી પૂછ્યું : "ભાઈ ! અહીં શું કરે છે ?"

"તારે શું કામ છે, ડોકરી ! અહીં સૂતા છીએ." મુસાફર અરધો ઊભો થઈને ઘૂરક્યો.

"પણ આમ ! પથરા ઉપર ! ખુલ્લામાં !"

"અરે ! ઓગણીસ વરસ લાકડાના પાટિયા પર સૂતો છું, તો વળી આ એક રાત પથરા પર !"

"ત્યારે તો..... લશ્કરમાં સિપાઈ હોઈશ."

"હા, માડી ! સિપાઈ છું."

"ત્યારે... કોઈક વીશીમાં જા ને, ભાઈ !"

"પૈસા નથી."

"અરે ભગવાન ! મારી પાસેય માંડ ચારેક પૈસા હશે." ડોશીએ પોતાની ડગલીનાં ખીસાં તપાસવા માંડ્યાં.

"એટલા તો એટલા, લાવો !" મુસાફરે ડોશીના હાથમાંથી એટલા પૈસા લઈ લીધા ને ખીસામાં મૂકી દીધા. ડોશીએ વળી લપ કરી :

"આટલે પૈસે કંઈ વીશીવાળો રહેવા દેશે ? અને આખી રાત કંઈ અહીં પડ્યાં નીકળે ? તને ભૂખ પણ લાગી હશે ? હાય બાપ ! ટાઢ પણ કેવી છે !

પૈસા વગર પણ કોઈ કાંઈ એકાદ રાત રહેવાની ના પાડે ?''

"મેં તો બધેય બારણાં ખખડાવી જોયાં.''

"તે....?''

"આવો !''

"બધેયથી મને જાકારો જ મળ્યો.''

ડોશીએ તેનો હાથ પકડ્યો અને ચોકને બીજે છેડે ઝાંખા દેખાતા એક બેઠા ઘાટના મકાન તરફ આંગળી ચીંધીને કહ્યું : "પેલે ઘેર તું જઈ આવ્યો ?''

"ના.''

"ત્યારે... ત્યાં જા.''

મુસાફર રહીસહી બધી હિંમત, આશા અને શક્તિ ભેગી કરીને તે મકાન પાસે પહોંચ્યો અને દંડાથી બારણા ઉપર જોરથી અવાજ કર્યો.

"આવો !'' અંદરથી અવાજ આવ્યો.

૩. યજમાન

ક... નગરનો વડો પાદરી ચાર્લ્સ મિરિયલ હતો. પોણોસો વરસની તેની ઉંમર હતી. એ શહેરમાં જ નહિ, પણ આસપાસનાં અનેક ગામડાંઓમાં તેની સંત તરીકેની સુવાસ ફેલાયેલી હતી. આ શહેરમાં પાદરી તરીકે એ પહેલવહેલો આવ્યો ત્યારે તેના સંબંધમાં જાતજાતના ગામગપાટા ઊડ્યા હતા : ફ્રાન્સના ઇતિહાસમાં અમર એવી રાજક્રાંતિના કામમાં તે ફ્રાન્સ છોડી ઇટાલી બાજુ ભાગી ગયો હતો. તેની પત્ની ત્યાં ક્ષયરોગમાં મરી ગઈ હતી. તેને કંઈ સંતાન ન હતું – આટલી વાત સાચી મનાય તેવી હતી. ઇટાલી ગયા પછી તેણે શું કર્યું તેની કોઈને ખબર નહોતી. તે ઇટાલીથી પાછો આવ્યો ત્યારે તે પાદરી નિમાયો. ધીરેધીરે તે ઊંચી પદવીએ ચડવા લાગ્યો. એમ કહેવાય છે કે તેને એક વાર નેપોલિયનના દરબારમાં બોલાવવામાં આવ્યો હતો. નેપોલિયને તેને જોઈને કોઈને પૂછ્યું : "આ મારા તરફ તાકી રહ્યો છે તે સાધુ કોણ છે ?" મિરિયલે પોતે જ તેનો જવાબ આપ્યો : 'જેમ તમે એક સાધુ સામે તાકી રહ્યા છો, તેમ હું એક વીર સામે તાકી રહ્યો છું. બંનેનાં દર્શનથી બંનેને લાભ છે !' તે જ સાંજે બાદશાહના હુકમથી ક... નગરના વડા પાદરી તરીકે મિરિયલનું નામ જાહેર થયું. વડા પાદરી તરીકે આ શહેરમાં પગ મૂકવો એ સહેલું હતું, પણ પગ ટકાવી રાખવો એ મુશ્કેલ હતું. ગામને મોઢે ગળણું ન બંધાય. લોકોને જીભ વાપરવી જેટલી ગમે છે તેટલું મગજ વાપરવું નથી ગમતું. નિંદારસ એવો મીઠો છે કે ગામના લોકોએ તે રસ પીવા માટે આ પાદરીને પણ છોડ્યો નહિ – અથવા કહો કે તે પાદરી હતો માટે જ તેમાં વધારે રસ પડ્યો. તેની આસપાસ એક પછી એક વાતોની જાળ ગૂંથાવા લાગી, પણ નવ વરસ સુધીના પાદરીના કંચન જેવા શુદ્ધ ચારિત્ર્યના તેજે આ જાળને છિન્નભિન્ન કરી નાખી, એટલું જ નહિ, પણ લોકો પાદરીને પૂજવા લાગ્યા.

મિરિયલના કુટુંબમાંથી તેનાથી દસેક વરસે નાની, પણ તેના જેવડી જ દેખાતી તેની બહેન હતી, અને તેટલી જ ઉંમરની એક દાસી હતી. આ ત્રણ બુઢ્ઢાનું કુટુંબ શાંત, એકાંત અને એકધારું જીવન ગાળી રહ્યું હતું.

પાદરીની બહેનના લાંબા અને કૃશ દેહ ઉપર એક જાતનું મધુરતાનું સૌંદર્ય

પ્રકાશી રહ્યું હતું. તેને જોતાં જ દરેક જણને માતાની મૂર્તિનું દર્શન થતું. આકારની દૃષ્ટિએ તેનામાં રૂપની કોઈ રેખા ન હતી, જુવાનીમાં કદાચ તે કદરૂપી પણ લાગતી હશે, પણ વૃદ્ધાવસ્થાની કરચલીઓ એક પછી એક તેના મુખ ઉપર આવીને સૌંદર્યમાં ઓર વધારો કરતી હતી. તે જ્યારે શહેરના રસ્તાઓ ઉપર કે દેવળ તરફ તેની વિશાળ આંખોને ધરતી તરફ નમાવીને ચાલી જતી હોય ત્યારે એમ જ લાગતું કે કોઈ મહાન આત્મા ઝાંખા પડછાયા જેવો દેહ ધારણ કરીને પસાર થઈ રહ્યો છે.

મિરિયલ જ્યારે પહેલવહેલો આ શહેરમાં વડા પાદરી તરીકે આવ્યો ત્યારે તેના અધિકારને યોગ્ય મોટા મહેલ જેવું મકાન તેને રહેવા માટે મળ્યું. શહેરના મોટામાં મોટા અમલદારો પણ આ પદવીને માન આપતા.

પાદરીનું મકાન એ ખરેખર મહેલ જ કહી શકાય. મકાન જોકે સોએક વરસો પહેલાંનું બાંધેલું હતું, તોપણ તે નવા જેવું જ લાગતું હતું. આ બંગલાની લગોલગ જ એક દવાખાનું આવેલું હતું. તે મકાન સાંકડું, નાનું અને બેઠા ઘાટનું હતું. પાદરી તેમાં રહેવા આવ્યો તે પછી ત્રીજે જ દિવસે તેણે આ દવાખાનાની મુલાકાત લીધી. ઘેર જઈને દવાખાનાના વ્યવસ્થાપકને પોતાની પાસે બોલાવ્યો અને પૂછ્યું. ''આપણા દવાખાનામાં કેટલા દરદી છે ?''

''છવ્વીસ છે. જગ્યાની સંકડાશ ખૂબ છે.''

''હા, એ મેં જોયું. ઓરડા બહુ નાના છે અને હવાપ્રકાશ ઓછાં છે.''

''હા જી, મને પણ એમ લાગે છે.''

''અને બગીચો પણ કેટલો નાનો છે ! દરદીઓને તડકામાં ફરવાની પણ અનુકૂળતા નથી.'' પાદરીએ કહ્યું.

''હું પણ એ જ વિચાર કરતો હતો.'' વ્યવસ્થાપકે કહ્યું. ''આ વરસે ટાઇફોઈડનો રોગ ફાટી નીકળ્યો હતો. એક વરસ પહેલાં લશ્કરમાં કંઈક રોગચાળો ફાટી નીકળ્યો અને કોઈ કોઈ વાર તો એકીસાથે સો-સો દરદીઓ આવી પડે છે.''

''એ સમાચાર પણ મને મળ્યા.''

''આનું કરવું શું ? મને તો કંઈ સૂઝતું નથી.''

આ સંવાદ બંગલાના એક વિશાળ ખંડની અંદર ખાણાના ટેબલ પાસે ચાલી રહ્યો હતો. પાદરી થોડીક ક્ષણ શાંત રહ્યો અને એકાએક દવાખાનાના વ્યવસ્થાપક તરફ ફર્યો : 'આ ખંડમાં કેટલા ખાટલા રહી શકે.'

''ક્યાં .... આ ભોજનખંડની અંદર ?''

પાદરી આખા ખંડને પોતાની આંખથી માપતો હોય એમ નજર ફેરવીને બોલ્યો : 'વીસ ખાટલાઓ તો ખુશીથી માય, ખરું ને ? તમારા દવાખાનાના પાંચ-છ ઓરડામાં માંડ છવ્વીસ જણ રહે છે. અને આ આવડા મોટા મકાનમાં સાઠ

જણ તો ખુશીથી આળોટી શકે. તેની જગ્યાએ અમે ત્રણ જણ રહીએ છીએ ! આ તો સાવ ઊંધી ગણતરી ! મને લાગે છે કે આમાં મૂળમાં જ ક્યાંક ભૂલ થઈ છે. આપણે એમ કરીએ – મકાનની અદલાબદલી કરી નાખીએ. તમનેય સગવડ અને મનેય સગવડ !''

બીજે જ દિવસે બંગલામાં દરદીઓના ખાટલા ફરી ગયા. પાદરીનો સામાન દવાખાનામાં ફરી ગયો.

મિરિયલને સરકાર તરફથી 15000 રૂપિયાનો બાદશાહી પગાર મળતો હતો. તેણે પોતાના પહેલા જ પગારે આ પૈસાની વહેંચણી ઠરાવી દીધી હતી. ધર્માદા ખાતામાં, કેળવણી ખાતામાં, બેકારો માટે, કેદમાં ગયેલાનાં કુટુંબના ભરણપોષણ માટે, દેવામાં ડૂબેલાઓ માટે, ગરીબ છોકરીઓ માટે – એમ બધા મળીને 14000 રૂપિયા તો સીધા વપરાઈ જતા હતા. તેની બહેન અને નોકરડીની અતિશય કરકસર વગર આટલી રકમમાં ચલાવવું અશક્ય થઈ પડે તેમ હતું, કારણ કે આ માણસની પ્રતિષ્ઠા એટલી ફેલાયેલી હતી કે તેનું ઘર ભાગ્યે જ કોઈ દિવસ મહેમાન વગર ખાલી રહેતું.

જેમજેમ તેની ઉમર વધવા લાગી તેમતેમ શહેરના જુદાજુદા લત્તાઓમાં કે આસપાસનાં ગામડાંમાં ઉપદેશ માટે ચાલતાં જવાનું મુશ્કેલ થવા લાગ્યું. આ મુશ્કેલીઓનો વિચાર પાદરીને આવે તે પહેલાં સરકારને આવ્યો, અને તરત જ તેને વરસના 3000 રૂપિયા ખાસ વાહન-ભથ્થું મળવા માંડ્યું. મિરિયલે વિચાર કર્યો : આવા નાના શહેરમાં વળી વાહનની શી જરૂર ? વળી ગામડાંમાં જવું હોય ત્યારે આ ડુંગરાળ મુલકમાં કંઈ ગાડી કામ આવે ? એક ઘોડું હોય તો ચાલે. ત્યારે.... આ ત્રણ હજાર રૂપિયા નાખવા ક્યાં ? તરત જ દવાખાનામાં અનાથ સ્ત્રીઓની સુવાવડના ખાટલાઓની વ્યવસ્થા શરૂ થઈ ગઈ.

શરૂઆતમાં તો આવાં વિચિત્ર પ્રકારનાં દાનથી લોકો તેની તરફ શંકાની નજરથી જોવા લાગ્યા, પછી તેને મૂર્ખ ગણવા લાગ્યા, પણ આખરે આ દાનની પાછળ-પાછળ બીજાં અનેક દાન આ પાદરીના પગમાં ઠલવાવા લાગ્યાં. પાદરીને ઘેર દાન આપનાર અને લેનારની ભીડ જામવા લાગી. આ લેવડદેવડની વ્યવસ્થા પાદરી કરતો.

પાદરીની દિનચર્યા લગભગ ઘડિયાળના જેવી નિયમિત હતી. દેવળની પ્રાર્થના તથા ઉપદેશ, દેવળના આશરા નીચે ચાલતી નિશાળો તપાસવાની, આસપાસનાં ગામડાંમાં ખેડૂતો તથા ગરીબ લોકોનાં સુખદુઃખ તથા મૂંઝવણો સાંભળીને સલાહ-મદદ આપવાની. આ બધું રોજ નિયમિત રીતે ચાલતું. તે કોઈ વાર બુઢ્ઢાં સ્ત્રીપુરુષોની વચ્ચે બેસીને વાતો કરતો દેખાતો, તો કોઈ વાર ગામડાંનાં નાનાં બાળકોની વચ્ચે બેસીને વાર્તા કહેતો દેખાતો. કોઈ વાર તે શહેરના મુખ્ય દેવળમાં

શહેરના પ્રતિષ્ઠિત અમલદારો, શહેરીઓ ને વિદ્વાનોની વચ્ચે બાઇબલનાં ઊંડાં રહસ્યો સમજાવતો. તેના ઉપદેશનો ઝોક હંમેશાં દુનિયાના પીડિતો પ્રત્યે સમભાવ રાખવા તરફ રહેતો, અને તેના ઉપદેશના એકએક શબ્દની પાછળ તેના જીવનના આચારનું અજબ જોમ ભર્યું હતું.

તેનું જીવન જેવું સાદું અને સ્વચ્છ હતું તેવું જ તેનું ઘર હતું. તેના મકાનમાં નીચે ત્રણ ઓરડા અને ઉપર બે ઓરડા હતા. ઉપરના બંને ઓરડા બંને સ્ત્રીઓ વાપરતી હતી. નીચેના ઓરડામાંનો શેરીમાં પડતો ઓરડો જમવા માટે વપરાતો, બીજો ઓરડો પોતાને સૂવા માટે વપરાતો અને ત્રીજો ઓરડો અભ્યાસખંડ તરીકે વપરાતો. ઓરડાની રચના એવી જાતની હતી કે એક ઓરડામાં થઈને જ બીજા ઓરડામાં જઈ શકાય, એટલે કે અભ્યાસખંડમાં જવા માટે ભોજનખંડમાંથી સૂવાના ઓરડામાં થઈને જ જઈ શકાય. કોઈ મહેમાન આવે તો એ અભ્યાસખંડ મહેમાનનો ઓરડો બની જતો. તેના ઘરનાં રાચરચીલાંમાં થોડાંક સાદાં ટેબલ-ખુરશી, ચોપડીઓનો ઘોડો, ખાટલા, સંતોની થોડીક છબીઓ – એટલું ગણાવી શકાય. પણ આ એકેએક વસ્તુ મકાનની સ્વચ્છતાને કારણે દીપી ઊઠતી. પાદરી કહેતો : ''આ સ્વચ્છતા એ જ મારી બાદશાહી છે, વૈભવ છે. વળી તે બાદશાહી ભોગવવા માટે કોઈની પાસેથી કંઈ ઝૂંટવી લેવું નથી પડતું.''

પણ આ આખા વાતાવરણમાં પહેલી દૃષ્ટિએ ખૂંચે એવી એક-બે વસ્તુઓ નજરે પડતી : રૂપાની છએક રકાબીઓ તથા રૂપાની બે દીવીઓ. આ વસ્તુ તેણે શોખને ખાતર રાખી હોય એમ તો મનાય જ નહિ – તે ચીજો તેની એક ઘરડી ફોઈનું સંભારણું હતું.

આખા ઘરમાં કોઈ પણ જગ્યાએ તાળું ન હતું. શરૂઆતમાં તેની બહેન તથા નોકર-બાઈને જરા મૂંઝવણ તથા ગભરામણ પણ થતી. પાદરીએ તેમને કહ્યું : ''તમારે તમારો ઓરડો અંદરથી બંધ કરવો. મારે ઓરડે તાળું હોય જ નહિ. આ બારણું દરેકને માટે દરેક ક્ષણે ખુલ્લું જ હોવું જોઈએ. ડૉક્ટર અને પાદરી માટે આ નિયમ છે. શરીરનાં દુઃખ માટે ડૉક્ટર છે, અને મનનાં દુઃખ માટે પાદરી છે.''

તેને ઘણા અનુભવી મિત્રો સલાહ આપતા : ''જમાનો ખરાબ છે, બહુ વિશ્વાસ કર્યો કામનો નહિ.'' પાદરી જવાબમાં કહેતો : ''રખવાળું રામનું. બાકી આપણી ચોકી તો ખાળે ડૂચા ને બારણાં ઉઘાડાં જેવી છે.''

*

આજે સાંજે પાદરી ગામડે ફરી આવી પોતાના અભ્યાસખંડમાં બેઠોબેઠો કંઈક લખી રહ્યો હતો. સામે ટેબલ ઉપર બંને બાજુ ઉપર રૂપાની દીવીમાંથી શાંત-સ્થિર પ્રકાશ આવી રહ્યો હતો. ભોજનના ઓરડામાં બંને સ્ત્રીઓ કાંઈક ગુસપુસ

વાતો કરતી ભોજનની તૈયારી કરી રહી હતી. બંનેનાં મોઢાં ઉપર કંઈક ગભરાટનાં ચિહ્ નો દેખાતાં હતાં. તેઓ પાદરીને કંઈક કહેવા જતાંજતાં અટકી જતી હોય એમ અભ્યાસખંડમાં વારંવાર આવજા કર્યા કરતી હતી. આખરે બહેનથી ન રહેવાયું :

"તમને... તમને ખબર પડી ?"

"ના, શેની ?"

"શહેરમાં કો'ક અજાણ્યો રખડુ આડોડિયા જેવો માણસ આવ્યો છે. બધી વીશીઓમાંથી તેને કાઢી મૂક્યો છે. હજુ ક્યાંક ગામમાં જ છે એમ સાંભળ્યું છે. મોટા દૈત્ય જેવો છે."

"એમ ! હશે !" પાદરીએ પાછું ચોપડીમાં માથું નાખી દીધું.

"આજે રાતે કો'કના ઘરમાં નવાજૂની થવાની. આપણે શું કરીશું ? શહેરમાં નથી કાંઈ ચોકી-પહેરો કે નથી શેરીઓમાં કાંઈ ફાનસ જેવું. બહાર તો કાજળની કોટડી જેવું અંધારું છે, તોયે તમે જો હા પાડો તો અબઘડીએ જઈને લુહારને તેડી આવીએ ને એક સાંકળ અંદરના ભાગમાં નખાવી દઈએ. ભલે પછી કાલપરમદી કઢાવી નાખીશું. મોટા ભાઈને તો ટેવ જ પડી ગઈ છે કે બહારથી જરાક બારણું ખખડે કે તરત જ, દી હોય કે રાત, બોલી ઊઠે : "આવો."

તે જ ઘડીએ બારણા ઉપર જોરથી કંઈક અથડાયું.

"આવો !" પાદરીએ કહ્યું.

૪. મહેમાન

બારણું ખૂલ્યું. વટેમાર્ગુ દાખલ થયો. આપણે તો તેને ઓળખીએ છીએ, પણ ઘરની નોકર-બાઈ એને જોતાંવેંત જ એવી તો ડઘાઈ ગઈ કે તેની બૂમ પણ તેના ગળામાં અટકી ગઈ. ફાટી આંખે, ફાટ્યે મોઢે ધ્રૂજતી તે ત્યાં ને ત્યાં જ થંભી ગઈ. પાદરીની બહેન પણ પહેલી ક્ષણે ગભરાઈ, પોતાના ભાઈ સામે તેણે જોયું, અને તેના ચહેરા ઉપર પાછી હતી તેવી શાંતિ ફેલાઈ ગઈ.

પાદરીએ આ આગંતુક તરફ એક પ્રેમભરી નજર નાખી. તે કાંઈક પૂછવા જતો હતો ત્યાં મુસાફર એક ડગલું આગળ વધ્યો. પોતાના દંડા ઉપર બંને હાથ ટેકવીને ત્રણે જણ તરફ ઝડપથી નજર નાખીને મોટેથી તે બોલી ઊઠ્યો : "હું જિન-વાલજિન : ઓગણીસ વરસની ગેલીની* સજા ભોગવીને ચાર દી પહેલાં છૂટ્યો છું. ચાલતો-ચાલતો મારે ઘેર જાઉં છું, આખા દીનો ભૂખ્યો છું. શહેરમાં બધી વીશીવાળાઓએ મને કૂતરાની જેમ બહાર કાઢ્યો છે. તમારા કેદખાનામાંયે મને ન રાખ્યો. કૂતરાની ઓરડીમાંથી કૂતરાએ કાઢ્યો, ખેતરમાંથી આકાશનાં વાદળાંએ મને ડરાવ્યો. કોઈક ડોશીએ મને આ ઘર બતાવ્યું. આ વીશી છે ? મારી ઓગણીસ વરસની આ કમાણી એકસો નવ રૂપિયા મેં સાચવી રાખ્યા છે. આ લો પૈસા આગળથી, મારે કંઈ મફત નથી ખાવું. થાક તો એવો લાગ્યો છે – આખા દિવસમાં ચાલીસ કિલોમીટર પંથ કાપ્યો છે ! ભૂખ તો કકડીને લાગી છે – અહીં કંઈ સગવડ થશે !"

"બહેન ! એક ભાણું તૈયાર કરજો."

મુસાફર વળી આગળ આવ્યો. ટેબલ પાસે આવીને એ ઊભો રહ્યો અને કહેવા લાગ્યો : "ઊભા રો.' મેં શું કીધું તે સમજાવું. હું પહેલેથી વાત કરી દઉં. હું ઓગણીસ વરસની સજા ભોગવેલો ગુનેગાર છું. આ જુઓ પીળો પરવાનો. લો, વાંચી લો – આવડે છે ને વાંચતાં ? મને વાંચતાં આવડે છે. અમારે ત્યાં એક નિશાળ પણ હતી. જુઓ શું લખ્યું છે ? – "જિન-વાલજિન ગામનો. સજા

---

* પહેલાંના વખતમાં મોટો લશ્કરી વહાણો ચલાવવા માટે હલેસાંઓ મારનાર તરીકે ગુલામોને રાખવામાં આવતા હતા. અંગ્રેજીમાં તેને 'Gally' કહે છે.

પૂરી થતાં તેને છૂટો કરવામાં આવે છે. સજાના પ્રકારો : ચોરી માટે પાંચ વર્ષ, ચૌદ વર્ષ કેદમાંથી ચાર વાર ભાગવા માટે. આ માણસ ઘણો ભયંકર છે...' સાંભળ્યું ને ? આટલા માટે કોઈ મને સંઘરતું નથી. તમારો વિચાર સંઘરવાનો છે ? આ છે તો વીશી ને ? મારે તો બટકું રોટલો અને એક સાથરો મળી રહે એટલે બસ છે. કાંઈ તબેલા જેવું છે ?"

"બહેન ! આ ઓરડામાં મહેમાનનો ખાટલો ઢાળજો." નોકરબાઈ કાંઈ પણ બોલ્યા વગર સોંપેલું કામ કરવા ગઈ.

"ભાઈ ! ઘડીક બેસો, તાપો ત્યાં તો ખાવાનું તૈયાર થઈ જશે અને પથારીયે થઈ જશે." પાદરીએ મુસાફર તરફ ફરીને કહ્યું.

મુસાફર જાણે કે હવે કાંઈક સમજ્યો. તેના ચહેરા પર મૂઢ વિષાદની જગ્યાએ શંકા, આનંદ અને આશ્ચર્યથી વિરોધી રેખાઓ ઝબકી. તે થોથવાતી જીભે બોલ્યો : "હેં ! મને અહીં રહેવા દેશો ? કાઢી નહિ મૂકો ? ચોર છું, બધાય મને કૂતરાની જેમ હાંકી કાઢે છે. ને તમે મને 'ભાઈ' કહો છો ? મને અહીં ખાવાનું ને સૂવાનું બેય મળશે ? મને બનાવતા તો નથી ?"

"ના...રે, ના ! એવું તે હોય !"

"મારી પાસે પૈસા છે હોં ! એ પહેલાં કહો તો પહેલાં... તમે કહો તેમ. આ કાંઈ જુદી જાતની વીશી લાગે છે !"

"આ વીશી નથી. હું તો પાદરી છું."

"પાદરી ! હેં હા... હુંય કેવો ! એટલીય ખબર ન પડી !" બોલતાં-બોલતાં તેણે થેલો ને લાકડી ખૂણામાં મૂક્યાં. પાદરીએ ઊભા થઈને શેરીમાં પડતું બારણું અંદરથી બંધ કર્યું. "બહાર ઠંડી બહુ છે, નહિ ? તમનેય ટાઢ બહુ ચડી ગઈ લાગે છે." પાદરીના શબ્દેશબ્દે તેનાં થીજી ગયેલાં રૂંવાંમાં હૂંફ ભરાવા માંડી. ઓગણીસ વરસમાં 'ભાઈ' સંબોધન તેણે આ પહેલી વાર સાંભળ્યું. પાદરી તેને પડખે જ જમવા બેઠો.

"શરમાશો નહિ, હોં ભાઈ !" પાદરીએ મુસાફરના ખભા ઉપર હાથ મૂકીને કહ્યું. "આ ઘર મારું છે જ નહિ – ઈશ્વરનું છે. અહીં આવનારને પોતાનું નામ કે ઓળખાણ આપવાની જરૂર નથી – તેને શું જોઈએ છે તે જ કહેવાનું છે. કોઈ પણ ભૂખ્યા, તરસ્યા, દુઃખી કે ભૂલા પડેલાને માટે આ ઘરનાં દ્વાર ચોવીસે કલાક ખુલ્લાં છે... અને મારે તારું નામ જાણવાની જરૂર પણ શી હતી ? હું તો પહેલેથી જ તારું નામ જાણું છું."

"હેં ! સાચેસાચ !" મુસાફરની આંખમાં વળી ગભરાટ દેખાયો.

"હા, હા ! તારું નામ 'ભાઈ' છે."

"તમારાં આવાં વેણથી હું મૂંઝાઈ જાઉં છું."

પાદરીએ ફરી તેની સામે જોયું. "તું બહુ દુઃખી લાગે છે !"

"એ વાત ન પૂછશો. એ ભયંકર બેડીની સાંકળો, એ કડકડતી ટાઢ, એ બાળી નાખતો તડકો, એ લોહીની સેરો ઉડાડતા કોરડા, એક શબ્દ ઉચ્ચારતાંની સાથે દિવસોના દિવસો સુધી અંધારા ભંડકિયામાં પુરાવાની સજા ! અમારા પગની સાંકળ મરણપથારી સુધી છૂટતી નથી હોતી. કૂતરાંને જોતાંવેંત અમને તેની અદેખાઈ આવે છે. આ રીતે મેં ઓગણીસ વરસ કાઢ્યાં. આજે છેંતાલીસ વરસની ઉંમર થઈ. આ પીળો પરવાનો એ અમારું ઇનામ...બસ !"

"હા." પાદરીએ કહ્યું. "તું એ નરકમાંથી છૂટ્યો. તારા દિલમાં મનુષ્યજાતિ પ્રત્યે તિરસ્કાર અને વેરની લાગણી સળગતી હશે. એમાં મને નવાઈ પણ નથી લાગતી, પણ તારા દિલમાં એ લાગણીઓની જગ્યાએ જ્યારે દયા, નમ્રતા અને શાંતિના ભાવો ભર્યા હશે ત્યારે તું અમારા સૌના કરતાં પણ મહાન બનીશ !"

પાદરીએ ચારેય તરફ નજર ફેરવીને કહ્યું : "અજવાળું કેમ ઓછું લાગે છે ?" નોકર-બાઈ તરત સમજી ગઈ. ને અભ્યાસખંડમાંથી રૂપાની દીવીઓ જમવાના ટેબલ પર ગોઠવાઈ ગઈ.

ભાણાં પીરસાઈ ગયાં. પાદરીની રહેણીકરણી સાથે બરાબર બંધબેસતું થાય તેવું જ આ ભોજન હતું. પાદરીએ પ્રાર્થના કરી, અને ભોજન શરૂ થયું. પાદરી પોતાના મહેમાનને જાતે પીરસતો જતો હતો. મુસાફર ભૂખ્યા વરુની જેમ થાળી ઉપર તૂટી પડ્યો હતો. એકાએક પાદરીએ કહ્યું : "આ શું ? ટેબલ પર કાંઈક ખૂટે છે." નોકર-બાઈ સમજી ગઈ. પાદરીને એક વિચિત્ર ટેવ હતી. કોઈ મહેમાન હોય ત્યારે ટેબલ ઉપર છએ છ રૂપાની થાળીઓ મુકાવી જોઈએ. એમાં કાંઈ ઊંડો મર્મ નહોતો. કેવળ પાદરીની બાલિશતા હતી એમ કહીએ તો ચાલે.

ખાઈ રહ્યો ત્યાં સુધી મુસાફર એક શબ્દ પણ બોલ્યો નહિ. તેને બોલવાની નવરાશેય ક્યાં હતી ? તે જમી રહ્યો – એટલે કે ખાવાનું ખલાસ થયું – એટલે મુસાફરે કહ્યું : ''ખાવાનું બાકી, ભારે મીઠું હતું ! પણ પેલી વીશીમાં ગામડાંના ગાડાવાળાઓ કેવી ભાતભાતની વાનગીઓ તૈયાર કરાવતા હતા ! તમે ગરીબ હશો; ખરું ? પણ... પાદરી કંઈ ગરીબ હોય ખરા ? હશે ! શી ખબર !''

જમીને સગડી પાસે તાપતાં-તાપતાં પાદરીએ તેના ઘરની, ગામની અને તેના કેદખાનાની વાતો પૂછી. મુસાફરના હૃદયનાં દ્વાર આ પાદરીની પાસે ખૂલી ગયાં હતાં. પાદરી આટલા થોડા વખતમાં તેનો સ્વજન બની ગયો હતો.

રાત વધતી જતી હતી. પાદરીનાં બહેન તથા નોકર-બાઈ સૂવા માટે ઊઠ્યાં.

''ચાલો, હવે થાક્યાં-પાક્યાં સૂઈ જઈએ. ચાલો તમારી પથારી બતાવું.'' ટેબલ ઉપરથી રૂપાની દીવી લઈને પાદરી આગળ થયો અને મુસાફર તેની પાછળ પાછળ ચાલ્યો. પહેલાં પાદરીનો સૂવા માટેનો ઓરડો આવ્યો. પાદરીની બહેન પથારીની માથે કબાટમાં આવેલ રૂપાની રકાબીઓ મૂકી રહી હતી. ત્યાંથી પસાર થઈને છેલ્લા ઓરડામાં બંને ગયા.

''આ તમારી પથારી !'' સ્વચ્છ સફેદ ચાદરવાળી પથારી જોઈને વટેમાર્ગુ ઘડીક તો ચમકી ગયો. ''નિરાંતે આરામ કરો. સવારે આપણા ઘરની ગાયનું તાજું દૂધ પીશું.''

''આભાર !''

આ શબ્દો બોલી રહ્યો ત્યાં તો તેના મોઢા ઉપરથી એક એવો ભાવ આવીને પસાર થઈ ગયો હતો કે એ વખતે જો પાદરીની બહેન કે પેલી નોકર-બાઈ હોત તો તે ફડકી જ ઊઠત – જાણે કે તેના દિલમાં ઊંડેઊંડે છુપાઈને પડેલી અને ઓગણીસ વરસ સુધી પોષેલી તેની ભયંકર ચોરવૃત્તિ ઊછળીને બહાર આવવા લાગી. તે એકદમ પાદરી તરફ ફર્યો અને હિંસક પશુ જેવી નજર કરીને કઠોર અવાજે બોલ્યો : ''આ મને ક્યાં સુવાડો છો એ ખબર છે ને ? હું ખૂની નહિ હોઉં એની તમને શી ખાતરી ?''

''ઈશ્વર સૌનું ભલું કરશે !'' એટલું કહીને પાદરી પોતાના સૂવાના ઓરડામાં ચાલ્યો ગયો. મુસાફરે ઓરડામાં ચારે તરફ નજર કરી. બારીની બહાર જોયું તો બગીચામાં પાદરીની ઝાંખી આકૃતિ નીચું માથું ઢાળીને આંટા મારી રહી હતી.

મુસાફર એટલો બધો થાકી ગયો હતો કે શ્વાસના એક ફૂંફાડે મીણબત્તી ઓલવીને ને એ કપડે અને પહેરેલ જોડે પથારીમાં પડ્યો અને થોડીક જ ક્ષણોમાં તે ઘસઘસાટ ઊંઘી ગયો.

મધરાતના ડંકા વાગ્યા. પાદરી પોતાના બગીચામાંથી ઓરડામાં પાછો આવ્યો. થોડી ક્ષણ બાદ આ નાનકડું ઘર ગાઢ શાંતિમાં ડૂબી ગયું.

૫. મહેમાનની મધરાત

મધરાત પછીનો એક પ્રહર થયો અને જિન-વાલજિનની ઊંઘ ઊડી ગઈ.

જિન-વાલજિન એક ગરીબ ખેડૂત કુટુંબમાં જન્મ્યો હતો. નાનપણમાં તે કાંઈ ભણ્યો નહોતો. જરા મોટો થયો એટલે કોઈકની વાડીમાં મજૂર તરીકે કામે રહ્યો. તેનો બાપ ઝાડની ડાળી તૂટવાથી તેની ઉપરથી પડીને મરી ગયો હતો. તેની મા રોગમાં મરી ગઈ હતી. જિન-વાલજિનનાં સગાંમાં ફક્ત એક તેની મોટી બહેન જ હતી. તે વિધવા હતી અને સાત છોકરાંની મા હતી. નાનપણમાં તે બહેને જિન-વાલજિનને ઉછેર્યો હતો. હવે જિન-વાલજિનને માથે તેની બહેન તથા તેનાં સાત છોકરાંનો ભાર આવી પડ્યો. તેનાં ભાણજિયાંમાં મોટામાં મોટું બાળક આઠ વરસનું અને નાનામાં નાનું એક વરસનું હતું. જિન-વાલજિન ઉંમરલાયક થતાં જ આ સાતેય બાળકોને મોટાં કરવામાં લાગી પડ્યો – તે જ તેમનો પિતા બન્યો. તેની જુવાની કાળી મજૂરીમાં વીતવા લાગી. તેને પોતાના સુખનો વિચાર જ નહોતો આવ્યો – એટલે તેને વખત જ નહોતો. આખો દિવસ ખેતરમાં મજૂરી કરીને થાક્યો-પાક્યો તે ઘેર આવતો અને તેની બહેને તૈયાર કરી રાખેલી રાબડી મૂંગોમૂંગો પીને સૂઈ જતો. લાણી-ટાણામાં તે ખૂબ કમાતો, પણ મોસમ ઊકલી ગયા પછી છૂટક મજૂરી કરીને તે ગુજારો કરતો. તેની બહેન પણ મજૂરીમાં ભેગી ભળવા મહેનત કરતી, પણ સાત છોકરાંની સંભાળમાંથી તે ભાગ્યે જ ઊંચી આવતી. આખું કુટુંબ ધીરેધીરે દારિદ્ર્યના પંજામાં ભીંસાતું જતું હતું.

શિયાળો આવ્યો. મજૂરી મળવી બંધ થઈ. રોટી ખૂટી. અન્ન વિના રવડતાં સાતેય બાળકો તેની મા તથા મામાનાં મોઢાં સામું તાકવા લાગ્યાં.

એક દિવસ રોટી વેચનાર ભઠિયારાને ત્યાં રાત્રે સૂવા ટાણે બારી ઉપર બહારથી કંઈ અથડાવાનો અવાજ આવ્યો. ભઠિયારાએ ઊઠીને જોયું તો બહારથી એક મજબૂત ખુલ્લો હાથ અંદર આવ્યો અને એક મોટો રોટીનો ટુકડો તેમાં ઝડપાયો. ભઠિયારો બહાર આવ્યો. ચોર દોડ્યો. ભઠિયારો તેની પાછળ પડ્યો. ચોર પકડાયો. રોટીનો ટુકડો તો રસ્તામાં જ તેના હાથમાંથી પડી ગયો હતો. ફક્ત બારીનો કાચ તોડતાં તેની અણી અંદર ઘૂસી જવાથી તેમાંથી લોહી વહી રહ્યું હતું. આ ચોર જિન-વાલજિન હતો.

જિન-વાલજિનને અદાલતમાં ખડો કરવામાં આવ્યો. તેના ઉપર આરોપ હતો કે રાતે તેણે ઘર ફાડ્યું હતું. હાથમાં ભરી બંદૂક હતી. એ બંદૂકથી તેણે ઘરનાં બધાં માણસોને ઘાયલ કરવાનું ને બને તો ખૂન કરીને મારી નાખવાનું નક્કી કર્યું હતું; પણ ઘરનો હોશિયાર માલિક જાગી જવાથી આરોપી ગભરાયો અને બંદૂક તેના હાથમાં જ વાગી. આરોપીને તકસીરવાર ઠરાવીને નામદાર અદાલતે તેને પાંચ વરસની વહાણો પરના ગુલામ તરીકેની – ગેલીની સજા ફરમાવી.

તેને સાંકળે બાંધીને લઈ જવામાં આવતો હતો તે વખતનું દૃશ્ય એક બુઢ્ઢા દારોગાને હજુ યાદ છે. તેના ગળામાંથી લોઢાની સાંકળ ભરાવીને તેને પાછળથી ખીલો મારીને સજ્જડ કરવામ. આવતી હતી ત્યારે તેની આંખોમાંથી આંસુની ધારા વહી રહી હતી. રડવાને લીધે તેનો અવાજ તૂટતો હતો. વચ્ચેવચ્ચે તેના મોઢામાંથી એટલા શબ્દો સ્પષ્ટ સંભળાતા હતા : હું મજૂરી કરતો હતો. રડતાં-રડતાં તે પોતાનો જમણો હાથ ઊંચો કરીને ક્રમેક્રમે સાત વાર નીચે ઉતારતો હતો. કો‍ પણ માણસ આ જોઈને એટલું તો સમજી જતો કે તેણે જે કાંઈ કર્યું છે તે તે ાં ભાણેજડાં માટે કર્યું હશે.

જિન-વાલજિન હવે જિન-વાલજિન મટી ગયો. તે હવે 24601 નંબર બની યો. તેની બહેનનું શું થયું, તેનાં સાત બાળકોનું શું થયું – ઝાડને મૂળમાંથી કાપી નાખ માં આવે ત્યારે ઉપરનાં કૂણાં પાંદડાંઓનું શું થતું હશે ? એમાં કાંઈ નવી વાત નથી. આ માનવજાતની 'પ્રગતિ'માં આવા કેટલાક ક્ષુદ્ર જીવો સમુદ્રમાં તરતાં તણખલાંની જેમ નિરાધાર હાલતમાં કોઈ ઊંડી-અંધારી મૃત્યુની ખાઈમાં ગરક થઈ જાય છે. એના તરફ નજર કરવાની કોને પડી છે ! આ કુટુંબ ત્યાંથી ચાલ્યું ગયું. ગામના મહાજને તેને આશ્રય ન આપ્યો. જિન-વાલજિનના શેઠે પણ ઓળખાણની શરમ કાઢી નાખી. થોડાં વરસ પછી જિન-વાલજિન પણ તેમને ભૂલી ગયો. તેના દિલમાં લાગેલા આઘાતની જગ્યાએ હવે માત્ર ચાઠું જ રહ્યું હતું. કેદમાં ચારેક વર્ષ બાદ એક વાર તેની બહેનના સમાચાર તેને મળ્યા હતા. તેની બહેન પારીસમાં એક ચોપડી બાંધનારની દુકાને નોકરી કરતી હતી. તેની સાથે પાંચ-છ વરસનો એક છોકરો હતો. બીજાં છ ક્યાં હતાં તેની ખબર તેની બહેનને પણ નહિ હોય. બાઈ સવારના છથી કામે ચડતી. પડખે જ એક નિશાળ હતી ત્યાં તેણે છોકરાને ભણવા મૂક્યો હતો. નિશાળ સાત વાગ્યે ઊઘડતી. એક કલાક સુધી છોકરો નિશાળનાં પગથિયાં પર બેસી રહેતો. ગમે તેવી ઠંડી હોય કે વરસાદ હોય તોપણ બાઈને છ વાગ્યે કામ ઉપર ચડી જવું જ પડતું, અને એ જ ઠંડીમાં છોકરાને નિશાળને પગથિયે ઠૂંઠવાઈને બેસી રહેવું પડતું. છોકરો તોફાન ન કરે, તે માટે શેઠે બાઈને છોકરાને સાથે દુકાનમાં લાવવાની મનાઈ કરી હતી. બસ ! આટલી માહિતી જિન-વાલજિનને ઊડતીઊડતી મળેલી – જાણે કે

ભૂતકાળની બારી ઘડીક ખૂલી ને પાછી બિડાઈ ગઈ, અને તેના કુટુંબની હાલતની ઝાંખી માત્ર તેને થઈ. આ પછી જિન-વાલજિન જ નહિ, આપણે પણ આ સાત છોકરાંની માની વાત કાંઈ જાણી શકવાના નથી.

સજાનાં ચાર વર્ષ પૂરાં થવાની તૈયારી હતી. એક જ વરસ હવે બાકી હતું. છૂટવા પ્રયાસ કર્યો અને તેમાં તે ફાવ્યો. તે નાઠો તો ખરો, પણ નાસેલા કેદીની ક્ષણેક્ષણ કેટલી ભયમાં જાય છે તેનો તેને ખ્યાલ આવ્યો. એક નાના અવાજથી તે ચમકી ઊઠતો. તેને એવા જ ભણકારા વાગતા કે જાણે ચારેય તરફથી ઘોડેસવાર સિપાઈઓનાં ટોળાં તેના તરફ ધસી રહ્યાં છે. કૂતરું ભસે, તેને પડખેથી કોઈ માણસ પસાર થાય.... અરે, ઘડિયાળના ડંકા પડે... તોય તે ઝબકી ઊઠતો. તે દિવસે કોઈની નજરે ચડે તે બીકે ફડકામાં રહેતો, ને રાતે કાંઈ નજરે પડતું નહિ માટે ડરતો. રસ્તા ઉપર ચાલતાં બીતો – ઝાડીમાં જતાં બીતો.

બીજે દિવસે સાંજે તે ફરી પકડાઈ ગયો. તેણે છત્રીસ કલાકથી કાંઈ ખાધું નહોતું. આંખનું મટકું પણ માર્યું નહોતું. ભાગવાના પ્રયત્ન માટે તેને ફરી ત્રણ વરસની સજા કરવામાં આવી. છઠ્ઠે વરસે ફરી તેણે ભાગવાનો પ્રયત્ન કર્યો. રાતે હાજરી વખતે ગુમ થયાની ખબર પડી. તરત જ બધાં વહાણો ઉપર ભયસૂચક તોપો ફૂટી. શિકારીઓ છૂટ્યા. એક વહાણના ભંડકિયામાંથી તેનો પત્તો લાગ્યો. ફરી વાર તેને પાંચ વરસની સજા મળી. આ વખતે તેના પગમાં બેવડી સાંકળ નાખવામાં આવી. કુલ તેર વરસની સજા થઈ. દસમે વરસે ફરી તેને ભાગવાની ઘૂરી આવી. તેના રાક્ષસી બળ પાસે બેડીઓ ઢીલી થઈ ગઈ, પણ ફરીને તે પકડાયો. બીજાં ત્રણ વરસની સજા વધી. તેરમે વરસે એક પ્રયત્ન કર્યા સિવાય તેનાથી ન રહેવાયું. ચાર જ કલાકમાં ફરી પાછો તેને પકડી લાવવામાં આવ્યો. ચાર કલાકની ગેરહાજરીએ તેની ત્રણ વરસની હાજરી વધારી મૂકી. આ રીતે ઓગણીસ વરસ પૂરાં કરી તે 1815ના ઑક્ટોબરમાં આ સજામાંથી છૂટ્યો. 1796માં કાચની બારી તોડીને રોટીનો ટુકડો લેવાનો ગુનો કરનાર ઓગણીસ વરસની સજા ભોગવીને આજે બહાર આવ્યો.

ક્યાં વહાણના કેદખાનામાં દાખલ થતી વખતનો તે ગભરુ રડતો ધ્રૂજતો જુવાન જિન-વાલજિન, અને ક્યાં આ પથ્થર જેવો બહાર નીકળતો જિન-વાલજિન !

આ ઓગણીસ વરસો દરમિયાન જિન-વાલજિન કેવી કેવી શારીરિક યાતનાઓમાંથી પસાર થયો હશે તેનું વર્ણન કરીને કરુણ રસ જમાવવો એ બહુ મહત્ત્વની વાત નથી, પરંતુ એક ભોળો દુનિયાદારીથી અજાણ્યો, કુટુંબવત્સલ જુવાનિયો આ વરસો દરમિયાન દિલનાં કેવાંકેવાં તોફાનોમાંથી પસાર થયો હશે, અને આ તોફાનોના સપાટા ખાઈ-ખાઈને કેવી રીતે આ જડ દશાને પામ્યો હશે તે જાણવાનું વધારે ઉપયોગી થઈ પડશે. અલબત્ત, તેણે ચોરી કરી હતી, પણ શું તે એટલી બધી ભયંકર હતી કે તેના બદલામાં

સમાજ તેનાં સુખ-સર્વસ્વને આ પ્રમાણે સદાને માટે ખૂંચવી લે ? અને આ ચોરી પણ તેણે ક્યાં શોખ માટે કરી હતી કે કોઈને નુકસાન કરવા કરી હતી ? પણ સમાજે તેનો વિચાર ન કર્યો. સમાજ એક બાજુથી પોતાનાં ગરીબ બાળકો તરફ અસહ્ય બેદરકારી બતાવે છે અને એ બેદરકારીને પરિણામે થતા ગુનાઓ ઉપર નિર્દયપણે કાળજી બતાવે છે. સમાજને રોટલો આપવા કરતાં સજા આપવામાં વધારે મજા આવે છે અને આ બધું સહન કરવાનું ગરીબોને જ હોય છે. આ બધા વિચારો કરતો કરતો જિન-વાલજિન આ સમાજને જ ગુનેગાર ગણવા લાગ્યો. તે તેનો ન્યાયાધીશ બન્યો. તેણે સમાજને ભયંકરમાં ભયંકર શિક્ષા કરી — અને તે પોતાના દિલના ઊંડા ધિક્કારની. આ ધિક્કાર ઓગણીસ વરસ સુધી તેના દિલમાં પડ્યોપડ્યો ઊંડોઊંડો ઊતરતો ગયો. તેને મન આનંદ, પ્રેમ, દયા, ઉલ્લાસ — એવા કોઈ ભાવો હયાતી જ ધરાવતા ન હતા. જગતમાં એકમાત્ર ભાવ સર્વોપરી હતો, અને તે ધિક્કાર. ઓગણીસ વરસ સુધી પીઠ પર કોરડા, ગાળો, લોઢાની સાંકળો, કલાકોના કલાકો સુધી વહાણના નીચેના અંધારિયા ભંડકિયામાં યંત્રની જેમ હલેસાં મારવાની ક્રિયા, ટાઢ, તડકો, ભૂખ — આ બધાંએ તેના દિલમાં ખૂણે-ખાંચરે છુપાઈ રહેલી કોઈ કોમળ લાગણી હોય તો તેને પણ કચરી નાખી હતી.

મધદરિયે વહાણ ચાલ્યું જાય છે. એક માણસને તેમાંથી ઊંચકીને દરિયામાં ફેંકી દેવામાં આવે છે. વહાણ પોતાના માર્ગે ચાલ્યું જ જાય છે — જાણે કે કંઈ બન્યું જ નથી. પાણીમાં પડતાંવેંત પહેલાં તો તે મુસાફર પાણીમાં અદૃશ્ય થઈ જાય છે. પાછો ઘડીક બહાર દેખાય છે. પાછો ડૂબકી મારી જાય છે. વળી હાથનાં તરફડિયાં મારતો બહાર દેખાય છે. તે દૂરદૂર ચાલ્યા જતા વહાણ તરફ નજર નાખીને બૂમ મારે છે. વહાણ પવનથી ફૂલેલા સઢના જોરે વેગથી ચાલ્યું જાય છે. વહાણના ઉતારુઓ અને ખલાસીઓ દરિયામાં ઊછળતાં મોજાંઓની અંદર એક નાનકડું બેબાકળું મોઢું જુએ છે. ડૂબતો માણસ વહાણ તરફ એક છેલ્લી કરુણ દૃષ્ટિ નાખી હૃદયફાટ ચીસ પાડે છે. વહાણ ચાલ્યું જાય છે — ક્ષિતિજના વળાંકમાં સરતું જાય છે. સઢના થાંભલાની ટોચ પણ હવે તો દેખાતી બંધ થાય છે. હજી તો થોડાક જ વખત પહેલાં આ મુસાફર વહાણ ઉપર બીજા બધા ઉતારુઓની વચ્ચે તેમનામાંનો એક થઈને જીવતો હતો, પણ તેનો પગ લપસ્યો, કોઈએ તેને ધક્કો માર્યો, તે પડ્યો... બસ... ખલાસ ! તેની નીચે અતાગ પાણી છે. ચારે બાજુથી ઊછળતાં મોજાંની ભીંસ આવે છે. ને બકરાંને જેમ અજગર ગળી જાય તેમ ગળી જાય છે. મૃત્યુ તેને પોતાની ગુફામાં ઊંડે ને ઊંડે ખેંચી જાય છે. મોજાં બિલાડી ઉંદરને રમાડે તેમ તેને ઘડીક ઉછાળે છે - પછાડે છે, ઘડીક દૂર ફંગોળે છે : એમ લાગે છે જાણે દુનિયા આખીની નિર્દયતાએ અહીં પ્રવાહીરૂપ ધારણ કર્યું છે.

આમ છતાં પણ આ માણસ આ ઘોર કુદરત સામે પૂરા ઝનૂનથી ઝઝૂમે છે. તે પોતાનો બચાવ કરે છે. સમુદ્રની સપાટી પર ટકી રહેવાનો ભગીરથ પ્રયત્ન એ કરે છે. આવી મોટી પ્રચંડ વિનાશકશક્તિ સામે તે બાથ ભીડે છે. પણ આખરે તે થાકે છે - હારે છે. પોતાની ઝાંખી પડતી જતી આંખોથી છેલ્લી વાર ક્ષિતિજ તરફ અદૃશ્ય થતા વહાણને તે જુએ છે : ઊંચે જુએ છે, આસપાસ જુએ છે. ઉપર આભ અને નીચે પાણી દેખાય છે. પણ તે બંને જાણે એક બનીને તેને પોતાના કબ્રસ્તાનમાં ઉપાડી જાય છે. ધીરેધીરે આ માનવી પણ પોતાની જાતને આ સમુદ્રનું જ એક મોજું ગણવા લાગે છે. દરિયાનું ગાંડપણ તે ગાંડપણ જ બની જાય છે. રાત પડે છે, કલાકોના કલાકો સુધી તરફડિયાં મારીને તેનું બળ ખલાસ થઈ ગયું છે. આખી સૃષ્ટિમાં તેની ધાને હોંકારો દેનાર કોઈ નથી. છેલ્લો મરણિયો પ્રયત્ન કરીને તે બૂમ મારે છે : 'કોઈ બચાવો !' કોઈ કાળા માથાનો માનવી છે નહિ. તે ઈશ્વરને બૂમ મારે છે. તે ક્યાં છે ? કોઈ જવાબ આપતું નથી. સૃષ્ટિ મૌન છે. આકાશ હોઠ બીડીને બેઠેલું છે. અંધકાર, તોફાન, નિશ્ચેતન છતાં ભયંકર ઊછળતાં પાણી, હિમ જેવો જોરથી ફૂંકાતો પવન – આ બધાંની વચ્ચે તેનાં અંગ ખોટાં પડી જાય છે. શરીરનાં બધાં અંગ તેના પ્રાણને કામ કરવાની ના પાડે છે. પુરુષાર્થ હારે છે. પ્રાણ પોતાના દેહને હવે સમુદ્રને સોંપી દે છે – જેમ હારેલો રાજા પોતાના શત્રુને તરવાર સોંપી દે તેમ. અને આ રીતે એક જીવનનો છેલ્લો કરુણ અંક પૂરો થાય છે.

અને સમાજ તો પ્રગતિને પંથે છે ! આવા કેટલાય નિર્દોષ જીવોનાં મૃત્યુ એ જાણે કે પ્રગતિના માર્ગમાં માર્ગસૂચક સ્તંભો છે. સમાજના કાયદા અને નીતિ જેટલાને આવી રીતે મધદરિયે સમુદ્રમાં ધકેલી દે છે તે બધાય તેના પેટાળમાં સમાઈ જાય છે અને મડદાં થઈને સપાટી પર તર્યા કરે છે. આ મડદાંમાં કોણ પ્રાણ પૂરશે ?

એક સવારે જિન-વાલજિનને જણાવવામાં આવ્યું કે તેની સજા પૂરી થાય છે અને છુટ્ટો કરવામાં આવે છે. આનો અર્થ એ ઘડીક તો સમજી જ ન શક્યો, બીજી ક્ષણે તેને આ વાત ખોટી લાગી, અને ત્રીજી ક્ષણે તેના મગજમાં ચેતનાના પ્રકાશનું એક કિરણ આવીને પસાર થઈ ગયું. છુટકારાના વિચારથી તેનું સમસ્ત ચિત્ત ગભરાઈ ઊઠ્યું. વિચાર કરતાં તેને લાગ્યું કે અહીંથી છૂટીને તે સમાજના આથી વધારે મોટા કારાગારમાં સપડાવાનો છે.

આપણે જોયું કે આ માન્યતા સાચી હતી. ઓગણીસ વરસના કારાવાસ દરમિયાન તેણે એકસો સિત્તેર જેટલા રૂપિયાની કમાણી કરી હતી, પણ બહાર નીકળતી વખતે દારોગા અને અમલદારોને ગુરુદક્ષિણા આપતાં તેની પાસે માત્ર એકસો નવ રૂપિયા રહ્યા. છૂટીને તે બીજે કે ત્રીજે દિવસે એક જગ્યાએ મજૂરી કરવા રહ્યો. દહાડીનો

દોઢ રૂપિયો ઠરાવ્યો હતો. રાતે મુકાદમ પાસે દહાડીના પૈસા માગવા ગયો ત્યારે તેના હાથમાં મુકાદમે એક રૂપિયો મૂક્યો.

"એક રૂપિયો જ કેમ ?"

"હવે... જે મળે છે તે લઈને હાલતો થા ને, નહિ તો આ રૂપિયોયે જશે ! ઝાઝી ગરબડ કરીશ તો પોલીસમાં પકડાવી દઈશ. ચોરી... ને ઉપર શિરજોરી !"

જિન-વાલજિન કેદમાંથી છૂટ્યો હતો, પણ સજામાંથી નહોતો છૂટ્યો. તેની આ સજા ક...નગરમાં પણ ચાલુ હતી એ આપણે જોયું.

દેવળના ઘડિયાળમાં બેના ટકોરા થયા. ને જિન-વાલજિનની ઊંઘ ઊડી ગઈ.

૬. ચોરીના બદલામાં

જિન-વાલજિનના જાગી જવાનું એક કારણ એ હતું કે તે સૂતો હતો તે પથારી અસાધારણ મુલાયમ હતી. લગભગ વીસ વરસથી તે આવી પથારીમાં સૂતો ન હતો. તે ચારેક કલાક ઊંઘ્યો હશે, પણ તેટલા વખતમાં તો તેના આગલા દિવસનો બધો થાક ઊતરી ગયો હતો. આરામ માટે લાંબી ઊંઘ લેવાની તેના શરીરને ટેવ ન હતી. તેણે આંખ ઉઘાડી. આસપાસની અપૂર્વ શાંતિથી ઘેરાયેલું આ વાતાવરણ તેને ઘડીભર સ્વપ્ન જેવું લાગ્યું. તેણે ઊંઘવા માટે ફરી આંખો મીંચી, પણ ઊંઘ ન આવી. ઊંઘવાને વખતે ઊંઘ ન આવે ત્યારે વિચારો આવે છે.

ગઈ કાલના અને રાતના બનાવોની પરંપરાએ તેના મગજમાં કંઈક વિચિત્ર લાગણીઓનું જાળું બાંધી દીધું હતું. તેને પોતાને જ સમજાતું નહોતું કે તેને શું થાય છે. બનાવોને એક પછી એક યાદ કરવાનો તેણે પ્રયત્ન કર્યો, પણ પેલી રૂપાની છ રકાબીઓ જ તેની નજર સમક્ષ વારંવાર તરવા લાગી. આ રકાબીઓ પડખેના જ ખુલ્લા ઓરડાના તાળું વાસ્યા વગરના કબાટમાં પડી હતી. તેને બરાબર યાદ હતું કે એ રકાબીઓ કબાટમાં કઈ જગ્યાએ અને કેવી રીતે ગોઠવીને મૂકેલી છે. તેને ખબર હતી કે આ રકાબીઓ નક્કર રૂપાની છે. એક કલાક સુધી તેના મગજમાં ગડમથલ ચાલ્યા કરી. 'મારી આટલાં ઓગણીસ જેટલાં વરસની કમાણી હું કરી શક્યો હોત તો મારી પાસે પણ આવી રકાબીઓ હોત.' ત્રણના ટકોરા થયા. તે એકદમ પથારીમાં બેઠો થયો. હાથ લંબાવીને પડખે પડેલો થેલો ઉપાડ્યો. વળી પાછો તે પથારીની પાસે નીચે મૂક્યો. આમ ને આમ તે કેટલીયે વાર પથારીમાં બેસી રહ્યો. આખા ઘરમાં શાંતિ છવાયેલી હતી. તે એકલો જ જાગતો હતો. તે એકદમ ઊભો થયો. પગમાંથી જોડા કાઢી નાખી હાથમાં લીધા. વળી પાછો જોડા નીચે મૂકીને પથારીમાં બેઠો. તેના મગજમાં ભારે તોફાન ઊઠ્યું હતું. વિચારો આવતા હતા, અથડાતા હતા, ચાલ્યા જતા હતા – વળી આવતા હતા અને તેના મગજમાં હથોડા પડતા હોય એવો અવાજ થતો હતો.

આમ ને આમ ચાર વાગી ગયા. ચારના ટકોરાએ તેને કહ્યું : 'ચાલ ઊભો થા !' તે ઊઠ્યો. એક ક્ષણ અચકાયો. તેણે કૂતરાની જેમ કાન માંડ્યા. બારી

પાસે ગયો. બહાર આકાશમાં ચંદ્રનો ઝાંખો પ્રકાશ વીખરાયેલ વાદળાંમાંથી આવતો હતો. તેણે બારી ખોલી. ઠંડા બરફ જેવા પવનનો ઝોકારો તેના પર આવ્યો. તેણે તરત જ બારી બંધ કરી દીધી. આ પછી નિશ્ચયભર્યે પગલે તે પથારી પાસે ગયો. થેલો ઉપાડ્યો. તે ખોલ્યો. તેમાંથી કંઈક બહાર કાઢ્યું. પોતાના જોડા અંદર મૂક્યા. થેલો બંધ કર્યો ને ખભા પર ચડાવ્યો. હાથ લાંબો કરીને ખૂણામાંથી લાકડી ખોળી કાઢી અને બારીના ખૂણા પાસે તે મૂકી. તેના હાથમાં કંઈક છરી જેવું હતું. તે ધીમા પગલે શ્વાસ રૂંધીને પાદરીના સૂવાના ઓરડામાં જવાના બારણા પાસે ઊભો. બારણું અંદરથી વાસેલું નહોતું. તેણે આંગળીના ટેરવાથી બારણું ધકેલ્યું. પાછો ઘડીક ઊભો રહ્યો. ફરી જરા બારણું વધુ ઉઘાડ્યું. તેણે જોયું તો બારણા પાસે ખૂણામાં ટેબલ પડ્યું હતું. જો આખું બારણું ઉઘાડે તો બારણું ટેબલ સાથે જરૂર અથડાય. પોતાનું શરીર નીકળી શકે છતાં ટેબલ સાથે ભટકાય નહિ તેટલું બારણું તેણે બરાબર ગણતરી કરીને ઉઘાડ્યું. બારણું ઉઘાડતી વખતે જરાક ચૂંકારો થયો. જિન-વાલજિનના શરીરમાંથી ધ્રુજારી પસાર થઈ ગઈ - જાણે કે કેદખાનામાં કેદીઓને સજા થવા માટેનું બ્યૂગલ વાગ્યું હોય એમ તેને લાગ્યું. તેના લમણા પરની નસો ધમધમાટ કરવા લાગી. તેની છાતીમાંથી ધમણની જેમ શ્વાસ નીકળવા લાગ્યો. આખું ઘર જાણે ધરતીકંપથી ધ્રૂજી ઊઠ્યું હોય એમ તેને લાગ્યું. હમણાં પાદરી જાગશે. ઉપર સૂતેલી બાઈઓ જાગશે. હોહા થશે. ગામના લોકો જાગશે. પોલીસ આવશે. ફરી પાછું એ જહાજી કારાગાર ! થોડી મિનિટ તે થંભી રહ્યો. તેણે બારણામાંથી ડોકાઈને અંદર નજર કરવાની હિંમત કરી. ઓરડામાં સંપૂર્ણ શાંતિ હતી. ઊંઘતા પાદરીના નિયમિતપણે ચાલતા શ્વાસોચ્છ્વાસ ઓરડાની શાંતિમાં વધારો કરતા હતા. જિન-વાલજિન ઓરડામાં દાખલ થયો. વચ્ચે પડેલા સામાનને કાળજીપૂર્વક ઓળંગીને તે પાદરીની પથારી પાસે પહોંચ્યો. તે જ ક્ષણે આકાશમાં ચંદ્ર આડેનું વાદળું ખસી ગયું. ચંદ્રનું એક કિરણ ઊંચેની બારીમાંથી સીધું પાદરીના ચહેરા ઉપર પડ્યું. પાદરીનું મુખ દૈવી તેજથી ઝળકી ઊઠ્યું અને જાણે કે તેના વિશાળ કપાળમાંથી સામાં પ્રકાશનાં કિરણો ફૂટ્યાં. જિન-વાલજિન અંધારામાં ઊભો હતો. પાદરીનું આ શાંત સુપ્ત અને સ્વસ્થ એવું સ્વરૂપ જોઈને ઘડીભર તે જડની જેમ ઊભો રહ્યો. તેને બીક લાગી. આવો અનુભવ જીવનમાં પહેલી વાર જ હતો. પાદરીની આ ગાઢ નિદ્રા જાણે કે તેને ચોકી કરતી હોય એમ તેને લાગ્યું. ઘડીક તો તેને લાગ્યું કે તેનાથી બૂમ પડાઈ જશે. તેને ત્યાંથી ભાગી જવાનું મન થયું, પણ તેને કોઈએ બાંધ્યો હોય તેમ તે ત્યાંથી ખસી ન શક્યો. આમ ને આમ પાદરીની પથારી પાસે તે કેટલીયે વાર ઊભો રહ્યો. એકાએક તેણે નિર્ણય કરી લીધો હોય એમ પાદરી ઉપર ચોંટેલી તેની આંખો ખસેડીને તે આગળ વધ્યો.

પથારીને માથે આવેલા કબાટ પાસે તે પહોંચ્યો. કબાટનું તાળું ઉઘાડવા તેણે ચપ્પુ કાઢ્યું. તેણે જોયું તો તાળાની ચાવી તાળામાં જ ભરાવેલી હતી. તેણે તાળું ઉઘાડ્યું. કબાટ ઉઘાડ્યો. રકાબીઓવાળી છાબડી આગળ જ પડી હતી. તેણે તે ઉપાડી ને અવાજ થવાની પરવા કર્યા વગર ઝડપથી તે ઓરડામાં થઈને પોતાના સૂવાના ઓરડામાં આવ્યો. લાકડી ઉપાડી. બારી કૂદીને તે બગીચામાં પડ્યો. રકાબીઓ થેલીમાં નાખીને છાબડી નીચે ફેંકી દીધી. બગીચો વટાવીને તે વંડી આગળ આવ્યો અને વાઘની જેમ વંડી ટપીને નાઠો.

સવારમાં રોજના નિયમ મુજબ પાદરી બગીચામાં લટાર મારી રહ્યો હતો. ત્યાં નોકર-બાઈ એકાએક કોઈ દિવસ ન લે તેવી છૂટ લઈને પાદરીની ઠેઠ પાસે આવીને બોલી ઊઠી : 'પેલી રકાબીઓવાળી છાબડી ક્યાં પડી છે તે આપને ખબર છે ને ?''

"હા." પાદરીએ શાંતિથી કહ્યું.

"હાશ ! મને એમ કે ક્યાંક ઊપડી ગઈ હશે !" નોકર બાઈએ કહ્યું.

"જો... ત્યાં છાબડી પડી." પાદરીએ પવનને લીધે ગોંદરી પર આળોટતી છાબડી તરફ આંગળી ચીંધીને કહ્યું.

"પણ એ તો ખાલી છે, રકાબીઓ ક્યાં ?"

"ત્યારે રકાબીઓનું પૂછે છે, એમ કે ? મને એમ કે છાબડીની જરૂર હશે. રકાબીઓની મને ખબર નથી."

એક પલકારામાં દાસી અભ્યાસખંડ તરફ દોડી. તરત જ પાછી આવી. તેના મોઢા પર ગભરાટ અને દુઃખ હતાં.

"ભાગી ગયો ! રકાબીયે ચોરતો ગયો ! જુઓ, આ બગીચામાંથી જ ભાગ્યો છે ! આ... પણે વંડીની ઈંટ ખરી ગઈ છે. હાય ! હાય ! મને તો આવતાવેંત જ ધ્રાસકો પડ્યો હતો. હું એને પગમાંથી વર્તી ગઈ હતી. મારો રોયો ખાઈ ગયો ને ખોદતો ગયો, એનું નખ્ખોદ જાય !" દાસીનું ભાષણ પાદરીને ઉદ્દેશીને હતું. તેમાંથી સ્વગત બની ગયું, અને એ ક્યાં સુધી ચાલત નક્કી નહોતું. પાદરીએ ગંભીર મુખમુદ્રાથી તેની સામે જોયું એટલે એ વિલાપ અટકી ગયો.

"જો, એ રકાબીઓ કોની... આપણી હતી ?" દાસી આ પ્રશ્ન સમજી જ નહોતી. "એ રકાબીઓ મેં અત્યાર સુધી નકામી સંઘરી રાખી હતી. એ તો ગરીબ લોકોની રકાબીઓ હતી. અને આપણે ત્યાં આવેલો મહેમાન પણ ગરીબ જ હતો ને ?"

"હે ભગવાન ! મારું કે બહેનનું તો ઠીક, અમારે તો જે હોય તે ઠીક છે, પણ આપનું શું ? હવે આપ શેમાં ખાશો ?"

પાદરી ચકિત થઈને બોલ્યો : "કેમ, આપણે ત્યાં ટીનની થાળીઓ નથી ?"

"એ થાળીઓમાં તો વાસ આવે !"

"તો પછી લોઢાની તાસક તો છે ને ?"

"અરર ! લોઢામાં કાટ ચડે !"

"તો પછી લાકડાની રકાબીઓ બનાવી લઈશું."

બાઈ નિરુત્તર બનીને નાસ્તાની તૈયારી કરવા ચાલી ગઈ.

નાસ્તાના રોજના વખતે પાદરી ટેબલ ઉપર આવી ગયો હતો. તેને પડખે તેની બહેન બેઠી હતી. બાઈ નાસ્તો પીરસતી હતી. તેનું મન આજે નાસ્તો પીરસવામાં નહોતું એ તેની રીતભાત પરથી દેખાતું હતું. પીરસતાં-પીરસતાં પાદરીની બહેનને પણ પાદરી સાંભળી શકે તે ઉદ્દેશ ધ્યાનમાં રાખીને તે કહેતી હતી : "તોય એટલું સારું કહોને કે એટલું જ લઈને ભાગ્યો, નહિ તો એ રાક્ષસને કોઈકનો જીવ લેતાંય કેટલી વાર !"

નાસ્તો પૂરો થવા આવ્યો. ઊઠવાની તૈયારી થતી હતી ત્યાં બારણા પર ટકોરો પડ્યો.

ટકોરાની સાથે જ તેનો પડઘો હોય એમ જ પાદરીના મુખમાંથી શબ્દ નીકળ્યો "આવો !"

ત્રણ ડાઘિયા જેવા પોલીસોએ એક એમના જેવા, પણ દેખાવમાં વધારે ભયંકર માણસને ગળેથી પકડ્યો હતો. એ જિન-વાલજિન જ હતો. ભાગતાં-ભાગતાં એ સપડાઈ ગયો હતો. એક જમાદાર જેવા પોલીસે આગળ આવીને લશ્કરી ઢબે સલામ કરી. પાદરી તેની સામે જોયા વગર જિન-વાલજિનની તરફ જોઈને આનંદથી બોલી ઊઠ્યો : "લો, તમે તે ક્યાં હતા, ભલા માણસ ! પેલી રૂપાની દીવીઓ તો રહી જ ગઈ ! એ પણ સારી કિંમત ઊપજે એવી હતી."

જિન-વાલજિન ફાટી આંખે એની સામે જોઈ રહ્યો.

"બાપુજી !" જમાદારે કહ્યું, "ત્યારે... આ માણસ કહેતો હતો તે સાચું છે. અમે તો આને ભાગતો દીઠો એટલે શક ઉપરથી પકડ્યો. તપાસ કરતાં થેલામાંથી રૂપાની રકાબીઓ નીકળી. એને પૂછ્યું ત્યારે એ કહે કે મને આ ઘરડા પાદરીએ આપી છે."

"અરે ! એ તો મારા મહેમાન છે. રાત મારે ત્યાં રહ્યા હતા. તમે એને પકડી લાવ્યા ? આ તો બધું આંધળે બહેરું કુટાઈ ગયું." પાદરીએ હસતાં-હસતાં કહ્યું.

"એમ હોય તો આપ કહો તો એને છોડી મૂકીએ."

"હા, હા, છોડી જ મૂકો વળી !"

પોલીસોએ જિન-વાલજિનને છૂટો કર્યો. પણ તે જ ક્ષણે તેને ભાન થયું કે પોતે પકડાયો છે.

"મને છોડી મૂકો છો ?" તે જાણે ઊંઘમાં બોલતો હોય એમ મોટેથી બોલી ઊઠ્યો.

"હા, હા, હવે જા ને અહીંથી !" એક પોલીસે તેને છૂટો કરવો પડ્યો તેની દાઝમાં કહ્યું.

"જુઓ ભાઈ ! તમારે જવું હોય તો ખુશીથી જાઓ, પણ આ રૂપાની દીવીઓ રહી ગઈ છે તે લેતા જાઓ." તેણે ઊભા થઈને ટેબલ પર પડેલી બેય દીવીઓ લાવીને તેના હાથમાં મૂકી. પાછળ ઊભેલી બંને સ્ત્રીઓ મુખ ઉપર કોઈ પણ જાતનો હાવભાવ બતાવ્યા સિવાય ઊભીઊભી આ દશ્ય જોઈ રહી હતી. જિન-વાલજિન તેનાં અંગેઅંગમાં ધ્રૂજી રહ્યો હતો. તેણે સાવ શૂન્યમનસ્ક હોય તેમ આ બંને દીવીઓ હાથમાં લીધી.

"હવે નિરાંતે જાઓ, ફરી વાર વળી કો'ક દી આવજો, પણ હવે બારીએથી બગીચામાં થઈને જવાની જરૂર નથી. ગમે ત્યારે મારા ઘરનો આગલો દરવાજો ખુલ્લો જ હોય છે, એ રસ્તેથી જ અવરજવર કરજો." પોલીસો તરફ ફરીને તેણે કહ્યું : "હવે તમે પણ જઈ શકો છો !"

પોલીસો પણ ચાલ્યા ગયા. જિન-વાલજિનને થયું કે હમણાં તેને મૂર્છા આવી જશે. પાદરી તેની સાવ પાસે ગયો. તેના ખભા પર હાથ મૂકીને ધીમે અવાજે કહ્યું : "ભાઈ ! આટલું યાદ રાખજે. આટલું કદી ભૂલતો નહિ કે મારી આ નાનકડી ભેટના બદલામાં પ્રામાણિક મનુષ્ય બનવાનું તેં વચન આપ્યું છે."

જિન-વાલજિનને આવું કોઈ વચન આપ્યાનું યાદ નહોતું. તે તો મૂઢ નજરે જોઈ રહ્યો.

"જિન-વાલજિન ! ભાઈ ! આજથી તારે માટે અંધકાર અદશ્ય થાય છે ને પ્રકાશમાં તું પ્રવેશ કરે છે. દુષ્ટ વાસનાના સમુદ્રને તળિયે પડેલા તારા આત્માના મોતીને મેં બહાર આણ્યું છે. એ મોતી હું આજે ઈશ્વરને ચરણે અર્પણ કરું છું."

૭. આખરી તરફડાટ !

છાનોમાનો નાસી જતો હોય એવી રીતે જિન-વાલજિન ગામની બહાર નીકળી ગયો. તેને આ ગામ જેટલું બને તેટલું જલદી દેખાતું બંધ થાય તે જોઈતું હતું. તેને મનુષ્યની વસ્તીથી દૂર ભાગી જવું હતું. તે સડક છોડીને પગકેડી ઉપર જ ચાલવા લાગ્યો. એ કેડી તેને ક્યાં લઈ જાય છે તેનું તેને ભાન નહોતું. આખી સવાર તે કેડીના ચકરાવામાં ફર્યા કર્યો. તેણે ખાધું નહોતું. છતાં તેને ભૂખ જણાતી ન હતી. અસંખ્ય અને અપૂર્વ એના મનોભાવો તેના આખા દિલને ઘેરી વળ્યા હતા. છેલ્લા બાર કલાક અને તે પહેલાંનાં વીસ વરસની વચ્ચે જાણે તેના દિલમાં યુદ્ધ જામ્યું હતું. વીસ વરસ સુધી જે ગૂઢ શાંતિ તેના ચિત્તસાગરમાં ભરી હતી તેમાં આ બાર કલાકના બનાવોએ ખળભળાટ મચાવી મૂક્યો. તે વિચાર કરતો હતો, પણ શા તેની ખબર નહોતી પડતી. આમ ને આમ આખો દિવસ તેણે ભટકવામાં કાઢી નાખ્યો. ડુંગરાળ પ્રદેશમાં ચારેય બાજુ જંગલી ફૂલોવાળાં ઘાસ આલ્પ્સ પર્વતો પરથી ઊતરી આવતા ઠંડા પવનની સાથે ઝૂકી-ઝૂકીને રમી રહ્યાં હતાં. સૂર્ય ડુંગરાઓ પાછળ છુપાતો જતો હતો. મેદાનોમાં લાલી છવાવા લાગી. જિન-વાલજિન ક... નગરથી માંડ ત્રણેક કિલોમીટર દૂર એક પગદંડીની કોરે પથ્થર ઉપર થાક ખાવા બેઠો. એકાએક તેના કાન ઉપર ઉલ્લાસથી ભરપૂર એવો ગાવાનો અવાજ પડ્યો. તેણે પાછળ જોયું તો તે કેડી ઉપર એક બારેક વરસની ઉંમરનો છોકરો લહેરથી ગાતોગાતો ચાલ્યો આવતો હતો. વચ્ચેવચ્ચે ઊભો રહીને પોતાના હાથમાંનો રૂપાનો સિક્કો ઉછાળીને એ ઝીલી લેતો. વળી પાછો આગળ ચાલતો. ચાલતો-ચાલતો તે જિન-વાલજિન બેઠો હતો ત્યાં આવી પહોંચ્યો. તે તો પોતાના તાનમાં જ મસ્ત હતો. તેણે વળી સિક્કો ઉછાળ્યો. પણ આ વખતે સિક્કો હાથમાં આવવાને બદલે નીચે પડી ગયો. તે દડતો-દડતો જિન-વાલજિનના પગ પાસે પહોંચ્યો. સિક્કાને જોતાંવેંત જ જિન-વાલજિનનો પગ તેના પર પડ્યો. છોકરાએ સિક્કાને દડતો તથા જિન-વાલજિનના પગ નીચે દબાતો બરાબર જોયો. તે એકદમ દોડીને જિન-વાલજિન પાસે ગયો. બિલકુલ ગભરાયા વગર તેણે જિન-વાલજિન સામે જોયું. સ્થળ સાવ એકાંત હતું. નજર પહોંચે ત્યાં સુધીમાં કોઈ માણસ દેખાતું

ન હતું. કેવળ પોતાના માળામાં પહોંચવા માટે આતુર પંખીઓ આનંદથી કિલ્લોલ કરતાં ઊડી રહ્યાં હતાં. આથમતા સૂર્યનાં સોનેરી કિરણો આ બાળકના લાંબા વાળ સાથે ભળીને તે વાળને પણ સોનેરી રંગે રસી દેતાં હતાં.

"ભાઈસાહેબ !" બાળકના ચહેરા ઉપર અજ્ઞાન અને નિર્દોષતાથી ભરેલી શ્રદ્ધા હતી. "મારો સિક્કો !"

"તારું નામ શું ?" જિન-વાલજિને પૂછ્યું.

"પિટીટ જર્વીસ."

"ભાગ અહીંથી !"

"પણ... મારો સિક્કો આપો."

જિન-વાલજિન નીચું માથું રાખીને મૂંગો રહ્યો.

"સાહેબ ! મારો સિક્કો !"

જિન-વાલજિનની આંખો જમીન સાથે જ ચોંટેલી હતી.

"મારો સિક્કો ! મારો સિક્કો રૂપાનો છે. તમારા પગ નીચે પડ્યો છે. મને મારો સિક્કો આપો ને."

તેણે જિન-વાલજિનને કોટને કાંઠલેથી હલાવ્યો. તેનો થાંભલા જેવો પગ ખસેડવાનો પ્રયત્ન કર્યો. "મને મારો સિક્કો આપો ને ! મારો સિક્કો !" બાળક રડી પડ્યો. જિન-વાલજિને માથું ઊંચું કર્યું, પણ તેનો પગ ખસ્યો નહિ. તેની આંખોમાં મૂઢતાનો ભાર હતો. તે આશ્ચર્યચકિત થઈને છોકરા સામું ઘડીક જોઈ રહ્યો. તેનો હાથ પડખે પડેલા દંડા ઉપર ગયો અને ભયંકર સાદે તે બરાડી ઊઠ્યો :

"કોણ છે ?"

"હું છું. મહેરબાન ! દયાળુ ! હું પિટીટ જર્વીસ. મારા પૈસા આપો ને ! તમારો પગ જરા લઈ લો ને !" પછી એકદમ ગુસ્સે થઈને એ બોલી ઊઠ્યો : "હવે જરાક આમ ટાંગો ઉપાડો ને. કોઈકના પૈસા દબાવીને બેઠા છો તે ?"

"એમ ! હજુ તું અહીં ઊભો છે ?" જિન-વાલજિન ઊભો થઈ ગયો. "મોઢેથી શું ફાટ્યો તું હમણાં હેં ?" છોકરો ભયભીત નજરે જોઈ રહ્યો અને એકાએક છળી ઊઠ્યો હોય તેમ જીવ લઈને ભાગ્યો. પાછું ફરીને જોવાની કે બૂમ પાડવાની તેનામાં હિંમત ન હતી. થોડે દૂર જઈને તે શ્વાસ લેવા થંભ્યો. જિન-વાલજિનના કાન ઉપર તેનાં ડૂસકાં સંભળાતાં હતાં. છોકરો થોડી વારે દેખાતો બંધ થઈ ગયો.

સૂર્ય આથમી ગયો. જિન-વાલજિનની આસપાસ અંધકાર ઘેરાવા લાગ્યો. તે આખા દિવસનો ભૂખ્યો હતો. શરીર આખું તાવથી ભરેલું હોય એમ લાગતું હતું, પણ છોકરો નાઠો ત્યારનો તે એમ ને એમ જડવત્ ઊભો હતો. તે એકાએક ધ્રૂજી ઊઠ્યો. રાત્રિની ઠંડી હવા તેનાં અંગઅંગમાં ફરી વળી. તેણે માથાની ટોપી

કપાળ પર ખેંચી. કોટનાં બટન ખોલીને ફરી વાર બીડ્યાં. એક ડગલું આગળ ભરીને લાકડી લેવા તે નીચો નમ્યો. તેની નજર જમીન પર અર્ધા દબાયેલા સિક્કા પર પડી. તેને વીજળીનો આંચકો લાગ્યો. 'આ શું ?' તેના દાંત વચ્ચેથી ચિત્કાર સાથે આ શબ્દો નીકળી ગયા. તે પાછો હટી ગયો – જાણે કે આ સિક્કો તેની સામે અગ્નિ વરસાવતો હોય એમ લાગ્યું. તેણે ઝડપ મારીને સિક્કો લીધો અને ચારેય બાજુ નજર પહોંચે ત્યાં સુધી જોયા કર્યું. કોઈ ભયભીત હરણનું બચ્ચું ચારેય બાજુ આશરો શોધવા નજર નાખે એવો ભાવ તેની આંખોમાં હતો.

તેની નજરે રાતના અંધકાર સિવાય કાંઈ ન પડ્યું. આખું મેદાન ઉજ્જડ અને જડ હતું. આથમતી સંધ્યામાંથી ધુમ્મસનાં પૂર ઊમટતાં હતાં.

છોકરો ગયો હતો તે દિશામાં ઝડપથી પોતે ચાલવા લાગ્યો. થોડી વારે ઊભા રહીને તેણે જોરથી બૂમ મારી : 'પિટીટ જર્વીસ ! પિટીટ જર્વીસ !'

આ બૂમ અનંત આકાશમાં શમી ગઈ. તેનો જવાબ આપનાર ત્યાં કોઈ નહોતું – ફક્ત તેનો ઝાંખો પડછાયો તેને પડખે-પડખે ચાલ્યા કરતો હતો. ઉત્તરનાં કાતિલ પવનમાં નાનાનાના છોડ અને ફૂલવેલો થરથર કાંપતાં હતાં. તે આગળ ચાલ્યો – દોડવા લાગ્યો. વચ્ચેવચ્ચે અટકીને પાછો 'પિટીટ જર્વીસ'ના નામની બૂમો પાડતો હતો. તે અવાજમાં એટલી ઊંડી વેદના હતી કે તેમાંથી ભયાનકતા પ્રગટતી હતી. પેલો બાળક આ અવાજ કદાચ સાંભળે તો ઊલટો ડરીને ભાગી જાય.

થોડી વારે તેને પડખેથી ઘોડા ઉપર બેસીને પાદરી જેવો જણાતો એક માણસ નીકળ્યો. જિન-વાલજિને તેને પૂછ્યું : ''આપને કોઈ છોકરો હમણાં સામે મળ્યો ?''

''પિટીટ જર્વીસ એનું નામ હતું.''

''મને કોઈ મળ્યું નથી.''

જિન-વાલજિને ખિસ્સામાંથી પૈસા કાઢીને તેના તરફ ધર્યા. ''મહેરબાન ! મારા વતી આટલા પૈસા કોઈ ગરીબ-ગુરબાને આપજો. એક નાનો દસેક વરસનો છોકરો હતો. તેના હાથમાં એક નાનકડું વાજું હતું. ખભે એક થેલો હતો. અને ભટકતા લોકો – રાવણિયા જેવાનો છોકરો એ લાગતો હતો.''

''મેં તેને જોયો નથી.''

''પિટીટ જર્વીસ તેનું નામ હતું. આટલામાં ક્યાંક તેનું ગામ હશે. આપને ખબર છે ?''

''એ લોકોને ઘરબાર નથી હોતાં એ તો આમ ભટક્યા જ કરે છે. તેને કોઈ ઓળખે નહિ.''

જિન-વાલજિને બીજી વાર થોડાક પૈસા ખિસ્સામાંથી કાઢ્યા ને તેને આપ્યા : ''લો, આ બીજા પૈસા. કોઈ ગરીબ ભિખારી હોય એને આપજો.''

પછી તે ફાટી ગયેલા ઘોઘરે સાદે બોલી ઊઠ્યો : ''મને કોઈ પોલીસ પાસે પકડાવી દો ! હું ચોર છું !''

''ચોર'' શબ્દ કાન પર પડતાંની સાથે જ પાદરીએ જોરથી ઘોડાને એડી મારી, ને જોતજોતાંમાં તે દેખાતો બંધ થઈ ગયો. જિન-વાલજિન આગળ દોડવા લાગ્યો – થોડું દોડે, ઊભો રહે, બૂમો મારે, વળી દોડે. આમ ને આમ દોડતાં-દોડતાં તે એક ત્રિભેટા પાસે આવી પહોંચ્યો. આકાશમાં ચંદ્ર ઊગ્યો. આંખો ખેંચીખેંચીને તેણે દૂર નજર નાખી. ચાર દિશા ગજવી મૂકે એવી બૂમ મારીને છોકરાને એણે બોલાવ્યો. પડઘો પણ જોતજોતાંમાં શમી ગયો. તે સાવ ધીમેથી બબડવા લાગ્યો : ''પિટીટ જર્વીસ !'' તેનું આખું શરીર તૂટી પડ્યું. કોઈ અદૃશ્ય શક્તિએ તેને પાછળથી જોરથી ધક્કો માર્યો હોય તેમ તે ઢળી પડ્યો. થાક તેનાં અંગેઅંગમાં ફરી વળ્યો. તેના જીંથરિયા વાળમાં તેની મુઠ્ઠીઓ ગૂંચવાઈ ગઈ. ગોઠણ પર માથું નાખીને તે એક પથ્થર પર બેસી ગયો. તેના મુખમાંથી શબ્દ નીકળી પડ્યા : ''હું... કેટલો અધમ છું ?'' તેનું હૈયું ભરાઈ આવ્યું અને આંખમાંથી આંસુનો ધોધ છૂટ્યો. વીસ વરસે તે આજ પહેલી વાર રડ્યો.

પાદરીને ત્યાંથી તે નીકળ્યો ત્યારથી તેને કદી ન થયેલા એવા મનોભાવો થવા લાગ્યા. અલબત્ત, તેને શબ્દોમાં સમજવા જેટલી સ્પષ્ટતા ન હતી. પાદરીની એ ભવ્ય અને નિતાન્ત પવિત્ર એવી મૂર્તિની સામે તેનો આખો ભૂતકાળ જાણે લડી રહ્યો હતો. નીકળતી વખતના પાદરીના છેલ્લા શબ્દો ભૂલવાનો તે પ્રયત્ન કરવા લાગ્યો, તેમ તે વધારે ને વધારે સ્પષ્ટ થવા લાગ્યા. પેલા દુર્બળ દેહવાળા પાદરીના ધીમેથી બોલાયેલા શબ્દો સામે વીસ વરસ સુધી કેળવાઈને રીઢી બનેલી દુષ્ટતા હારતી હોય એમ તેને લાગ્યું. જાણે કે આ આખરી સંગ્રામ હતો. જો પવિત્રતા જીતે તો દુનિયાને એક પવિત્ર આત્મા સાંપડતો હતો; જો દુષ્ટતા જીતે તો દુનિયાનાં દુઃખમાં વધારો થતો હતો. વીસ વરસના અગાધ અંધકારમાં રહીને બહાર નીકળ્યા પછી આ પાદરીના જીવનના સૂર્ય જેવા પ્રકાશથી તેની ઇંદ્રિયો અંજાઈ ગઈ હતી. તેની આંખો આ પ્રકાશમાં પોતાનું ભવિષ્ય જોઈ શકતી નહોતી. તેને એટલું તો સમજાયું હતું કે આ હવે પહેલાંનો જિન-વાલજિન નથી. તો પછી આ છોકરાના પૈસા કેમ પડાવી લીધા ? શું આત્માની દુષ્ટતાના નાશ પહેલાંનો એ છેલ્લો ફૂંફાડો હશે ? હૃદયમાં હારી બેઠેલા કલિનો આ છેલ્લો તરફડાટ તો નહિ હોય ? જીવનમાં અનેક યુગોની નિદ્રા પછી જાગેલી વિવેકબુદ્ધિએ તેના હૃદયમાં પશ્ચાત્તાપનો અગ્નિ પ્રગટાવ્યો, અને તે અગ્નિમાં વર્ષોથી જામી ગયેલા મેલનો થર ઓગળવા માંડ્યો, અને એ જ્વાળામુખીમાંથી નીકળતા લાવારસની જેમ આંખોમાંથી આંસુ દ્વારા વહેવા લાગ્યો. તેની સામે પહેલાં જે પાદરી તથા જિન-વાલજિનની બે મૂર્તિઓ ઊભી

હતી, તેમાંથી પાદરીની મૂર્તિ ધીરેધીરે વિશાળ ને ભવ્ય થવા લાગી, જિન-વાલજિનની મૂર્તિ નાની ને ઝાંખી થવા લાગી – એકાએક દેખાતી એ બંધ થઈ : એકલા પાદરીની જ મૂર્તિ રહી.

જિન-વાલજિન આજે ખૂબ રડ્યો – હૈયાફાટ રડ્યો – બાળકની જેમ રડ્યો. જેમજેમ તે રડતો ગયો તેમતેમ તેનું અંતર ધોવાતું ગયું. તેનું આખું જીવન કોઈ દૈવી પ્રકાશથી દીપી ઊઠ્યું. તેનો ભૂતકાળ કોઈ નાનકડા કાળા વાદળાની જેમ ક્ષિતિજની પેલે પાર અદશ્ય થઈ ગર્યું. તેણે કેટલીય વાર સુધી રડ્યા કર્યું. પછી શું કર્યું – તે ક્યાં ગયો – તેની કોઈને ખબર નથી. પણ તે રાતે એક ગાડીવાળાએ ક...નગરમાં પાદરીના ઘર પાસે એક રસ્તાને કાંઠે અંધારામાં એક માણસને ઘૂંટણિયે પડેલો દીઠો હતો.

૮. ભાંગેલું રમકડું

ઈ. સ. 1857ની સાલમાં પારીસ શહેરમાં ચાર સરખેસરખા જુવાનિયાઓ અભ્યાસ કરતા હતા, એક તો જુવાની, એમાં વળી અભ્યાસકાળ અને એમાંય પારીસ શહેર ! તેમને મન જીવન એ આનંદના સાધન સિવાય બીજું કાંઈ ન હતું. ચારે જણે પોતાની એકએક સ્ત્રી-મિત્ર શોધી લીધી હતી. આ 'મિત્ર' શબ્દ બહારના વ્યવહારમાં વાપરવા પૂરતો હતો. બાકી તેમને મન તો આ મનોરંજન કરવાનાં રમકડાં જ હતાં. એ ચારેય છોકરીઓમાં સૌથી નાની ફેન્ટાઈન હજુ બાળક જેવી હતી. બીજી ત્રણ જરા 'અનુભવી' હતી.

ફેન્ટાઈન સમાજના કયા અંધારા ખૂણામાંથી બહાર આવી છે તે કોઈ જાણતું ન હતું. તેને પોતાને પણ પોતાનાં માબાપની ખબર નહોતી. તેને બધા ફેન્ટાઈન કહેતા, પણ એ નામ ક્યાંથી પડેલું તેની પણ તેને કાંઈ ખબર નહોતી. તેને પોતાના બાળપણની કાંઈ સ્મૃતિ નહોતી. દસેક વરસની ઉંમરે તે ખેતરમાં મજૂરી કરવા જતી. પંદર વરસની ઉંમરે પારીસમાં કમાવા માટે આવી.

ફેન્ટાઈન જેટલી નિર્દોષ હતી તેટલી જ સુંદર હતી. તેના સોનેરી વાળ અને મોતી જેવા દાંત એના સૌંદર્યમાં ઓર ઝલક લાવતા હતા. તે પેટને માટે મજૂરી કરતી, પણ પેટની ભૂખની સાથે હૃદયની ભૂખ પણ ઊઘડવા લાગી. પેલા ચાર જુવાનિયાઓમાંના એક થોલોમી નામના વિદ્યાર્થી સાથે એ સંબંધમાં આવી. થોલોમી પૈસાદાર હતો, એટલું જ નહિ, કવિ પણ હતો. મોજશોખ અને વિલાસે તેના જુવાન ચહેરા પર ઘડપણની એકાદ-બે કઠોર રેખા મૂકી દીધી હતી. તેની કવિતાશક્તિ ગમે ત્યારે ને ગમે તે વિષય ઉપર પ્રગટ થતી. ફેન્ટાઈન આ થોલોમી પર પોતાનું સમસ્ત હૃદય ઢોળવા લાગી. થોલોમીને મન આ અબૂઝ છોકરી પારીસમાં મળી શકે તેવું સારમાં સારું અને સસ્તું રમકડું હતું.

એક દિવસ ચારેય જુવાન મિત્રો ભેગા થયા. તેમનો અભ્યાસ તો ક્યારે પૂરો થાય તે શી ખબર, પણ અભ્યાસનો કાળ તો પૂરો થવા લાગ્યો હતો. ઘેરથી હવે તેમના પર ગૃહસ્થજીવનમાં પડવા માટેના આગ્રહના કાગળો આવવા શરૂ થઈ ગયા હતા. પારીસમાં તેમના ચાલતા અભ્યાસ સંબંધે વધારે પડતી ખબર ઘેર

પહોંચે તે પહેલાં જાતે જ ઘેર પહોંચી જવા માટેની યોજના તેઓ વિચારવા લાગ્યા, સૌથી મોટી મુશ્કેલી આ ચાર રમકડાંને કેમ દૂર કરવાં તેની હતી. થોલોમી માત્ર કવિ જ નહોતો. તે વ્યવહારપૂર્ણ બુદ્ધિનો પણ હતો. તેણે એક યોજના તૈયાર કરી નાખી અને તે યોજનાનો અમલ આવતા રવિવારે જ કરવાનું ઠરાવ્યું.

જ્યારે ચારેય સખીઓને ખબર પડી કે રવિવારે તો પારીસની બહાર ઉજાણી કરવા જવાનું છે ત્યારે તેમના હરખનો પાર ન રહ્યો. પાંજરામાંથી છૂટેલા પંખીની જેમ તેમનામાં ઉલ્લાસ પ્રગટ્યો. રવિવારે સવારે ચારેય જોડાંઓ પારીસની બહાર નીકળી પડ્યાં. લીલાંછમ ખેતરોની વચ્ચેથી તેઓ નાચતાં-કૂદતાં-ગાતાં આગળ ને આગળ ચાલ્યાં. ચારેય છોકરીઓને મન આજનો દિવસ ઉત્સવ જેવો હતો. તેમના સાથી મિત્રો પ્રત્યેનો પ્રેમ તેઓ નિ:સંકોચપણે બતાવતી હતી, અને વાતવાતમાં ખડખડાટ હસી પડીને એકબીજાને વળગી પડતી હતી. એમાંય ફેન્ટાઈન તો જાણે કે મૂર્તિમંત ઉલ્લાસ જ. તેનું નિર્વ્યાજ મનોહર સૌંદર્ય આજે પુરબહારમાં ખીલેલું હતું. તેના સોનેરી વાળ પવનની સાથે ગેલ કરતા હતા. કુદરતે તેને મોતી જેવા સુંદર દાંત હસવા માટે જ આપ્યા હોય એમ લાગતું હતું. તેની વિશાળ આંખોની પાંપણો નીચે છુપાયેલી લજ્જા તેના સૌંદર્યને વધારે આકર્ષક બનાવતી હતી. તેની બહેનપણીઓમાં દેખાતા માદક ઉલ્લાસની વચ્ચે આ નિર્દોષ ઉલ્લાસ મોજાં પર તરી રહેલી નાનકડી હોડીની જેવો નાચતો દેખાતો હતો.

કુદરત પણ તે દિવસે જાણે રજાઓ માણવા નીકળી પડી હતી. આખે રસ્તે ખેતરોમાં, વાડીઓમાં, વૃક્ષો ઉપર વસંતની બહાર છવાઈ ગઈ હતી. રખડુ પક્ષીઓનાં ટોળેટોળાં આમતેમ વંટોળમાં ઊડતાં પાંદડાંની જેમ ઊડી રહ્યાં હતાં. આ વાતાવરણમાં આ ચારેય જોડાં બધું ભૂલીને આનંદમાં મસ્ત બન્યાં હતાં. જાતજાતનાં નાટકનાં ગાયનો, તેની સાથે અભિનય અને હાવભાવ પણ પ્રગટ થવા લાગ્યા. એકલી ફેન્ટાઈન આ વખતે જુદી પડીને પતંગિયાં પકડવામાં, જાતજાતનાં ફૂલ તોડીને માથામાં ગૂંથવામાં, ઘાસની સાથે કપડાંને ઘસીને ચાલવામાં અને તેમાંથી નીકળતા સંગીતને સાંભળવામાં તલ્લીન હતી.

પારીસથી થોડે દૂર એક હોટલમાં તેઓ ઊતર્યાં. ત્યાં થઈ શકે તેવું સારામાં સારું ખાણું તેમણે તૈયાર કરાવ્યું, સારામાં સારો દારૂ મંગાવ્યો, અને ઉજાણી શરૂ થઈ. ઉજાણીએ તેમના મગજમાં એકેએક કોઠા ઉઘાડી નાખ્યા. તત્ત્વજ્ઞાનથી શરૂ કરી રાજકારણ, સાહિત્ય, સમાજશાસ્ત્ર અને છેવટે પ્રેમના શાસ્ત્ર સુધીના બધાય જ્ઞાનભંડારો તેમણે ખોલી નાખ્યા.

પણ તે છતાંય તેઓ ધરાયાં નહિ.

"હવે કંઈક નવીન વાત કાઢો ને !" એમાંની મોટી છોકરીએ સૂચના કરી.

થોલોમીએ તરત જ તેના ત્રણેય મિત્રો તરફ ઇશારો કર્યો. તેમની ગુપ્ત યોજનાના અમલની ઘડી આવી પહોંચી હોવાનું તેમાં સૂચન હતું. "જુઓ ! અમે ચારેય જણ તમને કાંઈક નવીન કરી બતાવીએ છીએ. તમે અહીં બેસી રહેજો. કાંઈ પણ બોલવા-ચાલવાનું નહિ – અહીંથી ઊઠવાનું પણ નહિ."

"પણ તમે બહુ વાર નહિ કરો ને ?"

"ના....રે ના !"

ચારેય જણા હોઠ દબાવીને હસવું છુપાવતા ધીમે પગલે ઊઠ્યા અને ઓરડાની બહાર ચાલ્યા ગયા.

"આપણે માટે શું લાવશે ?"

"મને તો લાગે છે કે કાંઈક ઘરેણાં કે એવું લાવશે." આમ ને આમ કેટલોક વખત ચાલ્યો ગયો.

"હવે તો બહુ વાર થઈ, નહિ ?" ફ્રેન્ટાઈને કહ્યું. તે જ વખતે હોટેલનો નોકર હાથમાં એક પરબીડિયું લઈને આવ્યો.

"શું છે ?" એક છોકરીએ પૂછ્યું.

"પેલા ચાર ગૃહસ્થો તમને આપવા માટે આ દેતા ગયા છે."

"તો પછી.... આટલી વાર કેમ કરી ?"

"તેમણે કહ્યું હતું કે તેમના ગયા પછી એક કલાકે આ કાગળ તમને આપવાનો છે."

મોટી છોકરીએ નોકરના હાથમાંથી પરબીડિયું લીધું. તેના સરનામાની જગ્યાએ લખ્યું હતું : આમાં નવીન છે. તેણે કાગળ કાઢીને વાંચવા માંડ્યું – તેને એકને જ વાંચતાં આવડતું હતું.

"પ્રિય સખીઓ !

તમને ખબર તો હશે કે અમે ઘરબારવાળા માણસો છીએ. અમારે મા-બાપ છે. તમને કદાચ મા-બાપના મહત્ત્વનો ખ્યાલ નહિ આવે; એ લોકો અમને ભણાવે છે, ગણાવે છે, અમારી પાછળ પૈસા ખરચે છે – એ બધું એટલા માટે કે હવે અમે તેમને કમાઈને ખવરાવીએ. અમારાં મા-બાપની આજ્ઞા થતાં જ અમે વિદ્યાર્થીજીવન છોડીને તેમની પાસે જઈએ છીએ. આ કાગળ તમે વાંચશો ત્યારે અમે તમારાથી દૂર અમારાં મા-બાપ પાસે પહોંચી ગયા હોઈશું. સલામ ! અમે તમારા પ્રેમના પિંજરમાંથી છૂટીને સમાજના સદ્‌ગૃહસ્થો તરીકેનું જીવન શરૂ કરીએ છીએ. અમારા પ્રેમનો ભોગ આપી કર્તવ્યને પંથે અમે પળીએ છીએ. અમારા માટે તમે આંસુ પાડશો અને અમારી જગ્યાએ બીજા મિત્રોને સ્થાપશો. લગભગ બે વરસ સુધી અમે તમને સુખ આપ્યું છે. અમારા પ્રત્યે તિરસ્કાર ન રાખશો.

તા. ક. ઉજાણીના પૈસા ચૂકવી આપ્યા છે.''

ચારેય જણીઓ એકબીજી સામે ઘડીક તો જોઈ રહી. મોટી છોકરી સૌથી પહેલી બોલી ઊઠી : ''આ તો ભારે નાટક કહેવાય ! આ તો આપણને ભારે બનાવ્યાં ! થોલોમી સિવાય બીજાનું આ કામ નહિ !''

બધીય ખડખડાટ હસી પડી. ફેન્ટાઈન પણ બધીને હસતી જોઈને હસી પડી.

એક કલાક પછી ફેન્ટાઈન પોતાને ઘેર – પોતાની કોટડીમાં ગઈ ત્યારે તે રડી પડી. તેના જીવનનો આ પહેલો જ પ્રેમ-પ્રસંગ હતો. તેણે થોલોમીને પોતાનું જીવનસર્વસ્વ અર્પી દીધું હતું. તેના હૃદયની સાથે તેનો દેહ પણ તેને જ સોંપ્યો હતો. થોલોમીને જ તેણે પોતાનો પતિ માન્યો હતો, અને તેને પરિણામે તેના ઉદરમાં માતૃત્વનો અંકુર પણ ફૂટવા લાગ્યો હતો.

એક નિર્દોષ બાળકી માતા બનવાની તૈયારીમાં હતી.

૯. થાપણ મૂકી

ઓગણીસમી સદીની પહેલી પચ્ચીસીના અરસામાં પારીસની પાસેના જ એક નાના ગામમાં એક નાનકડી વીશી હતી. થેનાર્ડિયર નામનો એક માણસ અને તેની સ્ત્રી આ વીશી ચલાવતાં હતાં. થેનાર્ડિયર વૉટર્લુની પ્રખ્યાત લડાઈમાં સૈનિક તરીકે લડી આવેલો હતો, અને તેમાં તેણે સારું પરાક્રમ કર્યું હતું એમ પણ કહેવાતું હતું. તેની વીશીના આગલા બારણા ઉપર એક જૂનું થઈ ગયેલ પાટિયું લટકતું હતું. તેમાં કંઈક ચિત્ર દોરેલું હતું. એક માણસ કોઈક લશ્કરી અમલદાર જેવા માણસને ખભે ઉપાડીને લઈ જાય છે અને એક બાજુ ધુમાડો-ધુમાડો દેખાય છે. ચિત્રમાં નીચે લખેલું હતું. વૉટર્લુના સરદારને ! આ પાટિયું ત્યાંથી નીકળનાર દરેકનું ધ્યાન ખેંચે તેવડું મોટું અને તેવી જાતનું હતું.

એક દિવસ સાંજને ટાણે બારણાંમાં વીશીવાળી બાઈ બેઠી હતી. તેનાં બે નાનાં છોકરાં પડખે શેરીના નાકા પર પડેલા એક ભાંગી ગયેલા ગાડા આગળ રમતાં હતાં. તેમાં એક અઢી વરસની છોકરી હતી. તે તેનાથી પણ નાની, લગભગ દોઢ વરસની તેની બહેનને ખોળામાં બેસાડીને રમાડવા પ્રયત્ન કરતી હતી. તેમની મા બેઠીબેઠી આ દશ્ય જોઈ રહી હતી અને મનમાં કાંઈક ગીત ગણગણતી હતી. આસપાસ શું થાય છે તેનું ભાન તેને નહોતું. ત્યાં તો એકાએક તેના કાન પર શબ્દો પડ્યા : “બહેન ! આ બેય બાળકો તમારાં લાગે છે નહિ ?” તેણે ઊંચે જોયું તો એક જુવાન, પણ સાવ કંગાળ જેવાં વસ્ત્રોમાં એક બાઈ તેની સામે ઊભી હતી. તેના એક હાથમાં સાદડાની ગૂંથેલી પેટી હતી અને બીજે હાથે તેણે એક બાળકને તેડ્યું હતું. બાળક તેના ખભા પર ઘસઘસાટ ઊંઘતું હતું. તે બાળકમાં કોઈ અકલ્પ્ય એવું સૌંદર્ય ભર્યું હતું. તેના નાનકડા ગોળ ગુલાબી ચહેરા ઉપર કોઈ દૈવી પુષ્પની છટા અને નિર્દોષતા તરવરતી હતી. તેનાં બિડાયેલાં પોપચાંમાંથી પણ તેની મોટી આંખો જાણે આરપાર દેખાતી હતી. માના હાથની અંદર જ કોઈ એવી કોમળતા રહેલી છે કે બાળક કોઈ સ્વર્ગીય પથારીમાં સૂતું હોય તેટલી નિરાંતે તે ઊંઘી રહ્યું છે. જે બાળકને આવી ઊંઘ મળે છે તેના જેવું ભાગ્યશાળી બીજું કોણ ? આ બાળકની માની સામે જોતાં જ એમ લાગે કે ગરીબાઈ અને શોકે

તેને ઘેરી લીધી છે. તેનો દેખાવ મજૂર જેવો હતો. તેનો પોશાક – તેના વીખરાયેલા વાળ તેના સૌંદર્યને ઢાંકવા પ્રયત્ન કરતા હતા. તેની આંખો જાણે કે આંસુઓમાં તરતી હોય એમ દેખાતી હતી. તેના મોઢા પર ફિક્કાશ, થાક ને માંદગી દેખાતાં હતાં. થોડીથોડી વારે તે ખભા પર માથું ઢાળીને ઊંઘતા બાળક તરફ નજર નાખ્યા કરતી હતી. આ સ્ત્રીને આપણે કદાચ ઓળખી શકીશું. તે ફેન્ટાઈન હતી. તે આમ તો ભાગ્યે જ ઓળખાય તેવી રહી હતી, પણ વધારે ધ્યાનથી જોઈએ તો હજુ તેના સૌંદર્યની કેટલીક રેખાઓ ભૂંસાઈ ગઈ નહોતી – ફક્ત શોકની એક કઠોર રેખા આખા ચહેરા પર પથરાયેલી હતી.

પેલા 'નાટક' પછી ફેન્ટાઈન એકલી પડી ગઈ. તેની બહેનપણીઓ પણ તેને છોડીને ક્યાંની ક્યાં ચાલી ગઈ. તે માતા બની. તેના બાળકનો પિતા કયા સમાજમાં સદ્‌ગૃહસ્થ તરીકે ફરતો હશે ! ફેન્ટાઈન પાસે તેના બાળક સિવાય બીજું કાંઈ ન હતું. તેને ભાગ્યે જ વાંચતાં આવડતું – લખતાં તો બિલકુલ નહોતું આવડતું. તેણે કાગળ લખવાનો ધંધો કરનાર માણસ પાસે થોલોમી ઉપર કાગળ લખાવ્યો. તેનો જવાબ ન મળ્યો. બીજો કાગળ, ત્રીજો કાગળ – કાંઈ જવાબ નહિ. શું કરવું ? તેને સલાહ પણ કોણ આપે ? આશ્વાસન તો કોઈ જ ન આપે. તેણે કરેલી ભૂલનું આ પરિણામ તેણે કલ્પ્યું નહિ હોય, અને તે પરિણામ સહન કરવા જેટલું બળ તેનામાં ક્યાંથી હોય ? આવી હાલતમાં પારીસ જેવા શહેરમાં સ્ત્રીઓ જેમ પતિતાને ધંધે ચડી જાય છે તે તરફ જવા જેટલી તે સંસ્કારહીન નહોતી. તેને ક્ષણેક્ષણે એમ લાગતું હતું કે કોઈ ખાબોચિયાના લપસણા કાંઠા ઉપર તે માંડમાંડ પોતાનો પગ ટેકવીને ઊભી છે. તેણે હિંમત રાખવા ઘણો પ્રયત્ન કર્યો. તેણે ઉપાયો શોધવા માંડ્યા. તેને થયું કે મારા મૂળ વતનમાં – ગામડામાં જાઉં. ત્યાં કોઈક તો મને ઓળખશે ને કામ આપશે. પણ ત્યાં જતાં પહેલાં આ પાપ કેમ છુપાવવું ? તેના જીવનના આનંદનો એકમાત્ર આધાર. તેનું સમસ્ત આશ્વાસન એવું તેનું બાળક જ તેનાથી સંતાડવું પડે એ સ્થિતિ તેને માટે અસહ્ય હતી, પણ તેણે જોયું કે એ જ ઉપાય છે. અને તેમાં જ તેનું અને તેની બાળકીનું ભવિષ્યનું સુખ છે. પોતાના જીવનના સર્વસ્વના ભોગે પણ આ બાળકને સુખી બનાવવું એ જ માત્ર તેના જીવનની હોંશ રહી હતી. તેણે પોતાનો બધો સરસામાન વેચી દીધો, સારાંસારાં કપડાં પણ વેચી દીધાં. અને પોતાને માટે સાદાં ગામઠી કપડાં કરાવ્યાં. સામાન વેચતાં અને માથે ચડેલું દેવું ચૂકવતાં તેની પાસે લગભગ એંસી રૂપિયા જેટલી રકમ બચી. આ મૂડી લઈને પોતાની બાળકી સાથે તેણે પારીસ છોડ્યું.

ફેન્ટાઈન પારીસથી નીકળ્યા પછી તે જ સાંજે ઉપર કહી તે વીશીવાળા ગામમાં આવી, અને ગામમાંથી પસાર થતી હતી ત્યાં તેની નજર વીશીવાળી બાઈ તથા

તેનાં બે બાળકો તરફ ગઈ. ફેન્ટાઈન આ બાળકોની રમત ઘડીભર જોઈ રહી. બાળકો આટલા ઉલ્લાસમાં રમતાં હતાં તે જોઈને તેની માતાની તેને અદેખાઈ આવી. બીજી જ ક્ષણે એને એમ લાગ્યું કે જાણે ઈશ્વરે જ તેને આ સ્થળે મોકલી છે. તે પેલી બાઈ પાસે ગઈ અને બોલી : ''આ રમે છે એ બાળકો તમારાં લાગે છે, બહેન ! કેટલાં સુંદર છે !''

પેલી બાઈએ માથું ઊંચું કર્યું. પોતાનાં બાળકની પ્રશંસા કોને ન ગમે ? તે બાઈએ ફેન્ટાઈનને પગથિયાં પર બેસાડી. બંને જણીઓ વાતે વળગી.

''આ વીશી અમારી છે. અમે ધણી-ધણિયાણી ચલાવીએ છીએ.'' આ બાઈ સ્ત્રીના દેહમાં પુરુષ જેવી હતી. તેનું શરીર પણ પહાડી હતું. મોઢા પર સ્ત્રીની કોમળતા કરતાં પુરુષની કઠોરતા વધારે હતી. આમ જુવાન હતી, પણ જુવાનીનાં બીજાં કોઈ લક્ષણો તેનામાં દેખાતાં ન હતાં. ફેન્ટાઈને પોતાની વાત કરી : 'હું મજૂરી કરતી હતી. મારો ધણી મરી ગયો. પારીસમાં કંઈ કામ ન મળ્યું. હવે દેશમાં કાંઈ કામ મળે એ આશાએ જાઉં છું. સવારની પારીસથી નીકળી છું. ચાલતી નીકળી છું. આ બાળક બિચારું કેટલું ચાલે ! તોય વચ્ચેવચ્ચે થોડુંક ચલાવું. વળી તેડું – એમ કરતાં આટલે પહોંચી છું. બિચારું થાકીને ઊંઘી ગયું છે !'' આમ બોલતા-બોલતાં તે હેતથી પોતાના ઊંઘતા બાળકને બચ્ચી ભર્યા વગર ન રહી શકી. બાળક જાગી ગયું. તેણે પોતાની મોટી ભૂરી આંખો ઉઘાડી અને પોતાની મા સામે જોયું. શું જોયું તેનો જવાબ નથી – તેણે તો આખી દુનિયા જોઈ. બીજી ક્ષણે બાળક હસી પડ્યું અને માતાના હાથમાંથી રમવા માટે છૂટું થવા પ્રયત્ન કરવા લાગ્યું. પડખે જ રમતાં બાળકોને જોઈને તરત જ તેમની સાથે એ ભળી ગયું. આ ઉંમરે ઓળખાણ કરતાં વાર કેટલી ? થોડીક વારમાં તો ત્રણેય જણાં ધૂળમાં ખાડો ગાળવા મંડી પડ્યાં.

''છોકરીનું નામ ?''

''કોઝેટ.''

''કેવડી થઈ ?''

''ત્રીજું જાય છે.''

''ત્યારે તો મારી મોટી છોકરી જેવડી જ !''

રમતાં-રમતાં ત્રણેય જણ એકદમ બી ગયાં. જમીનમાંથી એક જીવડું બહાર નીકળ્યું. ત્રણેય જણાં એકબીજાને વળગીને ભય તથા કુતૂહલથી આ જીવડાને જોઈ રહ્યાં.

''થોડી વારમાં તે કેવાં ભળી ગયાં છે ! કોઈ એમ કહે કે ત્રણેય સગાં ભાંડુ જ છે !''

ફેન્ટાઈન આ શબ્દોની રાહ જ જોતી હોય એમ તરત જ બાઈનો હાથ પકડીને બોલી ઊઠી : ''ત્યારે... આને તમારે ત્યાં જ સાચવશો ?''

બાઈ આશ્ચર્ય પામી. તેના મોઢા પર 'હા' કે 'ના' બેમાંથી એકેયનો ભાવ નહોતો. ફેન્ટાઈન કહેવા લાગી : 'હું આ ગભરું બાળકને ક્યાં લઈ જાઉં ? મારે મજૂરી માટે ભટકવું ને આ બાળકને સાચવવું એ બેય કેમ બને ? વળી ગામડાગામમાં શું સાધન હોય ? ન હોય દવાદારૂ, ન હોય ભણવાનું. ઈશ્વરે જ મને તમારે ત્યાં દોરી છે ! આ બાળકોને જોતાં જ મને થયું કે આ બાળકની મા તે મારા બાળકની મા થઈ શકશે. તમે થોડો વખત આ બાળકને રાખો. હું થોડા વખતમાં પાછી આવીને એને લઈ જઈશ.''

''જોઉં, વિચાર કરી જોઉં'' વીશીવાળી બાઈએ કહ્યું.

''હું મહિને છ રૂપિયા મોકલાવતી રહીશ.''

આ જ વખતે અંદર વીશીમાંથી એક પુરુષનો અવાજ આવ્યો :

'સાત રૂપિયાથી ઓછું નહિ, અને તેય મહિનાના પૈસા આગળથી એટલે કે સાત છક બેંતાલીસ રૂપિયા પહેલાં આપવાના !'

''ભલે બાપુ ! એટલા આપીશ !''

''અને શરૂઆતના ખર્ચના પંદર રૂપિયા જુદા !''

''ભલે ! મારી પાસે એંસી રૂપિયા છે. તમને આપતાં બચશે એટલાથી હું ચલાવી લઈશ. ચાલતી-ચાલતી મારે ગામ પહોંચીશ અને ત્યાં કમાવા માંડીશ. મારી છોકરીના પૈસા ત્યાંથી હું મોકલતી રહીશ.''

''છોકરીનાં કપડાંલત્તાં છે કે ?'' અંદરથી અવાજ આવ્યો.

''એ મારા ઘરવાળા છે.'' બાઈએ કહ્યું.

''હા, હા. ઘણાંયે સિવડાવી રાખ્યાં છે. ઝબલાં છે. કાનટોપી છે. ચડ્ડીઓ છે, ગંજીફરાક છે - બધાંયે બાર-બાર નંગ સિવડાવી રાખ્યાં છે. બધાંય આ પેટીમાં ભર્યાં છે.''

''એ બધાં અહીં મૂકી જવાનાં !''

''હા, હા. એ તો મૂકી જ જાઉં ને ! મારે એને શું કરવાં છે ? મારા બાળકને કંઈ ઉઘાડું રખાશે ?''

વીશીનો માલિક હવે બારણામાં દેખાયો. ''બસ હવે બરાબર છે.''

સોદો નક્કી થઈ ગયો. ફેન્ટાઈન રાતે વીશીમાં પોતાની દીકરી સાથે રહી.

સવારે ફેન્ટાઈન પૈસા, કપડાં અને પોતાનું બાળક વીશીવાળાને સોંપીને ચાલી નીકળી.

*

વીશીની પાસે રહેતી એક બાઈએ ફેન્ટાઈનને જતી જોઈ હતી. તેણે વાત કરી : ''એક બાઈ હમણાં અહીંથી ગઈ. તે એવી તો ધ્રુસકે ધ્રુસકે રોતી હતી કે જોનારનું હૈયું ફાટી જાય !''

*

ફેન્ટાઈનના ગયા પછી થેનાર્ડિયરે તેની પત્નીને શાબાશી આપતાં કહ્યું : 'તેંય ઠીક માછલું પકડ્યું હો ! મારે આજે જ એકસો દસ રૂપિયા ચૂકવવાના હતા, તેમાં પચાસ ઘટતા હતા. તું શેરીમાં છોકરાંને આટલા માટે તો નથી રમાડવા બેસતી ને !''

બંને જણ હસી પડ્યાં.

૧૦. થાપણની કાળજી

કેટલાક ચહેરાઓ જ એવા હોય છે કે તેને જેમ વધારે ને વધારે ધારીધારીને જોતાં જાઓ તેમ તેમાંથી ભેદનાં પડની નીચે પડ નીકળતાં જાય. ફેન્ટાઈનના મનની સ્થિરતા આ બંનેને - સ્ત્રી અને પુરુષને - નિરાંતે જોવા જેટલી ન હતી. જો તે બંનેને નિરાંતે જોઈ શકી હોત તો તેના બાળકને સાચવવાની જવાબદારી આમને સોંપવાની હિંમત ન કરત. એવી માતાઓ પણ હોય છે કે જે પોતાના બાળકની જ માતા બની શકે છે, બીજાના બાળક માટે તેને રાક્ષસી બનતાં સંકોચ થતો નથી. એક વાઘણ બીજી વાઘણના બચ્ચાને પોતાની પાસે ઢૂકવા દે છે ? – તો કોઈ બકરીના બચ્ચાની તો ત્યાં શી વલે થાય !

આ વીશીવાળી બાઈ સ્વભાવે વાઘણ હતી, અને તેનો પતિ તેના માટે યોગ્ય જ હતો. તેના જીવનમાં સ્વાર્થ સિવાય બીજું કોઈ રસિક કામ ન હતું. તેની આંખો જોતાં જ એમ લાગે કે કોઈ અંધાર પ્રદેશના ખૂણામાં તે ઊંડેઊંડે ઊતરી રહી છે. તેની આંખના ચાળા, હાથનો અભિનય અને તેનો અવાજ આપણા હૃદયમાં સ્વાભાવિક રીતે જ ઘૃણા ઉત્પન્ન કરે તેવાં હતાં.

થેનાર્ડિયર ભૂતકાળમાં એક સૈનિક તરીકે કામ કરતો. ઈ. સ. 1815ની લડાઈમાં તેણે ખૂબ બહાદુરી બતાવી હતી એવી તેને વિશે વાતો ચાલતી હતી. તેની બહાદુરીના સ્મરણ તરીકે એણે એક મોટું પાટિયું ચીતરીને વીશી પર લટકાવ્યું હતું. તેનાથી દસેક વરસે નાની એવી સ્ત્રી તેને અને તેના કામકાજને પૂરેપૂરી વફાદાર હતી.

લશ્કરમાંથી છૂટા થયા પછી તેણે વીશી શરૂ કરી હતી, પણ તે બરાબર ચાલતી નહોતી. સ્વાર્થવૃત્તિ, લોભ, લુચ્ચાઈ એ કાયમ માણસને પૈસાદાર બનાવી દે છે એવું નથી. તેનો હાથ ઊલટો હંમેશાં ભીડમાં જ રહેતો. કાવાદાવા કરીને તે જેટલું કમાતો તેથી વધારે તે કાવાદાવા છુપાવવામાં ખોતો.

આવા જ એક ભીડના પ્રસંગે આ ફેન્ટાઈન આવી ચડી હતી. તેમાં ઈશ્વરનો જ હાથ છે એમ બંનેને લાગ્યું. ફેન્ટાઈનના આપેલા પૈસા બીજે જ દિવસે ખલાસ થઈ ગયા - છતાં દેવું તો માથે ઊભું જ રહ્યું. એટલે તેણે કોઝેટનાં કીમતી કપડાં પારીસમાં જઈ વેચી નાખ્યાં અને તેમાંથી સાઠ રૂપિયા જેટલી રકમ પેદા કરી.

આ રકમ પણ ખરચાઈ ગઈ. એટલે કોઝેટ એક અનાથ છોકરી હોય તેમ તેની સાથેનું વર્તન શરૂ થયું. તેની છોકરીઓનાં ફાટલાં ઊતરેલાં કપડાં આ કોઝેટને પહેરવા મળતાં, તેમના ખાતાં વધેલું તેને ખાવા મળતું, અને ઘરનાં પાળેલાં કૂતરાં-બિલાડાંની સાથે એક ટેબલની નીચે બેસીને કોઝેટ પોતાનું ભોજન લેતી.

તેની માને મ...... નગરમાં કામ મળી ગયું હતું. તે દર મહિને પોતાના બાળકના ખુશીખબર જાણવા માટે કાગળ લખાવતી. અહીંથી તેનો જવાબ એકધારો નિયમિતપણે જતો : "કોઝેટ ખૂબ મજામાં છે."

છ મહિના પસાર થઈ ગયા. ફેન્ટાઈને સાતમા મહિને સાત રૂપિયા મોકલ્યા અને ત્યારથી નિયમિતપણે દર મહિનાની શરૂઆતની તારીખોમાં એટલી રકમ મોકલવા લાગી. હજી માંડ વરસ પૂરું થવા આવ્યું હશે ત્યાં થેનાર્ડિયરને થયું : આ બાઈ આટલી સહેલાઈથી સાત રૂપિયા મોકલી શકે છે તો બાર રૂપિયા પણ મોકલી શકે. તેણે ફેન્ટાઈનને આવતા માસથી બાર રૂપિયા મોકલવા માટે લખ્યું. ફેન્ટાઈનને થયું કે જો પોતાનું બાળક ત્યાં લહેરથી રહે છે તો મહેનત કરીને બાર પણ મોકલવા. બીજા મહિનાથી બાર રૂપિયા મોકલવાનું શરૂ થયું.

કેટલાકનો સ્વભાવ જ એવો હોય છે કે તેમાં પ્રેમ અને દ્વેષ બંને લાગણીઓ સરખી જ ઉત્કટ હોય છે. થેનાર્ડિયરની સ્ત્રી પોતાનાં બાળક તરફ જેટલું વહાલ દેખાડતી તેટલો જ તિરસ્કાર તે કોઝેટ પર ઠાલવતી હતી. તેને એમ જ લાગતું હતું કે આ છોકરી પોતાનાં બાળકોના સુખમાં ભાગ પડાવવા આવી છે. તે ભાગ પડાવતી કેમ ઓછી થાય તે માટેના બધા ઉપાયો તેણે લેવા માંડ્યા. પોતાનાં બાળકોને એ વહાલથી નવરાવતી ત્યારે આ છોકરી માટે તમાચા, ધબ્બા, સોટી અને ગાળો જ વપરાતાં. ક્રોધને ઠાલવવા માટેનું આવું સહેલું સાધન બીજે ક્યાં મળે ? કાંઈ પણ બોલ્યાચાલ્યા વગર આ બધું સહન બીજું કોણ કરે ?

દિવસે-દિવસે સુકાતી જતી આ બાળકીને ખબર જ નહોતી પડતી કે તેને શા માટે મારવામાં આવે છે. તેને આ ઘર સિવાય બીજા કોઈની ખબર નહોતી. માર અને મહેણાં સિવાય તેણે બીજું અનુભવ્યું ન હતું. બીજી બાજુ તેના જેવાં જ બે બાળકો પેલી સ્ત્રીના પ્રેમમાં ભીંજાતાં ને કલ્લોલતાં તે જોયા કરતી હતી. એ બાળકો પણ એટલું તો શીખી ગયાં હતાં કે આ છોકરીને તો માર જ મરાય, તેની પાસે કામ જ કરાવાય, તેને ગાળો જ દેવાય. આટલું સમજતાં બાળકને વાર નથી લાગતી.

આ પ્રમાણે વરસ પસાર થઈ ગયું. બીજું વરસ પણ પસાર થયું. માણસો કહેતા : 'ધન્ય છે આ ધણી-ધણિયાણીને ! બિચારાં પૈસેટકે સામાન્ય સ્થિતિનાં છે, પણ આ અનાથ છોકરીને પાળી-પોષીને મોટી કરે છે !"

આટલા વખતથી તે બાળકની મા એકેય વખત ખબર કાઢવા પણ આવી

નહોતી તેથી લોકો તો એમ જ માનતાં કે તે બાળકને તજીને ભાગી ગઈ છે.

દરમિયાન થેનાર્ડિયરને ક્યાંકથી ઊડતી વાતો પરથી એમ વહેમ પડ્યો કે આ બાળક લગ્નથી થયેલું બાળક નથી, અને તેની મા એ વાત છૂપી રાખવા મહેનત કરે છે. તેણે ફેન્ટાઈન પાસે મહિનાના પંદર રૂપિયાની માગણી કરી. તેણે લખ્યું : "બાળક મોટું થતું જાય છે. તેના ખાવાનો અને કપડાંનો ખરચ પણ વધતો જાય છે. આટલે ઓછે પૈસે મને પોસાતું નથી."

તરત જ પંદર રૂપિયા આવવા શરૂ થઈ ગયા. વરસે-વરસે કોઝેટ મોટી થવા લાગી. તેનાં દુ:ખો પણ મોટાં થવાં લાગ્યાં. જ્યાં સુધી તે નાની હતી ત્યાં સુધી તો માર ને ગાળો ખાવાની જવાબદારી તેના પર હતી – હવે એક જવાબદારી વધી, અને તે કામની.

તમે કહેશો કે પાંચ વરસની ઉંમરે તે છોકરાં કામ કરતાં હશે ? પણ વાત સાચી છે. સમાજના જુલમ ગમે તે ઉંમરે શરૂ થઈ શકે છે.

કોઝેટ ઘર વાળતી. ફળિયું વાળતી, વાસણ માંજતી, બજારમાંથી સામાન ઉપાડી લાવતી; એમાં વળી થોડાક મહિનાથી તેની માએ કોઈ પણ કારણે પૈસા મોકલવા બંધ કર્યા હતા, એટલે આ વીશીવાળાં કાયદેસર રીતે તેની પાસે કામ કરાવતાં અચકાતાં નહિ.

જો કદાચ ફેન્ટાઈન અત્યારે અહીં આવી ચડે તો પોતાની છોકરીને એ ઓળખી ન શકે. હૃષ્ટપુષ્ટ અને ગુલાબ જેવી સુંદર તેની બાળકી અત્યારે દૂબળી ને ફિક્કી પડી ગઈ હતી. તેના નાનકડા ચહેરા ઉપર કોઈ પીઢ માણસના જેવી ચિંતાની

રેખાઓ તરી આવતી હતી. અન્યાય અને જુલમની નીચે કચરાઈને તે કદરૂપી બની ગઈ હતી. ફક્ત તેની સુંદર આંખો હજી એવી ને એવી હતી – છતાં તે આંખોમાં વિષાદ છલોછલ ભર્યો હતો.

શિયાળાની કડકડતી ઠંડીમાં આ નાનકડી છ વરસની બાળકીને ચીંથરેહાલ સ્થિતિમાં ધ્રૂજતાં-ધ્રૂજતાં વહેલી સવારે સાવરણો લઈને ફળિયું વાળતી અને આંખોમાંથી આંસુની ધારા પાડતી જોઈને કોઈ રાક્ષસ-હૃદય પણ રડી ઊઠે !

તેનું નામ લોકોએ ચંડોલ પાડ્યું હતું – પણ એ ચંડોલના કંઠમાંથી સંગીત મરી ગયું હતું !

૧૧. મેડેલીનકાકા

બીજી બાજુ આ બાળકીની માતાનું શું થયું તે જોઈએ.

પોતાના બાળકને વીશીવાળાને ભળાવીને તે મ.... ગામમાં પહોંચી. 1818ની સાલ ચાલતી હતી. ફેન્ટાઈનને આ ગામ છોડ્યે બાર વરસ થઈ ગયાં હતાં. તે વખતે આ સાવ નાનું ગામડું હતું - અત્યારે તે ઘણું વધી ગયું હતું.

આમ થવાનાં કારણોમાં એમ બન્યું હતું કે લગભગ ત્રણેક વરસ પહેલાં એક પરદેશી જેવો માણસ આ ગામમાં આવ્યો અને ત્યાં કાયમી વસવાટ કર્યો. આ ગામમાં ઘણા વખતથી રંગનો અને છાપકામનો ધંધો ચાલતો હતો. આ ગામના કારીગરો આ કામ માટે વખણાતા હતા, પણ તેઓ આ કામ માટેના રંગ પારીસની બજારમાંથી મગાવતા હતા. અને એટલે એ મોંઘા પડતા હતા. આ નવા માણસે ઘેર બેઠાં રંગો કેમ બની શકે તે ગામના કારીગરોને બતાવ્યું. ગામની આસપાસની વનસ્પતિમાંથી બહુ જ સહેલાઈથી અને ઓછે ખરચે પાકા રંગો તૈયાર થઈ શકતા હતા તે તેણે બતાવ્યું.

આ ઉદ્યોગથી રંગકામ ખૂબ જોરથી ચાલવા માંડ્યાં. બહારગામના વેપાર પર પણ આની અસર થઈ. બહારથી ખૂબ માગ આવવા લાગી અને આથી જોતજોતાંમાં કારીગરોની સંખ્યા પણ વધવા લાગી. વસ્તી વધવાને પરિણામે નવા ધંધારોજગાર નીકળવા માંડ્યા. આ બધી આબાદીની પાછળ આ નવા પરદેશી માણસનો ઉત્સાહ અને આવડત ચોખ્ખાં દેખાઈ આવતાં હતાં. પોતે પણ આ વ્યવસાયમાં જોતજોતાંમાં સારું કમાઈ ગયો. તે પોતાની કારીગરીને કદી છાની રાખતો નહિ. જે શીખવા આવે તેને તે શીખવતો. કોઈને પૈસાની મદદની જરૂર હોય તો તે પણ આપવાનું તે ચૂકતો નહિ

આ માણસના ભૂતકાળ વિશે કોઈને કંઈ ખબર નહોતી. લોકો વાતો કરતા કે તે ગામમાં ખભે ખડિયો લઈને આવેલો. થોડાક હાથખરચી જેટલા પૈસા તેની પાસે હતા. તેની રીતભાત અને પોશાક પણ ગામડિયા જેવાં હતાં. તે જે દિવસે ગામમાં આવ્યો તે જ દિવસે સાંજે ગામના પોલીસ-થાણામાં આગ લાગી. આ માણસે આગમાં તરત જ ઝંપલાવીને પોલીસ-ઉપરીનાં બે બાળકોને જીવને જોખમે

ઉગારી લીધાં. આ ધમાલમાં અને તેની બહાદુરી અને ઉપકારનાં વખાણ કરવાની આડે કોઈને સૂઝ્યું નહિ કે આ માણસ પાસે પરવાનો છે કે કેમ ? તે દિવસથી તેને બધા મેડેલીનકાકા કહેવા લાગ્યા.

આ માણસ લગભગ પચાસ વરસની ઉંમરનો હશે. તેના ચહેરા ઉપરથી હંમેશાં તે કાંઈક વિચારમાં હોય એમ લાગતું, પણ આમ તો તે ખૂબ ભલો હતો. એના આવ્યા પછી ગામનો વેપાર એવો ધમધોકાર ચાલવા લાગ્યો કે એ ગામ લગભગ એક મોટા શહેર જેવું બની ગયું. મેડેલીન પણ થોડા વખતમાં એટલો પૈસાદાર થઈ ગયો કે તેણે રંગનું એક મોટું કારખાનું નાખ્યું. આ કારખાનું ગમે

તે બેકાર સ્ત્રી કે પુરુષને માટે ખુલ્લું હતું, પણ એમાં એક વિચિત્રતા હતી કે કારખાનામાં સ્ત્રી અને પુરુષ જુદાજુદા વિભાગમાં જ કામ કરે. આ માટે તે ખૂબ આગ્રહ રાખતો. કદાચ એમ હશે કે આ ગામમાં કાંઈક અનાચારના કિસ્સા બન્યા હશે અને તેને કારણે તેના મગજમાં આવો પૂર્વગ્રહ બંધાઈ ગયો હોય !

પણ એક વાત નક્કી કે ગામમાં દરેકેદરેક જણને પ્રવૃત્તિ મળી રહેવાને કારણે કે ગમે તેમ પણ આખા ગામના વાતાવરણમાં એક પ્રકારની શુદ્ધિ દેખાવા લાગી. મેડેલીનનું વ્યક્તિત્વ આ બધામાં એક અપૂર્વ સુગંધ ફેલાવતું હતું. આખું ગામ જાણે કે મધપૂડાની જેમ પ્રવૃત્તિથી ભરચક રહેતું અને ઉલ્લાસવાળું પણ રહેતું. કોઈ ખિસ્સું પૈસા વગરનું ખાલી નહોતું – કોઈ ચહેરો આનંદ વગરનો નહોતો.

મેડેલીન દરેકને કામ આપતો. તેની ફક્ત એક જ શરત હતી - પ્રામાણિક બનો.

કમાવાની સાથે તેની દાન કરવાની શક્તિ પણ અદ્‌ભુત હતી. 1920 સુધીમાં તો તેણે લગભગ દસ લાખ રૂપિયા જેટલી રકમ સાર્વજનિક કામમાં વાપરી નાખી હતી. તેણે શહેરમાં ઇસ્પિતાલો, નિશાળો, અનાથાશ્રમ વગેરે બંધાવ્યાં. કારખાનાની અંદર મજૂરો માટેનાં દવાખાનાં, સુવાવડખાનાં અને ઘોડિયાઘરની સગવડ કરી.

પણ શરૂશરૂમાં તેનાં આ દાનની અસર એવી પડી કે આ માણસ વધારે કમાણી કરવા માટે થઈને આમ પૈસા વેડફે છે, પણ જ્યારે લોકોએ જોયું કે પોતે તો એવો ને એવો સાદો રહે છે અને પોતાની કમાણી દાનમાં આપતો જ જાય છે ત્યારે સૌને લાગ્યું કે આ માણસને કેવળ જશ મેળવવાની જ ભૂખ છે. તે દેવળમાં નિયમિત જતો, એટલે પાદરીઓએ માન્યું કે આ માણસને ધાર્મિક ગણાવાનો પણ લોભ છે.

ઈ. સ. 1819ની સાલની શરૂઆતમાં ગામમાં એવી વાત ચાલી કે અહીંના મોટા પાદરીની ભલામણથી ફ્રાંસના રાજાએ મેડેલીનને આ ગામનો મુખી (નગરપતિ) નીમવાનું નક્કી કર્યું છે. તેનો હુકમ પણ નીકળી ચૂક્યો છે.

*

સમાજનો એક વર્ગ એવો હોય છે કે જે હંમેશાં કોઈ પણ બનાવની પાછળ રહેલા દુષ્ટ હેતુને પકડવામાં ભારે કુશળ હોય છે. આવો દુષ્ટ હેતુ બધી વાર સહેલાઈથી પકડાઈ જતો નથી હોતો, એવે વખતે આવો હેતુ ઉપજાવી કાઢવામાં પણ તેઓની કુશળતા એટલી જ હોય છે. કોઈ પણ માણસ શુભ હેતુથી કાંઈ પણ કરે તેમ માનવા તેમની અનુભવી અને વ્યવહારનિપુણ બુદ્ધિ ઘસીને ના પાડે છે.

મેડેલીનનું વર્તન તેમની બુદ્ધિની કસોટીરૂપ બન્યું, પણ જ્યારે તેની મુખી તરીકેની નિમણૂક થઈ ત્યારે આ બાબતમાં પ્રકાશ પડ્યો : જોયું ને - આ બધો પરોપકાર ને દયાબુદ્ધિ શા માટે હતાં તે ? બસ ! મુખી બનવા માટેની આ બધી યુક્તિઓ હતી !

પણ મેડેલીને જ્યારે આ મુખીપદનો વિનયપૂર્વક અસ્વીકાર કરતો પત્ર લખ્યો ત્યારે વળી પાછા બધા મૂંઝાયા. વળી પારીસના મોટા ઔદ્યોગિક પ્રદર્શનમાં મેડેલીનને રંગ બાબતની શોધને માટે સોનાનો ચાંદ મળ્યો અને તે પણ તેણે પાછો મોકલાવ્યો ત્યારે વળી મેડેલીન વધારે ભેદી બન્યો. તે ગરીબોમાં છૂટે હાથે પૈસા વેરતો, પણ પોતાના અંગ ઉપર તે સાવ મજૂર જેવાં કપડાં પહેરતો. ભદ્ર લોકોનાં કુટુંબમાં ચા-પાણી માટે તેને ઉપરાઉપરી આમંત્રણ આવતાં, પણ તે જતો જ નહિ. તેનું કારણ તો આ ભદ્ર લોકોને માટે સ્પષ્ટ હતું : 'બિચારો કારીગર છે ! પૈસા એકઠા થઈ ગયા, પણ સંસ્કાર ક્યાંથી કાઢવા ? પાંચ માણસમાં બેસીને સારી વાત કરતાંય આવડે નહિ ને શું જાય ? એ તો બાંધી મૂઠી લાખની !' તે કમાવા લાગ્યો ત્યારે લોકોએ કહ્યું કે આ પાકો વેપારી છે; તે કમાણીને છૂટે હાથે દાનમાં વાપરવા લાગ્યો ત્યારે આ લોકો કહેવા લાગ્યા કે પૈસા કમાઈને હવે જશ કમાવા લાગ્યો; જ્યારે તેને મળતું માન તે નકારવા લાગ્યો ત્યારે તેને માટે અભિપ્રાય મળ્યો કે મોટો ખેલાડી લાગે છે; સમાજમાં તે અતડો રહેતો તે માટે તેને બુડથલ તરીકેનું માન મળવા લાગ્યું. પણ આ અભિપ્રાય ધરાવનારો વર્ગ ઘણો જ નાનો હતો. સામાન્ય લોકો તો તેને દેવ માનીને પૂજતા. આખા ગામમાં ભાગ્યે જ કોઈ માણસ એવો હશે કે જે આ મેડેલીનના અહેસાન નીચે ન આવ્યો હોય. પાંચ વરસમાં તો આ સમાજના ઉપલા થરમાંથી પણ દુષ્ટહેતુવાદી ફિલસૂફો મેડેલીનની બાબતમાં પોતાની ફિલસૂફી બદલવા માંડ્યા હતા. મેડેલીને મુખીપદનો ઇનકાર કર્યો ત્યાર પછી ગામના બધા પ્રતિષ્ઠિત માણસો તેને વારંવાર આ પદને સ્વીકારવા માટે આગ્રહભર્યું દબાણ કરવા લાગ્યા. કારખાનાના મજૂરો પણ આ બાબતમાં તેની પાછળ લાગ્યા હતા. મેડેલીન આ આગ્રહ સામે વધારે ટક્કર ઝીલી ન શક્યો. તે જરાક ઢીલો પડ્યો. એમાં વળી ગામની એક ડોશીએ એક વાર તેને બરાબર ધધડાવ્યો : 'એમ આદમી માણસ થઈને શું કામ બીઓ છો ? ગામનો મુખી સારો હોય એમાં ગામની શોભા છે ને ? આપણામાં આવડત ને લાયકાત હોય તે ચોરવી શું કામ ?' આ છેલ્લા વાક્યે મેડેલીનને સચેત કરી દીધો. તેણે મુખીપદું સ્વીકાર્યું.

મુખી થવાથી તેનામાં કોઈ જાતનો ફેરફાર થયો નહિ. તે એવો જ સાદો, એવો જ ગંભીર અને એવી જ ટેવવાળો રહ્યો. મુખી તરીકેનું કામ તે નિયમિતતાથી અને કાળજીપૂર્વક કરતો, પણ તેનું ખાનગી જીવન એવું જ એકાંત-અટૂલું હતું. તે કામ પૂરતો જ બીજા સાથે ભળતો. વખાણથી દૂર ભાગતો. બીજાના નમસ્કાર ઝીલતાં પણ પોતે શરમાતો હોય તેમ તરત જ તે વિધિ પતાવીને પસાર થઈ જતો. વાતચીત ન કરવી પડે એટલા માટે હસીને જ પતાવી દેતો, અને હસવું ન પડે તે માટે તરત જ જે જોઈએ તે આપીને કામ પતાવી દેતો. ગામની રમૂજી

સ્ત્રીઓ તો તેને મશ્કરીમાં 'ભોટ' કહેતી. તે ખાવા બેસે ત્યારે પણ એકલો જ હોય. એકાદ ચોપડી તે ખાતી વખતે સાથે રાખતો. તેનું પુસ્તકાલય સાવ નાનું હતું, પણ તેમાં ચૂંટી કાઢેલાં પુસ્તકો જ રહેતાં. પુસ્તકો ભલે નિર્જીવ હોય, પણ તેમની મૈત્રી તો અખંડ હોય છે. જેમજેમ તેની કમાણી વધવા લાગી તેમતેમ તેને નવરાશ પણ વધતી ગઈ. આ નવરાશનો ઉપયોગ તે પુસ્તકો વાંચવામાં જ કરતો. આ શહેરમાં આવ્યા પછી તેની ભાષા વધારે શિષ્ટ અને કોમળ ઉચ્ચારવાળી થવા લાગી હતી એમ લોકો સ્પષ્ટ જોઈ શકતા હતા. તેની સૌથી વધારે પ્રિય પ્રવૃત્તિ તે સાંજના બહાર ખેતરમાં ફરવા જવાની હતી. તે ફરવા જતો ત્યારે સાથે બંદૂક પણ રાખતો. તેનો ઉપયોગ તે ભાગ્યે જ કરતો, પણ જ્યારે કરતો ત્યારે તેની ચોટ ખાલી ન જતી. કોઈ નિર્દોષ પ્રાણી કે પક્ષીનો શિકાર તેને હાથે ન થતો.

તેની ઉમર પચાસ ઉપર થઈ હતી, પણ તેનામાં રહેલા અસાધારણ બળની વાત આખા શહેરમાં થતી હતી : સડક ઉપર કોઈ ઘોડો લપસી ગયો હોય તો તે એકલે હાથે તેને ખસેડીને બાજુ પર મૂકતો. ગાડાનું પૈડું તૂટી ગયું હોય તો તે આખું ગાડું એમ ને એમ ઢસેડીને તે બાજુ પર કરી દેતો. કોઈ આખલો તોફાને ચડ્યો હોય તો સામે જઈને તેનાં શીંગડાં પકડીને તેને ટાઢો પાડી દેતો.

વળી એક બીજી વિચિત્રતા પણ તેનામાં હતી. તે ફરવા નીકળે ત્યારે તેના ખિસ્સામાં પરચૂરણ પૈસા પડ્યા જ હોય, અને ઘેર આવે ત્યારે એ ખિસ્સાં ખાલી થઈ જતાં. ફરતાં-ફરતાં તેની આસપાસ નાનકડાં છોકરાંનું ટોળું મધમાખોની જેમ વીંટાઈ વળતું. તે ફરતો-ફરતો પડખેના ગામમાં ચડી જતો ત્યારે તે સોળે કળાએ ખીલતો. તે ગામડાના ખેડૂતોની વચ્ચે બેસતો અને તેમનાં સુખદુઃખની વાતો જાણતો. ગામડાની, ખેતરની, ઢોરની, ખેતીની – જીવાતની એ બધી વાતોમાં ખેડૂતોને તે સલાહ આપતો. ઘરની પછીતે કે કરામાં ફાટ પડી હોય તો શું કરવું, ખાતર કેવું ને કેમ તૈયાર કરવું, ખેતરના ઉંદરડાને કેમ કાઢવા એ બધી વિદ્યામાં તે પાવરધો હતો.

આવી બીજી પણ વિચિત્રતાઓ તેનામાં હતી. ઘણી વાર તે છાનોમાનો કોઈ ગરીબના ઘરમાં ઘૂસી જાય ને છાનોમાનો પાછો ભાગી જાય. ગરીબ બિચારો ઘેર આવીને જુએ તો બારણાં ઉઘાડાં હોય ને ક્યાંક એકાદ રૂપાનો કે સોનાનો સિક્કો પડ્યો હોય.

વળી તે પોતાનો ઓરડો હંમેશાં બંધ જ રાખતો - નોકર સુધ્ધાં તેમાં પ્રવેશી શકતો નહિ. કેટલાકને આથી એમ શંકા પડી કે આ ઓરડામાં જ તેણે પોતાની બધી કમાણી સંતાડી હશે. એક વાર તેના કારખાનામાં કામ કરતી કેટલીક ટીખળી સ્ત્રીઓએ કહ્યું : "મુખીકાકા ! બીજું બધું તો ઠીક, પણ આ તમારો ખાનગી ઓરડો ભેદવાળો છે ! લોકો કહે છે કે તેમાં ઊંડી ગુફા છે !"

મેડેલીને હસીને આ 'ભેદી ગુફા' બધાંને બતાવી. ઓરડામાં જાડા ખરબચડા પાયાવાળાં ટેબલ ને ખુરશી હતાં. એવો જ એક ખાટલો હતો. ભીંત ઉપરનાં બાકાં સંતાડવા માટે ઠેરઠેર કાગળો ચોડ્યા હતા. આખા ઓરડામાં કોઈ જો સારું રાચ ગણી શકાય એવું હોય તો તે ટેબલ પર પડેલી બે રૂપાની દીવીઓ હતી.

ઈ. સ. 1821ના વર્ષની શરૂઆતમાં છાપાંઓમાં ક...નગરના વડા પાદરી ચાર્લ્સ મિરિયલના અવસાનના સમાચાર પ્રસિદ્ધ થયા. બ્યાશી વર્ષની પાકટ ઉંમરે પોતાની આસપાસ પવિત્રતાની સુગંધ ફેલાવીને આ સંતે સમાધિ લીધી. જે દિવસે આ ખબર મ.... શહેરનાં છાપાંઓમાં પણ છપાયા તે દિવસે મુખી મેડેલીને શોકનો પોશાક પહેર્યો હતો.

"કેમ, કોઈ સગામાં મરણ થયું છે ?" કુતૂહલથી એક ડોશીમાએ તેને પૂછ્યું.

"ક... નગરના પાદરી ગુજરી ગયા છે."

"એ કાંઈ તમારા સગા થાય ?"

"ના, માડી !"

"હું મારી જુવાનીમાં એને ત્યાં નોકર હતો."

૧૨. શિકારની ગંધ

વખત જતાં મ....નગરમાં જ નહિ, પણ આસપાસ કેટલાંય શહેરોમાં મેડેલીન એક સંત પુરુષ તરીકેની પ્રસિદ્ધિ પામી ચૂક્યો હતો. તેના સંબંધોની ટીકાઓ, અફવાઓ અને મશ્કરીઓ બંધ થયાં - ફક્ત માનની લાગણી જ કાયમ રહી. દૂરદૂરથી કેટલાય દુઃખી ને મૂંઝાયેલા લોકો તેની સલાહ લેવા દોડી આવતા અને એવાઓને માટે તેનાં બારણાં ચોવીસે કલાક ખુલ્લાં હતાં. કેટલાંય કુટુંબના કજિયાઓ તેણે ઘરમેળે પતાવીને કૉર્ટમાં જતા અટકાવ્યા હતા. લોકો તેની પાસેથી સમાધાન મેળવીને જ જતાં.

પણ માનના આ ઊછળતા સાગર વચ્ચે એ બધાથી અલિપ્ત અને અચળ એવો એક માણસ તે જ ગામમાં હતો. ઘણી વાર મેડેલીન શહેરની શેરીઓમાં ફરવા નીકળતો ત્યારે તેના ચહેરા પર શાંત પ્રેમાળ હાસ્ય ફરકતું હોય. આબાલવૃદ્ધ માણસોની માનભરી આંખો તેની આસપાસ ઝૂકી રહી હોય. તે વખતે એક માણસ દૂર એક બાજુ ઊભોઊભો આ બધું જોયા કરતો. ઊંચો દેહ, માથા પર ચપટી ટોપી, કાળો કોટ, હાથમાં નેતરની સોટી, અને લાકડાની જેમ અક્કડ રહેવાની ટેવ – આ બધાંથી તે અલગ તરી આવતો હતો. આ માણસની નજર મેડેલીનની પાછળ પાછળ તે દેખાતો બંધ થાય ત્યાં સુધી જતી અને મેડેલીન દેખાતો બંધ થાય ત્યારે જાણે એકાએક ઊંઘમાંથી જાગ્યો હોય તેમ એ ચમકીને બોલી ઊઠતો : 'આ તે કોણ હશે ? ક્યાંક જોયો હોય એમ યાદ આવે છે ! કાંઈ વાંધો નહિ – નજર બહાર જવા દેવા જેવું નથી.'

આ માણસનું નામ જેવર્ટ. તે પોલીસખાતાનો જમાદાર હતો. જેવર્ટનો જન્મ કેદખાનામાં થયો હતો. તેની મા લોકોમાં ટુચકા કરવાનું, કાજળી જોવાનું, નજર બાંધવાનું ને એવું કામ કરતી. તેનો બાપ પણ જેલમાં જ નોકરી કરતો. નાનપણથી જ તે ગુના કરનારાઓના વાતાવરણમાં ઊછર્યો હતો, અને સમાજ તરફ તિરસ્કાર સેવવાનું તે નાનપણથી જ શીખ્યો હતો. શિક્ષા કરવામાં તેને નાનપણથી જ એક પ્રકારનો રસ ઊભો થયો હતો- એમાં વળી એને પોલીસખાતામાં જગ્યા મળી, પછી તેમાં એને સફળતા ન મળે એવું કેમ બને ? પહેલાં તો તેણે કેટલાંય વર્ષો

સુધી વહાણમાંના ગુલામ કેદીઓના દરોગા તરીકે કામ કરેલું અને તે કામમાં તેને સારી સફળતા મળેલી. તેનો દેખાવ જ એવો હતો કે સામાન્ય માણસને તેના તરફ જુગુપ્સા જ ઊભી થાય. કેદીઓને તો તે રાક્ષસ જેવો જ લાગતો. તેનું માથું, તેનાં પહોળાં જડબાં, ટૂંકું કપાળ, ચપટું ને પહોળું નાક, ગાલના છેડા સુધી પહોંચતા થોભિયા. કોઈ ગીચ ઝાડીમાં ઊંડેઊંડે દેખાતી ગુફા જેવી તેની બે આંખો – એ બધું તેને ભયાનક બનાવવા માટે પૂરતું હતું. એ ભાગ્યે જ હસતો, પણ જ્યારે હસતો ત્યારે તેનું મોઢું દાંતનાં પેઢાંનાં મૂળ દેખાય એટલું પહોળું થતું અને તેની ભયંકરતામાં વધારો કરતું. તે ગંભીર હોય ત્યારે ડાઘિયા કૂતરા જેવો લાગતો અને હસતો ત્યારે વાઘ જેવો લાગતો.

આ માણસ બે જ લાગણીઓનો અનુભવ ધરાવતો હતો : એક પોતાના ઉપરી તરફ અસાધારણ વફાદારી અને ગુનેગાર પ્રત્યે સખત તિરસ્કાર, તેને મન ચોરી, ખૂન કે કોઈ પણ પ્રકારનો ગુનો તે બળવો જ હતો. રાજ્યના અધિકારીઓમાં વડા પ્રધાનથી માંડીને નાનામાં નાનો અમલદાર તેને મન પૂજ્ય હતો, અને કાયદાનું ઉલ્લંઘન કરનાર નાનામાં નાનું બાળક પણ તેને મન બળવાખોર હતું. રાજ્યનો કોઈ અમલદાર ખોટું કરે જ નહિ એમ તે માનતો હતો. કોઈ પણ ગુનેગાર તેના હાથમાંથી છટકી શકતો નહોતો, અને તેનો તેમાં પોતાનો બાપ પણ અપવાદ મેળવી શકે તેમ નહોતું. ગુના પકડવા અને ગુનેગારોને બરાબર શિક્ષા કરવી એ જ તેના જીવનનો પરમ રસ હતો. આ સિવાય બીજા કોઈ રસનું તેને ભાન નહોતું – તેના જીવનના કઠોર, અટૂલા માર્ગમાં એને સ્થાન પણ નહોતું. તે દયાશૂન્ય ફરજની મૂર્તિ જેવો હતો. તેનામાં ભયંકર પ્રામાણિકતા હતી. તેના જીવનમાં કોઈ પણ પ્રકારનું વ્યસન નહોતું. તે ભાગ્યે જ કોઈ વાર વાંચતો. બહુ શોખ થાય ત્યારે તમાકુની એકાદ ચપટી લેતો – તેના થોભિયા પરના તમાકુના ડાઘા ઉપરથી જ આ ટેવની ખબર પડે તેમ હતું.

આ જેવર્ટ કોણ જાણે કેમ મેડેલીન ઉપર હંમેશાં પોતાની નજર રાખ્યા કરતો ! તે નજરમાં શંકા ભરેલી હતી. મેડેલીનના ધ્યાનમાં પણ આ વાત આવી, પણ તેના ઉપર બહુ ધ્યાન ન આપ્યું. તેણે જેવર્ટ સંબંધે પણ ખાસ પૂછપરછ ન કરી, તેમ તેના તરફ તિરસ્કાર પણ ન બતાવ્યો. તેની નજર તો તેના તરફ પણ એવી જ શાંત અને માયાભરી હતી. જેવર્ટ મેડેલીનના આ વર્તનથી જરા મૂંઝાયો પણ ખરો. તેણે મેડેલીનના વર્તનમાં કાંઈક જુદી આશા રાખી હતી. એણે ધીમે ધીમે પોતાની નજરમાંથી શંકા ઓછી કરવા માંડી. મેડેલીનની સૌમ્ય દૃષ્ટિ પાસે જેવર્ટની શંકાભરી દૃષ્ટિ હારી.

પણ એક દિવસ એક એવો બનાવ બન્યો કે જેણે આ બંનેની નજરોને ફરી ચમકાવી. એક વાર સવારમાં મ..... નગરમાં મેડેલીન એક ધૂળિયા રસ્તા ઉપર

થઈને જતો હતો ત્યાં તેના કાન ઉપર કાંઈક હોહા થતી સંભળાઈ. તેણે જોયું તો દૂર એક ટોળું ભેગું થઈ રહ્યું હતું. તે તરત જ ત્યાં પહોંચ્યો અને જોયું તો માલથી ભરેલા એક ગાડા નીચે એક માણસ દબાઈ ગયો હતો. ગાડાનો ઘોડો કાદવમાં પગ લપસવાથી ફસકી પડ્યો હતો અને એના આંચકાથી ગાડાવાળો ઊછળીને એવી રીતે પડ્યો કે તે ગાડાની નીચે આવી ગયો. ભારને લીધે અને રસ્તા પરના કાદવને લીધે પૈડાં ઊંડાં ઊતરવા માંડ્યાં હતાં અને ગાડાવાળો ડોસો વધારે ને વધારે દબાતો જતો હતો. તેનો એક પગ તો ગાડાના પૈડા નીચે આવી જ ગયો હતો. અને હવે તો એનું આખું શરીર દબાઈ જવાની તૈયારીમાં હતું. જો ગાડું જરાક ખેંચાય તો ડોસાનું મોત હતું. ડોસાની વેદનાની ચીસો આ ટોળાના ગડબડાટમાં પણ સંભળાતી હતી.

"અલ્યા, કોઈ ગાડાને ઊંચું કરો !" "અલ્યા, કોઈ નીચે મૂકવાના ટેકા લાવો !" "હવે ડોસો બચે એમ નથી." "હાય ! હાય !" "આ ગાડામાંથી સામાન ઉતારી નાખો તો ભાર હળવો થાય." આ ગડબડાટમાં મેડેલીન અંદર ઘૂસ્યો. લોકોએ માનભરી રીતે તેને મારગ કરી આપ્યો. સામે એક ટોળામાં મેડેલીને જેવર્ટને ઊભેલો જોયો.

"કોઈ ગાડા નીચે મૂકવા માટે ઊંટડો લઈ આવો." મેડેલીને કહ્યું.

"એ લેવા માટે તો માણસ મોકલ્યો છે." ટોળામાંથી એક જણે કહ્યું. "પણ એ આવે આવે ત્યાં તો પા કલાક નીકળી જશે."

"પા કલાક ?" મેડેલીન બોલી ઊઠ્યો.

આગલી રાતના વરસાદે બધે કીચડ કીચડ કરી મૂક્યું હતું. ગાડું ધીરેધીરે અંદર ઊતરતું જતું હતું. જો પાંચેક મિનિટમાં કાંઈ થઈ ન શકે તો આ બધું નકામું હતું.

"જુઓ, પા કલાક સુધી રાહ જોવાય તેમ નથી. હજુ ગાડા નીચે એક માણસ ગરકી શકે એટલી જગ્યા છે. નીચે ગરકીને કોઈ ગાડું ઊંચું કરી શકે તો આ માણસને ખેંચી લેવાય. છે કોઈ માણસમાં એવી હિંમત ને શક્તિ ? તેને પાંચ રૂપિયા ઇનામ મળશે."

ટોળામાંથી કોઈએ હિંમત કરી નહિ.

"દસ રૂપિયા ઇનામ – છે કોઈ તૈયાર ?"

બધા નીચે મોઢે મૂંગા ઊભા રહ્યા. ફક્ત એક જણ બબડ્યો : "આ કાંઈ માણસનું કામ નહિ, કોઈ રાક્ષસ હોય તો થાય !"

"ચાલો, દસ રૂપિયા – છે કોઈ તૈયાર ?" ફરી શાંતિ.

" આ માણસને બચાવવામાં કાંઈ બધા રાજી નથી એવું નથી." એક અવાજ આવ્યો. મેડેલીને બોલનાર તરફ જોયું. તે જેવર્ટ હતો. "પણ આ બળનું કામ છે." જેવર્ટે આગળ ચલાવ્યું. "આવડું મોટું ભારે ગાડું પીઠને ટેકે ઊંચું કરે એ માણસ નહિ, પણ રાક્ષસ હોય. મેં તો મારી જિંદગીમાં આવો એક જ માણસ જોયો છે. ટૂર્લોમાં વહાણના કેદખાનામાં એક એવો રાક્ષસ જેવો કેદી હતો." જેવર્ટ ધીમેધીમે ઠેરવી-ઠેરવીને એકએક શબ્દ ઉપર ભાર મૂકતો-મૂકતો બોલતો હતો. મેડેલીનના શરીરમાંથી એક ધ્રુજારી પસાર થઈ ગઈ. તેના મોઢા ઉપરથી એક ઝાંખપ આવીને પસાર થઈ ગઈ. ગાડું તો ધીરેધીરે જમીનમાં ઊતરતું જતું હતું. ડોસાએ એક છેલ્લી વેળાની બૂમ પાડી : "મરી ગયો, બાપ ! મારાં પાંસળાં કપાય છે ! બચાવો ! મેડેલીને ફરી એક વાર ચારેય બાજુ નજર ફેરવી : "બસ, કોઈ તૈયાર નથી ? આ ગરીબ માણસની જિંદગી બચાવીને દસ રૂપિયાનું ઇનામ મેળવવા કોઈ તૈયાર નથી?"

કોઈ હલ્યું નહિ. મેડેલીન ટટ્ટાર થયો. તેની આંખો પોતાની ઉપર ચોટેલ જેવર્ટની આંખો સાથે એક થઈ. તેના મોઢા પર વિષાદભર્યું હાસ્ય આવીને પસાર થઈ ગયું. એક શબ્દ બોલ્યા વગર તે ગોઠણભેર થઈ ગયો અને લોકોના મુખમાંથી 'અરે'કાર નીકળે તે પહેલાં તો તે ગાડા નીચે ઊંધો સૂઈ ગયો. આખા ટોળામાં ભયંકર આતુરતા ને શાંતિ છવાઈ ગયાં. લોકોએ તેને ગોઠણ અને કોણીઓ ઊંચી કરતો જોયો. કેટલાકથી બોલ્યા વગર ન રહેવાયું : "કાકા ! તમે બહાર નીકળી જાઓ." પેલા ડોસાએ પણ મરતાં-મરતાં કહ્યું : "મુખીસાહેબ ! તમે શું કામ મારી સાથે મોત માગો છો ? હું તો મર્યો હવે ! તમે નીકળી જાઓ !" મેડેલીને કંઈ જવાબ ન આપ્યો. પ્રેક્ષકોના શ્વાસ થંભી ગયા. ગાડું વધારે નીચે ઊતર્યું. હવે તો મેડેલીનને માટે પણ બહાર નીકળવાનું મુશ્કેલ હતું.

એકાએક આખું ગાડું હલ્યું, ઊંચું થયું. પૈડાંઓ કાદવમાંથી અરધાં બહાર નીકળ્યાં. નીચેથી મેડેલીનનો શ્વાસભર્યો ફાટેલો અવાજ આવ્યો : ''બધાય ટેકો કરો ! જલદી કરો !'' ઊભેલા બધા માણસોમાં આ અવાજથી જાણે કે ચેતન આવ્યું. બધા પૈડે ને ગાડાના ઠાંઠે વળગીને તેને ઊંચું કરવા લાગી ગયા. ગાડું ઊંચું થયું. ડોસાને ખેંચી લીધો. તે બચી ગયો.

મેડેલીન બહાર આવ્યો. ઊભો થયો. તે આખે શરીરે પરસેવે રેબઝેબ થઈ ગયો હતો. તેનો ચહેરો ફિક્કો પડી ગયો હતો. લૂગડાં ફાટી ગયાં હતાં. આસપાસ ઊભેલા બધા માણસોની આંખમાં આંસુ આવી ગયાં. પેલો ગાડાવાળો ડોસો તો તેને પગે વળગીને બચ્ચીઓ ભરવા મંડી પડ્યો હતો. મેડેલીનના ચહેરા ઉપર કોઈ અવર્ણનીય આનંદ અને દૈવી વેદનાની ઝલક દેખાતી હતી. તેણે એક શાંત અને સ્વસ્થ નજર જેવર્ટ ઉપર નાખી. જેવર્ટ ઠેઠ સુધી એકીટશે મેડેલીન તરફ જોઈ રહ્યો હતો.

૧૩. ચારિત્ર્યની ચોકી

કોઈ વાર આફત આશીર્વાદસમાન પણ થઈ પડે છે. આ ગાડાવાળા ડોસાને વિશે એમ જ થયું. ડોસાનું ગોઠણનું હાડકું આ અકસ્માતમાં ભાંગી ગયું હતું. મેડેલીન કાકાએ તેને માટે ઇસ્પિતાલમાં સગવડ કરાવી. અને બીજે જ દિવસે ડોસાની પથારી પાસેના ટેબલ ઉપર હજાર રૂપિયાની નોટોનો થોકડો પડેલો જોયો. તેની નીચે પડેલી ચિઠ્ઠીમાં લખ્યું હતું : 'મેં તમારો ઘોડો તથા ગાડું ખરીદી લીધાં છે.' નીચે મેડેલીનની સહી હતી. ગાડું સાવ તૂટી ગયું હતું અને ઘોડો મરી ગયો હતો એની ડોસાને ખબર હતી.

ડોસો – તેનું નામ ફોશલેવાં હતું – સાજો તો થયો, પણ પગે ખોડ રહી ગઈ. મેડેલીને તેને ભલામણ કરીને પારીસના સાધ્વીઓના એક મઠમાં માળી તરીકે જગ્યા અપાવી.

આ વખતે મેડેલીનની કીર્તિનો સિતારો ટોચે ચડ્યો. પારીસની સરકારી કચેરીમાં પણ મેડેલીનનાં અને શહેરની તેની વ્યવસ્થામાં બે મોઢે વખાણ થતાં હતાં.

આ જ અરસામાં ફેન્ટાઈન પોતાના આ મૂળ વતનમાં રોટલો કમાવા આવી. અત્યારે શહેરમાં તેને ઓળખી શકે એવું કોઈ નહોતું. તેમ તે પણ ઓળખાય એવી રહી નહોતી. સદ્ભાગ્યે મેડેલીનના કારખાનાનાં દ્વાર એક મિત્રના હૃદયની જેમ ખુલ્લાં જ હતાં. તરત જ તેને સ્ત્રીઓના કારખાનામાં કામ મળી ગયું. ફેન્ટાઈનને માટે આ કામ નવું જ હતું એટલે એમાં તેને બહુ પગાર તો મળે તેમ નહોતું, પણ જેટલો મળે તેટલાથી તેની મુશ્કેલી ટળે તેમ તો હતું જ. પેટપૂરતું તેને તેમાંથી ખુશીથી મળી રહેતું.

આ કારખાનામાં કામ મળવાથી ફેન્ટાઈનના ખોળિયામાં નવો જ પ્રાણ આવ્યો. પ્રામાણિકપણે મજૂરી કરીને કમાવામાં કેટલો આનંદ રહેલો છે તેનો ખ્યાલ તેને અત્યારે આવ્યો. તેના શરીરમાં નવું લોહી આવ્યું, તેના સોનેરી વાળમાં નવી ચમક આવી. તેની મોટી આંખોમાં વિષાદની ઘેરી છાયાને ઠેકાણે કલ્પનાનાં સ્વપ્નાં તરવા લાગ્યાં. તે પોતાનો ભૂતકાળ ભૂલી ગઈ. ફક્ત એક જ વિચાર તેના દિલમાં નિરંતર

રહ્યા કરતો હતો – મારી કોઝેટ : તે મોટી થશે, અમે સાથે રહીશું ને સુખી જિંદગી ગાળીશું. તેણે એક નાની ઓરડી ભાડે રાખી અને તેમાં થોડો સરસામાન ઉધાર આણીને વસાવ્યો. ઉધાર માલ લેવાની ટેવ હજુ ગઈ ન હતી.

પોતે પરણી છે કે નહિ એ સવાલનો જવાબ આપવો તેને ભારે થઈ પડે એવું હતું, એટલે તેણે બરાબર કાળજી રાખીને પોતાની દીકરીની વાત કોઈને પણ કરી નહોતી.

શરૂઆતમાં, આપણે જાણીએ છીએ તેમ, દર મહિને તે નિયમિતપણે પેલા વીશીવાળા થેનાર્ડિયરને કોઝેટ માટેની રકમ મોકલતી હતી. તેને લખતાં-વાંચતાં કાંઈ આવડતું નહોતું એટલે તે કાગળ લખાવવા માટે લહિયા પાસે જતી.

ધીરે ધીરે કારખાનાની સ્ત્રીઓમાં ગુસપુસ વાતો શરૂ થઈ : ફેન્ટાઈન કાગળો લખે છે ! માખી જેમ દુર્ગંધની વાસ ગમે ત્યાંથી શોધી કાઢે છે અને તરત જ તેના પર જઈને બેસે છે, તે જ પ્રમાણે કેટલીક વ્યક્તિઓ જ એવી હોય છે કે તેઓ ગમે ત્યાંથી 'ખાનગી' શોધી કાઢે છે અને માખી જેમ ગૂમડાંને આવી-આવીને ખણે છે તેમ તે પણ 'ખાનગી'ની ખણખોદ કરવામાં પોતાનો વખત જ નહિ પણ પૈસા પણ ખરચતાં પાછી પાની કરતી નથી; એટલું જ નહિ, પણ તેમાં જ તેમને જિંદગીનો પરમ સંતોષ લાગે છે. જેમ પરોપકારને માટે સત્પુરુષોની તમામ વિભૂતિઓ હોય છે તેમ આ પર-છિદ્રાન્વેષણ માટે જ આ વ્યક્તિઓની બધી વિભૂતિઓ હોય છે. કોઈનું ઘર ભાંગ્યાની, કોઈની બદનામીની, કોઈને થયેલ નુકસાનીની વાતો કરવામાં, સાંભળવામાં અને શોધી કાઢવામાં તેઓ નિરંતર રાચ્યા કરે છે.

ફેન્ટાઈન આ વ્યક્તિઓની દેખરેખ નીચે આવી ગઈ હતી. અને વધારામાં તેના સોનેરી વાળ તથા મોતી જેવા દાંત ઈર્ષા ઉત્પન્ન કરે તેવા હતા.

કોઈ કોઈ વાર તે કારખાનામાં કામ કરતાં છાનીમાની આંખમાંથી આંસુ લૂછતી પકડાઈ જતી, અવારનવાર તે કાગળો લખાવતી : કોના ઉપર ? જેને માટે આંસુ પાડતી હતી તેના ઉપર જ ? કાગળ કયા સરનામે જાય છે ? – તપાસ આગળ ચાલી. થેનાર્ડિયર વીશીવાળાનું સરનામું પકડાયું. ઘરડો બુઢ્ઢો કાગળ લખી આપવાનો ધંધો કરતો. તેની પાસેથી થોડા પૈસા આપતાંની સાથે જ સરનામું કઢાવવું એ કાંઈ બહુ મોટી વાત નહોતી. મળતી જતી માહિતીથી ફેન્ટાઈનનાં 'હિતચિંતકો'નો ઉત્સાહ વધ્યો. અને આખરે વાત ચોક્કસ નક્કી થઈ કે આ બાઈને એક છોકરું છે.

આ વિજય-સમાચાર લાવનાર એક ડોશીમા હતાં. દરેકના ચારિત્ર્યના રક્ષણની ભારે મોટી જવાબદારી તેણે પોતાને માથે લીધી હતી. અત્યારે તેની ઉંમર છપ્પન વરસની હતી. તેની કુરૂપતા ઢાંકવા માટે ઘડપણ પ્રયત્ન કરતું હોય એમ લાગતું હતું. આપણને ઘડીક નવાઈ તો લાગે, પણ કહેવું જોઈએ કે આ સ્ત્રી એક કાળે

જુવાન હતી. એક સાધુને તે પરણેલી. સાધુ તેના સ્વભાવથી ત્રાસીને તેને છોડીને ભાગી ગયેલો. બાઈએ સાધ્વીની દીક્ષા લીધી હતી. આ બાઈ પોતે પોતાની ગાંઠેથી પૈસા કાઢીને પેલા વીશીવાળા થેનાર્ડિયરના ગામમાં જઈ આવી અને વીશીમાં જઈને તપાસ કરી આવી. એણે અહીં આવીને ખબર આપ્યા કે ફેન્ટાઈનને એક બાળક છે.

આ બધી શોધખોળમાં ઘણો સમય ચાલ્યો ગયો હતો. ફેન્ટાઈન લગભગ એક વરસથી અહીં નિયમિતપણે કામ કરી રહી હતી. એક દિવસ સવારમાં કારખાનાની દેખરેખ રાખનાર બાઈ તેની પાસે આવી. તેના હાથમાં પચાસ રૂપિયાની નોટોના કટકા મૂક્યા અને કહ્યું : “હવે આ કારખાનામાં તારી જરૂર નથી એમ મુખીસાહેબે કહેવરાવ્યું છે. અને હવે આ શહેરમાં પણ તારે રહેવાનું નથી.”

આ વાત બની તે જ મહિનામાં થેનાર્ડિયરે કોઝેટને માટે માસિક બાર રૂપિયાને બદલે પંદર રૂપિયા મોકલવા માટે ફેન્ટાઈનને લખ્યું હતું.

ફેન્ટાઈન ઉપર જાણે વીજળી પડી હોય એમ એ સ્તબ્ધ થઈ ગઈ. તે શહેર છોડીને જઈ શકે એવી પરિસ્થિતિ નહોતી. તેને માથે મકાનના ભાડાનું તથા રાચરચીલું વસાવ્યાનું દેવું હતું, પચાસ રૂપિયાથી આ દેવું પતે તેમ નહોતું. તે મુકાદમ બાઈ પાસે કરગરવા લાગી. મુકાદમ બાઈએ તેને ટૂંકામાં સંભળાવી દીધું કે હવે આ જગ્યા ખાલી કરવાની છે. નિરાશા કરતાં પણ શરમની ભારે દબાયેલી ફેન્ટાઈન નીચે મોઢે કારખાનાની બહાર નીકળી પોતાની ઓરડીમાં આવી. લોકોમાં તેનું ‘પાપ’ પ્રસિદ્ધ થઈ ગયું હતું.

તે કાંઈ બોલી ન શકી. તેને કોઈકે મુખીને મળવાની સલાહ આપી, પણ તેની હિંમત ન ચાલી. મુખીએ તેને પચાસ રૂપિયા આપ્યા હતા, કારણ કે તેને દયા આવી હતી; અને એ જ મુખીએ તેને કાઢી મૂકી, કારણ કે તે ન્યાયી હતો. ન્યાય પાસે તેણે માથું નમાવ્યું.

ખરી રીતે મેડેલીનને આ ‘નાનકડા’ બનાવની જરાય ખબર નહોતી. મેડેલીન ભાગ્યે જ સ્ત્રીઓના કારખાનામાં પગ મૂકતો. તેણે કારખાના ઉપર દેખરેખ રાખવા માટે એક વૃદ્ધ ડોસીને મૂકી હતી. તે બાઈની ભલામણ તે શહેરના પાદરીએ જ કરી હતી. મેડેલીને તેના પર વિશ્વાસ મૂકીને તેને આ કારખાનાની બધી જવાબદારી ને સત્તા સોંપી દીધાં હતાં. એ જવાબદારીના ભાનથી અને સત્તાની રૂએ એ બાઈએ ફેન્ટાઈનને કારખાનામાંથી રજા આપી. મેડેલીને ગરીબ-ગુરબાંને મદદ માટેની આપી રાખેલ રકમમાંથી પચાસ રૂપિયા ફેન્ટાઈનને એ બાઈએ દયા કરીને આપ્યા.

ફેન્ટાઈને નોકરી માટે ઘેરઘેર તપાસ કરવા માંડી, પણ તેની આગળ જ તેની વાત પહોંચી જતી. કોઈને તેની જરૂર નહોતી. બીજી બાજુથી પેલું જૂનું રાચરચીલું વેચનાર દુકાનદારે તેને ચેતવણી આપી હતી કે ગામ છોડીને ભાગી છે તો ચોર

ગણીને પોલીસ પાસે પકડાવી દઈશ. ફેન્ટાઈને પોતાની પાસેના પચાસ રૂપિયામાંથી થોડું થોડું પેલા, દુકાનદારને તથા મકાન-માલિકને ભાડા પેટે વહેંચી આપ્યું. પોતાનો થોડો સામાન પણ વેચી દીધો. છતાં પણ હજુ સો રૂપિયાનું દેવું તેને માથે ઊભું હતું.

ઘરધણીએ તેને સલાહ આપી : "તું તો હજુ જુવાન છો અને વળી દેખાવડી છો – ઘડીક વારમાં દેવું તું ચૂકવી દઈ શકીશ."

ફેન્ટાઈને લશ્કરી સિપાઈઓ માટેનાં ગંજીફરાકો અને મોજાં વગેરે સીવવા-ગૂંથવાનું કામ કરવા માંડ્યું. રોજના માંડ નેવું પૈસા જેટલું તે કમાતી. તેમાંથી રોજના પચાસ પૈસા જેટલું તેની દીકરીને મોકલવા માટે રાખવું પડતું. હવે થેનાર્ડિયરની વધતી જતી માગણીને પહોંચવામાં તે પાછળ પડી જવા લાગી.

ઓછામાં ઓછી સામગ્રીથી કેમ જીવવું તે કળા તે શીખી ગઈ. શિયાળામાં સગડીના તાપ વગર કેમ ચલાવવું, દીવા વગર કઈ રીતે કામ કરવું, ચણિયા ઉપરનું પહેરણ કેમ બનાવવું, પહેરણના કપડામાંથી ચણિયો કેમ તૈયાર કરવો, બીજા ઘરની બત્તીના પ્રકાશનો ઉપયોગ પોતાની ઓરડીની બારીમાંથી કઈ રીતે કરવો – એ બધી કળા તેણે હસ્તગત કરી લીધી. એક પૈસા પાસેથી પણ કેમ પૂરેપૂરું કામ કેમ લેવું એ વિદ્યા કંઈ નાનીસૂની નથી.

તે પોતાના પાડોશીને કહેતી : "મારે તે હવે ક્યાં મોટો ખર્ચ છે ? ને એવું બીજું કામ પણ શું છે ? પાંચ કલાક ઊંઘવામાં બસ છે. બાકી ઓગણીસ કલાક તો કામ કરવાના હોય છે. તેમાંથી મને રોટલો મળી રહેશે. અને વળી હવે આખો દી બેઠાંબેઠાં ભૂખ પણ કેટલીક લાગે ? થોડેક કોળિયે પેટ ભરાય જાય."

દુઃખના આ દહાડામાં તેની દીકરી તેને ખૂબ સાંભરતી. તે અત્યારે તેને પડખે હોય તો ? તેનું સુખી નિર્દોષ મોઢું કેટલું આશ્વાસન આપે ? પણ આ દુઃખમાં તેને ક્યાં નાખવી ? અને વળી થેનાર્ડિયરનું પણ દેવું તેને માથે ચડવા લાગ્યું હતું. તે ચૂકવ્યા સિવાય તેને છૂટી પણ કેમ કરે ?

સદ્‌ભાગ્યે જ તેના પડોશમાં રહેતી એક બાઈ તેને ખૂબ ધીરજ આપતી. તે બાઈ ખૂબ જ પવિત્ર અને પારકાને દુઃખે દુઃખી થાય તેવી હતી.

શરૂઆતમાં તો ફેન્ટાઈન શરમની મારી ઘરની બહાર પણ નહોતી નીકળી શકતી. જ્યારે તે શેરીમાં નીકળવા લાગી ત્યારે તેને એમ જ લાગતું કે બધા માણસો તેની જ સામે ટીકીટીકીને જોઈ રહ્યા છે. બધા તેની સામું જોતા, પણ કોઈ તેને બોલાવતું નહિ. લોકોની તિરસ્કાર અને મશ્કરીભરી દૃષ્ટિ તેના કાળજાની અંદર તીરની જેમ પેસી જતી. આવા નાના શહેરમાં આવી વ્યક્તિ દરેકની આંખે ચડે છે. પારીસ જેવા મોટા શહેરમાં તો તેને કોઈ ઓળખતું પણ નથી હોતું – અને એ પણ એક આશ્વાસન હોય છે. પણ પારીસ જવાય ક્યાંથી ?

જેમ તે ગરીબાઈથી ટેવાઈ ગઈ હતી, તેમ જ હવે તેને આ અપમાનથી પણ ટેવાવું પડ્યું. બે-ત્રણ મહિને તેણે આ શરમ ખંખેરી નાખી. છડેચોક કોઈને પણ ગણકાર્યા સિવાય ખુલ્લી બજારમાં તે નીકળવા લાગી.

પેલી બધાંનાં ચારિત્ર્યની ચોકીદાર ડોશી ઘણી વાર આ 'અધમ પ્રાણી'ને બારીમાંથી જોતી, અને પોતાની ફરજ બજાવ્યાનો સંતોષ તેના મુખ પર ઝળકી રહેતો. ગીધોની ઉજાણી મડદાં ફરતી જ હોય છે.

શરીરના મકોડેમકોડા તૂટે એવી આખા દિવસની મહેનતની અસર ફ્રેન્ટાઈનના શરીર પર થઈ. તેને સૂકી ઉધરસ ને ઝીણો તાવ પણ શરૂ થઈ ગયાં.

૧૪. કારખાનામાંથી શેરીમાં

શિયાળો આવ્યો. દિવસો ટૂંકા, રાત લાંબી, કામ થોડું જ થઈ શકતું. ઘરમાં નથી તાપવાનું સાધન કે નથી બત્તી. શિયાળાના દિવસોમાં સવાર પછી સાંજ જ આવે છે, બપોર જેવો કાળ હોતો નથી. ધુમ્મસ, ઝાકળ ને બરફનું સામ્રાજ્ય જામેલું છે. આકાશ કોઈ કાળની ભયંકર ગુફા જેવું બિહામણું દેખાયા કરે છે – જાણે કુદરતનું હૃદય થીજીને કઠોર પથ્થર જેવું બની ગયું છે – જાણે માનવી ઉપર પણ આની અસર થઈ હોય. તેના લેણદારોની ઉઘરાણી આકરી બનવા લાગી. કમાણી ઘટવા લાગી. દેવું વધવા લાગ્યું. થેનાર્ડિયર-દંપતીને પૂરા પૈસા નહિ મળવાથી તેમના તરફથી ધમકીના કાગળો આવવા લાગ્યા. એક દિવસ કાગળ આવ્યો કે શિયાળામાં કોઝેટના અંગ ઉપર પહેરવા કંઈ ગરમ કપડું નથી. ઠંડીએ તે મરી જાય તે પહેલાં ફ્રોક લેવા માટે દસ રૂપિયા વહેલી તકે જ મોકલાવી આપ.

સાંજે ફેન્ટાઈન હજામની દુકાને ગઈ. માથાનો અંબોડો છોડી નાખ્યો. તેના સોનેરી વાળ તેના ખભા પર પથરાઈ ગયા.

"કેવા સુંદર વાળ !" હજામ બોલી ઊઠ્યો.

"આ વાળના કેટલા પૈસા આપશો ?" ફેન્ટાઈને કહ્યું.

"દસ રૂપિયા."

"તો કાપી લો !"

તેણે એક ગરમ ગંજીફરાક ખરીદીને તરત જ થેનાર્ડિયરને મોકલી આપ્યું.

આ ગંજીફરાકથી તો થેનાર્ડિયર ખૂબ ખોરવાયો. તેને તો રોકડા પૈસા જોઈતા હતા. તે ગંજીફરાક પોતાની છોકરીને પહેરાવ્યું. પેલી ગભરુ બુલબુલ તો થરથરતી જ રહી.

ફેન્ટાઈન મનમાં કલ્પના કરવા લાગી : "હવે મારી બાળકીને જરાય ટાઢ નહિ વાતી હોય. મેં મારા વાળથી તેને ઢાંકી છે." તેણે પોતાના કપાયેલા વાળવાળું માથું ઢાંકવા એક ટોપી પહેરવાનું શરૂ કર્યું.

જાણે પ્રાણ જેવા વહાલા વાળને ગયેલા જોઈને તેના દિલમાં એક પ્રકારનો સમાજ પ્રત્યેનો તિરસ્કાર વધવા લાગ્યો. જે મેડેલીન તરફ અત્યાર સુધી તેને માન

હતું. તેના તરફ તેના દિલમાં ભયંકર રોષ અને ઘૃણા ઉત્પન્ન થયાં. તે જ તેના આ દુ:ખનું કારણ હતો. તે જ્યારેજ્યારે કારખાના પાસેથી પસાર થતી ત્યારે મોટેથી ગાવા ને હસવા લાગતી. તે વિવેકનાં પગથિયાં પરથી લપસી.

તેણે એક ભંગડ, ગંજેરી, રખડાઉ જેવા ગવૈયાને પોતાનો આશક બનાવ્યો. તેના દિલમાં આ માણસ તરફ ભયંકર તિરસ્કાર હતો. આ આશક તેને દારૂના ઘેનમાં પીટતો અને થોડા જ વખતમાં તેણે તેને કાઢી મૂકી.

તે જેમજેમ આ કળણમાં ઊતરતી ગઈ, ને તેની આસપાસ અંધકાર છવાવા લાગ્યો, તેમ તેમ તેની નાની નિર્દોષ બાળકીનું દૈવી મુખ વધારે ને વધારે ઉજ્જ્વળ દેખાવા લાગ્યું : "મારી પાસે પૈસા આવે એટલે અમે બંને સાથે રહીશું." તેની ઉધરસ વધતી જતી હતી. રાતે શરીરે શરદી વળી જતી હતી.

એક દિવસ થેનાર્ડિયરનો કાગળ આવ્યો : "કોઝેટને ટાઇફોઈડ લાગુ પડ્યો છે. દવાદારૂ બહુ જ મોંઘાં છે. અમે તેની દવામાં ખૂબ ખરપાઈ ગયાં છીએ. હવે અમે દવાના પૈસા ખરચી શકીએ તેમ નથી. જો તેને માટે ચાલીસ રૂપિયા તાકીદથી નહિ આવે તો છોકરી બચશે નહિ."

તે જોરથી હસી પડી. તેણે પાડોશણને કહ્યું : "બિચારાને ચાલીસ રૂપિયા જોઈએ છે ! ભલા માણસ ! એને એમ છે કે એ તો તરત મોકલી આપશે. મૂરખ !"

તેણે કાગળ ફરી વાર જોયો. તે ઘરની બહાર નીકળી – હસતી ને કૂદતી.

તે રસ્તા ઉપર એમ ને એમ ચાલી.. એક જગ્યાએ એક ટોળું એકઠું થયેલું તેણે જોયું. ટોળાની વચ્ચે એક રેંકડી ઉપર ઊભો રહીને સરકસના વિદૂષક જેવો રાતાં લૂગડાં પહેરેલો એક માણસ હાથમાં કંઈક દવાઓ લઈને મોટેથી બૂમો પાડતો હતો. તે જાદુના ખેલ કરનારો હતો, અને સાથેસાથે દાંતનો ઊંટવૈદ્ય – દાંતનાં ચોકઠાં વેચવાનું તથા દાંત પાડવાનો ધંધો પણ એ કરતો હતો. તે વચ્ચેવચ્ચે ખાસ પ્રકારની 'લોકભાષા' બોલીને લોકોને હસાવીને ખુશ કરતો હતો. લોકો હસતા હતા. ફેન્ટાઈન પણ તેની સાથે હસવા લાગી. પેલા દાંતના વૈદ્યનું આ છોકરીના સુંદર દાંત જોઈને તરત જ તેના તરફ ધ્યાન ખેંચાયું : "એય છોકરી ! તારા દાંત બહુ મજાના છે. જો તારા બે દાંત મને ખેંચી લેવા દે તો ચાલીસ રૂપિયા તને આપું."

"શું કહ્યું ? મારા દાંત ?"

"હા, ઉપરના આગલા બે દાંત."

"હાય ! હાય !" ફેન્ટાઈન બોલી ઊઠી.

"ચાલીસ રૂપિયા !" એક બોખો બુઢ્ઢો પડખે ઊભો હતો તે બોલી ઊઠ્યો. "નસીબદાર છો !"

ફેન્ટાઈન ત્યાંથી નાઠી. તેની પાછળ બૂમ પડતી હતી : "અરે બાઈ ! સાંભળ તો ખરી ! ચાલીસ રૂપિયા તારે કેટલા કામ આવશે ? જો અત્યારે તને શરમ આવતી હોય તો સાંજે વીશીમાં આવજે. ત્યાં હું હઈશ."

ફેન્ટાઈન ઘેર આવી. તેણે પોતાની ભલી પાડોશણ સાથે વાત કરી : "સમજ્યાં ? આ માણસ તે કેવો નઠોર હશે ? મારા આગલા ઉપરના બે દાંત ખેંચી લેવા છે ! વાળનું તો ઠીક, પણ દાંત જાય એટલે હું ડાકણ જ થઈ જાઉં ને ? આ કરતાં તો પાંચમે માળેથી ઊંધે માથે પડીને મરી જવું શું ખોટું ?"

"તેણે બે દાંતનું શું આપવાનું કહ્યું ?" પાડોશીએ પૂછ્યું.

"હા, હા. પૂરા ચાલીસ રૂપિયા." ફેન્ટાઈન વિચારમાં પડી અને ઊઠીને કામે લાગી. પાએક કલાકમાં સીવવાનું પડતું મૂકીને ફરી પેલો કાગળ જોયો. પાછી પેલી પાડોશણ સાથે તે ગઈ :

"આ ટાઇફોઈડ શું કહેવાય, ખબર છે ?"

"હા, એક રોગ છે."

"એમાં બહુ મોંઘી દવા કરવી પડે ?"

"હા, બહુ દવા જોઈએ."

"એ રોગ કેમ થતો હશે ?"

"એ તો આપણે ઘડીકમાં ઝડપાઈ જઈએ."

"બાળકોનેય એ રોગ થાય છે ?"

"બાળકોને તો તરત જ લાગુ પડે !"

"એમાં બાળક મરી જાય ખરું ?"

"જરાય વાર ન લાગે."

ફેન્ટાઈન સાંજે પેલી વીશીએ ગઈ.

બીજે દિવસે વહેલી સવારે પાડોશણ ફેન્ટાઈનની ઓરડીમાં ગઈ. તે બંને જણીઓ સાથે જ કામ કરતી હતી, કારણ કે એક મીણબત્તીથી બે જણનું કામ સરે. ફેન્ટાઈન હજુ પથારીમાં જ બેઠી હતી. મીણબત્તી આખી રાત બળીને ખલાસ થઈ ગઈ હતી.

"આ શું ? મીણબત્તી આખી બળી ગઈ છે ? કેમ, તને શું થયું છે ?"

ફેન્ટાઈને માથું ઊંચું કર્યું. તેના ચહેરા ઉપરથી ફેન્ટાઈન એક રાતમાં દસ વરસ મોટી થયેલી દેખાતી હતી.

"આ તને શું થયું છે ?"

"કાંઈ નહિ." ફેન્ટાઈને કહ્યું. "ઊલટું હવે તો મારું બાળક દવા વગરનું નહિ રહે !" તેણે ટેબલ ઉપર પડેલા ચાલીસ રૂપિયા બતાવ્યા.

"લે ! આ ક્યાંથી આવ્યા ?"

"હું કમાઈ આવી."

ફેન્ટાઈન આ વખતે હસી. મીણબત્તીના ઝાંખા પ્રકાશમાં તેના મોઢાની અંદર પડેલો ખાડો દેખાયો. મોઢા પર લોહીના ડાઘ દેખાતા હતા – તેના બે દાંત નહોતા.

તેણે ચાલીસ રૂપિયા જલદી મોકલી આપ્યા. થેનાર્ડિયરની યુક્તિ આ વખતે સફળ થઈ. કોઝેટ માંદી હતી જ નહિ.

ફેન્ટાઈનને પોતાના દેહ તરફ રહ્યોસહ્યો ભાવ પણ હવે અદૃશ્ય થઈ ગયો. તેણે મોઢું જોવાનો કાચ બારીની બહાર ફેંકી દીધો. આ પહેલાં જ તેણે ઓરડી કાઢી નાખી હતી અને તેને બદલે એક ઓરડાનું ઉપલું માળિયું ભાડે રાખ્યું હતું. આ રજોઠિયા જેવું તેનું રહેઠાણ માણસ કરતાં ઉંદરોને રહેવા માટે વધારે લાયક હતું. તેમાં તમે ગોઠણભેર જ હરીફરી શકો એટલું નીચું એનું છાપરું હતું. તેનાં રાચરચીલાંમાં એક ઓઢવા તથા પાથરવામાં બંનેમાં ગણી શકાય એવો કામળો તથા એક માટીનું પાણી રાખવાનું વાસણ અને એક હાંડલી – એ હતું જ હતું. પહેરેલાં કપડાં સિવાય બીજી જોડ આખી કરી શકાય તેટલાં કપડાં તેની પાસે નહોતાં. પણ હવે વધારે કપડાંની તેને જરૂર પણ શું હતી ? તેને કપડાં ધોવાની કે બદલવાની કાંઈ જ પડી નહોતી. તેને પોતાના દેહની જ કાંઈ પડી નહોતી. તેણે લાજ-શરમ વગેરે બધુંય મારી નાખ્યું હતું. તે ગમે તેવાં કપડાં પહેરી ઉઘાડે માથે શહેરમાં બેફિકર નીકળતી. શરીર પરનાં કપડાંમાં મૂળ કપડાંના ભાગ કરતાં થીગડાં વધારે હતાં, અને એ થીગડાંમાંથી પણ તેનો સુક્કો દેહ ઠેરઠેર દેખાતો હતો. કપડાં એટલી હદે જરી ગયેલાં હતાં કે તેને જરાક આંચકો લાગતાંની સાથે ફાટી જતાં. રાતોની રાતો તે રડવામાં અથવા તો મૂઢની જેમ બેસી રહેવામાં ગાળતી. ઉધરસનું જોર વધતું જતું હતું. મેડેલીનને તે દિલના ઊંડાણમાંથી ધિક્કારતી, પણ કોઈની પાસે ફરિયાદ નહોતી કરતી. સત્તર-સત્તર કલાકની મજૂરીમાંથી તે માંડ નેવું પૈસા મેળવી શકતી હતી. લેણદારોનો તકાજો ભીંસી નાખે એવો આકરો થવા લાગ્યો હતો.

અને એમાં થેનાર્ડિયરની છેલ્લી ધમકી આવી : "હવે અમે બહુ વાર ભલમનસાઈ બતાવી. તેં અમારી દયાનો લાભ લેવા માંડ્યો છે. તાત્કાલિક જો સો રૂપિયા નહિ મોકલે તો તારી છોકરીને અમે ઘરમાં રાખી નહિ શકીએ. ઘરમાંથી તેને કાઢી મૂક્યા પછી ટાઢે ને ભૂખે તે મરી જાય તો તેનું પાપ તને છે."

"સો રૂપિયા !" તેણે વિચાર કર્યો. "દુનિયાના કયા ભાગમાંથી આ સો રૂપિયા મળે ? રોજના સો પૈસા કઈ રીતે ભેગા થાય ?"

"આવી જાઓ !" તેણે જ સામો જવાબ આપ્યો, "મારી પાસે જે કાંઈ

રહ્યું છે તેને હવે બજારમાં વેચું !''

ફેન્ટાઈને પોતાના દેહની દુકાન માંડી.

ફેન્ટાઈનનો આ ઇતિહાસ એ શું છે ? સમાજે એક ગુલામ ખરીદ્યો. કોની પાસેથી ? કંગાલિયત પાસેથી. ભૂખ પાસેથી, ઠંડી પાસેથી, નિરાધારતા પાસેથી, એક રોટીના ટુકડા માટે આત્માનું લિલાઉ છે. કંગાલિયત હરાજી કરે છે. સમાજ તે ખરીદી લે છે. કોણ કહે છે કે ગુલામગીરીની પ્રથાનો નાશ થયો છે ? હા, કદાચ પુરુષો પૂરતી તે પ્રથા બંધ પડી હશે - સ્ત્રીઓ ઉપર તો તેનો ભાર લદાયેલો જ છે - અને તેનું નામ વેશ્યા-સંસ્થા.

ફેન્ટાઈનની પાસે હવે જાણે દેહ જ રહ્યો છે. જીવન, સભ્યતા, લજ્જા, અપવાદનો ભય – એ બધાથી તે અલિપ્ત બની ગઈ છે.

આમ ને આમ આઠ-નવ મહિના પસાર થઈ ગયા. 1823ના જાન્યુઆરીની એક સાંજે બરફ વરસી રહ્યો હતો. એક હોટેલની અંદર બારી પાસે એક લહેરી લાલા બેઠો હતો. શહેરની સંસ્કૃતિના અનેક પ્રતિનિધિઓમાં આવા લહેરી લાલાઓ બહુ આગળ પડતો ભાગ ભજવતા હોય છે. આવા માણસો બાપદાદાના પૈસાના વ્યાજ ઉપર લહેર કરતા હોય છે. ફરવા સિવાય તેમની પાસે બીજી કોઈ પ્રવૃત્તિ હોતી નથી. ફરવું, હોટેલમાં ને નાટકશાળામાં બેસવું, આસપાસ ખુશામતિયાઓની ટોળી જમાવીને ઠઠ્ઠા-મશ્કરી જમાવવી, ને રસ્તે જતાં-આવતાં માણસોની, ખાસ કરીને સ્ત્રીઓની, મશ્કરીને ટીખળ ઉડાડવી તે તેમનો આખા દિવસનો ને રાતનો કાર્યક્રમ થઈ પડ્યો હોય છે. સામાન્ય માણસોને પૈસા અને વખત ક્યાંથી કાઢવો તે સવાલ હોય છે, અને આવા માણસોને પૈસો અને વખત ક્યાં કાઢવા તે સવાલ હોય છે !

આવા એક લહેરી લાલાએ હોટેલની બારીમાંથી બહાર જોયું તો એક સ્ત્રી પડખે થઈને વારંવાર આવજા કરતી હતી. તેણે નાચ વખતનો પોશાક પહેર્યો હતો. તેના ખભા તથા ગળું પાછળથી ખુલ્લાં હતાં અને માથામાં ફૂલ ખોસેલાં હતાં.

જેટલી વાર તે સ્ત્રી ત્યાંથી પસાર થઈ તેટલી વાર પેલો લહેરી સિગારેટમાંથી ધુમાડાની સેર કાઢીને એકાદ કટાક્ષ-વાક્ય કાઢતો જ :

'વાહ ! શું રૂપ છે !'' ''રૂપ ઢાંકે છે, એમ ?'' ''આગળના બે દાંત ક્યાં ગયા ?''

એ સ્ત્રી કાંઈ પણ ન બોલી. તેણે તેની સામે પણ ન જોયું. તે તો એ જ રીતે ત્યાં આગળ ફરતી રહી. પેલાને ચીડવવાની ચળ વધવા લાગી. વાક્યોથી ન ચિડાતી જોઈને તેણે તેનાથી આગળનો ઉપાય લીધો. બહાર આવીને નીચે પડેલો બરફ હાથમાં લઈને તેણે પેલી બાઈની પીઠ ઉપર જોરથી ફેંક્યો. તેના ખુલ્લા

ખભા તથા ગળા ઉપર તે પડ્યો. બાઈ વાઘણની જેમ તાડૂકી. પાછળ ફરીને પેલા માણસ ઉપર મરણિયાની જેમ એ તૂટી પડી. તેના મોઢા પર તેણે નખ ભરાવ્યા અને કોઈ પણ સભ્ય એવી સ્ત્રીના મોઢામાંથી કદી સાંભળવા ન મળે તેવા શબ્દો તેના દારૂથી ગંધાતા મોંમાંથી નીકળવા લાગ્યા. તે સ્ત્રી ફેન્ટાઈન હતી.

આસપાસ હોહા થઈ ગઈ. ટોળું ભેગું થઈ ગયું. શહેરની શાંતિ અને વ્યવસ્થાના રક્ષક પોલીસો આવી પહોંચ્યા. લોકો તાળીઓ ને હોકારા પાડવા લાગ્યા. આ બધાની વચ્ચે આ બંને જણ એવાં લડી રહ્યાં હતાં કે તેમાં કોણ સ્ત્રી ને કોણ પુરુષ તેય ઓળખાવું ઘડીભર મુશ્કેલ થઈ પડે. પુરુષનો ટોપો ઊડી પડ્યો હતો. સ્ત્રીના ટૂંકા વાળ અને બોખું મોઢું અત્યારે ભયંકર લાગતાં હતાં. તે ગડદાપાટુ ફાવે તેમ મારી રહી હતી.

એકાએક એક ઊંચો માણસ ટોળામાંથી આગળ ધસી આવ્યો. સ્ત્રીને તેણે તેના કાદવથી ખરડાયેલાં લૂગડાંથી પકડીને ઊભી કરી અને કહ્યું : "મારી આગળ ચાલ."

સ્ત્રીએ માથું ઊંચું કર્યું. તેનો ક્રોધથી ભરેલો અવાજ એકાએક શમી ગયો. તેની આંખો જાણે કાચની હોય તેમ સ્થિર થઈ ગઈ. બીકથી તે આખી થરથર કંપી ઊઠી. તેણે જેવર્ટને ઓળખ્યો.

દરમિયાન, પેલો લહેરી લાલો આ ગરબડનો લાભ લઈને છટકી ગયો.

૧૫. દયા કે કાયદો ?

આવી 'રખડતી હલકી' સ્ત્રીઓને માટે કાયદાના કરવૈયાઓએ પોલીસને જ સર્વ સત્તા સોંપી દીધી હોય છે, અને એમાંય જેવર્ટ જેવા કાયદાનું કડક રીતે પાલન કરનારો ને કરાવનારો હોય ત્યાં તો બીજું થાય પણ શું ? તેને પોતાની જવાબદારીનું ભાન અત્યારે પૂરેપૂરું જાગૃત થયું હતું. જેમજેમ આ 'અધમ' સ્ત્રીના વર્તન વિશે તે વિચાર કરવા લાગ્યો તેમતેમ તેની ન્યાયબુદ્ધિ વધારે ને વધારે તીક્ષ્ણ બનતી ચાલી. એક વેશ્યા, બજાર વચ્ચે, સભ્ય સમાજના દેખતાં, એક સભ્ય નાગરિકને ફાટ્યે મોઢે ગાળો દે અને તેને માર મારે એ કેમ સહ્યું જાય ?

તેણે પોલીસથાણામાં ફેન્ટાઈનને પૂરી, તેની સામે જ બેસીને આખો કેસ તૈયાર કર્યો, અને ત્યાં ને ત્યાં જ સજા ફરમાવી : "તને છ મહિનાની કેદની સજા કરવામાં આવે છે."

"છ મહિના ?" તે ફફડી ઊઠી. "કેદમાં છ મહિના ? તો મારા ફૂલનું શું થશે ? મારી દીકરી ! હજુ પેલો થેનાર્ડિયર મારી પાસે સો રૂપિયા માગે છે, જમાદારસાહેબ, ખબર છે ?"

તે પોલીસોના કાદવવાળા બૂટથી ખરડાયેલી ભોંય ઉપર ઘસડાતી-ઘસડાતી જેવર્ટના પગ પાસે પહોંચી અને હાથ જોડીને તેને પડખે ગોઠણભેર થઈ :

"જેવર્ટસાહેબ ! દયા કરો ! એમાં મારો જરાય વાંક નહોતો. જો તમે શરૂઆત વખતે જ હાજર હોત તો તમને ખબર પડત. હું ખુદાના સમ ખાઈને કહું છું કે આમાં મારો વાંક નહોતો. પેલા શેઠે મારા પર બરફ ફેંક્યો. કોઈને પણ એમ બરફ ફેંકવાનો હક છે ? અને એમાંય હું કાંઈ પણ બોલ્યા-ચાલ્યા વગર મારે રસ્તે જતી હતી. શરૂઆતમાં તે મારી મશ્કરી કરતો હતો. મને થયું ભલે બિચારો મારી મશ્કરી કરી રાજી થાય. મેં તેને ગણકાર્યું નહિ. પણ જ્યારે તેણે મારા પર બરફ નાખ્યો ત્યારે મારો મિજાજ હાથમાં ન રહ્યો. મારો એટલો વાંક કે હું ગુસ્સે થઈ, પણ એ વખતે મન પર કેમ કાબૂ રહે ! મેં તેનો ટોપો ધૂળમાં પાડી નાખ્યો એ મારો વાંક ખરો. હજુ હું તેની પાસે તેને માટે માફી માગી લઉં. આ એક વાર મારો ગુનો માફ કરો ! મારે માથે સો રૂપિયાનું દેવું છે. એ નહિ ભરું તો

મારી છોકરીને તેઓ ઘર બહાર કાઢી મૂકશે. હજુ બિચારી સાવ નાની છે. તે ક્યાં જશે ? હું કાંઈ એવી હલકી સ્ત્રી નથી. હું કંઈ શોખની મારી આ ધંધો નથી કરતી. શું કરું ? પેટ માટે ને મારી દીકરી માટે આ કર્યા સિવાય બીજો આરો નહોતો.''

પથ્થરને પણ પીગળાવે એવી તેની વાણી હતી. વચ્ચેવચ્ચે ઉધરસ તેને અટકાવતી હતી.

'થયું ? તેં કહી દીધું ?' મેં સાંભળી લીધું. મારી સજા પણ તેં સાંભળી લીધી. એમાં ઉપરથી ખુદા આવે તોય ફેરફાર થાય તેમ નથી !''

જેવર્ટે પીઠ ફેરવી. સૈનિકોએ તેને બાવડેથી પકડી. આ પહેલાં થોડીક વારે એક માણસ આ થાણાના ઓરડામાં આવ્યો હતો. કોઈનું તે તરફ ધ્યાન નહોતું. તેણે ફેન્ટાઈનની બધી વાત પણ સાંભળી હતી.

જ્યારે પોલીસોએ ફેન્ટાઈનને પકડીને ઊભી કરવા માંડી ત્યારે ખૂણામાંથી બહાર આવીને તે માણસ બોલ્યો : 'સબૂર ! થોડી વાર ઊભા રહો !'

જેવર્ટે આંખો ઊંચી કરી અને મેડેલીનને તરત જ ઓળખ્યો. તેણે ટોપો ઉતારીને અક્કડ રીતે સલામ કરી.

'માફ કરો, મુખીસાહેબ...'

'મુખી' શબ્દ સાંભળતાં જ ફેન્ટાઈનના કાન ને આંખો ચમક્યાં. તે ફરીને ઊભી થઈ ગઈ – જાણે કે નીચેથી કોઈ કમાનનો આંચકો લાગ્યો. પોલીસોને તેણે આઘા ખસેડ્યા. મેડેલીનની પાસે તે સીધી ગઈ અને તાડૂકી :

''હેં ! તું જ પેલો મુખી કહેવાય છે તે ?''

તરત જ તે ખડખડાટ હસી પડી ને મેડેલીનના મોઢા ઉપર થૂંકી. મેડેલીને રૂમાલથી મોઢું લૂછી નાખ્યું અને કહ્યું : ''આ બાઈને છોડી મૂકો, જેવર્ટસાહેબ !''

જેવર્ટને લાગ્યું કે પોતે ગાંડો થઈ જશે. આ શું ? નજરોનજર મુખી જેવા આવા મોટા માણસ ઉપર આવી સ્ત્રી બધાના દેખતાં થૂંકે ? અને એ માણસ શાંતિથી પોતાનો ચહેરો લૂછીને થૂંકનાર સ્ત્રીને છૂટી મૂકવાનો હુકમ કરે ? તેની બુદ્ધિ બહેર મારી ગઈ. આશ્ચર્ય ઉપર આશ્ચર્યથી તે દિગ્મૂઢ થઈ ગયો.

ફેન્ટાઈનને પણ આથી ઓછું આશ્ચર્ય નહોતું થયું. તે ઘડીભર આસપાસ જોવા લાગી, પછી જાણે બકતી હોય એવી રીતે તે બોલવા માંડી :

''મને છોડી મૂકો છો ? મારે કેદમાં નહિ જવાનું ? ના, ના, એ તો કેમ બને ? મને ભ્રમ થયો, કેમ જેવર્ટસાહેબ ! તમે કહ્યું કે મને છોડી મૂકે ? જુઓ, તમને કહું. આ કાળમુખો મુખી - એણે જ આ સત્યાનાશ વાળ્યું છે. જુઓ તો ખરા, જેવર્ટસાહેબ ! આ જ મુખીએ મને કારખાનામાંથી કાઢી મૂકી – કારણ ફક્ત

મારે વિશે ઊડતી ગપો જ. પેલી રાંડ ડોશીઓ મારી ગમે તેમ વાતો કરતી. બિચારી મહેનત કરીને નીતિનો રોટલો કમાતી બાઈને કાઢી મૂકવી એ કાંઈ ઓછું પાપ છે ? મારું પેટ કેમ ભરવું ? વળી મારી છોકરીને પૈસા ક્યાંથી મોકલવા ? મારે બીજો છૂટકો જ નહોતો. એ બધાં આ મુખીનાં કામાં છે !''

મેડેલીન સ્વસ્થપણે છતાં એકચિત્તે ધ્યાનપૂર્વક આ સાંભળી રહ્યો હતો. તેણે ખિસ્સામાં હાથ નાખ્યા. પૈસાનું પાકીટ કાઢ્યું. તે ખાલી હતું. તેણે તે પાછું મૂક્યું.

''તારે માથે દેવું છે ?''

ફેન્ટાઈન હવે પાછી મેડેલીન તરફ ફરી : ''તને કોણે કહ્યું ?'' પછી તે પોલીસો તરફ ફરી : ''જોયું ને ? હું તેના પર કેમ થૂંકી તે ! બુઢ્ઢા બદમાશ ! અહીં મને બિવરાવવા આવ્યો છે ? હું કોઈથી બીતી નથી – એક આ જેવર્ટસાહેબથી જ બીઉં છું.... જેવર્ટસાહેબ ! હવે હું કોઈ દી વાંકમાં નહિ આવું. હવે મારા પર બધા ગમે તેટલો જુલમ કરશે તોય કાંઈ નહીં બોલું. મને શરીરે જરાય ઠીક નથી. ઉધરસ-તાવ રાત-દી પીડે છે. મને છાતીમાં કાંઈ બળતરા થાય છે – જુઓ આ જગ્યા !' તેણે જેવર્ટનો ખડતલ હાથ લઈને પોતાની કોમળ સફેદ છાતી પર મૂક્યો અને તેના તરફ જોઈને સહેજ હસી.

તેણે પોતાનાં અસ્તવ્યસ્ત થયેલાં કપડાં જરા ઠીકઠાક કર્યાં ને ઊભેલા પોલીસોને ધીમેથી મિત્રભાવે કહ્યું : ''હવે તો જમાદારે કહ્યું – મને છોડી દો ને ! હું જાઉં છું.'' તેણે સાંકળ ઉઘાડવા માટે તેના પર હાથ મૂક્યો.

સાંકળનો ખખડાટ થતાં જ જેવર્ટ જાણે ઊંઘમાંથી ઊઠ્યો હોય એમ ચમક્યો. અત્યાર સુધી તે પૂતળાની જેમ જડાઈ ગયો હોય એમ જમીન પર નજર ખોડીને ઊભો હતો. તેણે ચમકીને માથું ઊંચું કર્યુ : ''એય તમે ધ્યાન ક્યાં રાખો છો ? આ છોકરી જાય છે - જોતા નથી ? તમને કોણે છોડી મૂકવાનું કહ્યું ?''

''મેં !'' મેડેલીને કહ્યું.

જેવર્ટનો ગર્જના જેવો અવાજ સાંભળતાં જ ફેન્ટાઈન ધ્રૂજી ઊઠી – જાણે પકડાઈ ગઈ હોય તેમ તેણે સાંકળ પરથી હાથ ખેંચી લીધો, પણ મેડેલીનનો અવાજ સાંભળતાંની સાથે જ તે આભા જેવી બનીને જેવર્ટ અને મેડેલીન તરફ વારાફરતી જોવા લાગી.

જેવર્ટના કાન ઉપર 'મેં' અવાજ કોઈ સીસાના ગોળાની જેમ પડ્યો. ઘડીભર તે આ એક સાદા અક્ષરથી ભાન ભૂલ્યા જેવો બની ગયો. થોડી વારે તે સ્વસ્થ થયો. ગયેલું બળ તેણે પાછું મેળવ્યું, તે બોલ્યો : ''સાહેબ ! તેમ ન થઈ શકે.''

''કેમ ?''

''આ હલકટ સ્ત્રીએ એક નાગરિકનું અપમાન કર્યું છે.''

''જમાદારસાહેબ !'' મેડેલીને સ્થિર-શાંત છતાં સત્તાવાહક અવાજે કહ્યું.

"સાંભળો. તમે પ્રામાણિક છો તે હું જાણું છું અને આ કિસ્સો મેં નજરે જોયો છે, એટલે સાચી હકીકત કહું તો તમે માનશો જ. તમે આ બાઈને પકડી ત્યારે જ હું ત્યાંથી પસાર થતો હતો. હજુ માણસોનું ટોળું વીખરાયું ન હતું. તેમની પાસેથી મેં બધી હકીકત મેળવી છે. પહેલો વાંક પેલા નાગરિકનો હતો, અને જો કાયદાને માન આપનાર સાચા પોલીસો ત્યાં હોત તો તેણે પેલા માણસને પકડ્યો હોત."

"આ સ્ત્રીએ વળી આપનું પણ અપમાન કર્યું છે." જેવર્ટે કહ્યું.

"એ મારો અંગત સવાલ છે. અપમાન મારું થયું છે – હું તેને માટે ધારું તે કરી શકું."

"ના જી ! માફ કરો ! એ અપમાન આપનું નથી. પણ સત્તાનું - ન્યાયનું અપમાન છે."

"જમાદારસાહેબ ! સાચી સત્તા – સાચો ન્યાય એ અંતરાત્મા છે. મેં આ સ્ત્રીની બધી વાત સાંભળી છે. હું શું કરું છું તેનું મને પૂરેપૂરું ભાન છે."

"આમાં હું કાંઈ સમજી શકતો નથી."

"તો પછી હુકમ પ્રમાણે અમલ કરો."

"હું તો ફરજનો અદા કરનાર છું. મારી ફરજ મને કહે છે કે આ સ્ત્રીને પકડવી જ જોઈએ, અને તેને છ મહિનાની કેદની સજા થવી જ જોઈએ."

"આ સ્ત્રીને એક દિવસની પણ સજા નહિ થઈ શકે." મેડેલીને શાંતિથી કહ્યું.

"મુખીસાહેબ ! આપની વિરુદ્ધ બોલતાં ખરેખર મને દુઃખ થાય છે. જીવનમાં પહેલી જ વાર મારે આમ કરવું પડે છે. મારી પોલીસ તરીકેની ફરજનું ભાન મને તેમ કરવાની ફરજ પાડે છે. આ સ્ત્રીએ જ પેલા સદ્‌ગૃહસ્થ ઉપર હુમલો કરેલો. તે ગૃહસ્થ શહેરના પ્રતિષ્ઠિત અને પૈસાપાત્ર કુટુંબના છે. તેમને સભામાં મત આપવાનો પણ અધિકાર મળેલો છે. આ બધી વસ્તુઓનો વિચાર કરવો ઘટે છે. એ બધું ગમે તેમ હોય. તોપણ હું માનું છું કે આ વાત પોલીસની સત્તાની છે, એટલે હું આ સ્ત્રીને છૂટી નહિ કરી શકું."

આ સાંભળતાં મેડેલીને પોતાના હાથની અદબ વાળી અને આખા શહેરમાં કદી કોઈને સાંભળવા ન મળ્યો હોય તેવા કઠોર અવાજે તે બોલ્યા : "તમે જેની વાત કરો છો તે મ્યુનિસિપલ પોલીસના કાયદાની વાત છે, અને તે કાયદો મારા હાથમાં છે. હું એ સ્ત્રીને છોડી મૂકવાનો હુકમ કરું છું." જેવર્ટ આગળ બોલવા જતો હતો ત્યાં જ તેને ડારે તેવા અવાજે મુખી બોલ્યો : "હું તમને 1799ની કાયદાપોથીની 81મી કલમ જોઈ જવાની ભલામણ કરું છું. ગેરકાયદે સજા ફરમાવવાની સજાનો તેમાં ઉલ્લેખ છે."

"મુખીસાહેબ...."

"હું એક શબ્દ પણ સાંભળવા માગતો નથી."

"પણ...."

"ચાલ્યા જાઓ !"

જેવર્ટ એક બહાદુર સૈનિકની જેમ આ ફટકો સહન કરી રહ્યો. તે મુખીને નમીને ચાલ્યો ગયો.

બારણા પાસે ઊભેલી ફેન્ટાઈન જેવર્ટને ત્યાંથી પસાર થતો જોઈ રહી. આ સંવાદ દરમિયાન ફેન્ટાઈનના દિલમાં ભારે તોફાન મચી રહ્યું હતું. આ બે માણસની રસાકસી વચ્ચે તેનું આખું જીવન, તેનું સ્વાતંત્ર્ય, તેની પુત્રી, તેનું ભાવિ – બધું ઝોલાં ખાઈ રહ્યું હતું. ઘડીક તે અંધકારમાં ક્યાંની ક્યાં ઊતરી જતી હતી, ઘડીકમાં પ્રકાશના કોઈ ઊંચા શિખર પર તે પહોંચતી હતી – જાણે કોઈ દેવદૂત અને શેતાન તેને સ્વર્ગ અને નરકની વચ્ચે ઝોલાં ખવરાવી રહ્યાં હતાં. જેના તરફ શેતાનની નજરથી એ જોતી તે જ અત્યારે દેવદૂત જેવો દેખાયો. જેના મોઢા ઉપર તે થૂંકી તે જ તેને બચાવવા તૈયાર થયો હતો. ઘડીભર તે માની ન શકી, પણ મેડેલીનનાં વાક્યો તેના અવાજની કરુણતા ધીરેધીરે તેના દિલમાં ઊંડી ને ઊંડી ઊતરવા લાગી અને ભય-તિરસ્કારની જગ્યાએ આનંદનો, પ્રેમનો અને વિશ્વાસનો પ્રકાશ તેના દિલને અજવાળી રહ્યો.

જેવર્ટના ગયા પછી મેડેલીન તેના તરફ ફર્યો અને રડી ન પડાય તે માટે ખૂબ પ્રયત્ન કરતો માણસ જે રીતે બોલે તેવા અવાજથી તેણે કહ્યું: "મેં તારી બધી વાત સાંભળી. તેં કહ્યું એ વાતની મને ખબર જ નહોતી. તને કારખાનામાંથી

કાઢી મૂકવામાં આવી તેની મને ખબર જ નહોતી. તું તરત જ મારી પાસે કેમ ન આવી ? પણ ખેર ! હું તારું બધું દેવું ચૂકવી આપીશ. તારા બાળકને હું તારી પાસે બોલાવી લઈશ, અથવા તો તને તેની પાસે જવાની સગવડ કરી આપીશ. તારે અહીં પારીસમાં કે બીજે ગમે ત્યાં રહેવું હશે તો રહી શકીશ. તારા બાળકની અને તારી સંભાળ હવેથી મારા હાથમાં છે. તારે જો કામ ન કરવું હોય તોપણ તારી ખુશી. તારે જેટલા જોઈએ એટલા પૈસા તને હું આપીશ. તું ફરી પ્રામાણિક અને સુખી થા એ મારે જોઈએ છે. મને ખાતરી છે અને તારી પાસેથી ખાતરી માગું છું કે તારા દિલમાંથી પવિત્રતા ગઈ નથી.'' કોમળતાથી બોલાયેલાં આ વાક્યો ફેન્ટાઈન માટે અસહ્ય થઈ પડ્યાં. આટલી બધી દયા, સહાનુભૂતિ અને પ્રેમથી ઘડીભર તો એ ગૂંગળાઈ ગઈ : શું આ અધમ જીવન હવે મારે જીવવું નહિ પડે ? કોઝેટ મારી પાસે હશે ? શું હવે હું સ્વતંત્ર, સુખી અને પ્રામાણિક જીવન ગાળી શકીશ ? શું દુઃખના-અધમતાના ઊંડા ગર્તમાંથી એકાએક સ્વર્ગનાં સુખ મને વીંટી વળશે ? તે કંઈ બોલી ન શકી. તેના મુખમાંથી એક 'આહ' નીકળી પડી. તે મેડેલીન પાસે ઘૂંટણિયે પડી અને તેનો હાથ પકડીને પોતાના હોઠ પાસે લઈ ગઈ.

– અને તે જ ઘડીએ તે મૂર્છા ખાઈને ઢળી પડી.

૧૬. શંકાની સજા

મેડેલીને ફેન્ટાઈનને સાધ્વીઓની સારવાર નીચે દવાખાનામાં મૂકી. ફેન્ટાઈનને આકરો તાવ શરૂ થઈ ગયો અને આખી રાત તેણે સનેપાતના ચાળામાં કાઢી. બીજે દિવસે મેડેલીન તેની ખબર કાઢવા આવ્યો. તેણે તેનો હાથ પોતાના હાથમાં લીધો અને તેની નાડી જોઈ પૂછ્યું : "હવે કેમ લાગે છે ?"

"બહુ સારું છે. મને ખૂબ ઊંઘ આવી. મને લાગે છે કે હું સાવ સાજી થઈ ગઈ છું."

મેડેલીને ફેન્ટાઈન વિશે જેટલી બની તેટલી માહિતી એકઠી કરી લીધી હતી, અને થેનાર્ડિયરની પાસેથી કોઝેટને મેળવવા માટે એકસો દસ રૂપિયાની નોટો બીડીને સાથે પત્ર લખ્યો હતો કે કોઝેટની મા માંદી છે એટલે એને જલદી મોકલી આપો.

થેનાર્ડિયરને આશ્ચર્ય થયું : "આ તો ભારે કહેવાય ! પૈસાની આવ પાછી શરૂ થઈ ગઈ લાગે છે. આ છોકરીને એમ જવા ન દેવાય. દૂઝણી ગાયને જવા દેવાય ? આની માને કોઈ મૂર્ખ મળી ગયો લાગે છે." તેણે વળતો જવાબ લખ્યો. "કોઝેટની માંદગીમાં અત્યાર સુધીમાં પાંચસો રૂપિયા ખર્ચ થઈ ગયો છે. એમાંથી બસો રૂપિયા અત્યાર સુધીમાં મળ્યા છે. બાકીની રકમ મોકલી આપો એટલે કોઝેટને મોકલી આપીશું. કાગળની સાથે ડૉક્ટરની દવાનું બિલ તૈયાર કરાવીને બીડ્યું છે.

મેડેલીને આ રકમ પણ મોકલાવી આપી અને લખ્યું કે કોઝેટને તરત જ મોકલી આપો.

થેનાર્ડિયરની દાઢ હવે ડળકી. એ છોકરીને જવા દેવા ઇચ્છતો નહોતો. દરમિયાન ફેન્ટાઈન દિવસે દિવસે વધારે ને વધારે ક્ષીણ થતી જતી હતી. તે હજુ દવાખાનામાં જ હતી.

શરૂઆતમાં તો ફેન્ટાઈનની સારવાર કરનારી સ્ત્રીઓ આ હલકી સ્ત્રીને દવાદારૂ પાતાં અને તેની સારવાર કરતાં બહુ શરમાતી હતી, પણ ધીરે ધીરે ફેન્ટાઈનના હૃદયમાં જાગ્રત થયેલી પવિત્રતાએ આ બાઈઓને જીતી લીધી.

મેડેલીન રોજ બે વાર તેની પાસે આવતો. ફેન્ટાઈન પહેલો જ પ્રશ્ન એ પૂછતી : "મારી કોઝેટ ક્યારે આવશે ?"

"કાલે જ. હવે આવતાં વાર નહિ લાગે."

માતાનું ફિક્કું મુખ આ સાંભળી પ્રકાશી ઊઠતું.

માંદગીએ ધીરેધીરે ભયંકર સ્વરૂપ લેવા માંડ્યું. ફેફસાંની અંદર અણુએ અણુમાં વ્યાધિ જામી ગયો હતો. ડૉક્ટરે તેનાં ફેફસાં તપાસીને માથું હલાવ્યું. મેડેલીને પૂછ્યું : "કેમ લાગે છે ?"

"આ બાઈ એના કોઈ બાળકને મળવા ઝંખે છે ખરી ?"

"હા."

"તો પછી.... ઉતાવળ કરો."

મેડેલીનના શરીરમાં ધ્રુજારી આવી ગઈ.

"ડૉક્ટરે શું કહ્યું ?" ફેન્ટાઈને પૂછ્યું.

"કાંઈ નહિ." મેડેલીન પરાણે હસ્યો. "ડૉક્ટરે કહ્યું કે કોઝેટ આવશે એટલે તું સાજી થઈ જઈશ !"

"બરાબર છે, ડૉક્ટર સાચું કહે છે. પણ પેલા થેનાર્ડિયરને તે શું થયું છે કે મારી દીકરીને મોકલતો જ નથી ?" થેનાર્ડિયર-દંપતી કોઝેટનો વિરહ કોઈ રીતે સહન કરી શકે એવું નથી. તેમણે હજાર રીતે ગલ્લાંતલ્લાં કર્યાં : કોઝેટ હજુ બચ્ચું છે. તબિયત બહુ જ ખરાબ છે. કોઈ સંગાથ મળતો નથી. અમે કોઈ નીકળી શકીએ એમ નથી. હજી નાનાંમોટાં કેટલાંયે દેવાં છે... વગેરે વગેરે.

"હું અહીંથી કોઈને મોકલું છું અથવા હું પોતે જ જઈશ." મેડેલીને નક્કી કર્યું. તેણે ફેન્ટાઈનની ભાંગી-તૂટી સહીવાળો એક કાગળ તૈયાર કર્યો :

મહેરબાન થેનાર્ડિયર,   મ......નગર, માર્ચ-25, 1823

આ ચિઠ્ઠી લાવનારને મારી કોઝેટ હવાલે કરજો. ચિઠ્ઠી લાવનાર મારા ખાતાનો હિસાબ ચૂકતે કરશે.

તમારી હંમેશની ઋણી
ફેન્ટાઈન

દરમિયાન એક ગંભીર બનાવ બન્યો. દુનિયામાં કેટલાંયે એવાં બળો કામ કરે છે કે કેટલાયે વખતની ઘડી રાખેલી યોજનાઓ પાર પાડવાની અણી ઉપર હોય છે ત્યાં કોઈ અગમ્ય એવી ભીંત આડી ચણાઈ જાય છે.

*

એક દિવસ સવારમાં મેડેલીન પોતાની ઑફિસમાં ચડી ગયેલા કામના ભારની નીચે દબાયેલો બેઠો હતો. અને એ કામ પતાવીને ક્યારે ફેન્ટાઈનના કામે નીકળી પડું એ આતુરતાથી કામની ઉપર એક દુશ્મનની જેમ એ તૂટી પડ્યો હતો. તે વખતે નોકરે ખબર આપ્યા : "જેવર્ટ આપને મળવા ઇચ્છે છે."

"અંદર બોલાવો."

જેવર્ટ અંદર આવ્યો. તેણે માનપૂર્વક સલામ ભરી. મુખી હજુ પોતાનાં

કાગળિયાંના ઢગલામાં જ માથું રાખીને બેઠો હતો. જેવર્ટ બે ડગલાં આગળ આવ્યો અને પોતાનાં પગલાંથી જેટલો વિનયપૂર્વક બની શકે તેટલો અવાજ કરીને પોતાની હાજરીનું તેને ભાન કરાવ્યું. પણ મુખીએ તેના તરફ ધ્યાન ન આપ્યું. ઘણી વારે કલમ નીચે મૂકી અર્ધો જેવર્ટ તરફ ફરીને એ બોલ્યો : "કેમ, શું કામ છે ?"

જેવર્ટ થોડીક વાર મૂંગો રહ્યો અને જાણે બરાબર જાતને સંભાળીને બોલતો હોય તેમ બોલ્યો : "મુખીસાહેબ ! આજે એક ફોજદારી ગુનો બન્યો છે."

"કયો ગુનો ?"

"એક હલકા દરજ્જાના અમલદારે ન્યાયાધીશના દરજ્જાના અમલદાર પ્રત્યે અપમાનની લાગણી બતાવી છે. આપના ધ્યાન ઉપર આ હકીકત મૂકવાની મારી ફરજ છે."

"એ હલકા દરજ્જાનો અમલદાર કોણ છે ?"

"હું પોતે, સાહેબ !"

"તમે ?"

"હા."

"અને એ ન્યાયાધીશના દરજ્જાનો અમલદાર કોણ છે ?"

"આપ પોતે."

મેડેલીન પોતાની ખુરશીમાં ટટ્ટાર થઈ ગયો. જેવર્ટે એવા જ અવાજે નીચી નજર રાખીને આગળ ચલાવ્યું : "મુખીસાહેબ, આપ મહેરબાની કરી મારા ઉપર ગુનાનો આરોપ મૂકો અને મને બરતરફ કરો."

મેડેલીન આશ્ચર્યથી મોં ફાડી જોઈ રહ્યા. તે બોલવા જાય તે પહેલાં જેવર્ટ બોલવા લાગ્યો : "આપ કહેશો તો હું રાજીનામું આપી દઉં. એ વધારે માનભર્યું છે, પણ મેં ગુનો કર્યો છે – મને સજા થવી જોઈએ, મને બરતરફ કરવો જ જોઈએ, મુખીસાહેબ !"

જેવર્ટ જરાક અટકીને બોલ્યો : "તે દિવસે આપે અન્યાય કર્યો હતો, આજે મારો સાચો ન્યાય કરો."

"અરે વાહ ! આ શું ? આ બધું નાટક શું ? કયો ફોજદારી ગુનો, કોણે કર્યો, કોના ઉપર કર્યો, તમે મારું શું બગાડ્યું ? તમે તમારા ઉપર આરોપ મૂકો છો. તમારો વિચાર નોકરીમાંથી છૂટા થવાનો છે કે શું ?

"ના, બરતરફ થવાનો."

"બરતરફ થવાનો ? મારી અક્કલ કામ નથી કરતી."

"આપને હું કહું તો આપને તરત સમજાશે." તેના અવાજમાં શોકનો ઘેરો પડઘો હતો. "છ અઠવાડિયાં પહેલાં, પેલી છોકરીવાળો બનાવ બન્યા પછી, મને આપના ઉપર ખૂબ ગુસ્સો આવ્યો હતો અને મેં આપનું અપમાન પણ કર્યું હતું."

"મારું અપમાન ?"

"હા જી, પારીસના પોલીસખાતાની કચેરીમાં મેં આપને હલકા પાડવાનો પ્રયત્ન કર્યો હતો."

"કઈ રીતે ?"

"આપને એક જૂના અને જાણીતા એવા ભયંકર ગુનેગાર તરીકે ઓળખાવીને."

મુખી સ્તબ્ધ થઈ ગયો. જેવર્ટે એમની સામું જોયા વગર જ બોલવાનું ચાલુ રાખ્યું : "હું એમ જ માનતો હતો. ઘણા કાળ સુધી મને શક રહ્યા કર્યો. આપના ચહેરાનું મળતાપણું, આપનું રાક્ષસી બળ, પેલા ગાડાવાળાનો બનાવ, નિશાનબાજ તરીકે આપની હોશિયારી, આપનો જરાક લંગડાતો પગ, અને આવી તો કેટલીયે મૂર્ખાઈભરેલી સરખામણીઓ મેં કર્યા કરી – અને આખરે એક ભયંકર ગુનેગારની સાથે આપને મેં મનથી જોડી દીધા. તે ગુનેગારનું નામ જિન-વાલજિન હતું."

"જિન-વાલજિન. ટૂર્લોના વહાણમાં હું જ્યારે દારોગા તરીકે હતો ત્યારે, એટલે કે આજથી વીસ વર્ષ પહેલાં, તે ત્યાં કેદી હતો. ગેલીમાંથી છૂટ્યા પછી, એમ સાંભળ્યું છે કે, તેણે એક પાદરીના ઘરમાંથી ચોરી કરી હતી. પછી એક છોકરાને પણ લૂંટ્યાના સમાચાર મળ્યા હતા. આઠ વર્ષથી તેના કાંઈ સમાચાર નહોતા અને તેની તપાસ ચાલતી હતી. મારા મનમાં કોણ જાણે કેવુંયે ભૂત ભરાયું કે મેં તે દિવસે ક્રોધમાં આવીને આપને વિશે પારીસની પોલીસકચેરીમાં ગમે તેમ લખી માર્યું."

મેડેલીન આ સાંભળતાં-સાંભળતાં જ પોતાનાં કાગળિયાં વીંખવા મંડી પડ્યો હતો. તેણે ખૂબ સ્થિર અવાજે પૂછ્યું :

"પારીસથી શો જવાબ આવ્યો ?"

"મને મૂરખ ઠરાવ્યો."

"કેમ ?"

"કારણ કે ખરો જિન-વાલજિન તો મળી ગયો છે."

મેડેલીનના હાથમાંથી કાગળ નીચે પડી ગયો. તેનાથી બોલી જવાયું : "હેં ?"

"બન્યું એમ" જેવર્ટે કહ્યું, "કે એક ગામડામાં એક ગરીબ ખેડૂત હતો. તેની સાથે કોઈને ખાસ ઓળખાણ નહોતી. આવા માણસો કેમ જીવતા હશે તે કોઈ જોતું હોતું નથી, પણ એ માણસ પોતે પ્રકાશ્યા વગર ન રહ્યો. એક માણસના ખેતરમાંથી સફરજનની ચોરી માટે તે પકડાયો. સફરજનના ઝાડની ડાળી તૂટેલી હતી. આ માણસના હાથમાં સફરજનની એક ડાળી હતી. બદમાશને તરત જ પકડ્યો. આમ તો ચોરી કાંઈ મોટી નહોતી, પણ કુદરતને કરવું હતું તે એવું બન્યું કે જે જેલમાં તેને રાખ્યો હતો એ જ જેલમાં તેની સાથે રહેતો એક કેદી તેને

૬ જોઈને તરત જ બોલી ઊઠ્યો : "આ તો મારો જૂનો દોસ્ત !" આ ડોસાએ પોતે કાંઈ સમજ્યો ન હોય તેમ ચાળા કરવા માંડ્યા. પણ પેલો કેદી મોળો નહોતો :

"એમ અજાણ્યો થા મા ! તું જ પેલો જિન-વાલજિન ! જોને આપણે બંને જણા ભેગા રહેતા હતા !"

"પેલા ડોસાએ તો બધી વાતની ના જ પાડ્યા કરી, પણ પછી તો પોલીસ આ કેસમાં ખૂબ ઊંડી ઊતરી અને જિન-વાલજિનને આખરે કૉર્ટ પાસે ખડો કરવામાં આવ્યો છે."

"એમ ?" મેડેલીન વચ્ચે બોલી ઊઠ્યો.

"મુખીસાહેબ, સત્ય કાંઈ ઢાંક્યું રહે છે ? મેં પણ તેને ઓળખી કાઢ્યો."

"તમને ખાતરી છે ?"

જેવર્ટ હસી પડ્યો અને બોલ્યો : "હા, હા, ચોક્કસ !"

"ઠીક, જાઓ !" મેડેલીને ઘણો વખત વિચાર કરીને કહ્યું, પણ તરત જ જાણે કાંઈક સાંભળ્યું હોય તેમ જેવર્ટને અણધાર્યો પ્રશ્ન પૂછ્યો : "પેલો માણસ શું કહે છે ?"

"અરે ભગવાન ! આખો મુદ્દો બહુ ગંભીર બની ગયો છે. એકાદ છોકરું વંડી ઉપર ચડીને ઝાડની ડાળ તોડે તો એ અટકચાળું કહેવાય, કોઈ માણસ એમ કરે તો તે ગેરવર્તણૂક કહેવાય, પણ એક નામીચો ગુનેગાર એમ કરે તો તે ભયંકર ગુનો થાય છે. એને માટે કાંઈ નાની સજા ન હોય. હજુ તો કેટલાય જૂના કેસો તેની સામે મંડાશે અને ફરી તેને પોતાની જૂની જગ્યાએ જવું પડશે. જિન-વાલજિન ચાલાક તો ખરો ! એવા ભોળા માણસની જેમ બોલે છે – એવો ભોટ જેવો દેખાવ કરે છે કે કોઈ ભલો માણસ તો ભોળવાઈ જ જાય, પણ હવે તો કૉર્ટમાં કેસ નોંધાઈ ચૂક્યો છે. મારે પણ સાક્ષી આપવા માટે જવાનું છે."

મેડેલીન ફરી પોતાના ટેબલ તરફ ફર્યો અને નિરાંતે કાગળિયાં જોવા લાગ્યો. વળી થોડી વારે જેવર્ટ તરફ ફરીને એ બોલ્યો : "ઠીક, હવે મારે બીજું બહુ કામ છે, અને આમાં કાંઈ મને બહુ રસ નથી. તમે જાઓ અને પેલા ગાડીવાળાએ એક બાઈને કચરી નાખી છે એ કેસની તપાસ કરો."

"વારુ ! કેસ કયે દિવસે ચાલવાનો છે ?"

"કાલે સાંજે તો કદાચ સજા પણ જાહેર થઈ જશે."

"ઠીક." મેડેલીને કહ્યું અને જેવર્ટને જવા માટે હાથની નિશાની કરી. પણ જેવર્ટ ગયો નહિ.

"કેમ હજુ કાંઈ છે ?"

"કેમ, મને બરતરફ કરવાની વાત..."

મેડેલીન ઊભો થઈ ગયો : "જુઓ, તમારી પ્રામાણિકપણા વિશે મને ઘણું માન છે. તમારા ગુનાને તમે વધારે પડતું મહત્ત્વ આપો છો. ખરું જોતાં તો તમને બરતરફ કરવાને બદલે ઊંચી પદવી પર લઈ જવા જોઈએ. હું તમને કોઈ રીતે

બરતરફ કરી શકું તેમ નથી.''

જેવર્ટ શાંત મોઢે મેડેલીન તરફ ઘણી વાર સુધી જોઈ રહ્યો અને સ્થિર અવાજે બોલ્યો : ''મુખીસાહેબ ! મને તે કબૂલ નથી.''

''હું ફરી કહું છું કે આ બાબત મારી અંગત જેવી ગણાય.''

પણ જેવર્ટે પોતાની વાત પકડી રાખી : ''મને એમ લાગે છે કે મેં નાહકના આપને શકમંદ ગણ્યા. આમ તો શક લાવવો એ જ અમારું કામ છે, પણ સાબિતી વગર કેવળ ગુસ્સાના આવેશમાં આવી જઈને આપના ઉપર – એક મહાનુભાવ, મુખી અને વળી ન્યાયાધીશ જેવા માણસ ઉપર શંકા કરવી એ કાંઈ નાનોસૂનો ગુનો નથી – ઘણો જ ગંભીર ગુનો કહેવાય. આપણા એક ઉપરી અધિકારી ઉપર આવી જાતનો શક લાવવો એ નોકરી માટેની નાલાયકી જ સૂચવે છે. મારા હાથ નીચેના માણસે પણ મારા ઉપર જો આવો શક મૂક્યો હોય તો હું તેને નોકરી માટે નાલાયક જ ઠરાવું. હું અત્યાર સુધીમાં કેટલાયે તરફ કડક થયો છું. હવે જો મારા તરફ પણ હું કડક ન થઈ શકું તો મારું અત્યાર સુધીનું કર્યું પાણીમાં જાય. તો-તો મને 'દુષ્ટ બદમાશ' કહીને ગાળો દેનારા સાચા જ ઠરે ને ? આપ મારા ઉપર કોઈ પણ જાતની દયા બતાવો એમ હું ઇચ્છતો નથી. આપે જ્યારે મારા ઉપર દયા બતાવી ત્યારે મારો મિજાજ હાથ ન રહ્યો – એ જાતની દયામાં હું માનતો જ નથી. તે દિવસે આપે પેલી સ્ત્રીનો પક્ષ કર્યો તેને હું ખોટી દયા માનું છું. આવી દયાથી જ ન્યાય છિન્નભિન્ન થઈ જાય છે. દયા કરવી સહેલી છે – ન્યાય કરવો મુશ્કેલ છે. જેમ એક ગુનેગાર ચોરી કરતાં છાનોમાનો પકડાય તેવી જ રીતે મેં મારી જાતને પકડી પાડી છે. મારા ઉપર આકરામાં આકરી સજા થવી જોઈએ. મને કાઢી મૂકી અને હડધૂત કરો એ જ બરાબર છે. હું ક્યાંક મારા બાવડાંના જોરે મજૂરી કરી ખાઇશ. નોકરી કેવી હોવી જોઈએ તેનો એક દાખલો બેસશે. હું કેવળ એટલું જ ઇચ્છું છું કે જેવર્ટ જમાદારને આપ બરતરફ કરો !''

આ બધું ખૂબ આવેશમાં આવીને જેવર્ટ બોલ્યો હતો. મેડેલીને કેવળ એટલું જ કહ્યું : ''આપણે જોશું.'' અને તેણે જેવર્ટ તરફ પોતાનો હાથ લંબાવ્યો.

જેવર્ટ તરત જ પાછો હઠ્યો : ''માફ કરો ! એમ ન થાય. એક મુખી જાસૂસને પોતાનો હાથ આપી ન શકે.'' નમીને બારણા તરફ એ ગયો. બારણામાં ઊભો રહી તે ફરી બોલ્યો : ''મુખીસાહેબ ! આપ બરતરફીનો હુકમ નહિ કાઢો ત્યાં સુધી હું મારું કામ તો ચાલુ રાખીશ.''

તે ચાલ્યો ગયો, મેડેલીન વિચારમાં ડૂબેલો બેસી રહ્યો. જેવર્ટનાં નિશ્ચયભર્યાં પગલાંઓ સંભળાતાં ધીમેધીમે બંધ થઈ ગયાં.

૧૭. ઘોડાગાડીની વરધી

મ..... નગરની બહાર પોતાની કોઢમાં એક સુતાર પોતાની ઘોડાગાડીનું સમારકામ કરી રહ્યો હતો. તે ઘોડાગાડીઓ વેચતો, ભાડે આપતો અને તેનું સમારકામ પણ કરતો. તે પોતાના કામમાં મશગૂલ હતો ત્યાં શેરીમાં રમતો તેનો છોકરો દોડતો આવ્યો અને સમાચાર આપ્યા : "બાપા, મુખીસાહેબ આવ્યા."

"હેં ? શું કામ ?" સુતાર ચમક્યો. અમલદારના નામ સાથે જોડાયેલી બીક તેના શરીરમાંથી પસાર થઈ ગઈ, પણ તરત જ તે સાવધાન થઈને પોતાનાં પહેરેલાં કપડાં ઠીકઠાક કરવા મંડી પડ્યો ને પડખે પડેલી ભાંગેલી ખુરશી ઉપરથી ધૂળ ઝાપટવા મંડી પડ્યો. એટલામાં તો મુખી અંદર પણ આવી પહોંચ્યા.

"રામ રામ, મિસ્ત્રી !"

"રામ, બાપુ ! આવો ! બિરાજો !" તેણે ખુરશી ઉપાડીને મુખી ઊભા હતા ત્યાં મૂકી. મેડેલીન ઊભો જ રહ્યો.

"કેમ મિસ્ત્રી ! તમારી પાસે એકાદ સારો ઘોડો હશે ?"

"સારો ? સાહેબ' હું નબળો ઘોડો રાખતો જ નથી. બધાય એક-એકથી ચડે એવા છે."

"પણ એક દિવસમાં કેટલા ગાઉનો પંથ કરે !"

"આપને કેટલા ગાઉનો પંથ કરે એવો જોઈએ ?"

'દિવસના સો કિલોમીટર'

"બાપ રે ! સો કિલોમીટર ?"

"હા."

"કોઈ ભાગેડુનો પીછો પકડવાનો હશે !"

"હા."

"ઘોડાને વિસામો કેટલો મળે ?"

'વિસામો તો નયે મળે. બીજે જ દિવસે પાછું દોડવું પડે !"

ગાડીવાળો ઘડીક માથું ખંજવાળતો બેસી રહ્યો. પછી જાણે એકાએક સાંભર્યું હોય એમ બોલી ઊઠ્યો : " લો....બસ ! તમારા જ બરનો ઘોડો છે. પેલો મારો

નાનો ધોળો ઘોડો જોયો ને ? આમ કાંઠે નાનો છે, પણ ભારે લોંઠકો છે. હું તેને સવારીમાં જોડતો જ નથી. પહેલાં મેં તેને સવારીમાં કાઢવા મહેનત કરી જોઈ, પણ કોઈને ઉપર ચડવા જ ન દે. પણ એક વાર શરતમાં તેને દોડાવ્યો, અને કોણ જાણે શરતમાં ક્યાંથી તે રંગમાં આવી ગયો. એક વાર એને પાટે ચડાવ્યો કે પછી પાણીપંથો થઈ જાય એવો છે. એ ઘોડો તમને ચાલશે.''

''પણ..... આખો દિવસ હાલશે ખરો ?''

''અરે ! આઠ કલાક સુધી તો એ થાકે એવો નથી. એટલા વખતમાં તો સો કિલોમીટર એ ફેંકી મારશે. પણ એમાં થોડું સાચવવાનું છે.''

''શું ?''

''એક તો એ કે બરાબર અરધે રસ્તે તેને એક કલાકનો વિસામો આપવો. ત્યાં એને ચણા ખવરાવવા. ચણા ખવરાવતી વખતે પાછું કોઈકે હાજર રહેવું પડશે, નહિ તો ઓલ્યા ચણાવાળાની દુકાનના છોકરાઓ એમાંથી છાનામાના ચણા લઈને ખાઈ જાય છે.''

''ઠીક.''

''બીજું, આ ઘોડો આપને પોતાને માટે જોઈએ છે ?''

''હા.''

''હાંકશે કોણ ?''

''હું પોતે.''

''આપ એકલા જ હશો ?''

''હા.''

''અને બીજો કંઈ ભાર છે ?''

''ના.''

''ત્યારે એ ચણા ખવરાવતી વખતે પડખે કોણ ઊભું રહેશે ?''

''હું પોતે.''

''ઠીક ત્યારે ભાડું તો આપની પાસેથી કંઈ વધારે ન લેવાય. રોજનું 30 રૂપિયા ભાડું – આરામનો દિવસ પણ એમાં જ ગણાઈ જાય. ઘોડાનું ખાણ તો આપને માથે જ હોય ને !''

મેડેલીને ખિસ્સામાંથી ત્રીસ રૂપિયા કાઢીને તેની પાસે મૂક્યા : ''આ ભાડું અગાઉથી જ ચૂકવી દઉં છું.''

''એક વાત રહી ગઈ. આવી લાંબી મુસાફરી માટે મોટી ગાડી જોડવી નહિ ફાવે, એટલે નાનો એક્કો જોડીએ તો વધુ ઠીક પડશે, કેમ ?''

''ભલે.'' મેડેલીને કહ્યું.

"પણ એ ઉઘાડું છે, માથે ઢાંકણ નથી."

"ભલે."

"શિયાળાના દિવસો છે."

મેડેલીન કંઈ ન બોલ્યો.

"વળી વરસાદનો ભે પણ ખરો."

મેડેલીને તેની સામે જોયું ને કહ્યું : "તારો ઘોડો ને ગાડી કાલે સવારે વહેલા મળસકામાં મારે ત્યાં પહોંચી જાય." એટલું કહીને મેડેલીન ચાલ્યો ગયો.

થોડી જ વારમાં તે પાછો આવ્યો : "મિસ્ત્રી ! આ ગાડી-ઘોડો બંને મળીને કેટલી કિંમત થાય ?"

"કેમ, ઘોડાગાડી વેચાતી લઈ લેવી છે ?"

"ના, પણ વખત છે ને કંઈ નુકસાન થયું તો તેની કિંમતની રકમ અહીં બાનામાં આગળથી મૂકતો જાઉં. હું બેય વાનાં તને પાછાં સોંપું ત્યારે એ અનામત રકમ પાછી લઈ જઈશ."

"લગભગ પાંચસો રૂપિયા થાય."

મેડેલીને ખિસ્સામાંથી નોટોનો થોકડો કાઢીને તેને આપ્યો : "આ ....લે !"

મેડેલીન ચાલ્યો ગયો. મિસ્ત્રીની સ્ત્રી પાછળ ઊભીઊભી આ બધું જોયા કરતી હતી. મેડેલીન ગયો કે તરત જ તે ત્યાં આવી અને હરખથી બોલી ઊઠી : 'સવારે તમે કોનું મોઢું જોયું હશે તે આજનો દહાડો સુધરી ગયો ! તમેય પણ સાવ ભોળા છો ! કહી-કહીને પાંચસો રકમ શું કામ બોલ્યા ? મુખીસાહેબને ક્યાં પૈસાની તાણ છે ? હજારનો આંકડો બોલીએ ને ?

"ઠીક હવે, તું પાછી લોભમાં ને લોભમાં ક્યાંય તણાઈ જા એવી છો ! આપણેય કાંઈ ધરમ હોય ને ? અને આ રોજના ત્રીસ રૂપિયા ભાડું બીજો કયો કાકો આપે ? એટલાથી ધરાઈ નહિ ?" મિસ્ત્રીએ પત્નીને ધરમ સમજાવ્યો.

મેડેલીન પોતાને ઘેર પહોંચ્યો. તરત જ તેણે પોતાના ઓરડામાં જઈને બારણાં અંદરથી બંધ કરી દીધાં. એના નોકરને તેના આ વર્તનથી આશ્ચર્ય તો થયું, પણ તે કાંઈ ન બોલ્યો. તે બહાર બેસી રહ્યો. ઓરડાની અંદરથી મેડેલીનનાં એકસરખી ગતિએ પડતાં પગલાં તેને સંભળાતાં હતાં. તે વાટ જોતો એમ ને એમ બેસી રહ્યો. રાત પડી. તેને ઊંઘ આવી ગઈ. મધરાત થઈ. તે જાગી ગયો. તેને ઓરડાની અંદરથી એ જ એકધારી ગતિએ પગલાં સંભળાતાં હતાં.

૧૮. મંથન

વાચકોને હવે તો ખાતરી જ થઈ ગઈ હશે કે શ્રીમાન મેડેલીન એ જિન-વાલજિન જ હતો.

આપણે આ માણસના અંતરમાંના અનેક ઝંઝાવાત જોયા છે, પણ આજનો ઝંઝાવાત સૌને ટપી જાય તેવો હતો. આ નાનકડા મગજમાં ઊઠેલા તોફાનને જોતાં આપણાથી પણ ધ્રૂજી ઉઠાય છે. આપણને ઘડીભર એમ થઈ જાય છે કે આપણી આસપાસની કુદરતમાં – આકાશમાં કે સમુદ્રમાં ઊઠતાં તોફાનો આની પાસે કાંઈ વિસાતમાં પણ નથી.

અંતરનાં ઊંડાણો અતાગ છે. અરે, એક સામાન્ય માણસના અંતરમાં પણ આપણે ઊતરીને જોઈ શકતા હોઈએ તો અનેક મહાકાવ્યો માટેના વિષયો તેમાં ભર્યા છે. તેમાં અનેક કામનાઓનાં મહાયુદ્ધો ખેલાઈ રહ્યાં છે, અનેક સ્વપ્નાંના મોટા દાવાનળો સળગી રહ્યા હોય છે, જેનાથી શરમના માર્યા આપણે ઊંચું માથું ન કરીએ એવા વિચારોની મોટી ગુફાઓ ત્યાં પથરાઈને પડી હોય છે. દાનવો, યક્ષો, સર્પો વગેરે પૌરાણિક પાત્રોની કથાઓ માટે દૂર જવાની જરૂર નથી. એકાદ વિચારમગ્ન માણસના મુખ સામું જુઓ – તેના અંતરની અંદર ઊતરવા પ્રયત્ન કરો – તેમાં બધું મળી રહેશે.

પણ તે પહેલાં હૈયું સાબૂત જોઈએ. આપણે પણ એવા સાબૂત હૈયે આજે આ જિન-વાલજિનના ઊંડાણમાં ઊતરીએ. જિન-વાલજિનની અંદર ભરાઈ પડેલા દુષ્ટતાના સર્પે છેલ્લો ફૂંફાડો પેલા બાર વરસના છોકરા પિટીટ જર્વીસ ઉપર મારીને વિદાય લીધી. આજે તે નવો અવતાર પામેલો છે. પાદરીની સર્વ આશાઓ તેણે સફળ કરી છે. આ કેવળ નવજીવન નથી – નવો અવતાર છે.

તે ચોકીદારોની નજર ચૂકવી શક્યો. પેલા પાદરીની રૂપાની રકાબીઓ વેચીને તે એક શહેરથી બીજે શહેર થતો થતો મ......નગરમાં આવી પહોંચ્યો. ત્યાં આગળ વર્ણન કર્યા પ્રમાણે તે સ્થિર થયો. તેણે પૈસો મેળવ્યો, પ્રતિષ્ઠા મેળવી. તેને સંતોષ હતો. જીવનમાં આશાનો પ્રકાશ ફેલાયો હતો. ભૂતકાળના અંધારનો પડછાયો કોઈ કોઈ વાર તેના આ પ્રકાશમાં ગ્રહણ કરતો હતો. તેના મનમાં બે જ વિચારો

મુખ્યત્વે ઘૂમતા હતા : એક તો પોતાનું નામ છુપાવવું અને જીવનને પવિત્ર બનાવવું; માણસોની નજરથી બચવું અને ઈશ્વરની નજરમાં આવવું.

આ બે વિચારો એટલા ગાઢ જોડાયેલા હતા કે ઘણી વાર તે એક જેવા જ બની જતા. તેની દરેકેદરેક નાની ક્રિયામાં પણ આપણે આ બેય વિચારો એકસરખા જોડાયેલા જોઈ શકીએ છીએ. પણ કોઈ કોઈ વાર આ વિચારો વચ્ચે અથડામણ ઊભી થતી, અને તે વખતે પહેલા વિચારના ભોગે પણ બીજા વિચારોનો અમલ કરતો. જાત પ્રગટ થવાના જોખમે પણ તેણે પેલા પાદરીની રૂપાની બે દીવીઓ સાચવી રાખી હતી. પેલા છોકરાની જાતના તમામ માણસોને તે એવા કોઈ છોકરાની ભાળ આપવા માટે વાત કરતો. પેલા જેવર્ટની બિલાડી જેવી આંખોની સામે પોતાનું અપૂર્વ શારીરિક બળ વાપરીને તેણે પેલા બુઢ્ઢા ગાડાવાળાને બચાવ્યો હતો.

પણ આજનો પ્રસંગ આ બધા પ્રસંગો કરતાં ઓર હતો.

ઉપર કહ્યા તે વિચારો – પોતાના મૂળ નામને છુપાવવું, અને ઈશ્વરના સાન્નિધ્યમાં રહેવું – આ બંને વિચારોએ આજે જાણે કે પોતાની તમામ શક્તિઓ ભેગી કરીને આ માણસના મગજના રણક્ષેત્રમાં છેવટનો ફેંસલો કરવાની તૈયારી કરી છે. તે યુદ્ધનાં નગારાં તો જેવર્ટ સાથેની વાતચીતની સાથે જ શરૂ થઈ ગયાં હતાં. જેવર્ટના મુખમાંથી ''જિન-વાલજિન'' નામનો શબ્દ નીકળતાંની સાથે જ તેના ભૂતકાળના ઊંડે-ઊંડેના કોઈ ગર્તમાંથી જાણે કે પડઘો ઊઠ્યો. તેનું આખું ચિત્તતંત્ર કોઈ ઝંઝાવાત ઘેરાવા લાગે ત્યારે પીપળો ધ્રૂજી ઊઠે તેમ ધ્રૂજી ઊઠ્યું. વીજળીના કડાકા ને મેઘની ગર્જના તેના ચિત્તાકાશમાં ઘેરાવા લાગી.

જેવર્ટની વાત સાંભળતાંની સાથે જ તેના દિલમાં પહેલી લાગણી તો એ જ થઈ કે અહીંથી દોડીને થાણામાં જઈને પેલા નિર્દોષ ખેડૂત શેમ્પમેથ્યુને છૂટો કરીને તેની જગ્યાએ બેસી જાઉં. જીવતા માંસમાં છરી ઘોંચવા જેવો આ વિચાર હતો.... પણ તે વિચાર આવીને પસાર થઈ ગયો, અને બીજી જ ક્ષણે 'જોઈએ તો ખરા !' એ સનાતન 'ડહાપણ' આવ્યું.

સામાન્ય રીતે માણસમાં સ્વરક્ષણનો આવેગ પહેલો ઊઠે છે ને પછી કર્તવ્યનું ભાન તેના પર અંકુશ મૂકે છે. આ માણસના દિલમાં પ્રયત્નપૂર્વકની સાધનાને લીધે કર્તવ્યનું ભાન લગભગ આવેગ જેટલું પ્રબળ બની ગયું હતું એટલે તેણે પહેલી ક્ષણે જોર કર્યું, પણ બીજી જ ક્ષણે સ્વરક્ષણના આવેગે ડહાપણનો સ્વાંગ સજીને આ આવેગને શાંત કરી દીધો. તેણે હાલ તરતને માટે આ બાબતમાં વિચાર કરવાનું મોકૂફ રાખ્યું.

દિવસ આમ પસાર થઈ ગયો : બહારથી શાંત – અંદર ખળભળાટ. તે નિત્યક્રમ પ્રમાણે પોતાનાં કામમાં જોડાયો. માંદી ફેન્ટાઈનની પથારી પાસે તે ગયો.

રોજના કરતાં આજ ત્યાં એ વધારે રોકાયો. તેની સેવામાં રોકાયેલી બાઈઓને તેણે વિગતવાર સૂચનાઓ આપી – કદાચ તેને કામ અંગે બહાર જવું પડે; અને કોઈ જાતનો છેવટનો નિર્ણય કર્યા વગર પણ તેણે એક એક્કો જોડીને તૈયાર રાખવાની વરધી આપી દીધી હતી – શું કરવું ને શું નહિ તે વિચાર કર્યા સિવાય, 'ત્યાં શું થાય છે તે તો જોઈએ' એવા વિચારથી જ તેણે આ વરધી આપી હતી.

તે ખૂબ નિરાંતે પેટ ભરીને જમ્યો. પોતાના ઓરડામાં એ આવ્યો ને વિચારોને માટે બંધ કરેલા મગજના દરવાજાઓ ખૂલી ગયા.

અત્યારે જ તેને ખ્યાલ આવ્યો કે પરિસ્થિતિ ઘણી જ વિકટ છે. જાણે કે તેમાંથી બચી જવાની ચિંતામાં ઊભો થઈને તે પોતાના ઓરડાનાં બારણાં બંધ કરી આવ્યો – કોઈક ઘૂસી આવે તો ? બારણાં બંધ કર્યાં. હવે કોણ આવવાનું છે ? થોડી વાર તેણે બત્તી બુઝાવી નાખી. બત્તીથી તે ગભરાતો હતો – કોઈક મને જોઈ જશે તો ?

'કોઈક' કોણ ?

વિચારો ! જેને તે અંદર આવવા દેવા નહોતો માગતો તે તો ક્યારનોય અંદર ઘૂસી ગયો હતો. જેની પાસે તે અંધારામાં છુપાઈ જવા માગતો હતો તે તો તેની સામે જ તાકી રહ્યો હતો : તેનો અંતરાત્મા - એટલે કે ઈશ્વર !

ઘડીક તો તેને નિરાંત થઈ. હવે કોઈ અંદર આવે તેમ નથી. તે સ્વસ્થ થયો. ટેબલ પર કોણી ટેકવીને અને હાથ પર માથું ટેકવીને અંધારામાં તે વિચાર કરવા લાગ્યો :

"હું ક્યાં છું ? સ્વપ્નમાં તો નથી ને ? જેવર્ટે કહ્યું તે સાચું હશે ? આ શેમ્પમેથ્યુ કોણ હશે ? કાલે આ વખતે મારા દિલમાં કેવી શાંતિ હતી ? આજે કેમ આમ છે ? આનું શું થશે ? અને શું કરવું ?"

આમ વિચારોનાં વાદળો બધી દિશામાંથી ઘેરાવા લાગ્યાં. પોતાના માથાને બે હાથે પકડીને તે આ તોફાન અટકાવવા મથી રહ્યો, પણ પરિણામે વેદનાની ગૂંગળામણ જ વધી.

તેનું મગજ જાણે કે સળગી રહ્યું હતું. તે બારી પાસે ગયો અને તે ખોલી નાખી. આકાશમાં એક પણ તારો દેખાતો નહોતો. તે પાછો ટેબલ પાસે આવીને બેઠો.

પહેલો પ્રહર આમ પૂરો થયો.

ધીમેધીમે વિચારોના ધુમ્મસમાંથી આકારો સ્પષ્ટ થવા લાગ્યા. તેને એટલી ખાતરી હતી કે પરિસ્થિતિ ગમે તેટલી દારુણ હોવા છતાં તેનો નિકાલ પોતાના જ હાથમાં છે.

આ આદમીએ પોતાના જિન-વાલજિન સ્વરૂપને પોતાના મેડેલીન સ્વરૂપની મદદથી ઠેઠ ક્યાંય ઊંડા ગર્તમાં દાટી દીધું હતું. પોતાની સાવચેતીથી અને પોતાના ચારિત્ર્યથી હવે જિન-વાલજિનનું નામ ફરી તેના કાન પર આવે એ તેને કલ્પના જ નહોતી. ત્યાં પેલા જેવર્ટે કોણ જાણે ક્યાંથી આ ધરતીકંપ કર્યો. જે અશક્ય હતું તે હકીકત બની ગયું. વિચારના ઝંઝાવાતમાં ઘસડાતો તે એક જાણે કે ઊંચી કરાડની કોર પર ઊભો હતો. નીચે અતાગ ગર્ત મોં ફાડીને પડેલો છે. તે ધ્રૂજતો ઊભો હતો – હમણાં પડ્યો ! હમણાં ગયો ! ત્યાં તો જગતની કોઈ અદૃશ્ય નિયામક શક્તિએ એક અજાણ્યા માણસને ક્યાંકથી પકડી આવી. તેને પોતાની જગ્યાએ ગોઠવવાની તૈયારી થઈ ગઈ છે. ખાડો તો તૈયાર જ છે – તે પુરાવો જ જોઈએ. પોતે પૂરે કે આ અજાણ્યો ખેડૂત.

ધિંગાણું શરૂ થઈ ચૂક્યું હતું. માણસના જીવનમાં આવું ધિંગાણું વિરલ હોય છે. અંતરમાં રહેલો આનંદ, નિરાશા, વિષાદ વગેરે સર્વ ભાવોનું મંથન એટલું ઉગ્ર બને છે કે આપણે કયો ભાવ અનુભવીએ છીએ તે પારખવું મુશ્કેલ બને છે. એને આપણે જીવનના અગાધ ઊંડાણમાંથી ઊઠતું પ્રલયકાળનું અટ્ટહાસ્ય કહી શકીએ.

'શું કામ હું ડરું છું ? છે શું ? આમાં મારે વિચારવા જેવું જ શું છે ? હું તો પૂરો સલામત છું. મારા ભૂતકાળના જીવનનું દ્વાર જે હજી જરાક ખુલ્લું હતું, તે ઊલટું આજે સાવ દેવાઈ જાય છે – કાયમને માટે દેવાઈ જાય છે. પેલો મારી પાછળ શિકારી કૂતરાની જેમ ઘૂમતો હતો, અને જેને લીધે મારા મન ઉપર ભયનો એક ખોટો ભાર રહ્યા જ કરતો હતો, જે જેવર્ટ આજે પોતાના શિકારનો માર્ગ ચૂકી ગયો છે અને બીજી કેડીએ ચડી ગયો છે. તેને પોતાનો જિન-વાલજિન મળી ગયો છે. હવે તેને આ શહેરમાં રહેવાનો રસ પણ નહિ રહે, અને આ બધું બનવામાં વળી હું કોઈ રીતે કારણભૂત નથી. મારે આ બનાવો સાથે કોઈ સંબંધ નથી. હા ! અને એમાં કોઈકને પણ નુકસાન થાય છે તો તેમાં મારો શો દોષ છે ? દૈવે આ બધી યોજના કરી છે. તેની ઇચ્છા જ એવી હશે ! તેની યોજનાને ઊંધી વાળવાનો મને શો અધિકાર છે ? મને આ ગમતું તો નથી જ, પણ બીજું શું થાય ? મેં જીવનનું જે ઉચ્ચ ધ્યેય સિદ્ધ કરવા માટે મારા જીવનનાં અનેક વર્ષો તપશ્ચર્યામાં ગાળ્યાં છે તે આજે લગભગ સિદ્ધ થયું છે. એમાં ઈશ્વરનો હાથ છે. મારાથી એ ઈશ્વરી ઇચ્છાથી વિરુદ્ધ એવું કાંઈ ન થઈ શકે. ઈશ્વરની ઇચ્છા ? હા, તેની જ ઇચ્છા. મેં જે જીવનસાધના આદરી છે તે પૂરી થવી જ જોઈએ. મારી યાતનાઓને પરિણામે જે ઉચ્ચ જીવનનો આદર્શ જગત પાસે મારે રજૂ કરવાનો છે તે ઈશ્વરી સંકેત જ છે. હું અત્યાર સુધી આટલો કેમ મૂંઝાતો હતો તે જ નવાઈ

છે. મારું કર્તવ્ય તો સ્પષ્ટ જ છે. હું જો પેલા પાદરી પાસે ગયો હોત ને મારાં બધાં પાપોની કબૂલાત કરીને તેની પાસે સલાહ માગી હોત તો તેણે પણ એમ જ કહ્યું હોત કે 'થવાકાળ હોય તે થયા કરે છે. ઈશ્વરના નિર્માણમાં આડે ન આવવું.''

તે ખુરશી પરથી ઊભો થયો અને ઓરડામાં આંટા મારવા લાગ્યો : 'ચાલો ! બસ ! હવે આ પતી ગયું. નિર્ણય થઈ ગયો.'' પણ આ નિર્ણયે તેના દિલમાં આનંદ ન પ્રગટાવ્યો – તેને 'હાશ' પણ ન થયું.

એથી ઊલટું થયું.

સમુદ્રને તમે કિનારે આવતો અટકાવી શકો તો મનને પાછું મૂળ વિચાર પર આવતું અટકાવી શકાય. સમુદ્રને માટે ત્યાં ભરતી શબ્દ વપરાય છે- મનને માટે પશ્ચાત્તાપ શબ્દ વપરાય છે. ઈશ્વર સમુદ્રની માફક જ જીવને હેલે ચડાવે છે.

થોડીક ક્ષણો બાદ પાછો તેના અંતરમાં સંવાદ શરૂ થયો. આ સંવાદમાં પોતે જ વક્તા ને પોતે જ શ્રોતા હતો. તેને જે કહેવું નહોતું તે જ તેમાં બોલાતું હતું. કોઈ ગૂઢ શક્તિ તેને આજ્ઞા કરતી હતી : ''હજુ વિચાર કર !''

''નિર્ણય થઈ ગયો ?'' તેણે પ્રશ્ન કર્યો.

''શું આવો નિર્ણય ? ઈશ્વરની યોજનાની આડે ન આવવું ? જેમ થતું હોય એમ થવા દો ? કેટલું ભયંકર ! દૈવની કે મનુષ્યની ભૂલ ચલાવી લેવી ? પોતાના મૌનથી તેને વધાવી લેવી ? કાંઈ ન કરીને જ આમાં હું બધું કરું છું ! દાંભિક નીચતાની આ તો પરાકાષ્ઠા છે. આ તો ઘોર અપરાધ છે !''

આઠ વરસમાં આજ પહેલી વાર દુષ્ટ વિચારનું તથા આચારનું ઝેર આ દુઃખી આદમીની જીભે ચડ્યું.

તેણે તરત જ થૂ થૂ કરીને થૂંકી નાખ્યું.

તેણે કડક રીતે પોતાના મનને પૂછ્યું :

''તારા જીવનનો હેતુ શો છે – તારી જાતને છુપાવવી તે ? પોલીસને થાપ આપવી તે ? શું આવા નજીવા હેતુથી પોતે આ બધાં કામો કર્યાં છે ?

''ખરો હેતુ તો આત્માને બચાવવાનો હતો – જાતને નહિ. તેની ખાતર જ હું જીવી રહ્યો છું. પેલા પાદરીએ તો મારી પાસે એ માગ્યું હતું. ભૂતકાળના જીવનનાં દ્વાર બંધ કરવાના મોહમાં ને મોહમાં હું તેને ઊલટાં ખોલી રહ્યો છું. હું ફરી લૂંટારો બની રહ્યો છું. એક નિર્દોષનો જાન હું લૂંટી રહ્યો છું. તેનું ખૂન કરી રહ્યો છું. જે દોજખમાં મારું અર્ધું જીવન – મૃત્યુથી પણ વિકટ જીવન - વેઠ્યું તે જ આ દોજખમાં આજે હું એક નિર્દોષ આદમીને ધકેલવા તૈયાર થયો ! આ બધું શું કામ ? હું શ્રીમાન મેડેલીન તરીકે જીવું તે માટે ? દંભી મેડેલીન તરીકે જીવવા કરતાં તો નિર્દોષ જિન-વાલજિન તરીકે રિબાવું બહેતર નથી ? મારે આરાસ જવું

જ જોઈએ. ખોટા જિન-વાલજિનને છોડાવવો જ જોઈએ. જીવનનું આ ભારેમાં ભારે બલિદાન છે – પણ તે આપવું જ જોઈએ. મનુષ્યની નજરમાં ફરી તે બદમાશ જિન-વાલજિન બનીને જ હું ઈશ્વરની નજરમાં પવિત્ર બની શકીશ. બસ, એ જ માર્ગ – એ જ સાચો માર્ગ ! મારે એ જ રસ્તે જવું છે અને આ માણસને બચાવવો છે."

આ છેલ્લા શબ્દો તેનાથી મોટેથી બોલાઈ ગયા તેનું તેને ભાન નહોતું. હૃદયમાંથી ઊઠતા વાક્યે કર્મેન્દ્રિયનાં દ્વારો તોડી નાખ્યાં.

તેણે પોતાના હિસાબના ચોપડા કાઢ્યા. કેટલાંય કાગળિયાં તેણે ત્યાં ને ત્યાં સગડીમાં બાળી નાખ્યાં. તે કેટલાય નાનામોટા વેપારીને જરૂરિયાત વખતે આપેલાં નાણાંની ઉઘરાણીઓ હતી. તેણે એક પત્ર લખ્યો અને તે સીલબંધ કવરમાં મૂકીને ઉપર સરનામું કર્યું. જો તે વખતે કોઈ ઓરડામાં હોત તો તે વાંચીને કહી શકત કે એ પત્ર પારીસના એક શરાફ ઉપર લખેલો હતો.

તેણે એક ખાનામાંથી પાકીટ કાઢ્યું. તેમાં બૅંકની નોટોનો એક થોકડો હતો અને પરવાનો હતો. તેની છેલ્લી નગરપતિ તરીકેની ચૂંટણીમાં આ જ પરવાનો કામ આવ્યો હતો.

પારીસના શરાફ ઉપરનો પેલો કાગળ ખિસ્સામાં નાખીને પાછો તે ઓરડામાં આંટા મારવા લાગ્યો.

પરાજય પામેલી તેની સ્વાર્થવૃત્તિ હજુ સાવ નાશ પામી નહોતી. તે નીચે પડી પડી પણ જોર કરતી હતી : "શેમ્પમેથ્યુ બાબતમાં મારે આટલી બધી પંચાત શું કામ કરવી ? વળી તેણે પણ ચોરી તો કરી જ છે ને ?" સામેથી જવાબ મળ્યો : "હા, ચોરી તો ખરી, પણ તેની સજા વધારેમાં વધારે મહિનો-બે મહિનાની ગણાય અને આ તો તેના ભાવિમાં પેલી કાળાંપાણીની સજા ઊભેલી છે, કારણ કે એ કાંઈ તેની ચોરીનું મહત્ત્વ નથી, પરંતુ તેની પાછળ છુપાયેલા નામ જિન-વાલજિનનું મહત્ત્વ છે."

વળી બીજી ક્ષણે એક નવો જ વિચાર આવીને તેના મગજમાંથી પસાર થઈ ગયો : "મેડેલીન તરીકેની આટલી પ્રતિષ્ઠા મળ્યા પછી હું મારી જાતને આ રીતે છતી કરીશ એટલે તેની અસર ન્યાયાધીશ ઉપર એવી જ પડવાની કે મને કાંઈ પણ હરકત નહિ આવે."

"પણ પેલા છોકરાના પૈસા પડાવ્યાનો ગુનો મારી પાછળ ઊભેલો જ છે, અને એ મને પાછો કાળાંપાણીએ ધકેલવા માટે પૂરતો છે."

"એટલે આવાં ફાંફાં મારવાં છોડી જ દેવાં જોઈએ. મારે તો મારું કર્તવ્ય જ બજાવવાનું છે."

જાઓ ભલે જીવન-આશ સર્વે,
ઉત્પાત થાઓ, ઉપહાસ થાઓ,
થાઓ તિરસ્કાર, વિનાશ થાઓ,
ન એક થાજો પ્રભુ-પ્રીતિનાશ.

આમ શૂરવીરતાથી લડીલડીને તેનું ચિત્ત થાક્યું. લમણામાં લોહી ચડી આવ્યું. અવિરતપણે તેના પગ ઓરડામાં એક છેડેથી બીજે છેડે ચાલ્યા કરતા હતા. મધરાતનાં ચોઘડિયાં દેવળમાંથી સંભળાયાં. બાર ડંકા તેણે ગણ્યા.

અત્યારે તેને ખબર પડી કે ખૂબ ઠંડી છે. તેણે સગડી વધારે પેટાવી. ઘડીભર તે બધું ભૂલી ગયો.

ત્યાં વળી સંગ્રામ શરૂ થઈ ગયો – આ તો વચ્ચે બંને સૈન્યોએ થાક ખાધો હતો.

"હા, બસ ! મેં નિર્ણય કરી લીધો છે; મારી જાતને પ્રગટ કરી જ દેવી જોઈએ."

ત્યાં એકાએક તેની દૃષ્ટિ સમક્ષ ફેન્ટાઈનની મૂર્તિ તરવા લાગી.

"ઊભો રહે ! પેલી ફેન્ટાઈનનું શું ?"

એક નવી જ કટોકટી આવીને ઊભી રહી.

"હા, હા ! મેં તો અત્યાર સુધી મારો જ વિચાર કર્યા કર્યો. હું મારી જાતને પ્રગટ કરું કે છુપાવું, હું કીર્તિ સાચવી રાખું કે લાંછનનો કૂચડો મારા જીવન પર ફેરવું – પણ, તે બધું મારે જ કરવાનું છે. એમાં હું મારી જાતનો વિચાર કરું છું. આ તો એક મોટો અહંકાર જ છે ને ? જરા ઉચ્ચ પ્રકારની, પણ અહંતા તો ખરી જ ને ? આ અહીં મેં જે આખી નવી સૃષ્ટિ ઊભી કરી છે, અનેક ગરીબ-ગુરબાં આજે નિશ્ચિંતપણે પોતાનું જીવન ગુજારી રહ્યાં છે, અનેક નિરાધાર બાળકો આજે માતાની હૂંફ જેવી શાંતિ અનુભવી રહ્યાં છે – એવી આ મધપૂડા જેમ પ્રવૃત્તિમાં મગ્ન એવી વસ્તીનો આત્મા કોણ છે ? હું જ છું. હું ખસી જાઉં એટલે આ આખી સૃષ્ટિ નિષ્પ્રાણ બની જવાની. અને આ બાઈએ અત્યાર સુધીમાં કેટલું સહન કર્યું છે, અને તે સહન કરવામાં હું અજાણપણે પણ નિમિત્ત બન્યો ! શું તેનો બદલો વાળવો એ પણ મારું કર્તવ્ય નથી ? તેના બાળકની માતા બનવાનું મેં આ બાઈને વચન આપ્યું છે તેનું શું ? હું જાઉં, પછી શું થાય ? હું મારી જાતને છતી કરું તો આ બધું બંધ થવા પામે. હવે હું પ્રગટ ન થાઉં તો શું થાય તે જોઈએ.

સવાલ પૂછીને તે અટક્યો. ઘડીક તે અસ્વસ્થ બન્યો, પણ તરત જ જવાબ તૈયાર થઈ ગયો :

"તો શું થાય ? પેલો માણસ કાળાંપાણીએ જાય. તેણે ચોરી કરી છે. તેણે ચોરી નથી કરી એમ કહેવાનું મારે શું કારણ છે : તેણે ચોરી કરી છે. હું અહીં

મારું કામ કર્યે જાઉં છું અને હું જે કામ કરું છું તે કાંઈ મારા સ્વાર્થ માટે થોડું કરું છું ? હું જે કાંઈ પૈસો ભેગો કરું છું તેમાંથી પાઈ પણ મારી પાસે નથી રાખતો. મારી કમાણીથી કેટલાંય કુટુંબો પોષાય છે, કેટલાંયનાં ઘર મેં બંધાવ્યાં છે, મારે આશ્રયે આજે કેટલાંય કુટુંબો વડ પરનાં પંખીઓની જેમ કિલ્લોલ કરે છે. ગરીબાઈનાં દૂષણો શહેરમાંથી નાશ પામવા લાગ્યાં છે. ખૂન, ચોરી, વ્યભિચાર – એ બધું અદૃશ્ય થાય છે. હું મારી જાતને પ્રગટ કરીને પાછો અંધકારની અંદર ધકેલી દેવા માગતો હતો ! કેવો મૂર્ખાઈભર્યો વિચાર મને આવી ગયો ? મેં કેવળ મારો જ વિચાર કર્યો. મારા જ કલ્યાણનો વિચાર કર્યો. એક માણસ ઉપર થતી જરા વધારે પડતી કડક શિક્ષામાંથી તેને ઉગારવા ખાતર થઈને હું આ આખા શહેર તથા તેની આસપાસના મુલક ઉપર કેવો સર્વનાશ નોંતરું છું ? એક ગરીબ બિચારી સ્ત્રી કેવળ મારે વાંકે એમ ભૂંડા હાલે મરી જાય, અને તેનું નિર્દોષ બાળક શહેરમાં કૂતરાની જેમ રઝળતું બની જાય ? અને આ બધું કોને માટે ? એક ઘરડા-બુઢ્ઢા ખેડૂતને કાળાં પાણીએ જતો અટકાવવા માટે ! તે તો હવે જીવનને આરે બેઠેલો ગણાય. તે જીવનનાં છેવટનાં થોડાંક વર્ષો આમ દુઃખમાં કાઢી નાખે તોય તેમાં કયો મોટો ઉલ્કાપાત મચી જવાનો છે ? તેને ખાતર થઈને એક સુખી વસ્તીનો સર્વનાશ થવા દેવો ? અલબત્ત, પેલા ખેડૂતને સજા થવામાં જેટલા પૂરતું મારું નામ નિમિત્ત બને તેટલા પૂરતો મારા અંતરમાં ડંખ રહે જ, પણ તે ડંખની વેદના પણ હું આ લોકોના હિત ખાતર સહન કરીશ. આમ મારા અંતરમાં થતી રિબામણીને હું હસતે મોઢે સહન કરીશ.''

તે ઊભો થયો ને પાછો આંટો મારવા લાગ્યો. તેને લાગ્યું કે હવે તેણે સંતોષકારક નિર્ણય કર્યો છે. રત્નો પૃથ્વીના ઊંડાણમાંથી જ મળી આવે છે, તેમ સત્યો પણ અંતરના ઊંડાણમાંથી હાથ લાગે છે. તેને લાગ્યું કે આટલા તુમુલ મંથનને પરિણામે તેને સત્ય હાથ લાગ્યું છે.

''બસ, એ જ માર્ગ ! એ જ કર્તવ્ય ! મારો કોયડો ઊકલી ગયો, હવે બીજું કાંઈ વિચારવાનું રહેતું નથી. હવે ડગવું નથી. હું મેડેલીન જ છું અને મેડેલીન જ રહેવાનું છે. જહન્નમમાં ગયો પેલો જિન-વાલજિન ! મારે તેની સાથે કાંઈ નિસબત નથી. તેને હું પિછાનતો નથી. કોઈને જિન-વાલજિન થવું હોય તો ભલે થાય. જિન-વાલજિનનું ભૂત જગતમાં ભટક્યા કરે છે તે કોઈને વળગે તો તેના ભોગ !

''હાશ ! હવે મને નિરાંત થઈ ! આ જ છેવટનો નિર્ણય ! હું મેડેલીન જ છું, અને તે જ રહેવાનો. હજુ મારી પાસે પેલા જિન-વાલજિનના ભૂતના જે કાંઈ અવશેષો રહી ગયા છે તેને પણ આજે ભસ્મીભૂત કરી નાખું.''

તેણે પોતાના ખિસ્સામાંથી એક પાકીટ કાઢ્યું અને તેમાંથી એક નાનકડી

ચાવી કાઢી. દીવાલના એક ભાગ ઉપર ચોડેલા કાગળમાં એક નરી આંખે માંડ દેખાય એવા કાણામાં તેણે ચાવી નાખી. દીવાલ ખૂલી. અંદર એક નાનકડું ભંડકિયું દેખાયું. તેમાં થોડાએક ફાટ્યાતૂટ્યા ગાભા હતા. એક જોડી મેલાં ફાટલાં પાટલૂન, મોટો ડગલો, ગાંઠાવાળો દંડો, કોથળો – જેણે 1815માં પેલા ક....નગરમાં જિન-વાલજિનને જોયો હશે તેણે આ પોશાકને તરત જ ઓળખી કાઢ્યો હશે.

તેણે આ પોશાક સંઘરી રાખ્યો હતો – પેલી રૂપાની દીવીઓની સાથે જ. ફેર ફક્ત એટલો જ કે પેલી દીવીઓનું સ્થાન તેના ટેબલ પર હતું, જ્યારે આ કપડાંને આ ભંડકિયામાં રાખી મૂક્યાં હતાં.

તેણે ફરી એક વાર પોતાના ઓરડાના બારણા તરફ જોયું – રખેને કોઈ આવી ચડે. તરત જ તેણે આ બધા ગાભાઓને એકીસાથે બાથમાં લઈને આઘુંપાછું જોયા વગર સગડીમાં નાખી દીધા. પેલું બારણું બંધ કરીને દીવાલે અડતું એક મોટું કબાટ ખસેડીને ગોઠવી દીધું.

થોડીક જ ક્ષણોમાં આખો ઓરડો આ સગડીમાં થયેલા ભડકાથી ઝળહળી ઊઠ્યો. પણ તેની નજર ક્યાંય ન હતી. તે તો ઓરડામાં એક છેડેથી બીજા છેડા સુધી ટહેલ્યા કરતો હતો. તેણે સગડીમાં નજર કરી હોત તો પેલા છોકરા પાસેથી પડાવેલો સિક્કો પીગળતો તે જોઈ શક્યો હોત.

પણ એકાએક તેની નજર પેલી રૂપાની દીવીઓ પર પડી. તેણે તે ઉપાડી..... સગડીનો દેવતા આ બેય દીવીઓને ઓગાળી નાખે તેટલો ધીખતો હતો. તે દીવીઓને સગડી પાસે લઈ ગયો. એક દીવીથી તેણે સગડીના કોલસાને સંકોર્યા પણ ખરા, ત્યાં જાણે કે તેની પોતાની અંદરથી કોઈકે બૂમ મારી : "જિન-વાલજિન ! જિન-વાલજિન !" તેના આખા શરીરનાં રૂંવાં ખડાં થઈ ગયાં. તેણે ચારે તરફ જોયું.

"બસ ?" તે અવાજ બોલતો હતો. "પતી ગયું ? આ દીવીઓ પણ નથી જોઈતી ? પાદરીને પણ ભૂલી જવો છે ? પેલા ગરીબ ખેડૂતને વધેરી દેવો છે, એમ ને ? કેવળ તારા નામના ઘાથી તેનું જીવન બરબાદ થવા દઈને તારે તો સદ્‌ગૃહસ્થ અને પ્રતિષ્ઠિત સજ્જન તરીકે જીવવું છે ને ? ભલે, નગરપતિસાહેબ ! પ્રતિષ્ઠા ખૂબ કમાઓ ! શહેરને ખૂબ સમૃદ્ધ બનાવો ! ગરીબોને દાન આપો ! જગતને સુખી કરો અને થાઓ. અને આ ગરીબ ખેડૂત તારા નામનો ઝભ્ભો પહેરીને જિંદગી આખી મોતના દોજખમાં સડી-સડીને મરે ! યોજના તો ભારે મજાની કરી !"

તેના કપાળ પરથી પરસેવાના રેલા ચાલ્યા. તે પેલી દીવીઓ તરફ ફાટી આંખે જોઈ રહ્યો.

તેનાથી બોલી જવાયું : "કોણ છે અહીં ?" તરત જ તે હસી પડ્યો. આ હાસ્ય ગાંડા માણસનું હતું.

''હુંયે કેવો મૂરખ છું ? અહીં તે કોણ હોય ?''

ત્યાં કો'ક હતું, પણ તે નરી આંખે દેખાય તેમ નહોતું. તેણે રૂપાની દીવીઓ પાછી મૂકી. તેના પગે પાછું યંત્રવત્ ફરવાનું શરૂ કરી દીધું.

બંને નિર્ણયો અત્યારે પોતાનાં ભયંકર સ્વરૂપોમાં પ્રગટ થયા હતા. હવે તો મનુષ્યની શક્તિની અવધિ આવી ગઈ હતી. તે બે નિર્ણયોની અથડામણમાં તેના મગજના જાણે ચૂરેચૂરા થઈ ગયા હતા. છતાં એ બેય નિર્ણયો હજુયે આખરી સંગ્રામ માટે એવા ને એવા રુદ્ર સ્વરૂપમાં સજ્જ થઈને ઊભા છે.

''પ્રભુ ! શું મારે પ્રગટ થઈ જવું એ જ યોગ્ય છે ? આ પવિત્ર, નિર્દોષ, સુખી, સંતોષી જીવનને એક જ ઝટકે છોડીને પાછું એ જ નરકસ્થાનમાં જવું ? એ નિર્દય કોરડા ! એ વજ્રસમી સાંકળો ! એ અપમાન ! તીક્ષ્ણ બાણોની એ પથારી ! પાછું ત્યાં જ જવાનું ? પ્રભુ ! શું હજુ મારે આ ભોગવવું એવો ઈશ્વરી આદેશ હોઈ શકે ?''

અત્યારના સ્વર્ગમાં દાનવ તરીકે જીવવું કે નરકના દેવ થઈને જીવવું – આ જ પ્રશ્ન હતો.

રાત કેટલી ગઈ હતી તેની તેને ખબર નહોતી. પણ તેનું મન કોઈ પણ જાતનો નિર્ણય કર્યા વગર નિરાશ – નિશ્ચેષ્ટસમું બની ગયું હતું.

ત્રણના ટકોરા થયા. પાંચ કલાક સુધી તેણે વગર અટક્યે સતત ઓરડામાં આંટા માર્યા કર્યા હતા. આખરે થાકીને તે ખુરશીમાં પડ્યો અને ઊંઘી ગયો.

૧૯. ગાડી મારી મૂકી

તે જાગ્યો. તેનું શરીર ટાઢથી જકડાઈ ગયું હતું. ખુલ્લી બારીમાંથી ઠંડો પવન જોરથી ફૂંકાતો હતો. સગડી હોલવાઈ ગઈ હતી. બત્તી બુઝાવાની તૈયારીમાં હતી. બહાર હજી અંધારું હતું. તે ઊભો થઈને બારીએ ગયો. બારીએથી બહાર ચોકમાં તે ડોકાયો. તેણે નીચે કાંઈક ખડખડાટ સાંભળ્યો. નીચે ચોકમાં તેણે બે રાતા તારાઓ ચળકતા દીઠા. 'તારાઓ આકાશમાં નથી, પૃથ્વી પર આવ્યા લાગે છે' તેની ભ્રમણા ત્યાં જ દૂર થઈ. એ તો ઘોડાગાડીની બે બત્તીઓ હતી. સફેદ ઘોડો જોડેલો એક નાનો એક્કો તેને સ્પષ્ટ દેખાયો. તેણે પેલો અવાજ સાંભળેલો તે તો ચોકની લાદી ઉપર ઘોડાની ખરી પછડાવાનો અવાજ હતો.

"આ કોની ગાડી છે ? અત્યારમાં કોણ આવ્યું હશે ?" તેણે મનમાં કહ્યું.

એ જ ક્ષણે બારણા ઉપર ટકોરો થયો. તે પગથી માથા સુધી ધ્રૂજી ઊઠ્યો : "કોણ છે ?"

"હું છું ભાઈ !"

તેણે પોતાની નોકર ડોશીનો અવાજ પારખ્યો : "કેમ શું છે ?"

"ભાઈ ! પાંચ વાગી ગયા છે."

"તે મને શું છે ?"

"ગાડી આવી ગઈ છે."

"કઈ ગાડી ?"

"પેલો એક્કો."

"કયો એક્કો ?"

"કેમ ! આપે કાલે વરધી આપી હતી ને ?"

"ના !"

"ગાડીવાળો કહે છે કે આપને માટે ગાડી આવી છે."

"કયો ગાડીવાળો ?"

"સ્કોફ્લેટ મિસ્ત્રી."

મિસ્ત્રીનું નામ પડતાં જ તે ચમક્યો.

“સ્કોફ્લેટ મિસ્ત્રી ? હા....! એમ....?”

ઘડીભર શાંતિ પથરાઈ ગઈ. તે મીણબત્તી સામે તાકી રહ્યો. ઘડીક તેની નીચે પડેલા મીણ તરફ તાકી રહ્યો. મીણને હાથમાં લઈને એ ગોળી વાળવા લાગ્યો. બહાર ડોશી જવાબની રાહ જોતી ઊભી છે. તેણે વળી પૂછવાની હિંમત કરી :

“ભાઈ ! ગાડીવાળાને શો જવાબ આપું ?”

“કહો કે, હા, બરાબર છે, હું આવું છું.”

*

ઉત્તર ફ્રાન્સના આરાસ શહેરથી રાતે ટપાલ લઈને નીકળેલો ટપ્પો વહેલી સવારે હજુ અંધારું હતું ત્યાં તો મ... નગરના પાદરમાં દાખલ થતો હતો. ત્યાં સામેથી એક નાનો એક્કો મારમાર કરતો શહેરની અંદરથી નીકળીને પડખેથી પસાર થયો. આ મોટા તોતિંગ અને હાથી પરની અંબાડીની જેમ ઝૂલતા આવતા ટપ્પાના ધરા સાથે આ નાનકડા એક્કાનું પૈડું અથડાયું. ટપ્પો હાંકનારે બૂમ મારી : “એય ! એય ! જરા જો તો ખરો, ભૂત ભરાણું લાગે છે” પણ એક્કો તો ક્યાંય દૂર નીકળી ગયો હતો.

હેસ્ડીન ગામ આવ્યું ત્યારે સારી રીતે દિવસ ઊંચો ચડી ગયો હતો. એક નાનકડી વીશી પાસે એક્કો ઊભો રહ્યો. ઘોડાનાં નસકોરાં ફાટફાટ થતાં હતાં ને શરીરે પરસેવો રેબઝેબ ચાલ્યો જતો હતો. ઘોડો આમ કદાવર નહોતો, પણ જાતવાન હતો અને ખડતલ હતો; પરંતુ જે ગતિએ તેને દોડવું પડ્યું હતું તે ગતિએ ભલભલા ઘોડા પણ ઢૂકી જાય તેવું હતું.

વીશીમાંથી એક છોકરો આવ્યો. ઘોડાને માટે ચંદી તથા ચણા લઈને તે એક્કા પાસે આવીને ઊભો. તેની નજર એક્કામાં બેઠેલા માણસ તરફ ગઈ તે પહેલાં પૈડા ઉપર ગઈ.

“કેટલેકથી આવો છો ?”

“આમ.... પચ્ચીસ કિલોમીટર આઘેથી.”

“શું કહો છો ?”

“કેમ ?”

“આ પૈડે તમે પચીસ કિલોમીટર એક્કો દોડાવ્યો, ને આ દોડ્યો એ તો ચમત્કાર કહેવાય ! પણ હવે ચાર ડગલાં ચાલશો એટલે પૈડું તૂટી પડવાનું.”

એક્કામાંથી મેડેલીન નીચે કૂદી પડ્યો : “શું કહે છે ?”

“આપ તમારી મેળે જ જુઓ ને, છે કાંઈ પૈડામાં ઠેકાણું ?”

પૈડું સાવ ખોખલું થઈ ગયું હતું. કેટલાક આરાઓ તો વચ્ચેથી જ તૂટી ગયા હતા અને પેચના કાણામાંથી પેચ પણ નીકળી ગયા હતા.

"અહીં કોઈ ગાડી સમી કરનાર છે ?"

"હા, હા !"

"ચાલ ને, મને તેની પાસે લઈ જા."

"આ પાસે જ છે, ચાલો ! એ.... કાકા ! ઊભા રહો. જરા આમ આવજો."

સુતાર પોતાના ઘરના આંગણામાં જ ઊભો હતો. તે ગાડી પાસે આવ્યો અને ડૉક્ટર દરદીનું તૂટેલું હાડકું તપાસે તેમ ફેરવી-ફેરવીને એણે પૈડું તપાસ્યું.

"ઊભાં ઊભાં આ પૈડું સમું કરી દેશો ?"

"હા, હા ! એમાં શું ?"

"વહેલામાં વહેલો ક્યારે હું નીકળી શકું ?"

"કાલે."

"કાલે ?"

"હા, એક આખા દીનું કામ છે. કેમ, કંઈ ઉતાવળમાં છો ?"

"બહુ જ ઉતાવળ છે. કલાકથી વધારે ખોટી થવાય તેમ નથી."

"તો તો થઈ રહ્યું !"

"કહો તે પૈસા આપું."

"રામ રામ કરો !"

"બે કલાકમાં ?"

"આજ સમું થાય ઈ વાતમાં માલ નથી. બે આરા તો નવા નાખવાના, ધરી સાથે પાછા બધા પેચ સમા બેસારવાના - કાલ પહેલાં આ કામ પતે એમ નથી."

"મારાથી કાલ સુધી ખમાય એમ નથી. આ પૈડાને બદલે નવું નાખી આપો તો ?"

"નવું પૈડું ? મારી પાસે એક્કાના માપનું પૈડું નથી. એક એક્કાનું ને એક બીજી ગાડીનું એવું બેઘાઘંટુ થાય !"

" તો બેય પૈડાં નવાં એકસરખાં નાખી આપો."

"પણ કાંઈ બધાંય પૈડાં એક ધરીએ બેસે ખરાં ?"

"પણ તમે બેસાડી જુઓ તો ખરા ?"

"એ બધાં ફીફાં ખાંડવા જેવી વાત છે. મારી પાસે તો ગાડાનાં પૈડાં છે. આ કંઈ મોટું શહેર થોડું છે ? ગામડાગામમાં તો બધું એવું જ ને ?"

"તો એક વાહન ભાડે મળે એમ છે ?"

"વાહન ભાડે મળે ખરું ? અને પાછા તમારી જેવા હાંકનારા !" સુતારે પૈડાં સામે જોઈને ખભા હલાવ્યા.

"ભાડે નહિ તો વેચાતું."

"આ તો હું વાત કરું છું. મારી પાસે તો એક્કો-બેક્કો છે જ નહિ ને ?

હા, એક જૂનું ઠાઠિયું એ.... એકઢાળિયામાં પડ્યું એ છે. એય વળી એક જણ અમથું સાચવવા સોંપી ગયો છે. તમને ઈ આપું તો ખરો, પણ એના માલિકની નજરે પડ્યું તો વળી પંચાત. બીજું તો કંઈ નહિ, પણ એમાં એક બીજી મુશ્કેલી છે – એ બે ઘોડાની ગાડી છે."

"એ તો હું ટપાલના ઘોડા માગી લઈશ."

"ક્યાં જવું છે તમારે ?"

"આરાસ."

"અને ત્યાં તમારે આજ ને આજ પહોંચવું છે ?"

"હા, હા !"

"અને તેય ટપાલના ઘોડાથી ?"

"કેમ, એમાં શું ખોટું ?"

"ખોટું તો કાંઈ નહિ, પણ હા.... તમારી પાસે ટપાલના ઘોડા વાપરવાનો સરકારી પરવાનો તો હશે ?"

"હા, આ રહ્યો."

"પણ તોય એ ઘોડાથી કાલ પહેલાં આરાસ પહોંચાશે નહિ. એક તો ટપાલખાતાના માણસો લાસરિયા, અત્યારે વાવણીટાણું એટલે ઘોડા ખેતરમાં ગયા હોય. એકએક ટપ્પે તમારે ત્રણ-ચાર કલાકનો ખોટીપો થાય. ઘોડા છોડે, નવા ઘોડાને ખેતરમાંથી લઈ આવે ને જોડે, અને એમાં પાછી ઘોડાની ચાલ ગધેડા જેવી. વળી રસ્તાયે બધા જોયા જેવા."

"કંઈ નહિ. તો હું ઘોડા પર જઈશ. આ એક્કો છોડીને કોઢમાં લઈ જાઓ. કોઈ મને ઘોડાનું જીન તો વેચાતું આપશે ને ?"

"શું કામ ન આપે ? આ ઘોડો સવારીમાં હાલશે ખરો ?"

"એલા... એ વાત ખરી ! એ તો હું ભૂલી જ ગયો ! આ સવારીનો ઘોડો નથી."

"તો પછી...?"

"આરાસ સુધીની ખેપ કરે એવો કોઈ ઘોડો હશે ?"

"એક જ ખેપમાં પહોંચે એવો જોઈએ ને ?"

"હા....જ તો !"

"મળે તો ખરો, પણ એમાં આ બાજુના અજાણ્યા કોઈ ભાડે તો આપે જ નહિ – વેચાતો આપે, પણ પાંચસો-હજાર ખરચતાંય મળે એની ખાતરી ન કહેવાય !"

"ત્યારે કરવું શું ?" મેડેલીને મૂંઝવણ વ્યક્ત કરી.

"સારામાં સારો રસ્તો એ છે કે આજનો દી રોકાઈ જવું. કાલે એક્કો સમો થાય એટલે મારી મૂકવો."

"કાલે તો બહુ મોડું થાય !"

"બરોબરની પંચાત ઊભી થઈ ત્યારે તો...!"

"ટપાલનો સગરામ તો જતો હશે ને ?" મેડેલીને કહ્યું.

"હા, પણ એ તો રાતે અહીંથી નીકળશે."

"તે .... આ પૈડું સમું કરતાં એક આખો દી, લાગશે ?"

"એ તો ઉતાવળ રાખું તો એક દી, નહિ તો બે દીનું જ કામ છે."

"બે માણસો કામે લ ે તો ?"

"દસ જણા લગાડો ને !"

"આ તૂટેલા આરાને દોરડાથી બાંધી દીધા હોય તો ?"

"પણ હા, વચ્ચેની નાભિ તૂટી એને ક્યાં દોરડું બાંધવું ? અને આ રબરના પાટામાંય ક્યાં ઠેકાણું છે ?"

"અહીં ગામમાં ક્યાંય ગાડીખાનું કે તબેલો નહિ હોય ?"

"ના."

"બીજો કોઈ ગાડી સમી કરનાર સુતાર નહિ હોય ?"

સુતાર અને પેલો છોકરો બેય જણ એકસાથે ડોકું ધુણાવી ઊઠ્યા : "ના."

મેડેલીનના હરખનો પાર ન રહ્યો.

"બસ ! આમાં ઈશ્વરનો જ હાથ છે. ઈશ્વરે જ આ પૈડું તોડ્યું છે. મેં ઈશ્વરના આદેશને ગણકાર્યો જ નહિ અને નીકળી પડ્યો, તો આમ મને વચ્ચેથી જ અટકાવ્યો ! મેં તો એક માનવીથી થઈ શકે તેટલા બધાય ઉપાયો અજમાવ્યા. મેં નથી જોયો થાક કે નથી ગણી ટાઢ – નથી જોયું પૈસાની સામું. હવે મારા હાથની વાત જ નથી. હવેનાં સર્વ પરિણામની જવાબદારી જો કોઈની હોય તો તે માત્ર ઈશ્વરની જ છે.

તેણે દીર્ઘ શ્વાસ મૂક્યો. જેવર્ટની સાથેની મુલાકાત પછી આટલી છૂટથી તેણે પહેલી વાર મોકળે હૈયે શ્વાસ મૂક્યો - જાણે કે વીસ-વીસ કલાકથી તેને ગળે લાગેલી લોખંડી ગળાચીપ ઢીલી થઈ.

અત્યાર સુધી આ બધી વાતચીત રસ્તા ઉપર જ ચાલતી હતી. નાના શહેરમાં તો અજાણ્યા માણસનું શું – અજાણ્યા કૂતરાનુંય કુતૂહલ હોય. રસ્તા પરથી પસાર થતા માણસોમાંના કેટલાક નવરા તો આ સંવાદમાં અથથી ઇતિ સુધી પ્રેક્ષક તરીકે હાજર જ હતા.

મુસાફર હવે પાછા ફરવા માટેનો વિચાર કરતો હતો. ત્યાં એક ડોશી અને છોકરો તેની પાસે આવ્યાં.

"શેઠ ! આ છોકરો કહે છે તે તમારે એક એક્કો જોઈએ છે ?"

આ તદ્દન ભોળેભાવે બોલાયેલા શબ્દોથી જાણે તેના આખા શરીર પર પરસેવો છૂટી ગયો, તેને પેલી લોખંડી ગળાચીપ ગળે ભીંસાવા લાગી.

"હા, ડોશીમા ! એક એક્કો ભાડે જોઈએ છે." તેણે ઉતાવળથી ઊમેર્યું : "પણ અહીં મળતો નથી !"

"ના, ના, મળે છે."

"ક્યાં ?"

"મારે ઘેર."

તે ધ્રૂજી ઊઠ્યો.

હાથમાંથી ઘરાક જવાથી પેલા સુતારને દાઝ ચડી. તે બોલી ઊઠ્યો :

"એ તે ગાડી કહેવાતી હશે ? સાલેસાલ છૂટાં છે. નથી રબરના પાટા કે નથી કમાન. બેસવાની બેઠકે નથી. બે પૈડાં ઉપર પાટિયું માંડી દીધું હોય એમ લાગે. આવી ગાડીમાં તે સારા માણસ બેસતાં હશે ?"

એ બધુંય ઠીક, પણ માળખું બે પૈડાં ઉપર ઊભું હતું એ વાત નક્કી.

કિંમત ઠરાવીને એ એક્કો ખરીદી લીધો અને પોતાનો ઘોડો તેને જોડીને મુસાફર આગળ જવા તૈયાર થયો. તૂટેલી ગાડી પેલા સુતારને સમી કરવા આપી ને વળતા લેતાં જવાનો વાયદો કર્યો.

એક્કો ચાલ્યો – સાથેસાથે તેની વિચારમાળા પણ ચાલી : "મને પાછા જવાના વિચારે આનંદ થયો હતો ? શું કામ ? તેને પોતાના આનંદ ઉપર ક્રોધ આવ્યો. "હું ક્યાં પરાણે જવા નીકળ્યો છું ? મારી મરજીથી જાઉં છું."

હજી ગામના પાદરની બહાર તેનો એક્કો નીકળતો હતો ત્યાં તેણે બૂમ સાંભળી : 'એ....શેઠ ! ઊભા રહો ! ઊભા રહો !' તેણે એક્કો ઊભો રાખ્યો. ડોશીની સાથે આવેલ છોકરો શ્વાસભેર દોડતો આવ્યો.

"શેઠ ! મેં તમને આ એક્કો મેળવી આપ્યો !"

"તે શું છે ?"

"મને કાંઈ બક્ષિસ પણ નહિ ?"

છૂટે હાથે દાન કરનાર મેડેલીનનો હાથ આજે ખિસ્સામાં ન ગયો.

'બક્ષિસ જોઈએ છે, ભિખારડા ? જા, તને કાંઈ નહિ મળે !"

તેણે જોરથી ઘોડાને ચાબુક લગાવ્યો. ઘોડો પવનવેગે ઊપડ્યો.

હેસ્ડીનમાં બહુ રોકાણ થઈ ગયું એટલે વખતનો ગાળો કાપી નાખવા તેણે ઘોડાને બરાબર તગડાવ્યો. પણ રસ્તા બહુ જ ખરાબ હતા. એમાં વળી તાજો જ વરસાદ થયેલો એટલે કાદવ પણ ખૂબ હતો. વારંવાર પૈડાં જામ થઈ જતાં હતાં.

બપોરે સેઇન્ટ પોલ ગામે ઘોડાને ઊભાઊભ ઘાસચારો આપ્યો. પોતે પણ ભૂખ્યો છે તેનું ભાન થતાં વીશીમાં જઈ ખાવાનું મગાવી ખાધું અને પાછો એક્કો મારી મૂક્યો.

સાંજે પડી ત્યારે રેતીનકેર ગામની નિશાળમાંથી છૂટતાં બાળકોએ આ મુસાફરને ગામની વચ્ચેથી પસાર થતો જોયો.

ગામડાના માણસોને સહજ એવા કુતૂહલ તેમ જ સહાનુભૂતિથી એક ગામડિયા ડોસાએ આ મુસાફરને તથા ઘોડાને જોઈને કહ્યું :

"ઘોડો બહુ થાકી ગયો છે, ભાઈ !

ખરેખર ઘોડો દોડવાને બદલે ચાલતો હતો.

"ક્યાં જવું – આરાસ ?"

"હા."

"તો તો રાત પડી જશે, ને રસ્તો સૂઝશે નહિ."

"અહીંથી કેટલું દૂર હશે ?"

"વીસેક કિલોમીટર"

"આ સરકારી પથરા પર તો બાર કિલોમીટર લખ્યા છે ?"

"હા, પણ હમણાં ધોરી રસ્તાનું સમારકામ ચાલે છે એટલે ફેર ખાઈને જવું પડે છે. આ બાજુના અજાણ્યા લાગો છો ?"

"હા."

"તો તો કોઈ ભોમિયાને લઈ લો. આમ તો ભૂલા પડશો. રસ્તામાં રસ્તાઓ ફંટાયા કરે છે. નહિ તો રાત અહીં રહી જાઓ – સવારે જજો."

"ના, ના મારે રાતો-રાત પહેલાં આરાસ પહોંચવું છે."

"તો તમે જાણો ! તો પછી કોઈ છોકરાને બે પૈસા આપીને સાથે લઈ લો – રસ્તો ચીંધવા."

તેણે ગામડિયાની સલાહ પ્રમાણે કર્યુ. નવો ઘોડો તથા ભોમિયો લઈને તે પાછો ઊપડ્યો.

સાંજ થઈ ગઈ. મેદાન વધારે ને વધારે ઝાંખું થતું જતું હતું.

ઠંડી શરૂ થઈ હતી. દરિયા તરફથી આવતો પવન જોરથી ફૂંકાવા લાગ્યો હતો. રાત્રિના ભણકારા શરૂ થઈ ગયા હતા. મુસાફર ધ્રૂજતો હતો – ઠંડીથી કે બીજા કોઈ કારણથી ?

દૂર દૂરથી ડંકા સંભળાયા.

"કેટલા વાગ્યા, છોકરા ?"

"સાત. હવે કલાકમાં આરાસ પહોંચી જાશું."

૨૦. ન્યાયગૃહમાં

આરાસની સાંકડી અંધારી ગલીમાંથી એક મુસાફર આમતેમ જોયા વગર ચાલ્યો જતો હતો. સામેથી બત્તી સાથે ચાલ્યા આવતા એક માણસને તેણે પૂછ્યું :

"ન્યાયકચેરીનું મકાન ક્યાં આવ્યું ?"

"પરગામના લાગો છો ! ચાલો, મારે પણ એ બાજુ જ જવું છે, પણ તમારે કચેરીમાં કેસને અંગે તો કાંઈ કામ નથી ને ? કેસનું કામકાજ તો આમ છ વાગ્યે બંધ થઈ જાય છે. તોય જોઈએ."

એક મોટા ચોક પાસેથી નજર કરતાં સામેના એક મોટા મકાનની ચાર બારીઓમાંથી પ્રકાશ આવતો દેખાયો.

"લો, હજુ કામકાજ ચાલતું લાગે છે. કોઈ કેસમાં સાક્ષી પુરાવવાની છે ? કેસ ફોજદારી છે કે દીવાની ?"

"ના, ના, મારે તો એક વકીલનું કામ છે."

"આ દેખાય તે મકાનના આગલા ભાગમાં મોટો દાદર છે. ત્યાંથી ઉપર જવાશે."

મુસાફર મકાનના આગલા મોટા ખંડમાં પેઠો. કાળા ઝભ્ભા પહેરેલા વકીલો અંદરઅંદર ટોળાં બાંધીને ગુસપુસ કરી રહ્યા હતા. ન્યાયમંદિરનાં પગથિયાં પાસે કાળા ઝભ્ભાવાળા માણસોનું ટોળું આપણા મન ઉપર એક કંપારીની લહર લાવી દે છે. ત્યાં થતી વાતચીતોમાં દયા-ઉદારતાનું નામ દેખાતું નથી. અહીં તો કલમોની પટ્ટાબાજી, સજાઓના વરતારા અને બુદ્ધિના દાવપેચો જોવા મળે છે – જાણે કે કોઈ ભૂતાવળ સમી મધમાખીઓનાં ટોળાં ઝેરના પૂડા બાંધી રહ્યાં હોય એવું લાગે છે.

આ વકીલોના ખંડમાંથી અંદરના ન્યાયમંદિરના ખંડમાં જવાતું હતું. તેણે પહેલા મળ્યા તે વકીલને પૂછ્યું :

"શેનો કેસ ચાલે છે ?"

"એ તો પતી ગયો !" વકીલે કહ્યું.

"પતી ગયો ?" આ શબ્દો મુસાફરના મોંમાંથી એવી રીતે નીકળ્યા કે વકીલ પણ ચમકી ગયા.

"તમે સગા હશો ?"

"ના, ના, અહીં મારું કોઈ સગું નથી. સજાનો ચુકાદો અપાઈ ગયો ?"

"હા..... જ તો ?"

"શું સખત મજૂરી ?"

"સખત મજૂરી સાથે જનમટીપ !'

મુસાફરનો અવાજ ધીમો પડતો જતો હતો : "શકદાર શખસ મળી આવ્યો ?"

"શેનો શકદાર ?" વકીલ બોલ્યા. "આમાં શકની વાત જ ક્યાં હતી ? આ તો સીધી વાત હતી. આ ઓરતે તેના બાળકને મારી નાખ્યું હતું. બાળહત્યાનો કેસ પુરવાર થયો. જનમટીપની સજા થઈ."

"ઓરતનો કેસ હતો ?"

"હા, ત્યારે તમે કોની વાત કરો છો ?"

"ના, ના. કેસ પતી ગયો તો હજુ ન્યાયમંદિરના દીવા કેમ બળે છે ?"

"હજુ એક બીજો કેસ ચાલે છે, બે કલાકથી શરૂ થયો છે."

"શેનો છે ?"

"કેસ આમ તો ચોરીનો છે, પણ ચોર જૂનો છે. એનું નામ ભૂલી ગયો.... કાળાંપાણીની સજાવાળો ડામીજ છે. હું તો એને જોઈને જ કહી દઉં કે આને તો પાછો કાળાંપાણીએ મોકલી દો."

વકીલો પોતાને કામ ચાલ્યા ગયા.

તે આસપાસ ફરતાં લોકોનાં ટોળાંમાંથી અંદર જવા માટે આગળ વધ્યો. તેના કાન ઉપર જે વાતચીત પડી તે ઉપરથી તેણે એટલું તારવ્યું કે જે માણસ સામે કેસ ચાલે છે તેણે સફરજન ચોર્યું હોવાનો આરોપ છે, પણ એનો પુરાવો બહુ મજબૂત નથી. પણ તે એક જૂનો ડામીજ હોવાને લીધે તેનો કેસ માર્યો જાય છે. સાક્ષી-તપાસ, ઊલટ-તપાસ વગેરે પતી ગયું છે, અને હવે તો એ માણસના પક્ષના વકીલનું તથા સરકારી વકીલનું પ્રવચન જ બાકી છે અને ચુકાદો બાકી છે. કેસ મધરાત પહેલાં પતશે નહિ.

તે ન્યાયમંદિરના બારણા પાસે ગયો. ત્યાં એક અમલદાર ઊભો હતો.

"આ બારણું ક્યારે ખૂલશે ?"

"હવે નહિ ખૂલે."

"કેમ, પાછું કેસનું કામ શરૂ થશે ત્યારે તો ખૂલશે ને ?"

"કામકાજ શરૂ થઈ ગયું છે અને આખી કચેરી ભરાઈ ગઈ છે. જગ્યા નથી."

"જરાય નહિ ?"

“ના, ફક્ત ન્યાયાધીશની પાછળની એક-બે ખુરશીઓ ખાલી છે, પણ ત્યાં તો સરકારી અમલદાર કે મોભાદાર ગૃહસ્થોને જગ્યા મળે.

ઉપરથી તદ્દન સ્વાભાવિક રીતે પ્રશ્નો પૂછતાં આ મુસાફરના દિલમાં કેવું તોફાન ચાલી રહ્યું હતું ! એના હૃદયની કોઈ પણ લાગણી અત્યારે એવી નહોતી કે જે ઊછળીને એકબીજી સામે ટકરાઈ ન રહી હોય. બધાય ભાવો જાણે એકસામટા આજે યુદ્ધે ચડ્યા હતા. વકીલનો ને આ અમલદારનો તદ્દન સાદી રીતે બોલાયેલો એક એક શબ્દ આ જિગરમાં બરફની અણીદાર કરચોની જેમ ઘૂસી જતો હતો. કેસ હજુ પૂરો નથી થયો એ સાંભળી તેણે શ્વાસ મૂક્યો. એ શ્વાસ સંતોષનો હતો કે વેદનાનો તેની તેને ખબર નહોતી.

થોડી વાર નીચે માથે પાછળ હાથ રાખીને તેણે આ બહારના ખંડમાં આંટા માર્યા. એકાએક તે ઊભો રહ્યો. કોટનાં બટન ખોલ્યાં. અંદરથી એક નાની ચિઠ્ઠીનો ગુટકો કાઢ્યો. તેમાંથી એક પાનું ફાડી પેન્સિલથી ઉપર લખ્યું : “શ્રીમાન મેડેલીન, નગરપતિ મ...નગર”

“લો આ ચિઠ્ઠી, ન્યાયાધીશસાહેબને હાથોહાથ પહોંચાડજો.” પેલા અમલદારને તેણે ચિઠ્ઠી આપી. અમલદારે ચિઠ્ઠી લીધી, વાંચી ને તરત જ અંદર ગયો.

થોડી જ વારમાં અમલદાર પાછો આવ્યો.

“પધારો ! ન્યાયમૂર્તિ આપને યાદ કરે છે. આપ મારી પાછળ ચાલ્યા આવો !” અમલદારના હાવભાવમાં તથા વાણીમાં આટલી નમ્રતા આવી તે મેડેલીનના નામનો જ પ્રભાવ હતો. કેવળ મ...નગરમાં જ નહિ, પણ ઠેઠ આરાસ સુધી આ નગરપતિની કીર્તિની સુવાસ ફેલાયેલી હતી.

એક નાનું બારણું ખૂલ્યું અને તેની સમક્ષ ઝાંખા પ્રકાશમાં પડદા જેવો લાગતો એક મોટો ખંડ દેખાયો. ઘડીક એકદમ ઘોંઘાટ ને બીજી જ ક્ષણે તદ્દન શાંતિના વાતાવરણમાં પણ એ જ પ્રકારની ગંભીરતા દેખાતી હતી. પોતે જ્યાં ઊભો હતો ત્યાં જ આગલી હરોળમાં બનાવટી વાળનાં જુલફાંવાળા માથાંવાળા ન્યાયમૂર્તિઓ બેઠાંબેઠાં દાંતેથી નખ ચાવતા હતા. વચ્ચેવચ્ચે તેમની આંખો મીંચાઈ જતી – ચિંતનમાં કે ઊંઘમાં તે ખબર પડે તેમ નહોતું. બીજા છેડા સુધી નજર કરતાં જગતના સર્વ પ્રકારના માણસોના પ્રકારો – ખેડૂતો, શેઠિયાઓ, સિપાહીઓ, લહેરી લાલાઓ, વકીલો-બધાય નજરે પડતા હતા, પણ એ બધામાં સૌથી છેડે એક ઊંચા ચોકઠા પર એક માણસ ઊભો હતો. આ મોટા ખંડને છેડે હોવા છતાં બધાની નજરના કેન્દ્રમાં એ હતો.

મુસાફરની નજર તેની સામે ગઈ. એ જ આરોપી. દેખાવમાં એ સાત વરસ પહેલાંના જિન-વાલજિન જેવો જ હતો.

મેડેલીનના આખા શરીરે કંપારી પસાર થઈ ગઈ.

"પરમાત્મન્ ! પાછી મારી આ જ દશા થવાની ?"

મુસાફર કચેરીમાં દાખલ થયો તે જ વખતે બચાવ-પક્ષનો વકીલ પોતાનું ભાષણ પૂરું કરવાની તૈયારીમાં હતો.

ત્રણ કલાકથી ચાલતા આ મહાન નાટકનો નાયક એક અજાણ્યો ચીંથરેહાલ, કાં તો સાવ મૂરખ ને કાં તો ભારે ચાલાક એવો આ માણસ પોતાના કરુણાન્તની નજીક ને નજીક આવતો જતો હતો. તે એક ખેતરમાંથી તાજાં સફરજનવાળી એક ડાળ લઈને જતાં પકડાયો હતો. આ ડાળ પડખેની એક વાડીમાંના સફરજનના ઝાડ પરથી તૂટેલી હતી. ડાળ એણે જ તોડી હતી એની સાબિતી નહોતી, અને તેના પરના આરોપમાં એ ફળની ચોરીની વાત મહત્ત્વની નહોતી. તે ચોરનાર એક જૂનો નામચીન ડામીજ બહારવટિયો બદમાશ ટૂર્લોના કાળાંપાણીનો પેધી ગયેલો કેદી જિન-વાલજિન છે. પોલીસ છેલ્લાં સાત વરસથી તેની તપાસમાં છે. તેણે એક છોકરા પાસેથી પૈસા લૂંટ્યા હતા. ત્યારથી ફોજદારી કાનૂનની ૩૮૩મી કલમ પ્રમાણેનો તેના પરનો આરોપ ઘડાઈ ચૂક્યો છે. હવે ફક્ત આ ફળ ચોરનાર માણસ આ પોતે જ છે એટલું, પુરવાર કરવાનું બાકી હતું. એ સાબિત થાય એટલે આ તેની નવી ચોરી-ફળની ચોરી-નું તહોમત મળીને તેને માટેની સજા નક્કી થાય.

આ સાબિત કરવા માટે છેલ્લા ત્રણ કલાકથી સરકારી વકીલ અનેક સાક્ષીઓની સહાયતાથી આભ-પાતાળ એક કરી રહ્યો હતો, પણ આ નાટકના મુખ્ય નાયકના મુખ ઉપર એક જ રસનો આવિર્ભાવ દેખાતો હતો, અને તે બાઘાઈ. વચ્ચેવચ્ચે તે આખું શરીર હલાવીને ના પાડતો હતો અને બાકીના વખતમાં છાપરા સામે જોઈ રહેતો. બુદ્ધિના તોપમારાની સામે મૂર્ખતાના મજબૂત કિલ્લામાં ઊભેલો આ એકલો વીર હતો, પણ તેનું વિનાશક ભાવિ તે કિલ્લાને વધારે ને વધારે ઘેરતું જતું હતું. પ્રેક્ષકોમાં પણ બે પક્ષો પડી ગયા હતા. એક પક્ષ આના એકએક અભિનયને તેના મૂળ સ્વરૂપમાં જ જોતો, બીજો પક્ષ તેની અભિનય કરવાની કુશળતા પર આફરીન હતો. એકંદર આખા નાટકનો મુખ્ય રસ અદ્ભુત રસ હતો, પણ તેમાં એક પ્રકારની શોકની છાયા પથરાયેલી હતી.

બચાવ-પક્ષના વકીલનું ભાષણ લગભગ પૂરું થવા આવ્યું લાગતું હતું. વકીલની ભાષાની ઝડઝમક ભલભલાને આંજી દે તેવી હતી. પારીસને બદલે કલા તથા સંસ્કૃતિનું કેન્દ્ર, રાજાને બદલે સમ્રાટ, પાદરીને બદલે પવિત્ર આત્મા, સરકારી વકીલને બદલે કાયદા ને વ્યવસ્થાનાં ગૂઢ રહસ્યોને ઉકેલનાર – એવા શબ્દપ્રયોગમાંથી તેમની વિદ્વત્તા મુશળધાર વરસતી હતી, પણ આ બધામાંથી દલીલરૂપે જે સત્ત્વ હતું તે આટલું :

તેનો અસીલ જ આ ફળનો ચોર છે તે પુરવાર થઈ શક્યું નથી. તેને વંડી પર ચડતાં ને ડાળી તોડતાં કોઈએ જોયો નથી. આ અસીલનું નામ શેમ્પમેથ્યુ છે એમ વકીલ વારંવાર ઉલ્લેખ કરવાનું ચૂકતા નહિ. એ ડાળ કોઈ ચોરે તોડી એ વાત સાચી, પણ તે ચોર આ શેમ્પમેથ્યુ જ છે તેનો શો પુરાવો છે ? આ અસીલ એ એક જૂનો બદમાશ છે તે વાત દુર્ભાગ્યે લગભગ સાબિત થઈ ગઈ છે. તે બાબતની શાહેદીઓ આવેલી છે. વળી આ શેમ્પમેથ્યુ નામ જિન-વાલજિન સાથે મળતું આવે છે, પણ વકીલનું તો કહેવાનું એ જ હતું કે આ માણસે આ ફળની ડાળ તોડી નથી એ મુદ્દાની વાત છે. એ જૂનો-જાણીતો ચોર છે એ વાત જો અહીં ન આવી હોત તો-તો આ આરોપીને છોડી જ મૂક્યો હોત. આરોપી પોતાના બચાવમાં કંઈ કહેતો નથી. તે તેની વિરુદ્ધના પુરાવામાં જાય છે, પણ તેમાં બુદ્ધિની ઊણપ ગણવાનું નામદાર કોર્ટને વકીલે જણાવ્યું. ધારો કે આ જ ઇસમ જિન-વાલજિન છે, તો તેના ઉપર મૂકવામાં આવેલાં નિયંત્રણોના ભંગ જેટલો જ ગુનો ગણીને તેને હળવી સજા થવી જોઈએ, પણ તે ગુના સાથે આ ચોરીના ગુનાને ભેળવવો ન જોઈએ.

આ પછી સરકારી વકીલ – કાયદો અને વ્યવસ્થાનાં ગૂઢ રહસ્યોને ઉકેલનાર- ઊભા થયા :

"મારા વિદ્વાન મિત્રે કરેલી દલીલોમાં રહેલી નિખાલસતા માટે તેમનો આભાર માનું છું. તેમણે પોતે જ એટલું તો કબૂલ કરી લીધું છે કે આ આરોપી એ જ જિન-વાલજિન છે ! (અહીં સરકારી વકીલે જરા વિષયાંતર કરીને પણ કાયદાઓનું પોતાનું અગાધ જ્ઞાન પ્રેક્ષકો સમક્ષ રજૂ કર્યું.) હવે આ જિન-વાલજિન કોણ હતો અથવા છે – એક ભયંકર ડાકુ, પાંચ-પાંચ વાર જેલ તોડીને ભાગેલો – જેનાથી આખું ફ્રાન્સ થરથરે છે, તે પુરાણકાળના રાક્ષસોનું સ્મરણ કરાવે છે. (આ વર્ણને પ્રેક્ષકોનાં દિલમાં ધ્રુજારી ઊભી કરી દીધી છે એમ ખાતરી થઈ ત્યારે જ તે વર્ણન અટક્યું.)

"હવે આ આરોપી એકએક વાતની ના પાડે છે એ પણ મહત્ત્વનો મુદ્દો છે. તે ચોરીની ના પાડે છે, તે ડાળ સહિત પકડાયો તેની ના પાડે છે, પોતાનું નામ કહેતો નથી – બધાંની ના જ પાડે છે. બીજા હજારો સાક્ષીઓને બાજુએ રાખીએ તોપણ પોલીસ ફોજદાર જેવર્ટની તથા તેની જ સાથેના જૂના સજા પામેલા કેદીઓની જુબાનીમાં પડી, ઓળખાણ પુરવાર થઈ હતી, એ ઘણો જ મજબૂત પુરાવો છે. આને માટે કાયદામાં જે સજા છે તે સખત મજૂરી સાથેની જનમટીપની છે, અને આ માણસને માટે તો આ સજા હળવામાં હળવી છે."

સરકારી વકીલ પોતાનું ભાષણ પૂરું કરીને બેઠા ત્યાં સુધી પેલો પાંજરામાં

બેઠેલો આરોપી ફાટ્યે મોઢે ને ફાટી આંખે આ વક્તાની અદ્‌ભુત વાણી તરફ આશ્ચર્ય, માન ને ભક્તિભાવે જોઈ રહ્યો હતો.

બચાવ-પક્ષના વકીલ ફરી ઊભા થયા, પણ તેમની વાણીમાં પરાજયની નમ્રતા આવી ગઈ હતી.

હવે આ નાટકનો છેલ્લો પ્રવેશ શરૂ થયો. ન્યાયાધીશે આરોપી સામું જોઈને તેને ઊભા થવાનો હુકમ કરીને પૂછ્યું :

"તારે તારા બચાવમાં કંઈ કહેવાનું છે ?"

બે હાથે પોતાની ટોપી ચૂંથતા આ માણસે કાંઈ સાંભળ્યું હોય એમ ન લાગ્યું.

ન્યાયાધીશે ફરી એ પ્રશ્ન પૂછ્યો.

જાણે ઊંઘમાંથી જાગ્યો હોય તેમ તે માણસ આસપાસ નજર નાખવા લાગ્યો. એક પછી એક બધીય બાજુ નજર ફેરવીને સળિયાને મૂઠીમાં પકડી પેલા સરકારી વકીલ સામું જોઈ તેણે બોલવાનું શરૂ કર્યું, પણ દિવાળીમાં છોકરાં ફટાકડાની આખી સેર એકીસાથે ફોડીને જેવી તડાફડી બોલાવે તેવી આ શબ્દોની, વાક્યોની ને હાવભાવની તડાફડી હતી – જાણે કે તેને બોલવાના બધા શબ્દો એકીસાથે મોઢામાંથી નીકળવા માટે ધક્કામુક્કી કરતા હોય એમ નીકળતા હતા.

"મારે કહેવાનું એમ છે કે બેલુશેઠને ત્યાં હું ગાડીના કારખાનામાં કામ કરું છું. એ કાંઈ સહેલું કામ નથી. આખો દી કોઢમાં કે ફળીમાં કામ કરવું પડે, એમાં પાછા પાછળથી ગોદા મારનારા મુકાદમ ઊભા જ હોય. ટાઢ કહે મારું કામ. પહેરવા-ઓઢવાનું શું રાખ હોય ? ટાઢ ઉડાડવા જરાક હાથ મસળીએ ત્યાં તો શેઠ કહે : "એલા, આળસ ઉડાડે છે કે ? કામ કર કામ ! બહાર બરફ પડતો હોય ત્યારે હાથમાં લોઢું કેમ પકડાય, તમે જ કહો ને ? આ મને ત્રેપન થવા આવ્યાં, પણ ચાલીસ વરસે તો આ કામ કરીને માણસ ટ્રામના ઘોડાની જેમ ઊતરી જાય – ખબર છે ? આ મનેય શરીરે હવે કચરપચર રહ્યા કરે છે. વળી ઉંમર થઈ એમ શેઠ પગાર ઘટાડતા જાય છે. મારે એક દીકરી હતી. ધોબીનું કામ કરતી'તી ને માંડ પોતાનું પેટિયું કાઢતી. શિયાળો હોય, વરસાદ હોય – પણ કપડાં ધોયા વગર ન ચાલે : ઘરાકી તૂટી જાય. એમાં વળી તેનો ધણી કસાઈ નીકળ્યો. મારી-મારીને અધમૂઈ કરી નાખે. ઈ પછી જીવે ? બિચારી છૂટી ગઈ ! આ હું ખરું કહું છું. ખોટું હોય તો પછી જુઓ ને ? હુંય છું ને સાવ ! આ તો મોટું શહેર કહેવાય. અહીં મને કોણ ઓળખે ? પણ બેલુશેઠ છે ને ! એને પૂછી લો, હાંઉ ! હવે કાંઈ કહેવું છે મને ?"

તેનું બોલવાનું બંધ થયું, પણ તે ઊભો રહ્યો. તેનું ભાષણ પૂરું થયું કે તરત જ આખી કચેરી ખડખડાટ હાસ્યથી ગાજી ઊઠી. આ માણસ પણ આ બધા હસનારા

સામે જોઈ રહ્યો અને પોતેય હસવા માંડ્યું.

બસ, હવે અપશુકનનાં પગરણ શરૂ થયાં.

ન્યાયાધીશની ધીરજની પણ કાંઈ હદ હોય છે. આમ બિચારા ન્યાયાધીશ ખૂબ માયાળુ લાગતા હતા, પણ આ માણસે આપેલું ભાષણ અને તે પછીનું ખડખડાટ હાસ્ય... આ ભલા માણસને માટે પણ અસહ્ય હતું. તેણે ઊંચે સાદે કહ્યું :

"મહેરબાન પંચના સભ્યો ! આરોપીએ તેના શેઠની જે વાત કરી છે તેના પર સમન્સ બજાવવામાં આવ્યો હતો, પણ તે ઇસમ દેવાળું કાઢીને નાસી ગયો છે એટલે તેને હાજર કરી શકાયો નથી." આ પછી તરત જ તે આરોપી તરફ ફરીને બોલ્યા : "તારે માથે ઘણી આકરી સજા ઝઝૂમે છે. તું જે જવાબ આપે તે સૂધબૂધ ઠેકાણે રાખીને આપીશ નહિ તો ચુકાદો તારી વિરુદ્ધમાં વધારે જશે. એટલે તને હું ફરી વાર પૂછું છું કે તારે આ બે બાબતમાં શું કહેવાનું છે : બાબત પહેલી એ છે કે તેં દીવાલ ઉપર ચડીને સફરજનના ઝાડની ડાળી તોડીને ફળની ચોરી કરી છે કે કેમ ? એટલે કે ગૃહપ્રવેશની સાથે ચોરીનો તારા પરનો આરોપ સાચો છે કે કેમ ? અને બીજી બાબત એ કે આ જૂનો જિન-વાલજિન નામનો કેદી તું જ છે કે નહિ ?"

આરોપીએ અરધી વાતમાંથી આખી વાત સમજી જાય એવા ડાહ્યા માણસની ઠાવકાઈથી માથું હલાવ્યું ને મુખ્ય ન્યાયાધીશ સામે જોઈને તેણે માથું ઉઘાડ્યું.

"પહેલું તો એ કે..."

આટલું બોલીને તરત જ તેણે પોતાની ટોપી જોવા માંડી, પછી મકાનની છત સામું જોયું ને પાછો તે મૂંગો થઈ ગયો.

"જો, આરોપી !" સરકારી વકીલે કડક અવાજે કહ્યું. "બરાબર સંભાળીને જવાબ દે. તારો ગભરાટ તારી વિરુદ્ધના પુરાવામાં જાય છે. તું શેમ્પમેથ્યુ નથી, પણ જૂનો ડામીજ જિન-વાલજિન છે. તેં જુદાંજુદાં નામો અત્યાર સુધીમાં ધરાવ્યાં છે. તેં પાકા સફરજનની ચોરી કરી છે, એટલું જ નહિ, પણ તેં ગૃહપ્રવેશનો ગુનો પણ કર્યો છે."

આરોપી હજી હમણાં જ નીચે બેઠો હતો ત્યાંથી એકદમ ઊભો થઈને ગરજી ઊઠ્યો :

"જા જા હવે ! મારે કહેવાનું જ એ હતું - મેં કોઈ દી ચોરી કરી નથી. અમને કાંઈ બે ટંક ખાવાના કડાકા નથી થતા. તે દી વરસાદ ખૂબ પડ્યો. મારગમાં ગારો.... ગારો. ત્યાં મારગમાં સફરજનની ડાળ પડેલી. મને શી ખબર કે એમાં આવી હોળી થશે ? મેં તો એ ઉપાડી. આટલી વાતમાંથી તો આ ત્રણ મહિનાથી મને થાણામાં ગોંધીને સિપાહીએ મારીમારીને અધમૂઓ કરી નાખ્યો. તમે કહો

છો કે - 'જવાબ દે ! જવાબ દે !' પણ શું જવાબ દે ? આથી બીજો કયો જવાબ તમારે જોઈએ છે ? તમે બધાય જુઠ્ઠા છો. વળી જિન-વાલજિન ને ફલાણો ને ઢીંકણો – એ કોઈનું તો નામેય મેં સાંભળ્યું નથી. હું તો બેલુશેઠને ત્યાં કામ કરતો. મારો જન્મ ક્યાં થયો ઈય મને ખબર નથી. બધાયને કાંઈ જન્મ લેવા માટે છાપરું નથી મળતું ! મારાં માબાપ ઉભાડિયાં મજૂર હતાં એમ કહે છે. મને ખબર નથી. હું નાનો હતો ત્યારે મને બધાં નાનકો કહેતાં. હવે મને આ બૂઢિયો કહે છે. આમ પોણી જિંદગી તો કાઢી નાખી, હવે આ અવસ્થાએ શું કામ મારી વાંસે લાગ્યા છો ? હું તે કાંઈ હડકાયું કૂતરું છું ?''

સરકારી વકીલ હજી ઊભા હતા. તેણે આગળ ચલાવ્યું : ન્યાયમૂર્તિ ! નામદાર કૉર્ટે જોયું હશે કે આરોપી પોતાનો બચાવ મૂર્ખાઈનો ઢોંગ કરીને કરવા પ્રયત્ન કરે છે, પણ આપની પાસે આ માટેનો સબળ પુરાવો રજૂ કરવાની રજા લઉં છું. પોલીસ ઇન્સ્પેક્ટર જેવર્ટ કામને અંગે હાજર ન રહી શકવાથી તેમની લેખિત જુબાની આ સાથે રજૂ કરું છું.

''આ શખસનું નામ શેમ્પમેથ્યુ નથી, પણ જિન-વાલજિન છે, અને તેને હું લાંબા વખતથી બરાબર ઓળખું છું. તે ચોરીના ગુના માટે અને તે માટેની સજા ભોગવતી વખતે ભાગવાનો પ્રયત્ન કરવાના ગુના માટે ઓગણીસ વરસની સજા ભોગવી ચૂક્યો છે. જેલમાં દારોગા તરીકેની મારી કારકિર્દી દરમિયાન મેં તેને જોયો છે. તે ઘણો જ ભયંકર અને રાક્ષસ જેવો બળવાન માણસ છે. તેની સજા ભોગવીને છૂટ્યા પછી પણ એક પાદરીના ઘરમાંથી રૂપાનાં વાસણો તથા એક છોકરાના હાથમાંથી પૈસા આંચકી જવાનો ગુનો તે કરી ચૂક્યો છે. હું તેને પૂરેપૂરો ઓળખું છું.''

જેવર્ટ જેવા પ્રામાણિક ફોજદારની આ જુબાનીએ ન્યાયસભામાં સૌના મન ઉપર ખૂબ અસર કરી, પણ સરકારી વકીલ આટલાથી જ સંતોષ પામે તેમ નહોતા. તેમણે ટૂર્લોનાં દરિયાઈ કેદખાનામાં જિન-વાલજિનના કાળના સાથીદાર કેદીઓને પણ સાક્ષીમાં બોલાવ્યા હતા. ન્યાયાધીશનો હુકમ થતાંની સાથે જ પડખેના ઓરડામાંથી ત્રણ કેદીઓને સાક્ષીના પીંજરામાં હાજર કરવામાં આવ્યા.

પહેલો કેદી બ્રેવેટ આગળ આવ્યો. તેના ચહેરા ઉપર એક ધંધાદારી કેદીના સર્વ ભાવો દેખાતા હતા. સાઠેક વરસની તેની ઉંમર લાગતી હતી.

''તું એક સજા ભોગવી ચૂકેલો માણસ છે. તારાથી સોગંદ લઈ નહિ શકાય, પરંતુ કાયદાની દૃષ્ટિએ તું નીચ હોવા છતાં તારામાં માણસાઈનો અંશ રહ્યો હશે એમ માનીને તને ઈશ્વરને માથે રાખીને સત્ય બોલવાનું કહું છું. તારા એક જ શબ્દથી આ આરોપીને તું મારી શકે છે, અને એક જ શબ્દથી બચાવી પણ શકે છે. આરોપી ! ઊભો થા ! બ્રેવેટ ! જો, આ આરોપીને બરાબર નીરખીને જો !

તારી યાદ તાજી કર, ને બોલ ! આ આરોપી એ તારો કેદખાનાનો જૂનો સાથી જિન-વાલજિન છે ?''

બ્રેવેટે આરોપી સામે જોયું. એ બોલ્યો : ''હા, નામદાર ! આ જ માણસ જિન-વાલજિન છે. તે કેદખાનામાં 1796માં આવ્યો હતો અને 1815માં છૂટ્યો હતો. તેના પછી એક વરસે હું છૂટ્યો હતો. અત્યારે તે જરાક બાઘા જેવો દેખાય છે. કેદમાં તે સાવ મૂંજી હતો. હું તેને બરાબર ઓળખું છું.''

એ જ પ્રમાણે બીજા બે જૂના ગુનેગારની જુબાની લેવામાં આવી, અને તેમણે પણ બ્રેવેટની જેમ જ પોતાનો અભિપ્રાય આપ્યો.

ન્યાયાધીશે આરોપીને કહ્યું : ''આ ત્રણેય જુબાનીઓ બાબતમાં તારે કાંઈ કહેવું છે ?''

''ખરા છે, મારા વાલીડા ! હાંક્યે જ રાખે છે ને !'' પેલાએ કહ્યું.

સભામાં પાછો કોલાહલ મચી ગયો.

ન્યાયાધીશે વળી ગર્જના કરી : ''શાંતિ ! હવે કેસનો ચુકાદો આપવામાં આવે છે.''

એ જ ક્ષણે ન્યાયાધીશની જગ્યાની પાસે જે કાંઈક સળવળાટ થયો, ને ત્યાંથી જ અવાજ આવ્યો : ''બ્રેવેટ ! શેનિલ્ડ્યું ! કોશપેલ ! આમ મારા તરફ જુઓ !''

આ અવાજમાં કેટલી વિહ્વળતા ભરી હતી, છતાં અવાજનું જોર એક ગર્જના જેવું હતું. આ અવાજ કાને પડતાં જ ઘડીભર આખા સભાગૃહમાં બેઠેલા તમામ પ્રેક્ષકોનું હૃદય જાણે કે થંભી ગયું. અવાજની દિશામાં બધાની મીટ મંડાઈ. ન્યાયાસનની પાછળ બેઠેલા ભદ્ર પુરુષોની હારમાળામાં એક ભવ્ય આકૃતિ ઊભી હતી. ન્યાયાધીશ, સરકારી વકીલ અને બીજા અનેક અમલદારોએ આ આકૃતિને તરત ઓળખી કાઢી.

''શ્રીમાન મેડેલીન !''

૨૧. શિકારની પાછળ

મેડેલીનના મુખ ઉપર ન્યાયાલયના દીવાઓનું ઝાંખું તેજ પડતું હતું. તે પૂણી જેવું ફિક્કું દેખાતું હતું. તેના ખુલ્લા માથા પરના વાળ તદ્દન ધોળા દેખાતા હતા.

આખું સભાગૃહ સ્તબ્ધ હતું. કાન પર પડેલા અવાજમાં અને તે અવાજ જેના મુખમાંથી નીકળ્યો તે વ્યક્તિના ચહેરા પરના ભાવો વચ્ચે કેટલું અંતર હતું ! આવી શાંત આકૃતિમાંથી આ ભયાનક અને દિલ કંપાવનાર અવાજ નીકળી શકે ? આ મૂઢ બની ગયેલું વાતાવરણ થોડી ક્ષણો ચાલ્યું, અને તેમાંથી ન્યાયાધીશ મુક્ત થાય તે પહેલાં તો મેડેલીન આગળ આવ્યો, અને પેલા ત્રણ કેદી સાક્ષીઓની પાસે ગયો.

"તમે મને નથી ઓળખતા ?"

ત્રણેય જણ મોં તથા આંખો ફાડીને ઊભા રહ્યા. એક જણે તો વળી લશ્કરી સલામ પણ ભરી. ત્રણેય જણે ડોકું ધુણાવી જવાબમાં ના પાડી.

મેડેલીન તરત જ ન્યાયાધીશ તથા તેની પાસે બેઠેલા મહાજન તરફ ફર્યો :

"નામદાર કોર્ટ તથા મહાજનના સભ્યો ! આપ આ આરોપીને નિર્દોષ ગણી છૂટો કરો. જે માણસ તમે શોધો છો તે માણસ હું છું. હું જિન-વાલજિન પોતે !"

સભાગૃહનો શ્વાસ થંભી ગયો - જાણે કે કોઈએ મૂઠ મારી હોય તેમ બધા ચિત્રવત્ બની ગયા. આકાશમાંથી એકાએક કોઈ દેવ ઊતરી આવે ત્યારે પણ આમ નહિ બનતું હોય !

પણ ન્યાયાધીશ આમાંથી વહેલા મુક્ત થઈ શક્યા. તેમણે પોતાના હાથ નીચેના બીજા ન્યાયાધીશ સાથે કાંઈક મંત્રણા કરી અને પ્રેક્ષકો તરફ ફરીને કહ્યું :

"આમાંથી કોઈ વૈદ્ય છે કે ?" આનો અર્થ સૌ સમજી ગયા.

સરકારી વકીલે તરત જ આ વાત ઉપાડી લીધી : "મહાજનના સભ્યો ! આ કેસના અંતભાગમાં બનેલા ઓચિંતા બનાવને લીધે આપણા સૌના દિલમાં જે લાગણી થઈ છે તે વ્યક્ત કરવાની જરૂર નથી. મેડેલીન મહાશયને તો આપણે સૌ કોઈ ઓળખીએ છીએ. તેમની સુવાસ ફ્રાન્સમાં દૂરદૂર સુધી પ્રસરેલી છે. જો આ સભાગૃહમાં વૈદ્ય હોય તો મેડેલીન મહાશયને તેમની બગડેલી તબિયતની

બાબતમાં યોગ્ય ઉપચાર કરીને તેમને ઘેર પહોંચાડવા માટેનો બંદોબસ્ત અત્યારે જ થવો જોઈએ.

પણ મેડેલીને વકીલને વચ્ચેથી જ અટકાવ્યો. તેના અવાજમાં નમ્રતા સાથે સત્તાનો ધ્વનિ હતો :

"વકીલસાહેબ ! તમારી લાગણી માટે તમારો આભાર ! પણ મારું મગજ સાબૂત છે. તમે એક મહાન અન્યાય કરી બેસવાની અણી પર હતા. આ બિચારા ખેડૂતને છોડી મૂકો. પેલો નામીચો ગુનેગાર જિન-વાલજિન તે હું છું. આ આખા સભાગૃહમાં કોઈની પણ બુદ્ધિ સાબૂત હોય તો તે મારી જ છે, અને હું સત્ય કહું છું. આ ક્ષણે હું જે કરું છું તેને ઈશ્વર નિહાળી રહ્યો છે, અને તે મારે માટે બસ છે. મને મારું કર્તવ્ય બજાવ્યાનો સંતોષ છે. મેં મારી જાત છુપાવી છે. હું પૈસાદાર બન્યો. નગરશેઠ બન્યો. હું પાછો ભદ્ર પુરુષ બન્યો અને તે સ્થિતિમાં મારું જીવન પૂરું કરવાની મને આશા હતી, પણ એ ન બન્યું – ન બની શક્યું ! મારો એ ઇતિહાસ અહીં હું નહિ કહું, કોઈ વાર એ વળી કહીશ. પેલા પાદરીના ઘરમાંથી મેં જ ચોરી કરી હતી. પેલા છોકરાના હાથમાંનો સિક્કો મેં જ પડાવ્યો હતો. મને ખબર છે કે જિન-વાલજિનના નામ તરફ તમને બધાને કેવી નફરત છે ! પણ નામદાર સભ્યો ! હું તમને પુછું છું કે એ જિન-વાલજિનને કોણે ઘડ્યો ? તમારી સજાએ. કેદમાં ગયા પહેલાં એ જિન-વાલજિન એક ગરીબ પ્રામાણિક મજૂર હતો. તેનામાં નહોતી બુદ્ધિ કે નહોતી દુષ્ટતા, પણ એ નરક જેવી જેલે મને બદલી નાખ્યો. હું મૂર્ખમાંથી દુષ્ટ બન્યો. હું લાકડાનો કકડો હતો તેમાંથી સગળતો અંગાર બની ગયો, પણ મને સાચું લાગતું નથી કે મારું કહેવું તમને પૂરું સમજાય ! હું કહું છું તે સાચું છે એમ પણ તમે હજી નહિ માનો. હજુ હું જોઉં છું કે સરકારી વકીલસાહેબ તો મને ગાંડો જ માને છે. તમે ત્રણેય જણ પણ મને નથી ઓળખતા, પણ હું તમને ત્રણેયને બરાબર ઓળખું છું. બ્રેવેટ ! તારા પાટલૂનને ચોકડીભાતના પટ્ટા હતા તે તને યાદ છે ને ? શેનિલ્ડ્યુ ! તારો આખો ડાબો ખભો તેં સળગતા અંગારાવાળું વાસણ ત્યાં મૂકીને બાળી મૂક્યો હતો, યાદ છે ? તોપણ હજુ ત્યાં ત્રોફાવેલું તારું ટૂંકું નામ પૂરું બળી ગયું નથી એ મને ખબર છે. કોશપેલ ! તારું જમણું બાવડું ખુલ્લું કરીને બતાવ – તેના પર 1815 માર્ચની 1લી તારીખ તેં ત્રાજવાંથી ત્રોફાવી હતી તે હોવી જોઈએ ! તે જ તારીખે નેપોલિયન ફ્રાંસના કેન્સ બંદરે ઊતર્યો હતો, ખરું ?"

ત્રણેય કેદીઓએ આ કબૂલ કર્યું. અને સિપાહીએ ફાનસ પાસે લાવીને બંનેની નિશાનીઓ પણ તપાસી.

મેડેલીને સભાગૃહમાં એક સર્વગ્રાહી નજર ફેંકી. તે નજરમાં સત્યનો વિજય

દેખાતો હતો, પણ સાથે ગ્લાનિની આગ ચમકતી હતી.

"આપ સૌને હવે તો ખાતરી થઈ જ હશે કે હું જ જિન-વાલજિન છું !" તે ફિક્કું હસ્યો, પણ તે હાસ્ય રુદનથી પણ કેટલું વેધક હતું ! સભાગૃહમાં હવે કોઈ ન્યાયાધીશ નથી, કોઈ વકીલ નથી, કોઈ પ્રેક્ષક નથી – છે કેવળ સ્તબ્ધ આંખો અને ધબકતાં હૈયાં; જાણે કે ઈશ્વરના દરબારમાં સૌ પોતપોતાનું વ્યક્તિત્વ ભૂલીને ક્ષુદ્ર જંતુ જેવાં થઈને બેઠેલાં છે.

"હું આપ નામદારના ન્યાયકચેરીના કામકાજમાં ભંગ પાડવા નથી માગતો. અત્યારે તો હું જાઉં છું. હજુ મને કાયદેસર પકડવામાં નથી આવ્યો ત્યાં સુધીમાં મારું થોડું અગત્યનું કામ હું પતાવી દઈશ. મહેરબાન સરકારી વકીલસાહેબને ખબર છે કે હું ક્યાં હોઈશ. તેમની ઇચ્છા થાય ત્યારે મને પકડી શકે છે."

તે સભાગૃહની વચ્ચેથી ધીમે પગલે બારણા પાસે આવ્યો. તે એક વાર સભાગૃહના સભ્યો તરફ ફર્યો : "આપ સૌને મારી દયા આવી હશે, પણ મને તો મારી અદેખાઈ આવે છે ! મારા જેવો ધન્ય બીજો કોણ છે ?"

તે બહાર ચાલ્યો ગયો. થોડા જ વખતમાં પંચે તથા ન્યાયાધીશે પેલા શેમ્પમેથ્યુને નિર્દોષ ઠરાવી છોડી મૂક્યો. શેમ્પમેથ્યુનું આશ્ચર્ય આ આખા નાટક દરમિયાન તો વધી જ ગયું હતું, પણ તેને છોડી મૂક્યો એટલે તો વળી ખૂબ વધી ગયું. છેવટે તેને સમજાયું કે આ બધાય ગાંડા જ ભેગા થયા હતા !

*

પ્રભાત થયું. ફેન્ટાઈન આખી રાત તાવમાં બેભાનપણે વલવલતી રહી. વહેલી સવારે તે જરાક જંપી. તેની સેવામાં આખી રાત ખડેપગે ઊભેલી સાધ્વી સિમ્પલીસ આ તકનો લાભ લઈને પડખેના ઓરડામાં તેને માટે દવા તૈયાર કરવા ગઈ : તે ટેબલ પર નમીને દવાઓ શોધતી હતી ત્યાં તેને ઓરડામાં કાંઈક આભાસ થયો. તેણે પાછળ ફરીને જોયું : "કોણ ? ભાઈ ?" મેડેલીન તેની સામે ઊભો હતો.

"ફેન્ટાઈનને કેમ છે ?"

"અત્યારે કાંઈક ઠીક છે. અત્યારે તમે તેની બાળકીને લઈને આવશો એ આશાના તંતુએ તેનો પ્રાણ લટકી રહ્યો છે. પણ..." તે પળવારમાં જ સમજી ગઈ કે મેડેલીન તે બાળકને લેવા ગયો ૪ નથી.

"...... તો આપણે ફેન્ટાઈન પૂછે ત્યારે શું કહેવું ?" સાધ્વીએ પૂછ્યું.

"ઈશ્વર સુઝાડે તે !"

સવારનો પ્રકાશ ઓરડામાં છવાયો. મેડેલીનનો ચહેરો એ પ્રકાશમાં સ્પષ્ટ બન્યો.

"આ શું, ભાઈ ? તમારા વાળ તો સાવ ધોળા થઈ ગયા છે !"

"ધોળા ?"

"હા, સાવ ધોળા-પૂણી જેવા !"

"હશે !"

આ એક શબ્દે સાધ્વીના દિલમાં ધ્રાસકો ઉત્પન્ન કર્યો. તેને કંઈક અગમ્ય એવો ભય તોળાતો લાગ્યો.

"તો... આપણે ફેન્ટાઈન પાસે જઈશું ?"

"બાળકીને લાવ્યા વગર ?"

"એને તો હજુ બે-ત્રણ દિવસ લાગશે."

"તો તો પછી હમણાં તેને મળવાનું રહેવા દો તો ? એ વળી પાછી તમને જોઈને તેની બાળકીને સંભારી-સંભારીને વલોપાત કરશે. એના કરતાં હજુ બેભાન-અવસ્થામાં બે-ત્રણ દિવસ કાઢી નાખે તો વાંધો નહિ આવે."

"ના ના, બહેન ! તેની પાસે ગયા વગર છૂટકો નથી. પછી... કદાચ... મળાય-ના મળાય !"

એ 'કદાચ'નો અર્થ સાધ્વી પૂરો સમજી કે કેમ તે ખબર નથી. મેડેલીન ફેન્ટાઈનની પથારીવાળા ઓરડામાં આવ્યો. ઓરડાનું બારણું ઊઘડતી વખતે અવાજ કરતું હતું તે તરફ મેડેલીનનું ધ્યાન ખેંચાયું. આટલો અવાજ પણ ફેન્ટાઈનને જગાડી મૂકે તો ?

ફેન્ટાઈન પથારીમાં ચત્તીપાટ પડી હતી. તેનો દેહ ગળીને લગભગ તેના પડછાયા જેવો બની ગયો હતો. શ્વાસ તેની છાતીમાંથી બહાર આવતાં વેદનાની તીણી સિસોટી વગાડતો હતો. પણ તેના ચહેરા ઉપર વેદનાનો એક પણ ભાવ નહોતો. તેની વિશાળ મોટી આંખો મીંચાયેલી હોવા છતાં તેની પાંપણો સહેજ ફરકતી હતી. જાણે કે મૃત્યુની પાંખોના ફફડાટનો, પવન આ કરમાતી વેલીની કૂણી પાંદડીઓને હલાવી રહ્યો છે.

મેડેલીન થોડો વખત સ્થિરપણે તે પથારી પાસે ઊભો રહ્યો. ફેન્ટાઈને ધીમેથી આંખો ઉઘાડી મેડેલીનને જોયો. કોણ જાણે શરીરના કયા ખૂણામાં છુપાઈને પડેલું થોડુંક લોહી તેના બરફ જેવા ગાલ પર ગુલાબી છાંટ નાખી ગયું. તે મૃદુ સ્મિત કરીને બોલી :

"અને.... કોઝેટ ?"

તેના અવાજમાં આશ્ચર્ય કે આનંદની ચમક નહોતી. એ તો જાણે કે કોઝેટ આવી જ છે એવી શ્રદ્ધાથી નિરાંત અનુભવતી હોય તેમ બોલતી હતી. મેડેલીન પાસે આનો જવાબ નહોતો. તે બોલવા લાગી :

"મને ખબર જ હતી કે તમે આવ્યા છો. હું ભલે ઊંઘતી હતી, પણ તમને મેં બરાબર જોયા હતા. આખી રાત મારી નજર તમારા પર જ હતી. પણ મારી કોઝેટ ક્યાં ? કહો ને ? એને લાવો ને ? મારા પડખામાં મૂકો ને ?"

સદ્‌ભાગ્યે આ જ વખતે વૈદ્ય આવ્યા ને મેડેલીનની જવાબ આપવાની મુશ્કેલીમાં વહારે ધાયા : "બેટા ! જો, શાંત થઈ જા ! તારી દીકરી આવી છે હોં !"

ફેન્ટાઈનની આંખો આનંદમાં વધારે વિશાળ બની. તેણે આજીજી કરતી હોય તેમ બંને હાથ જોડ્યા : "તેને મારી પાસે લાવો !" અને જાણે કે તેને તેડવા માટે બંને હાથ લાંબા કર્યા. હજુ તેને મન તો તેની બાળકી તેડવા જેવડી જ હતી !

"હમણાં નહિ." વૈદ્યે ્યું. "હજુ તને તાવ છે. એમાં તારી દીકરીને જોઈને તને આનંદના ઉશ્કેરાટમાં વધારે તાવ ચડે. તું સાજી થા, પછી તારી દીકરી તારી પાસે આવશે."

"હું તો સાજી જ છું. હું ખરું કહું છું, મને કાંઈ છે જ નહિ. વૈદ્ય તો સાવ મૂરખ જેવા છે. મારે તો એને અત્યારે જ જોવી છે."

"પણ મૂરખી ! અત્યારે તેને જોઈને તારે મરી જવું છે કે તેને મોટી કરવા જીવવું છે ? જો જીવવું હોય તો મારું કહ્યું માન. તું સાજી થા પછી જ ારી દીકરી બતાવીશ."

"મને માફ કરજો ! મારી ભૂલ થઈ ! તમારી વાત સાચી છે. તમને બીક છે કે હું ઉશ્કેરાટમાં આવી જઈશ, ને મારી હાલત વધારે બગડશે. ભલે ! તમે કહેશો ત્યાં સુધી હું ધારણ ખમીશ. છતાં મને ો પાકી ખાતરી છે કે મારી દીકરીને જોવાથી મને જરાયે નુકસાન થવાનું નથી. હું તો એને જોઈ જ રહી છું. કાલ રાતની તે મારી નજર સામે જ ઊભેલી છે. એક ઘડીક તેને મારી પાસે આવવા દો. હું ધીમેથી તેની સાથે વાત કરીશ. ઠેઠ મોન્ટફરમીલથી એને તેડી લાવ્યા, ને હવે મને બતાવવાની શું કામ ના પાડો છો ? હું કંઈ ગુસ્સે થઈ નથી, હોં ? વૈદ્યરાજની મરજી થાય ત્યારે ભલે મારી દીકરી આવે. મને કાંઈ જ તાવ નથી. જુઓ આમ જુઓને, મારા શરીરમાં શો રોગ છે. મને કાંઈ રોગ નથી. પણ તોય તમે કહેશો તો હું માંદાની જેમ પડી રહીશ. હું હલીશ-ચલીશ નહિ. પછી તમે જ કહેશો કે આને તો હવે કાંઈ નથી; ત્યારે લાવો હવે આપણે એની દીકરીને એની પાસે લાવીએ.

"મેડેલીનસાહેબ ! તમને રસ્તામાં કાંઈ જ મુશ્કેલી તો નથી આવી ને ? મારી બાળકી કેમ છે એટલું તો કહો ? તેને તો મુસાફરીમાં ખૂબ મજા આવી હશે. નહિ ? અરે, પણ એ તો મને ઓળખશેય નહિ કાં તો ! બચ્ચાને બિચારાને કેટલુંક યાદ રહે ! એ તો બિચારું પંખી કહેવાય - આજે એક ડાળે તો કાલે

બીજી ડાળે કિલ્લોલ કરે ! મને એટલું કહો, તેના કપડાં તો ચોખ્ખાં હતાં ને ? પેલા થેનાર્ડિયર તેને સારી રીતે રાખતા હતા ને ? મેં આ બાળકી માટે કાંઈ ઓછું વેઠ્યું છે ? પણ હવે સુખનો વારો આવ્યો છે ! હાશ ! હવે તો મને તેનું મોઢું બતાવો ? તે કેવી રૂપાળી છે ? તમેય કેમ કાંઈ બોલતા નથી ? એક ઘડીક વાર તેને મારી પાસે લાવવામાં બધાનું શું જાય છે ? તેનું મોઢું જોઉં એટલે તરત પાછી લઈ જજો ! તમે તો આ ઘરના માલિક છો – તમે તો કાંઈ કરો ?"

મેડેલીને તેનો ઠંડો હાથ પોતાના હાથમાં લીધો : "કોઝેટ ખૂબ મજામાં છે. તે ખૂબ રૂપાળી છે. હમણાં તે અહીં આવશે, પણ ઘડીક ધીરજ રાખ. તું કેટલું ઉતાવળે બોલે છે ! પછી થાકીને હાથ નીચે નાખે છે એટલે પાછી ઉધરસ ચડે છે."

ઉધરસ તો તેના શબ્દેશબ્દે આડે આવતી હતી. પાછો સનેપાતનો ચાળો શરૂ થયો.

"પછી તો કોઝેટ ને હું ભેગાં રહીશું. પહેલાં તો ઘરની ફરતો બગીચો બનાવીશું. મેડેલીનસાહેબ મને ઘર આપવાની વાત કરતા હતા. મારી નાનકડી લાડકી તો આખો દી બગીચામાં રમશે, પતંગિયાં પકડવા દોડશે. હું તેને લખતાં-વાંચતાં ઘેર જ શિખવાડીશ."

એકાએક તે બોલતી બંધ થઈ ગઈ. પથારીમાં તે અડધી ઊભી થઈ. તેના ઘડી પહેલાંના શાંત ચહેરા ઉપર ભયની ફિક્કાશ ફેલાઈ. તેનું ઓઢવાનું તેના ખભા પરથી નીચે પડી ગયું અને ઓરડાને સામે છેડે બારણા તરફ તેની ફાટી નજર ચોટી ગઈ.

"હેં શું ? શું છે ? ફેન્ટાઈન ! શું થયું ?" મેડેલીનનો અવાજ ધ્રૂજી ઊઠ્યો.

ફેન્ટાઈને જવાબ ન આપ્યો. તેની આંખો જાણે ખીલા થઈ ગઈ, પણ તેનો એક હાથ મેડેલીનના હાથ પર પડ્યો અને બીજે હાથે તેણે બારણા તરફ ઇશારો કર્યો.

તેણે પાછા ફરીને જોયું. બારણામાં જેવર્ટ ઊભો હતો.

૨૨. 'શય્યા ભૂમિતલ'

વાચકે અટકળ કરી લીધી હશે કે જેવર્ટ કઈ રીતે અને શા માટે અહીં આવ્યો હતો. મેડેલીનના ભાષણમાં મંત્રમુગ્ધ થયેલા ન્યાયાધીશ જ્યારે ભાનમાં આવ્યા ત્યારે તરત જ પોતાની ફરજનું ભાન થયું અને જિન-વાલજિનને પકડવા માટેનું નવેસરથી વૉરંટ કાઢીને જેવર્ટને આ કામ માટે મોકલ્યો.

જેવર્ટ જેટલો યોગ્ય બીજો કોણ હોય ? તેમ આ કામ કરવા માટેનો ઉત્સાહ જેવર્ટ જેટલો બીજા કોને હોય ? મેડેલીનને જિન-વાલજિન ધારવાથી તેને જેટલો પશ્ચાત્તાપ થયો હતો તેટલો જ પશ્ચાત્તાપ તેને અત્યારે એ પશ્ચાત્તાપ કરવા માટે થયો. પોતાની શંકા સાચી પડવાનો આનંદ પણ સાથે જ હતો, અને પોતાની ભૂલનું સાટું વાળવાનો ઉત્સાહ પણ તેની નસેનસમાં વ્યાપેલો હતો, પણ તેમાં તેને કાંઈ સ્વાર્થ નહોતો. તેને પોતાની ફરજનું જે તીવ્ર ભાન હતું તે કોઈ પણ ક્ષણે તે ગુમાવે તેમ નહોતું તેમ તેનામાં અંગત વેરવૃત્તિ સળગતી હોય તેમ પણ ન હતું. તેને પોતાની ભૂલ સુધર્યાનો આત્મસંતોષ હતો. ખરા ગુનેગારને આખરે પકડીને ધર્મકૃત્ય કર્યાનું ગૌરવ તે અનુભવતો હતો.

જેવર્ટને જોતાંવેંત જ ફેન્ટાઈનને લાગ્યું કે યમ આવ્યો. તેના હાથમાંથી એક વાર આ મેડેલીને તેને છોડાવી હતી તે તેને યાદ આવ્યું. તેણે પોતાના બે હાથમાં મોઢું છુપાવી દીધું અને ચીસ પાડીને બોલી ઊઠી :

"શેઠ ! બાપુ ! મને બચાવો !"

જિન-વાલજિને કોમળ ભાવે કહ્યું : "ગભરા નહિ, બેટા ! એ કાંઈ તને લેવા નથી આવ્યો.' તે જેવર્ટ તરફ ફર્યો. "મને ખબર છે – તમે શા માટે આવ્યા છો તે !"

"ચાલો ! જલદી કરો !" જેવર્ટે કહ્યું.

તેના ઉચ્ચારણમાં "કરો" શબ્દમાં રહેલા બળને લીધે જાણે કે એ બેય અક્ષરો જોડાઈને પિસાઈ જતા હોય તેમ નીકળ્યા. તેને ઉચ્ચાર કહેવા કરતાં ઘુરકાટ કહેવો તે વધારે યોગ્ય છે. તેને મન જિન-વાલજિન એ ભાગી ગયેલું હરાયું ઢોર જ હતું. આજે તે માંડ પાછું વાડામાં પુરાયું હતું.

ફેન્ટાઈનની બીક કાંઈક ઓછી થઈ. તેને તો મેડેલીન પડખે ઊભો છે તેની નિરાંત હતી.

"કેમ, ચાલે છે કે નહિ ?"

ફેન્ટાઈનને વળી લાગ્યું કે આ મને જ પકડવા આવ્યો છે. ઓરડામાં મેડેલીન, સાધ્વી અને પોતે – ત્રણ જ જણ હતાં. તેમાંથી પોતાના સિવાય કોને પકડવાનું હોય ? ત્યાં તો જેવર્ટ આગળ વધ્યો. તેનો પંજો જિન-વાલજિનના કોટના કાંઠલા પર પડ્યો. જિન-વાલજિનનું મસ્તક નીચું ઢળ્યું. ફેન્ટાઈનની આંખે અંધારાં આવ્યાં.

"જેવર્ટ !"

'જેવર્ટસાહેબ' બોલતાં ઘા વાગે છે ?"

"ફોજદાર સાહેબ ! મારે ખાનગીમાં તમારી સાથે થોડીક વાત કરવી છે." જિન-વાલજિને દાબેલે અવાજે કહ્યું.

"મોટેથી બોલ, મને ધીમેથી બોલેલું સાંભળવાની ટેવ નથી !"

"પણ મારે તો તમને એકલાને જ કહેવું છે."

"મેં કહ્યું નહિ કે જે કહેવું હોય તે મોટેથી કહે ?"

"મને ત્રણ દિવસની મુદત આપો. આ મોતને ઉંબરે પડેલી બાઈના બાળકને લઈ આવું. તમારે મારી સાથે આવવું હોય તો ખુશીથી આવો."

"વાહ ! હજુય મારી મશ્કરી ! તને હજી હું મૂરખ ધારું એટલો મૂરખ હું નથી. ભાગવા માટે ત્રણ દીની મહેતલ, અને બહાનું ત્યારે આ બાઈના બાળકનું ! એય ઠીક !"

"મારી બાળકી !" ફેન્ટાઈન આ સાંભળી ચમકી. "મારી બાળકી અહીં નથી હજી ? હજી તો તમારે તેડવા જવી છે ? હાય ! હાય ! મારા બાળકને હજી તમે નથી લઈ આવ્યા, મેડેલીનસાહેબ ?"

જેવર્ટે પગ પછાડ્યા : "આ તે શું ભવાઈ આદરી છે ? સાલું, શું જમાનો આવી ગયો છે ! ચોરના સરદાર મોટા નગરશેઠ થઈ બેઠા છે ને ગામની રાંડો મોટી શાહજાદી થઈને પલંગમાં આળોટે છે ! હવે અહીં કોઈ શેઠ નથી કે સાહેબ નથી, સમજી ! આ તો છે ચીનનો શાહુકાર : જિન-વાલજિન એનું નામ છે !"

ફેન્ટાઈન એકદમ પથારીમાં બેઠી થઈ ગઈ. તેણે જિન-વાલજિન તથા જેવર્ટ સામે ફાટી આંખે જોયું. તે કાંઈ બોલવા ગઈ. ગળામાંથી એક મોટો ઘરેડો થયો. તેના દાંત બિડાઈ ગયા. એકદમ પથારીમાં પછડાઈ. હાથ લાંબા થયા ને પછી પહોળા થયા. ડૂબતા માણસની જેમ તેના હાથ ઘડીક તરફડ્યા અને પાછા શાંત થઈ ગયા. તેનું માથું ઓશીકા પરથી એક બાજુ ઢળી પડ્યું. આંખો ખીલા થઈ ગઈ... તેના પ્રાણ ઊડી ગયા.

"આ બાઈનો તેં જીવ લીધો." જિન-વાલજિન જેવર્ટ સામે આંખ માંડીને બોલ્યો.

"મને તારો ઉપદેશ સાંભળવાની નવરાશ નથી. નીચે સિપાહી ઊભો છે; નહિ તો હાથકડી તૈયાર છે !"

એ ઓરડાના ખૂણામાં એક લોઢાનો વીંખી નાખેલો ખાટલો પડ્યો હતો. તેની પાંગતનો સળિયો ભીંત અડતો ઊભો પડ્યો હતો. જિન-વાલજિનની નજર ત્યાં ગઈ. તેણે બીજી જ ક્ષણે એ વજનદાર સળિયાને રમકડાની જેમ હાથમાં ઊંચકી લીધો અને જેવર્ટ સામું જોયું. જેવર્ટ બારણામાં જ જડાઈ ગયો. જિન-વાલજિન ધીમે પગલે ફેન્ટાઈનની મૃત્યુશય્યા પાસે ગયો. તેના પર લળીને કેટલીય વાર તે ઊભો રહ્યો, પછી ઘૂંટણભેર પડીને તેના કાનમાં કાંઈક ગણગણ્યો. ફેન્ટાઈન જાણે કે સાંભળતી હોય તેમ જિન-વાલજિન બોલતો હતો. આવા ચિત્તભેદક ભ્રમો પણ ઘણી વાર ભવ્ય સત્યો બની જાય છે. જિન-વાલજિને ફેન્ટાઈનનું મસ્તક હાથમાં લઈને તેને ઓશીકા પર ગોઠવ્યું, તેના વિખરાયેલા વાળને સમારીને તેની ટોપી નીચે દબાવ્યા, અને તેની બંને આંખોનાં ખુલ્લાં પોપચાંને ધીમેથી બીડી દીધાં. ફેન્ટાઈનના મુખ ઉપર સ્વર્ગીય તેજની ઝલક છવાઈ.

જિન-વાલજિને ફેન્ટાઈનનો લટકતો હાથ ઊંચો કર્યો, તેને એક ચુંબન કર્યું, ને પાછો પથારીમાં ધીમેથી મૂક્યો.

જિન-વાલજિન ઊભો થઈ ગયો અને જેવર્ટ તરફ ફરીને બોલ્યો : 'બસ, હવે મને પકડી શકો છો !'

*

મેડેલીનશેઠ પકડાયાની વાત શહેર આખામાં પવનવેગે ફેલાઈ ગઈ. લોકચર્ચા શરૂ થઈ : "ખબર છે ? ઈ તો મોટો ચોર હતો !" "કોણ નગરશેઠ !" હા. તેનું નામ મેડેલીન નહોતું. ઈ તો કાંઈ મોટું રાક્ષસ જેવું નામ હતું. આપણને તો

ઈ બોલતાંય ન આવડે ! ભારે જબરો !" "સાળું ઈ મને ઘણા વખતથી એમ થયા કરતું હતું કે આ કોઈક ભેદી આદમી છે, નહિ તો આટલો બધો ભલો, મીઠો ને ઉદાર ન હોય. પૈસા તો પાણીની જેમ વાપરતો. કોઈની પાઈ લે નહિ અને હાલી-મવાલી કોઈ પણ મળે એટલે પાસે બોલાવીને પાઈ પૈસો આપે. ઈ ત્યારથી મને હતું કે આ દાળમાં કાંઈક કાળું છે."

વર્ષોથી દેવ બનેલો મેડેલીન બે કલાકમાં બદમાશ બની ગયો. આખા નગરમાં તે માણસ કેટલો દુષ્ટ હતો તેની વાતો થવા લાગી. આમાં બે-ત્રણ અપવાદ ગણાવી શકાય તેવા હતા. તેમાં મેડેલીનની નોકર ડોશી એક હતી.

સાંજ પડી. ડોશી રોજના ક્રમ પ્રમાણે મેડેલીનના ઓરડામાં આવી, તેમાં દીવો પ્રગટાવ્યો, અને મેડેલીનના આવવાની રાહ જોતી બેઠી.

અંધારું થયું. તે બારણા પાસે બેઠીબેઠી સવારનો બનાવ યાદ કરવા લાગી. તેને એમાં કાંઈ સમજાયું ન હતું. થોડી વારે બારણું ઊઘડ્યું ને જિન-વાલજિન અંદર આવ્યો.

"લો" ! તમે આવ્યા ભાઈ ? મને એમ થતું જ હતું કે તમે..." ડોશીએ જીભ વહેતી મૂકી, પણ મેડેલીને નાક પર આંગળી મૂકીને તેને ચૂપ કરી.

"જા, જઈને સાધ્વીને બોલાવી લાવ." ડોશી જાણે કે બધું સમજી ગઈ હોય તેમ ચૂપચાપ ચાલી ગઈ. જિન-વાલજિને ઓરડામાં આવી શેરી પર પડતી બારીના પડદા બંધ કરી દીધા અને અંદરના ઓરડામાં ગયો. ઓરડામાં બધું વ્યવસ્થિત હતું. જિન-વાલજિને પાછું ભીંત-કબાટ ઉઘાડ્યું, તેમાંથી તેના ફાટલા પહેરણના ટુકડા કાઢ્યા; અને તેમાં રૂપાની બેય દીવીઓને વીંટી. પેલા છોકરા પાસેથી ચોરેલા પૈસા એક કાગળના કટકામાં મૂકીને તે કાગળ ટેબલ પર સૌની નજર પડે તેમ મૂક્યો. કાગળમાં લખ્યું હતું, "પિટીટ જર્વીસના ચોરેલા પૈસા." આ બધું તે બહુ જ નિરાંતે કરી રહ્યો હતો, અને સાથેસાથે પોતાના કોટના ખિસ્સામાંથી રોટલાનાં બટકાં ખાતો જતો હતો. આ રોટલા તે કેદખાનામાંથી લાવ્યો હતો.

બારણા ઉપર બે ધીમા ટકોરા થયા.

"આવો !"

સાધ્વી બાઈ અંદર આવી.

તેનો ચહેરો ફિક્કો હતો, પણ તેની આંખ રાતી હતી. તેના હાથમાંની મીણબત્તી ધ્રૂજતી હતી. વર્ષોની કઠોર તપશ્ચર્યાને પરિણામે શુષ્ક એવા આ સાધ્વીના દિલમાં આજે પાછી માનવ-લાગણીઓની છોળ ઊડી હતી.

જિન-વાલજિને એક કાગળ ઉપર થોડીક લીટીઓ લખી.

"આ કાગળ પાદરી સાહેબને આપજો. તમારે વાંચવો હોય તો વાંચી શકો છો."

સાધ્વીએ તે ખોલ્યો ને વાંચ્યું :

"આ ઘરમાં જે કાંઈ છે તે બધું હું આપને ભળાવું છું. તેમાંથી ફેન્ટાઈનનો અંત્યેષ્ટિસંસ્કાર કરાવશો અને બાકીનું ગરીબોને વહેંચી આપશો."

સાધ્વીએ બોલવાનો પ્રયત્ન કર્યો, પણ તેના ગળામાંથી માંડ થોડાક શબ્દો નીકળી શક્યા :

"આપ ફેન્ટાઈનને છેલ્લી વાર જોવા માટે આવશો ?"

"ના. મારી પાછળ પોલીસ પડેલી છે. તેની મરણશય્યા પાસે પકડાઈને તેનું મોત બગાડવા હું નથી ઇચ્છતો."

હજી તો આ શબ્દો જિન-વાલજિનના મોઢામાંથી નીકળે છે ત્યાં દાદર ઉપર મોટેથી 'ધબધબ' અવાજ થયો અને ડોશીનો કકળાટ સંભળાવા લાગ્યો.

"મને મારા ધરમના સમ છે – જો હું ખોટું કહેતી હોઉં તો, અહીં તો કાળો કાગડોય નથી આવ્યો. આ હું સવારની અહીં જ ખોડાઈ છું."

"તો પછી આ ઓરડામાં દીવાનું અજવાળું ક્યાંથી ?" જેવર્ટનો અવાજ ગાજ્યો. જિન-વાલજિન તથા સાધ્વી બંને પરિસ્થિતિ સમજી ગયાં. જિન-વાલજિનના ઓરડાનું બારણું ઊઘડે તે પહેલાં જિન-વાલજિન એ બારણાની પાછળના ખૂણામાં ભરાઈ ગયો. સાધ્વી ટેબલ પાસે ઘૂંટણિયે પડીને પ્રાર્થના કરવા લાગી.

બારણું ખૂલ્યું. જેવર્ટે બારણામાં પ્રવેશ કરતાં જ સાધ્વીને જોઈ તે થંભી ગયો. તેના પગ પાછા પડ્યા. સત્તા પાસે માથું નમાવવું એ તેના સંસ્કારમાં રૂઢ થઈ ગયેલું હતું. અને ધર્મથી મોટી સત્તા બીજી કઈ હોય ? પાદરી, સાધ્વી, દેવળ એ તેને મન ઈશ્વરનાં જ પ્રતીક હતાં. તેના મનમાં પહેલી વૃત્તિ તો નીચે ચાલ્યા જવાની થઈ.

પણ તેનું ભાન એટલું જ તીવ્ર હતું. તેણે પોતાની હિંમત એકઠી કરીને પ્રશ્ન કર્યો : "સાધ્વીજી ! આપ એકલાં જ આ ઓરડામાં છો ?"

બહાર ઊભેલી નોકરડીને માટે આ ક્ષણ ભારે વસમી હતી. સાધ્વીએ ધીમેથી આંખો ઊંચી કરી કહ્યું : "હા."

જેવર્ટે હજુ વધારે પ્રશ્ન કરવાની હિંમત કરી : "ક્ષમા કરજો, સાધ્વીજી ! પણ મારે પૂછ્યા સિવાય છૂટકો નથી. એક ચોર નાઠો છે. તેનું નામ જિન-વાલજિન. તમે એને જોયો છે ?"

"ના."

હડહડતું જૂઠું ! એક વાર નહિ પણ ઉપરાઉપરી બે વાર, અને તે પણ કેટલી સિફતથી – જાણે કે જૂઠું બોલવું એ તો તેના હાડમાં જ હોય !

"ક્ષમા માગું છું, સાધ્વીજી !" જેવર્ટ નમન કરીને ચાલ્યો ગયો.

પવિત્રતાની મૂર્તિ સાધ્વી ! તારા જીવનનાં સંચિત કરેલાં અનેક પુણ્યોની સાથે જ આ અસત્યને પણ તું પવિત્ર સ્મરણની જેમ સંઘરી રાખજે !

જેવર્ટને મન તો સાધ્વીનો બોલ દેવવાણી સમાન હતો, નહિ તો હમણાં જ ફૂંક મારીને ઓલવેલી મીણબત્તીમાંથી નીકળતા ધુમાડા પરથી તે વધુ તપાસ કર્યા વગર ન જ રહે.

ફેન્ટાઈનને માટે હવે એક છેલ્લો શબ્દ ! ભૂતમાત્રની એક પરમ માતા છે, અને તે આ ધરતી. ફેન્ટાઈન ધરતીના અંકમાં જ પોઢી. પાદરીએ મેડેલીનની સૂચના પ્રમાણે ફેન્ટાઈનની દફનક્રિયા કરી, અને તે તેના સમગ્ર જીવનની સાથે સંગત બને તેવી જ હતી. અજાણ્યાં, નિરાધાર અને નનામાં એવાં ધરતીનાં અનેક બાળકોને માટે જે સાર્વજનિક કબ્રસ્તાન હતું તેમાં જ એક ખૂણામાં તેના શબને દફનાવવામાં આવ્યું.

જીવતાં તેની શય્યા એક ગંદકીના ખાડા જેવી હતી - આજે ખાડો એ તેની પથારી બન્યો !

૨૩. જળસમાધિ !

જિન-વાલજિન ફરી પકડાયો. જેવર્ટ તેને સાતમા પાતાળેથી ગોતી કાઢે એવો હતો. આટલાં વરસોથી સેવેલી શંકા આજે ફળી તેનો ઉત્સાહ એને ઓછો ન હતો.

જોતજોતાંમાં બે દિવસ પહેલાંનો મહાશય મેડેલીન એક ભયંકર નામચીન ડાકુ બની ગયો. મેડેલીનનાં વખાણ કરતાં જે છાપાની જીભ નહોતી સુકાતી તે છાપામાં આ જિન-વાલજિન કેટલો ભયંકર માણસ હતો. તેનાં રોમાંચ ખડાં કરે તેવાં વર્ણનો આવવા લાગ્યાં. એ બદમાશે નાનપણમાં કેવાં ભયંકર કામો કર્યાં હતાં, કેટલાનાં ઘર ફાડ્યાં હતાં, પાદરીના ઘરમાં કેવી રીતે ચોરી કરી હતી મ....નગરમાં આવીને, તે ચોરીની મિલકતમાંથી કઈ રીતે મોટું કારખાનું જમાવ્યું, અનેક વેપારીઓના ધંધા કેવી રીતે ભાંગી નાખ્યા, અને છેવટે એક વેશ્યાને પોતાની રખાત તરીકે રાખીને આખા ગામને કેવી રીતે અભડાવ્યું તેનાં વર્ણનો બહુ જ વિગતથી છાપાંઓમાં આવવા લાગ્યાં. કદાચ જિન-વાલજિન અત્યારે મ...નગરમાં નીકળે તો તેના પર પથરા પડે તો નવાઈ નહિ.

આવાને કઈ સજા કરવી ? ટૂલોં બંદરમાંનાં વહાણોમાં હલેસાં મારનાર માનવયંત્રોની હારમાં તેને ગોઠવી દેવામાં આવ્યો, કારણ કે એનાથી વધારે આકરી સજા હજુ ફ્રાંસમાં શોધી શકાઈ ન હતી. ગિલોટિનનું મૃત્યુ આના પ્રમાણમાં કેટલું સુખદ હતું ! જિન-વાલજિનનો ગયા વખતનો 24601 નંબરનો બિલ્લો બદલાઈને 9430 નંબરનો બિલ્લો તેને ગળે લાગી ગયો.

મ.... નગરનું શું થયું તે પણ આપણે જોઈ લઈએ. મેડેલીનના જવાની સાથે જ તેની સમૃદ્ધિનો અસ્ત થયો. તળાવનું પાણી સુકાતાં કાદવના ખાબોચિયામાં જેમ જીવાત ખદબદે તેમ મ...નગરમાં કજિયો, કંકાસ, ગળાકાપ હરીફાઈ, દ્વેષ અનીતિ- એક પછી એક આવવા લાગ્યાં ને ગામ જોતજોતાંમાં નિસ્તેજ બની ગયું. સારા માણસો ગામ છોડીને બીજે ચાલ્યા જવા લાગ્યા. અત્યાર સુધી ન ફાવતા નફાખોર વેપારીઓ ગામમાં ભરાવા લાગ્યા. કારખાનાં ભાંગ્યાં, મજૂરો બેકાર બન્યા. કામધંધાની શોધમાં બીજે જઈ શક્યા તે ગયા અને બાકીના ભૂખે મરવા લાગ્યા.

આમ મેડેલીને ઊભું કરેલું એક રમણીય ચિત્ર જોતજોતાંમાં ભૂંસાઈ ગયું. મેડેલીન એક કાલ્પનિક વ્યક્તિ જેવો બની ગયો.

*

ટૂલોં બંદરમાં 'ઓરાયન' નામનું લશ્કરી વહાણ ઊપડવાની તૈયારી કરી રહ્યું છે. ખલાસીઓ એ વહાણને એક છેડેથી બીજે છેડે દોડાદોડી કરી રહ્યા છે. વહાણના કપ્તાનનો હુકમ આપતો ઘેરો અવાજ આ બધી ધમાલમાંથી બહાર નીકળી આવે છે. સઢો એક પછી એક ખૂલવા લાગ્યા છે ને ફડફડાટ કરી રહ્યાં છે. વહાણમાં મુખ્ય સઢને છોડવા માટે એક ખલાસી ખિસકોલી જેવી ઝડપથી ઉપર ચડી રહ્યો છે. સઢનો આડો વાંસ તેના ભારથી હીંચકા ખાઈ રહ્યો છે. એક પછી એક દોરી છોડતો છોડતો ખલાસી વાંસને છેડે આવ્યો, છેડાનું દોરડું છોડ્યું. અને કોણ જાણે શું થયું કે વાંસને છેડે લટકતા દોરડાને આધારે લટકવા લાગ્યો. તેનો પગ લપસ્યો, તેણે પોતાની સમતુલા ગુમાવી, પડ્યો, પણ પડતાં-પડતાં દોરડાનો છેડો હાથમાં આવી ગયો અને તેને તે વળગી પડ્યો, પણ તેના પડવાના આંચકાથી આખો વાંસ જોરથી ઝોલાં ખાવા લાગ્યો, ને તેને લીધે પેલો ખલાસી વધારે ને વધારે ગભરાવા લાગ્યો. દોરડા પર ઊંચે ચડવા જાય તોપણ વાંસ વધારે ઝોલાં ખાવા લાગતો. વાંસ એટલો બધો ઊંચો હતો કે જો ત્યાંથી પડે તો એ જીવે તેમ ન હતું. વહાણ ઉપરના તમામ માણસો આ જોઈને ઘડીક તો ડઘાઈ ગયા. વહાણ ઉપર અને બંદરના બારા ઉપર જોતજોતાંમાં માણસોની ઠઠ જામી ગઈ. હજારો નજરો તે દોરડાના છેડા પર જાણે લટકી રહી છે. ખલાસીના મુખ ઉપર મૃત્યુનાં દર્શન વખતના ભાવો સ્પષ્ટ દેખાય છે. તેના હાથ હવે ઝાઝો વખત તેના ભારને ઝીલી શકે તેમ નથી. કોઈ આને બચાવે ? કઈ રીતે બચાવે ?

એકાએક કુરજા ઉપર ઊભેલા કેદીઓના ટોળામાં સળવળાટ થયો. એક પડછંદ શરીરનો કેદી પાસે પડેલા પથરાથી પગની બેડીઓ તોડીને વહાણ ઉપર કૂદી પડ્યો અને જોતજોતાંમાં તે વહાણના મોટા સઢના થાંભલા પર ચડી ગયો. ત્યાંથી તે ખૂબ જ કાળજીપૂર્વક સરકતો સરકતો તોળાઈ રહેલા પેલા સઢના વાંસને છેડે આવ્યો. વાંસ તેના ભારથી જરાય ન હલે તેની તે કાળજી રાખતો હતો. લોકો આ દશ્ય જોઈ રહ્યા. આ કેદીની હિંમત જોઈને વહાણનો કપ્તાન છક્ક થઈ ગયો. એ કેદીઓનો દારોગો જાણે પોતે જ મદદે ગયો હોય એવો ગર્વ અનુભવવા લાગ્યો. કેદીના હાથમાં એક દોરડું હતું. દોરડાનો ગાળિયો તૈયાર કરીને દોરડાનો ગાળિયાવાળો છેડો મોઢામાં લઈને લટકતા દોરડાને આધારે નીચે પેલા ખલાસી પાસે આવ્યો. એક હાથે દોરડું પકડી રાખીને બીજે હાથે એ ગાળિયો તે લટકતા ખલાસીના શરીર સાથે એક હાથ તથા મોઢાની મદદથી બાંધ્યો. પાછો પોતે ઉપર ચડી ગયો

ને વાંસ ઉપર ઘોડો પલાણીને ધીરે ધીરે પેલા ખલાસીને ઉપર ખેંચી લીધો. આખા બંદરના બારામાં તાળીઓનો ગડગડાટ ગાજી ઊઠ્યો. આ અદ્ભુત પરાક્રમ એક કેદીએ કર્યું એ જોઈને બંદરમાં ઊભેલી અમલદારની સ્ત્રીઓની આંખોમાં આંસુ ઊભરાઈ આવ્યાં, ને આ કેદીને છોડી મૂકવો જોઈએ એવી દરખાસ્ત ચર્ચવા લાગ્યાં. પેલો ખલાસી સઢના વાંસ ઉપર આવ્યા પછી જરા હિંમતમાં આવ્યો. ધીરેધીરે સરકતો-સરકતો તે સઢના મુખ્ય થાંભલા પાસે આવી પહોંચ્યો. ખલાસી સહીસલામત જગ્યાએ પહોંચી ગયો છે તે જોયા પછી જ પેલો કેદી ત્યાંથી નીચે આવવા માટે ખસવા લાગ્યો.

પણ ત્યાં એકાએક શું થયું ? કેદી થાક્યો હોય કે તેનામાં વધારે પડતો આત્મવિશ્વાસ આવી ગયો હોય, પણ તેણે પોતાની સમતુલા ગુમાવી અને પેલા ખલાસીની જેમ જ તેના હાથ ને પગ છટકી ગયા – વધારામાં તે દોરડું પકડવા જેટલી સ્વસ્થતા ન મેળવી શક્યો ને ઊંધે માથે સીધો દરિયામાં પડ્યો.

વહાણના કપ્તાને તરત જ સારામાં સારા તરવૈયાઓને હોડીમાં ઉતારીને એને બચાવવા મોકલ્યા, પણ એ કેદીનું શબ પણ મળી ન શક્યું.

તે જ દિવસે ટૂલોંનાં અખબારોમાં આ વીર કેદીના આત્મભોગની વાત છપાઈ :

"એક ખલાસીને બચાવવા જતાં એક કેદીએ પોતાના જીવનનો ભોગ આપ્યો. આ કેદીનું નામ જિન-વાલજિન હતું."

૨૪. મદદગાર

આપણી વાર્તાનાં એક પછી એક પાત્રો પડદા પાછળ અદૃશ્ય થતાં જાય છે. ફેન્ટાઈન ગઈ. મેડેલીન, જિન-વાલજિન ગયો. હવે માત્ર રહી ફેન્ટાઈનની પેલી નાની દીકરી. તેનું શું થયું તે હવે જોઈએ.

મોન્ટફરમીલ અત્યારે તો મોટું શહેર થઈ ગયું છે, પણ તે વખતે તો એ સાવ નાનું ગામડું હતું. તે ગામ એક ખૂબ ઊંચાણવાળા પ્રદેશ પર વસેલું હતું. તે ગામની વસ્તી બે પ્રકારની હતી : એક તો હવાફેરે આવતા પૈસાદારો અને તેમની સેવામાં રહેતા ગરીબ મજૂરો. જમીન ખેતી માટે અનુકૂળ નહોતી એટલે ખેડૂતોની વસ્તી ઓછી હતી. ઊંડાણવાળો ભાગ એટલે ત્યાં પાણીની ભારે હાડમારી રહેતી, પણ એ હાડમારી પૈસાદારોને તો વરતાય જ નહિ. ગરીબોને તો જીવન એ જ હાડમારી હોય એટલે પાણીની હાડમારી કંઈ જુદી ગણાય જ નહિ. ત્યાં આપણી ફેન્ટાઈનની દીકરી કોઝેટ થેનાર્ડિયર-દંપતીની વીશીમાં ઊછરી રહી છે. થેનાર્ડિયર-દંપતીને પાણીની હાડમારી નડતી તો હતી, પણ કોઝેટ મોટી (સાત વરસની) થયા પછી તે ટળી ગઈ. ગામથી લગભગ પંદર મિનિટને રસ્તે નીચે ઢાળમાં એક નાનકડું વહેળિયું હતું. ત્યાંથી કોઝેટ પાણી ભરી આવતી અને વીશીના માલિક તથા વીશીમાં આવતા મુસાફરોને એ પૂરું પાડતી. થેનાર્ડિયરને આ કોઝેટ બમણી આશીર્વાદરૂપ હતી – એની મા પાસેથી પૈસા મળતા, અને એની પાસેથી મજૂરી મળતી ! અને આ બેવડો લાભ લેવામાં થેનાર્ડિયર-દંપતી જરાય પાછાં પડે તેવાં ન હતાં. વહેલી સવારમાં કોઝેટને પાટુના પ્રહારથી ઉઠાડવામાં આવતી, અને ત્યારથી વાસીદું, પાણી, રસોઈ, દાણાદૂણીની સાફસૂફીમાં રાત ક્યારે પડી જતી તેની ખબર ન પડતી. આ આખા દિવસના કાર્યક્રમ દરમિયાન કોઝેટને તેના કર્તવ્યનું ભાન બિલકુલ શિથિલ ન થઈ જાય તે માટે તેના પર ગાળો, પાટુ, ધબ્બાના પ્રયોગો ચાલુ જ રહેતા, અને મોટી વિશાળ આંખોમાંથી પડતાં બોરબોર જેવડાં આંસુઓથી તેના ફિક્કા ગાલો પર છારી બાઝેલી રહેતી.

એવામાં શિયાળો આવ્યો, એમાં વળી આ ગામ તો ઊંચાણમાં આવેલું એટલે એમાં પવન ભળે, પછી ઠંડીનું તો શું પૂછવું ? પણ ઠંડીથી ગભરાઈ જાય એવો

થેનાર્ડિયર નહોતો. તેની પત્ની શિયાળામાં પણ વહેલી ઊઠીને કોઝેટને અચૂક ઉઠાડતી અને તેની ટાઢ ઊડી જાય તે માટે તેને તરત જ કામે લગાડી દેતી.

એમાં નાતાલનું પરબ આવ્યું. ડિસેમ્બર મહિનાના આ આખરી દિવસોમાં આ નાનકડા ગામડામાં પણ ધમાલ મચી જતી. ત્યારે આ ગામમાં ભરાતા મેળામાં રમકડાંવાળા, મીઠાઈવાળા, મદારીઓ ને એવા ભાતભાતના લોકો અહીં કામચલાઉ દુકાનો ઊભી કરી દેતા. આસપાસનાં ગામડાંમાંથી અને ઠેઠ પારીસથી માણસો નાતાલનો આ મેળો માણવા આવતા. ઓણસાલ પાણીની ખેંચ વધારે હતી તોપણ શિયાળામાં તરસ બહુ લાગે નહિ, અને લાગે તો દારૂથી ચલાવી લેવાય એ ગણતરીએ ઘણા માણસો અહીં આવ્યા હતા. કોઝેટને ઘડીનીય નવરાશ નથી. આખી વીશીમાં મિનિટે-મિનિટે કોઝેટના નામનો સાદ પડે છે. કોઝેટ ઘડીક રસોડામાં તો ઘડીક ફળિયામાં, ઘડીક બજારમાં તો ઘડીક મેડીએ એમ ફરી વળે છે. થાકથી શરીર આખું તૂટે છે, પણ થેનાર્ડિયરના હાકોટા તેનામાં નવું બળ પૂરે છે.

મેળો માણવા ઘોડા શણગારીને નીકળેલા દૂરના ગામડાના ચાર રંગીલા જુવાનિયા વીશી પાસે આવ્યા. થેનાર્ડિયરે લળીલળીને તેમનું સ્વાગત કર્યું. મુખમાંથી મધ ઝરવા માંડ્યું.

તેમણે જવાબમાં ઘોડાની લગામ તેના હાથમાં આપીને પોતાને માટે દારૂનો 'ઑર્ડર' આપ્યો. દુર્ભાગ્યે ઘોડાઓ દારૂ પીતા નથી, નહિ તો એમને માટે પણ એમણે દારૂ જ મગાવ્યો હોત એટલો આ જુવાનનો રુઆબ હતો. થેનાર્ડિયરે આ ગૃહસ્થોની તો શું પણ એમના ઘોડાની સેવામાંયે જરાય કચાશ ન આવે તે માટે તરત જ કોઝેટને બૂમ મારી : "આ ઘોડાને કોઢમાં બાંધીને બે-બે ડોલ પાણી પાઈ દે." અને પોતે દારૂની તૈયારીમાં પડ્યો.

*

સાંજ સુધી ખાણીપીણી ને તેના ઘેનમાં આ ચારેય જુવાનોને ઘોડા સામે નજર કરવાની ફુરસદ નહોતી. તેમ થેનાર્ડિયર પણ ઘરાકોની ધમાલમાં નવરો નહોતો. સાંજે અંધારું થવા આવ્યું ત્યારે પેલા જુવાનોમાંનો એક પોતાના ઘોડાની ખબર કાઢવા ગયો. તેણે તરત જ વીશીના માલિકને બૂમ મારી : "આ ઘોડાને હજી પાણીયે પાયું નથી ? આવું અંધેર કેમ છે ?

મૂંગા જાનવર ઉપરનો આ ત્રાસ થેનાર્ડિયરથી સહન થાય તેમ નહોતું. તેણે તરત જ પેલા જુવાન કરતાં વધારે જોરથી ભયથી પાંદડાંની જેમ થરથરતી કોઝેટને બૂમ મારી.

"ઘોડાને પાણી કેમ નથી પાયું ?"

"પાયું છે !"

"કોણે ?"

"મેં."

કોઝેટે પોતાની પાસેનું એકમાત્ર બચવાનું શસ્ત્ર 'અસત્ય' આડું ધર્યું.

"આ મૂઠી જેવડી છોકરી એક હાથ જેવડું જૂઠું બોલે છે. તમારી કેળવણી જબરી લાગે છે !" પેલા જુવાને પોતાનું કેળવણીનું જ્ઞાન દર્શાવ્યું.

"સાચું બોલ ! પાણી પાયું છે કે નહિ ?"

"મેં પાયું છે."

"હવે રાખ ! રાખ ! હું બીજું કંઈ ન જાણું. મારા ઘોડાને અટાણે ને અટાણે પાણી જોઈએ !"

ત્યાં તો કોઈ પણ ઝઘડા વખતે પોતાના ધણીની મદદે પહોંચી જનાર થેનાર્ડિયરની અર્ધાંગના આવી પહોંચી.

"સાચું છે. તે... ઘોડું તરસ્યું રહે ? બિચારું મૂંગું જાનવર ? એલી, ક્યાં ગઈ ?"

શેઠાણીને આવતી જોઈને પોતાના માટેના ખૂણામાં ટેબલ નીચેની જગ્યાએ કોઝેટ બેસી ગઈ હતી ત્યાંથી લોહચુંબક સોયને ખેંચે તેમ ખેંચાઈને તે આવી.

"જા, ઘોડાને પાણી પાઈ દે !"

"પણ હવે પાણી નથી." કોઝેટે પોતાની સમગ્ર હિંમત ભેગી કરીને કહ્યું.

"તો ડોલ લઈને જા, જલદી લઈ આવ !" શેઠાણીએ બારણું ઉઘાડીને દૂર અંધારામાં હાથ લંબાવીને હુકમ કર્યો. કોઝેટે ખૂણામાં પડેલી ડોલ ઉપાડી. કોઝેટ આખી અંદર નિરાંતે બેસી શકે એવડી એ ડોલ હતી. ખાલી ડોલનું વજન પણ એટલું જ હતું. શરીરને કેડથી ડોલવાળા હાથની બીજી બાજુએ નમાવીને કોઝેટ ઘડીક ઊભી રહી. તેને હતું કે કોઈ તેની મદદે આવશે.

"આમ ઝોડની જેમ ઊભી છે કેમ ? ચાલવા માંડ !" શેઠાણી તાડૂક્યાં.

કોઝેટના પગ ઊપડ્યા. બારણું તેની પાછળ બંધ થયું. કોઝેટને અંધારે વીંટી લીધી.

પણ એ અંધકાર ક્ષણિક જ હતો. તે જરાક આગળ ચાલી ત્યાં તો નાતાલના મેળાનું બજાર જામી ગયું હતું. દુકાને-દુકાને દીવાઓની હાંડી ઝૂલી રહી હતી અને દુકાનોમાંથી ભાતભાતની વસ્તુઓ ઉપર તેનો પ્રકાશ નાચતો હતો. પહેલી જ દુકાન રમકડાંની હતી, અને એ દુકાનમાં પણ સૌથી પહેલી નજરે ચડે એવી વસ્તુ એક મોટી પૂતળી હતી. કોઝેટ કરતાં પણ કદમાં એ મોટી હતી. તેના ગુલાબી ગાલ પર હાસ્ય છલકાતું હતું. પહોળા હાથ કરીને જાણે હમણાં જ કોઝેટને ભેટી પડશે કે શું એમ લાગતું હતું. કોઝેટ આ પૂતળી સામે એકીટશે જોઈ રહી – તે કેટલી બધી સુખી છે ! બસ તેને તો દુકાન પર બેસીને આખો દિવસ હસ્યા જ કરવાનું. તેની જગ્યાએ મને બેસારે તો કેવું સારું ! ઘડીભર તે જગત આખું ભૂલી ગઈ.

આ પૂતળી એ જ સર્વસ્વ બની ગયું. ડોલનો આંકડિયો હાથમાં રાખીને તે ક્યાં સુધી ઊભી રહી એનું તેને ભાન ન રહેત, પણ તરત જ વીશીના બારણામાંથી શેઠાણીની ત્રાડ સંભળાઈ, કોઝેટે ડોલ ઉપાડીને ગુપચુપ મારી મૂકી.

બજાર વટાવીને તે આગળ ચાલી એટલે વળી તેની આસપાસ અંધકાર વીંટાઈ વળ્યો. આ અંધકારની સાથે એકાંત પણ વધવા લાગ્યું. આ નાની ગભરુ બાળા ભયને લીધે ધ્રૂજતી હતી. તેને ચારેય બાજુથી ભણકારા વાગતા લાગ્યા. તેના પગ પાછા પડવા લાગ્યા : ''પાછી જાઉં ને શેઠાણીને કહું કે વહેળિયામાં પાણી નથી.'' એ પાછી ફરી. બજાર સુધી આવી, એને પેલી પૂતળી સાંભરી. પૂતળીની દુકાન પાસે એ પહોંચવા આવી ત્યાં પેલી ત્રાડના ભણકારા ગાજવા લાગ્યા. તે પાછી પાણી લેવા ઝડપભેર ઊપડી. આટલો વખત બગડ્યો તેનું પરિણામ તેને સ્પષ્ટ દેખાતું હતું. અંધકારના ભય ઉપર મારના ભયે વિજય મેળવ્યો. તે ડોલ ઉપાડીને શ્વાસભેર દોડી. જોતજોતાંમાં ગામની વસ્તી પૂરી થઈ અને અંધકાર તથા ભયંકર શાંતિએ તેને ઘેરી લીધી. ડોલના આંકડિયાનો કિચૂડ-કિચૂડ અવાજ કરી તે અવાજને પોતાનો સાથી ગણીને તે આગળ વધ્યે જતી હતી. એકાંતની ઊંડી ને ઊંડી ગુફામાં તે આગળ વધી રહી હતી. આસપાસનો ભય હવે તેને અટકાવી શકે તેમ નહોતો. તેની શેઠાણીની ક્રૂરતાભરી આંખોમાંથી નીકળતા અગ્નિના પ્રકાશમાં તે ઠેઠ ઝરણા સુધી પહોંચી ગઈ. તે અંધકારથી ડરી શકે તેમ નહોતું. જંગલોમાંનાં ભૂતો પણ તેને અટકાવી શકે તેમ નહોતાં, અને ભયથી એ રડી શકે એમ પણ નહોતું. એક બાજુએ અંધકારનું જૂથ હતું અને બીજી બાજુએ પૂંભડા જેવી આ છોકરી હતી. આ અંધકારમાં પણ એ રસ્તો ન ભૂલી એ કાંઈ ઓછી નવાઈની વાત છે ?

પાણીનો એક કુદરતી ધરો હતો અને એમાંથી એક નાનકડું વહેળિયું બહુ જ ધીમે અવાજે વહી રહ્યું હતું. કોઝેટને આ માર્ગ, આ ઝરણું અને તેના કાંઠા પરના એકેએક પથ્થરનો પૂરો પરિચય હતો. બીકનું ભાન થાય એટલો સમય પણ ન જાય એ માટે એકશ્વાસે ઝરણા પર ઝૂકી રહેલા ઓકના ઝાડની એક ડાળી પકડી નીચે નમીને ડોલ પાણીમાં નાખી અને પાણી ભરાઈ ગયું એટલે એ જ ડાળીને વળગી જોર કરીને ભરેલી ડોલ બહાર કાઢી. આટલું જોર તેનામાં ક્યાંથી આવ્યું હશે ? ભરેલી ડોલ બહાર કાઢીને તેણે ઘાસ પર મૂકી, પણ હવે તેની તાકાતની હદ આવી ગઈ હતી. તેનું આખું શરીર થાકીને લોથ થઈ ગયું હતું. આ ડોલ ઉપાડીને તેનાથી એક ડગલું પણ ચાલી શકાય તેમ ન હતું. તે ઘાસ પર બેસી પડી. ઘડીક આંખો મીંચી પાછી ઉઘાડી. માથા પરનું આકાશ કાળાં વાદળાંથી ઘેરાયેલું હતું. દૂર પશ્ચિમમાં ગુરુનો ગ્રહ આથમી રહ્યો હતો અને ધુમ્મસને કારણે કોઈ દૈત્યની લાલઘૂમ આંખ જેવો દેખાતો હતો. ઠંડો પવન આખા જંગલમાં ઝાડની ડાળોને તથા પાંદડાંને થરથર ધ્રુજાવી રહ્યો હતો.

બાળકી આ બધું જોઈ રહી હતી. તેના મનમાં કાંઈ વિચારો આવતા ન હતા, પણ ભયની એ જ તીવ્ર લાગણી તેનાં અંગેઅંગમાં તથા મનની એકેએક જ્ઞાનેન્દ્રિયમાં વ્યાપી ગઈ હતી. હિમ પડે ને કળી જેમ ઠીંગરાઈ જાય તેમ તે ઠીંગરાઈ જવા લાગી હતી. મનુષ્યમાં રહેલી પ્રબળ જિજીવિષાએ તેને થોડીક મદદ કરી. તેણે એક, બે, ત્રણ એમ મોટેથી ગણવા માંડ્યું. દસ ગણીને વળી પાછું એકડેએકથી તેણે ગણવા માંડ્યું. પણ પછી શું ?

COSETTE

તે ઊભી થઈ. તેને થયું કે ભાગીને વસ્તીમાં પહોંચી જાઉં – જ્યાં અજવાળું હોય ત્યાં દોડી જાઉં, પણ ડોલનું શું કરવું ? ડોલ મૂકીને ચાલ્યા જવાનો વિચાર પણ તેને માટે એટલો જ ભયંકર હતો. તેણે બે હાથે ડોલ ઉપાડી જોઈ. તે ઊંચી પણ થાય એમ નહોતું. તોપણ તેણે પોતાનું સમસ્ત જોર એકઠું કર્યું. બે પગ વચ્ચે

ડોલ રાખી શરીરનો ઉપલો ભાગ આગળ નમાવી બે હાથે ડોલ ઊંચી કરીને તેણે એક ડગલું ભર્યું, બીજું ડગલું ભર્યું – ડોલના ભારે તેના હાથ તૂટું તૂટું થતા હતા. તોપણ તેણે આગળ વધવા માંડ્યું. આંચકા લાગવાને કારણે ડોલમાંથી પાણી છલકાતું હતું. તેના ઉઘાડા પગ પર આ ઠંડું પાણી પડતું હતું અને તેના પગ ઠરી જતા હતા. અંધકારના એક ખૂણામાં માનવની નજરથી ક્યાંય દૂર આ બની રહ્યું છે. ફક્ત ઈશ્વર સિવાય બીજું કોઈ આ દૃશ્યનું સાક્ષી નથી. કદાચ તેની મા આ જોઈ રહી હોય – આવાં દૃશ્યો કબરમાંથી માને પણ ખળભળાવી મૂકે છે !

તેના શ્વાસોચ્છ્વાસ ભારે થવા લાગ્યા. ડૂમો ઠેઠ ગળા સુધી ભરાઈ ગયો. એ રડી શકે એમ તો નહોતું, કારણ કે તેની શેઠાણીની ધાક તેના રુદનને થંભાવી દેતી હતી. તેની શેઠાણી તેના જીવન સાથે એવી જડાઈ ગઈ હતી કે તેની કોઈ પણ ક્રિયાના પરિણામની કલ્પના તે થેનાર્ડિયરને સામે રાખીને જ કરી શકતી. તેણે પોતાની ગતિ જેટલી બની શકે તેટલી વધારી, તોપણ તે હજુ માંડ પંદરથી વીસ ડગલાં આગળ વધી હતી. હજુ તો જંગલ પણ પૂરું થયું નથી. તે થી હવે ન રહેવાયું. તે મોટેથી રડી ઊઠી : "હે ભગવાન !"

તે જ વખતે એકાએક તેની ડોલનો ભાર જાણે કે હળવો થઈ ગયો. ની ડોલના આંકડિયામાં તેના કોમળ હાથની પડખે જ એક પંજાદાર કદાવર થ બિડાયેલો તેણે જોયો. તેણે પોતાનું માથું ઊંચું કર્યું. એક કાળી વિશાળ આકૃતિ જાણે કે અંધારામાંથી કોતરી કાઢી હોય એમ એણે જોઈ. એ આકૃતિ માણસની જ હતી. તેણે એક પણ શબ્દ બોલ્યા વગર ડોલ ઉપાડી લીધી. માણસમાં એક એવી અદ્ભુત આંતરદૃષ્ટિ જ છે જે કટોકટીના કાળમાં ખૂલી જાય છે. આ બાળકીનું પણ એમ જ બન્યું. તેને આ પ્રસંગે જરા પણ ભય ન લાગ્યો.

૨૫. વિચિત્ર મુસાફર

આગંતુકે નીચા નમીને ગંભીર અને ધીમા અવાજે કહ્યું : "આ ડોલમાં તો બહુ ભાર છે, નહિ બચ્ચી ?"

કોઝેટે ઊંચે જોઈને કહ્યું : "હાજી !"

"લાવ, મને આપ. હું ઉપાડી લઈશ."

કોઝેટે ડોલનો આંકડિયો છોડી દીધો. પેલો માણસ તેની સાથેસાથે ચાલવા લાગ્યો.

"ડોલ સાચે જ બહુ વજનદાર છે ! તને કેટલાં વરસ થયાં ?"

"આઠમું ચાલે છે."

"આ ડોલ ક્યાંથી લાવે છે ?"

"ધરામાંથી ભરી લાવી."

"કેટલે જવાનું છે ?"

"ગામમાં."

પેલો માણસ થોડી વાર થોભ્યો. પછી પૂછ્યું :

"તે.... તારે મા નથી ?"

"મને ખબર નથી." પેલો ફરી કાંઈ પૂછે તે પહેલાં છોકરીએ કહ્યું : "મને એમ છે કે મારે મા નહિ હોય. બીજાં બધાયને મા – મારે નથી." પાછી ઘડીક અટકીને બોલી : "મારે તો કોઈ દી મા હતી જ નહિ."

માણસ અટક્યો. તેણે ડોલ નીચે મૂકી. પોતાના બંને હાથ નીચા નમીને તેણે છોકરીના ખભા પર મૂક્યા અને અંધારામાં તેનું મોઢું બારીકાઈથી જોવા પ્રયત્ન કર્યો.

"તારું નામ શું ?"

"કોઝેટ."

માણસને જાણે વીજળીનો આંચકો લાગ્યો. તેણે ફરી વાર છોકરી સામે જોયું અને પાછું ડોલ ઉપાડીને ચાલવા માંડ્યું.

"તું ક્યાં રહે છે ?"

"મોન્ટફરમીલ ગામમાં."

"તને પાણી ભરવા કોણે મોકલી છે ?"

"શેઠાણીએ."

પેલો માણસ જાણે કે તદ્દન નકામા પ્રશ્નો પૂછતો હોય એવો દેખાવ કરવા માંડ્યો. પણ તેના અવાજમાં કંપ હતો.

"શેઠાણી કોણ છે ?"

"વીશીવાળી શેઠાણી થેનાર્ડિયર. એ મારી શેઠાણી છે."

"વીશીવાળી ? મારે એ વીશીમાં જ રાત રહેવું છે. ચાલ, મને રસ્તો બતાવ."

માણસની ગતિ વધી. કોઝેટ તેની સાથે ચાલી શકતી નહોતી એટલે તે ઉતાવળે પગલાં ભરતી હતી, પણ એનો તેને થાક નહોતો. તેના પગમાં નવીન બળ આવ્યું હતું. તે વારેવારે પેલા માણસ તરફ ઊંચું મુખ કરીને જોયા કરતી હતી. થોડી વાર પછી વળી મુસાફરે પૂછ્યું :

"તારી શેઠાણી નોકર નથી રાખતી ?"

"ના જી. હું છું."

"બીજું કોઈ નથી ?"

"ના જી." પણ તરત જ સુધારી લેતી હોય તેમ બોલી :

"એમ તો છે – બે નાની છોકરીઓ છે."

"છોકરીઓ કોણ છે ?"

"તેને શેઠાણી કુંવરીઓ કહે છે, એ તેની દીકરીઓ છે."

"તે શું કરે છે ?"

"રમે છે."

"આખો દિવસ ?"

"હા."

"અને...તું ?"

"કામ કરું છું."

"આખો દિવસ ?"

"હાજી, પણ કોઈ વાર કામ ન હોય અને મને રજા આપે તો હુંય એકલી એકલી રમું."

"શું રમે ?"

"પેલી બેય છોડીઓ પાસે તો મોટી મોટી ઢીંગલી હોય – મારી પાસે તો એમણે નાખી દીધેલ એક લાકડાની પૂતળી છે. આવડી વેંત જેવડી છે." તેણે પોતાની નાનકડી વેંત અંધારામાં પહોળી કરી.

ગામ આવી ગયું. કોઝેટ આગળ થઈને મુસાફરને રસ્તો બતાવવા લાગી. થોડી વારે બજાર આવી.

"આજે મેળો છે ?"

"હાજી, આજે નાતાલનો મેળો છે."

વીશી દેખાઈ. કોઝેટે કહ્યું : "શેઠસાહેબ !"

"કેમ શું છે ?"

"વીશી આવી ગઈ."

"એમ ?"

"હાજી, મને ડોલ આપી દો. હું ઉપાડી લઉં."

"શું કામ ?"

"શેઠાણીને ખબર પડે કે મારે બદલે તમે ઉપાડી છે તો મને ઢીબી નાખે."

મુસાફરે તેને ડોલ આપી દીધી. વીશીનું બારણું આવ્યું. બારણાને ટકોરો મારતાં મારતાં પણ તેની આંખો પેલી દુકાન પરની મોટી પૂતળી પર ઠરેલી હતી. બારણું ઊઘડ્યું. શેઠાણી દીવો લઈને દેખાઈ : "આવી ? રખડાઉ ! આટલી બધી વાર ક્યાં કરી ? ક્યાં રમવા ચડી ગઈ હતી. બોલ ?"

"બાઈજી !" કોઝેટ ધ્રૂજતી ધ્રૂજતી બોલી. "આ શેઠને આપણે ત્યાં ઉતારો જોઈએ છે."

થેનાર્ડિયર શેઠાણીની આંખમાંના ભાવમાં ચમત્કારિક ફેરફાર થઈ ગયો. એ આંખમાંથી અમી ઝરવા લાગ્યું : "આ મહેમાન કે ?"

"હાજી !" મુસાફરે પોતાની હેટને હાથ અડાડીને કહ્યું.

આ વિનયભરી વર્તણૂકથી આ અનુભવી વીશીવાળી સમજી ગઈ કે આ તો કોઈ હાલીમવાલી માણસ લાગે છે. ઉચ્ચ કુટુંબના માણસો આવો વિનય બતાવે ખરા ? એના અવાજમાં તરત જ ફેર પડી ગયો.

"ઠીક પટેલ, ચાલો અંદર."

પટેલ અંદર ગયા. વીશીવાળી બાઈએ પોતાની ભૂલ તો નથી થતી તેની ખાતરી કરવા વળી પાછું તે મુસાફર તરફ જોયું. તેનો ફાટેલો કોટ, ફાટેલી કિનારની હેટ જોઈ ઇશારામાં જ પોતાના પતિને પૂછી લીધું – એવી જ રીતે ઇશારાથી તેના પતિએ તેને સમજાવી દીધું.

"પટેલ ! આજ આ મેળો છે, એટલે વીશીમાં બિલકુલ જગ્યા નથી."

"મારે કાંઈ ઓરડાની ને પથારીની જરૂર નથી. ગમે ત્યાં પડ્યો રહીશ, ને ભાડું તો પૂરા ઓરડાનું આપીશ."

"બે રૂપિયા થશે."

"ભલે."

"અરે, બે રૂપિયા તે હોય ? બધાનો તો એક રૂપિયો લો છો ને ?" પડખે ઊભેલા એક મુસાફરે કહ્યું.

"તે કાંઈ બધાંને માટે રૂપિયો હોય ? અમારી વીશીમાં અમે ગમે તેવા મુસાફરને નથી ઉતારતાં. આવા મુફલિસ પાસેથી તો બમણા પૈસા લેવાના !"

"ખરી વાત છે !" તેના પતિએ ઓરડામાં ઊભાંઊભાં કહ્યું. "ગમે તેને અહીં ઉતારીએ તો પછી અમારી આબરૂ શેની રહે ?"

દરમિયાન મુસાફર તો એક ટેબલ પાસે બેસી ગયો હતો. કોઝેટ પોતાને માટે મુકરર થયેલી જગ્યાએ ટેબલની નીચે બેસી ગઈ હતી. મુસાફર પોતાને માટે આણેલ પીણું પીતો હતો, પણ તેની નજર પેલી છોકરી ઉપર જ ચોંટી રહી હતી. કોઝેટ અત્યારે બરાબર જોઈ શકાતી હતી. તે બેડોળ હતી, પણ તે બેડોળપણું અવયવોમાંથી ખૂટતા માંસને અભાવે લાગતું હતું. આઠ વરસની હોવા છતાં તે માંડ છ વરસની લાગતી હશે. તેની ધ્યાન ખેંચે તેવી મોટી આંખો વરસોથી રડવાને કારણે ઝાંખી બની ગઈ હતી. તે ટાઢથી બચવાને માટે બેય ગોઠણને ભેટીને દાંત કકડાવતી બેઠી હતી. ટાઢથી બચવાનો એકમાત્ર ઉપાય આ જ હતો. તેના ગોઠણનાં ને કોણીનાં હાડકાં ચોખ્ખાં બહાર ઊપસી આવતાં દેખાતાં હતાં. ખભાની હાંસડીમાં પડેલા ખાડાઓ તેના આ આસનમાં વધારે ઊંડા દેખાતા હતા. તેના એકેએક અંગમાંથી જો કોઈ પ્રધાન લાગણી પ્રગટ થતી હોય તો તે ભયની હતી. ભય એ જ માત્ર તેના જીવન-સમસ્તને આવરીને પડ્યો હતો. તેની આંખોના ખૂણાથી માંડીને તેની પગની પાની સુધીં ભય...ભય ને ભય દેખાતો હતો. આવડી નાની

ઉંમરની છોકરીના મોઢા પર વિષાદનો એવો એક ગાઢ રંગ ચડેલો હતો કે આપણને આવો રંગ કોઈ આખી જિંદગી દુ:ખમાં વિતાવીને વૃદ્ધ થયેલા માણસના મુખ પર જ જોવા મળે.

થોડી વારે પડખેના ઓરડામાંથી થેનાર્ડિયરની બે નાની છોકરીઓ ખિલખિલાટ કરતી અંદર આવી. તેમના હાથમાં સુંદર રંગબેરંગી ઢીંગલીઓ હતી. બંને જણીઓ નીચે પહોળા પગ કરીને સામસામી બેસીને આ ઢીંગલીઓને શણગારવા લાગી. કોઝેટને જ્યારે કાંઈ કામ ન હોય ત્યારે તે નવરી ન બેસી રહે એ માટે તેની શેઠાણીએ મોજાં ગૂંથવાનું કામ તેને સોંપ્યું હતું. આ ઠંડીમાં કોઝેટનાં આંગળાં ગૂંથણકામ કરી શકે તેમ નહોતાં, તોપણ તે ગૂંથવાનું હાથમાં લઈને બેઠી હતી. પેલી બે છોકરીઓને આવતી જોઈને કોઝેટની નજર તેમના પર પડી. તેની આંખો ઢીંગલીને જોતાં જ બાલિશ ભાવ ધારણ કરી રહી. તે આ છોકરીઓની એકેએક હિલચાલ અને ઢીંગલીઓની સારવાર તરફ લોલુપતાભરી નજરથી તાકી રહી હતી.

દરમિયાન પેલી છોકરીઓ આ ઢીંગલીથી કંટાળી, ને ત્યાંથી પસાર થતા મીંદડીના એક બચોળિયાને પકડ્યું. તેને કાનેથી ઊંચું કરવું, નહોર મારે ત્યારે મારવું, તેને ઘાઘરી-પોલકાં પહેરાવવાં વગેરે રમતમાં આ બંને જણીઓ તલ્લીન હતી. તેનો લાભ લઈને કોઝેટ છાનીમાની ઊભી થઈને બાજુ પર પડેલી ઢીંગલીને લઈને પાછી ટેબલ નીચે બેસી ગઈ. ને એ ઢીંગલીને પોતાના ખજાનાના ખોખામાંથી ચીંથરા પહેરાવવા લાગી. ઢીંગલી સાવ જૂની હતી, પણ કોઝેટને મન તે સ્વર્ગની પરી હતી.

"લો, જુઓ ! આ રાજાની કુંવરી કામ કરવા બેઠાં છે ! ઢીંગલીઓ રમવું બહુ ગમે છે, નહિ ? પછી આ ગૂંથવાનું કોણ કરશે, તારી મા ?" શેઠાણીની ગર્જના સંભળાઈ. કોઝેટના હાથમાંથી ઢીંગલી પડી ગઈ.

"એને રમવા દોને બિચારીને ! ભલે રમે !" પેલા મુસાફરે ખુરશી પર બેઠાંબેઠાં ધીમેથી જ કહ્યું.

આવો ભિખારી જેવો મુસાફર પોતાને સલાહ આપે એનાથી તેનો પિત્તો વધારે ઊછળ્યો :

"તગારું એક ખાય, એટલે કામ તો કરવું જ પડે ને ? અહીં કાંઈ એને ગાદીતકિયે બેસાડવા નથી રાખી !"

"શું કામ કરવાનું છે ?"

"શું કેમ ? આ મોજાં હજુ પૂરાં અરધાંય નથી થયાં. આ શિયાળો તો હવે ઉકેલવાયે આવ્યો. મારી છોકરીઓ બિચારીના પગ ઠરીને ઠીકરા જેવા થઈ જાય છે !"

"એ મોજાં કેટલાનાં થતાં હશે ?"

"બે રૂપિયા તો બેસતા જ હશે ને ?"

"તો પછી..... હું પાંચ રૂપિયામાં એ વેચાતાં લઉં તો ?"

વીશીનો માલિક થેનાર્ડિયર તરત જ બોલી ઊઠ્યો :

"હા, હા ! આપને જોઈતાં હોય તો ખુશીથી લઈ જાઓ. મહેમાનને કાંઈ ના પડાશે ?"

"પણ પૈસા રોકડા હોં ?" શેઠાણીએ કહ્યું.

" આ લો પાંચ રૂપિયા !" મુસાફરે પાંચ રૂપિયાની નોટ કાઢીને ટેબલ પર મૂકીને કોઝેટને કહ્યું : "હવે તું તારે ખુશીથી રમ હોં ? તારું કામ મેં લઈ લીધું છે."

કોઝેટે શેઠાણી સામે જોયું.

"રમ જા !" શેઠાણીના મુખમાંથી માંડમાંડ બે શબ્દો નીકળ્યા.

કોઝેટે ગૂંથણનું કામ પડતું મૂકીને પાછી ઢીંગલી લીધી, ને બીતી બીતી તેની સાથે રમવા માંડી. પેલી બેય છોકરીઓ તો હજુ મીંદડીના બચોળિયાને રમાડવામાં જ મશગૂલ હતી. થેનાર્ડિયર અને તેની પત્ની આ વિચિત્ર દેખાતા મુસાફરના વિચિત્ર વલણથી ખૂબ વિચારમાં પડી ગયાં હતાં. તેમણે ઘણી મંત્રણાને અંતે એમ નક્કી કર્યું કે આ મુસાફર ખૂબ જ પૈસાદાર છે, ફક્ત રસ્તામાં લૂંટાઈ જવાની બીકે આવાં ગાભા જેવાં કપડાં પહેરે છે, અને કાં તો જરાક ભેજાનો ચક્રમ હશે.

"શેઠજી !" થેનાર્ડિયરની સ્ત્રીએ 'પટેલ'ની જગ્યાએ સંબોધન બદલ્યું. પેલો મુસાફર પણ આ સંબોધનથી નવાઈ પામ્યો.

"બચ્ચું રમે એ કોને ન ગમે, હેં ? મારેય છોકરાં છે ને, પણ કરવું શું ? એ તો આજ આપે મદદ કરી, રોજ કોણ કરે ? એને મારે રોજ બેઠાંબેઠાં ક્યાંથી ખવરાવવું, કહો ?"

"તે.... આ છોકરું તમારું નથી ?"

"અરે...ના...રે ના ! એ જ ઉપાધિ છે ને ? અમે તો રહ્યાં કાળજાનાં ભોળાં, તે દુઃખ જોઈને અમારાથી ન રહેવાયું ને આ છોકરીને અમારે ત્યાં રાખી. અમારાથી થાય એટલું કરીએ, પણ અમારે ત્યાં કંઈ ટંકશાળ ઓછી પડે છે ? આ છોકરીને ઘેર પૈસા માટે કાગળ લખીએ છીએ, પણ છ મહિનાથી કાંઈ જવાબ જ આવતો નથી. તેની માયે કેવી કઠણ કાળજાની હશે !'

"હં !" મુસાફરે નિસાસો નાખ્યો. તે ખુરશી પર ઢળી પડ્યો.

"છોકરીને આમ મૂકી જાય એ મા તો પછી એવી જ હોય ને ? હવે આપને વાળુમાં શું લાવું ?"

"રોટલો ને શાક."

"પૈસા હશે, પણ જીવ કો'ક ભિખારીનો લાગે છે !" પેલી શેઠાણીએ મનમાં

કહ્યું. ને તે વાળુ માટે તૈયારી કરવા જતી હતી ત્યાં પેલી છોકરીઓમાંથી એકની નજર કોઝેટ પર પડી.

"મા, મા ! બહેન ! જો, આપણી ઢીંગલી કોઝેટ લઈ ગઈ."

કોઝેટ ધ્રૂજી ઊઠી. પૂતળી તેના હાથમાંથી પડી ગઈ.

"કોઝેટ !" શેઠાણીની ત્રાડ પાછી ઓરડામાં ગાજી ઊઠી.

"શું.... છે શું ?" મુસાફર પોતાની ખુરશી પરથી ઊભો થઈ ગયો.

"આમ જુઓ ને !" શેઠાણીએ કોઝેટ તરફ આંગળી ચીંધી.

"શું ?"

"શું કેમ ? આ રાં....ચોટ્ટી, મારી છોકરીની ઢીંગલી લઈ ગઈ, ને પાછી ગોબરાં હાથે તેને રમાડે છે."

"પણ એમાં આટલી બધી હોહા ?"

કોઝેટ તો ડૂસકાં ભરીભરીને રોવા લાગી હતી. તેની નજર સમક્ષ પોતાનું કાળું ભાવિ રમતું હતું.

"મૂંગી મર ! એક તો વાંકમાં આવી, ને પાછી રોવા માંડે છે ?"

પેલો મુસાફર એકદમ ખડકીનું બારણું ઉઘાડી બહાર ગયો. બે કે ચાર જ મિનિટમાં તે પાછો આવ્યો. તેના હાથમાં એક મોટી ઢીંગલી હતી. પાણી લેવા જતી વખતે આ જ ઢીંગલી પર કોઝેટ તાકી રહી હતી, એટલું જ નહિ, પણ આખા ગામનાં બાળકોને માટે આ ઢીંગલી એક અદ્ભુત આકર્ષણ બની ગઈ હતી.

"આ લે, પેલી ઢીંગલી પાછી આપી દે અને આનાથી રમ." મુસાફરે કોઝેટને નવી ઢીંગલી આપી.

કોઝેટ ઘડીભર સ્તબ્ધ બની ગઈ. કોઝેટ જ શા માટે – થેનાર્ડિયર, તેની સ્ત્રી, તેનાં છોકરાં એ બધાં આ દશ્ય જોઈ રહ્યાં. કોઝેટ લાંબા હાથ કરીને લઈ શકે એટલી હિંમતવાળી નહોતી. મુસાફરે તેના ખોળામાં નવી ઢીંગલી મૂકી.

"લઈ લે, તને રાજીખુશીથી આપે છે ને ?" થેનાર્ડિયરની સ્ત્રીના અવાજમાં અસાધારણ કોમળતા આવી ગઈ.

કોઝેટની આંખમાં હજી આંસુ ભરેલાં હતાં. તેના ગાલ આંસુથી તરબોળ હતા. તેણે શેઠાણી તરફ જોયું અને ઢીંગલી તરફ જોયું. હાથ લંબાવીને ઢીંગલીને પોચે હાથે સ્પર્શ કર્યો – જાણે કે કોઈ મોટો ગુનો કરતી હોય એવો ભય તેની આંખમાં હતો. આખરે તે હિંમત કરીને બોલી :

"હું આ ઢીંગલીએ રમું ?"

"હા, હા ! તને રમવા માટે આ શેઠે આપી છે."

"હેં સાહેબ ?" તેણે પોતાની મોટી ભોળી આંખો મુસાફર તરફ માંડી.

મુસાફરની આંખોમાં આંસુ તબકવા લાગ્યાં. તે બોલી ન શક્યો. તેણે ફક્ત ડોકું જ હલાવ્યું અને ઢીંગલી ફરી વાર કોઝેટના ખોળામાં ગોઠવીને મૂકી.

ઢીંગલીના સ્પર્શથી તેનાં અંગેઅંગમાં આનંદની ઝણઝણાટી ફેલાઈ ગઈ. તે ઢીંગલીને પંપાળવા લાગી. જોતજોતાંમાં તેની સૃષ્ટિ આ ઢીંગલીમય બની ગઈ. "આનું નામ હું 'રાણી' પાડીશ." તે બોલી ઊઠી. ઢીંગલીનાં રેશમી કપડાં કોઝેટનાં ચીંથરાં જેવાં કપડાંની સાથે વિચિત્ર લાગતાં હતાં.

"આને હું ખુરશી પર બેસાડું ?"

"હા, હા !" તેની શેઠાણી ઈર્ષાથી બળી જતા હૃદયે આ દૃશ્ય જોઈ રહી હતી તોપણ બોલી.

ઢીંગલીને ખુરશી પર બેસાડીને નીચે તેની સામે બેસીને કોઝેટ હાલ્યાચાલ્યા વગર એકીટશે આ ઢીંગલી સામે તાકી રહી હતી.

"કેમ રમતી નથી ?" મુસાફરે પૂછ્યું.

"હું રમું છું ને ?" કોઝેટે કહ્યું.

થેનાર્ડિયરની સ્ત્રી માટે આ દૃશ્ય હવે અસહ્ય હતું. આ મુસાફરને શું કરી નાખું એમ તેને થઈ રહ્યું. લોલુપતાની દૃષ્ટિએ આ ઢીંગલી અને કોઝેટ તરફ તાકી રહેલી તેની દીકરીઓને તેણે હાક મારીને કહ્યું : "અહીં શું ઊભી છો ? આવી ઢીંગલી કોઈ દી ભાળી નથી ? જાઓ, સૂઈ જાઓ, નહિ તો ટીપી નાખીશ." છોકરીઓ તરત જ ભાગી ગઈ. થેનાર્ડિયર એમ ઉશ્કેરાય એમ નહોતો. તેનું મગજ આ પ્રસંગમાંથી તારવવાનો સાર શું છે તેનો વિચાર કરતું હતું. તેની સ્ત્રીના ઉશ્કેરાટને તે મૂર્ખાઈ ગણતો હતો. જે માણસ આમ પાણીની જેમ પૈસા વેડફી દે છે એને કેમ વધારે આપણા લાભમાં નિચોવવો એ જ તેને મન મુખ્ય પ્રશ્ન હતો, અને તેનો જ તે ઉકેલ શોધી રહ્યો હતો.

મુસાફર તો ટેબલ પર કોણી રાખી તેના પર પોતાનું માથું ટેકવીને એમ ને એમ વિચારમગ્ન સ્થિતિમાં બેઠો હતો. બીજા જમનારાઓ બધા પરવારીને ચાલ્યા ગયા હતા. વાસણો ખૂણામાં એઠાં પડ્યાં હતાં. કોઝેટ રમતી-રમતી પોતાની સૂવાની જગ્યાએ સૂવા ગઈ ત્યાં સુધી તે એમ ને એમ બેસી રહ્યો હતો. થેનાર્ડિયર અને તેની સ્ત્રીને આને લીધે જ ઉજાગરો થતો હતો. આખરે સ્ત્રી કંટાળી : "હું તો હવે સૂઈ જાઉં છું. બે વાગવા આવ્યા. આ તો ક્યાં સુધી બેસી રહેશે – શી ખબર ? તમને ઠીક પડે તેમ કરો !" તે ચાલી ગઈ. થેનાર્ડિયરને ઉજાગરાની ટેવ હતી. તે થડા પર બેઠોબેઠો વાંચવા લાગ્યો. એક કલાક નીકળી ગયો. થેનાર્ડિયર કંટાળ્યો. પેલો મુસાફર હજુ એમ ને એમ બેસી રહ્યો હતો. આખરે થેનાર્ડિયર ખોંખારો ખાઈને ઊઠ્યો. તે મુસાફર પાસે ગયો :

"કેમ સાહેબ, હવે આરામ લેશો ને ?"

"હા, હા." તે જાણે કે ટટ્ટાર થયો. "ક્યાં છે મારી પથારી ?"

"ચાલો, સાહેબ ! મારી પાછળ." તેણે દીવો લીધો ને મુસાફરને દોરવા લાગ્યો. મેડા ઉપર એક વીશીના પ્રમાણમાં ખૂબ ઠાઠમાઠવાળા ઓરડામાં તે મુસાફરને લઈ ગયો. "આ આપને સૂવાનો ઓરડો. ઓરડામાં કોઈ રાજા-મહારાજા આવે ત્યારે ઊતરે છે. આમ તો તે બંધ જ રહે છે. આપને માટે હજુ હમણાં જ તૈયાર કરાવ્યો. લો, આપ આરામ કરો, હું જાઉં છું."

થેનાર્ડિયર ગયો એટલે મુસાફરે દીવો ઓલવી નાખ્યો. તે મોટી ભરેલી ખુરશીમાં બેઠો. થોડી વાર પછી પાછો ઊભો થયો ને દાદરા પાસે ગયો. એક બાળકનો ઘસઘસાટ ઊંઘવાનો અવાજ તેને કાને પડ્યો. તે ધીમેથી નીચે ઊતર્યો. દાદરાની નીચે એક ભંડકિયા જેવું હતું. તેમાં એક સાદડી ઉપર ફાટેલા ધાબળાનું બિછાનું હતું. તે કોઝેટની પથારી હતી. મુસાફર ત્યાં ગયો. તે વાંકો વળ્યો. કોઝેટ પહેરેલ કપડે એમ ને એમ ટૂંટિયું વાળીને સૂઈ ગઈ હતી. પેલી ઢીંગલીને બથ ભરીને તે સૂતી હતી. ઢીંગલીની મોટીમોટી આંખો આ અંધારામાં ચમકતી હતી. કોઝેટના મુખમાંથી વચ્ચેવચ્ચે ઊંડા નિસાસા નીકળતા હતા, અને જાણે કે ઢીંગલી રાતોરાત ભાગી જશે એમ માનીને તે ઊંઘમાં ને ઊંઘમાં ઢીંગલીને વધારે ને વધારે વળગતી જતી હતી.

મુસાફર ધીમે પગલે પાછો પોતાના સૂવાના ઓરડામાં આવી ગયો.

૨૬. કસાઈવાડેથી ગાય છૂટી

હજુ તો માંડ મોંસૂઝણું થયું હશે, અને ત્યાં તો થેનાર્ડિયર વીશીના થડા ઉપર આવીને બેસી ગયો હતો અને એક ગંભીર કામમાં પરોવાઈ ગયો હતો. ઘરમાં ફક્ત એક જ જગ્યાએથી અવાજ આવતો હતો – કોઝેટ દાદરાનાં પગથિયાં વાળી રહી હતી.

આખરે ઘણી વારે થેનાર્ડિયરે એ ગંભીર કામ પૂરું કર્યું. કાગળ ઉપર તે અનેક પ્રકારના આંકડાઓ માંડી રહ્યો હતો અને છેકી રહ્યો હતો. તેમાંથી તે આખરે પોતાનું સર્જન પૂરું કરી શક્યો. આ 'મહાન કૃતિ' તે પેલા મુસાફર પાસેથી લેવાના ખર્ચનો આંકડો હતો.

તેણે તે જોયો – ફરીફરીને જોયો. તેના મુખ ઉપર સંતોષની લહરી ફરી વળી. આખી કૃતિ જોયા વગર આપણને પણ તેમાં રહેલા સર્જનની પ્રતિભાનો ખ્યાલ નહિ આવે.

શેઠશ્રી...ના ખર્ચનો આંકડો.

વિગત	**રૂપિયા**
વાળુ	3
ઓરડાનું ભાડું	10
દીવાબત્તી	5
સગડી	4
નોકર-ચાકર	1
કુલ રૂ.	**23**

આ આંકડો તૈયાર થઈ ગયો તે દરમિયાન તો તેની સ્ત્રી ત્યાં આવી પહોંચી હતી. તેણે આ આંકડો જોયો.

ત્રેવીસ રૂપિયા ? મારા બાપ !" તેના અવાજમાં ઉત્સાહ અને શંકા બંને હતાં.

પણ થેનાર્ડિયર કોઈ પણ મહાન કલાકારની જેમ પોતાની આ કૃતિથી હજી પૂરો સંતુષ્ટ નહોતો. તેણે પોતાના મનની બધીય લાગણી કેવળ "ઊહ" શબ્દમાં વ્યક્ત કરી દીધી.

તેની પતિવ્રતા સ્ત્રી આ બધું તરત જ સમજી ગઈ.

“એ જ લાગનો છે, મારો રોયો ! પણ એ આપશે ખરો ?”

“અરે, એ જરૂર આપવાનો !” દુશ્મનના બળનું માપ કાઢતો હોય એવી સેનાપતિની અદાથી થેનાર્ડિયર બોલ્યો.

“અને ઓલી વાલામૂઈ કોઝેટડીને આજ ઘરમાંથી કાઢી મૂકવી છે. હા...! રાં... મારા દેખાતાં ઢીંગલીએ રમે છે !”

થેનાર્ડિયર પોતાના વ્યૂહની રચના કરવામાં તલ્લીન હતો. તેણે કહ્યું : “આ આંકડો તું તારે હાથે આપજે.”

તે ચાલ્યો ગયો.

બીજી જ ક્ષણે મુસાફર પોતાના સામાન સાથે દાદરો ઊતરીને ઓરડામાં આવ્યો.

“બહુ વહેલા ઊઠી ગયા, સાહેબ ! આ શું ? આજ જવું છે ? રોકાવું નથી ?” થેનાર્ડિયરની સ્ત્રીના હાથમાં રહેલો આંકડાનો કાગળ ધ્રૂજતો હતો. મુસાફરનું ધ્યાન એ તરફ નહોતું અથવા કહો કે ક્યાંય નહોતું.

“હા, હું જાઉં છું.”

“કેમ કામ પતી ગયું ?”

“ના, ના, મારે કાંઈ આ ગામમાં કામ નહોતું. આ તો રસ્તામાં રાત રોકાણો એટલું...હા...! કેટલા પૈસા આપવાના છે મારે ?”

તરત જ બાઈએ પેલો આંકડો તેના હાથમાં મૂકી દીધો.

મુસાફરે કાગળ ઉઘાડ્યો અને અંદર નજર કરી, પણ તેનું ધ્યાન તેમાં નહોતું.

“અહીં તો તમારે ધીકતી કમાણી ચાલતી હશે નહિ ?”

“ઠીક છે, મારા સાહેબ ! પેટિયું નીકળે, સમજ્યા ને ! તમે જુઓ છો ને, જમાનો કેવો ખરાબ આવી ગયો છે ! પહેલાંનો વખત હવે ક્યાં રહ્યો છે ? અહીંની વસ્તી બધી ઘરમાં ખાવા ધાન નહિ એવી ! બે પૈસા લાવે એવા કોઈ આ બાજુ ન મળે, આપના જેવો તો વરસે માંડ એકાદ આવી ચડે ! અને ખરચા તો વધી પડ્યા – આ જુઓ ને, આ ઘરનો અરધો ખરચ તો આ છોકરીનો જ છે, લો ! અમે કોઈનો ધર્માદો ખાઈએ નહિ, પેટે પાટા બાંધીનેય આ છોકરીને પાળીએ-પોષીએ. બિચારી આપણે આશરે પડી એટલે આપણો ધરમ છે, પણ મારેય પેટ પ્રજા પડી છે. ઘર બાળીને કંઈ તીરથ થાય, હેં શેઠસાહેબ, તમે જ કહો !”

મુસાફર જાણે એક નજીવી વાત કરતો હોય તેવા અવાજે બોલ્યો : “એ છોકરીથી તમારો છૂટકો થઈ જાય તો ?”

“કોણ, કોઝેટ ?”

"હા."

"આહા ! તો તો તમારા જેવો ભગવાનેય નહિ ! એને તમે ગમે ત્યાં લઈ જાઓ – એને સોને મઢો, ખાડામાં નાખો કે ગળાટૂંપ કરો તોય મને કાંઈ નહિ થાય."

"ભલે, કબૂલ છે."

"સાચે જ તમે લઈ જશો. ?"

"હા હા !"

"હમણાં જ ?"

"હા, બોલાવો."

"કોઝેટ !" ફરી શેઠાણીની ગર્જના આખી વીશીમાં ગાજી રહી, પણ આ વખતની ગર્જનામાં વિજયનો રણકાર હતો.

"એ આવે ત્યાં લગીમાં મારો આંકડો ચૂકવી દઉં." કહીને મુસાફરે કાગળ ફરી ખોલ્યો. તેનાથી બોલાઈ ગયું :

"ત્રેવીસ રૂપિયા ?" બાઈ તરફ ફરીને તે ફરી બોલ્યો "ત્રેવીસ રૂપિયા છે ?"

"હાજી, એટલા જ છે."

મુસાફરે ખિસ્સામાંથી પાંચ રૂપિયાની પાંચ નોટો કાઢીને ટેબલ પર મૂકી અને કહ્યું : "જાઓ, છોકરીને લઈ આવો."

એ જ વખતે થેનાર્ડિયર રંગભૂમિ પર આવી પહોંચ્યો :

"શેઠસાહેબ ! આપણે એ છોકરીની બાબતમાં જરાક વાત કરી લઈએ." અને તેની પત્ની તરફ ફરીને કહ્યું : "તું જા !"

તેની પત્નીએ જોયું કે નાટકનો મુખ્ય પ્રવેશ અને મુખ્ય પાત્રો રંગભૂમિ પર આવી ગયાં છે એટલે પોતાને માટે ખસી જવામાં જ ડહાપણ હતું.

તે બંને એકલા પડ્યા. મુસાફર ખુરસી પર બેઠો. થેનાર્ડિયર ઊભો જ રહ્યો.

"શેઠ, સાચી વાત એમ છે કે આ છોકરી મને જીવ જેટલી વહાલી છે."

મુસાફર આશ્ચર્યથી તાકી રહ્યો : "કઈ છોકરી ?"

"ભગવાનેય શું માયા મૂકી છે તે એ છોકરીને મારા પર બાપથી પણ વિશેષ હેત છે !"

"કઈ છોકરીની વાત કરો છો તમે ?"

"કઈ કેમ ? આ કોઝેટ, અને તમે એને લઈ જવાની વાત કરો છો ? તમે તો ખાનદાન માણસ છો ! એટલે તમને મન મૂકીને વાત કરું છું. મારું મન એ છોકરીને છોડતાં માને એમ નથી. સાવ નાની હતી ત્યારની એ મારે ત્યાં છે. મારે ત્યાં જ એ લાડકોડમાં ઊછરી છે. હા, અમે એની પાછળ પૈસે ઘણાંય ખરચાઈ

ગયાં છીએ. ગઈ માંદગીમાં ચારસો રૂપિયા દવાદારૂમાં થઈ ગયા. પણ એ તો કરવું જ પડે ને – માથે ભગવાન જેવો ભગવાન બેઠો છે ! એને નથી મા કે નથી બાપ – જે કહો તે અમે છીએ. પછી અમને એની માયા થાય ને એને અમારી માયા થાય એમાં શું નવાઈ ? સાચું કહું તો મને એ છોકરી વગર ઘડીકેય ગમે નહિ."

મુસાફર એકીટશે તેના સામું જોઈ રહ્યો હતો.

"અને બીજું શું.... કે ગમે તે અજાણ્યાના હાથમાં કાંઈ છોકરું સોંપાય છે ? તમે તો ખાનદાન માણસ છો... તમે કાંઈ છોકરીને ખાધેપીધે દુઃખી ન કરો. એ બધુંય સાચું, પણ અજાણ્યું એ અજાણ્યું ને ! કાંઈ નામ, ઠેકાણું, ઓળખાણ, ભલામણ કાંઈકેય હોય તો તો આપણને એમ થાય કે ભલે છોકરી જતી – બિચારી સુખી થશે."

"જુઓ, શેઠ !" મુસાફરના અવાજમાં મક્કમતા અને સખતાઈ હતાં. "મારે ભલામણની કે એવી કાંઈ જરૂર નથી. એ છોકરીને હું લઈ જાઉં એટલે પત્યું. એને શું થાય છે એ પછી તમારે જોવાનું નથી. હું તો ત્યાં સુધી કહું છું કે એ છોકરી ભવિષ્યમાં તમારે ત્યાં આવવાનું નામ સુધ્ધાં ન લે. બોલો, કબૂલ છે ?"

થેનાર્ડિયર સમજી ગયો કે આ મુફલિસ દેખાતો મુસાફર ગાંજ્યો જાય એવો નથી અને તેની સાથે જંગ ખેલવામાં જોખમ છે. જાતજાતની યુક્તિઓની પટાબાજી ખેલવામાં કુશળ થેનાર્ડિયર આ મુસાફરનો ભેદ પારખી શક્યો નહોતો. તે કોણ છે ? શું કામ આ છોકરીને લઈ જવા માગે છે ? તે છોકરીનો કાંઈ સગો હશે ? તેનો બાપ તો ન હોય – દાદો હોય તો હોય. તો પછી પોતાનું નામ છુપાવે છે કેમ ? કાંઈક પોલ લાગે છે.... પણ તે પકડવી કેમ ? આ માણસના અવાજમાં જે જોશ હતું, તેના વલણમાં જે કડકાઈ હતી, અને તેની પાસે જે અઢળક દ્રવ્ય છે એ જોયા પછી તે જરાક ઢીલો પડ્યો, પણ તરત જ એક કુશળ સેનાપતિની કુનેહથી તેણે જુદી જ જગ્યાએથી હુમલો કર્યો.

"એમ જ હોય તો પછી મને પંદરસો રૂપિયા આપી દો એટલે પત્યું !"

મુસાફરે પોતાના કોટના અંદરના ખિસ્સામાંથી કોથળી કાઢી અને તેમાંથી ગણીને નોટોનો થોકડો કાઢ્યો ને ટેબલ પર મૂક્યો.

કોઝેટ તો ઊઠીને તરત જ પોતાનું કામ જલદી પતાવવા માંડી હતી. પેલી ઢીંગલી સાથે રમવા તે અધીરી થઈ હતી. એ ઢીંગલી તેને મન એક જીવતી-જાગતી બહેનપણી જ હતી. પેલો મુસાફર એ ઢીંગલીનો બાપ હતો એટલે તેને એની પણ હૂંફ હતી. હવે મને રમતાં કોઈ નહિ અટકાવી શકે એટલી એને શ્રદ્ધા હતી. એ એકલી નહોતી – તેનું કોઈક હતું.

તે કલ્પનાસૃષ્ટિમાં રાચતી હતી ત્યાં એની શેઠાણીએ તેને બોલાવી, પણ આ વખતના તેના અવાજમાં અપૂર્વ એવી મૃદુતા હતી.

કોઝેટ ઓરડામાં આવી. પેલા મુસાફરે એને એક નાનકડું પોટલું આપ્યું. તેમાં નવાં જ ઘાઘરી–ફરાક, મોજાં, માથે બાંધવાની રંગીન બો-પટ્ટી વગેરે હતું. કપડાં બધાંય કાળા રંગનાં હતાં.

“જા, બેટા ! આ કપડાં પહેરીને તૈયાર થા !”

હજુ તો નાતાલની રાતની મહેફિલોના ઉજાગરાને લીધે માણસો મોડા ઊઠતા હતા. તેમણે બારીમાંથી જોયું તો રસ્તા ઉપર એક બૂઢા જેવા મુસાફરની આંગળી પકડી કોઝેટ પોતાની છાતીએ એક મોટી પૂતળી રાખીને ચાલી જતી હતી. લોકોએ મુસાફરને તો ન ઓળખ્યો, પણ આવા નવા પોશાકમાં સજ્જ એવી કોઝેટને પણ કેટલાક તો ન ઓળખી શક્યા.

કોઝેટને પોતાને ખબર નહોતી કે પોતે ક્યાં જાય છે. એને એટલી જ ખબર હતી કે આ વીશી પોતે છોડે છે. હકીકત તેને માટે પૂરતી સમાધાનકારક હતી. અહીંથી છૂટીને તે દોજખમાં જવા પણ તૈયાર હતી. તેની વિદાયથી કોઈને એક આંસુ પડવાનું હતું નહિ, તેમ તેને પણ કોઈના વિરહનું આંસુ પાડવાનું નહોતું. કોઝેટ હજુ પણ વારંવાર પાછળ નજર નાખતી હતી – કદાચ પેલી શેઠાણી પાછળ આવતી હોય તો ! મુસાફરની પકડેલી આંગળીને તે વધારે જોરથી પકડતી હતી.

થેનાર્ડિયરની પત્ની હવે મામલો પતી ગયો હશે એમ માનીને આવી. થેનાર્ડિયર તેને ઘરના એક ખૂણામાં લઈ ગયો ને નોટોની એક થોકડી બતાવી. એ જોઈને તે બોલી ઊઠી : ‘બસ ?’

થેનાર્ડિયરના જીવનમાં આ પહેલો જ પ્રસંગ હતો કે જે વખતે તેની પત્નીએ તેના પગલા પર ટીકા કરી હોય. અને આ ટીકાએ ધારી અસર કરી. “મારી ટોપી લાવ. હું સાવ ગધેડો છું. લાવ જલદી ટોપી !”

થેનાર્ડિયરે ટોપી માથે નાખીને પેલા મુસાફરની દિશામાં ચાલવા માંડ્યું. થોડેક ગયો ત્યાં થયું : “લાવ, બંદૂક લઈ... લઉં. કદાચ છે ને પણ.....ના.....મોડું થાય.”

ગામથી ઘણે દૂર એક નાનકડી ઝાડીના ઝુંડ પાસે તે આ બેયને આંબી ગયો. કોઝેટ થાકી હતી એટલે તેને વિસામો આપવા મુસાફર બેઠો હતો. ત્યાં થેનાર્ડિયર પહોંચ્યો : “મને માફ કરજો ! આ લો તમારા પંદરસો રૂપિયા, મારી છોકરી મને પાછી સોંપી દો !”

“એટલે ? એનો અર્થ શો ?”

“એનો અર્થ એ કોઝેટને મારે પાછી લઈ જવી છે.”

કોઝેટ ફફડી ઊઠી ને મુસાફરના પડખામાં ભરાવા લાગી.

“તારે.... કોઝેટને.... પાછી લઈ જવી છે ?” મુસાફરે એકએક શબ્દને સીસાના રસમાં બોળીને બહાર કાઢ્યો.

“હાજી, મેં પછી બહુ વિચાર કરી જોયો. મારી મોટી ભૂલ થઈ ગઈ છે. એ છોકરી મારી નથી. મને તો થાપણની જેમ તેની માએ સોંપી છે. તમે કહેશો કે એની મા તો મરી ગઈ છે, પણ તો મારે એની માના હાથની લખેલી ચિઠ્ઠી કે એવું કાંઈક જોઈએ. એમ ને એમ મારાથી ન સોંપાય.”

મુસાફરે ખિસ્સામાંથી પાકીટ કાઢ્યું. થેનાર્ડિયરના મુખ પર આનંદ પ્રકાશી ઊઠ્યો. પણ મુસાફરે નોટોની થોકડીને બદલે એક કાગળની નાની ચબરખી કાઢી ને તેના હાથમાં મૂકી કહ્યું : “લે, વાંચ !”

થેનાર્ડિયરે વાંચ્યું :

મ...નગર, માર્ચ 25, 1823

મહેરબાન થેનાર્ડિયર,

આ ચિઠ્ઠી લાવનારને મારી કોઝેટ હવાલે કરજો. ચિઠ્ઠી લાવનાર મારા ખાતાનો હિસાબ ચૂકતે કરશે.

તમારી હંમેશની ઋણી

ફેન્ટાઈન

“કેમ, સહી તો બરાબર ઓળખાય છે ને ?” મુસાફરે પૂછ્યું.

થેનાર્ડિયર ઘડીભર સ્તબ્ધ થઈ ગયો. સહી ફેન્ટાઈનની જ હતી. એમાં શંકા નહોતી.

“કહો કે સહીની નકલ તો આબાદ કરી છે ! ઠીક, હશે !” તે ધીમેથી છતાં મુસાફર સાંભળે તેમ બબડ્યો. “સાહેબ, એ તો પત્યું. પણ હવે આ થોડુંક દેવું ચડી ગયું છે તે પતાવી દેવું ને ! થોડે થોડે કરતાં ઘણું થઈ ગયું છે.”

મુસાફર ઊભો થઈ ગયો ને પહેરણની બાંય પરથી ધૂળ ખંખેરતો બોલ્યો :

“શેઠિયા, જુઓ ! જાન્યુઆરીમાં 120 તમારા લેણા હતા. ફેબ્રુઆરીમાં તમે 500નું લેણું બતાવ્યું હતું. ફેબ્રુઆરીની આખરમાં તમને 300 રૂપિયા મળી ગયા અને 300 મળ્યા માર્ચની શરૂઆતમાં. તે પછી નવ મહિના ગયા એના મહિનાના પંદર રૂપિયાના હિસાબે તમારા 135 લેવાના રહે. તમને 100 રૂપિયા આગળથી જ આપ્યા હતા. બાકી રહ્યા 35 રૂપિયા. મેં તમને 1500 રૂપિયા હમણાં જ આપ્યા.”

થેનાર્ડિયર જાળમાં ફસાયેલો હોય એમ ધૂંધવાવા લાગ્યો. તેણે છેલ્લો ધસારો કર્યો :

“જુઓ, હું તમને ઓળખતો નથી, શું ? તમારું નામ...ઠીક જે હોય તે. મને 1000 રૂપિયા બીજા આપી દો. નહિ તો કોઝેટને હું પાછી લઈ જાઉં છું.”

“ચાલ બેટા, ઊભી થા !” મુસાફરે કોઝેટને ધીમેથી કહ્યું ને તેને પોતાની આંગળી આપી બીજે હાથે નીચે પડેલ દંડો ઉપાડ્યો. થેનાર્ડિયર એ દંડા સામે

જોઈ રહ્યો. મુસાફર છોકરીને લઈને ઝાડીમાં અદશ્ય થઈ ગયો.

"સાલું.... હુંયે કેવો મૂરખનો જામ – બંદૂક ન લીધી ! લીધી હોત તો કેટલી કામ આવત ? ખેર ! જોઉં હવે, કેટલે જાય છે બેટમજી !"

તે થોડીક વાર મુસાફરની પાછળ-પાછળ ચાલ્યો. મુસાફરે એક વાર પાછું વાળીને જોયું. થેનાર્ડિયર થંભી ગયો. હવે આગળ જવામાં માલ નથી એમ નક્કી કરીને તે પાછો વળી ગયો.

*

જિન-વાલજિન દરિયામાં પડી મરી ગયો નહોતો. તે જાણીજોઈને જ પડ્યો હતો ને ડૂબકી મારીને દૂર એક વહાણ પાસે પહોંચી ગયો હતો. ત્યાં એક નાનકડી હોડીમાં લપાઈને એ પડ્યો રહ્યો. રાતે વળી તરતો-તરતો તે ક્યાંનો ક્યાંય નીકળી ગયો. તે આડેઅવળે રસ્તે થઈને ભટકતો ભટકતો પારીસ પહોંચ્યો. પારીસમાંથી તે આઠ વરસની છોકરીને થાય તેવાં કપડાં લઈને મોન્ટફરમીલ આવ્યો. તેણે છાપામાં પોતાના મૃત્યુનો અહેવાલ વાંચ્યો હતો એટલે તેને ખાતરી હતી કે હવે કોઈ તેની શોધ કરવાનું નથી. તેણે જ્યાં પોતાની મૂડી સંતાડી હતી ત્યાંથી જોઈતા પૈસા પણ તે લઈ આવ્યો હતો.

પોતાના જીવનની છેલ્લી ઇચ્છા – ફેન્ટાઈનની છોકરીને સુખી કરવાની – પાર પાડવા તે કોઝેટને લઈને પારીસમાં આવ્યો. પારીસ આવ્યું ત્યારે રાત પડી ગઈ હતી. કોઝેટ થાકીને લોથ થઈ ગઈ હતી. તે આખો દિવસ દોડાદોડીમાં જ રહી હતી. ક્યાંક વાડની ઓથે સંતાઈ ખાધું, ક્યાંક ગાડીમાં બેઠાં, ક્યાંક પગે ચાલીને-પણ કોઝેટે મોંમાંથી એક પણ ફરિયાદ નહોતી ઉચ્ચારી. આખરે રાત પડતાં તે થાકી. તે જિન-વાલજિનની આંગળીએ ખેંચાતી હતી. જિન-વાલજિને તેને એક ફૂલની જેમ ઊંચકી લીધી. કોઝેટ પોતાની પૂતળીને એમ ને એમ છાતીએ રાખીને જિન-વાલજિનના ખભા પર માથું નાખી ઘસઘસાટ ઊંઘી ગઈ.

૨૭. અમરાપુરીના ઉકરડામાં

દુનિયાની અમરાપુરી જેવી ગણાતી પારીસ નગરીમાં એક છેડે એક લત્તો આવેલો હતો. અત્યારે તો એ લત્તાનું નામનિશાન પણ નથી, અને તે જગ્યાએ અત્યારે તો આલીશાન મકાનો ને વિશાળ રાજમાર્ગો આવી ગયા છે, પણ જે કાળની આપણે વાત કરીએ છીએ તે વખતે આ લત્તો કોઈ પરીકથાનાં ભોંયરાં જેવી છાપ પાડતો હતો. તે ઉજ્જડ પણ નહોતો, કારણ કે ત્યાં માણસની હરફર રહેતી. તે ગામડું પણ નહોતું, કેમ કે ત્યાં મેડીવાળાં ઊંચાં મકાન હતાં. તે શહેર પણ નહોતું, કારણ કે ત્યાં શહેરનો કોઈ ભપકો નહોતો. શેરીઓમાં ધૂળના ઊંડા ચીલા પડી ગયા હતા. તે લત્તાને માટે કોઈ એક શબ્દ જ નથી. દિવસે જુઓ તો સ્મશાન લાગે ને રાત્રે જુઓ તો જંગલ લાગે એવો આ લત્તો હતો.

શેરીઓમાં બેય બાજુએ આવેલાં મકાનો વૃક્ષોની હારોમાં ઢંકાયેલાં રહેતાં. એ ઉપરાંત મકાનના કંપાઉન્ડમાં ઉજ્જડ થઈ ગયેલા બગીચાઓમાં સૂકાં પાંદડાં ખખડાટ કરતાં હતાં. આવા લત્તાની આવી એક શેરીમાં એક મકાન આવેલું હતું. તે મકાનની એકાદ બારી કે બારણું ફક્ત બહારથી દેખાતું હતું, બાકીનો આખો ભાગ ઝાડીથી ઢંકાયેલો હતો. મકાન એક માળવાળું હતું. મકાન ઉપરનો રંગરોગાન કેટલાં વર્ષ પહેલાં થયો હશે તેનો અંદાજ કાઢવો મુશ્કેલ હતો. અત્યારે તો તેમાં પડેલાં ગાબડાં તેની વૃદ્ધાવસ્થા ઉઘાડી પાડી દેતાં હતાં. બારી કદમાં ઘણી મોટી હતી – કોઈ મોટા બંગલામાં હોય એવી, પણ તે મકાનમાં પેસવાનું બારણું તે બારીના પ્રમાણમાં સાવ નાનું અને નીચું હતું.

બારણા ઉપર 50/52 એમ બે નંબરો આ મકાનની મ્યુનિસિપાલિટીમાં નોંધ છે એ જણાવવા માટે લખેલા હતા. તે બેમાંથી કયો નંબર સાચો તેની આપણને ખબર નથી. ઉજ્જડ બગીચામાંથી મકાનના બારણામાં થઈને અંદર પ્રવેશ કરો એટલે ઉપર ચડવાનો દાદરો આવે. નીચેના ભાગમાં તો કેવળ ભંડકિયાં જ હતાં. વસવાટ માટેના ઓરડા ઉપલા માળ પર હતા. દાદરો ચડીને તમે ઉપર જાઓ એટલે એક લાંબા ઓરડા જેવું આવે. આ ઓરડાની બંને બાજુએ સામસામે નાના નાના ઓરડાઓનાં બારણાં પડતાં હતાં. આ ઓરડો, બારણાં, અને બારણાંની

પાછળ છુપાયેલા ઓરડાઓ જાણે કે કોઈક પૂર્વજન્મના શાપિત લોકોને ઓરડા બનાવી દઈને અહીં મૂકી દીધા હોય તેમ કંગાળ લાગતા હતા. તેમાં ઠંડક, ભેજ, અંધારું, કરોળિયાનાં જાળાં, ધૂળ – એ બધાંય ભેગા થઈને રહેતાં હતાં, ને માણસોને માટે તેમના જેવા થઈને જ રહેવા માટે ત્યાં અવકાશ હતો.

આ મકાન પાસે રાતના પહેલા પહોરે જિન-વાલજિન ઊંઘતી કોઝેટને ખભે નાખીને આવી પહોંચ્યો. તેણે જાકીટના અંદરના ખિસ્સામાંથી ચાવી કાઢી બારણું ઉઘાડ્યું અને અંદર આવીને બારણું અંદરથી બંધ કર્યું. દાદર પર ચડીને ઓરડામાં આવ્યો. ત્યાં આવીને બાજુના એક ઓરડાનું બારણું બીજી ચાવી વડે ખોલ્યું. અંદર ગયો. ઓરડામાં શેરીની ઝાંખી બત્તીનું ઝાંખું અજવાળું પડતું હતું. ઓરડામાં એક ખાટલો, એક ટેબલ, બે-ચાર ખુરસીઓ અને નીચે ફાટેલી જાજમ-આટલું હતું. ખૂણામાં સગડી હતી અને સગડીમાં કોલસા બળતા હતા. (જિન-વાલજિન કેદમાંથી છૂટીને પારીસ આવ્યો ત્યાર પછી આ મકાન તેણે ભાડે રાખી લીધું હતું અને નોકર રાખીને તેને ચાલુ કર્યું હતું.)

જિન-વાલજિને કોઝેટને ધીમેથી ખાટલા પર સુવાડી દીધી. કોઝેટ હજુ પણ ઘસઘસાટ ઊંઘતી હતી. જિન-વાલજિને તેને ઓઢાડી દીધું. ખિસ્સામાંથી ચકમક ને લોઢું કાઢીને તેણે કાકડો કર્યો. મીણબત્તી સળગાવીને ટેબલ પર મૂકી. જિન-વાલજિન મીણબત્તીના ઝાંખા પ્રકાશમાં કોઝેટના ઊંઘતા ચહેરા સામે એકીટશે જોઈ રહ્યો. જિન-વાલજિનની આંખમાં આનંદ, કરુણા, કોમળતા એવી તો ભારોભાર ભરી હતી કે જો તેની માત્રા જરાક વધી જાય તો તેનું પરિણામ ગાંડપણમાં જ આવે.

બીજી બાજુ કોઝેટ ગાઢ વિશ્વાસની જીવનમાં મળેલી પહેલી જ વારની હૂંફમાં ઘસઘસાટ ઊંઘતી હતી. તેને નહોતી ચિંતા કે તેની સાથે કોણ છે, તેને નહોતી ચિંતા કે તે ક્યાં જઈ રહી છે.

જિન-વાલજિન નીચે નમ્યો ને કોઝેટનો દૂબળો હાથ હાથમાં લઈને ચુંબન કર્યું. નવ મહિના પહેલાં આ જ છોકરીની માના હાથ પર ચુંબન કર્યું હતું : મા દુનિયાની વિદાય લેતી હતી – દીકરી દુનિયામાં પ્રવેશ કરતી હતી.

જિન-વાલજિન એમ ને એમ પથારી પાસે કોઝેટની સામું જોઈને બેસી રહ્યો.

સવાર પડી ગઈ. સૂર્યનો પ્રકાશ માંડ માંડ અંદર આવ્યો. કોઝેટ તો હજી ઊંઘતી જ હતી.

રસ્તા ઉપરથી એક ગાડું ખડભડાટ કરતું નીકળ્યું. આખું મકાન આ અવાજથી હલી ઊઠ્યું. કોઝેટ જાગી ગઈ.

"હા, બા, આ આવી !" કોઝેટ બૂમ મારીને ઊભી થઈ, અને પથારીમાંથી કૂદીને નીચે ઊતરી. આંખમાં હજુ તો કેટલાંય વરસોની ઊંઘનો ભાર હતો. તેણે આળસ મરડીને તરત જ આસપાસ જોવા માંડ્યું : "ઝાડુ ક્યાં ગયું ?" તેની આંખો પૂરી ઊઘડી. સામે જિન-વાલજિનનો હસતો ચહેરો તેણે દીઠો.

"સાચું હોં ! જે જે, શેઠસાહેબ"

કોઝેટ થોડા જ વખતમાં પોતાની બદલાયેલી પરિસ્થિતિને સમજી ગઈ. આનંદ અને સુખને અનુકૂળ થવામાં બાળકને શી વાર ? બાળક પોતે જ આનંદ અને સુખની મૂર્તિ છે ને !

કોઝેટે પોતાની "રાણી"ને પથારીમાં પડેલી જોઈ. તેને ઉપાડી અને તેને રમાડતાં-રમાડતાં જિન-વાલજિન પર સવાલોનો વરસાદ વરસાવવા લાગી : 'આપણે ક્યાં છીએ, પારીસ કેવડું હશે, થેનાર્ડિયર કેટલે દૂર હશે, તે પાછા આવશે કે નહિ ?" છેવટે તેણે બધા સવાલોના સમાધાનકારક જવાબો સાંભળીને ઉદ્દગાર કાઢ્યો :

"અહીં કેવું મજાનું છે બધું !"

આ ઘોલકું થેનાર્ડિયરની વીશી કરતાં કંઈ સારું ન હતું – પણ સ્વાતંત્ર્યનો રંગ જ ઓર છે !

"હવે હું વાળવા માંડું ?"

"ના, રમ."

પહેલો દિવસ આ રીતે પસાર થઈ ગયો.

*

બીજે દિવસે સવારે પણ જિન-વાલજિન આજની જેમ જ કોઝેટની પથારી પાસે ઊભો હતો અને કોઝેટ જાગે તેની વાટ જોતો હતો.

જિન-વાલજિનના જીવનમાં અપૂર્વ-નવીન એવું કાંઈક પ્રવેશતું હતું.

જિન-વાલજિનને જીવનમાં કોઈ પણ વ્યક્તિ કે વસ્તુ ઉપર પ્રેમની લાગણી થઈ જ ન હતી. પચ્ચીસ વરસથી તે એકલો-અટૂલો હતો. તે પિતા, પ્રેમી, પતિ કે મિત્ર એમાંથી એકે અવસ્થામાં કદી આવ્યો ન હતો. તેની બહેન ને તેનાં બાળકોની ઝાંખી ઝાંખી છાપ હવે તો સાવ ભૂંસાઈ ગઈ હતી. તેણે કેદમાંથી છૂટીને આ બધાની તપાસ કરી હતી, પણ તેનો પત્તો લાગ્યો નહોતો, અને આખરે એ પૂર્વાવસ્થાનો પડદો સાવ ફાટીને ચીંથરેચીંથરાં થઈને હવામાં ઊડી ગયો.

યુવાવસ્થામાં તેના હૃદયમાં કાંઈ કોમળ લાગણીઓ ઊઠી હશે કે કેમ તેની તેને ખબર પણ ન હતી. કેદમાંથી નીકળ્યા પછી તો તેના હૃદયની જગ્યાએ કોઈ સીસાની ધાતુનો ગઠ્ઠો જ જામી ગયો હતો. તેની આંખોમાંથી પણ જાણે કે હિમ પડીને કોમળતા બળી ગયેલી હતી – હૃદયમાં જો કદી લાગણી થતી તો તે તિરસ્કાર, ધિક્કાર ને વેરની.

પણ આ કોઝેટને ઝરણાને કાંઠેથી સાથે લીધી ત્યારથી તેના હૃદય પર પડેલો ખડક હલવા લાગ્યો હતો. તળિયે પડેલી કોમળ લાગણીઓનો સ્રોત જાગી ઊઠ્યો ને કોઝેટ તરફ તે ધોધમાર વહેવા લાગ્યો. તે કોઝેટને જોતો કે તેના હૃદયમાં ઝણઝણાટી ઊઠવા લાગતી. વાછડાથી વિખૂટી પડેલી કોઈ ગાય વાછડાને જોઈને જેમ ગાંડી થઈને તેને ચાટવા લાગે તેમ તેનું સમસ્ત ચિત્ત આ બાળકને ચાટતું હતું. તેને સમજાતું નહોતું કે મને આ શું થાય છે, પણ કોઈ મીઠી વેદના, ઝંખના, અતૃપ્તિ તેના હૃદયને હલાવી મૂકતાં હતાં.

બિચારું વૃદ્ધ હૈયું કેવું બાળક જેવું છે !

પોતે પંચાવન વરસનો છે. બાળક આઠ વરસનું છે. તેના સમસ્ત જીવનનો અતૃપ્ત પ્રેમ આજે એક પવિત્ર પ્રકાશનો પ્રવાહ બનીને વહી રહ્યો હતો.

તેનો આ ત્રીજો જન્મ હતો. બીજો જન્મ તેને પેલા પાદરીએ આપ્યો હતો. તેના જીવનમાં પાવિત્ર્યનું પ્રભાત ઊગ્યું. આજે કોઝેટે તેના જીવનમાં પ્રેમની ઉષાનો ઉદય કર્યો.

અને કોઝેટ પણ તેને ખબર પડે નહિ એ રીતે કોઈ નવા જ જીવનમાં પ્રવેશ કરી રહી હતી, અથવા તો તેને હજુ હવે જીવન શરૂ થતું લાગતું હતું. તેને જીવનમાં મા શું કહેવાય તેની ખબર નહોતી. વેલનો સ્વભાવ છે કોઈને વળગીને ચડવાનો – બાળકનો સ્વભાવ પણ કોઈને પ્રેમથી વળગવાનો હોય છે. કોઝેટ જ્યાં-જ્યાં પોતાનો પ્રેમ ચોટાડવા ગઈ ત્યાં-ત્યાંથી તેને ઉપાડીને ફેંકી દેવામાં જ આવેલો. થેનાર્ડિયર, તેની પત્ની, તેનાં બાળકો સૌએ તેને હડધૂત કરી. છેવટે તેણે ગલૂડિયા પર પોતાનો પ્રેમ ઢોળ્યો, તે ગલૂડિયું પણ મરી ગયું, આઠ વરસની ખીલતી કળી જેવી ઉમરમાં આ છોકરીનું હૃદય ઠંડું હિમ જેવું થઈ ગયું હતું. આ જિન-વાલજિનના હૃદયની ઉષ્માએ તે હિમને ઓગાળવા માંડ્યું. અંતઃસ્રોત વહેવા લાગ્યો અને તેનો પ્રવાહ આ વૃદ્ધ તરફ વહેવા લાગ્યો ને તેને તરબોળ ભીંજવવા લાગ્યો. ઠીંગરાઈ ગયેલી કળીની પાંખડીઓ એક પછી એક વિકસવા લાગી તેને મન જિન-વાલજિન કદી ઘરડો, બુઢ્ઢો ને ચીંથરેહાલ ભિખારી ન હતો. દુનિયામાં સૌથી સુંદર જો કોઈ હોય તો એને મન એ જિન-વાલજિન હતો. દુનિયામાં કોઈ સ્વર્ગ હોય તો તે આ ઘોલકી હતી.

બે દુઃખી જીવો વચ્ચે પચાસ વરસની ઊંડી ખાઈ હતી, પણ કુદરતે આ બેયનાં જીવનમાં દુઃખોથી એ ખાઈ ભરી દીધી ને તેના પર થઈને આ બંને દુઃખી આત્માએ ભેટી પડ્યા : બાળક માટે ઝંખતું જિન-વાલજિનનું દિલ અને પિતા માટે ઝંખતું કોઝેટનું દિલ અહીં એકબીજાની હૂંફ મેળવવા લાગ્યાં.

જિન-વાલજિન આ મકાનમાં પૂરેપૂરો ભયમુક્ત હતો. અહીં કોઈને તપાસ કરવાનું સૂઝે તેમ નહોતું, તેમ અહીં બીજું કોઈ રહેતું પણ ન હતું. નીચેના ભાગમાં જે રહેણાકની જગ્યા હતી તે તો કેવળ ઢોરની ગમાણ જેવું કે એકઢાળિયા જેવું જ હતું. તેમાં બગીચાના ખોદકામનાં ઓજારો, ખડ કે એવું રાખવામાં આવતું, અને આ મકાનને સાચવતી એક ડોશી ત્યાં રહેતી. તે મકાન સાફસૂફ કરતી ને જિન-વાલજિનને રાંધી દેવાનું, વાસણ, સંજવારી, પાણી વગેરેનું કામ કરી દેતી. તે પોતાને આ મકાનની માલિક જ માનતી, પણ બીજા કોઈને ગળે આ વાત તે ઉતારી શકતી ન હતી.

જિન-વાલજિનના જીવનમાં પહેલી જ વાર સુખનો અનુભવ થવા લાગ્યો.

સવારના ઊઠતાંવેંત કોઝેટ પંખીની જેમ કિલકિલાટ કરી મૂકતી. જિન-વાલજિન તેનો હાથ લઈને તેને બચ્ચી ભરતો. સવારમાં ઊઠતાંવેત કેવળ ઠોંસા અને લાતોથી જ ટેવાયેલી કોઝેટને શરૂઆતમાં આ રીત બહુ વિચિત્ર લાગતી, ને કોઈ વાર તો પોતાનો હાથ શરમમાં તે પાછો ખેંચી લેતી.

કોઝેટ રમતાં થાકે એટલે જિન-વાલજિન તેને ભણાવતો. કોઝેટ ભણતાં થાકે એટલે તેને વાતો કહેતો, તેની માની વાતો કહેતો, તેને પ્રાર્થના કરતાં શીખવતો.

કોઝેટ તેને 'બાપુજી' કહેતી. તેને બીજું નામ આવડતું જ નહોતું. કોઝેટ પોતાની ઢીંગલીને જાતજાતનાં કપડાં પહેરાવે ને તેને રમાડે તે જોવામાં જિન-વાલજિન પોતાનો વખત ગાળતો.

ખરેખર જિન-વાલજિન માટે આ જ સ્વર્ગ હતું. કોઈ વાર તો વિચાર કરતાં એમ લાગી જાય છે કે જો કોઝેટ જિન-વાલજિનને આ વખતે ન મળી હોત તો જિન-વાલજિન દુનિયાનો એક મોટો રાક્ષસ બની ગયો હોત. જીવનમાં કોઈ પણ જગ્યાએ ન્યાય ન મળે, બીજાના કલ્યાણ માટે જીવનને જોખમમાં મૂકવા છતાં પણ સમાજમાં તો તે કેવળ બદમાશ જ ગણાય, તો પછી એ ગુણોનો ઉપયોગ શો ? પાદરીએ છેલ્લી વખતે તેને આપેલા સંદેશનાં મૂળ પણ હવે તો હલી ઊઠ્યાં હતાં. વૈર-તિરસ્કારનો અગ્નિ ફરી ભભૂકવાની તૈયારીમાં હતો. આ નાનકડા બાળકે તેના જીવનમાં પ્રવેશ કરીને તેના પર શીતળ અમૃતધારા વરસાવીને આ અગ્નિને બુઝાવી નાખ્યો અને દુનિયાને એક વધુ રાક્ષસની આપત્તિમાંથી ઉગારી લીધી.

પ્રેમની શક્તિ કેટલી અગાધ છે !

*

જિન-વાલજિને દિવસે તો ઘરની બહાર નીકળતો જ નહિ. અંધારું થાય એટલે તે કોઈ વાર એકલો તો કોઈ વાર કોઝેટને લઈને ફરવા નીકળતો. કોઈ વાર રવિવારે દેવળમાં પણ જતો. જિન-વાલજિન જ્યારે એકલો ફરવા જતો ત્યારે કોઝેટ પેલી ડોશીની પાસે જ રહેતી.

જિન-વાલજિને પોતાના પોશાકમાં કે રહેણીકરણીમાં કંઈ ફેરફાર કર્યો ન હતો. તે એવાં જ ફાટેલતૂટેલ કપડે ફરવા નીકળતો. લોકો કોઈ-કોઈ વાર તો ભિખારી સમજીને પૈસા આપતા, ને જિન-વાલજિન તે લઈ લેતો. બીજી બાજુ, જિન-વાલજિન રસ્તા પર બેઠેલા કોઈ ભિખારીના હાથમાં ચમકતો દેખાતો સિક્કો મૂકીને ઝડપથી ચાલ્યો જતો. તે ધીરેધીરે આખા લત્તામાં દાનેશ્વરી ભિખારી તરીકે ઓળખાવા લાગ્યો.

પેલી ડોશી અહીં કેવળ નોકરનું જ કામ કરતી હોવા છતાં તેને જિન-વાલજિનના જીવનમાં ઘણો રસ હતો. તે જમાનાની ખાધેલ હતી. આવા લત્તામાં રહેવા આવનાર માણસના જીવનમાંથી ઘણું જાણવાનું મળી શકે તે વિશે તેને ખાતરી

હતી. તે કોઝેટની પાસેથી જેટલી બને તેટલી વાતો કઢાવવા લાગી. વળી આ કોઝેટ પણ કાંઈ ઓછી વાતોડી ન હતી. તેના જીવનમાં રસ લેનારને તે પોતાનું તમામ રહસ્ય કહી દેવા તૈયાર હોય એમાં શું નવાઈ ? પણ કોઝેટ જિન-વાલજિન સંબંધે તેને કાંઈ પણ માહિતી આપી શકી નહિ, અને એ જ વસ્તુ તેના કુતૂહલને વધારે ઉત્તેજે તેવી હતી. એક વાર તે છાનીમાની જિન-વાલજિનની પાછળ તેના ઓરડાના બારણા સુધી ગઈ. ત્યાં લપાઈને તેણે જોયું : જિન-વાલજિને પોતાના એક મોટા કોટના અંદરના ખિસ્સા ઉપરના ટાંકા તોડી નાખ્યા અને અંદરથી નોટોનો એક મોટો થોકડો કાઢીને તેમાંથી હજાર રૂપિયાની એક નોટ કાઢીને તેણે પાછો તે થોકડો અંદર મૂકી દીધો ને પાછા ટાંકા સીવી લીધા. ડોશી નોટોનો આવડો મોટો થોકડો જોઈને મનમાં ભડકી ઊઠી. આ માણસની આસપાસ વીંટાયેલો ભેદ વધારે ગાઢ થયો.

જિન-વાલજિન આ ડોશીની જાસૂસીથી સાવ અજાણ હતો. તે તો પોતાના નિત્યક્રમ પ્રમાણે કામ કર્યા કરતો હતો. રોજ સાંજના જરાક અંધારું થતાં તે ફરવા નીકળતો ત્યારે એક જગ્યાએ રસ્તાની કાંઠે એક વૃદ્ધ ભિખારી નિયમિત રીતે બેઠેલો દેખાતો. જિન-વાલજિન તેને નિયમિત રીતે પૈસા આપતો ને પેલો ભિખારી તેને આશીર્વાદ આપતો.

એક દિવસ સાંજે જિન-વાલજિન એકલો ફરવા નીકળેલો હતો. પેલા ભિખારીને બેસણે તે આવ્યો. શેરીની બત્તીના થાંભલાને અઢેલીને તે બેઠેલો હતો. બત્તીનું ઝાંખું અજવાળું પડતું હતું. જિન-વાલજિન તેની પાસે આવ્યો – તેને નિયમ પ્રમાણે પૈસો આપ્યો. ભિખારીએ એકાએક ઊંચું જોયું અને તરત પાછો નીચું જોઈ ગયો. તેને થયું કે તેણે જે ભિખારીને જોયો તે રોજનો પેલો ઘરડો ભિખારી નહોતો, પણ કોઈ ભયંકર અને પરિચિત એવો ચહેરો હતો. જંગલમાં અંધારામાં એકાએક સામે વાઘ આવીને ઊભો રહે ત્યારે મનમાં જેવું થાય તેવું જિન-વાલજિનને થયું. તેનાં કપડાં તેનાં તે હતાં, બોલવાની ઢબ પણ તે જ હતી, અને ચહેરો રોજના ભિખારી જેવો હતો.

બીજી ક્ષણે તે સ્વસ્થ થયો : "એ તો મને ભ્રમ થયો. એમ હોય નહિ !" કહીને તે આગળ થયો.

બીજે દિવસે તે પોતાનો ભ્રમ ભાંગવા પાછો ત્યાં જ ગયો. ભિખારીને પૈસો આપીને બોલાવ્યો : "રામ રામ !" ભિખારીએ ઊંચે જોઈને આભારભર્યા અવાજે કહ્યું : "રામ રામ બાપુ !" ચહેરો પેલા રોજના વૃદ્ધ ભિખારીનો જ હતો. જિન-વાલજિનને ખાતરી થઈ કે ગઈ કાલે તેને ભ્રમ જ થયો હતો. મને એવો ભ્રમ ક્યાંથી થયો હશે ? જેવર્ટની બીક હજુ મારા મનમાંથી ગઈ નથી ? કે પછી મારી આંખો નબળી પડવા માંડી છે ?

થોડા દિવસો પછી એક સાંજે જિન-વાલજિન ફરીને આવીને કોઝેટને ભણાવતો હતો. કોઝેટ મોટેથી પોતાનો પાઠ વાંચતી હતી. ત્યાં જિન-વાલજિનના કાને નીચેનું બારણું ઊઘડવાનો અને બંધ થવાનો અવાજ આવ્યો. અત્યારે કોણ હશે ? ડોશી તો દીવાનો ખર્ચ બચાવવા વહેલી સૂઈ જતી. કોઈ બીજો ભાડૂત તો અહીં છે નહિ. તેણે બરાબર કાન માંડ્યો. કોઈ ભારે પગલાં દાદર ચડતાં સંભળાયાં. જિન-વાલજિને તરત જ કોઝેટને નાકે આંગળી મૂકીને ચૂપ કરી દીધી ને ઇશારાથી સૂઈ જવા કહ્યું. પોતે પહેરેલ કપડે પોતાની પથારીમાં જઈને પડ્યો. દીવો ઓલવી નાખ્યો. દાદર ઉપર કોઈ ચડ્યું. પડખેનો ઓરડો ઊઘડ્યો. અંદર કોઈ ગયું. બત્તીનો પ્રકાશ ઘડીક દેખાયો. પાછો ઓલવાઈ ગયો. ફરી આખા મકાનમાં શાંતિ છવાઈ ગઈ.

જિન-વાલજિને જાગતાં-જાગતાં જ રાત કાઢી. સવારે ફરી તેણે પેલા ઓરડામાં થતો અવાજ સાંભળ્યો. એ જ ભારે જોડાવાળાં પગલાંનો અવાજ. અત્યારે અજવાળું થયું હતું. જિન-વાલજિને પોતાના બારણાની તડમાંથી જોયું તો એક લાલ કાયા દેખાઈ, જિન-વાલજિને તેને તરત જ ઓળખી કાઢ્યો. તે જેવર્ટ હતો.

જેવર્ટની આકૃતિ નીચે ઊતરીને અદશ્ય થઈ. થોડી વારે ડોસી ઠામ-વાસણ સંજવારી કાઢવા આવી.

"રાતે કો'ક આવ્યું તું ને ?" ડોશીએ પૂછ્યું.

"હા, કોઈક હતું ખરું. કોણ કોઈ મે'માન છે ?" જિન-વાલજિને બહુ જ સ્વાભાવિક અવાજે પૂછ્યું.

"ના, રે ના. નવા ભાડૂત છે."

"નામ...."

"નામ તો....કંઈક છે ડુમોંટ કે એવું... હવે સાંભરે છે ઓછું – અવસ્થા થઈ ને !"

"એમ ? તે એ ડુમોંટસાહેબ શું કરે છે ?"

"કરે તો શું ? તમારી જેમ આગલી મૂડી પર ગુજારો કરે છે !"

ડોશી ગઈ એટલે જિન-વાલજિને પોતાનો ખાસ જરૂરનો સામાન ભેગો કરવા માંડ્યો. સાંજ સુધી તે ઘરમાં બેસી રહ્યો. અંધારું થતાં તે નીચે ઊતર્યો ને ફાટક પાસે આવીને આજુબાજુ બધે નજર ફેરવી. કોઈ નથી એમ ખાતરી થતાં તે પાછો ઉપર આવ્યો. કોઝેટને કહ્યું : "ચાલ !"

કોઝેટે તેની આંગળી પકડી, ને બંને ફાટકની બહાર શેરીમાં નીકળી ગયાં.

૨૮. સ્વર્ગમાં કે નર્કમાં ?

જિન-વાલજિન ઝડપથી તે લત્તાની એક પછી એક ગલીઓ વટાવતો દૂર નીકળી ગયો. તેને ખબર નહોતી કે તે ક્યાં જતો હતો. અહીંથી ભાગવું એ એક જ સવાલ તેના મગજમાં અત્યારે હતો. તે વારંવાર પાછળ જોતો જતો હતો. કોઈ તેની પાછળ આવતું દેખાયું નહિ એટલે તેને મનમાં ધીરજ આવી. તેને થયું કે હવે ચિંતા નથી. તે ઘડીક શ્વાસ ખાવા થંભ્યો. કોઝેટ કાંઈ પણ સમજ્યા વગર, કેવળ જિન-વાલજિનની આંગળીએ વળગી રહેવું એ જ ખ્યાલથી તેની સાથે શ્વાસભેર પગલાં મેળવી રહી હતી. જીવનનાં પાંચ વરસ જે યાતનાઓ તેણે સહી હતી તેનાથી તેના જીવનમાં એક પ્રકારની તટસ્થતા આવી ગઈ હતી. અને આ રીતે ભાગવું એ બચવા માટે જ હોય છે એમ તેને આ માણસનો પરિચય થયા પછી લાગી ગયું હતું. સાથેસાથે જિન-વાલજિન સાથે પોતાની સલામતીનો ખ્યાલ તેના મનમાં દૃઢ થઈ ગયો હતો. જિન-વાલજિન પણ ક્યાં જવાનું છે તે બાબતમાં કોઝેટ જેટલું જ જાણતો હતો. કોઝેટે જિન-વાલજિનની આંગળી પકડી, તેમ જિન-વાલજિને અદૃશ્ય એવા ઈશ્વરની આંગળી પકડી હતી.

આ બાજુએ બધી શેરીઓમાં ગામડાંની જેમ સોપો પડી ગયો હતો. કોઈ તેને સામે મળતું નહોતું. ચંદ્રનો ઝાંખો પ્રકાશ શેરીઓમાં પડતો હતો, પણ તે મકાનોને પડછાયે અંધારામાં ચાલતો હતો. આગળ જતાં તે એક ચોક પાસે આવ્યો. ચોકમાં સરકારી બત્તીનો થાંભલો હતો. તે ઝડપભેર એ ચોક વટાવીને સામે નાકે પહોંચી ગયો. તે વખતે તેણે પાછળ ફરીથી જોયું તો ચોકને બીજે છેડે ત્રણેક માણસો પોલીસના વેશમાં આ તરફ આવતા દેખાયા. એમાંનો સૌથી આગળ ચાલતો માણસ ઊંચો ને પડછંદ લાગતો હતો. જિન-વાલજિને તરત જ કોઝેટને હાથ પર તેડી લીધી ને ઝપાટાબંધ આગળ વધ્યો. થોડી જ વારે સીન નદી ઉપરનો મોટો પુલ આવ્યો. પુલના નાકા ઉપર તે વખતે કર ભરવો પડતો. જિન-વાલજિને વીસ પૈસા આપ્યા. નાકેદારે છોકરીના બીજા વીસ પૈસા માગ્યા. જિન-વાલજિને તરત જ બીજા વીસ આપ્યા ને આગળ વધ્યો. સદ્ભાગ્યે તે જ વખતે પુલ ઉપર એક મોટું ભરોટું ભરેલું ગાડું જતું હતું. તે ભરોટાને ઓછાયે ઓછાયે લપાતો તે પુલ

વટી ગયો. ને ત્યાંથી શરૂ થતી ગલીમાં પેઠો. આ ગલીની બંને બાજુએ ઇમારતી લાકડાંની મોટી લાતીઓ આવેલી હતી. વળીઓ, મોભ ને વાંસડાની મોટી થપ્પીઓ બંને બાજુએ લાગી હતી. આ લાતીવાળી સાંકડી શેરીમાં તે આગળ વધવા લાગ્યો. તેને થયું કે તેની પાછળ પડેલા માણસોની નજર ચૂકી ગઈ છે. હવે વાંધો નથી. કોઝેટના પગ અકડાઈ ગયા હતા એટલે તેને નીચે ઉતારીને ચલાવવા માંડી. તે ગલીને બીજે છેડે પહોંચ્યો. ત્યાં સામે શેરીના બે રસ્તા ચીપિયાની જેમ ફંટાયેલા તેણે જોયા. તેણે તરત જ નિર્ણય કરીને જમણી કોરની ગલીનો રસ્તો લીધો, કારણ કે તે તરફ વસ્તી ઓછી હતી. તે નાનકડી ગલીમાં પણ બંને બાજુએ ઊંચાં, પણ જૂનાં મકાનો આવેલાં હતાં.

આ ગલીમાં આગળ વધતાં તેની સામે દીવાલ આવીને ઊભી રહી. તે દીવાલની પાસેથી કાટખૂણે એક બીજી ગલી જતી હતી. તે ગલીમાં તે વળ્યો. પણ નાકા આગળ ગયો ત્યાં તે ચમકયો. તેણે જોયું તો તેને છેડે એક સંત્રી હાથમાં સંગીન રાખીને ઊભો હતો. તે ત્યાંથી પાછો ફર્યો ને ગલીને બીજે છેડે ગયો. તેણે જોયું તો સાતથી આઠ જેટલા સંત્રીઓ કૂચકદમ કરતા બીજી ગલીમાંથી એ ગલીમાં પ્રવેશી રહ્યા હતા.

બસ ! જિન-વાલજિનને હવે ખાતરી થઈ ગઈ કે પોતાને પકડવા માટેની આ બધી હિલચાલ છે. તેને પોતાનો અંત નજીક દેખાયો. બેય બાજુએથી તે ફસાઈ પડ્યો. સામે મકાન હતું. પાછળ મોટી ઊંચી દીવાલ હતી. બેય બાજુની શેરીનાં નાકાં સંત્રીઓએ દાબેલાં હતાં. પોતે અંધારામાં હતો એટલે તેને કોઈ જોઈ શકે તેમ નહોતું. વળી એ વખતે શેરીઓમાં મુકાતાં ફાનસો પણ તે ફાનસને થાંભલે કોઈ અથડાય નહિ એટલા માટે જ જાણે મૂક્યાં હોય તેટલો પ્રકાશ આપતાં હતાં, પણ હવે અહીંથી કેમ છટકવું તે જ મોટો સવાલ હતો. જિન-વાલજિનની આંખ સામે વળી પાછું એ જ નરકાગાર, એ જ બેડી, એ જ કોરડા દેખાવા લાગ્યા. પણ એથી વિશેષ તો તેને મનમાં એ હતું કે આ કોઝેટનું શું કરવું ? પોતે પકડાય તે કરતાં પણ કોઝેટના ભવિષ્યની ચિંતાએ તે વ્યાકુળ બની ગયો; આવી આકરી યાતનાઓ એક પછી એક કતારબંધ આવતી જ જાય છે. શું તેનો અંત જ નહિ હોય ?

પણ જિન-વાલજિનમાં કોણ જાણે ક્યાંથી એકાએક ચેતન આવ્યું. તેણે સામેના મકાન પર નજર કરી. તે મકાનની પીઠ તેના તરફ પડતી હતી. ચાર-પાંચ માળ ઊંચા મકાનના દરેક માળની ખાળોનાં ભૂંગળાંઓ તે પીઠ પર વળગેલાં હતા. એક મુખ્ય ભૂંગળા વાટે ઉપર ચડી જવાનો વિચાર કર્યો. પણ કોઝેટને લઈને કેમ ચડવું? કોઝેટને મૂકીને જવાનો વિચાર જ તે કરે તેમ નહોતું. તો હવે શું કરવું ? પાછળ

આવેલી દીવાલ પર નજર કરી. દીવાલ સારી રીતે ઊંચી હતી. તેની પાછળના ભાગમાંથી ઊગેલ એક લીંબુડીના ઝાડનાં ડાળખાં આ બાજુ પણ દેખાતાં હતાં, પણ તે ઘણાં ઊંચાં હતાં. તેણે દીવાલ બરાબર તપાસી. એક જગ્યાએથી દીવાલની વચ્ચે તેણે એક ખાંચ પડેલી જોઈ. આ ખાંચનો ટપ્પો વટાવીને તે ઉપરની ટોચે ખરબચડી દીવાલમાં હાથપગનાં આંગળાં ભરાવીને પહોંચી શકે તેમ હતું. પણ ત્યાં કોઝેટની મુશ્કેલી હતી. તેને લઈને ઉપર ચડવું પણ કઈ રીતે ? બીજી બાજુથી ક્ષણેક્ષણે જોખમ વધતું જતું હતું. જિન-વાલજિનનાં ઓગણીસ વરસ જેલમાં ગયાં હતાં. ત્યાં તે ભાગવા માટેની જે વિદ્યા શીખ્યો હતો તે વિદ્યાનું અત્યાર સુધી બંધ થઈ ગયેલું બારણું ખૂલી ગયું. તેના મગજમાંથી ઝડપભેર અનેક આવીને પસાર થઈ ગઈ. તેને થયું કે દોરડું હોય તો અત્યારે બધું કામ પાર પડી જાય. પણ દોરડું ક્યાંથી કાઢવું ? તેણે આસપાસ નજર કરી. તે વખતે શેરીમાં બત્તીઓ સળગાવવાની વ્યવસ્થા અત્યાર કરતાં સાવ જુદી જ જાતની હતી. મોટાં ફાનસો દોરડે બાંધીને થાંભલાં પર ઊંચે ગરેડીએ લટકાવવામાં આવતાં અને કોઈ ઉતારી ન જાય માટે દોરડાનો બીજો છેડો થાંભલાની અંદર એક નાનકડી પેટીમાં રાખવામાં આવતો અને પેટીને તાળું રાખવામાં આવતું. શેરીને ખૂણે આવેલી આવી એક બત્તીના થાંભલા પાસે જિન-વાલજિન દોડ્યો. ખિસ્સામાંથી મજબૂત ચપ્પુ કાઢીને તે પેટીનું ઢાંકણું ખોલી નાખ્યું. દોરડાનો છેડો કાપી નાખ્યો. બત્તી નીચે ઉતારી, બત્તીવાળો દોરડાનો છેડો પણ કાપી નાખ્યો ને દોરડું લઈને દોડતો દીવાલ પાસે આવી ગયો. તેણે કોઝેટની બેય બગલમાં દોરડાનો એક છેડો બાંધ્યો. કોઝેટે પૂછ્યું :

"શું કરો છો, બાપુજી ?"

"ચૂપ !" જિન-વાલજિન દાબેલે ને ભારે અવાજે બોલ્યો : "તે આવે છે !"

"કોણ ?"

"થેનાર્ડિયર."

કોઝેટ ચૂપ થઈ ગઈ.

તે દોરડાનો બીજો છેડો લઈને મીંદડીની ચપળતાથી દીવાલ પર ચડી ગયો. દીવાલ પર બેસીને તેણે દોરડાથી કોઝેટને ઉપર ખેંચી લીધી, ને તેને પોતાની પીઠ પાછળ ગળામાં હાથ ભરાવીને વળગાડી દીધી. દીવાલ પર લપાતો-લપાતો તે દીવાલ જ્યાં વાંક વળતી હતી ત્યાં ગયો. સાવ અંધારું હતું, ને એ જ ઘરના છાપરાની પાંખ આડી આવી જતી હતી. ત્યાં તે ઘડીક થાક ખાવા થંભ્યો. કોઝેટ વાંદરાના બચ્ચાની જેમ જિન-વાલજિનને વળગી પડી હતી. થેનાર્ડિયરના ભયથી તે થરથર ધ્રૂજતી હતી અને તેની નાનકડી છાતીમાં થડકારા ઊછળતા હતા.

ત્યાં તો શેરીમાં કોલાહલ થવા લાગ્યો. પહેરેગીર બંને બાજુથી આવતા હતા.

જેવર્ટનો પહાડી અવાજ આખી શેરીમાં ગાજી ઊઠ્યો : “બરાબર જુઓ, શેરીની અંદર જ છે. ક્યાંય છટકી શકે તેમ નથી.”

જિન-વાલજિન દીવાલ પર લપાતો-લપાતો પેલી લીંબુડીના ઝાડ પાસે પહોંચ્યો. ઝાડની ડાળ પકડીને ત્યાંથી તેણે દીવાલની બીજી બાજુ કોઝેટ સાથે ભૂસકો માર્યો. કોઝેટ ભયથી કે હિંમતથી, ગમે તેમ પણ, જિન-વાલજિનને એમ ને એમ વળગી રહી. બંને ભોંય પર પડ્યાં. કોઝેટને હાથે સહેજ છોલાયું. એ સિવાય બેમાંથી કોઈ ને કંઈ ઈજા ન થઈ.

જિન-વાલજિને પડતાંવેંત જ આસપાસ નજર કરી. તે એક બગીચામાં આવી પડ્યો હતો. ચંદ્રના ઝાંખા અજવાળામાં તેણે જોયું તો ભીંતને અડતું એક નાનકડું છાપરું હતું. અને સામેના ભાગમાં બગીચા જેવું હતું. બગીચો લંબગોળ આકારનો હતો. છેડે પોપલરનાં ઝાડની હાર આવેલી હતી. વચ્ચે શાકનું એક નાનકડું વાડોલિયું હતું. વચ્ચેવચ્ચે ક્યારાના શેઢા પર નાનકડી કેડી હતી. કેડી ઉપર પણ ઘાસ થઈ ગયું હતું. ક્યાંકક્યાંક પથ્થરના નાનકડા બાંકડા જેવી બેસવાની જગ્યા હતી. છાપરું સાવ પડતર હાલતમાં દેખાતું હતું. છાપરાનો અરધો ભાગ તો એકઢાળિયા જેવો ખુલ્લો હતો, બાકીના ભાગમાં એક નાનકડી ઓરડી જેવું હતું. જિન-વાલજિને આગળ નજર ખેંચી-ખેંચીને દોડાવી, પણ ધુમ્મસને લીધે તે બગીચાના છેડાથી આગળ કાંઈ જોઈ શકાતું નહોતું.

જિન-વાલજિન કોઝેટને લઈને એકઢાળિયામાં ગયો. કોઝેટના મનમાંથી હજુ થેનાર્ડિયરની બીક ગઈ ન હતી. તે જિન-વાલજિનના પડખામાં લપાતી-લપાતી ને ધ્રૂજતી ચાલતી હતી. હજુ દીવાલની પેલી પાર ચોકીદારના પડકારા સંભળાતા હતા. પાએક કલાક પછી તે હાકોટા કંઈક શમી ગયા. પણ જિન-વાલજિનની આસપાસ જે ભેદી એકાંત ફેલાયેલું હતું તે તેને ઓછું મૂંઝવનારું ન હતું. એકાએક આ શાંત એકાંત વાતાવરણમાં એક અપૂર્વ સ્વર્ગીય એવું સંગીત વ્યાપી ગયું. દૂરથી આ ધુમ્મસભર્યા વાતાવરણને વીંધીને કોઈ દેવળમાંથી પ્રાર્થનાના દૈવી સૂરો આવવા લાગ્યા, કોઈ ગંધર્વકન્યકાઓ એકીસાથે આરાધના કરી રહી હોય એવો કોમળ સૂરીલ સ્વર આખા વાતાવરણને ભરી મૂકીને ગુંજવા લાગ્યો. બગીચાની પેલી બાજુ ઝાંખું પડદા પર ચીતર્યું હોય એવું દેખાતું એક મહાન મકાન હતું. તે મકાનમાંથી આ સ્વર આવતા હશે. બાજુથી જેવર્ટ અને તેના સાથીઓના કઠોર અવાજો બંધ થતા હતા, તે જ ઘડીએ આ સંગીત આકાશમાંથી ઝરમર વરસવા લાગ્યું, ને જિન-વાલજિન તથા કોઝેટ બંને એકદમ ત્યાં તે ત્યાં ઘૂંટણિયે પડ્યાં. આ સંગીતે તેમનાં સમસ્ત શરીર, મન અને આત્માને ઢાળી દીધાં. એક ક્ષણ કોઈ અપૂર્વ શાંતિ તેમના દિલમાં વ્યાપી ગઈ. આવા ઉજ્જડ ભેદી સ્થળમાં આ સંગીત કોઈ ભૂલી પડેલી

દેવીઓના સંગીત જેવું લાગતું હતું. આ સંગીત બહુ લાંબું નહિ ચાલ્યું હોય, પણ જિન-વાલજિનનો આત્મા જાણે કે કેટલાંય વર્ષોની તૃપ્તિ અનુભવી રહ્યો. સમાધિનો ગાળો ખરું જોતાં તો એક ક્ષણ જેટલો જ હોય છે. પાછું બધું શાંત થઈ ગયું. બગીચામાં ફક્ત પવન સૂકાં પાંદડાં ખખડાવી રહ્યો હતો. દીવાલની બીજી બાજુ શેરીમાં પણ સાવ સોપો પડી ગયો હતો.

પવન વધારે નીકળ્યો એ પરથી જિન-વાલજિને અટકળ કરી કે રાતના પાછલા પહોરની શરૂઆત થઈ ગઈ છે. એકથી બે વચ્ચેનો સમય થયો હશે. કોઝેટ જિન-વાલજિનને અઢેલીને પડી હતી. તેને થયું કે તે ઊંઘી ગઈ હશે. નીચે નમીને જોયું તો તેની વિશાળ આંખો ખુલ્લી હતી. એ આંખોમાં ભય ભરેલો હતો.

"ઊંઘ આવે છે ?" તેણે પૂછ્યું.

"મને ખૂબ ટાઢ વાય છે." કોઝેટે કહ્યું. થોડી વાર અટકીને પાછી તે બોલી :

"હજુ પેલાં બેય જણ આવે છે ?"

"કોણ ?"

"થેનાર્ડિયર !"

જિન-વાલજિન પોતે જ અજમાવેલી યુક્તિ ભૂલી ગયો હતો – તે બાળકને મન તો તેનું જ રટણ હતું.

"ના, તે તો ચાલ્યાં ગયાં. હવે જરાય બીવા જેવું નથી."

બાળકીએ ઊંડો નિઃશ્વાસ મૂક્યો. તેની છાતી પરથી મોટો ભાર ઊતરી ગયો.

જમીન ભેજવાળી હતી. આજુબાજુ ખુલ્લું હતું. પવન ફૂંકાવા લાગ્યો. જિન-વાલજિને પોતાનો મોટો ઓવરકોટ કાઢીને તેને ઓઢાડ્યો.

"હવે ટાઢ વાય છે ?"

"ના, હવે જરાક જ વાય છે, બાપુજી !"

"ઘડીક બેસજે હોં ? હું હમણાં જ આવું છું."

જિન-વાલજિન ક્યાંક સૂવાની જગ્યાની તપાસમાં નીકળ્યો. પેલી ઓરડી પાસે આવ્યો. તેનું બારણું બંધ હતું. ત્યાંથી આગળ ચાલ્યો ને ઝટ ઝાંખા દેખાતા મકાન પાસે પહોંચ્યો. ત્યાં પણ દરવાજા બંધ હતા અને બારીઓને જાડા સળિયા હતા. મકાનના ખૂણા પાસે વળીને તે આગળ વધ્યો તો એક મોટા ઓરડાની બારીમાંથી પ્રકાશ આવતો દેખાયો. તે બારી જરા ઊંચી હતી. તેણે પગના અંગૂઠા પર ઊંચા થઈને ડોકિયું કર્યું. ખૂણામાં એક ઝાંખો દીવો બળતો હતો, અને તેના ધૂંધળા પ્રકાશમાં આખો ઓરડો ઝાંખો-ઝાંખો લાગતો હતો. ઓરડો ખાલી હતો. ફક્ત વચ્ચેના ભાગમાં નીચે ફરસબંધી ઉપર એક મનુષ્ય જેવી આકૃતિ ઊંધી પડેલી હતી. તેના હાથ લાંબા ક્રોસ-આકારે પડ્યા હતા. મોઢું લાદી સાથે દબાયેલું હતું એટલે દેખાતું

ન હતું. આખું શરીર સાવ નિશ્ચેષ્ટ લાગતું હતું. સર્પની જાતનું એક પ્રાણી ઓરડામાં ધીમેધીમે ચાલતું હતું અને પેલા શરીરના ગળામાંનું દોરડું હોય એમ લાગતું હતું. વાતાવરણ આખું બિહામણું હતું. જિન-વાલજિને સ્મિત કરીને પોતાનો ચહેરો તે બારીના કાચ સાથે અડાડ્યો ને જોવા લાગ્યો કે આ શરીરમાં જીવ છે કે કેમ ? તે કેટલીય વાર ઊભો રહ્યો, પણ તે શરીર હાલ્યું નહિ, જિન-વાલજિનના હૃદયમાં એકાએક ભય લાગી ગયો. તે ત્યાંથી મૂઠીઓ વાળીને બગીચાના બીજા છેડા સુધી દોડયો. તેને થયું કે જો તે પાછું વાળીને જોશે તો પેલી આકૃતિ તેની પાછળ આવતી જ હશે – તે તેનાં લાંબા હાથ મારા તરફ હલાવતી જ હશે. તે દીવાલ પાસેની ઝૂંપડી પાસે આવ્યો ત્યારે તેના પગ જાણે કે ભાંગી જ ગયા. શરીરે પરસેવો રેબઝેબ થઈ ગયો. આ બધું શું છે ? આ કઈ જાતનું મકાન ? આ શરીર શેનું ? પેલો સર્પ જેવો જીવ કોણ હશે ? ઘડી પહેલાં સંભળાયેલ સ્વર્ગીય સંગીત અને આ નર્કાગાર બેય એક જગ્યાએ ? જીવનમાં આટલો ભયભીત તે મૃત્યુના મુખમાં પણ તે કદી બન્યો ન હતો. તેના મગજમાં ગરમી ચડી ગઈ. તેને લાગ્યું કે તેના શરીરમાં તાવ ભર્યો છે. તે શાંતિ મેળવવા માટે તરત જ કોઝેટ પાસે પહોંચી ગયો. કોઝેટ પથ્થરનું ઓશીકું કરીને ઘસઘસાટ ઊંઘતી હતી. તે તેની પાસે બેઠો. તેના ચહેરા સામે જોવા લાગ્યો. જેમજેમ તે સામું જોતો ગયો તેમતેમ તેના મગજમાં પાછી શાંતિ આવવા લાગી. તેના હૃદય પરનો ઓથાર હટી ગયો.

૨૯. જીવનદાતાને જીવનદાન

જિન-વાલજિનના જીવનનું એકમાત્ર અવલંબન, એકમાત્ર આનંદ, એકમાત્ર પ્રેરણા આ કોઝેટ જ છે એવી તેને ખાતરી થઈ. આ ભયંકર ઠંડીમાં તેને ટાઢ વાતી ન હતી, કારણ કે તેનો કોટ કોઝેટને ઓઢાડ્યો હતો. તેના હૃદયમાં પેલા ભયાનક દૃશ્યથી ઊભો થયેલો આ ભય આ નિર્દોષ મુખના દર્શનથી તરત જ ચાલ્યો ગયો. તેના હૃદયમાં શાંતિ થતાંની સાથે જ તેની આંખો ઘેરાવા લાગી. પણ ત્યાં તો તેના કાન ઉપર ઝીણી ઘંટડી વાગતી હોય એવો અવાજ આવ્યો. તે રણકાર કોઈ દૂર ચરતી ગાયને ગળે બાંધેલી ઘંટડીના જેવો હતો. જિન-વાલજિને અવાજ તરફ પોતાની નજર ફેરવી. તેણે જોયું તો આઘે બગીચામાં કોઈ મનુષ્ય આકૃતિ આ તરફ આવી રહી છે. તરબૂચના વાડોલિયા જેવો જે ભાગ હતો ત્યાં તે મનુષ્ય આકૃતિ ઘડીક ઊભી રહેતી. ઘડીક કૂદતી, ઘડીક વાંકી વળતી દેખાતી હતી. તેની ચાલ ઉપરથી લાગતું હતું કે તે આકૃતિ ખોડંગતી ચાલે છે. જિન-વાલજિનના હૃદયમાં ફરી ભય પેઠો. તેને લાગ્યું કે દુનિયાનાં તમામેતમામ જડ-ચેતન તત્ત્વો તેની સામે મોરચા માંડીને ધસી રહ્યાં છે. રાતે તે દુશ્મનોને નિરાંત નથી. પહેલાં બગીચો ઉજ્જડ જોઈને તે ગભરાયો હતો – હવે બગીચામાં વસ્તી છે એમ લાગતાં તે વધારે ગભરાયો. તેને થયું કે જેવર્ટે તેને શોધી કાઢ્યો છે. તેણે એક માણસને પોતાની પાછળ મોકલ્યો છે ને પોતે દીવાલની પાછળ મૂંગો મૂંગો વાટ જોઈને ઊભેલો છે. આ માણસ મને જોતાંવેંત જ બૂમ મારીને બધાને ભેગા કરશે ને મને પકડાવી દેશે.

તેણે ધીમેથી ઊભતી કોઝેટને બે હાથે ઊંચી કરી ને પેલા એકઢાળિયામાં એક ખૂણામાં જૂનાં લાકડાંનો ખેરીચો પડ્યો હતો તેની પાછળ લપાઈ ગયો. કોઝેટ તો ભરઊંઘમાં હતી. જિન-વાલજિન ત્યાં અંધારામાં બેઠોબેઠો પેલા માણસની હિલચાલ જોયા કરતો હતો. નવાઈની વાત તો એ હતી કે પેલા માણસના ચાલવાની સાથે જ પેલી ઘંટડીનો અવાજ પણ આવ્યા કરતો હતો. તે માણસ પાસે આવતો જતો હતો. તે ઊભો રહેતો ત્યારે ઘંટડીનો અવાજ પણ બંધ થઈ જતો. તેને ખાતરી થઈ કે આ ઘંટડી માણસની સાથે જ જોડાયેલી છે. કોઈ ઘેટું કે ગાય હોય એમ માણસને ઘંટડી શું કામ બાંધી હશે ? તે મનમાં અનેક વિચારો કરતો કોઝેટના શરીર ઉપર હાથ ફેરવ્યા કરતો હતો. એકાએક તેને લાગ્યું કે કોઝેટનું શરીર ઠંડુંગાર છે.

"હાય ! હાય !" તેનાથી બોલી જવાયું. નીચા નમીને તેણે ધીમેથી કોઝેટના કાનમાં કહ્યું : "કોઝેટ !"

કોઝેટે જવાબ ન આપ્યો. તેણે તેને જોરથી હલાવી. એ ન જ જાગી.

"મરી તો નહિ ગઈ હોય !" તે આખે શરીરે ધ્રૂજી ઊઠ્યો.

એક પછી એક ભયાનક પરિસ્થિતિથી તેનું આળું થઈ ગયેલું મન આ વિચારે જાણે તૂટી પડશે એમ તેને લાગ્યું. કોઝેટ તેનું જીવન-સર્વસ્વ હતી – એ વિચારે તો તે ટકી રહ્યો હતો. તેમાંયે આ વિચારે તેનું મગજ ફાટું-ફાટું થવા લાગ્યું. કોઝેટને ઠંડીમાં સુવાડી હતી. તેને ઠંડી લાગી ગઈ હશે ? નાનું બચ્ચું આ ઠંડીમાં કેમ જીવી શકે ? મને મૂરખને રે લુંય ન સૂઝ્યું. કોઝેટ નિશ્ચેષ્ટ પડી હતી. તેણે તેના નાક પાસે પોતાના કાન ધર્યા. તેના શ્વાસોચ્છ્‌વાસ ચાલતા હતા, પણ તે એટલા ધીમા હતા કે કઈ ઘડીએ એ અટકી પડે તે કહેવાય નહિ. તેને ગરમી કઈ રીતે આપવી ? તેને કેમ બેઠી કરવી ? તે જાણે કે બેભાન અવસ્થામાં એકદમ એકઢાળિયાની બહાર દોડ્યો. કોઈ પણ રીતે કોઝેટને જિવાડવા મા તેને સગડી કે તાપણીની પાસે પહોંચાડવી જ જોઈએ.

પેલા માણસની સામે જિન-વાલજિન ગયો. તેણે ખિસ્સામાંથી નોટો ઢી. પેલો માણસ તો નીચે નમીને કામ કરતો હતો. તેનું ધ્યાન ન હતું. જિન-વાલ જેન તેની સાવ નજીક ઊભો રહીને બોલ્યો : "આ એકસો રૂપિયા !"

પેલો માણસ ચમક્યો. તેણે ઊંચું જોયું.

"એકસો રૂપિયા રોકડા આપું, મને ક્યાંક ઓરડી ને તાપણી જોઈએ. એક રાત માટે જોઈએ."

ચંદ્રનું તેજ જિન-વાલજિનના મોઢા પર પડ્યું. તેના મોઢા પરની વ્યાકુળતા સ્પષ્ટ દેખાતી હતી.

"અરે ! આ તો કોણ....તમે ? મેડેલીનકાકા ?" પેલા માણસે કહ્યું.

આ વિચિત્ર જગ્યાએ અને વિચિત્ર વખતે આ વિચિત્ર માણસથી બોલાયેલું આ નામ સાંભળીને જિન-વાલજિનનો ગભરાટ ઘડીભર તો ઊલટો વધી ગયો. તે અત્યારે કોઝેટને બચાવવા માટે ગમે તે પરિસ્થિતિ ઊભી થાય તેને માટે તૈયાર હતો, પણ આ નામ સાંભળવાની તો તેને કલ્પના પણ નહોતી. એક લંગડો બૂઢો ખેડૂત-મજૂર જેવો આદમી તેની સામે ઊભો હતો. તેના ઢીંચણે કંઈક દાબડા જેવું બાંધેલું હતું. અને તેની સાથે એક નાની ઘંટડી બાંધેલી હતી. તેનો ચહેરો અંધારામાં દેખાતો નહોતો. તેણે વૃદ્ધાવસ્થાના કંપવાળા અવાજે કહ્યું :

"આ શું કહેવાય ? બાપુ મેડેલીનબાપુ ! તમે અહીં ક્યાંથી. અહીં તમે કઈ રીતે આવ્યા ? સ્વર્ગમાંથી તો નથી ઊતરી આવ્યા ને ? અને આવી હાલતમાં ?

નથી માથે હેટ, નથી કોટ : આ તો તમને કોઈ ઓળખતું ન હોય તો જોઈને બી મરે ને ! તમે કયે રસ્તેથી અંદર આવ્યા ?"

માણસ આમ બોલતો ક્યારે અટકત તે ભગવાન જાણે ! તે બહુ ભોળેભાવે આ બધું બોલી રહ્યો હતો.

"તું કોણ છે ? આ જગ્યા કઈ છે ?" જિન-વાલજિને પૂછ્યું.

"અરે ભગવાન ! તમેય ભારે કરો છો હોં ! આ તમે જ તો મને આ જગ્યાએ રખાવ્યો છે. કેમ, મને ઓળખતા નથી ?"

"ના.' જિન-વાલજિને કહ્યું. "તું મને ક્યાંથી ઓળખે ?"

"લે... કર વાત ! તમે તો મારી જિંદગી બચાવી હતી !" પેલાએ કહ્યું.

ચંદ્રનું કિરણ પેલા માણસના ચહેરા પર ઝબક્યું.

"હા, હા...ઓળખ્યો ! તું તો પેલો ગાડાવાળો ! તે અત્યારે રાતે શું કરે છે ?"

"આ તરબૂચ ઢાંકું છું." હિમ પડીને તરબૂચ બળી ન જાય તે માટે તે તરબૂચના વાડામાં ક્યારનોય સાદડાં ઢાંકતો આવતો હતો, અને એને લીધે જ તે ઘડીક અટકતો. ઘડીક ઠેકતો, ને ઘડીક ચાલતો ને આઘોપાછો થતો દેખાતો હતો.

"પણ તમે અહીં કયે રસ્તેથી અંદર આવ્યા એ ખબર નથી પડતી !" પેલાએ ફરીથી પૂછ્યું. જિન-વાલજિને તેનો ઉત્તર આપવાને બદલે પ્રશ્નો જ પૂછવા માંડ્યા :

"તે...આ ઘંટડી શું કામ બાંધી છે ?"

"આ ગોઠણે બાંધી એ ? એ તો હું આવું છું એમ સહુને ખબર પડે તે માટે."

"એટલે શું ?"

"બાપુ, અહીં તો બધું ત્રિયારાજ છે ! છોકરીઓ બધી પાર વગરની અહીં રહે છે. આ પુરુષનું મોઢું તેમનાથી જોવાઈ જાય તો ઉપાધિ થાય એટલે મને આ ઘંટડી બંધાવી દીધી છે ! ઘંટડી સાંભળે એટલે બધી છોકરીઓ સંતાઈ જાય !"

"પણ આ શેનું મકાન છે ?"

"લે ! તમે જાણો છો ને પાછા મને પૂછો છો."

"ના, ના, ખરેખર મને ખબર નથી."

"આ તો પેલો સાધ્વી થનાર છોરીઓ માટેનો મઠ છે."

જિન-વાલજિનનાં જૂનાં સ્મરણો તાજાં થયાં. તેણે જ આ મઠના સત્તાધીશને ભલામણ કરીને આ ગરીબ લંગડા થઈ ગયેલા ખેડૂતને માળીની નોકરી અપાવી હતી.

"હા, પિકપસનો મઠ !" જિન્ન-વાલજિન ધીમેથી ગણગણ્યો.

"પણ તમે અહીં કઈ રીતે આવી શક્યા ? તમને કોઈએ રોક્યા નહિ ? તમે તો મોટા ધર્માત્મા છો – પણ પુરુષ તો ખરા ને ? પુરુષને અહીં આવવાની મનાઈ છે."

"તું છે ને ?"

"હું એકલો જ... બસ."

"તોય મારે તો અહીં રહેવું પડે એમ છે."

"હોય નહિ ? હે ભગવાન !" ડોસાથી બોલી જવાયું.

જિન-વાલજિને ડોસાના ખભા પર હાથ મૂક્યો : "ડોસા, મેં તારી જિંદગી બચાવી હતી !"

"એ વાત તો મેં જ તમને પહેલી સંભારી આપી છે !"

"અત્યારે તું એના બદલામાં મારી જિંદગી બચાવ !"

ડોસાએ પોતાના કરચલીવાળા હાથ લંબાવીને જિન-વાલજિનના માંસલ હાથ પકડ્યા. થોડી વાર તે બોલી ન શક્યો.

"તમારા ઉપકારનો થોડો બદલો જો હું આ જન્મે વાળી શકું તો મારા જેવો બડભાગી બીજો કોણ ? આ બુઢ્ઢાને ગમે તે ફરમાવો !"

"તારે ઓરડી છે ?"

"મારે નાનકડું ઘર છે. જૂના મઠના ખંડેરમાં એ આવેલું છે. એકાંત છે. ત્રણ ઓરડાવાળું ઘર છે."

"ઠીક, એક બીજી વાત."

"એ શું ?"

"એક તો એ કે મારી બાબતમાં તું જેટલું જાણે છે તેમાંની એક પણ વાત કોઈને કહેતો નહિ, અને બીજું એ કે મને મારી કોઈ વાત તારે પૂછવી નહિ."

"જેવી તમારી ઇચ્છા ! તમારે હાથે પુણ્યનાં કામ સિવાયનું કોઈ કામ થાય જ નહિ એ હું જાણું છું. તમે ભગવાનનું માણસ છો. પછી મારે પૂછવાની લપમાં શું કામ પડવું ?"

"બસ ! હવે ચાલ મારી સાથે, બચ્ચાને અહીં લઈ આવીએ."

"બાળક છે સાથે ?"

તેણે વધારે આગળ પૂછ્યું જ નહિ. જિન-વાલજિનની પાછળ મૂંગેમૂંગો એ ચાલ્યો. અરધા કલાકમાં તો કોઝેટ ઓરડામાં પાથરેલી પથારી પર સૂઈ ગઈ. ઓરડામાં સળગતી સગડીની હૂંફે કોઝેટના મુખ પર ગુલાબી રંગ છાંટ્યો.

જિન-વાલજિને પોતાનો કોટ પાછો પહેરી લીધો. ડોસાએ પોતાની ઘંટડીનો પટ્ટો ઉતારીને ખીલીએ ટાંગ્યો. બેય જણ સગડી પાસે બેસીને તાપવા લાગ્યા અને રાતનું વધેલ વાળુ બેય જણાએ કર્યું.

"તમેય, મેડેલીનકાકા, ખરા છો ! મને ઓળખ્યોયે નહિ ? તમે માણસને મરતો બચાવો ને પાછા પાછળથી એને ભૂલી જાઓ એ ખોટું કહેવાય હોં ! તમને કોઈ ભૂલે નહિ ને તમે ભૂલી જાઓ એ સારું કહેવાય ? તમેય બેકદર છો !"

૩૦. સાધ્વીઓના મઠમાં

જિન-વાલજિન મેડેલીન મટીને પોતાના મૂળ સ્વરૂપમાં પ્રગટ થયો એ જેવર્ટને મન ન્યાય અને કાયદાનો મોટામાં મોટો વિજય હતો, અને એને ફરી પકડવામાં તે એક મહાન ગૌરવવાળું કામ કરી રહ્યો છે એમ માનતો હતો. આપણે જાણીએ છીએ કે જિન-વાલજિન પકડાયા પછી તરત જ જેલના સળિયા તોડીને ભાગ્યો હતો. પોલીસ અધિકારીઓએ જેવર્ટને તેની પાછળ મૂક્યો. જેવર્ટે ફરી તેને પકડ્યો. ફરી જિન-વાલજિનને ટૂલોં બંદરના વહાણોના કેદી તરીકે પૂરી દેવામાં આવ્યો. જેવર્ટને ફરી કર્તવ્ય બજાવ્યાનો સંતોષ થયો. આ પછી જેવર્ટની એક પછી એક વધતી જતી કાબેલિયત અને વફાદારી જોઈને પોલીસખાતાએ તેની પારીસમાં બદલી કરી.

જેવર્ટ ભાગ્યે જ છાપાં વાંચતો, કારણ કે તે માનતો કે છાપાં સરકારની નિંદા માટે જ કાઢવામાં આવે છે, પણ કોઈ કોઈ વાર ખૂન, ચોરી વગેરેના કિસ્સા જાણવા માટે તે તેના તરફ નજર ફેરવતો. એક વાર છાપામાં તેની નજરે જિન-વાલજિનનું નામ પડ્યું. ટૂલોં બંદરના વહાણ ઉપરથી દરિયામાં પડીને એક જિન-વાલજિન નામનો કેદી મરી ગયાની હકીકત તેમાં હતી : જિન-વાલજિન સાથેનો તેના મનથી જોડાયેલો સંબંધ આ રીતે તૂટી ગયો. તેણે મનમાંથી જિન-વાલજિનને કાઢી નાખ્યો.

આ પછી થોડા જ દિવસે છાપામાં વળી તેનું ધ્યાન ખેંચે તેવા સમાચારો આવ્યા. મોન્ટફરમીલ ગામમાંથી એક છોકરીનું હરણ થયાની વાત હતી. છોકરી વિશેની માહિતીમાં તેનું નામ કોઝેટ અને તેની માનું નામ ફેન્ટાઈન હોવાનું જણાવ્યું હતું. ફેન્ટાઈન કોઈ ઇસ્પિતાલમાં મરી ગયાની વાત પણ તેમાં હતી. કોઈ એક અજાણ્યો માણસ રાતોરાત આવીને આ છોકરી કોઝેટને ઉપાડી ગયાના સમાચાર હતા. માણસનું વર્ણન પણ જેવર્ટનું ધ્યાન ખેંચે તેવું હતું : તેણે પીળો કોટ પહેર્યો હતો. કપડાં જૂનાં ને ફાટેલા હતાં. માણસ ઘરડો, પણ શરીરે મજબૂત હતો, વગેરે વગેરે.

જેવર્ટની આંખો ચમકી ઊઠી. ફેન્ટાઈન, ઇસ્પિતાલ, પીળો કોટ, મોન્ટફરમીલ – આ બધાંએ તેના મનમાં ફરી જિન-વાલજિનની આકૃતિ ઊભી કરવા માંડી, પણ જિન-વાલજિન તો મરી ગયો હતો. સરકારી ખબર તરીકે તે વાત પ્રસિદ્ધ થયેલી હતી. સરકાર કદી જૂઠું બોલે ? પાછી તેના મનમાંથી એ વાત નીકળી ગઈ.

ત્યાં વળી પાછું, તે જે લત્તામાં ચોકી કરતો હતો ત્યાં એક દાનેશ્વરી ભિખારી રહેવા આવ્યો છે એવી વાત તેને કાને આવી. અજાણ્યા અને શકમંદ શખસને માટે તે હંમેશાં જાગૃત રહેવામાં માનતો. તેણે તરત જ તપાસ ચાલુ કરી. તપાસ કરતાં માલૂમ પડ્યું કે તે માણસની સાથે એક આઠ વરસની છોકરી પણ છે. પાછી તૂટેલી સાંકળના અંકોડા સંધાવા લાગ્યા. તે માણસના ફરવાની જગ્યાએ ભિખારીનો વેશ લઈને તે બેઠો. તે માણસનો ચહેરો બરાબર નિહાળ્યો અને એની પાકી ખાતરી કરવા તેણે તે શ્રીમંત ભિખારીના ઘરની તપાસ કરી. ઘરની નોકર ડોશીની પાસેથી વાત કઢાવી. તે માણસ પાસે નોટોના થોકડા પડ્યા છે તે વાત મેળવી. જેવર્ટે તેના મકાનમાં તેની પડખેના ઓરડાનો કબજો લીધો. રાત આખી આ શકમંદ માણસની હિલચાલ જોવા જાગ્યો, પણ તેમાં ફાવ્યો નહિ. બીજે દિવસે શકમંદ શખસ છોકરીને લઈને ઘર મૂકીને ભાગ્યો એટલે વળી તેનો શક જોર પકડવા લાગ્યો. તેણે પીછો પકડવાનું નક્કી કર્યું અને તે માણસની પાછળ પડ્યો. આપણને થશે કે તેને તરત જ કેમ ન પકડ્યો ? પણ જેવર્ટ એક મામૂલી માણસ ન હતો. બિલાડી ઉંદરને શું તરત જ પકડે છે ? તેમાં મજા શું ? વળી પકડવાની ઉતાવળમાં કાંઈ ભૂલ થઈ જાય ને બીજે દિવસે છાપામાં એમ આવે કે જેવર્ટે એક સદ્‌ગૃહસ્થને તેની નાનકડી છોકરીની સાથે કાંઈ પણ કારણ વગર પકડ્યો હતો તો શું થાય ? છાપાંવાળાઓથી તે તોબા પોકારતો હતો, અને વળી જેવર્ટને એમ હતું કે પાકી ખાતરી કરીને તે માણસને પકડીને બીજે દિવસે 'જિન-વાલજિન પકડાયો' એવા ચોંકાવનારા ખબર પોલીસખાતામાં પહોંચે તો તેમાં પોતાની પ્રતિષ્ઠા કેટલી વધે ?

આ બધાં કારણોને લીધે જેવર્ટે તેની પાછળ-પાછળ બને ત્યાં સુધી જવાનો વિચાર કર્યો. તેણે એક-બે પોલીસના માણસોને પોતાની મદદમાં લીધા હતા. પોતાનો શિકાર પોતાની નજર બહાર ન જાય તેની તે પૂરી કાળજી રાખતો હતો. આખરે તેનો શિકાર એક નાકાવાળી જ ગલીમાં ઘૂસ્યો. જેવર્ટને નિરાંત થઈ. તેણે નાકું દબાવ્યું. ગલી સાંકડી હતી – અંધારી હતી. ભલે શિકાર અત્યારે દેખાતો ન હતો, પણ હવે ભાગીને ક્યાંયે જઈ શકે તેમ નથી તેની પણ તેને ખાતરી હતી. કેટલીયે વાર તે ઊભો રહ્યો. ગલીને બીજે છેડે આગળથી જ તેણે એક ચોકીદાર ગોઠવ્યો હતો. તે ચોકીદાર પાસે આવીને તેને પૂછ્યું : "કોઈ છોકરીને ઉપાડીને જતો માણસ અહીં દેખાયો ?" તેણે ના કહી એટલે જેવર્ટ કોઈ ચોરનાં ખિસ્સાં તપાસતા હોય તેટલી કાળજીથી ગલીના એક-એક ખૂણાખાંચરા જોવા લાગ્યો, પણ પત્તો ન લાગ્યો. એક બત્તીનું કાપેલું દોરડું જોયું. તેને ખાતરી થઈ કે શિકાર આ દોરડાની મદદથી ગલીને નાકેથી ભાગી ગયો છે. તેણે તરત જ પાછળ માણસો દોડાવ્યા. આખી ગલીમાં પણ માણસો ગોઠવી દીધા, પણ શિકાર ન મળ્યો. જેવર્ટના મનને આ

વાત ઓછી આઘાત લગાડે તેવી ન હતી, પણ તેણે ખૂબ સ્વસ્થ રીતે આખી રાત તે ગલીમાં જ વિતાવી. સવારે નિરાશ મને એ પોતાના થાણા તરફ ગયો. તેને આખરે વિચાર આવ્યો કે તે પોતે જ ભ્રમમાં હતો. ખોટા લોભમાં ને લોભમાં તે કોઈ સારા માણસની પાછળ પડ્યો હતો. તે માણસ તો ગલીના કોઈ પણ ઘરમાં રહેતો સદ્‌ગૃસ્થ હતો.

તેને એવો ખ્યાલ તો ક્યાંથી જ હોય કે પોતાનો શિકાર આ દીવાલ ટપીને સાધ્વીજીના મઠમાં આવી પડ્યો છે ! આ મઠ તરફના તેના પૂજ્યભાવ સાથે એ ખ્યાલ કઈ રીતે બંધબેસતો હોઈ શકે ?

ચાર ઊંચી દીવાલોથી ઘેરાયેલો આ મઠ પણ એક અનોખી જ દુનિયા હતી. ખ્રિસ્તી ધર્મના એક નાનકડા સંપ્રદાયની સાધ્વીઓનો આ મઠ હતો, દેહદમન કેટલી હદ સુધી થઈ શકે છે તેનો પૂરેપૂરો ખ્યાલ આ મઠમાં આવી શક્તો.

આ મઠની સાધ્વીઓ પગથી માથા સુધી તદ્દન કાળા પોશાકમાં ઢંકાયેલી રહેતી. ફક્ત માથા ઉપર ઠેઠ ગળા સુધી એક મથરાવટી જેવું કપડું બાંધવામાં આવતું તે સફેદ હતું. ફક્ત મઠમાં તાજી જ દાખલ થયેલી સાધ્વી સફેદ પોશાક પહેરતી.

આ સંપ્રદાયમાં માંસાહારનો નિષેધ રાખવામાં આવે છે. વરસના અમુક ધાર્મિક દિવસોમાં તેમને ઉપવાસ કરવાનો હોય છે. રાતે એક વાગ્યે ઊઠીને આ સાધ્વીઓ ત્રણ વાગ્યા સુધી સ્તોત્રો ને મંત્રો ભણે છે. સાદડી ઉપર તેઓ સૂઈ રહે છે. તેમને કોઈ દિવસ નાહવાનું હોતું જ નથી, તેમ અગ્નિ પ્રગટાવવાની પણ તેમને મનાઈ છે. તેઓ લગભગ આખો દિવસ મૌન પાળે છે. ફક્ત આખા દિવસમાં તેમના આરામના સમયમાં જ તેઓ બોલી શકે છે. આ આરામનો ગાળો બને તેટલો ટૂંકો રાખવામાં આવે છે. ખરબચડા શણ જેવા ગરમ કપડાનો ચણિયો છ મહિના સુધી બદલાવ્યા વગર તેઓ પહેરી રાખે છે – આમ તો તે ચણિયો નિયમ પ્રમાણે તો આખું વરસ પહેરવાનો હોય છે, પણ તે પ્રમાણે કરવાથી સાધ્વીઓ તાવ અને બીજી વ્યાધિઓથી પીડાવા લાગી એટલે નિયમ જરા શિથિલ કરવામાં આવ્યો હતો. આજ્ઞાધીનતા, ગરીબાઈ, પવિત્રતા, સહનશીલતા – આ બધા મહાન સદ્‌ગુણો તે સાધ્વીઓ કેળવી રહી હોય છે. આ સાધ્વીઓ પુરુષદેહને કદી જોતી ન હતી. મઠના દેવળમાં જે મોટો પાદરી ઉપદેશ આપવા આવતો તેની આડે મોટો બે મીટર ઊંચો લીલો પડદો રાખવામાં આવતો અને સાધ્વીઓ વધારે સાવચેતીના પગલા તરીકે પોતાના મુખ પર બુરખો રાખતી. આ સિવાય એક બીજો પુરુષ આ મઠમાં રહેતો. તે માળી હતો. આ માળી ખાસ બૂઢો જ પસંદ કરવામાં આવતો અને તેને ગોઠણે ખાસ ઘંટડી બાંધવામાં આવતી, જેથી તે અવાજ સાંભળીને સાધ્વીઓ

સંતાઈ જઈ શકે. મઠની અધિષ્ઠાત્રી સાધ્વીની એક-એક આજ્ઞાને ઈશ્વરાજ્ઞા માનવામાં આવતી. આ ઉપરાંત ત્યાં એક ખાસ પશ્ચાત્તાપખંડ નામનો એક ઓરડો રાખવામાં આવતો. આ ખંડમાં અખંડ પશ્ચાત્તાપનો વિધિ રાતદિવસ ચાલ્યા કરતો. એક પછી એક સાધ્વી કેવળ પોતાનાં જ નહિ, પણ જગત આખાનાં વિહિત કે અવિહિત પાપોના પશ્ચાત્તાપ ઘૂંટણિયે પડીને કરતી. આમ ઘૂંટણિયે પડીને થાક લાગતાં જ તે સાધ્વીના પગ સીધા થઈ જતા અને ઊંધે મોઢે લાંબા હાથ કરીને ગળામાં દોરડું બાંધીને તે કેટલાય વખત સુધી એમ ને એમ પડી રહેતી. (જિન-વાલજિન કદાચ આ દૃશ્ય જોઈને જ ડરી ગયો હશે.) ત્યાં મોટી સાધ્વીઓનાં નામો પણ ભાવવાચક નામો જ રહેતા : 'ભાવનામાતા' 'દયામાતા' 'ચારિત્ર્યમાતા' આવાં નામોથી જ તેમને સંબોધન કરવામાં આવતું. આ સાધ્વીઓના દાંત સાવ પીળા પડી ગયેલા હતા. દાતણને આ મઠમાં પ્રવેશ કરવાની મનાઈ હતી. સ્વચ્છતા તે વિલાસ તરફ લઈ જતી નિસરણીનું પહેલું પગથિયું છે એમ મનાતું.

આ સાધ્વીઓ પોતાને માટે બહુવચન જ વાપરતી – અમારો બુરખો, અમારી માળા વગેરે. કોઈને બંધબારણે રહેવાની સખત મનાઈ હતી. ઉઘાડાં બારણાંવાળા ઓરડામાં સૌ સાથે રહેતી. એકબીજાને મળતી વખતે "પવિત્ર યજ્ઞવેદી ઉપર આશીર્વાદ વરસો" એમ એક જણ બોલે એટલે બીજી "અનંતકાળ પર્યંત" એમ સામો જવાબ દેતી. આ વિધિ એટલો બધો સ્વાભાવિક બની ગયો હતો કે પડખેથી પસાર થતી સાધ્વી પેલું લાંબું વાક્ય બોલે તે પહેલાં જ બીજી સાધ્વી "અનંતકાળ પર્યંત" એમ બોલી ઊઠતી. દિવસના દરેક કલાકે એક ખાસ ઘંટ વાગતો, અને તે વખતે જે કામ ચાલતું હોય – પછી તે મન, વચન કે કર્મ ગમે તે સ્વરૂપમાં હોય – તે પડતું મૂકીને તરત જ જેટલા વાગ્યા હોય તેટલા કલાકનો આંકડો જોડીને બધાં એકીસાથે બોલી ઊઠે : "પવિત્ર યજ્ઞવેદી ઉપર આશીર્વાદ વરસો !" આને લીધે સાધ્વીઓને પોતાને આવતા કોઈ પણ વિચારોની કડી તોડીને સીધી ઈશ્વર સાથે તે જોડી દેવાની તાલીમ મળતી એમ મનાતું.

પહેલાં તો આ સાધ્વીઓમાંથી કોઈ મરી જાય તો તેમને આ મઠની યજ્ઞવેદીની નીચેના એક મોટા ભોંયરામાં દફન કરવામાં આવતી, પણ સરકારે આ બાબતમાં સખત વાંધો લીધો અને આખરે સાધ્વીઓને માટે જાહેર કબ્રસ્તાનમાં ખાસ એક જુદો ખૂણો અને અમુક ખાસ પવિત્ર મુહૂર્તે દાટવા લઈ જવા માટેની અનુકૂળતા કરી આપવામાં આવી હતી, પણ સાધ્વીઓને આ રીતે યજ્ઞવેદીની નીચે દટાવાનું નહિ મળે એ ખ્યાલથી જ બહુ દુઃખ થતું.

આ સાધ્વીઓને બહારના જગત સાથે કોઈ પણ જાતનો વ્યવહાર રાખવાનો ન જ હોય એ સમજી શકાય એવું છે. ફક્ત તે મઠની અધિષ્ઠાત્રીને જ આ છૂટ

હતી. સાધ્વીઓનાં સગાંવહાલાં મળવા આવે ત્યારે પહેલાં તો મળવા આવનાર સ્ત્રીવર્ગની જ હોય તે માટેની ખાતરી કરવામાં આવતી. ને પરવાનગી મળ્યા પછી સાધ્વી અને તેનાં સગાંવહાલાં વચ્ચે જાળી જેવો પડદો રાખીને મુલાકાત કરાવવામાં આવતી. પુરુષને માટે તો આ મુલાકાતની પરવાનગીનો સવાલ જ ઊભો થતો ન હતો.

આવા પ્રકારના સાધ્વીઓના આ મઠમાં સાધ્વીઓ પોતાનું જીવન ગાળી રહી હતી. આ સાધ્વીઓનાં મુખ ઉપર ફિક્કાશ અને ગંભીરતા જ જોવામાં આવતી હતી. કહે છે કે 1825થી 1830 સુધીમાં ત્રણ સાધ્વીઓ ગાંડી થઈ ગઈ હતી.

આ આપણી વાત ચાલે છે તે દરમિયાન આ મઠના આશ્રય નીચે તે જ જગ્યામાં નાની છોકરીઓ માટેનું એક છાત્રાલય તથા શાળા ખોલવામાં આવ્યાં હતાં. બહુ જ પૈસાદાર અને ઊંચાં કુટુંબોની છોકરીઓને જ તેમાં દાખલ કરવામાં આવતી. આ કન્યાઓ જગતની દુષ્ટતા વચ્ચે પણ આ મઠમાં સ્વર્ગનો પૂરેપૂરો ખ્યાલ મેળવે એ જાતનો તેમને શિક્ષણ આપવાનો હેતુ આ છાત્રાલયનો હતો. તેમનો પોશાક ભૂરા રંગનો હતો. માથા પરની ટોપી સફેદ રંગની રહેતી.

આ કન્યાઓની દિનચર્યા આ સાધ્વીઓના પ્રમાણમાં ઘણી શિથિલ ગણાય. તેમને રમવા માટેનો ખાસ વખત આપવામાં આવતો. આ વખતે પાંજરામાંથી છૂટેલાં પંખીઓની જેમ આ છોકરીઓ કિલકિલાટથી આખા મઠને ભરી મૂકતી. સાધ્વીઓને આ રમતો જોવાની છૂટ હતી. કોઈ કોઈ વાર પવનને લીધે કોઈ ઝાડ પરથી ફળ પડી ગયું હોય તો આ છોકરીઓ તે છાનીમાંની લઈ લેતી. આ ગુનો પકડાય તો તે માટે ઘણી જ કડક શિક્ષા હતી એટલે કન્યાઓ આ ફળને ચૂપચાપ રીતે ઓશીકા નીચે છુપાવીને અથવા તો તેમાં પણ પકડાઈ જવાની બીક હોય તો શૌચ-ક્રિયા વખતે પણ ખાઈ લેતી. એક વાર એ મઠના વડા પાદરી મુલાકાતે આવ્યા ત્યારે તેમને કહ્યું : "અમને એક દિવસની રજા આપો." પાદરીએ કોણ જાણે કેમ પણ આનંદમાં આવીને કહ્યું : "જાઓ, એક નહિ – ત્રણ દિવસની રજા આપવામાં આવે છે !" આખા મઠમાં તે દિવસે હાહાકાર મચી ગયો હતો.

આવા અચલાયતન જેવા મઠમાં જિન-વાલજિન આવી ચડ્યો હતો.

૩૧. સ્વર્ગમાં મોકલવાની વ્યવસ્થા

કોઝેટની પથારી પાસે બેસીને તાપતાં-તાપતાં આ બેય જણ (જિન-વાલજિન અને માળી) પોતપોતાના વિચારમાં તણાયે જતા હતા. જિન-વાલજિને મનમાં નક્કી કર્યું હતું કે જો હવે બચવું હોય તો આ જગ્યામાંથી બહાર ન જ નીકળવું એ જ માર્ગ છે. સાથેસાથે જો આ મઠમાં તે પકડાયો તો પછી તેને ઊગરવાનો કોઈ આરો નથી એ પણ તે સમજતો હતો. અત્યારે અહીં પુરાઈ રહેવું એ જ તેને માટે મુક્તિનો માર્ગ હતો.

બીજી બાજુ માળીનું મગજ ભારે મૂંઝવણમાં ઊકળી રહ્યું હતું. એને આ મેડેલીન અહીં કઈ રીતે આવ્યો તે જ સમજાતું નહોતું એમાંય વળી આ બાળકને લઈને ! આ બાળક કોણ હશે ? આ માળી પોતાનું ગામ છોડ્યા પછી દુનિયાથી સાવ વિખૂટો પડી ગયો હતો. વળી મેડેલીને તેની જિંદગી બચાવી હતી એ ઘડીભર પણ તે ભૂલી શકે તેમ ન હતું, પણ આ મેડેલીનનું તથા તેના બાળકનું શું કરવું ? તેને કેમ બચાવવાં ? એમને કેમ છુપાવવાં ?

આખરે માળી બોલી ઊઠ્યો : ''ત્યારે કેમ કરશું ?''

''શેનું ?''

''આ તમારું.''

જિન-વાલજિન પણ પરિસ્થિતિ કેટલી વિષમ છે તે સમજી ગયો હતો. બંને જણાએ મસલત શરૂ કરી.

''પહેલાં તો આ ઝૂંપડીની બહાર તમે પગ મૂક્યો કે આપણે ત્રણેય જણ મૂઆં સમજવાં.''

''ખરું.''

''એટલે સદ્ભાગ્યે સારું છે કે એક સાધ્વી ખૂબ જ માંદી છે, આજ મરે કે કાલ, એટલે બધી સાધ્વીઓ તેની પથારી પાસે ભજન-કીર્તનમાં ને સેવા-ચાકરીમાં પડેલી છે. હમણાં મરતી વખતનો વિધિ ચાલે છે, મરી ગયા પછી બધો ઠેકાણે પાડવાનો વિધિ ચાલશે. એટલે આજનો દિવસ તો નિરાંત છે, કાલનું જે થાય તે ખરું !''

"પણ આ ઝૂંપડું તો ઠેઠ ખૂણામાં છે. વળી આડાં ઝાડઝાંખરાં ને બગીચો છે." જિન-વાલજિને કહ્યું.

"હા, અને કોઈ સાધ્વી આ બાજુ કદી આવતી જ નથી." માળીએ ઉમેર્યું.

"તો પછી ?"

"પણ પેલી છોકરીઓ છે ને એ રમતી-રમતી કોઈ વાર ઠેઠ અહીં સુધી દોડી આવે છે."

"કઈ છોકરીઓ ?"

ત્યાં તો મઠમાંથી ઘંટનાદ થયો.

"બસ, ખલાસ ! સાધ્વીએ દેહ છોડ્યો." માળીએ કહ્યું. "હવે મિનિટે-મિનિટે આ પ્રમાણે 24 કલાક સુધી ઘંટ વાગ્યા કરશે અને આ દેહ કફનમાં મૂકીને ઠેઠ મઠની બહાર કબ્રસ્તાનમાં લઈ જશે ત્યારે ઘંટ વાગતો બંધ થશે, પણ પંચાત તો એ છે કે રમતાં-રમતાં આ મઠમાં ભણતી છોકરીઓનો જો દડો ખોવાયો તો ઠેઠ ગોતતી-ગોતતી અહીં આવશે ને તમને જોઈને ભડકશે : 'એલા ! અહીં માણસ છે !' તો શું કરવું ?"

જિન-વાલજિનના મનમાંથી વિચાર પસાર થઈ ગયો – કોઝેટને અહીં ભણવા મૂકી હોય તો ?

"અહીંનાં બધાં માણસ માણસગંધાં – છોકરીથી માંડીને ડોશી સુધી, સમજ્યા ને ? આ જુઓને, હું હરાયું ઢોર હોઉં એમ ગોઠણે ઘંટડી બાંધીને ફરવું પડે છે !"

"ખરી વાત, અહીં રહેવામાં મુશ્કેલી તો ખરી." જિન-વાલજિને કહ્યું.

"રહેવાની મુશ્કેલી નથી. અહીંથી બહાર નીકળવાની જ મુશ્કેલી છે."

"બહાર નીકળવાની ?"

"હાજ તો ! અહીં અંદર રહેવા માટે પહેલાં બહાર નીકળવું પડે એમ છે. તમે અહીં છતા થઈ જાઓ એટલે તરત જ પહેલી વાત એ થવાની કે આ માણસ અંદર આવ્યો ક્યાંથી ? હું જાણું છું કે તમે આકાશમાંથી ઊતરી આવ્યા, પણ કાંઈ આ સાધ્વીઓ એ વાત માને ? તેમને મન તો દરવાજેથી આવેલો માણસ જ અંદર આવ્યો ગણાય."

ત્યાં તો બીજો ઘંટ ધણધણી ઊઠ્યો. "લો, હવે બધાં પ્રાર્થના કરવા ઊપડ્યાં. પણ મેડેલીનસાહેબ ! તમે જે રસ્તે અંદર આવ્યા તે રસ્તે પાછા બહાર નીકળી જાઓ તો ?" માળી ધ્રૂજતો-ધ્રૂજતો બોલ્યો.

"હવે એ બને તેમ નથી." જિન-વાલજિને કહ્યું.

"લ્યો, આ પાછો ત્રીજો ઘંટ થયો. આ ઘંટ સાંભળીને મઠને દરવાજે ઊભેલો ચોકીદાર સરકારી દાક્તરને બોલાવવા જશે. દાક્તરને કોઈ જાતની મનાઈ નહિ.

એ તો આવીને મડદાના મોઢા પરનો બુરખોય ઊંચો કરીને મોઢું જોઈને તપાસે. અરે, કોઈ કોઈ વાર તો પેટ પણ તપાસે. કોઈ તેને ના પાડી ન શકે. અમલદાર પાસે શું ચાલે ? હેં... આ તમારી દીકરીએ તો ખૂબ ઊંઘ ખેંચી ? શું નામ એનું ?"

"કોઝેટ."

"તમારી... એટલે તમારા દીકરાની દીકરી હશે, કેમ ?"

"હા."

"આ દીકરીને બહાર લઈ જવી અઘરી નથી. મારે બહાર જવા-આવવા માટે જુદું બારણું છે. એ બારણું ખખડાવો એટલે ચોકીદાર બહારથી ઉઘાડે. મારી પાસે મોટો કરંડિયો છે તેમાં આ છોકરીને બેસારીને ખભે ચઢાવી દઈશ, તમારે એ છોકરીને મૂંગી પડી રહેવાનું કહેવું, પછી કાંઈ વાંધો નહિ. ગામમાં મારા એક ઓળખીતાને ત્યાં એને હું સોંપી દઈશ. પછી તે તમારી સાથે પાછી અંદર આવી શકશે, પણ તમારું બહાર નીકળવાનું કેમ કરીશું ?"

જિન-વાલજિને માથું હલાવ્યું.

"ભઈલા ! જેમ આ મારી છોકરીનું સુઝાડ્યું એમ મારુંય બહાર નીકળવાનું સુઝાડ ને !"

માળીએ પોતાના કાનની બૂટને ખંજોળવા માંડી. ત્યાં તો વળી ઘંટ થયો.

"લો, દાક્તર આવીને ગયાયે ખરા. એણે ખાતરી કરી લીધી કે બાઈ મરી ગઈ છે અને દાટવા માટેની પરવાનગી આપી દીધી. હવે દાક્તરી પ્રમાણપત્ર જોઈને એ બાઈને લઈ જવા માટેનું કફન આવશે. મડદાને સાધ્વીઓ કફનમાં મૂકી દેશે ને પછી મને બોલાવશે. કફનને ખીલા મારીને જડવાનું કામ પણ માળીના કામમાં જ ગણાય છે. અહીં તો બહારથી ખાલી પેટી આવે ને અહીંથી ભરેલી બહાર જાય – બસ એટલું જ."

ત્યાં વળી ઘંટ વાગ્યો.

"હવે... મને તેડું આવ્યું." કહેતો માળી ગોઠણે ઘંટડીનો પટ્ટો બાંધવા લાગ્યો. "મઠની મોટી ડોશી મને બોલાવે છે, મેડેલીનસાહેબ ! મહેરબાની કરીને બહાર ડોકાશોય નહિ હોં ? હું હમણાં પાછો આવું છું. કાંઈક નવીન લાગે છે. ભૂખ લાગે તો રોટલો પડ્યો છે. છોકરી ઊઠે તો ખવરાવજો."

"એ...આવ્યો, માજી !" બોલતો-બોલતો લંગડે પગે ઠેકતો-ઠેકતો તે ઊપડ્યો. જિન-વાલજિન તે તરફ જોઈ રહ્યો.

માળી દસ મિનિટે માંડમાંડ માજીની રહેવાની જગ્યાએ પહોંચ્યો. તેણે ધીમેથી ઓરડાને બારણે ટકોરો માર્યો. ત્યાં તો અંદરથી "અનંત પર્યંત, અનંત પર્યંત – એટલે કે અંદર આવો"નો અવાજ આવ્યો.

ઓરડામાં રાખેલી એકમાત્ર ખુરશી ઉપર અધિષ્ઠાત્રી બેઠેલાં હતાં. માળી નમ્રભાવે નીચો નમ્યો. અધિષ્ઠાત્રી માળા ફેરવતાં હતાં. તેમણે આંખો ઊંચી કરીને કહ્યું :

"કેમ, આવ્યા તમે ?"

માળી ફરી નમ્યો.

"મેં તમને બોલાવ્યા હતા."

"આપની સેવામાં હાજર છું."

"મારે એક વાત કહેવાની છે."

"મારે પણ આપને વાત કહેવાની છે." માળીએ પોતાની સઘળી હિંમત ભેગી કરીને કહ્યું.

માળી આટલી હિંમત કરી શક્યો તેનું કારણ છે. આ માળી આ મઠમાં પોતાનું સ્થાન નક્કર રીતે જમાવી ચૂક્યો હતો. તે આ મઠના એકએક ઘંટને ઓળખતો થઈ ગયો હતો. મઠનું એકએક રહસ્ય તે જાણતો હતો. તેમ છતાં તે બધું પોતાના પેટમાં સંઘરી રાખી શકતો હતો. અધિષ્ઠાત્રીને તેના પ્રામાણિકપણા ઉપર પૂરો વિશ્વાસ હતો. કામનો ઢસરડો કરવામાં પણ તે પાછી પાની કરતો નહિ. ઘરડો, લંગડો, જરાક બહેરો, અને કોઈ વાતમાં માથું ન મારે એવો – કોઈ એક માણસમાં આ બધી લાયકાતો ક્યાંથી ભેગી મળે ? મઠની અધિષ્ઠાત્રી તે બરાબર સમજતી હતી., અને એટલે જ આ માણસની તેને મન ઘણી કિંમત હતી. માળી પોતે પણ પોતાની કિંમત સમજતો હતો એટલે જ તેણે અત્યારે અધિષ્ઠાત્રી પાસે પોતાની વાત મૂકવાની હિંમત કરી. એ આખી વાત મૂકવાની તેની કળા અહીં વ્યક્ત કરવી મુશ્કેલ છે. અહીં તો કેવળ એનો સાર વાંચીને જ આપણે સંતોષ માનીશું.

પોતે ઘરડો થયો છે. અવસ્થાને લીધે કામ થતું નથી. કામ વધતું જાય છે. પોતાને એક ભાઈ છે. તેનેય અવસ્થા પાકી ગઈ છે. જો એ પોતાના કામમાં ભળે એવી સગવડ થાય તો કામે પહોંચી વળાય. નહિ તો હવે નોકરી છોડવી પડશે. પોતાના ભાઈને એક નાની દીકરી છે. એય એની ભેગી અહીં આવે. એ દીકરીને મઠમાં રાખીએ તો સાધ્વી થાય એવી છે. વગેરે.

અધિષ્ઠાત્રી માતાના હાથમાં ફરતી માળા બંધ થઈ. તે બોલી :

"રાત સુધીમાં એક મજબૂત કોશ ક્યાંયથી મેળવી શકાય ?"

"હાજી." માળીએ તરત જ જવાબ આપ્યો.

"તમે દેવળનું મકાન જોયું છે ને ?"

"હાજી, દૂરથી જોયું છે."

"ત્યાં એક પથરો ઊંચો કરવાનો છે."

"કયો પથરો ?"

"વેદીની પડખેનો જ."

"ભોંયરાને ઢાંકવાનો પથરો ? એ તો બે આદમી હોય તો માંડ ઊંચો થાય."

"એક સાધ્વી – મુક્તિમાતા તમારી મદદે આવશે. તેનામાં પુરુષ જેટલું બળ છે."

"તોય આદમી એ આદમી ને બાઈમાણસ એ બાઈમાણસ."

"અમારી પાસે એક જ સ્ત્રી મદદ કરી શકે તેમ છે. એટલાથી ચલાવવું પડશે. અહીં તો મઠ છે – કારખાનું નથી.

"મારો ભાઈ ભારે જોરાવર છે."

"બીજી ચાર સાધ્વીઓ તને મદદ કરશે."

"ભલે, માતાજી ! હું ભોંયરું ઉઘાડું, ઉઘાડ્યા પછી ?"

"પછી તેને બંધ કરી દેવાનું."

"બસ ?"

"ના."

"તો આજ્ઞા કરો, મારે શું કરવાનું ?"

"અમને તારામાં પૂરો વિશ્વાસ છે."

"આપ જે કહેશો તે કરવા હું તૈયાર છું."

"આ વાત કોઈ પણ રીતે બહાર ન જાય."

"હાજી, જીભ સીવી લીધી સમજજો."

"ભોંયરું ઉઘાડ્યા પછી..."

"બંધ કરી દઉં, એમ ને ?"

"પણ કરતાં પહેલાં..."

"શું ?"

"એમાં કાંઈક મૂકવાનું છે." સાધ્વીએ ધીમેથી કહ્યું.

ઘડીક શાંતિ. થોડી વાર પછી અધિષ્ઠાત્રી અચકાતી-અચકાતી બોલી : "તમને ખબર છે કે આજે એક સાધ્વીએ દેહ છોડ્યો ?"

"નાજી !"

"ઘંટ નથી સાંભળ્યો ?"

"ઠેઠ બગીચાને છેડે કંઈ સંભળાતું નથી. એમાં આજ વળી પવન પણ ઊંધો હતો."

"સાધ્વી ક્રૂસદેવી વિદેહ થયાં. પ્રભુ તેના આત્માને શાંતિ આપો !" સાધ્વીજી ઘડીક આંખો મીંચી ગયાં.

"તેનો આત્મા મહાન હતો. તેની મરતી વખતની ઇચ્છા વેદીની નીચેના

ભોંયરામાં દફન થવાની હતી. તેનું મૃત્યુ પણ ધન્ય હતું. છેવટની ઘડી સુધી તેઓ પૂરા ભાનમાં હતાં. એમને મૃત્યુ પછી સ્વર્ગ જ મળવાનું. આપણે તેની મૃત્યુ વખતની ઇચ્છા પૂરી કરવી જ જોઈએ.'' અધિષ્ઠાત્રીના હાથમાંની માળા પાછી ફરવા લાગી.

''એટલે... ક્રુસમાતાને એ ભોંયરામાં પધરાવવાનાં છે. એમ ને ?''

''હા.''

''પેલા સરકારી કબ્રસ્તાનમાં નહિ, એમ ને ?''

''બરાબર.''

''ચાર સાધ્વીઓ મને આમાં મદદ કરશે ખરું ને ?''

''હા, નીચે ઉતારવામાં.''

''નીચે ભોંયરામાં ને ?''

''હા, એ મરનારની ઇચ્છાને માન આપવું જ ઘટે. મરનારની છેવટની ઇચ્છા તે આપણે માટે આજ્ઞા છે.''

''પણ સરકાર તરફથી મનાઈ છે ને ?''

''પણ તારામાં અમને પૂરો વિશ્વાસ છે.''

''પણ સરકારી અમલદાર તપાસ કરવા આવશે તો ?''

''આ જગતના ક્ષુદ્ર માનવીઓ શું કરી શકવાના છે ? શું ઈશ્વરને ચરણે દેહને મૂકવામાં આ સંસારી જીવો આડા આવશે ? શું ઈશ્વરથી સરકાર મહાન છે !'' આ બધાં વાક્યો અધિષ્ઠાત્રી જાણે કે આકાશ સામે જોઈને બોલી. પાછી માળી તરફ ફરીને કહે : ''તો પછી બધું નક્કી ને ?''

''હાજી.''

''તમારે નિયમ પ્રમાણે પહેલાં કફન જડી લેવાનું. ચાર સાધ્વીઓ કફનને ઉપાડીને દેવળમાં લઈ જશે. પછી અમે બધાં અમારા નિવાસસ્થાનમાં જઈશું. અગિયારથી બાર વાગ્યાની વચ્ચે તમારે કોશ લઈને આવવાનું. તે પછી ક્રુસદેવીનો દેહ કફનમાંથી કાઢીને ચાર સાધ્વી તથા મુક્તિદેવીની મદદથી ભોયરું ઉઘાડી તેમાં પધરાવવાનો.''

''ભલે બધું સમજી ગયો.''

''મધરાત પહેલાં પા કલાકે હોં ?''

''માજી !''

''શું ?''

''આવું કાંઈ બીજું કામ હોય તો મારો ભાઈ બહુ કામ આવે એવો છે. બળમાં રાક્ષસ જેવો છે.''

''જેમ બને તેમ ઝડપ કરવાની છે.'' સાધ્વી પોતાની જ વાતના વિચારમાં હતી.

''ઉતાવળ તો ક્યાંથી થાય, માતાજી ! આ દેહ હવે બહુ ચાલતો નથી.

કોઈ મદદમાં હોય તો ઠીક પડે.''

''તો પછી પોણા બારને બદલે અગિયાર વાગ્યે સાધન લઈને આવી જજો.''

''એમાં કહેવું નહિ પડે. મારી જાત તોડીને પણ મઠની સેવા કરીશ. ભોંયરું પાછું બરાબર બંધ કરી દઈશ. કોઈને શંકા ન પડે... બસ ને ?''

''ના, હજુ બાકી છે.''

''શું ?''

''ખાલી પેલા કફનનું શું ?''

''હા, એ તો ખ્યાલમાં જ ન રહ્યું !'' માળીએ કહ્યું.

''એ ખાલી કફન ઉપાડીને જતી વખતે ઉપાડનારાઓને તરત જ વહેમ પડશે.''

''તો હું કફનમાં માટી ભરી દઈશ એટલે વહેમ નહિ પડે.''

''હ, માણસનો દેહ પણ આખરે તો માટી જ છે ને ! તો પછી ખાલી પડેલા કફનની ગોઠવણ તમે કરી લેશો ને ?''

''એ મારે માથે.''

અધિષ્ઠાત્રીના મુખ ઉપર આવી ગયેલું ચિંતાનું વાદળ વીંખાઈ ગયું ને ફિક્કા ગાલો ઉપર કંઈક ચમક આવી.

માળી જવા માટે પાછો ફર્યો ત્યાં અધિષ્ઠાત્રી બોલી :

''માળી ! મને તારા કામથી સંતોષ છે. કાલે તારા ભાઈને લઈ આવજે અને તેની છોકરી પણ મને સોંપી જજે.''

૩૨. મુક્તિના કફનમાં

બુઢ્ઢો માળી અધિષ્ઠાત્રીને વચન તો આપી ચૂક્યો, પણ તેના મનમાં ભારે વિમાસણ મચી રહી હતી. તે વિચાર કરતો ધીમે પગલે પોતાની ઝૂંપડી તરફ ચાલ્યો. એ ઝૂંપડીના બારણા પાસે પહોંચ્યો ત્યારે જિન-વાલજિન ઊંઘીને ઊઠેલી કોઝેટને પડખે બેઠોબેઠો કાંઈક વાત કરતો હતો. માળીના કાન ઉપર છેવટના આટલા શબ્દો પડ્યા :

"જો સાંભળ. આપણે આ જગ્યાએથી પાછું બીજે જવાનું છે, પણ વળી પાછાં આપણે તરત જ અહીં આવવાનાં છીએ અને પછી તને ખૂબ મજા પડશે. તને એક ડોસો બહાર લઈ જશે. તું પણ જોજે હોં તને ગમે તે રીતે બહાર લઈ જાય તોપણ ચૂં કે ચાં કરતી નહિ હોં ? પાછી પેલી તારી વીશીવાળી શેઠાણી તારો અવાજ ઓળખી જાય તો ?"

કોઝેટે ગંભીરતાથી માથું હલાવી હા પાડી. આ વખતે જ માળી બારણું ઉઘાડી અંદર આવ્યો.

"કાં ?" જિન-વાલજિને તરત જ પૂછ્યું.

"તમારી બધી ગોઠવણ કરી નાખી છે. આ છોકરી માટે પણ નિશાળમાં બંદોબસ્ત થઈ ગયો છે. તમને મારા મોટા ભાઈ તરીકે અહીં નોકરીમાં દાખલ કરવાની મંજૂરી મળી ગઈ છે, પણ સવાલ મોટો એ છે કે તમે અંદર આવો તે પહેલાં તમારું બહાર જવાનું કેમ કરવું ? એ મોટી મૂંઝવણ છે."

"છોકરીને બહાર લઈ જવાનું ?"

"એ મારે માથે. એ છોકરી મૂંગી રહે તો બધું સારધાર ઊતરી જાય."

"છોકરી ઊંકારોયે ન કરે, પછી."

"બસ ! પણ તમારું કેમ ? મને તો એમ છે કે જે રસ્તે તમે આવ્યા એ રસ્તે બહાર નીકળી જાઓ."

"એ બને એમ નથી." જિન-વાલજિને કહ્યું.

"ત્યારે તો ભારે મૂંઝવણ ઊભી થઈ ! એક તો ત્યાં રાતની મડદાની જગ્યાએ માટી ભરવાની, અને એમાં વળી જો કફન ઉપાડતી વખતે માટી અંદરથી ખરવા

માંડી તો તો મારું આવી જ બને ને ?'' માળી વાત તો જિન-વાલજિન સામે જોઈને કરતો હતો, છતાં તે મનમાં જ વિચારતો હોય એમ બોલતો હતો. ''એમાં વળી તમારી આ બહાર જવાની ઉપાધિ ! કાલ તો તમારે નોકરી પણ હાજર થવાનું છે, ને અહીં તો હજુ કંઈ ઠેકાણું ન મળે. હે ભગવાન !''

''માટીની વળી શી વાત છે ?''

''એ જ હોળી છે ને ! આ તમારે માટે થઈને મેં માજીને રાજી રાખવા તે રહે તે કામ કરવાની હા પાડી. સાધ્વીનું મડદું ભોંયરામાં દાટીને કફનમાં માટી ભરી દેવાની છે, જેથી ઉપા નાર ખાંધિયાને વહેમ ન પડે, પણ એ કફનમાંથી માટી ખરવા માંડે તો તરત જ હેમ પડે કે આ મડદામાંથી વળી માટી કેમ નીકળવા માંડી ? તોય મેં જોખમ ખેડીને હા તો પાડી છે, અને આના બદલામાં ઈનામ તરીકે તમને મારા ભાઈ ગણીને નોકરીમાં મારી ભેગા રાખવાની માગણી કરી છે. માતાજીએ હા પાડી છે ને કહ્યું છે કે કાલે જ તેને હાજર કરો. હવે ?''

જિન-વાલજિન ઘડીભર આ આખી આડીઅવળી બોલાયેલી વાતની કડીઓ મગજમાં મેળવવા લાગ્યો. થોડી જ વારમાં તે ટટ્ટાર થઈ ગયો. તેની આંખમાં એક ચમકાર આવીને પસાર થઈ ગયો. તે બોલ્યો :

''કફન ખાલી હોય તો શું વાંધો ?''

''સરકારી માણસને વહેમ પડે.''

''તો પછી એમાં માટીને બદલે બીજું કાંઈ મૂક્યું હોય તો ?''

''બીજું મડદું ક્યાંથી કાઢવું ?''

''મડદું ન મળે તો જીવતો માણસ મૂકી દેવો.''

''પણ એમ મળવો જોઈએ ને ?''

''કેમ હું છું ને ?''

''તમે ?''

''કેમ, એમાં શું ?'' જિન-વાલજિનના ચહેરા ઉપરથી સ્મિતની એક રેખા પસાર થઈ ગઈ.

''મશ્કરી તો નથી કરતા ને ?''

''અત્યારે મશ્કરીનો વખત છે ? મારે આજે જ બહાર નીકળ્યા સિવાય છૂટકો નથી એ તો તું જાણે છે.''

''હા જ તો !''

''મુદ્દાની વાત એ છે કે કોઈ ભાળે નહિ એ રીતે મારે બહાર નીકળી જવાનું છે. હવે આ કફન જેવી સંતાવાની જગ્યા બીજી કઈ મળવાની હતી ? પણ હા, એ કફન ક્યાં રાખે છે અને તેને લઈ જવાની શી ગોઠવણ હોય છે એ મને કહે.''

"કફન તો મડદાના ઓરડામાં રહે છે. બગીચાને બીજે છેડે એ ઓરડો છે. એને બે બારણાં છે – એક બારણું દેવળમાં પડે છે ને બીજું મઠમાં."

"કયું દેવળ ?"

"બહાર લત્તા માટેનું દેવળ છે. બધાને માટે એ ખુલ્લું હોય છે."

"તારી પાસે આ બેય બારણાંની ચાવી તો હશે ?"

"ના, આ એક મઠવાળા બારણાની જ છે. દેવળવાળા બારણાની ચાવી તો ચોકીદાર પાસે છે,"

"ચોકીદાર બારણું ક્યારે ઉઘાડે ?"

"એ તો મડદાને લેવા માટે માણસો આવે ત્યારે ઉઘાડવાનો ને પાછું તરત એ બંધ થઈ જવાનું."

"કફનને ખીલા કોણ જડવાનું ?"

"હું."

"એકલો ?"

"એ મડદાના ઓરડામાં એક ડોક્ટરને અને મને બેને જ જવાની રજા છે."

"એ મડદાના ઓરડામાં મને સંતાડી રખાય ખરો કે ?"

"ના, પણ એ ઓરડાને લગતું એક ભંડકિયું છે. એમાં મારા આ કફનને ખીલા જડવા માટેનાં ઓજારો રાખું છું. એની ચાવી મારી પાસે છે. ત્યાં તમને સંતાડી શકાય."

"કાલ કફન લેવા માણસો ક્યારે આવશે ?"

"બપોરે ત્રણ વાગ્યે.

"તો પછી તારા એ ઓજારવાળા ભંડકિયામાં આજ રાતથી તે કાલ સુધી હું પડ્યો રહીશ. મારે માટે કાંઈક ખાવાનું ત્યાં લેતો જઈશ પછી બે વાગ્યે આવીને તું મને કફનમાં જડી લેજે."

"અરરર! એ કોઈ વાતે ન બને !"

"જા જા હવે, એમાં શું ? પાટિયામાં હથોડાથી ખીલા જડવા એમાં કઈ મોટી વાત છે ?"

માળી જે વાતનો વિચાર આવતાં જ ધ્રૂજી ઊઠ્યો તે વાત જિન-વાલજિનને મન સામાન્ય હતી. તેણે પોતાના જીવનમાં જે અનુભવો કર્યા હતા તેમાં આ એક સામાન્ય ગણી શકાય એવી વાત હતી. છટકવા માટે શરીરને કેટલું સાંકડું કરી શકાય છે તેની કળા એને સિદ્ધ થયેલી હતી. કફનમાં જડાઈને પડ્યા રહેવું, અને ઠેઠ કબ્રસ્તાનના ખાડા સુધી પહોંચવું એમાં તેને કોઈ જાતની મુશ્કેલી લાગતી જ નહોતી. તેને પોતાના શ્વાસોચ્છ્વાસ ઉપર કાબૂ હતો. ટૂલોં બંદરમાં તેનો આ કાબૂ જ તેને બચાવવામાં કામ આવ્યો હતો. અત્યારે પણ એની જ મદદ પર તેનો વિશ્વાસ હતો.

માળી કેટલીય વારે માંડ વિચાર કરી શકે એટલો સ્વસ્થ થયો.

"પણ... તમે શ્વાસ ક્યાંથી લેશો ?"

"તું મોઢાવાળા ભાગ પાસે શારડીથી એકાદ-બે કાણાં પાડજે, ને એટલા ભાગમાં ખીલા જરા પોચા મારજે."

"પણ ધારો કે તમને ઉધરસ કે છીંક આવી તો ?"

"અરે, જેને જીવ લઈને ભાગવું હોય એને ઉધરસ કે છીંક આવે ? પણ હવે આ વાતનો અંત લાવ – કાં તો મારે અહીં પકડાઈ જવું અથવા કફનમાં પુરાઈને બહાર ભાગવું – બે જ માર્ગ છે.

"હા, ત્રીજો માર્ગ નથી !" માળીએ ડોકું ધુણાવીને કહ્યું.

"ફક્ત એક વાત છે. કબ્રસ્તાનમાં પહોંચ્યા પછી શું કરવું ?"

"મને એની જરાય મૂંઝવણ નથી ત્યારે" એક વાર તમે દરવાજાની બહાર નીકળ્યા ને કબ્રસ્તાને પહોંચ્યા પછી તો દુનિયા જખ મારે છે ! કબર ખોદનાર ને ધૂળ નાખનાર મારો ભાઈબંધ છે. વળી પહેલા નંબરનો દારૂડિયો છે. એ ભલે મડદાં દાટતો, પણ હું એને મારા ખિસ્સામાં દાટી દઉં એવો છું. તમારું કફન હજુ સમી સાંજે કબ્રસ્તાનમાં પહોંચશે. હું મારા ખિસ્સામાં જંબૂર કે પકડ ને હથોડી લઈ લઈશ. પછી કબ્રસ્તાને પેલા કફન મૂકીને જશે એટલે પછી હું છું ને એ ઘોરખોદિયો છે. કાં તો ભલો હશે તો દારૂ ઢીંચીને જ આવ્યો હશે, ને નહિ તો હું તેને દારૂ પીવા પીઠે ઉપાડી જઈશ. ત્યાં તેને દારૂ સારી રીતે પાઈને ઢાળી દઈશ ને તેના ખિસ્સામાંથી કબ્રસ્તાનના પરવાનાવાળો કાગળ કાઢીને હું એકલો પાછો કબ્રસ્તાનમાં આવીશ. પછી આપણે બંને જણ કબ્રસ્તાનમાં હોઈશું. પછી તમને બહાર કાઢતાં શી વાર ? જો તે પોતે દારૂ પીને જ આવ્યો હશે તો તો તેને તરત જ કહીશ કે તું તારે જા, હું કબર પૂરી દઈશ. એને તો એટલું જ જોતું હોય !"

જિન-વાલજિને પોતાનો હાથ લાંબો કરીને માળીનો હાથ પકડ્યો : "તો પછી... નક્કી ? બધું પાર પડી જશે ?" તેના અવાજમાં ધ્રુજારી હતી. માળીના હાથમાં પણ ધ્રુજારી હતી.

"ઈશ્વર કરે ને બધું પાર ઊતરી જાય !" માળી ગણગણ્યો.

*

બીજે દિવસે સાંજે સાધ્વીના કફનની ગાડીને કબ્રસ્તાનના માર્ગેથી પસાર થતી જોઈને રસ્તા ઉપરના માણસો લળી-લળીને પ્રણામ કરતા હતા. ક્રુસદેવીની ઘોર તપશ્ચર્યાની વાત મઠની દીવાલો ભેદીને બહાર જઈ શકી હતી, અને એટલે જ લોકો તેમના મૃતદેહને આટલો આદર આપતા હતા. સ્મશાનયાત્રામાં પાદરીઓ આગળ ચાલતા હતા.

યાત્રા વિશાળ કબ્રસ્તાનના દરવાજા આગળ અટકી. ફાટક પાસે બહુ પાકો ચોકીનો બંદોબસ્ત રાખવામાં આવતો. ચોકીદારની ઓરડી ફાટકને અડોઅડ જ આવેલી હતી. આ ફાટકના દરવાજા સૂર્યાસ્ત થતાંની સાથે જ અચૂક દેવાઈ જતા. તે પછી જો અંદર કોઈ કબર ખોદનાર રહી ગયો હોય તો તે પોતાનો પરવાનો બતાવે તો જ તેને ફાટકનું નાનું ખોડીબારું ખોલી આપવામાં આવતું. પરવાનો ગુમ થયો હોય તો, જો ચોકીદાર તેને ઓળખી શકે તો જ તેને જવા દેવામાં આવતો અને તે પણ પંદર રૂપિયાનો દંડ લઈને. કબ્રસ્તાનની જગ્યાનો કોઈ પણ રીતે દુરુપયોગ ન થાય તે માટે સરકાર આ સાવચેતી રાખતી.

ગાડી કબ્રસ્તાનમાં પેઠી ત્યારે હજુ સૂર્ય ક્ષિતિજથી જરાક ઊંચો હતો.

બીજી બાજુ માળી પેલી કોઝેટને સહીસલામત મઠની બહાર મૂકી આવ્યો. પાછો બપોરે આવીને ફ્રુસદેવીને ભોયરામાં ઉતાર્યાં. પછી કફનમાં જિન-વાલજિનને પૂરીને ખીલા જડ્યા. ને એ બધું પતાવીને લંગડાતો-લંગડાતો ખિસ્સામાં ઓજારો સંતાડીને એ કબ્રસ્તાન ભણી ઊપડ્યો. તે કબ્રસ્તાનના દરવાજામાં પેઠો તે વખતે સાંજ પડવા આવી હતી. અંદર દાખલ થઈને એ સાધ્વીઓને દાટવાની જગ્યા તરફ જતો હતો ત્યાં તે જ દિશામાં જતા એક માણસને તેણે જોયો. માળીએ તેની સામે જોઈને કહ્યું : "કઈ બાજુ !"

"સાધ્વીઓના કબ્રસ્તાન ભણી."

"કેમ ?"

"આજે એક સાધ્વીનું મડદું દાટવાનું છે."

"તમે કોણ છો ?"

"કબર ખોદનાર."

માળી એકદમ થંભી ગયો.

"તમે ? કેમ, મેસ્ટીનકાકા ક્યાં ગયા ?"

"એ તો ગુજરી ગયા."

"ગુજરી ગયા ?"

"હા, બીજાની ઘોર ખોદનારની પણ ખોર ખોદાય છે." પેલાએ ફિલસૂફીનું વાક્ય ઉચ્ચાર્યું.

માળીનાં પગલાંમાં જોર ઘટી ગયું : થોડી જ વારે કબ્રસ્તાનના દરવાજામાં કફનની ગાડી પેઠી ને સાધ્વીઓના કબ્રસ્તાન તરફના પહોળા રસ્તા પર આગળ વધી.

"સાચોસાચ !" માળીએ કબર ખોદનારના મોઢા સામું જોઈને કહ્યું.

"ત્યારે...ખોટું ? મારા કાકા ન મરી ગયા હોય તોય હું ખોટું બોલું ? હું તેમનો ભત્રીજો થાઉં."

૩૩. કફનમાંથી મુક્તિ

સમુદ્ર તરી ગયા પછી ખાબોચિયામાં ડૂબતા માણસ જેવી હાલત આ માળીની થઈ. એની એકેએક યોજના એક પછી એક સફળ થતી આવી હતી, અને હવે તો હમણાં જ મેડેલીન બહાર નીકળશે એ જ વિચારના આનંદમાં તે મગ્ન હતો, ત્યાં એકાએક આ ભત્રીજો ક્યાંથી ફૂટી નીકળ્યો ? એ લાંબો-પાતળો-ફિક્કો એવો ઘોરખોદિયો તેને યમદૂત જેવો લાગ્યો. માળીએ તરત જ પોતાના મનને સાવધાન કરી લીધું. આ આખરી સંગ્રામ માટે તેણે પોતાની સર્વ શક્તિ ભેગી કરી. તે એકાએક હસવા મંડી પડ્યો :

"શું જમાનો આવી ગયો છે ! બિચારો મેસ્ટીનકાકો મરી ગયો ! એના જેવો માણસ દુનિયામાં થવાનો નથી. બિચારો ઈશ્વરનું માણસ, અને વળી પાછો લહેરી પણ કેવો હેં ! અમે બેય લંગોટિયા ભાઈબંધ હોં ? બધીય લહેરમાં અમે સાથે જ હોઈએ. તું તારા કાકા જેવો જ છે – એ કંઈ છાનું રહે ? લે ચાલ, જરા છાંટોપાણી કરીએ !"

"હું તો ભણ્યોગણ્યો છું. સાત ચોપડી પૂરી કરી છે. હું દારૂ નથી પીતો."

માળીએ આ માણસના સ્વભાવનો અને બળનો આંક તેના મોઢા પરથી કાઢવાનો પ્રયત્ન કર્યો. તે પાતળો હતો, પણ મજબૂત તો લાગતો હતો.

"હુંય તારી જેમ જ આ મડદાં દાટવાનું કામ કરું છું. મારે સાધ્વીઓના મઠમાં નોકરી છે."

"એમ ?" પેલાએ ટૂંકમાં પતાવ્યું.

"ને હેં ! તારા કાકા શેણે ગુજરી ગયા ? કંઈ માંદા હતા ?"

"અવસ્થા થાય ત્યારે ઈશ્વર સૌને પોતાની પાસે બોલાવી લે છે."

પેલો તત્ત્વજ્ઞાનનું સૂત્ર ઉચ્ચારતો હોય એવી ગંભીરતાથી બોલ્યો.

"આપણે હવે નવી ઓળખાણ બાંધીએ, મારા ભાઈબંધનો ભત્રીજો એટલે મારોયે..."

"આપણી ઓળખાણ થઈ ગઈ !"

"એમ ઓળખાણ બંધાતી હશે ? ભેગા બેસીને દારૂના બે-ત્રણ પ્યાલા તાણ

કરીને એકબીજાને પાઈએ ત્યારે ઓળખાણ થઈ કહેવાય. એ તો પેટમાં દારૂ જાય ને દિલમાં હેત ઊભરાય – એમાં ના પડાય !"

"પહેલાં આપણું કામ."

માળીને પહેલો દાવ નિષ્ફળ ગયો.

"મારે દારૂ પોસાય એમ નથી. મારે સાત નાનાં ભાંડુ છે. એને રોટલા ખવરાવવા હોય ત્યારે દારૂની લત ન પોસાય."

માળી કબર ખોદનારની વધારે નજીક આવ્યો : "આ પડખેના પીઠામાં ઊંચામાં ઊંચી જાતનો દારૂ મળે છે."

કફનની ગાડી પડખે થઈને નીકળી અને ત્યાંથી થોડેક જ દૂર આવેલા ખાડા પાસે પહોંચી. માળીની અધીરાઈ વધી. ખાડા પાસે પહોંચતા સુધીમાં જ તેને દાવ જીતવાનો હતો. તેણે જોયું તો ગાડી ખાડા પાસે ઊભી હતી. ગાડીમાંથી કફનને નીચે ઉતારવામાં આવ્યું. પાદરી ખાડા આગળ ઊભો હતો. માળી તથા કબર ખોદનાર ખાડા પાસે પહોંચવા આવ્યા તે વખતે કફનને દોરડાં વતી ખાડામાં ઉતારવાનું કામ લગભગ પૂરું થઈ ગયું હતું અને બધા ડાઘુઓ પાછા ફરવા માટે તૈયારી કરી રહ્યા હતા. સાંજ પડી ગઈ હતી. સૂર્ય અસ્ત થવાની તૈયારી હતી.

થોડી વાર બંને જણ ખાડા પાસે ઊભા રહ્યા. ગાડી ઊપડી ગઈ. ખાડો પૂરનારે હાથમાં પાવડો લીધો.

"હવે કઈ ઉતાવળ છે, ભલા માણસ !" માળીએ તેનો હાથ પકડ્યો. "કામ તો રોજનું છે જ ને ! એક વાર જરા શરીરમાં ગરમાવો કરીએ !"

*

માળીના દારૂ પાવાના આટલા બધા ઉત્સાહનું રહસ્ય આપણે જાણીએ છીએ. કફનમાં પુરાયા પછી જિન-વાલજિન સ્વસ્થતાથી દફનની આસપાસ થતી તમામ હિલચાલ અંદર પડ્યોપડ્યો સમજવાનો પ્રયત્ન કરતો હતો. કફન ઊંચકાયું. ગાડીમાં મુકાયું. ગાડીનો ધડાધડાટ થવા લાગ્યો. શેરી પૂરી થઈ. સડક આવી. પુલ આવ્યો. ગાડી ઘડીક ઊભી રહી. કબ્રસ્તાનનું ફાટક આવ્યું. કબરની જગ્યા આવી. પાછો પોતે ઊંચકાયો. કફન ફરતું દોરડું વીંટાયું. કફન નીચે ઊતરતું લાગ્યું, ઊતરતું અટક્યું. આ બધું તે પોતાની જાગૃત ઇન્દ્રિયોથી જોઈ શકતો હતો. ગાડીનો ખડખડાટ થયો. ગાડી ઊપડી ગઈ.

"હવે હું એકલો જ છું. બધાય ચાલ્યા ગયા." તેના મનમાંથી વિચાર પસાર થઈ ગયો.

થોડી વારે તેણે જાણે કે એક મોટો ધડાકો સાંભળ્યો. કફન ઉપર કાંઈક વજન પડ્યું. કફન પર માટી પડતી હતી. તેના મોઢા પાસેના કાણાંમાં માટી ભરાવા લાગી. બીજી વાર માટીનો ઢગલો પડ્યો. કાણાં પુરાઈ ગયાં. ત્રીજી વાર માટી

પડી. ચોથી વાર પડી. માણસની ટક્કર ઝીલવાની શક્તિની પણ હદ હોય છે. જિન-વાલજિનનો દેહ હાર્યો. તે બેભાન બની ગયો.

*

માળી અને કબર ખોદનારની રકઝક ચાલુ હતી અને તેની સાથે જ કબર ખોદનાર પોતાનું કામ જલદી પૂરું કરવા માટે પાવડે-પાવડે માટી નાખી રહ્યો હતો. ચારેક પાવડા પરાણે નાખ્યા પછી માળી ખાડાની અને તેને પૂરનારની વચ્ચે ઊભો રહ્યો :

"દારૂના પૈસા હું આપીશ, બસ !"

"શું કીધું ?"

"દારૂના પૈસા મારા !"

"હવે ઘેર જાય તમારો દારૂ ને પૈસા !" પેલાએ ફરી પાવડો ભર્યો. ધૂળ પડવાનો અવાજ પણ હવે પોલો બોલતો હતો. માળીને થયું કે કબરમાં હું પણ ઝંપલાવું.

"હવે ચાલને, દોસ્ત ! પછી પીઠું બંધ થઈ જશે – તને મારા સમ !" તેણે તેનો હાથ પકડ્યો. "જો ભાઈ ! હુંયે મઠનો માણસ છું. તને કામમાં મદદ કરવા આવ્યો છું. આ કામ તો રાતેયે થશે. એક વાર જરા તાજામાજા થઈ આવીએ."

"કાકા ! તમારો બહુ આગ્રહ છે તો ભલે, મારી હા છે, પણ એક વાર કામ પૂરું કરીએ પછી નિરાંતે પીવાની મજા આવે."

"અરે પછી દુકાન બંધ થઈ જાય તો ? એ દુકાને મળે એવો દારૂ બીજે ક્યાંય આખા પારીસમાં નથી મળતો."

"ડોસા ! તમેયે ઘરડા થયા પણ ભારે શોખીન છો હોં ! લો, એક બાજુ ઊભા રહો !" કહીને તેણે ફરી પાવડો ભરીને ધૂળ નાખી.

માળી હવે બેબાકળો બની ગયો હતો.

"બિચારી આ ડોશીને તો ઠેકાણે પાડી દેવા દો. બિચારીને રાતના ટાઢ વાય ને !"

કબર ખોદનારે વળી વાંકા વળીને પાવડો માટીમાં ઊંડો નાખીને જોર કર્યું. તે જ વખતે તેના જાકીટના ખિસ્સામાંથી કબ્રસ્તાનમાં જવા-આવવાના પરવાનાનો કાગળ થોડોક બહાર દેખાયો.

માળીની નજર આ કાગળ પર પડી. તેના મગજમાંથી વિચાર આવીને પસાર થઈ ગયો. તેણે બીજી ક્ષણે નિશ્ચય કરી લીધો. કબર ખોદનારની નજર ન પડે તે રીતે પાછળથી તેણે તે પરવાનાનો કાગળ ખેંચી લીધો. પેલો કામ જલદી પતાવવાના ઉત્સાહમાં પાંચમી વાર પાવડો ભરીને ધૂળ નાખવા જતો હતો ત્યાં માળીએ કહ્યું :

"એલા ! પણ તારી પાસે કબ્રસ્તાનનો પરવાનો તો છે ને ? આ સૂરજ હવે આથમી ગયો."

"તે... એમાં શું ?"

"પરવાના વગર ફાટકની બહાર નહિ નીકળવા દે."

"એલા...હા ! પરવાનો તો હું લાવ્યો છું. ક્યાં ગયો ?" તેણે ખિસ્સામાં હાથ નાખી તપાસી જોયું. એલા ! ભૂલી ગયો લાગું છું !"

"બસ ! પંદર રૂપિયાંનો દંડ ચોટ્યો !"

કબર ખોદનારના મોઢા પરનો તમામ ઉત્સાહ ઓસરી ગયો. "આ તો માર્યા. પંદર રૂપિયા દંડ, હવે ?" તેના હાથમાંથી પાવડો પડી ગયો.

"એમાં મૂંઝાય છે શું કામ ? એવા 15 રૂપિયા કાંઈ લેવા રેઢા પડ્યા છે ? તું તો નવો છે. મેં તો કેટલાંય ચોમાસાં જોઈ નાખ્યાં. જો તને રસ્તો બતાવું. જાણે સૂરજ આથમી ગયો એ વાત નક્કી અને કબ્રસ્તાનનું ફાટક બંધ થશે એ વાતેય નક્કી."

"હવે !"

"હવે કાંઈ અટાણે આ કબર પૂરવાનું કામ પતે એમ નથી, એટલે હજુ ત્રણ-ચાર મિનિટની વાર છે ત્યાં તું મારી મૂક, ને દરવાજાની બહાર નીકળી જા."

"પછી ?"

"તારુ ઘર કેટલુંક આઘું છે ?"

"પંદર મિનિટનો રસ્તો છે."

"હાંઉં ત્યારે, દોડતો ઘેર પહોંચી જા, પરવાનો લઈને પાછો આવ. દરવાજે તારો પરવાનો જોઈને ચોકીદાર અંદર આવવા દેશે. આવીને આ પૂરવાનું કામ પૂરું કરજે. ત્યાં સુધી હું અહીં ઊભો છું. વખત છે ને અંદરથી ઊઠીને બાઈ ભાગવા માંડે તો ? એ બધી સાધ્વીઓ તો બધા ચમત્કાર જાણે?"

"કાકા ! તમે મારી લાજ રાખી હોં !"

"હવે... એ બધું પછી કરજે. પાછો દરવાજો બંધ થઈ જશે. જલદી દોટ મૂક."

પેલાએ તો મુઠ્ઠીઓ વાળીને મારી મૂકી.

તે દેખાતો બંધ થયો કે તરત જ એક મરણિયાના જેવી સ્ફૂર્તિથી માળી ખાડામાં ઊતર્યો. ધીમેથી તેણે કફન પાસે મોઢું ધરીને કહ્યું "મેડેલીન-સાહેબ !"

જવાબ ન મળ્યો. માળી અંદર ધ્રૂજવા લાગ્યો. તેણે કફન પરથી ધૂળ આઘી કરી અને ફરી બોલ્યો : "અંદર છો ને ?"

અંદરથી જવાબ ન મળ્યો. માળીએ તરત જ પોતાનાં ઓજારો કાઢ્યાં. ધ્રૂજતે હાથે કડકડતી ઠંડીમાં તેણે પકડ્યાં. ખીલીઓ ખેંચવા માંડી અને થોડી જ વારમાં કફનનું ઢાંકણું ખોલી નાખ્યું. જિન-વાલજિનના ચહેરા .પર મૃત્યુની શાંતિ છવાયેલી

હતી. તેની આંખો બંધ હતી. ચહેરો સાવ ફિક્કો થઈ ગયો હતો.

માળીના શરીરનો રૂંવાડાં ખડાં થઈ ગયાં. તે પોતે જ બેભાન જેવો થઈ ગયો. પાછો સ્વસ્થ થઈને તે તેના ચહેરાની નજીક આવીને જોવા લાગ્યો. તેના મોઢામાંથી શબ્દો નીકળ્યા : "બસ ! ખલાસ !"

તે ઊભો થઈ ગયો. પોતાના હાથથી ખભા ઉપર ચોકડી કરીને તે સ્થિર ઊભો રહ્યો. રડતે અવાજે તે બોલ્યો : "આ મેં તમને ઉગાર્યા !" તેના મોઢામાંથી ડૂસકાં નીકળવા લાગ્યાં. તેના મુખમાંથી તૂટક-તૂટક વાક્યો નીકળ્યા કરતાં હતાં. તે ઘડીક પોતાના વાળ પીંખવા લાગ્યો. દૂરથી દરવાજો બંધ થવાનો અવાજ સંભળાયો. તે બેબાકળો ચારે તરફ જોવા લાગ્યો. તેણે વળી પાછા નમીને જિન-વાલજિનના ચહેરા સામું જોયું. જોતાંવેંત આંખો ઊઘડી હતી અને તે માળી તરફ સ્થિરપણે તાકી રહી હતી.

મડદું જેટલું ભયંકર લાગે તેના કરતાં મડદું જીવતું થાય એ વધારે ભયંકર હોય છે. માળીને ઘડીક તો એમ થયું કે આ જિન-વાલજિનનું ભૂત છે. થોડી વારે તે હિંમત ભેગી કરીને ફરી ખાતરી કરવા કફન પાસે ગયો. જિન-વાલજિન ધીમેથી બોલ્યો : "મને જરા ઊંઘ આવી ગઈ !" એમ બોલીને તે બેઠો થયો.

"બાપ રે...! તમે તો મને ખરેખરો ભડકાવ્યો !" માળી એકદમ હરખના આવેશમાં ગળગળો થઈ ગયો. "તમે મને ઉગારી લીધો, મેડેલીનકાકા !" તે વધારે બોલે તે પહેલાં તેની આંખો આંસુથી ઊભરાવા લાગી. પાછો એ સ્વસ્થ થયો. "તમે મારે માથે ભારે કરી ! મેં તો કફન ઉઘાડીને જોયું ને તમારી આંખો બંધ જોઈ એટલે થયું કે તમે ગૂંગળાઈને મરી જ ગયા. પણ તમેય ભારે ખેલ કર્યો ! મારા તો રામ જ રમી ગયા હતા. મને થયું કે હવે આ કબરમાં હુંય ભેગો જ દટાઈ જાઉં. હવે જીવીને કરવું શું ? એ તો મને ધોળે દીએ તારા દેખાઈ ગયા. તમે જીવતા થયા એટલે મારા જીવમાં જીવ આવ્યો !"

"મને ટાઢ ચડી ગઈ છે." જિન-વાલજિને કહ્યું.

માળી હરખના આવેશમાં બીજું બધું ભૂલી ગયો હતો.

"ચાલો જલદી, આપણે અહીંથી બહાર નીકળી જઈએ." માળી બોલ્યો. તે પોતાનાં ખિસ્સાં તપાસવા માંડ્યો ને અંદરથી એક શીશી કાઢી : "આ ઠંડીની દવા હું સાથે જ રાખું છું."

બેય જણાએ થોડો થોડો દારૂ પીધો. ખુલ્લી હવાએ જિન-વાલજિનનાં રૂંધાયેલાં ફેફસાંને ચાલુ કરી દીધાં હતાં. દારૂએ તેમાં ગરમી મૂકી. તે કફનમાંથી ઊભો થયો. બંને ખાડાની બહાર નીકળ્યા.

માળીને હૈયે પૂરી ધરપત હતી. કબ્રસ્તાન બંધ થઈ ગયું હતું, પેલો

મેસ્ટીનકાકાનો ભત્રીજો પાછો આવે એમ નહોતું. તે બિચારો તો હજુ ઘેર પરવાનો શોધતો હશે ! માળી અને જિન-વાલજિને મળીને કબરનો ખાડો માટીથી પૂરી દીધો.

"ચાલો હવે, તમે લો તીકમ ને હું લઉં પાવડો." માળીએ કહ્યું, ચાર-પાંચ કલાક પડી રહેવાથી જિન-વાલજિનનું શરીર અકડાઈ ગયું હતું.

"આ હું લંગડો ને તમે અકડાઈ ગયા છો. નહિ તો આપણે બેય દોડવા માંડત !"

"હું તો થોડુંક ચાલીશ ત્યાં શરીર છૂટું થઈ જશે." જિન-વાલજિને કહ્યું.

બંને જણ કબ્રસ્તાનને દરવાજે આવી પહોંચ્યા. માળીએ પરવાનાનો કાગળ ચોકીદારની ઓરડી બહાર રાખેલ પેટીમાં રાખ્યો. ચોકીદારે નિયમ પ્રમાણે અંદરથી દોરી ખેંચી એટલે તરત જ ખોડીબારું ઊઘડી ગયું. બંને જણ બહાર નીકળી ગયા.

બંને જણ કબ્રસ્તાનમાંથી નીકળ્યા ત્યારે જાણે કબરમાંથી જ નીકળ્યા હોય એવો આનંદ અનુભવતા હતા.

"તમેય જબરી અક્કલ દોડાવી હો, મેડેલીનકાકા ! આવું મને ન આવડે."

હવે તેમને કોઈ અટકાવે તેમ નહોતું. કબ્રસ્તાનની નજીકમાં હાથમાં તીકમ-પાવડાવાળા અને દેખાવે કબર ખોદવાનું જ કામ કરતા હોય એવા જણાતા માણસોને કોણ રોકે ?

માળી એક મકાન પાસે ઊભો રહ્યો. જિન-વાલજિનને તેણે ઘડીક કહ્યું : "ઘડીક ઊભા રહેજો, હમણાં આવું છું."

માળી તે મકાનમાં ગયો, તે મકાન પેલા કબર ખોદનારનું હતું. તે અંદર હજુ પરવાનો શોધી રહ્યો હતો. એક બાજુ ઘરમાં માંદલી સ્ત્રી અને ઘેરોએક છોકરાં કીવીકીવી કરી રહ્યાં હતાં.

"એ... આ લો તમારો તીકમ-પાવડો." માળીએ કહ્યું.

"કોણ, કાકા...તમે ?"

"હા, તારો પરવાનો સવારમાં કબ્રસ્તાનના ચોકદાર પાસેથી માગી લેજે."

"હેં...શું ?" પેલો પૂરું સમજ્યો નહિ.

"હેં શું ? તારો પરવાનો ત્યાં ખાડા પાસે જ પડ્યો'તો. ઉતાવળમાં ધૂળ નાખવા મંડી પડ્યો'તો તે પડી ગયો હશે. મેં તારું બધુંય કામ પતાવી દીધું છે. કાંઈ ઉઘાડું રખાય ? તારે હવે કાંઈ ચિંતા નહિ. તારે દંડેય ભરવાનો નહિ ને પરવાનોય જડી ગયો."

"કાકા ! તમારો ઉપકાર નહિ ભૂલું ! હવે બીજી વાર આપણે સાથે દારૂ પીવા જઈશું – પૈસા મારા !"

કલાક પછી બે બુઢ્ઢા અને એક બાળક એમ ત્રણ જણાં મઠને દરવાજે

આવી પહોંચ્યાં. કોઝેટ આખો દિવસ સૂનમૂન થઈને અજાણ્યા ઘરમાં પડી રહી હતી. તે ભયથી થરથર કાંપતી હતી. જેને ત્યાં મૂકેલી ત્યાં ઘરની ડોસીએ તેને ઘણુંય સમજાવી – પટાવી, પણ કોઝેટને તેની કાંઈ અસર થઈ નહિ. તે કોઈ સવાલનો જવાબ પણ આપતી નહોતી, ખાતી-પીતી પણ નહોતી. તેને થયું કે વળી પાછી કોઈ અઘોર જગ્યામાં તેને ધકેલી દીધી છે. રાતે જિન-વાલજિનને જોતાંવેંત જ તે આનંદથી બૂમ પાડી ઊઠી ને દોડીને જિન-વાલજિનને વળગી પડી.

મઠને દરવાજે પહોંચ્યા પછી અંદરના પ્રવેશ માટે કોઈ જાતની મુશ્કેલી ન હતી. માળીને પોતાના ભાઈ તથા તેની દીકરીને સાથે લઈને અંદર પ્રવેશ કરવા માટેની પરવાનગી મળી ગઈ હતી. મઠની અધિષ્ઠાત્રી આતુરતાથી માળીના આવવાની રાહ જોતી હાથમાં માળા લઈને પોતાના ઓરડામાં બેઠી હતી. પોતાની યોજના બરાબર પાર પડી છે તેની ખાતરી ન થાય ત્યાં સુધી તેને નિદ્રા ક્યાંથી આવે ?

માળી પોતાના ભાઈને લઈને હાજર થયો. કોઝેટને પણ અધિષ્ઠાત્રી સામે ખડી કરવામાં આવી. અધિષ્ઠાત્રીએ છોકરી સામે નીરખી-નીરખીને જોયું. માળીના ભાઈ તરફ પણ ત્રાંસી નજરે એણે અવારનવાર જોયા કર્યું. અધિષ્ઠાત્રીના સવાલોના જવાબો આપવાનું કામ માળીએ જ ઉપાડી લીધું હતું. તે ભાઈનું નામ અલ્ટાઈમ હતું. ઉંમર પચાસ વરસની હતી. ધંધે માળી હતો. કોઝેટ તેના દીકરાની દીકરી હતી.

કોઝેટનું પૂરું નિરીક્ષણ કરી અધિષ્ઠાત્રીએ પાસે બુરખો ઓઢીને ઊભેલી સાધ્વીને ધીમેથી કહ્યું :

"આ છોકરી સારી રીતે કદરૂપી થશે, નહિ ?" છોકરીને દાખલ કરવા માટેનું લાયકાતનું આ ધોરણ પૂરતું હતું.

થોડી વાર બંને સાધ્વીઓએ અંદર-અંદર મંત્રણા કરી, તે પછી અધિષ્ઠાત્રીએ માળીને કહ્યું : "તને એક બીજી ઘંટડી કાલથી આપવામાં આવશે."

બીજે દિવસે સવારથી મઠના બગીચામાંથી બે ઘંટડીઓના રણકાર વાગવા લાગ્યા તે ઉપરથી સાધ્વીઓએ જાણ્યું કે બીજો વધારાનો માળી રાખવામાં આવ્યો છે.

જિન-વાલજિનની મઠમાં માળી તરીકેની કાયમી નિમણૂક થઈ ગઈ. આ નવા માણસને રાખવામાં અધિષ્ઠાત્રીને બીજાં અનેક કારણો હશે, પણ તેનું મુખ્ય કારણ તો આ કોઝેટમાં ભવિષ્યની ઉત્તમ કોટિની સાધ્વી થવાનાં લક્ષણો દેખાયાં તે અને તેમાંનું મુખ્ય લક્ષણ 'તે કદરૂપી બનશે' તે જ હતું. કોઝેટને મઠના છાત્રાલયમાં દાખલ કરી દેવામાં આવી.

૩૪. નવજીવનનું પ્રભાત

મઠમાં દાખલ થયા પછી કોઝેટ ઘણા વખત સુધી સાવ મૂંગી જ રહેતી હતી. તેને એમ લાગતું હતું કે જિન-વાલજિન પોતાનો બાપ હશે, પણ કોઈ બાબતની તેને પૂરી ખાતરી ન હોવાને કારણે તે કાંઈ જવાબ આપી શકે તેમ નહોતી એટલે મૌન એ જ તેની પાસે જવાબ હતો. વળી જિંદગીમાં જન્મીને તેણે દુઃખ સિવાય બીજી લાગણી કે સ્થિતિ અનુભવી જ નહોતી એટલે તેની સાથે જોડાયેલા ભાવો જ તે અનુભવી શકતી, અને એ ભાવોનો મુખ્ય ભાવ તે ભયની લાગણીનો જ હતો. તે દરેક બાબતથી ડરતી, દરેક માણસથી ડરતી, દરેક વિચારથી ડરતી. તેણે અનુભવ્યું હતું કે એકાદ શબ્દ બોલવાથી પણ તેના પર દુઃખોની ઝડી વરસવાના અનેક પ્રસંગો આવી ગયા હતા.

જિન-વાલજિન સાથેના જીવનના શરૂઆતના દિવસોમાં પણ તેણે તે ભયની પરિસ્થિતિ અનુભવી હતી, પણ મઠમાં દાખલ થયા પછી અને જિન-વાલજિનના તેના તરફના પ્રેમથી તેના હૃદયમાં ભયની જગ્યાએ વિશ્વાસની લાગણી પ્રગટ થવા લાગી હતી. મઠના જીવનમાં પણ તે ધીરેધીરે ગોઠવાઈ જવા લાગી હતી. કોઈક વાર તેને થતું કે પેલી પૂતળી 'રાણી' પાસે હોય તો કેવું સારું ? પણ તે વાત કોઈને કહેવાય શી રીતે ? ફક્ત એક વાર તેણે જિન-વાલજિનને કહ્યું "બાપુજી ! મને આવી ખબર હોત તો તો 'રાણી' પૂતળીને સાથે લઈ લેત !"

માળી ફૉશલેવાંને હવે પૂરેપૂરી નિરાંત હતી. એક તો પોતાના જીવનદાતાને તે જીવનદાન કરી શક્યો, અને બીજું હવે તેને કામ બહુ ઓછું કરવું પડતું, કારણ કે જિન-વાલજિન બાગનાં બધાં કામને પહોંચી વળતો. ત્રીજું, માળીને છીંકણી સૂંઘવાનું ભારે બંધાણ હતું અને જિન-વાલજિન આવ્યા પછી તેને તે બંધાણનો બધો ખર્ચ તેણે ઉપાડી લીધો હતો.

જિન-વાલજિનના આ ઉપકારના બદલામાં આ માળી તેનું બધુંય બહારનું કામ જાતે જ ઉપાડી લેતો. નાનીમોટી તમામ ખરીદી માળીને જ કરવાની હતી. આ લંગડો માણસ ગામના આંટા કરે અને આ હૃષ્ટપુષ્ટ માણસ બેસી રહે એ વિચિત્ર વાત જોવા જેટલી અને તેના પર વિચાર કરવા જેટલી નવરાશ આ

સાધ્વીઓને નહોતી, પણ કોઈક છૂપી-પોલીસના મગજવાળી સાધ્વી ત્યાં હોત તો આનું કારણ શોધવા પ્રયત્ન કરત જ. આપણે તેનું કારણ જાણીએ છીએ. જેવર્ટના હાથમાંથી છટક્યા પછી મઠની બહાર બને તો જિંદગી સુધી પગ ન મૂકવો એવો નિશ્ચય જિન-વાલજિને કર્યો હતો, અને એમાં તેણે ડહાપણ વાપર્યું હતું. જેવર્ટ એક મહિના સુધી પોતાના શિકારની શોધમાં એ શેરીમાં સતત ચોકીપહેરો રાખી રહ્યો હતો.

જિન-વાલજિનને મન આ મઠ એક મહાન સાગરની વચ્ચે આવેલા કોઈ બેટ જેવો હતો. આ ચાર દીવાલની વચ્ચે જ તેની દુનિયા સમાયેલી હતી, પણ તેને નિરાંત હતી. માથા પર વિશાળ આકાશ વિસ્તરીને પડેલું તે જોઈ શકતો હતો. અને તેના પડખામાં હૂંફ દેતી કોઝેટ હતી. તે બગીચાને છેડે આવેલી માળીની ઝૂંપડીમાં તેના ભાઈબંધની સાથે દિવસો ગાળી રહ્યો હતો. બગીચાના કામમાં તે ભારે કુશળ હતો. આખો દિવસ તે કામ કર્યા કરતો અને થોડા જ વખતમાં તેણે બગીચામાં નવજીવન લાવી મૂક્યું. ઝાડવાં ફળથી લચી પડવા લાગ્યાં.

કોઝેટને રોજ દિવસમાં એક વાર એક કલાક પોતાના બાપુજી સાથે ગાળવાની પરવાનગી મળી હતી. આ એક કલાક બંનેને માટે સુખીમાં સુખી વખત બની રહેતો. સોગિયા વાતાવરણમાંથી છૂટેલી કોઝેટ જિન-વાલજિનની પાસે એક પ્રકારની પ્રસન્નતા અનુભવતી અને બાળકને સહજ એવાં લાડની ભૂખ શમાવતી. જિન-વાલજિનના હૃદયમાં કોઝેટના એક કલાકના સહવાસથી નવું ચેતન આવી જતું. બંને એકબીજાના હૃદયમાં સુખના પડઘા પાડતાં. પોતાની ઝૂંપડી તરફ હરખભેર દોડતી આવતી કોઝેટને જોઈને જિન-વાલજિનના હૃદયમાં ભરતી ચડતી. તેને આવવાના વખતની તે સવારથી જ રાહ જોતો. કોઝેટ બીજી કન્યાઓની સાથે રમવા નીકળતી ત્યારે પણ જિન-વાલજિન કોદાળી પર હાથ ટેકવીને તેની સામું જોઈ જ રહેતો. દૂરથી તે કોઝેટના હસવાનો અવાજ પણ ઓળખી કાઢતો. કોઝેટ હવે મોટેથી હસતાં પણ શીખી ગઈ હતી. અને એ હાસ્યે તેના મુખ પરની ભય અને શોકની મલિનતાને ધોઈ નાખી હતી.

કુદરતી યોજના જેવી અકળ હોય છે તેવી જ અફર હોય છે. જિન-વાલજિનના જીવનનું નવેસરથી જે ઘડતર પેલા ક...નગર શહેરના પાદરીને હાથે શરૂ થયું હતું તે હજુ પૂરું થયું ન હતું. જે નવા ગુણોએ જિન-વાલજિનના હૃદયમાં પ્રવેશ કર્યો હતો તે ગુણો પૂરા પરિપક્વ થાય તે પહેલાં તો તે ગુણોમાં અભિમાનનું ઝેર ભળવા માંડ્યું હતું. જ્યાં સુધી તે પોતાની જાતની સરખામણી પેલા પાદરી સાથે કરતો હતો ત્યાં સુધી તે કેટલો અપૂર્ણ છે તેનું તેને ભાન સતત રહ્યા કરતું. પાદરીના ગયા પછી જગતના સામાન્ય માનવીઓની વચ્ચે પોતાનું જીવન ગાળતાં તેને

માનવીઓની અધમતાનો ખ્યાલ આવવા લાગ્યો, ને પોતે તે બધા કરતાં કેટલો ઊંચો છે તેનું ભાન થવા લાગ્યું. એટલું જ નહિ, પણ તે ભાન વધતું ચાલ્યું. અને આ પોતાના સદ્‌ગુણોનું ભાન અને અભિમાન તેને કયે વખતે જગત તરફ તિરસ્કારભરી નજરે જોતો કરી મૂકત તે કહી શકાય તેમ નહોતું.

આ મઠે તેને તે માર્ગે સરી પડતો અટકાવ્યો. તે આજ પહેલાં એક વિચિત્ર દુનિયામાં પોતાની જુવાનીમાં સારામાં સારાં વરસો ગાળી ચૂક્યો હતો. આજે વળી તે એ દુનિયાને ઘણી રીતે મળતી દુનિયાની વચ્ચે આવી પડ્યો હતો. તેના મનમાં આ બંને – એક ભૂતકાળની અને એક વર્તમાનકાળની સૃષ્ટિ વચ્ચે સરખામણી ચાલવા લાગી.

ભૂતકાળની તેની દુનિયામાં સામાજિક અન્યાય અને કાયદાની બેફામ નીતિને પરિણામે અનેક જીવોને નર્ક જેવી યાતનાઓ સહન કરવી પડતી તેણે જોઈ હતી – અનુભવી હતી. કોઈક-કોઈક વાર કે ક્યારા ગોડતો ગોડતો કોદાળીના હાથા પર હાથ ટેકવીને વિચારમાં ને વિચારમાં કેટલીય વાર સુધી ઊભો રહેતો. તેના જૂના દિવસો તેની આંખ સામે ચિત્રપટની જેમ આવી-આવીને પસાર થતા દેખાતા. સવારે વહેલા ઊઠીને કામે લાગતો. રાત પડતાં સુધી તે કાળી મજૂરી કરતો. ગમે તે ઋતુ હોય, પણ સૂવા માટે એ જ સાદડાની એકમાત્ર પથારી તેને મળતી. કડકડતી ઠંડીમાં પણ હૂંફ મેળવવાનું કાંઈ સાધન તેમની પાસે ન હતું. કોથળા જેવાં કપડાં બારે માસ તેમને પહેરવાનાં હતાં. ખાવામાં સૂકા રોટલા ને ભાજી. તેમને પોતાનાં નામ જેવી વસ્તુ ન હતી, કેવળ આંકડાથી તેમને ઓળખવામાં આવતા. ઊંચી આંખ કરીને ચાલવાનો તેમને અધિકાર ન હતો. શિક્ષાનો ચાબુક કે દંડો તેમના પર ચોવીસે કલાક ઝળૂંબી રહેતો.

અને અત્યારે તેમની આસપાસ જે દુનિયા હતી, તેમાં શું હતું ? અહીં સાધ્વીઓ ટૂંકા વાળ રાખે છે. ગળામાંથી માંડમાંડ ધીમો અવાજ કાઢે છે. નીચી આંખો કરીને જ પગલાં માંડે છે. તેમના બરડા પર દારોગાના કોરડાનાં ચાઠાં નથી, પણ તપના ભાવથી તેમના ખભા ઝૂકી ગયેલા છે. તેમને ખાવામાં સૂકા રોટલા ને ભાજી જ હોય છે. કોથળા જેવાં ખરબચડાંને ઘામ થાય તેવાં કપડાં તેઓ બારે માસ પહેરી રાખે છે. તેમના લાંબા બરાક જેવા ઓરડામાં ગરમાવો આવવાનું કાંઈ સાધન નથી. આ સાધ્વીઓ તો વળી સાદડીને બદલે ખડની પથારી પર સૂએ છે. હજુ તો માંડ પહેલી રાતની ઊંઘમાં આંખ મીંચાઈ હોય ત્યાં તો તેઓ ઊઠીને પશ્ચાત્તાપના ઓરડામાં ઠંડી લાદી ઉપર આખી રાત ઘૂંટણિયે પડીને કે ઊંધાં સૂઈને પ્રાર્થના કરતાં-કરતાં કાઢે છે.

પેલા પુરુષો હતા. આ સ્ત્રીઓ છે. પેલાઓએ લૂંટ કરી છે, ખૂન કર્યાં છે,

ચોરી કરી છે, દગાબાજી કરી છે – આ સ્ત્રીઓએ શા ગુના કર્યા છે ? એકેય નહિ.

એક બાજુ જગતના તમામ દુર્ગુણોની મૂર્તિઓ છે, બીજી બાજુ નિર્દોષતાની મૂર્તિઓ છે.

બંને ગુલામીનાં ધામો છે. પણ એકમાં ભાગવા માટેય અવકાશ છે. તેમાં અમુક મુદતે છૂટા થવાનીય આશા છે, બીજામાં તો કેવળ મૃત્યુ પછી જ મુક્તિની આશા છે.

પહેલી દુનિયામાં જગત પરનાં વેર-તિરસ્કારનાં જંતુઓ ઊછરે છે. બીજી દુનિયામાંથી ઈશ્વર તરફની ભક્તિ અને પ્રેમ પ્રગટે છે.

પહેલી દુનિયામાં માણસ પોતાનાથી થયેલી ભૂલનો બદલો વ્યાજ સાથે ચૂકવે છે. આ સાધ્વીઓ કોની ભૂલનો બદલો પોતાની જાત ઉપર યાતનાઓ લાદીને આપે છે ?

જિન-વાલજિન વિચારે ચડી જતો. તેને થતું કે આ નિર્દોષ સાધ્વીઓ દુનિયાનાં પાપકર્મોનું પ્રાયશ્ચિત્ત પોતાના દેહદમનથી કરી રહી છે. તેમને દુનિયા પર તિરસ્કાર નથી, પણ દુઃખી અને પાપી દુનિયા પરની કરુણા તેમનામાં ભરેલી છે અને અહીં તે કરુણા ઈશ્વર તરફના પ્રેમમાં પ્રગટ થાય છે.

મધરાતે કોઈ વાર તેની ઊંઘ ઊડી જતી. ઊંડે-ઊંડેથી આવતો કોઈ સાધ્વીનો કરુણ સ્વર તેના કાન પર પડતો. તેમાં કેટલી આર્દ્રતા, કેટલી વેદના નીતરતી ! જિન-વાલજિનના હૃદયમાં આ સ્વર જાણે કે જગતના ઊંડાણમાંથી ઊઠતો આર્તનાદ લાગતો. જાણે દુનિયા આ કોઈ પરમતત્ત્વને રડતે હૈયે પોકારી રહી છે.

જિન-વાલજિનને લાગ્યું કે દૈવે આ દુનિયામાં – આ બીજા જ પ્રકારના કારાગારમાં – તેને લાવી મૂક્યો તેમાંય કાંઈક હેતુ હશે. જગતના અન્યાય સામે તિરસ્કારનાં બીજ તેના હૃદયમાં ફરી અંકુર ધારણ કરે તે પહેલાં આ કેવળ બીજાઓનાં જ પાપોનું પ્રાયશ્ચિત્ત કરતી-કરતી પોતાની આખી જિંદગી બાળીને ભસ્મ કરી નાખતી સાધ્વીઓએ તેના તે અંકુરોને બાળીને ભસ્મ કરી નાખ્યા. પેલા પાદરીએ તેનામાં પવિત્રતા જગાડી, કોઝેટે તેનામાં પ્રેમ જગાડ્યો, આ મઠે તેનામાં નમ્રતા જગાડી.

તેની આસપાસની આ નવી જ સૃષ્ટિ – આ શાંત એકાંત વાડી, આ હવામાં નાચતાં ને સુગંધ ફેલાવતાં ફૂલડાં, આનંદના ફુવારા ઉડાડતી બાળાઓ, શાંત અને મૌનવ્રતધારી સાધ્વીઓ, ભવ્ય દેવળ તેનામાં નવીન પ્રાણનો સંચાર કરતાં હતાં. ફૂલોએ, રમતી બાળાઓએ, આ સાધ્વીઓએ અને આખા મઠે જીવનમાં ઉદારતા, આનંદ, શાંતિ રેડ્યાં.

જીવનના એક વારના કટોકટીના કાળે – જે વખતે દુનિયા આખી તેને હડધૂત કરીને કાઢતી હતી, ત્યારે – એક સાધુએ પોતાનાં દ્વાર તેને માટે ખોલ્યાં હતાં. આવી જ એક બીજી કટોકટીને વખતે જ્યારે દુનિયાની નીતિના ચોકીદારો તેની પાછળ શિકારની જેમ પડ્યા હતા, ત્યારે – આ મઠે તેના પોતાના ખોળામાં આશ્રય આપ્યો. જો આ વખતે આ મઠે તેને આશ્રય ન આપ્યો હોત તો ફરી પાછો એ પેલા ગુનાઓનાં જીવડાંને ઉછેરનાર ખાબોચિયામાં જઈને પડ્યો હોત. તેનું સમસ્ત ચિત્ત દુનિયામાં રહેલા પરમ મંગલ તરફ આર્દ્રભાવે ઝૂકી રહ્યું.

*

આ પ્રમાણે કેટલાંક વરસો વીતી ગયાં. કૉઝેટ મોટી થવા લાગી.

દુખિયારાં

ખંડ - ૨

૧. 'રેઢિયાળ'

પારીસ એક અજબ નગરી છે. દુનિયા આખીની અજાયબીઓનું તે સંગ્રહસ્થાન છે, પણ તે સંગ્રહસ્થાન જેવી જડ ગોઠવેલી સૃષ્ટિ નથી, પરંતુ જીવતી-જાગતી એક નાનકડી દુનિયા જ છે. અહીં દુનિયાની તમામ વિચિત્રતાઓ, વિશિષ્ટતાઓ, સુખો, દુઃખો, સંતો, દુષ્ટો, દાતાઓ, ચોરો, અમીરો, ગરીબો, મહેલાતો ગંધાતી કોટડીઓ, વિશાળ રાજમાર્ગો, સાંકડી અંધારી ગલીઓ, અભ્યાસ-પરાયણ દેશ-પરદેશના વિદ્યાર્થીઓ, રેઢિયાળ છોકરા આ બધુંયે એકીસાથે આપણને જોવા મળે. બધાંય શહેરોમાં ઓછેવત્તે અંશે આ બધું હોય છે, પણ જેમ શહેર મોટું તેમ આ બધાં દ્વંદ્વો વધારે પ્રમાણમાં જોવા મળે. પારીસ તે કાળે દુનિયાની સંસ્કૃતિનું પાટનગર ગણાતું. તેમાં આ સંસ્કૃતિનાં તમામ સર્જનો ઉપર ગણાવ્યાં તે જોવા મળતાં.

પણ આ બધાંમાં શહેરની સંસ્કૃતિનું એક અદ્વિતીય સર્જન આપણું ખાસ ધ્યાન ખેંચે છે. આ સર્જનકૃતિને કોઈ એક જ શબ્દમાં વર્ણવવી મુશ્કેલ છે, પણ છતાંય વર્ણવવી પડે તો તે 'રેઢિયાળ' શબ્દથી જ વર્ણવી શકાય. આ શહેરનું જ પોતાનું સર્જન છે. જંગલમાં જેટલા આનંદથી પંખી કિલ્લોલ કરતાં દેખાય છે તેટલા જ આનંદથી રેઢિયાળ છોકરો પારીસની ગલીઓમાં ભટકતો હોય છે. તે ભૂખ તથા દુઃખને લીધે દૂબળો, પાતળો, ફિક્કો હોય છે, પણ તેના મોઢા પર આનંદ હોય છે. તેના ગળામાં સંગીત ગુંજતું હોય છે. તેની ચાલમાં લહેરી લાલાની છટા હોય છે. તેને ઘરબાર હોતાં નથી. માબાપે તેને ગમે તે કારણે લાત મારીને ઘર બહાર કાઢી મૂક્યો છે. તેને માટે ઘરનાં બાર બંધ છે, પણ પારીસની ગલીઓ તેને માટે ખુલ્લી છે. અને તેને મન તે જ તેનું ઘર છે. તે ગમે તે રીતે બે ટંકનું ખાવાનું મેળવી લે છે. આવતી કાલની તેને ફિકર નથી. તે જો સારું નાટક હોય (સારું તેની દૃષ્ટિએ) તો તે જોવું ચૂકતો નથી. તેના પગમાં જોડા ન હોય, કોટ ફાટી ગયો હોય, માથા પર હેટ ન હોય, સૂવા માટે માથે છાપરું ન હોય કે શરીર નીચે પથારી ન હોય છતાં તે બાર વરસની ઉંમરનો છોકરો એક ફિલસૂફની તટસ્થતાથી જીવનના દરેક પ્રસંગમાંથી આનંદ ચૂસી શકે છે. તેના બાપનો ઘૂંટી સુધી આવે તેવડો ફાટલો કોટ, કોઈ બીજા બાપાનો કાનની નીચે ઊતરી જાય

એવડો હેટ, અને કોઈકનાં ઊતરેલાં પાટલૂનો ધૂળ સાથે ઢસડતો-ઢસડતો મોઢેથી સીટી વગાડતો રસ્તામાં જે મળે તેની મશ્કરી કરતો તે ભટક્યા જ કરતો હોય છે. ગામના દરેક બદમાશ-ચોરને તે જાણતો હોય છે. સારામાં સારા નાટકના અભિનેતાઓને તે પૂરેપૂરો પિછાનતો હોય છે. તેની પોતાની ખાસ ભાષા હોય છે. નાટક-કંપનીના ઉતારમાં ઉતાર ગીતો તે લહેરથી ગાતો હોય છે, પણ તેની ઉંમરને સહજ તેવી નિર્દોષતા ભરેલી છે. શહેરની સમસ્ત અધમતાનો અગ્નિ, જીવનના નિર્દોષ પ્રભાતનો પ્રકાશ – આ બે તેજને ભેગાં કરો અને તેમાંથી એક નવું સર્જન થશે – તે જ આ 'રેઢિયાળ.'

કોઈક વાર તેને ઘર સાંભરે છે, કારણ કે ત્યાં તેની મા છે પણ તેને મજા તો શેરીમાં જ આવે છે, કારણ કે ત્યાં તે આઝાદ છે. તેને હાથચાલાકી આવડતી હોય છે, અને તે જ તેના બે ટંકના આહારનું સાધન છે, પણ બે ટંકનું મળી ગયા પછી તેને કોઈનાં ખિસ્સાં તપાસવાની પડી નથી હોતી.

આ 'રેઢિયાળ' શહેરનું મોટું કલંક છે. તૂટીને છિન્નભિન્ન થઈ જતી કુટુંબ-સંસ્થાના ઘટકની રઝળતી ઠીકરીઓ જેવાં આ છોકરાં (આમાં છોકરીઓ પણ હોય છે.) સંસ્કૃતિના ઝાકઝમાળવાળા થરની નીચે દટાઈને અદશ્ય થઈ જાય છે.

ફ્રાંસનો રાજા ચૌદમો લૂઈ ભારે દીર્ઘદષ્ટિવાળો ને અતિ ઉત્સાહી હતો. તેણે નક્કી કર્યું કે ફ્રાંસનું નૌકાસૈન્ય ખૂબ વધારવું જોઈએ. જગતનાં મહાસામ્રાજ્યોમાં તો જ ટકી શકાય તેમ હતું, પણ નૌકાદળ કેમ વધારવું ? વહાણો ખૂબ બાંધવાં તે જ ઉપાય હતો. પણ વહાણો ચલાવવાં કઈ રીતે ? પવન પર આધાર રાખીને ચાલનારાં સઢવાળાં વહાણો લડાઈમાં કામ ન આવે, કારણ કે લડાઈ ચાલતી હોય ત્યારે પવન પણ ચાલ્યા જ કરે એવું ન બને એટલે બીજો ઉપાય એ કે વહાણને કોઈ પણ રીતે ચલાવવાની વ્યવસ્થા કરવી. તે વખતે વરાળની શોધ થયેલી નહિ એટલે બીજો ઉપાય હલેસાંનો હતો. હલેસાં માટે વહાણમાં હલેસાં મારનાર માણસો જોઈએ, અને તે માણસો યંત્રવત્ કામ કરે તેવા જ જોઈએ – એટલે કે ગુલામો જોઈએ. એ ક્યાંથી કાઢવા ? કેદીઓની સંખ્યા આ માટે પૂરતી ન થાય. એટલે રાજ્યના અમલદારોને 'રેઢિયાળ' છોકરાંને પકડી જઈને કામે વળગાળી દેવાની સૂચનાઓ મળી. છોકરાંઓ ઓચિંતા ગુમ થવા લાગ્યાં. એટલે કોઈકોઈ માબાપોએ પોતાનાં છોકરાં ગુમ થવાની ફરિયાદ કરી. આવી બહુ ફરિયાદ આવવા લાગી એટલે રાજા વચ્ચે પડ્યો અને તેને માટે ફાંસીની આકરી સજા ફરમાવી. ફાંસી કોને ? છોકરાં લઈ જનાર અમલદારને કે ? ના ફરિયાદ કરનાર માબાપોને !

*

આપણી વાતોના પ્રથમ ખંડના છેલ્લા બનાવને આજે આઠ-નવ વરસ વીતી

ગયાં છે. પારીસમાં કૉઝેટને લઈને આવ્યા પછી જિન-વાલજિને પહેલુંવહેલું જે લત્તામાં ઘર રાખ્યું હતું તે લત્તામાં એ જ દસ-અગિયાર વરસનો છોકરો – 'રેઢિયાળ' વર્ગનો – આખો દિવસ ભટકતો જોવામાં આવતો. કોઈકનું પાટલૂન, કોઈકની કોટ. કોઈકનો હેટ, અને તે પણ તેના કરતાં દોઢા માપનો, પહેરીને પાટલૂનના ખિસ્સામાં હાથ રાખીને તે ફર્યા કરતો. આશ્ચર્યની વાત એ હતી કે તેની મા અને બાપ બંને હતાં, પણ બાપને તેનો વિચાર કરવાની ફુરસદ નહોતી. માને તેના તરફ જરાય પ્રેમ ન હતો. છતે માબાપે અનાથ એવો આ છોકરો તે લત્તાના દયાળુ લોકોની દાનવૃત્તિ પર નભ્યે જતો હતો. ઘરમાંથી લાત ખાઈને બહાર ફંગોળી દેવામાં આવેલું આ બાળક પોતાની મેળે પાંખો ફફડાવીને પોતાનો ચારો શોધવા લાગ્યું હતું.

પણ તોય બે-ત્રણ મહિને તેને મનમાં થતું કે, 'લાવ, મા પાસે જઈ આવું.' તે એક પછી એક ગલી ઓળંગતો એક મકાન પાસે આવીને ઊભો રહેતો. આ મકાન આપણે એક વાર જોયું છે. તેના પર હજી 50/52 નંબર લખેલો છે. જિન-વાલજિને આ જ જગ્યાએ પોતાનો આશરો લીધેલો.

આ મકાન ઉજ્જડ જેવું હોવા છતાં તેમાં વસ્તી રહ્યા જ કરતી. ઉજ્જડ જગ્યામાં જ વસ્તી શોધનાર વર્ગ દુનિયામાં હોવાનો જ. આવા જ વર્ગનો એક ભાડૂત પોતાના કુટુંબ સાથે આ મકાનના એક ઓરડામાં રહેવા આવ્યો હતો. જિન-વાલજિનના વખતની આ મકાન સાચવનારી ડોશી મરી ગઈ હતી, પણ તેની જગ્યાએ તેને જ મળતી બીજી ડોશી આવી ગઈ હતી અને તેણે પોતાની પહેલાંની ડોશીની તમામ પ્રથાઓ સાચવી રાખી હતી. તે ભાડું ઉઘરાવનાર, માળી, રસોયણ વગેરે તમામ કામ કરતી.

પણ હમણાં જે નવો ભાડૂત ત્યાં રહેવા આવ્યો હતો તેને નોકર કે રસોઇયો રાખવાની જરૂર નહોતી. તે ભાડૂતે પોતાનું નામ જોન્દ્રેટ છે એમ જણાવ્યું હતું. આ ડોશી આવાં વિચિત્ર નામોથી ટેવાઈ ગયેલી હતી એટલે એણે આ બાબતમાં વધારે ઊંડા ઊતરવાની તકલીફ નહોતી લીધી. આ જોન્દ્રેટ પોતાની સ્ત્રી અને બે દીકરીઓ સાથે ઉપરના ભાગના છેલ્લા ઓરડામાં રહેતો હતો. તેણે પેલી ડોશીને સૂચના આપી રાખી હતી કે કોઈ માણસ આ મકાનમાં કોઈ પોલંડવાસી ઇટાલવી કે સ્પેનવાસી રહે છે. એમ પૂછતા આવે તો મને ખબર આપવા. તેને મારું જ કામ હશે.

આ કુટુંબ તે જ આપણા રેઢિયાળ છોકરાનું કુટુંબ હતું. છોકરો ઘરમાં આવતો, પણ તેના તરફ કોઈનું ધ્યાન ખેંચાતું નહિ. ઘરના ખૂણામાં જેમ સગડી સાવ ઠરી ગયેલી પડી રહેતી, તેવાં જ તેનાં માબાપનાં હૃદયો ઠંડાંગાર હતાં. તેને પૂછતા : "ક્યાંથી આવ્યો ?" તે જવાબ આપતો : "શેરીમાંથી." તે થોડી વાર બેસીને જવા ઊઠતો ત્યારે તેને પૂછતાં : "ક્યાં જાય છે ?" છોકરો જવાબ દેતો : "શેરીમાં."

સૂર્યના પ્રકાશ વિના જેમ લીલો કુમળો છોડ હિજરાઈ જાય તેમ આ છોકરો માબાપના પ્રેમ વગર ઠીંગરાઈ ગયો હતો. તેને ખબર નહોતી પડતી કે તેના જીવનમાં શું ખૂટે છે. માબાપ કેવાં હોવાં જોઈએ તેનું તેને જ્ઞાન ન હતું એટલે તેને કોઈના તરફ તિરસ્કાર ન હતો. તેને હતું કે આમ જિવાતું હશે.

હા, એક વાત રહી ગઈ. આ છોકરાનું નામ ગાવરોશ હતું. આવું વિચિત્ર નામ કેમ હશે ? પણ તેના બાપનું નામ જોર્દ્રેટ હતું એ ક્યાં ઓછું વિચિત્ર છે !

ફાટી ગયેલાં કપડાંનાં ઊડતાં ચીંદરડાંની જેમ ગાવરોશ પારીસની ગલીઓમાં રખડ્યા કરતો હતો.

જોર્દ્રેટ એ ઘરમાં સૌથી છેલ્લા ઓરડામાં રહેતો હતો. તેનાથી આગળના એવા જ એક ભંડકિયામાં એક ગરીબ જુવાન રહેતો હતો. તેનું નામ મેરિયસ હતું.

આ મેરિયસ વિશે પણ થોડુંક જાણી લઈએ.

૨. મેરિયસ

પારીસના એક સર્જન ‘રેઢિયાળ’ને આપણે જોયો. હવે બીજું સર્જન જોઈએ.

મેરેઈસ પરાની કેલ્વેરી શેરીના ઘર નં. ૬માં અઢારમા સૈકાના જીવતા-જાગતા અવશેષસમો એક બુઢ્ઢો ગૃહસ્થ રહેતો હતો. અત્યારે તેની ઉંમર નેવું વરસની હતી, પણ હજી તેના બત્રીસે દાંત સાજા-સારા હતા. તેના અવાજમાં ગર્જનાનું જોર હતું. તે હજી પણ ફક્ત વાંચતી વખતે જ ચશ્માંનો ઉપયોગ કરતો હતો. હજી તેનામાં જુવાનીની રસિકતા હતી. પારીસની ‘ફક્કડ’ મનોવૃત્તિ તેનામાં હતી. તે હસતો ત્યારે તેનું આખું મોઢું હસી ઊઠતું અને જ્યારે ગુસ્સે થતો ત્યારે આસપાસનું વાતાવરણ થથરાવી નાખતો. ઓગણીસમા સૈકામાં પણ તેણે અઢારમા સૈકાના અમીર-ઉમરાવોની રીત-રસમો જાળવી રાખી હતી. એક કાળે તેની જુવાનીમાં તેની પાસે પુષ્કળ સંપત્તિ હશે. આજે હવે તે પૈસેટકે ઘસાઈ ગયેલો દેખાય છે. તેનું મોટું, પણ જીર્ણ થઈ ગયેલું મકાન, તેનો સારવારના અભાવે સુક્કો બની ગયેલો બગીચો – એ બધાં તેની સાક્ષી પૂરતાં હતાં, પણ પોતાના શરીર ઉપર આ ઘસારાનો અંશ પણ ન દેખાય તેની કાળજી તે રાખતો હતો આજે પોણા સૈકાથી એક જ હજામ-કુટુંબ ત્રણ કે ચાર પેઢીથી રોજ નિયમિત રીતે સવારમાં તેની હજામત કરે છે. તેમાં એક દિવસ પણ પડે તે તો તે ગૃહસ્થ માટે અસહ્ય છે. તેનો પોશાક ધોબીનો ધોયેલો જ હોય. તે રોજ સાંજે અચૂકપણે એંસી વરસની ઉંમર સુધી મંડળમાં જતો. તે પછી તેને આ મંડળના બાલિશ સભ્યોમાં રસ ન રહ્યો એટલે તેણે જવાનું બંધ કર્યું હતું અને પોતાના મકાનના બગીચામાં તે રાત સુધી ફર્યા કરતો.

તેણે પોતાના જીવનમાં અનેક રાજકીય ઊથલપાથલ જોઈ નાખી હતી. પંદરમા લૂઈથી માંડીને તેણે ફ્રાંસની રાજક્રાંતિ, તેનો અંત, અને પછી સ્થપાયેલી રાજાશાહી જોઈ. છતાં તે એમ જ માનતો કે રાજા એ જ દેવ છે. રાજા પ્રત્યેની વફાદારી તે જ મહાન ગુણ છે. ફ્રાંસીય રાજક્રાંતિ એ મૂર્ખાઈનું પ્રદર્શન હતું.

તેના જીવનની ફિલસૂફી પણ ઑર હતી. જીવનમાં એક જ સ્ત્રી સાથે જીવનભર જોડાઈ રહેવું તેને તે નિર્બળતા માનતો. કાયદેસર એક પત્ની સાથે હોય તેની સામે તેને વાંધો ન હતો, પણ અનેક સ્ત્રીઓ સાથે પ્રેમસંબંધ હોવા તેને તે જીવનનો

એક આનંદ ને અધિકાર માનતો અને તેણે તે પ્રમાણે જીવનમાં આચરી બતાવ્યું હતું. કાયદેસરની સ્ત્રી આ અધિકારમાં આડે ન આવે તે માટે પણ તેણે ઉપાય વિચારી રાખ્યો હતો – પૈસાની કોથળીનું મોઢું તેની આગળ ખુલ્લું મૂકી દેવું એ આવા સંબંધોમાંથી ઊભી થતી તમામ આંટીઘૂંટીનું નિવારણ હતું એમ તે માનતો. અલબત્ત, આને પરિણામે જ તે દહાડે થેલીનું મોઢું આપોઆપ સાંકડું થવા લાગ્યું હતું, પણ તેને તેણે બહાદુરીપૂર્વક નિભાવી લીધું હતું અને પોતાના આનંદનો અધિકાર તેણે પડતો નહિ મૂકેલો.

તે બે વાર પરણેલો. તે પત્નીઓને ગુજરી ગયે પણ આજે જમાનો વીતી ગયો હતો. તેને સંતાનમાં ફક્ત બે જ પુત્રીઓ હતી. તેમાંથી નાની પુત્રી તેની જુવાનીમાં તેના પિતાની ઇચ્છા વિરુદ્ધ એક જુવાન સાથે પરણી હતી, પણ મોટી દીકરી કુંવારી જ રહી હતી. અત્યારે તે લગભગ ડોશીની ઉંમરની મર્યાદામાં આવી ગઈ હતી, તોપણ તેના નેવું વરસના બાપને મન તે આઠ વરસની છોકરી હોય તેમ તેને વાતવાતમાં ધમકાવી નાખતો અને તે બુઢ્ઢી કુમારિકા તેના પિતાની ધાકથી ધ્રૂજી ઊઠતી. તેને મન આ ઘર એ જ દુનિયા હતી. પિતાને સાચવવા એ જ કર્તવ્ય માત્ર હતું. તેને પોતાના સ્વતંત્ર જીવન જેવું કાંઈ હોય એમ દેખાતું જ ન હતું. તેણે જુવાનીનો ઉન્માદ અનુભવ્યો હોય એમ અત્યારે તો લાગતું ન હતું. વરસોના એકધારા જીવને તેના સ્વભાવના તમામ ખૂણાઓને ઘસીને તેનું મન લીસું બનાવી દીધું હતું અને તે જીવનના એકધારા પ્રવાહમાં દડ્યે જતું હતું.

એક ભૂતકાળના ગર્વિષ્ઠ પ્રતિનિધિસમો નેવું વરસનો બુઢ્ઢો અને આ સાઠેક વરસની બુઢ્ઢી તેની દીકરી – બંને એકબીજાને આધારે આ નાનકડા ઘરમાં એકધારું જીવન ગાળી રહ્યાં હતાં.

તે બંનેનાં જીવનને સાંકળનાર એવો એક બાળક પણ આ ઘરમાં રહેતો હતો. બાળક તે વૃદ્ધની નાની દીકરીનો દીકરો હતો. તે ઘરમાં હોવા છતાં તેનું અસ્તિત્વ દેખાય તેમ ન હતું, કારણ કે તેના દાદાની ધાકે તે આખો દિવસ મૂંગો જ રહેતો. દાદા તેને બદમાશ-લુચ્ચા એ સંબોધનથી જ સંબોધતા. બાળકને મન એ દાદા સર્વસત્તાધીશ દેવસમા હતા.

આ છોકરો નાનપણથી જ તેના દાદા તથા માસી પાસે રહેતો હતો. તેની મા આ બાળકને નાનો મૂકીને મરી ગઈ હતી અને તેના બાપ પાસે આ બાળકને એક ઘડીભર પણ ન રહેવા દેવા માટેનો તેના દાદાનો આગ્રહ હતો. તેનું કારણ પણ જાણવું જરૂરી છે.

આ વૃદ્ધ ગૃહસ્થ ગિલનોર્માં ખાનદાન કુટુંબનો હતો. તેની દીકરી એક સામાન્ય કુટુંબના અને વળી લશ્કરના સામાન્ય સિપાઈની સાથે લગ્નબંધનથી જોડાઈ ત્યારથી

તેને મન પોતાની દીકરી મરી ગયા સમાન જ હતી, પણ જ્યારે તે દીકરી એક
બાળકને મૂકીને સાચોસાચ મરી ગઈ ત્યારે તરત જ તેણે તે છોકરાને પોતાની
પાસે બોલાવી લીધો. તેણે પોતાના મુફલિસ જમાઈને ધમકી આપી કે જો તે બાળકને
પોતાને હવાલે નહિ કરી દે તો પોતાના તમામ વારસા ઉપરથી આ બાળકનો
હક્ક ઊઠી જશે. તેનો જમાઈ – તેનું નામ જૉર્જ પોન્ટમર્સી હતું – બહુ જ સામાન્ય
સ્થિતિનો હતો. નાનપણથી જ લશ્કરમાં તેણે જિંદગી કાઢી હતી. ફ્રાંસીય રાજક્રાંતિમાં
તે રાજા પક્ષે રહીને લડ્યો હતો. નેપોલિયનની વિજયયાત્રામાં પણ તે આખું યુરોપ
ઘૂમી વળ્યો હતો. તે કર્નલની પદવી સુધી પહોંચી ગયો હતો. વૉટર્લુની લડાઈમાં
પણ તે મરતો-મરતો બચ્યો હતો. તેના મોઢા પર તલવારના ઘાનું નિશાન હતું.
લગભગ અપંગ હાલતમાં તે નોકરી કરી શકે તેમ ન હતું. તેને અડધા પગારનું
પેન્શન બાંધી આપવામાં આવ્યું હતું. તેને આધારે તે પોતાનો, પોતાની વહાલસોયી
પત્નીનો તથા એકના એક બાળકનો નિર્વાહ કરતો હતો. નેપોલિયનના સેંટ હેલિનામાં
થયેલ કરુણ અંતનું વર્ણન સાંભળી તેનું દિલ રડી ઊઠતું હતું. પોતાના યુદ્ધના
મેદાનનાં પરાક્રમોનાં સ્મરણોમાં તે પોતાના દિવસો ગુજારતો હતો તેવામાં તેની
પત્ની ગુજરી ગઈ. એ એક આઘાત બસ ન હોય તેમ તરત જ પોતાના સસરાએ
ધમકી આપીને પોતાના એકના એક આશ્વાસનસમા બાળકને પણ ખેંચી લીધો.
એકલો-અટૂલો તે વરનોન નામના ગામડામાં અપંગ જીવન ગાળવા લાગ્યો.

છોકરો પોતાની માસી પાસે મોટો થવા લાગ્યો. વૃદ્ધ ડોસાએ પોતાના જમાઈ
સાથેના તમામ સંબંધો તોડી નાખ્યા હતા. તેને મન તે રખડુ, હલકો અને ઠેકાણા
વગરનો હતો.

પણ છોકરાની માસીના સ્ત્રી-હૃદયમાં થોડીક નિર્બળતા હતી. તે તેના બાપથી
છાની રીતે કોઈક-કોઈક વાર પ્રાર્થનાના દિવસે આ છોકરાના બાપને છોકરાનું મોઢું
જોવાની વ્યવસ્થા એક દેવળના ચોકીદાર મારફતે કરતી. બાળક જેમજેમ મોટો
થવા લાગ્યો તેમતેમ તેને ખબર પડવા લાગી કે તેને એક પિતા છે. તે બાપ ઉપર
તે પોતાની માસી લખાવે તે રીતે વરસમાં બે વાર પત્ર લખતો અને તેના બાપ
તરફથી આવતા તમામ કાગળો તે છોકરાનો દાદો સીધા પોતે જ લઈ લેતો ને
વાંચ્યા વગર ખિસ્સામાં નાખી દેતો.

એનો અર્થ એમ નથી કે તે ડોસાને પોતાના પૌત્ર તરફ પણ તિરસ્કાર હતો.
તેણે પોતાના પૌત્રના જીવનમાંથી અસંસ્કારી બાપનું કોઈ પણ લક્ષણ ન રહે તે
માટે તેના પર ઘણું જ કડક નિયમન રાખ્યું હતું. એની સાથે તેને સારામાં સારા
શિક્ષકના હાથ નીચે કેળવણી મળે તેવો પ્રબંધ પણ કર્યો હતો. તેને તેની માસી
જરા પણ લાડ ન લડાવે તે માટે તે કાળજી રાખતો હતો અને પોતે પણ તેના

વર્તન ઉપર કડક દેખરેખ રાખતો.

ઈ.સ. 1827માં મેરિયસ અઢાર વરસની ઉંમરનો થયો. કૉલેજ સુધીનો અભ્યાસ કરીને તે કાયદાનો અભ્યાસ કરવા લાગ્યો હતો. તે પાક્કો રાજભક્ત હતો. રાજા તેને મન ઈશ્વરસમાન હતો. તેનામાં પોતાની માન્યતાનું ઝનૂન પણ હતું અને જીવનમાં કોઈ જાતનો શોખ કે વ્યસન તેને ન હતું. તેના દાદા તરફ તેને ખાસ પ્રેમ ન હતો. થોડોક ભય-આદર હતો. તેના પિતા માટેનું સ્થાન તેના હૃદયમાં ખાલી હતું. સમજણો થયો ત્યારથી તેની માસીએ પેલી ખાનગી મુલાકાતો પણ બંધ કરી દીધી હતી.

એક દિવસ સાંજે ભણીને ઘરમાં આવ્યો ત્યારે તેના દાદાએ તેને બોલાવ્યો. તે દાદાના ઓરડામાં ગયો ત્યારે દાદા ખુરશી પર હાથમાં કાગળ લઈને બેઠા હતા.

"મેરિયસ, તારે આજે જ વરનોન જવાનું છે."

"કેમ ?"

"તારા બાપને મળવા."

મેરિયસના શરીરમાં ધ્રુજારી પસાર થઈ ગઈ. તેના દાદા પાસેથી આ વાક્ય સાંભળવાની તેણે કદી કલ્પના જ નહિ કરેલી. જે પિતા તેને મન કેવળ એક હવાઈ કલ્પના જ હતા તેને પ્રત્યક્ષ મળવાની વાત તેના દાદાએ કેમ કરી હશે ? વળી તેના પિતા તેની કલ્પનાના પિતા કરતાં પણ એક રાજદ્રોહી અને રખડુ સૈનિક હતા. તેના દાદાએ તેને આ વાત બરાબર સમજાવી દીધી હતી. તેને તેના પિતાને મળવાનો ઉત્સાહ તો જરાય ન હતો. ઊલટો તે મળવા માટે નારાજ હતો.

તેણે કાંઈ જવાબ ન આપ્યો. દાદાએ કહ્યું :

"તેની તબિયત નરમ થઈ ગઈ હોય એમ લાગે છે. તને બોલાવ્યો છે." થોડી વાર શાંત રહી વળી તે બોલ્યા : 'કાલે-સવારે ઊપડવાનું છે. છ વાગ્યે એક ટપ્પો વરનોન જવા ઊપડે છે' તેમાં જજે. લખે છે કે ઉતાવળનું કામ છે."

દાદાએ હાથમાંના કાગળને ચોળીને ખિસ્સામાં મૂકી દીધો. અલબત્ત, સાંજે પણ ટપ્પો તો મળી શકે તેમ હતું, પણ તેની તપાસ કરવા જેટલી દાદાને કે મેરિયસને કોઈને ઉતાવળ ન હતી.

બીજે દિવસે સાંજે મેરિયસ વરનોન ગામમાં પહોંચ્યો. તેણે પોન્ટમર્સીના મકાનની પૂછપરછ કરી. કોઈએ તેને એક નાનકડું ઘર ચીંધ્યું.

તેણે બારણે ટકોરો માર્યો. એક સ્ત્રી હાથમાં બત્તી લઈને બારણું ઉઘાડીને ડોકાઈ.

"પોન્ટમર્સી અહીં રહે છે ?"

સ્ત્રી કાંઈ બોલ્યા-ચાલ્યા વગર ઊભી રહી.

''આ ઘર તેમનું ?

સ્ત્રીએ ડોકું હલાવી હા પાડી.

''મારે તેમને મળવું છે.''

સ્ત્રીએ ડોકું હલાવી ના પાડી.

''પણ હું તેમનો પુત્ર છું.''

''હવે કાંઈ કામ નથી,'' સ્ત્રીએ કહ્યું. મેરિયસે જોયું કે તે સ્ત્રીની આંખમાં આંસુ હતાં. તેણે આંગળી વડે એક ઓરડો બતાવ્યો. મેરિયસ ઓરડામાં દાખલ થયો. ઝાંખા બળતા દીવાના પ્રકાશમાં તેણે જોયું તો બે માણસો મૂંગામૂંગા સામસામી ખુરશી પર બેઠા હતા અને વચ્ચે જમીન પર એક આદમી ચત્તોપાટ પડ્યો હતો. ખુરશી પર બેઠેલા બંને જણ પાદરી અને ડૉક્ટર હતા. જમીન પર મેરિયસના પિતાનું શબ હતું.

મેરિયસના પિતાને ત્રણેક દિવસ પહેલાં ઓચિંતો જ મગજનો તાવ શરૂ થઈ ગયો. તેણે તરત જ પોતાના સસરાને કાગળ લખીને મેરિયસને મોકલવા જણાવ્યું, બીમારી એકાએક વધી ગઈ. આગલે દિવસે સાંજે સનેપાત શરૂ થયો. પથારીમાંથી ઊછળીને તે ચાલવા લાગ્યો :

''મારો પુત્ર હજી ન આવ્યો. હું તેને મળી આવું.'' તેના નોકરે તેને પકડવા ઘણી મહેનત કરી. પોન્ટમર્સી ઓરડાની બહાર નીકળતાં જ ફસકાઈ પડ્યો. જમીન પર પડતાંની સાથે જ તેના પ્રાણ ઊડી ગયા. ડૉક્ટર તથા પાદરી બંને મોડા પડ્યા તેનો પુત્ર પણ મોડો પડ્યો.

મેરિયસે તેના પિતાના શબ તરફ જોયું. તેના ફિક્કા બરફ જેવા ચહેરા ઉપર આંખની નીચે એક મોટું આંસુ ઝબકતું હતું. પોતાના પુત્રની ઝંખનાનું એ એક જ માત્ર અવશેષ હતું. તેની આંખો ફાટી ગયેલી હતી.

મેરિયસે જીવનમાં સમજણો થયા પછી પહેલી જ વાર અને છેલ્લી વાર આ આદમીને જોયો. તેનું પડછંદ શરીર, તેના મોઢા પરના તલવારના ઘાના ચરકા, તેના સફેદ થઈ ગયેલા વાળ – આ બધું તે જોઈ રહ્યો. આ જ માણસ તેનો બાપ હતો. તે મૃત્યુ પામ્યો હતો. તેના મનમાં કોઈ જાતનો શોકનો કે દુઃખનો ભાવ ઊભો ન થયો – ફક્ત કોઈ પણ માણસના મૃત્યુથી જેટલું દુઃખ થાય તેટલું જ તેને દુઃખ હતું.

પણ ઓરડાનું વાતાવરણ શોકથી ભરપૂર હતું. નોકર હૈયાફાટ રોતો હતો. પાદરીના મુખમાંથી ડૂસકાં નીકળી જતાં હતાં. ડૉક્ટર પણ આંખો લૂછતો હતો. ભોંય પર ચત્તાપાટ પડેલા શબના ફિક્કા પડી ગયેલા ગાલ પર એક મોટું આંસુ હજી પણ દેખાતું હતું. હોલવાઈ ગયેલા આંખના રતનમાંથી તે હજી હમણાં

જ ટપક્યું હતું. તેનો પુત્ર હજી પણ ન આવ્યો, તેની વેદનાનું એ આંસુ હતું.

મેરિયસને આ બધું વિચિત્ર લાગ્યું. તે જરાક શરમાયો પણ ખરો. તેના હાથમાંની હેટ તેણે નીચે પડવા દીધી – જાણે કે તેનામાં એ હેટ ઉપાડવા જેટલી પણ સ્વસ્થતા નથી એમ બતાવવા માટે તેણે તે હેટને એમ ને એમ રહેવા દીધી. પણ વળી તેને થયું કે આમ શા માટે કરવું ? મેં શો ગુનો કર્યો છે ? મારા બાપ પ્રત્યે મને જરાય પ્રેમ નથી, પછી ઢોંગ શું કરવો ?

તેના પિતાએ પાછળ કાંઈ મૂક્યું ન હતું. ઘરનું રાચરચીલું વેચીને દફનક્રિયા માંડ થઈ શકે તેમ હતું. ફક્ત એક ચિઠ્ઠી તેના પુત્રને આપવા માટે તેણે ટેબલ પર મૂકી રાખી હતી. પોતાના હસ્તાક્ષરથી તેમાં લખ્યું હતું :

"મારા પુત્રને... બાદશાહ નેપોલિયને મને વૉટર્લુની લડાઈમાં પરાક્રમ માટે બેરન (ઉમરાવ)નો ઇલકાબ આપ્યો. આજે ફરી રાજાશાહી આવે છે ત્યારે પણ તે મારો વારસ આ બેરનનો ખિતાબ ધારણ કરીને જ ફરશે. ઇલકાબ મેં મારા લોહીથી મેળવ્યો છે. મને આશા છે કે મારો પુત્ર મારો એ ખિતાબ શોભાવશે." કાગળની પાછળ લખ્યું હતું : "અને બીજું, વૉટર્લુની લડાઈમાં એક હવાલદારે મારો જાન બચાવ્યો હતો. તેનું નામ થેનાર્ડિયર છે. મને એમ છે કે થોડા વખત પહેલાં તે પારીસથી થોડે દૂર કોઈ ગામમાં વીશી ચલાવતો હતો. જો મારો પુત્ર તેને મળે તો તે થેનાર્ડિયરની જેટલી સેવા થઈ શકે તેટલી કરે."

મેરિયસે પિતા પ્રત્યેની ફરજથી નહિ, પણ મરેલા માણસ પ્રત્યેના આદરથી તે કાગળ પોતાની પાસે રાખી લીધો.

નેપોલિયનના વફાદાર સૈનિકનો આ રીતે અંત આવ્યો. તેનું કાંઈ નિશાન પાછળ ન રહ્યું. તેની તલવાર તથા તેનું બખતર એક જૂનો સામાન વેચનાર તથા ખરીદનારને વેચી દેવામાં આવ્યાં. તેના નાનકડા બગીચામાંથી લોકો રોપાઓ ખેંચી ગયા. મેરિયસ ફક્ત બે જ દિવસ વરનોન રહ્યો. પાછો પારીસ આવીને પોતાના કાયદાના અભ્યાસમાં લાગી ગયો. ત્રણ દિવસમાં તો આ આખો પ્રસંગ મેરિયસ ભૂલી ગયો. ફક્ત તેણે પોતાની હેટ ઉપર એક કાળી રેશમી પટ્ટી રાખી હતી.

૩. ગૃહત્યાગ

મેરિયસ નાનપણથી જ અમુક ચોક્કસ ધાર્મિક ટેવોથી ટેવાયેલો હતો. નાનપણથી જ માસી સાથે તે દર રવિવારે જે દેવળમાં પ્રાર્થના કરવા જતો ત્યાં તે હજી પણ દર અઠવાડિયે એક વાર જવાનું ચૂકતો નહિ.

એક દિવસ નિયમ પ્રમાણે તે દેવળમાં ગયો. તે કાંઈક જુદા જ વિચારમાં ચડી ગયેલો. વિચારમાં ને વિચારમાં તે એક થાંભલાની ઓથે એક ખુરશી પાસે ઘૂંટણિયે પડીને પ્રાર્થના શરૂ થવાની રાહ જોતો હતો. હજી તો પ્રાર્થના શરૂ થઈ નહોતી ત્યાં એક વૃદ્ધ તેની પાસે આવ્યો ને બોલ્યો : "ભાઈ, આ મારી જગ્યા છે."

મેરિયસ તરત જ ખસી ગયો. તેણે જોયું તો ખુરશીની પીઠ પર લખ્યું હતું : 'શ્રી. મેબ્યુ, દેવળનો રખેવાળ.' ડોસો તે ખુરશી પર બેઠો

પ્રાર્થના પતી ગયા પછી મેરિયસ ચાલવા લાગ્યો. ત્યાં પેલો વૃદ્ધ તેની પાસે ગયો : "માફ કરજો, હોં ભાઈસાહેબ ! તમને મેં પ્રાર્થનામાં ભંગ પાડ્યો. અત્યારે પણ પાછો તમને રોકું છું તે માટેય માફ કરજો !"

"ના, ના, દાદા ! એમાં કાંઈ નહિ. માફી માગવાની જરૂર નથી."

"ના, મારે માટે તમારા મનમાં ખોટો ખ્યાલ બંધાય તે બરાબર નથી. મને એ જગ્યાએ જ પ્રાર્થના વખતે બેસવાનો આગ્રહ છે તેનું કારણ છે. એ જગ્યાએ છેલ્લાં દસ વરસથી હું નિયમિત રીતે બેસું છું. આ જ જગ્યાએ બે કે ત્રણ મહિને એક દુઃખી માણસ ખાનગી રીતે તેના એકના એક છોકરાનું મોઢું જોવા આવતો. ગમે તે કૌટુંબિક કારણ હોય, પણ પોતાના જ બાળકને તે ખુલ્લી રીતે મળી પણ નહોતો શકતો. તે નાનો બાળક નક્કી કરેલ વખતે આવતો. તે બાળકને ખબર પણ નહોતી કે આ તેનો બાપ છે. બાપ તે છોકરાને આ જ થાંભલા પાછળ ઊભો રહીને છાનોમાનો ધરાઈ-ધરાઈને જોતો ને રડી પડતો. તે પોતાના બાળકને પ્રાણથી પણ વધારે ગણતો. હું આ બધું જોતો ત્યારથી આ જગ્યા મારે મન એક પવિત્ર જગ્યા બની ગઈ છે. જોકે મારે ચોકીદાર તરીકે તો દેવળની બહારના બાંકડા પર બેસવાનું હોય છે. મારે એ ગૃહસ્થ સાથે થોડીઘણી ઓળખાણ પણ થઈ હતી. તેના સસરા જીવતા હતા. તેને એક ખૂબ પૈસાદાર સાળી હતી. આ સાળીનો તેમ

જ આ સસરાનો તમામ વારસો એ છોકરાને મળે તેમ હતું, પણ તેના સસરાએ એક જ શરતે તે વારસો તેના છોકરાને આપવાનું કબૂલ્યું હતું, અને તે એ કે છોકરાને પોતાની પાસે જ રાખવો. છોકરાના સુખની ખાતર તે ગૃહસ્થે પુત્ર-વિયોગનું દુઃખ વહોરી લીધું. અને વરનોન ગામમાં દુઃખી હાલતમાં તે રહેતો હતો. અહીં તે પોતાના છોકરાને છાનોમાનો મળવા માટે આવતો હતો અને આ જગ્યાએ તે પવિત્ર મુલાકાત થતી. મારો એક ભાઈ તે ગામમાં તેનો પાડોશી હતો. તેનું નામ કાંઈક પોન્ટમેરી કે મોન્ટપર્સી એવું હતું. મોઢા પર તલવારના ઘાનું મજાનું નિશાન હતું."

"પોન્ટમર્સી !" મેરિયસ ગભરાતો હોય તેમ બોલી ઊઠ્યો.

"બસ, એ જ નામ ! તમે એને ઓળખો છો ?"

"તે મારા પિતા હતા."

'ઘરડો ચોકીદાર પોતાના બેય હાથ ભેગા કરીને બોલી ઊઠ્યો. :

"તું જ તે છોકરો ? હા... જ તો ! હવે તો તું મોટો ભાયડો થઈ ગયો ! અહીં આવતો ત્યારે તો સાવ નાનો હતો ! તારા બાપનું તારા પર કેટલું હેત હતું, નહિ ?"

મેરિયસ ડોસાને તેના ઘર સુધી દોરીને લઈ ગયો. બીજે દિવસે તેણે પોતાના દાદાને કહ્યું :

"દાદા, મારા થોડાક મિત્રોએ શિકારે નીકળવાની ગોઠવણ કરી છે, ત્રણેક દિવસ માટે હું સાથે જાઉં ?"

"ત્રણ શું કામ, ચાર દિવસની રજા, જાઓ, લહેર કરો !" ડોસાને ખાતરી હતી કે મેરિયસ કોઈ છોકરીના જ શિકારની વાત કરતો હતો. ડોસો આ ઉંમરે પણ તેવા શિકારમાં પૂરો રસ ધરાવતો હતો.

મેરિયસ ત્રણેક દિવસ પછી આવ્યો. પણ તેના વર્તનમાં કાંઈક અસાધારણ ફેરફાર થઈ ગયો. તે સવારથી મોડી રાત સુધી પારીસના મોટા પુસ્તકાલયના અનેક ગ્રંથો ઊથલાવવા લાગ્યો. પુસ્તકોમાં તે દટાઈ ગયો. તે ભાગ્યે જ ઘેર જતો. પોતાના દાદાને કે માસીને ભાગ્યે જ મળતો. ફ્રાંસની રાજક્રાંતિ-નેપોલિયન વગેરે સંબંધોનાં તમામ પુસ્તકો, છાપાંની જૂની ફાઈલો તેણે વાંચી કાઢી. નેપોલિયનના યુદ્ધનાં સામયિકોમાંથી તેણે પોન્ટમર્સીના ઉલલેખવાળાં તમામ લખાણો શોધીને વાંચી કાઢ્યાં. તેના પિતા તેની કલ્પનાની દૃષ્ટિ આગળ એક ક્ષુદ્ર માનવમાંથી મહાન ને ભવ્ય પુરુષ તરીકે દેખાવા લાગ્યા.

એટલું જ નહિ, પણ તેણે નાનપણથી તેના દાદાએ આપેલા સંસ્કારોને પરિણામે રાજા, સામ્રાજ્ય વગેરે પ્રત્યે જે આદરભાવ હતો તે તૂટી પડવા લાગ્યો. અને તેની જગ્યાએ પ્રજાતંત્રનો ભવ્ય આદર્શ ઊભો થવા લાગ્યો. મિરેબો, રોબેસ્પિયર વગેરે

અત્યાર સુધી તેને રાક્ષસો લાગતા હતા તે દેવ લાગવા લાગ્યા, અને તેમાંય નેપોલિયન તો તેને મન ઈશ્વર જેવો દેખાવા લાગ્યો. ફ્રાંસની રાજક્રાંતિ તેને મન એક બળવો મટીને મહાન સ્વાતંત્ર્ય-યુદ્ધ બની ગયું. નેપોલિયન એ તેને મન ફ્રાંસની રાજક્રાંતિનું જ એક મહાન સર્જન બની ગયો. પ્રજાતંત્રના વિચારને યુરોપમાં ફેલાવનાર એક મહાન લોકનાયક તરીકે નેપોલિયન પ્રત્યે તેની ભક્તિ વધી ગઈ અને ફ્રાંસની ફરી સ્થપાયેલ રાજાશાહી, નેપોલિયનનો કરુણ અંત – આ બધા બનાવોએ તેના હૃદયમાં બળવાની આગ જગવવા માંડી. તેનું જુવાન હૃદય તેના બાપને થયેલા અન્યાય પ્રત્યે પણ સળગી ઊઠ્યું હતું, અને એ આગ તેના દાદાની પ્રત્યે પૂર્ણ તિરસ્કારના રૂપમાં ફેરવાઈ ગઈ. તેના પિતા અને તેનો દેશ એક બની ગયાં. તેના દાદા અને રાજાશાહી પણ એક બની ગયાં. તેના જીવનના કર્તવ્યનો માર્ગ પણ હવે તેને સ્પષ્ટ દેખાવા લાગ્યો. તેને લાગ્યું કે તેના દાદાનો અને તેનો માર્ગ સાવ જુદો જ છે.

તેના દાદાને તેની આ વિચિત્ર વર્તણૂક માટે નવાઈ ન લાગી. તે તેની દીકરીને કહેતો : “જરાય ગભરાવાનું કારણ નથી. મને ખબર છે, કોઈકની સાથે તે પ્રેમમાં પડ્યો છે.”

મેરિયસ હવે વારંવાર ચાર-પાંચ દિવસ માટે ઉપરાઉપરી ગેરહાજર રહેતો, એક વાર તો તે તેના પિતાએ પાછળ મૂકેલી ચિઠ્ઠીમાં લખેલા થેનાર્ડિયર નામના માણસની શોધમાં ઠેઠ મોન્ટફરમીલ જઈ આવ્યો. ત્યાં તપાસ કરી તો તેને ખબર પડી કે એ માણસે દેવાળું કાઢ્યું. તેની વીશી ભાંગી પડી છે. તે ક્યાંક ચાલ્યો ગયો છે. કોઈને તેની ખબર ન હતી.

આ થેનાર્ડિયરની તપાસમાં મેરિયસે ચાર દિવસ કાઢ્યા હતા.

તેના દાદાને મેરિયસની ચિંતા ન હતી, પણ કુતૂહલ તો જરૂર હતું. તેણે તેના એક જુવાન ભત્રીજાને મેરિયસની પાછળ તપાસ માટે મૂક્યો. એક વાર તેણે જોયું કે મેરિયસ પારીસથી આસપાસનાં પરાંમાં જતાં ટપ્પામાં બેસવા માટે તે ટપ્પાના થાણા પર ગયો. ત્યાં અનેક માલણો ફૂલના ગજરા વેચતી હતી. તેમાંથી તેણે એક ગજરો લીધો. દાદાએ મૂકેલા જાસૂસને ખાતરી થઈ કે મેરિયસ પોતાના મિત્રને મળવા ઊપડે છે. તેણે બીજા ટપ્પામાં તેની પાછળ જગ્યા લઈ લીધી. મેરિયસ વરનોન ગામે ઊતરી ગયો. ત્યાંથી તે ચાલતો ચાલતો કબ્રસ્તાન તરફ ગયો. એક કબર પાસે તે ઊભો રહ્યો. તેના પર એક લાકડાનો કાળો ક્રોસ હતો. તેના પર લખ્યું હતું : કર્નલ બેરન પોન્ટમર્સી. પેલા જાસૂસે આ જોયું. તેણે જોયું કે મેરિયસે તે કબર પર ફૂલ મૂક્યાં ને ધ્રુસકે ધ્રુસકે તે રડવા લાગ્યો.

દાદાએ કલ્પેલી તેની પ્રેયસી આ કબર હતી.

મેરિયસના દાદા પોતાની એક તપાસમાં નિષ્ફળ ગયા પછી જરા વિચારમાં તો પડી જ ગયા. તેમણે મેરિયસના ટેબલનાં ખાનાં તપાસવા માંડ્યાં. તેના પર આવતા પત્રોમાંથી કાંઈ વિગત મળી શકશે એમ તેમણે માન્યું. પણ તેમને સંતોષે તેવો એક પણ કાગળ ન મળ્યો, પણ એક વિચિત્ર પત્ર જોઈને તે ચમક્યા. તે પત્ર મેરિયસના પિતાએ મરતાં પહેલાં લખી રાખેલો મેરિયસ પરનો આખરી સંદેશ હતો. તે કાગળની સાથે જ તે બેરનનો ચાંદ પડ્યો હતો અને તેની સાથે મેરિયસે પોતાના નામની છપાવેલી કાપલીઓની થોકડી હતી. તે કાપલી ઉપર 'બેરન મેરિયસ પોન્ટમર્સી' લખ્યું હતું.

ડોસો અને એની દીકરી આ કોઈ બૉમ્બ બનાવવાનાં રસાયણો હોય એમ ચમક્યાં. તેમની જાણ બહાર આટલી હદે વાત ગઈ છે તે જોઈને ડોસાના મગજમાં ઉશ્કેરાટ વ્યાપી ગયો. તેણે આ બધું લઈને નીચે ફેંકી દીધું ને પોતાની પુત્રીને કહ્યું : "આ કચરો બહાર ફગાવી દે."

એક કલાક પસાર થઈ ગયો. બંને જણ એકબીજા સાથે પીઠ ફેરવીને વિચારમગ્ન બેસી રહ્યાં. થોડીક વારે મેરિયસ અંદર આવ્યો. ડોસાએ તેને જોયો. તેના હાથમાં હજી મેરિયસના નામની છાપેલી કાપલી હતી.

"ઊભા રહો, ઊભા રહો, અમીરસાહેબ ! તમને અમીર તરીકે મારે વધામણી આપવાની છે. આ બધું છે શું ?" તેના અવાજમાં તલવારની ધારનું તેજ હતું.

"એ બધું એમ છે કે હું મારા પિતાનો પુત્ર છું."

ડોસાના મોઢા પરથી હાસ્યનો ભાવ ચાલ્યો ગયો. તે ગંભીર થઈને બોલ્યો : "તારો પિતા તો હું છું."

"મારા પિતા તો એક કોમળ સ્વભાવના ખાનદાન વીર સૈનિક હતા. તેમણે ફ્રાંસના પ્રજાતંત્રની સેવામાં પોતાનો દેહ આપ્યો હતો. તેમણે ફ્રાંસની સેવામાં નથી જોયો તાઢતડકો. વરસતા વરસાદમાં, હાડ ગાળી નાખે તેવા બરફમાં, તોપના ગોળા ને બંદૂકની ગોળીઓના વરસાદમાં તેમણે પોતાની જિંદગીનાં કીમતી પચીસ વરસ ગાળી નાખ્યાં. અને મરતી વખતે કોઈ તેમને પડખે પણ નહોતું. જેણે જિંદગીમાં એક પણ ગુનો કર્યો નથી તેણે જો કોઈ ભૂલ કરી હોય તો એ જ કે તેમણે બે પ્રત્યે પોતાનો પ્રેમ રાખ્યો – પોતાનો દેશ અને પોતાનો પુત્ર." મેરિયસ નીચું માથું રાખીને કઠોર અવાજે બોલી રહ્યો હતો.

તેના દાદાને માટે આ અસહ્ય હતું. મેરિયસ પાસેથી કે કોઈની પાસેથી તે આ વાક્ય સાંભળવા તૈયાર ન હતો. ડોસાના સફેદ ચહેરા પર અંગારાની લાલાશ આવી ગઈ.

"છોકરા !" તેણે ત્રાડ નાખી. "નાદાન, તારો બાપ કોણ હતો તે મને ખબર

નથી ને મારે ખબર પાડવી પણ નથી. પણ મને એટલી ખબર છે કે એ ટોળી બધા બદમાસોની ભેગી થયેલી ટોળી હતી. મેં એ બધાને જોયા છે. તું મોટો અમીર થવા જાય છે, પણ મારા પગનું ખાસડું પણ તારા કરતાં મોટું છે, ખબર છે ? રોબેસ્પિયરે બધા ચોર-લૂંટારાને ભેગા કર્યા હતા. એ તમારા બ્રુયોના-પાર્ટને પડખે પણ કોણ હતા ? દેશદ્રોહીઓ ને બહારવટિયાઓ ! તેમણે પોતાના દેવાંશી રાજાને હડધૂત કર્યા, અને પાછા બાયલાઓ વૉટર્લુની લડાઈમાં અંગ્રેજો ને પ્રુશિયનોની સામે તો ઊભી પૂંછડીએ નાઠા એટલી મને ખબર છે. તારો બાપ પણ એ માંહેનો જ હતો ને ? હું કાંઈ તારા જેટલો ભણ્યો નથી, પણ એટલી મને ખબર છે."

પોતાના દેવની પ્રતિમા ઉપર કોઈ નાસ્તિક થૂંકે ને ભક્તનો મિજાજ જાય તેમ મેરિયસ આ વાક્યોથી ક્રોધથી કંપી ઊઠ્યો. પણ તે પોતાના દાદાનું અપમાન કરવાની હિંમત ન કરી શક્યો. તેમ પોતાના પિતાનું અપમાન પણ સહન ન કરી શક્યો. થોડીક વાર તેના મગજમાં ચક્કર આવવા લાગ્યા.

આખરે તેણે હિંમત કરીને તેના દાદા સામે નજર માંડી. તે કોઈ મોટી સભામાં ગાજતો હોય એમ બોલી ઊઠ્યો :

"ફ્રાંસના રાજાઓ મુર્દાબાદ ! અઢારમો લુઈ – સૂવરનો બચ્ચો પણ મુર્દાબાદ !"

અઢારમો લુઈ મરી ગયે આજ ચાર વરસ થઈ ગયાં હતાં, પણ તે વૃદ્ધને મન તો તે અમર હતો. રાજાનું આ અપમાન અને તે પણ એક ઉદ્ધત છોકરાને મોઢે, તે સાંખી શકે તેમ ન હતો. તે બોલી ન શક્યો. ઊભો થઈને ઓરડામાં આંટા મારવા લાગ્યો. તે ક્રોધથી થરથર ધ્રૂજતો હતો. તે હાંફી રહ્યો હતો, તેણે પોતાની દીકરીને ખભે ટેકો દઈને ઘડીક વિસામો ખાધો. થોડી વારે તે ધીમે અવાજે બોલ્યો :

"આ અમીર અને હું હવે એક ઘરમાં નહિ રહી શકીએ." એકાએક તે ટટ્ટાર થઈ ગયો. તેના કપાળની નસો બહાર ચડી આવી. મોઢું આખું લાલચોળ થઈ ગયું. તે બારણા તરફ હાથ લાંબો કરીને ગરજીને ઊભો :

"નીકળ અહીંથી !"

મેરિયસ ઘર છોડીને ચાલ્યો ગયો. બીજે દિવસે ડોસાએ પોતાની દીકરીને કહ્યું : "દર મહિને એ છોકરાને સાઠ રૂપિયા ખરચ માટે મોકલજે, અને એ છોકરાનું નામ કોઈ દિવસ મારી પાસે લઈશ મા."

મેરિયસ પોતાની સાથે ખિસ્સામાં પડેલા ત્રીસ રૂપિયા, ઘડિયાળ અને લાકડાની પેટીમાં થોડાંક લૂગડાં લઈને કોઈને કાંઈ પણ જણાવ્યા વગર ચાલી નીકળ્યો. એક ભાડાની ગાડી સાથે કલાકના હિસાબે ભાડું બાંધીને તે ગાડીને લઈને આમતેમ ક્યાંય સુધી ભટક્યા કર્યો. તેને સૂઝતું નહોતું કે શું કરવું ? – ક્યાં જવું ?

૪. નવા પ્રવાહમાં

ફ્રાંસની રાજક્રાંતિના ઐતિહાસિક બનાવને આજે પાંત્રીસ જેટલાં વરસ વીતી ગયાં હતાં, પણ હવામાં હજી તેના પડઘા ગાજતા હતા. પાણી નાખીને બુઝાવેલી ભઠ્ઠીમાંથી જેમ ઊની વરાળ નીકળ્યા કરે ને હવાને ગરમ કરી નાખે તેમ હજી કેટલાય જુવાનોનાં હૃદયમાં વરાળ ભભૂકતી હતી. હજી તે જુવાનિયાઓ એ ક્રાંતિનો શોક પાળતા હતા. ફ્રાંસના લોકમાનસમાં આ ક્રાંતિએ અજબ પલટો આણી દીધો હતો. કોઈ પણ જાતના ફેરફારથી ડરતા માણસો પણ નવા વિચારમાં આગળ ધકેલાયે જતા હતા. જુનવાણી વિચારના માણસો પણ નવા વિચારોને ગ્રહણ કર્યા સિવાય રહી શકે એમ ન હતું. સામાન્ય જનતા રાજાશાહીનો નાશ ઇચ્છતી હતી, તોપણ ક્રાંતિથી તો ભડકતી જ હતી. નેપોલિયન તેમને મન ક્રાંતિ અને રાજાશાહી બંને પરાકાષ્ઠાનો વચલો માર્ગ કાઢનાર મહાપુરુષ હતો. તોપણ એક ક્રાંતિકારી માનસવાળો વર્ગ નેપોલિયનની સરમુખત્યારશાહીને પણ તિરસ્કારતો હતો. આવા ક્રાંતિકારી માનસવાળાં નાનાં અનેક ગુપ્ત મંડળો પારીસમાં હતાં. આ મંડળમાં મોટે ભાગે વિદ્યાર્થીઓ જ હતા. આવું એક જ મંડળ 'અ,બ,ક, મંડળ' નામ ધારણ કરીને ચાલતું હતું.

તે મંડળનો જાહેરમાં દર્શાવવાનો ઉદ્દેશ બાળકોની કેળવણીનો હતો, પણ ખરો ઉદ્દેશ તો લોકોમાં ક્રાંતિ લાવવાનો હતો. આ મંડળ પોતાની ખાનગી મંત્રણાઓ કોઈ હોટેલ કે કૉફી-ઘરના અંદરના ભાગમાં ચલાવતું, પણ તેમની જાહેર પ્રવૃત્તિઓ મોટે ભાગે સામાજિક કે કેળવણીને લગતી જ રહેતી.

આ મંડળના સભ્યોમાં એંજોલ્રાસ, કૉમ્બિફિયર, કોરફિરાક, બેહોરેલ, લાઇગલ અથવા બોસે, જોલી, ગ્રેન્ટાઈર – આટલા મુખ્ય હતા. આ બધાય વિદ્યાર્થીઓ જ હતા. આ મંડળ એક નાનકડા કુટુંબ જેવું હતું. દરેકેદરેક જણ સ્વભાવે વિચિત્ર હોય, છતાં આ નાનકડા વર્તુળમાં તેઓ મૈત્રીની અતૂટ ગાંઠે બંધાયેલા હતા.

એંજોલ્રાસ તેનાં માબાપનો એકનો એક છોકરો હતો. ખૂબ પૈસાદાર, દેવદૂતસમો તે રૂપાળો હતો, પણ ગમે તેવું ભયંકર કામ કરવાની તેનામાં શક્તિ હતી. આદર્શની પાછળ ફના થવાની ખુમારી તેની આંખમાં ચમકતી. તે બાવીસ

વરસની ઉંમરના છોકરા જેવડો લાગતો. 'ન્યાય' એ એકમાત્ર તેની ઝંખના હતી. ન્યાયની આડે આવતાં તમામ તત્ત્વોને કચડી નાખવા માટે તે હંમેશ તૈયાર હતો.

તેનો સાથી કૉમ્બિફ્ફિયર આ મંડળનો ફિલસૂફ હતો. ઍંજોલ્રાસ સદા યુદ્ધ માટે સજ્જ હતો, તો કૉમ્બિફ્ફિયર યુદ્ધ પછીની શાંતિ માટે સદા તૈયાર હતો. તે સ્વભાવે કોમળ અને શાંત હતો. તે ખૂબ વાંચતો, દરેક જાહેર ભાષણમાં હાજરી આપતો, દરેક વિચારપ્રવાહથી પરિચિત રહેતો અને પોતાના મંડળને સિદ્ધાંતની દોરવણી આપતો. તે એમ માનતો કે દુનિયાનું ભવિષ્ય કેળવણીકારોના હાથમાં છે. કેળવણી પર તેને અખૂટ શ્રદ્ધા હતી. તે કહેતો : ''અગ્નિ કરતાં પ્રકાશની વધારે જરૂર છે.''

કોરફિરાક આ આખા મંડળનું કેન્દ્ર હતો. ઍંજોલ્રાસ ભલે નેતા હતો. કૉમ્બિફ્ફિયર ભલે તેમને સિદ્ધાંતની દોરવણી આપનાર હતો, પણ મધ્યબિંદુ તો આ કોરફિરાક હતો. તે આખા મંડળને પોતાની શક્તિથી ગરમી આપ્યા કરતો હતો.

બેહોરેલ ભારે મસ્તીખોર હતો. તે ઘડીકે શાંત બેસી ન શકતો. તે આખો દિવસ કાંઈક ને કાંઈક કર્યા કરતો, પણ એકે કામ ભાગ્યે જ પૂરું કરતો. ક્યાંક તોફાન હોય તો ત્યાં તરત જ તે પહોંચી જતો. પાસે પૈસા હોય તો તે તરત જ વાપરી નાખતો. ઉદારતા અને ઉડાઉપણું બેય તેનામાં હતાં. કપડાં પહેરવાનો પણ તે ભારે શોખીન હતો. તેના આનંદી અને રમૂજી સ્વભાવને કારણે તે અનેક વિદ્યાર્થીઓ સાથે સંબંધ બાંધતો અને પોતાના મંડળ અને બીજાં બંધાતાં મંડળોની વચ્ચે સાંકળ બની રહેતો.

લાઈગલ પોસ્ટ-માસ્તરનો દીકરો હતો, તે આટલી નાની ઉંમરમાં તેના માથામાં ટાલ પડેલી હોવાને કારણે બધાનું ધ્યાન ખેંચતો, તેનું બીજું નામ તેના મિત્રોએ 'બોસે' પાડ્યું હતું.

આ બોસે બિચારો કમનસીબ હતો. કોઈ કામમાં તેને ભાગ્યે જ સફળતા મળતી. તે પચીસ વરસની ઉંમરે ટાલને કારણે પીઢ જેવો લાગતો. તેના બાપે તેની પાછળ એક ખેતર અને ઘર મૂક્યાં હતાં, પણ તેણે બેય સટ્ટામાં ગુમાવ્યાં. બિચારો લાકડું છોલવા બેસે તો હાથ છોલી નાખે, કોઈ સ્ત્રી-મિત્ર માંડમાંડ શોધી કાઢે ત્યાં તો ખબર પડે કે તેને કોઈ બીજા મિત્રો પણ છે. તે છતાં તે હંમેશાં આનંદી રહેતો. તે કહેતો : ''હું તો કાણા છાપરાવાળા ઘરમાં રહું છું.''

જૉલી વૈદકનો અભ્યાસ કરતો, પણ તેને પરિણામે તે ડૉક્ટર થવાને બદલે દરદી થયો હતો. તેને એકવીસ વરસની ઉંમરે એમ લાગતું કે મૃત્યુ તેની સામે જ ઊભું છે. તે વારંવાર કાચમાં પોતાની જીભ જોયા કરતો. બહાર હવાનું તોફાન

થાય એટલે પોતાની નાડ તપાસવા મંડી પડતો. તે પોતાની પથારી ઉત્તર-દક્ષિણ રાખતો. ઓશીકું દક્ષિણ તરફ અને પગ ઉત્તર તરફ. પૃથ્વીના લોહચુંબકનું આકર્ષણ તેના શરીર પર અસર કરીને તેના શરીરનું બધું લોહી મગજ ઉપર ન ચડાવી દે એની તેને ખાસ કાળજી રહેતી. તેના મિત્રોએ તેનું નામ જાણીજોઈને જૉલી (આનંદી) પાડ્યું હતું.

આમ બધા જુદીજુદી પ્રકૃતિના વિદ્યાર્થીઓ એક મહાન આદર્શની ગાંઠે બંધાયેલા હતા અને તે આદર્શ પ્રગતિ હતી. ફ્રાંસીય રાજક્રાંતિનાં આ બધાં ફરજંદો હતાં. ક્રાંતિનું સ્મરણ થતાં જ તેમના શરીરમાં ચેતનની ઝણઝણાટી વ્યાપી જતી.

આ મંડળનો એક સભ્ય બોસે, એક દિવસ સાંજે એક હોટેલ પાસે આંટા મારતો હતો. ગઈ કાલે કૉલેજમાં તેણે એક પરાક્રમ કર્યું હતું. તેના પર અને તેના પરિણામ પર તે વિચાર કરી રહ્યો હતો. તે જ વખતે તેની પાસેથી એક ભાડૂતી ગાડી પસાર થઈ. ગાડી સાવ ધીમેધીમે ચાલતી હતી. અંદર એક જુવાન બેઠો હતો. તેના પગ પાસે એક મોટી સાદડીની પેટી પડી હતી. તેના પર નામ લખ્યું હતું : 'મેરિયસ પોન્ટમર્સી.' આ નામ વાંચતાં જ બોસે ચમક્યો. તે એકદમ ગાડીની પાછળ ગયો ને બૂમ મારી : 'મેરિયસ પોન્ટમર્સી !'

ગાડી ઊભી રહી. જુવાન ડોકાયો.

"કેમ ?"

"તમે પોન્ટમર્સી કે ?"

"હા."

"હું તમને શોધતો હતો." બોસેએ કહ્યું.

"મને ?" મેરિયસે કહ્યું, "મેં તમને જોયા હોય એમ સાંભરતું નથી."

"મેંય તમને કદી જોયા નથી."

મેરિયસ અત્યારે મશ્કરી સહન કરી શકે તેવી માનસિક સ્થિતિમાં ન હતો. તેણે ભવાં ચડાવ્યાં, પણ બોસેએ-લાઈગલે-તેની પરવા કર્યા વગર ચલાવ્યું :

"કાલે તમે કૉલેજમાં હાજર નહોતા, ખરું ?"

"હશે."

"હશે નહિ, નક્કી."

"તમે ત્યાં ભણો છો ?"

"હા જી, તમારી જેમ જ. કાલે હાજરી વખતે તમારું નામ બોલાયું ત્યારે તમે ન હતા. મને થયું કે બિચારા કોઈ વિદ્યાર્થીની 'ગેરહાજરી' પુરાશે તો માર્યો જશે. મને ખાતરી જ હોય કે જે વિદ્યાર્થી ગેરહાજર હશે તે બિચારો ન છૂટકે જ ગેરહાજર રહ્યો હોય – કાં તો કોઈ પ્રેયસીને મળવા ગયો હોય કે કાં તો

કોઈક ખાનગી મંડળની બેઠકમાં રોકાઈ રહ્યો હોય. તમારું નામ ત્રીજી વાર બોલાયું એટલે તમારે બદલે મેં 'હાજર' કહી દીધું, પણ ત્યાં તો થોડી વારે પાછું મારું નામ આવ્યું. મેં તે વખતે પણ હાજર એમ કહ્યું એટલે હાજરી પૂરી નહિ. મને ગેરહાજર ગણીને મારું નામ ચેકી નાખ્યું."

"ત્યારે તો મારે માટે થઈને તમે હેરાન થયા, હવે ?" મેરિયસ એકદમ નમ્ર બની ગયો.

"હવે કોઈ દિવસ ગેરહાજર ન રહેશો હોં ? આ પાઠ મળ્યો સમજજો."

"તમારી હજાર વાર માફી માગું છું. હવે તમારું શું થશે ?"

"મારું ? મારે માટે તો આ મોટી ઇષ્ટાપત્તિ છે. મારે કોઈ કાળે કાયદાશાસ્ત્રી થવું નહોતું. તોયે એ માર્ગે હું ચડી ગયો હતો. પણ સદ્‌ભાગ્યે મને તેમાંથી મુક્તિ મળી ગઈ એ માટે હું તારો ઉપકાર માનું છું. તમે રહો છો ક્યાં ?"

"આ ગાડીમાં !" મેરિયસે કહ્યું.

"સરસ !" લાઈગલે જરાય ચમક્યા વગર કહ્યું.

"બે કલાકથી આ ગાડીમાં જ રહું છું. હવે આ ગાડીમાંથી બહાર નીકળવું છે. પણ ક્યાં જવું તે ખબર નથી !"

કોરફિરાક તે જ વખતે હોટેલમાંથી આ વાત સાંભળતો બહાર નીકળ્યો.

"ચાલો ને મારી સાથે !" તેણે મેરિયસે કહ્યું.

"મારો અધિકાર પહેલો છે. કોરફિરાક ! પણ ભૂલ્યો, મારે ઘર જ નથી !" લાઈગલે કહ્યું.

"મૂંગો રહે હવે !" કોરફિરાકે તેને ધમકાવ્યો અને મેરિયસની ગાડીમાં ચડી ગયો.

"ગાડીવાળા, સેંટ જેકસની હોટેલ પર હાંકી જા !"

એ જ દિવસે સાંજે મેરિયસ કોરફિરાકની ઓરડીમાં તેની સાથે રહેવા લાગ્યો.

૫. ઘર માંડ્યું

થોડા જ દિવસોમાં મેરિયસ કોરફિરાકનો મિત્ર બની ગયો. નાનકડી કોટડી તેને સ્વાતંત્ર્યની વિશાળ દુનિયા લાગતી હતી. કોરફિરાક તેના પૂર્વજીવનની હકીકત સંબંધે એક શબ્દ પણ બોલતો નહિ. તેને તેનું કુતૂહલ જ નહોતું. તોપણ એક વાર વાતવાતમાં તેણે મેરિયસને પૂછ્યું :

"કોઈ ખાસ રાજકીય મત ધરાવો છો ?"

"એટલે ?"

"તમે કયા પક્ષના છો ?"

"બોનાપાર્ટ પક્ષ – લોકશાહી પક્ષ."

કોરફિરાકે તે મત તરફનો પોતાના તિરસ્કાર કેવળ મુખ પરના ભાવથી વ્યક્ત કર્યો. બીજે દિવસે તે મેરિયસને પોતાના મંડળની બેઠકમાં લઈ ગયો. ત્યાં મંડળના સભ્યો સાથે તેની ઓળખાણ કરાવી અને ધીમા અવાજે કહ્યું : "શિખાઉ છે !" મેરિયસ આનો અર્થ ન સમજી શક્યો, પણ મેરિયસ એટલું પામી ગયો હતો કે આ મંડળ પોતાનાથી જુદી જાતના રાજકીય વિચારો ધરાવે છે. એકાંતમાં જ રહેવા ટેવાયેલો મેરિયસ આ ઉલ્લાસથી ઊભરાતા જુવાનો વચ્ચે ઘડીભર તો મુઝાયો, પણ તરત જ તેમની વાતચીતોમાં ભળી ગયો. ત્યાં રાજકારણ, સાહિત્ય, કળા, તત્ત્વજ્ઞાન એ બધા વિષયો ઉપર છૂટથી અને નવા જ દૃષ્ટિબિંદુથી થતી ચર્ચા તેણે સાંભળી. તેને થયું કે આ જુવાનો કેવળ મશ્કરિયા ટોળકી નથી, પણ જીવનનો એક નવીન જ પ્રદેશ તેની દૃષ્ટિ સમક્ષ ખૂલવા લાગ્યો. તેને અત્યાર સુધી એમ હતું કે તેના દાદાના વિચારો જુનવાણી હતા અને તેના પિતાના વિચારો તે જ સાચા વિચારો હતા. એનાથી આગળ વિચારવાનું હવે કાંઈ નથી, પણ અહીં તેની માન્યતાઓના પાયા હચમચવા લાગ્યા. અહીં ચર્ચાઓની તલવારો ઊડતી, તેમાંથી તણખા ઝરતા, નેપોલિયન જેવા મેરિયસના હૃદયમાં ઈશ્વરને સ્થાને બેઠેલા મહાપુરુષને અહીં એક ક્ષુદ્ર માનવ તરીકે લેખવામાં આવતો હતો, જ્યારે રૂસો જેવા સામાન્ય લેખકને અહીં દેવ ગણવામાં આવતો હતો. નેપોલિયન પરની એક વાર નીકળેલી ચર્ચામાં મેરિયસથી ન રહેવાયું, તેણે વચ્ચે ઝંપલાવ્યું :

"હું ફ્રાંસ પ્રત્યે ઓછો પ્રેમ રાખું છું એમ નથી, પણ નેપોલિયનને લીધે ફ્રાંસ વધારે મહાન બન્યું છે એમ કહું છું. હું તમારા મંડળમાં નવો છું, પણ મારી વાત તમે શાંતિથી સાંભળશો. તમે નેપોલિયન શબ્દનો ઉચ્ચાર પણ તિરસ્કારપૂર્વક કરો છો, એમાં શું ? રાજાપક્ષી મારા દાદા એથી પણ વધારે તિરસ્કારભરી ભાષામાં તેનું નામ લેતા. એનામાં અને તમારામાં ફેર શો છે ? પણ હું તમને પૂછું છું કે જો નેપોલિયન મહાન નહોતો તો પછી મહાન કોણ હતું ? તે મહાન હતો એટલું જ નહિ, તે લોકોત્તર માનવી હતો, તેણે ફ્રાંસની પ્રજા માટે કાયદાની જે પોથી તૈયાર કરી તે દુનિયાના ઇતિહાસમાં અમર રહેશે. તેણે ઇતિહાસ ઘડ્યો અને લખ્યો. તેણે માટીમાંથી માનવ ઘડ્યા. તે શસ્ત્રમાં જેવો પાવરધો હતો તેવો જ શાસ્ત્રમાં પણ પ્રવીણ હતો. કોઈ પણ વિષયના વિદ્વાન સાથે તે ચર્ચામાં ઊતરીને તે વિદ્વાનને કાંઈક નવીન આપતો. તેણે યુરોપ આખાને ઘડીના છઠ્ઠા ભાગમાં ધમધમાવી મૂક્યું. વર્ષો જૂની રાજાશાહીનાં સિંહાસનો ડગમગી ઊઠ્યાં, કેટલાંય ધૂળભેગાં થઈ ગયાં. રાજ્યોની જૂની સરહદો ધૂળમાં મળી ગઈ. યુરોપની ક્ષિતિજ પર ચમકતી તલવાર લઈને ઊભેલા કોઈ દૈવી ફિરસ્તા જેવો એ આજે પણ મારી દૃષ્ટિ સમક્ષ દેખાય છે. તે દેવ. હતો. તે ઈશ્વરનો અંશ હતો."

મંડળના બધા સભ્યો શાંતિથી સાંભળી રહ્યા હતા. મેરિયસે ઉત્સાહમાં આવીને આગળ ચલાવ્યું :

"આપણે સત્ય શું છે તે જોવું જ જોઈએ. આવો માણસ સમ્રાટ હોય તો તેના સામ્રાજ્યમાં રહેવું એ પણ એક ગૌરવ નથી ? ફ્રાંસની મહાન પ્રજા અને આવો મહાન તેનો નેતા ! વિચાર કરો, ફ્રાંસનું ગૌરવ કેટલું વધી જાય છે ? તે હજી તો ફ્રાંસની ક્ષિતિજમાં ઊગ્યો ને તેણે સર્વત્ર પ્રકાશ ફેલાવી દીધો. તેણે કૂચકદમ કરી ત્યાં તો વિજય તેની સામે ચાલીને આવ્યો. તેણે પોતાના સેનાનીઓને રાજા બનાવ્યા. રાજાઓના મુગટને ભોંય પર આળોટતા કરી મૂક્યા. રોજ ને રોજ યુદ્ધમાં વિજયના સમાચાર સાંભળવા, તોપોના ગડગડાટ ને યુદ્ધમાં દંદુભિના નાદ આપણને પ્રભાતમાં ઊંઘમાંથી ઉઠાડે, રોમન સામ્રાજ્યના લશ્કરને ભુલાવે તેવું લશ્કર પ્રજામાંથી ઊભું થાય – આ બધું શું ભવ્ય નથી ? એનાથી ભવ્ય બીજું શું હોઈ શકે ?"

"મુક્તિ !" કૉમ્બિફ્રિયરે એક જ શબ્દમાં જવાબ આપ્યો.

મેરિયસ આ એક જ શબ્દ સાંભળીને સ્તબ્ધ થઈ ગયો. તેનો ઉત્સાહ જાણે કે ઓસરી ગયો. તેના આખા વ્યાખ્યાનની ઇમારતને આ શબ્દે તોપના ગોળાની જેમ છિન્નભિન્ન કરી નાખી. તે આ આઘાતમાંથી મુક્ત થયો ત્યારે તો તેના સાથીઓ વિખેરાઈ પણ ગયા હતા. નીચે કોઈ 'વંદેમાતરમ'નું ગીત ગણગણતું હતું.

તે સાંજે મેરિયસ ઘેર ગયો ત્યારે તેના ચિત્તમાં ભારે તુમુલ યુદ્ધ મચ્યું હતું, જીવનમાં જે માન્યતાને તેણે એક ધર્મ જેટલી પવિત્ર માની હતી તે શું ખોટી હતી ?

બીજ વાવતાં પહેલાં ખેડાતી જમીનની જેમ તેના ચિત્તમાં ચાસ પડવા લાગ્યા હતા. બે ધર્મોની વચ્ચે તેની બુદ્ધિ હીંચોળા લેવા લાગી હતી. તેના હૃદયમાં યૌવનકાળનું મંથન શરૂ થઈ ગયું. તેનું હૃદય તેને પોતાની જૂની માન્યતા છોડવા ના પાડતું હતું. બુદ્ધિ તેને આગળ ખેંચવા મથતી હતી. તેણે મંડળમાં જવાનું બંધ કરી દીધું.

પણ જીવનની વાસ્તવિકતા તેને વધારે ને વધારે ઘેરવા લાગી હતી. ઘર-માલિકે જ્યારે તેની પાસે ભાડું ને ખાધા-ખોરાકીનું ખર્ચ માગ્યું ત્યારે તેને ખ્યાલ આવ્યો કે તે દુનિયામાં એકલો અને નિરાધાર છે. તેના મિત્ર કોરફિરાકે તેને પૂછ્યું :

"હવે શું કરવા વિચાર છે ?"

"ખબર નથી !" મેરિયસે કહ્યું.

"કાંઈ પૈસા છે ?"

"પંદર રૂપિયા છે."

"મારી પાસેથી ઉછીના આપું ?"

"ના."

"કપડાં છે ?"

"આ પેટીમાં છે."

"કાંઈ ઘરેણું ?"

"સોનાની ઘડિયાળ છે."

"તો એક જૂનાં કપડાં વેચાતાં રાખનારને આ ઓવરકોટ અને પાટલૂન વેચી દે. એક વેપારી મારો ઓળખીતો છે."

"ભલે."

"એક ઝવેરી પણ ઓળખીતો છે, તેને ઘડિયાળ વેચી દઈએ."

"ભલે."

"ભલે શું ? પછી આગળ શું કરશો, મહેરબાન ?"

"જે કાંઈ પ્રામાણિક ધંધો હશે તે કરીશ."

"અંગ્રેજી આવડે છે ?"

"ના."

"જર્મન ?"

"ના."

"તો તો ઊલટી વધારે મુશ્કેલી !"

"કેમ ?"

"મારો એક પ્રકાશક-મિત્ર છે તે એક મોટો જ્ઞાનકોશ તૈયાર કરાવે છે. તેમાં અંગ્રેજી ને જર્મન ભાષામાંથી ભાષાંતર કરવા કામ તને મળી શકત. પગાર થોડો આપે, પણ ગાડું ચાલે ખરું."

"તો હું બેય ભાષા શીખી લઉં."

"અને તે શીખી લે તે દરમિયાન ?"

"આ કપડાં ને ઘડિયાળ વેચી ખાઈશ."

કપડાંના પચીસ રૂપિયા અને ઘડિયાળના પિસ્તાલીસ રૂપિયા આવ્યા, આમાંથી ઘરધણીના સિત્તેર રૂપિયા ચૂકવી દીધા. પાછળ દસ રૂપિયા બાકી રહ્યા.

પાંચ રૂપિયા અંગ્રેજી શીખવાના, ને પાંચ જર્મન શીખવાના મેરિયસે હિસાબે ગણ્યો.

*

તેની માસીના દિલમાંથી મેરિયસ એક ઘડીભર પર વિસારે પડતો ન હતો. તેણે ખૂબ તપાસ કરીને મેરિયસનું રહેઠાણ ખોળી કાઢ્યું અને તે ઘેર નહોતો ત્યારે તેના ટેબલ પર છસો રૂપિયાની એક સીલબંધ પેટી મૂકીને ચાલી ગઈ. મેરિયસે આવીને જોયું. તેણે તરત જ પેટી એમ ને એમ પાછી મોકલાવી દીધી. સાથે એક કાગળ લખ્યો : "મારી જરાય ચિંતા ન કરશો. હું મારો માર્ગ મારી મેળે કરી લઈશ." તે વખતે તેના ખિસ્સામાં ફક્ત ત્રણ રૂપિયા હતા. માસીએ તેના પિતાને આ પૈસા પાછા મોકલવાની વાત કરી નહિ. તેને ખબર હતી કે તેને પરિણામે ડોસા કેટલા બધા ઉશ્કેરાઈ જાત.

મેરિયસે તરત જ આ જગ્યા ખાલી કરી નાખી. તેને આ ખરચ પોસાય તેમ ન હતું, અને દેવું કરવું તો જરાય પોસાય તેમ ન હતું.

મેરિયસની આર્થિક ભીંસ વધવા લાગી. દિવસોના દિવસો રોટી વગર, અનેક રાતો ઊંઘ વગર, દીવા વગર, ઘર વગર, કામ વગર તેણે કાઢ્યા. ફાટેલો કોટ ને જૂની ટોપી જોઈને છોકરીઓ તેની મશ્કરી કરતી. ભાડું ન આપી શકવાને કારણે રાતોરાત ઘર ખાલી કરી તેને ભાગવું પડતું. ઘરના નોકરોની ગાળો સાંભળવી પડતી. પાડોશીઓના કટાક્ષો સાંભળવા પડતા. જે કાળે યૌવન ગર્વથી છલોછલ છલકાતું હોય તે વખતે તેનું યૌવન જાણે કે ચારે બાજુથી છૂંદાઈ જતું હોય, તેમ તેને લાગતું હતું. મેરિયસના જીવનની આ કસોટી હતી. લાંબો વખત આ સ્થિતિ રહે તો માણસ કાં તો રાક્ષસ થઈ બહાર નીકળે કે કાં તો દેવ.

તેણે પોતાનો અભ્યાસ આ સ્થિતિમાં પણ ચાલુ રાખ્યો. હજી તેના વિદ્યાર્થી તો એમ જ માનતા કે તે કોરફિરાકની સાથે જ રહે છે, અને મેરિયસે તે માન્યતા ચાલવા દીધી હતી. તેણે કાયદાનો અભ્યાસ પૂરો કર્યો, અંગ્રેજી ને જર્મન પણ

શીખી લીધું, અને તેના મિત્રની ભલામણથી એક પ્રકાશકને ત્યાં તેને ભાષાંતરનું કામ પણ મળી ગયું.

તે કામના તેને વરસના સાતસો રૂપિયા મળતા હતા. તેણે સસ્તામાં સસ્તાં મકાનોવાળા એક લત્તામાં એક મકાનમાં ઓરડો ભાડે રાખ્યો. આ મકાન 50/52 નંબરના નામથી આપણને તો પૂરું પરિચિત છે. આ મકાનનું તે વરસના ત્રીસ રૂપિયા ભાડું આપતો. તેણે પોતાનું વાર્ષિક અંદાજપત્ર નીચે પ્રમાણે કર્યું હતું :

આવક	**ખર્ચ**
700 રૂપિયા વાર્ષિક	365 રૂ. ખાધાખોરાકીના
	30 રૂ. ભાડાના
	36 રૂ. નોકરના
	150 રૂ. કપડાં-લત્તાં વગેરેના
	50 રૂ. ધોલાઈના
કુલ...	**631 રૂપિયા**

આમ ખર્ચ લગભગ 650 રૂપિયા ગણીએ તોપણ વરસે 50 રૂપિયા તેને બચત રહેતી અને તેને લીધે તે પોતાને પૈસાદાર ગણતો. કોઈ વખતે પોતાના કોઈક મિત્રને ઉછીના પણ આપતો. તે ખાસ પ્રસંગ માટેનો કીમતી પોશાક પણ રાખતો અને રોજના વપરાશનાં સાદાં કપડાં પણ રાખતો, પણ આ બધું છતાં કપડાંનો રંગ તો તે કાળો જ પસંદ કરતો.

એકાદ વરસ કટોકટીનું પસાર કર્યા પછી તેને તેનું અત્યારનું જીવન ખૂબ સુખી લાગતું હતું. તે તેના ભીડના કાળમાં પણ કોઈનો ઓશિયાળો નથી રહ્યો, તેનો તેને ગર્વ હતો. આ આકરી તાવણીમાંથી તે અણીશુદ્ધ બહાર આવ્યો તેનું તેને ગૌરવ હતું. તેના પિતાની મહત્તાને તેણે લાંછન નથી લગાડ્યું એનું તેને ભાન હતું. તેના પિતાને તેણે સ્વર્ગમાં કેટલો આનંદ આપ્યો હશે ! પણ હજી તેના પિતાનું એક કામ તે પૂરું કરી શક્યો ન હતો. તેના પિતાને વૉટર્લુના યુદ્ધના મેદાનમાંથી ઊંચકીને સહીસલામત બહાર લઈ આવનાર થેનાર્ડિયરનો હજી તે પત્તો મેળવી શક્યો ન હતો. એમાંય તેને ખબર પડી કે તેણે દેવાળું કાઢ્યું છે ને તેને વીશી કાઢી નાખવી પડી છે ત્યારે તેને ખૂબ જ દુઃખ થયું. તેને શોધી કાઢીને તેને ક્યારે હું મદદમાં આવું તેમ તેને થયા કરતું હતું, પણ તેનો ક્યાંય પત્તો લાગતો ન હતો.

મેરિયસ વીસ વરસની ઉંમરનો થયો. તેના દાદાનું ઘર છોડ્યાને ત્રણ વરસ વીતી ગયાં હતાં. બંને વચ્ચેનું તે દિવસે પડેલું અંતર એટલું ને એટલું જ હતું. બેમાંથી કોઈએ તે ઓછું કરવા પ્રયત્ન પણ નહિ કરેલો. વજ વજ પાસે આવે એટલે અગ્નિ ઝરે ને ?

પણ બહારથી વજ્ર જેવો દેખાતો ડોસો ખરેખર વજ્ર નહોતો, અથવા તો ઉંમર વધતાં તેનું હૃદય મીણની જેમ ગળવા લાગ્યું હતું. તેને પોતાની ઉત્તરાવસ્થામાં કોઈ યૌવનની હૂંફની જરૂર હતી. તે રોજ મેરિયસના પાછા આવવાની રાહ જોતો. મેરિયસ તેની પરવા કર્યા વગર ચાલ્યો ગયો તેનાથી તેના પ્રત્યે માન જાગ્યું હતું, પણ તે પ્રગટ કરવામાં તેનો ગર્વ હણાતો હતો. તેણે પોતાની પુત્રીને એ ઉદ્ધત છોકરાનું નામ લેવાની પણ મનાઈ કરી હતી. એ આજ્ઞા હવે પાછી કેમ ખેંચાય ? તેની વૃદ્ધ-પુત્રી પણ હવે તો ધીમેધીમે મેરિયસને ભૂલવા લાગી હતી. ફક્ત તે ડોસાના દિલમાંથી મેરિયસ ખસતો ન હતો.

પણ મેરિયસના દિલમાં તેના દાદાના વિયોગનું દુઃખ ન હતું. તેને તો ઊલટી ખુમારી હતી. તેના મનમાં તેના દાદા તરફથી ઘૃણા સાવ ઘટી ગઈ હતી. ગરીબાઈના દુઃખે તેના હૃદયને સદ્ભાગ્યે કઠોર બનવાને બદલે કોમળ બનાવ્યું હતું, પણ તેણે એક વાત તો મનમાં નક્કી જ કરી હતી કે પોતાના પિતાને અન્યાય કરનાર પાસેથી એક પૈસો પણ લેવો નથી.

૬. યૌવનની ઝંખના

મેરિયસ નાનપણથી જ એકાંતપ્રિય હતો અને ઘરથી છૂટા પડ્યા પછીનાં તેનાં ત્રણ વરસોમાં તે વધારે એકાંતપ્રિય બની ગયો હતો. તે જે મકાનમાં રહેતો તેમાં તેના પાડોશી કોણ છે તેની તેને હજી સુધી ખબર ન હતી. ફક્ત એક કોરફિરાક અને પેલો દેવળનો રક્ષક ડોસો મેબ્યુ એ બે જ તેના મિત્રો હતા. એમાંય આ ડોસા તરફ તેને વધારે પ્રેમ હતો, કેમ કે તેની સાથે તેના પિતાનું સ્મરણ જોડાયેલું હતું.

આ મેબ્યુ ડોસો કાંઈ ઓછો વિચિત્ર ન હતો. તેને જીવનમાં વનસ્પતિ ઉપર પ્રેમ હતો. દુનિયામાં માણસો શું કામ લોકશાહી, રાજાશાહી ને ક્રાંતિની વાતો કરતા હશે તે તેને સમજાતું ન હતું. શું દુનિયામાં આ વનસ્પિતિસૃષ્ટિ ઓછી રમણીય છે કે લોકો બીજી પંચાતમાં પડે છે ? તે પોતાના નાનકડા બગીચામાં તેના કુટુંબીજનની જેમ પડ્યો રહેતો. તે ફૂલો સાથે વાતો કરતો. તે ડોસાને એક વાર કોઈકે પૂછ્યું : "દાદા, તમે પરણ્યા નથી એનું શું કારણ ?"

મેબ્યુએ જવાબ દીધો : 'હું ભૂલી ગયો.'

તેની નોકરી છૂટી ગયા પછી તેની આર્થિક સ્થિતિ બગડતી ચાલી. તેણે પોતાનું મકાન વેચી દીધું, ને આખરે બગીચો પણ તેને વેચવો પડ્યો. તેના પ્રિય એવા થોડાક છોડવાઓને લઈને તેણે પારીસ પાસેના એક નાનકડા ગામડામાં એક ઝૂંપડું રાખી લીધું ને ત્યાં નાનકડો બગીચો બનાવ્યો. તેની સાથે જૂની નોકર બાઈ હતી. તે ડોશી પણ તેના કુટુંબીજન જેવી જ બની ગઈ હતી. આ ડોશીનું નામ તેણે 'પ્લુટાક મા' રાખ્યું હતું. તે સ્વભાવે બાળક જેવી હતી. આછી મૂછો હોવાને કારણે તે પુરુષ જેવી દેખાતી હતી.

મેરિયસ આ ડોસા તરફ વધારે ને વધારે આકર્ષાયો. તેની દુઃખો પ્રત્યેની બેદરકારી, તેનો આનંદી સ્વભાવ., પવિત્રતા – આ બધું આ જુવાનને પ્રેરણા આપનારું હતું. કોઈ કોઈ વાર તેના પિતાના જૂના સાથી લશ્કરી અમલદારો ઓળખાણ કાઢીને મેરિયસને પોતાને ત્યાં મિજબાનીમાં બોલાવતા. મેરિયસ પોતાનાં ઉત્તમમાં ઉત્તમ કપડાં પહેરીને જતો પણ ખરો, પણ તે નાછૂટકે જ. ત્યાં તેનું દિલ ચોંટતું નહિ.

1831ની સાલ બેઠી. એક દિવસ તેની નોકર ડોશીએ તેને કહ્યું કે તેની પડખેના ઓરડામાં રહેતા કુટુંબને આજે ઘર ખાલી કરાવવાનું છે, મેરિયસને ત્યારે જ ખ્યાલ આવ્યો કે તેની પડખે જ કોઈ રહે છે. "શું કામ ઘર ખાલી કરાવે છે ?"

"ભાડું આપતા નથી."

"કેટલું ભાડું થયું છે ?"

"વીસ રૂપિયા."

મેરિયસે પોતાના ટેબલના ખાનામાંથી પચીસ રૂપિયા કાઢ્યા ને કહ્યું : "આ વીસ રૂપિયા તેમના ભાડા પેટે ચૂકવવાના છે ને પાંચ રૂપિયા તેમને હાથ-ખરચી માટે આપજો. તેમને કહેશો નહિ કે આ પૈસા મેં આપ્યા છે."

મેરિયસ હવે કિશોર-અવસ્થા વટાવીને યૌવનમાં પ્રવેશી ચૂક્યો હતો. યૌવનની વસંતે તેના શરીરમાં મર્દાનગી, લાલિત્ય, માર્દવ વગેરેને સપ્રમાણ રીતે ખીલવ્યાં હતાં. તેના ચહેરા ઉપર કિશોર અવસ્થાની નિર્દોષતા તરવરતી હતી. તેના વિશાળ કપાળ ઉપર બુદ્ધિના ચમકારા દેખાતા હતા. તે ભાગ્યે જ હસતો, પણ હસતો ત્યારે તેના સફેદ મોતીના દાણા જેવા દાંત તેના મુખને ઉજાળી મૂકતા.

તેની ગરીબાઈના કાળમાં તે માર્ગ પર નીકળતો ત્યારે લોકોનું તેના તરફ ધ્યાન ખેંચાતું. મેરિયસને થતું કે તેનાં ગંદાં ને ઢંગધડા વગરનાં કપડાં જોઈને લોકો તેના તરફ મશ્કરીભરી નજરે જુએ છે, પણ ખરું જોતાં તો તેનું સૌંદર્ય લોકોનું ધ્યાન ખેંચતું હતું. મેરિયસ પોતાનાં કપડાંથી અને લોકોથી છુપાતો ફરતો હોય તેમ સંકોચથી ચાલતો. તેનો આ સંકોચ ઊલટો વધારે આકર્ષક બનતો. તેના જુવાન મિત્રો તેને 'વેદિયો' 'જડભરત' કહેતા. દુનિયામાં કેવળ ચોપડીઓ જ નથી, પણ બીજું ઘણું જોવા જેવું છે એમ તેને આડકતરી રીતે તેના મિત્રો તરફથી ઉપદેશ મળતો, પણ મેરિયસનો સંકોચ ઓછો ન થયો.

ફક્ત બે સ્ત્રીઓ તરફ તેની નજર ગયા છતાં તેને સંકોચ થતો ન હતો – એક તેની નોકર ડોશીમા અને બીજી એક છોકરી. આ છોકરીને તે રોજ સાંજે ફરવા જતી વખતે દૂર સડકની બાજુમાં એક બાંકડા ઉપર એક વૃદ્ધ પુરુષની પાસે બેઠેલી જોતો. તે છોકરી તથા તે બુઢ્ઢો રોજ ત્યાં સાંજે ફરવાને વખતે અચૂક બેસતાં. તે બંનેની આ નિયમિતતાએ મેરિયસનું ધ્યાન ખેંચ્યું. તે પણ એટલો જ નિયમિત ફરવા નીકળતો અને બરાબર રોજને વખતે જ તે બંને – તે ડોસો ને છોકરીને તે જ જગ્યાએ તેવી જ સ્થિતિમાં બેઠેલાં દેખતો. છોકરી દૂબળી-પાતળી, કાંઈક કદરૂપી હતી. તેની આંખો ફક્ત મોટી અને સુંદર હતી. છોકરી છોકરીના પ્રમાણમાં મોટી હતી અને યુવતીના પ્રમાણમાં નાની હતી. ડોસો કોઈ નિવૃત્ત થયેલા

લશ્કરી અમલદાર જેવો દેખાતો હતો. શરીરે પડછંદ હતો, પણ વાળ સાવ ધોળા થઈ ગયેલા હતા. તેની આંખો ઉપર થાક અને વિષાદની ઘેરી છાયા દેખાતી હતી. તો પણ પેલી વાતોડી છોકરીની વાતમાં તે હામાં હા પુરાવ્યા કરતો હતો અને તે હસતી ત્યારે હસતો હતો. છોકરી તો આખો વખત કાંઈક-કાંઈક બોલ્યા જ કરતી.

મેરિયસના આ ફરવા જવાનો નિત્યક્રમ છ મહિના સુધી નિયમિતપણે ચાલ્યો. એક દિવસ તેને કોણ જાણે કેમ, પણ એમ લાગ્યું કે તે જે છોકરીને રોજ જોતો હતો તે છોકરી મટીને યુવતી બની ગઈ હતી. તેને ઘડીભર લાગ્યું કે એક રાતમાં જ આ ચમત્કાર થયો છે. તેનું કારણ તેને ન સમજાયું. પેલો વૃદ્ધ એવો ને એવો જ લાગતો હતો. મેરિયસ તેમની પડખેથી પસાર થયો. પેલી છોકરીએ પોતાની મોટી ભોળી આંખો તેના પર ફેરવી, પણ તેમાં બાલિશ કુતૂહલ દેખાતું હતું.

તે સાંજે ફરીને મેરિયસ ઘેર આવ્યો. તેણે કાચમાં જોયું. તેને થયું : "હું સાવ કેવો અસભ્ય છું ! પોશાક કેવો પહેરવો ને કેમ પહેરવો તેનુંય મને ભાન નથી !"

બીજે દિવસે તે ફરવા નીકળ્યો. પેલાં બંને પિતા-પુત્રીને તેણે તે જ જગ્યાએ બેઠેલાં જોયાં. તેણે કોટને નીચે ખેંચ્યો. બટન બરાબર બિડાયાં છે કે કેમ તે જોઈ લીધું. માથાની હેટ બરાબર ગોઠવી. પહેલાં તેને આ છોકરી કદરૂપી ને વિચિત્ર લાગતી, હવે તે પોતે કદરૂપો ને વિચિત્ર હોય એમ લાગવા માંડ્યું. પેલી છોકરી કેવળ મોટી જ નહિ, પણ આકર્ષક લાગવા માંડી. ઘેર જઈને વિચાર કરતાં તે વધારે મનોહર લાગવા માંડી. તે તેની સામે જોતી ત્યારે તે ગભરાઈ જતો અને ફરી તે જગ્યાએથી ન નીકળવું તેમ નક્કી કરતો. બીજે દિવસે પાછો ત્યાંથી જ પસાર થતો. કોઈ વાર તે પોતે તેના ફરવાના માર્ગ પર બાંકડા પર બેસતો ને ચોપડી વાંચવાનો પ્રયત્ન કરતો. એક વાર ખૂબ હિંમત કરીને તેણે તે વૃદ્ધ અને યુવતી પસાર થયાં ત્યારે તેમની સામે જોયું. કોણ જાણે કેમ, પણ તે જ વખતે તે યુવતીએ પણ તેની સામે ખૂબ માર્દવભરી નજરે જોયું. મેરયિસનાં અંગેઅંગમાં એક કંપ આવીને પસાર થઈ ગયો. હૃદયમાં હર્ષ છલોછલ ભરાઈ ગયો. તેને લાગ્યું કે કોઈ સ્વર્ગ તેની નજર સમક્ષ ખડું થઈ ગયું. તેણે પોતાના પોશાક સામું જોયું : જોડા પર થોડીક ધૂળ ચોટી હતી. તેને જોડા પર ખૂબ દાઝ ચડી ને જોરથી તેના પર રૂમાલની ઝાપટ મારી.

બીજી વાર તેણે આથી પણ વધારે હિંમત કરી. તેણે નક્કી કર્યું કે આજ તો તે ક્યાં રહે છે, ને તેના વૃદ્ધ પિતા શો ધંધો કરે છે તેની તપાસ કરવી.

તે બંને જણ ફરીને પાછાં ઘર તરફ ઊપડ્યાં ત્યારે તે પણ પાછળ ગયો. તેણે મકાન પણ જોઈ લીધું.

તેણે હિંમત કરીને ચોકીદારને પૂછ્યું :

"હમણાં આવ્યા તે શેઠ પહેલે માળે રહે છે ?"

"ના, ત્રીજે માળે."

"આગળના ભાગમાં કે પાછળના ભાગમાં ?"

"અમારા મકાનના ઓરડા બધા સડક ઉપર જ પડે છે."

"એ ગયા તે સાહેબ શું કામ કરે છે ?"

"પાસે પૈસો હશે એમ લાગે છે. માણસ બહુ ભલો છે. ગરીબ-ગુરબાંને રોજ કાંઈ ને કાંઈ આપ્યા કરે છે."

"નામ શું છે ?"

ચોકીદારે જરા કડક અવાજે કહ્યું :

"પોલીસના માણસ લાગો છો !"

મેરિયસ તરત જ ચાલ્યો ગયો.

બીજે દિવસ ફરવા જવાની જગ્યાએ મેરિયસ અગાઉથી વખતસર પહોંચી ગયો હતો, પણ વખત થયો છતાં તે બંને દેખાયાં નહિ. તેણે ઘણી રાહ જોઈ. અંધારું થયું. તેનાથી ન રહેવાયું. તેમના રહેઠાણે ગયો. ત્યાં બહારથી જોયું તો તેમના ઓરડામાં અંધારું હતું. તેને થયું – ક્યાંક બહાર ગયાં હશે. તેણે વાટ જોઈ. મધરાત થઈ, પણ કોઈ દેખાયું નહિ. તે નિરાશ થયો ને પાછો પોતાની ઓરડીએ ગયો.

બીજે દિવસે તે સવારમાં જ પાછો ત્યાં આવ્યો. ચોકીદારને પૂછ્યું : "પેલા ત્રીજા માળવાળા સાહેબ છે ?"

"એ તો ગયા."

"ક્યાં ?"

"ખબર નથી."

"સરનામું નથી આપતા ગયા ?"

"ના."

ચોકીદારે બારીકાઈથી મેરિયસ સામે જોયું : "કોણ... તમે ? કાલવાળા ? તમેય ઠીક પાછળ પડ્યા લાગો છો !"

૭. પાડોશીનો પહેલો પરિચય

પછી મેરિયસ થોડો ઉદાસ રહેવા લાગ્યો. ફરવા જવાનું તેણે ઓછું કરી નાખ્યું. પોતાની ઘોલકીમાં તે ઘણી વાર વિચારશૂન્ય દશામાં તો કોઈ વાર જાતજાતનાં દિવાસ્વપ્નમાં પડી રહેતો. ફક્ત જમવા માટે અને પેલા પ્રકાશકને ત્યાં નોકરી માટે તે જાણે કે નાછૂટકે જ જતો.

એક દિવસ રાતે મેરિયસ પોતાને ઘેર આવતો હતો. પોતાના ઘરની અંધારી ગલીમાં તે ધીમેધીમે નીચી નજર રાખીને ચાલ્યો જતો હતો. ત્યાં તેને ભટકાઈને બે છોકરીઓ દોડતી-દોડતી અંધારામાં લપાઈ ગઈ. બેય છોકરીઓનાં કપડાં સાવ ચીંથરેહાલ હતાં. પગમાં ચંપલ પણ ન હતાં. વાળ સાવ ટૂંકા ને વેરવિખેર હતા. એક છોકરીને બોલતાં તેણે સાંભળી : “માંડ માંડ હું તો બચી. મામો બરાબર વાંસે પડ્યો’તો !”

“આપણે તો સિપાઈદાદાને આઘેથી જોઈને જ રફુચક્કર થઈ ગયાં.” બીજી બોલી.

મેરિયસ સમજી ગયો કે પોલીસની નજરમાંથી છટકીને ભાગેલી આ છોકરીઓ છે. તેના ઉદાસ ચિત્ત ઉપર આ દૃશ્યે વધારે અસર કરી. આવડી છોકરીઓને પણ ચોરી કરવા નીકળવું પડતું હશે ?

તે જરાક આગળ ચાલ્યો ત્યાં તેના પગ પાસે કાગળનું લાંબું પરબીડિયું પડ્યું હોય એમ લાગ્યું. ‘પેલી બિચારી છોકરીઓનું પડી ગયું હશે.’ એમ માની તેણે તે ઊંચકીને ખિસ્સામાં મૂક્યું. તેણે તે છોકરીઓ જે બાજુ ગઈ તે દિશા તરફ સાદ તો પાડ્યો, પણ કાંઈ જવાબ ન મળ્યો એટલે તે પરબીડિયાને પોતાની સાથે ઘેર લઈ ગયો.

કપડાં ઉતારીને સૂવાની તૈયારી કરતી વખતે તેને તે પરબીડિયું સાંભર્યું ને તેણે તે ખોલ્યું, તેમાંથી ચાર વિચિત્ર પ્રકારના પત્રો નીકળ્યા. તે પત્રો તેણે એક પછી એક વાંચ્યા. તે પહેલાં તો કાંઈ સમજ્યો નહિ એટલે તેણે ફરી વાર કાળજીપૂર્વક વાંચવા માંડ્યા. ચારે પત્રો એક જ માણસના હસ્તાક્ષરના હતા, પણ ચારેય પત્રોમાં નીચે સહીમાં જુદાજુદા માણસનું નામ હતું.

પહેલો પત્ર આ પ્રમાણે હતો :

શ્રીમતી...

સમાજને એકસૂત્રે બાંધી રાખનાર કોઈ મહાન દૈવી ગુણ હોય તો તે દયા અને ઉદારતા છે. આપની અંદર જે ધર્મબુદ્ધિ પડેલી છે તેને જાગૃત કરો અને આપણા જ દેશના સ્પેનના એક દુઃખી દુર્ભાગી તરફ એક કરુણાભરી નજર કરો. દીનહીન થઈ ગયેલ એવા મેં સ્પેન દેશ તરફની મારી ભક્તિ પ્રગટ કરવા માટે યુદ્ધમાં મારું લોહી રેડ્યું છે. અત્યારે હું અત્યંત દરિદ્ર હાલતમાં આવી ગયો છું. આપની ઉદારતાથી ચોતરફ પ્રસરી રહેલી સુવાસથી પ્રેરાઈને આ પત્ર આપને લખી રહ્યો છું. આ યુદ્ધમાં જખમોની ખેરાત ધારણ કરતો આપનો વફાદાર સેવક આપના તરફ મીટ માંડીને બેઠેલો છે.

લિ. આપનો અત્યંત નમ્ર અને વફાદાર સેવક

ડોન આલ્વારીસ

ઘોડેસવાર ટુકડીનો કપ્તાન, ફ્રાંસમાં રાજપક્ષી આશ્રિત, દેશ જવા માટે આતુર અને જવા માટે જરૂરી રકમ મેળવવા તલસતો વગેરે

સહી કરનાર માણસનું કોઈ સરનામું ન હતું. કદાચ બીજા પત્રમાં હશે એમ માનીને મેરિયસે બીજો કાગળ ખોલ્યો.

શ્રીમતી કોમ્તેસ....

છ બાળકોની દુઃખી માતા આપને આ પત્ર લખી રહી છે. નાનું આઠ મહિનાનું બાળક ખાટલામાં આ માંદી માતા પાસે પડ્યુંપડ્યું ભૂખ અને રોગથી પીડાઈ રહ્યું છે. પતિએ મને ત્યજી દીધી છે. આ કુટુંબને ભરણપોષણનો કાંઈ આધાર નથી.

આપ શ્રીમતીની ઉદારતાભરી નજર પર વિશ્વાસ રાખીને હું પડેલી છું.

લિ. આપની દાસી

એન્ટોઈનેટ બ્લેઈઝાર્ડ

ત્રીજો પત્ર એક પ્રકાશકને ઉદ્દેશીને કોઈ ગરીબ નાટકકારે લખેલો અને તેમાં પોતાનું એક અપ્રસિદ્ધ નાટક છપાવીને તે માટે પુરસ્કાર આપવા વિનંતી લખેલી હતી. ચોથો પત્ર પારીસના એક પ્રખ્યાત અમીર ઉપર કોઈ ચિત્રકારે લખેલો હતો. ચિત્રકાર પાસે પોતાનું એક મૌલિક ઉમદા ચિત્ર પડ્યું હતું. તેને નાછૂટકે વેચીને પોતાનું ગુજરાન ચલાવવું પડે તેવી સ્થિતિનું તેમાં બહુ જ કરુણ વર્ણન હતું.

મેરિયસ આ ચારેય પત્રો વાંચ્યા પછી પણ એવી ને એવી મૂંઝવણમાં રહ્યો, પણ આ રહસ્ય ઉકેલવા જેટલો તેના મનમાં તે વખતે ઉત્સાહ ન હતો એટલે એમ ને એમ પત્રો પાછા પરબીડિયામાં મૂકીને તે પથારીમાં પડ્યો.

સવારે ઊઠીને નાસ્તો કરીને તે બહાર નીકળવાની તૈયારી કરતો હતો ત્યાં

બારણા પર એક ધીમો ટકોરો થયો. તે પોતાનું બારણું અંદરથી ભાગ્યે જ બંધ કરતો અને બહાર જતો ત્યારે પણ બારણે તાળું પણ કોઈ વાર ભૂલથી જ દેતો, કારણ કે તેના ઓરડામાં કાંઈ પણ જોખમી માલ હતો જ નહિ. એટલે તેના બારણા પર ટકોરો મારનાર કોણ હશે તેનું તેને આશ્ચર્ય થયું. બીજી વાર ટકોરો થયો એટલે તેણે કહ્યું : "આવો !"

બારણું ઊઘડ્યું. મેરિયસ તો પોતાના ટેબલના ખાનામાંથી ઉપયોગી કાગળો વગેરે ભેગા કરવામાં ગૂંથાયો હતો. તેણે ઊંચું જોયા વગર જ કહ્યું : "કેમ ડોશીમા, શું કામ છે ?"

સામો જવાબ આવ્યો : "સાહેબ, એ તો હું છું."

મેરિયસે ઊંચે જોયું. સાદ એવો ઘોઘરો, સૂકો ને વિચિત્ર હતો કે તે ચમક્યો. એક મોટી ઉંમરની છોકરી સામે ઊભી હતી. સાવ કંગાળ, સૂકી, ફિક્કી અને કેવળ ફાટલો ચણિયો પહેરીને ઊભેલી આ છોકરીને જોઈને મેરિયસ ઘડીક તો સ્તબ્ધ થઈ ગયો. આંખમાં ખાડા, મોઢામાં દાંતને અભાવે ખાડા, ખભાનાં બહાર નીકળી આવેલાં હાડકાં, કોઈ જમાનાની ખાધેલ ડોશીની ખંધાઈ અને પંદર વરસનું શરીર આમાં ભેગું થયેલું હતું. આવાં પ્રાણીઓને જોઈને કાં તો માણસ રડી ઊઠે ને કાં તો ડરી ઊઠે. કુદરતે દરેક માનવીને આપેલી જુવાનીનું સૌંદર્ય આ ડાકણ જેવા લાગતા શરીર પર પણ ખીલવા પ્રયત્ન કરતું હતું, પણ કોણ જાણે કયા સંયોગોએ તે સૌંદર્યને ઊગતાં ડાંભી દીધું હતું.

"શું કામ છે, બહેન ?"

"આપને આપવાનો એક પત્ર છે, મેરિયસ સાહેબ !" છોકરી અત્યંત દીન અવાજે બોલી.

આ છોકરી તેને ઓળખતી હોવી જોઈએ. ક્યાંથી ઓળખતી હશે – શી ખબર ! છોકરી જાણે અંદર ઘણી વાર આવી ગઈ હોય તેમ હિંમતથી અંદર આવીને તેણે મેરિયસના હાથમાં કાગળ મૂક્યો. મેરિયસે કાગળ ઉઘાડ્યો. તેણે અક્ષરો તરત જ ઓળખ્યા. પેલા ચાર કાગળમાં જે અક્ષરો હતા તે જ આ અક્ષરો, તેણે પત્ર વાંચ્યો :

મારા માનવંતા પાડોશી,

આપની ઉદારતા મારા જાણવામાં આવી ગઈ છે. મારી ઓરડીનું છ મહિનાનું ભાડું આપે જ ચૂકવ્યું છે તેની મને ખબર છે. મારી પુત્રીને આપની સેવામાં મોકલું છું. તે આપને જણાવશે ત્યારે આપને ખબર પડશે કે છેલ્લા બે દિવસથી અનાજનો એક દાણો પણ આ અમારાં પાપી પેટમાં પડ્યો નથી. અમારા કુટુંબમાં અમે ચાર જણાં છીએ. મારી પત્ની બીમાર હાલતમાં છે, આટલી હકીકત આપના દયાળુ

હૃદયને ખળભળાવી નાખવા માટે પૂરતી છે. એમાં મને શંકા નથી. અને આપનો ઉદાર હસ્ત લંબાવી આ દુર્ભાગી આદમી તથા તેના કુટુંબને એક નાનકડો ટુકડો આપીને ઉગારી લેશો આવી આશા છે.

દાનેશ્વરીઓનો દાસ
જોંદ્રેટ

તા. ક. મારી પુત્રી આપની આજ્ઞાની રાહ જોતી આપની સેવામાં હાજર રહેશે.

ઊંડા અંધારા ભંડકિયામાં જેમ મીણબત્તી પ્રકાશ ફેલાવી દે તેમ આ પત્રે ગઈ કાલના રાતના તમામ પત્રોનો ભેદ ખોલી નાખ્યો. પોતાની જ પાડોશમાં આવી એક અજબ સૃષ્ટિ વસી રહી છે. તેનો અત્યાર સુધી કેમ ખ્યાલ જ નહિ આવ્યો હોય ?

આ દુઃખી ગરીબ માણસે પોતાનાં દુઃખનો વેપાર પણ કેટલી કુનેહથી માંડ્યો છે, અને પોતાની પુત્રીઓને જુદીજુદી જગ્યાએ આ પત્રો પહોંચાડવા માટે મોકલી રહ્યો છે? ગઈ કાલ સાંજે અંધારામાં તેણે આ છોકરીને જ ભાગતી જોઈ હતી તે તેને યાદ આવ્યું. પોતાની છોકરીઓ પાસે જે ચોરી કરાવતો હશે તે માણસ બીજું શું-શું નહિ કરાવતો હોય ?

મેરિયસ પત્ર વાંચીને શૂન્ય નજરે છોકરી સામે તાકીને ઉપરના વિચારે ચડી ગયો હતો, પણ છોકરી તો ઓરડામાં આમતેમ આંટા મારવા લાગી, ને જાણે કે પોતાની જ ઓરડી હોય તેમ બધી ચીજવસ્તુઓને હાથમાં લઈ જોવા લાગી.

"લે, તમારે ત્યાં તો મોઢું જોવાનો કાચ પણ છે !"

કાચમાં મોઢું જોતીજોતી તે નાટકનાં હલકાં ગાયનો ગણગણતી આનંદમાં ફરવા લાગી, પણ આની પાછળ તેના હૃદયમાં તદ્દન નવા વાતાવરણથી થતો ગભરાટ છુપાવવાનો પ્રયત્ન દેખાતો હતો. પાંખ કપાઈ ગયેલું પક્ષી જેમ પાછળ પડેલા કૂતરાની બીકે આમતેમ ઊડે તે રીતે આ છોકરી આખી ઓરડીમાં આમતેમ ઘૂમી રહી હતી.

"એય ! આ તો ચોપડીઓ છે !" મેરિયસના ટેબલ પર પડેલ પુસ્તકોને ઉપાડી જોતીજોતી તે બોલી ઊઠી.

"મનેય વાંચતાં આવડે છે હોં !" તે એક ચોપડી ઉઘાડીને પહેલાં ચોપડી ભણતા બાળકની જેમ વાંચવા લાગી.

"પાંચ લશ્કરી ટુકડીઓ સાથે વૉટર્લુ..." તેણે ચોપડી તરત જ પડતી મૂકી.

"વૉટર્લુની મને ખબર છે હોં ! ત્યાં લડાઈ થઈ હતી. મારા બાપા તેમાં લડવા ગયા હતા. અમે બોનાપાર્ટના મતના છીએ. મને લખતાંય આવડે છે. !"

કહીને ત્યાં પડેલ લેખણ ઉપાડી ખડિયામાં ટાંક બોળીને મેરિયસને કહેવા લાગી :

"લખી દેખાડું ? ખાતરી કરાવી દઉં ? ઊભા રહો, એક લીટી લખી દઉં." મેરિયસ જવાબ આપે તે પહેલાં એક કોરા કાગળ ઉપર તેણે ધીમેધીમે લખ્યું : "સિપાઈદાદા આવે છે."

"જુઓ, આમાં ક્યાંય ભૂલ છે ? અમે બેય બહેનો ભણતી હતી. અમે પહેલાં કાંઈ સાવ આવી નહોતી હો ! અમને તો..."

તે એકાએક અટકી પડી. તે મેરિયસ સામે નજર માંડીને જોઈ રહી અને પછી એકાએક હસી પડી. "બ...સ !" પોતાના બોલવાની અત્યાર સુધી કાંઈ અસર ન દેખતાં જે જાતની નિરાશા થાય તે ભાવથી તેના મોમાંથી ઉદ્ગાર નીકળી ગયો.

"હેં, મેરિયસ સાહેબ ! તમે કોઈ વાર નાટક જોવા જાઓ છો ? હું જાઉં છું. મારો નાનો ભાઈ બધાય નાટકવાળાઓનો ભાઈબંધ છે, અને તે મને પાસ આપી જાય છે. આપણને કાંઈ ગૅલેરીમાં બેસવું ન ગમે. ત્યાં બધા ઘોંઘાટ કરે, ને ગંધાય બહુ."

તે મેરિયસ સામે ફરી તાકીને જોઈ રહી. તેની આંખમાં વિચિત્ર ભાવ હતો તે બોલી :

"મેરિયસ ! તમને ખબર છે... તમે ખૂ...બ રૂપાળા છો !'

મેરિયસ આ વાક્ય સાંભળીને જરાક શરમ અનુભવ્યા વગર ન રહી શક્યો. પેલી છોકરી હસી પડી. તે હિંમતથી મેરિયસની પાસે આવીને તેના ખભા પર હાથ મૂકીને બોલી : "મને ખબર છે કે તમને મારી જરાય પરવા નથી. પણ હું તમારું બધુંય ધ્યાન રાખું છું. તમે બહાર જવા નીકળો છો ત્યારે હું પગથિયા પાસે ઊભી રહું છું. તમે રોજ પેલા મેબ્યુ કાકાને ત્યાં જાઓ છો એય મને ખબર છે. તમે ચાલો છો ત્યારે તમારા વાંકડિયા વાળ તમને બહુ શોભે છે !"

"આ એક કાગળનું પરબીડિયું મને મળ્યું છે. એ તમારું તો નથી ને, જુઓ જોઈએ ?" મેરિયસે ખૂબ જ સૂકા ને ગંભીર અવાજે કહ્યું અને પેલું પરબીડિયું તેના હાથમાં મૂક્યું.

"લો, અમે તો આખું ગામ ગોતી વળ્યાં !" પેલી બોલી ઊઠી, "મારા બાપ ! મેં ને મારી બહેને કાલ રાતે કેટલું ગોત્યું ! કેટલું ગોત્યું ! દોડતાં-દોડતાં પડી ગયેલું. ઘેર આવ્યા ને જોયું તો પરબીડિયું ગુમ ! અમે તો મૂંઝાયાં. બાપાએ પૂછ્યું એટલે કહ્યું કે કાગળો બધા પહોંચાડી આવ્યાં છીએ. ખોટું ન બોલીએ તો અમને ઢીબી નાખે... લે ! હું હમણાં જ ઊપડું, નહિ તો પાછા આ કાગળવાળા શેઠ ઘેરથી નીકળી જશે. આ કાગળ આપીશ ત્યારે નાસ્તાના કાંઈક પૈસા મળશે."

તે પછી જોરથી હસી પડી ને બોલી : ‘‘અમે અત્યારે નાસ્તો કરીશું એનો અર્થ ખબર છે ? એ નાસ્તો ગયા પરમ દિવસ સવારનો નાસ્તો ગણવાનો હો ! એમાં વળી ગઈ કાલનો નાસ્તો, ગઈ કાલનું ભોજન – એ બધું આજ નાસ્તો કરીશું તેમાં ગણી લેવાનું. તમને સાચું નથી લાગતું ને ? શેનું લાગે ! કાંઈ નહિ... ન લાગે તો !’’

મેરિયસે ખીસામાં હાથ નાખીને ઊંડે ઊંડે ખીસું ફંફોળ્યું. અંદરથી છ રૂપિયા ને દસ પૈસા નીકળ્યા. તેની સમસ્ત મૂડી અત્યારે આટલી જ હતી. તેણે છોકરીને કહ્યું : ‘‘લે આ પાંચ રૂપિયા, આજનું ભોજન આમાંથી કરજો.’’ છોકરીએ એ પૈસા ઝડપથી લઈ લીધા. એક રૂપિયો ને દસ પૈસા તેણે પોતાને માટે રાખ્યા.

છોકરીએ પોતાના ખભા ઉપરથી ઊતરી જતું પોલકું ઊંચું ચડાવ્યું. ખૂબ નમીને મેરિયસને નમસ્કાર કર્યા ને બારણા પાસે જઈને પાછી વળીને નમીને ચાલી ગઈ.

૮. દયા અને ડાકણ

મેરિયસે છેલ્લા પાંચ વરસ ખૂબ ગરીબાઈમાં કાઢ્યાં હતાં, પણ ખરી ગરીબી શું છે તેનો ખ્યાલ તેને આજે જ આવ્યો. જાણે કે દરિદ્રતાનું કોઈ ભૂત નજર સમક્ષ આવીને ખડું થઈ ગયું. દરિદ્રયના અતાગ અંધારની કોઈ સંદેશવાહક તેને સંદેશ આપીને ચાલી ગઈ તેમ તેને લાગ્યું.

એક જ પાતળી ભીંતની આડશ પાછળ આવું કુટુંબ વસતું હતું તે છતાં તેનું ધ્યાન જ ન ગયું ! તેને પોતાની જાત ઉપર તિરસ્કાર આવ્યો. આવી રીતે પોતાની જ માનસિક દુનિયામાં રચ્યોપચ્યો રહેનાર માણસ દુનિયામાં આગળ ઉપર શું કરવાનો હતો ?

તેણે તે એક જ ઈંટના બીડલાવાળી ભીંતની અંદર ટેબલ ઉપર ચડીને મોભારા પાસે પડેલ એક ગાબડામાંથી અંદરના ભાગમાં નજર કરી. જંગલમાં જેમ હિંસક પશુની બોડ હોય તેમ શહેરમાં પણ આવી બોડ હોય છે. જંગલની બોડમાં રહેતું પશુ હિંસક, ઝનૂની હોય છે, પણ શહેરની બોડમાં રહેતા મનુષ્યો આ પશુઓ કરતાં પણ વધારે ભયાનક હોય છે. ગરીબાઈમાં તો મેરિયસ પણ રહેતો હતો, પણ તેની ગરીબીમાં સ્વચ્છતા, વ્યવસ્થા અને ગૌરવ દેખાતાં હતાં, જ્યારે આ તેની બાજુની જ ઓરડીમાં ગંદકી, અંધારું, અસ્તવ્યસ્તતા, ચીતરી ચડે તેવું ગૂંગળામણું વાતાવરણ જામેલાં હતાં. એક ભાંગેલી ખુરશી, એક ત્રિભંગ સ્થિતિમાં પડેલું ટેબલ, બે જુદાજુદા ખૂણામાં પડેલા ખાટલા, એક-બે માટીનાં હાંડલાં... કાચની બારીવાળા એક જાળિયામાંથી જે પ્રકાશ આવતો હતો તે પણ વધારે પડતો ન આવી જાય તે માટે કરોળિયાનાં ઘાટાં જામેલાં જાળામાંથી ગળાઈને આવતો હતો. ઓરડાની ભીંતોમાં જ્યાં ગાબડાં પડેલાં તે ભાગમાં કોલસાથી અશ્લીલ પ્રકારનાં અનેક ચિત્રો દોરેલાં હતાં. ઓરડામાં ખૂણામાં એક નાનકડી સગડી હતી. સગડી પાસે થોડાંક રાંધવાનાં વાસણોનો ઢગલો પડ્યો હતો. બીજા ખૂણામાં ફાટલા જોડાઓ પડ્યા હતા. ક્યાંકક્યાંક ખીંટી પર ચીંથરાં જેવાં અને મેલાં કપડાં લટકતાં હતાં. એક ખૂણામાં એક પાટિયું પડ્યું હતું. તેમાં એક સૈનિક કોઈ બીજા સૈનિકને ખભા ઉપર નાખીને લઈ જતો હતો તેવું ચિત્ર દોરેલું હતું. ચિત્ર સાવ ઝાંખું હતું. તેની

નીચે કાંઈક અક્ષરો પણ લખ્યા હતા, પણ તે ઊકલતા ન હતા.

ખુરશી પર એક લગભગ સાઠેક વરસની ઉંમરનો માણસ બેઠો હતો અને તે ટેબલ પર કાંઈક લખતો હતો. માણસની મુખાકૃતિ અત્યારે પૂરી જોઈ શકાતી ન હતી, પણ તેની સફેદ થવા માંડેલી લાંબી વેરવિખેર દાઢી જોઈ શકાતી હતી. તેના ચહેરાનો અડધો ભાગ પણ તેના વ્યક્તિત્વને ઘણે અંશે પ્રગટ કરતો હતો. કોઈ ગીધ કારકુનનો દેહ ધારણ કરીને પ્રગટ થાય ત્યારે આવો લાગે. તેણે સ્ત્રીનું ફાટલું ખમીસ પહેર્યું હતું અને નીચે પહેરેલું પાટલૂન પણ સાવ ફાટલું હતું. પગમાં પહેરેલા જોડામાંથી એના અંગૂઠા બહાર દેખાતા હતા. તે લખતાં-લખતાં હોકલી પીતો જતો હતો.

ચૂલા પાસે એક સ્ત્રી બેઠેલી હતી. તેની ઉંમર ચાલીસથી સોની વચ્ચે હશે. તેના શરીરનું કાઠું ઘણું મોટું હતું, પણ સાવ સૂકું હતું. એણે પણ એક ચણિયો ને ચોળી જ પહેર્યાં હતાં. તેના જીંથરિયા વાળ તેના ભયાનક મોઢાને વધારે ભયાનક બનાવતા હતા.

એક ખાટલા ઉપર એક દૂબળી-માંદલી નાની છોકરી ટૂંટિયું વાળીને પડી હતી. તે પેલી છોકરીની નાની બહેન હશે એમ મેરિયસને તેના ચહેરા પરથી લાગ્યું. આમ દસ વરસની હોય એવડી લાગતી હતી, પણ કાળજીથી જોતાં તેની ઉંમર ચૌદેક વરસની હોવાનો સંભવ હતો.

આખા ઓરડામાં દારિદ્ર્યની સખી આળસનું સામ્રાજ્ય વ્યાપેલું દેખાતું હતું. ક્યાંય રેંટિયો કે સીવવાનો સંચો કે એવું કોઈ ઉદ્યોગનું સાધન દેખાતું ન હતું. હા, એક ખૂણામાં થોડાંએક વિચિત્ર લોઢાનાં હથિયારો પડ્યાં હતાં. મેરિયસે આવાં હથિયારો કદી જોયાં ન હતાં, એટલે તે તેનો ઉપયોગ સમજી ન શક્યો.

મેરિયસ આ આખું દૃશ્ય થોડી વાર સુધી જોઈ રહ્યો. કબરમાં મડદાંને હાલતાં-ચાલતાં જોઈને માણસના મન ઉપર જે અસર થાય તેવી અસર મેરિયસના દિલ ઉપર થઈ.

તે આ દૃશ્ય જોઈને ટેબલ નીચે ઊતરવા જતો હતો ત્યાં કાંઈક અવાજ થતાં તે થંભી ગયો. એકાએક તે પડોશીના ઓરડાનું બારણું ઊઘડ્યું ને પેલી મોટી છોકરી શ્વાસભેર અંદર આવી.

"આવે છે." તે શ્વાસ ભરેલ અવાજે હરખમાં આવીને બોલી ઊઠી.

"કોણ ?" તેનો બાપ લખવાનું બંધ કરીને ઊભો થઈ ગયો.

"એ પોતે !"

"કોણ, પેલા શેઠ ?"

"હા, એ દાનેશ્વરી શેઠ પોતે !"

"ખાતરીથી કહે છે ?"

"હા, હા, પાછળ જ તેમની ગાડી ચાલી આવે છે. હમણાં આવ્યા જ સમજો."

"તેં બરાબર હાથોહાથ ચિઠ્ઠી આપી ?"

"હા, હા, હજી મંદિરમાંથી બહાર નીકળીને ગાડીમાં ચડતા હતા ત્યાં હું પહોંચી ને ચિઠ્ઠી આપી. ચિઠ્ઠી વાંચીને કહે : "ક્યાં રહે છે ?" મેં કહ્યું : 'ચાલો, હું સાથે આવું.' તે કહે : 'હજી મારી દીકરીને થોડી ખરીદી કરવાની છે. તે પતાવીને ત્યાં આવું છું.' એટલે મેં સરનામું આપ્યું. હું આપણા લત્તાને નાકે વાટ જોતી ઊભી રહી. આઘેથી મેં ગાડી આવતી જોઈ એટલે હું ટૂંકે રસ્તે દોડતી અહીં આવી. ગાડી મોટે રસ્તે થઈને ચાલી જ આવે છે."

"એ જ ગાડી છે એની ખાતરી શું ?"

"નંબર મેં જોયો છે ને ! 440 નંબરની ગાડી છે."

"શાબાશ ! હવે તારામાં હોશિયારી આવતી જાય છે. સાંભળ્યું ?" તે પોતાની સ્ત્રી તરફ ફરીને બોલ્યો.

"શેઠ આવે છે. જલદી ચૂલાનો દેવતા ઠારી નાખ."

"શું કામ ?"

"હું કહું એમ કરને ! બધી બાબતમાં પૂછપૂછ શું કરવું ? ચાલ, જલદી કર, અને પછી ખાટલામાં સૂઈ જા – ઓઢીને."

કોઈ નાટકનો સૂત્રધાર નાટકની તૈયારી કરતો હોય તેવી રીતે તેણે હુકમ છોડવા માંડ્યા : "એય નાનકી, ઊભી થા અને આ બારીનો કાચ મુક્કી મારીને ફોડી નાખ."

"પણ શું કામ ? કાચ વાગી જાય તો લોહી નીકળે ને વળી બહારની ઠંડી બધી અંદર આવે."

"એટલા માટે તો હું કાચ ફોડવાનું કહું છું. ચાલ, જલદી કર."

છોકરી બીકની મારી વધારે બોલી ન શકી, ઊભી થઈને તેણે પોતાના હાથે મુક્કી મારીને કાચ ફોડી નાખ્યો. કાચ તો ફૂટ્યો, પણ છોકરીના હાથમાં કાચ ખૂંચી જવાથી લોહી નીકળવા લાગ્યું. પેલાએ પોતાના જ ખમીસમાંથી મોટું ચીંદરડું ફાડીને પાટો બાંધ્યો ને તેને બીજા ખાટલામાં સુવાડી દીધી. એ ઉપરાંત પોતાની મોટી દીકરીનાં કપડાંમાં જ્યાં ક્યાંક આખું કપડું દેખાતું હતું ત્યાં ફાડી નાખવા માટેનો હુકમ કરી દીધો.

"હવે ઠીક છે !" આસપાસ સંતોષપૂર્વક નજર નાખીને તે બોલ્યા. ત્યાં તો બારણું ખૂલ્યું અને એક વૃદ્ધ પુરુષ અને એક જુવાનીમાં પ્રવેશ કરતી બાળાએ અંદર પ્રવેશ કર્યો.

મેરિયસ સ્તબ્ધ થઈ ગયો. તેણે થોડીક આંખો મીંચી ને પાછી ઉઘાડી ''એ અહીં ક્યાંથી ? તે જ છે. ના, ભૂલ નથી થતી – તેમાં કદી ભૂલ થાય જ નહિ. તેના હૃદય-આકાશને એક અપૂર્વ તેજથી ભરી મૂકનાર જ્યોતિનું ફરી દર્શન થયું. બુદ્ધિ આ માનવા ના પાડતી હતી, હૃદયને તો ખાતરી જ હતી. મેરિયસ ઘડીભર આખી પરિસ્થિત ભૂલી ગયો – એકમાત્ર તેને જ જોઈ રહ્યો. તેના સિવાય બીજું કાંઈ ન હતું. તેની સામે જ ગંભીર વિષાદગ્રસ્ત આંખો, તે જ સફેદ વાળ, તે જ પડછંદ કાયા હતી. બાળાના હાથમાં એક મોટું કાગળ બાંધેલું પડીકું હતું. તેણે તે અંદર આવીને પાસે પડેલ ટેબલ પર મૂક્યું.

અંદર આવતાંવેંત પહેલાં તો આ વૃદ્ધ પુરુષને કાંઈ દેખાયું નહિ. બહારના અજવાળામાંથી અંદર અંધારા ઓરડામાં તેની આંખોને ટેવાતાં થોડી વાર લાગી. તે જોડ્રટ પાસે ગયો. મુખ પર મંદ હાસ્ય લાવીને તે બોલ્યો :

''આ પડીકામાં થોડાંક નવાં કપડાં, મોજાં, ઓઢવાનો કામળો એ બધું છે.''

''ઘણી ખમ્મા મારા તારણહારને !'' જોડ્રેટ લગભગ જમીન સુધી નમીને બોલ્યો. વૃદ્ધ અને તેની પુત્રી બંને જણ ઓરડાની કંગાળ હાલતનું નિરીક્ષણ કરી રહ્યાં હતાં તે દરમિયાન તેણે પોતાની મોટી દીકરીને નીચા નમીને કાનમાં કહ્યું :

''તને કયો કાગળ આપવાનું કીધું'તું ને કયો આપી આવી ? સાવ ડોબું છે ! એ કાગળમાં નીચે સહી કયા નામની હતી ?''

''ફેબેન્ટો.''

''નાટકનો નટ... બરાબર !''

જોડ્રેટે બરાબર વખતસર આ પૂછી લીધું હતું. આસપાસ નજર કરી લઈને પેલા વૃદ્ધે તેને કહ્યું, ''આ તો ભારે દયાજનક હાલત કહેવાય, શું નામ...''

''ફેબેન્ટો.''

''હા, હા, ભાઈ ફેબેન્ટો, બરાબર યાદ આવ્યું.''

''નાટકમાં કામ કરું છું. નટ છું, મારોય એક જમાનો હતો. પણ મારું ભાગ્ય વીફર્યું છે. બીજું કાંઈ નહિ. જુઓ શેઠ, ઘરમાં નથી રોટીનો ટુકડો. નથી ઠંડી ઉડાડવા દેવતા. મારાં બાળકો ટાઢે થરથરી રહ્યાં છે. અધૂરામાં પૂરું બારીનો કાચ પણ તૂટી ગયો છે ને ઠંડો પવન અંદર આવે છે. ઘરવાળી ખાટલે પડી છે.''

''બિચારી !'' વૃદ્ધના મુખમાંથી શબ્દો નીકળી ગયા.

''આ બિચારી છોકરીને હાથે ઘા વાગ્યો છે.''

છોકરી આ નવાં લૂગડાં પહેરીને ઊભેલી સ્ત્રી તરફ કુતૂહલથી તાકીને જોઈ રહી હતી. ડૂસકાં ભરવાનું તે ઘડીભર ભૂલી ગઈ, પણ જોડ્રેટનો ઠોંસો વાગતાં જ તરત તેને પોતાનું કર્તવ્ય સાંભર્યું ને તેણે રડવાનું શરૂ કરી દીધું, અને જોતજોતાંમાં

તો રડવામાંથી ચીસો શરૂ થઈ ગઈ. પેલી યુવતી તરત જ તેની પાસે દોડી ગઈ :

"અરરર ! બહુ વાગ્યું લાગે છે !"

"દયાની દેવી ! લોહી તો હજી હમણાં જ માંડ બંધ થયું. કારખાનામાં કામ કરતાં અકસ્માત થયો. કારખાનામાં રોજના એંશી પૈસા તેને મળે છે. અને ઘા અંદરથી સડ્યો લાગે છે. કદાચ કપાવવોય પડે."

પેલી છોકરી આ વાત સાંભળીને વધારે જોરથી અને સાચેસાચ ચીસો પાડવા મંડી પડી

આ આખા નાટક દરમિયાન જોદ્રેટ વારંવાર કાળજીપૂર્વક આ 'દયાળુ'ના ચહેરા સામે જોયા કરતો હતો – જાણે કે કોઈ જૂનાં સ્મરણોમાં તેને ગોઠવવા પ્રયત્ન કરતો હતો. પેલી પાટો બાંધેલી બાળકી તરફ આ બંને માણસોનું ધ્યાન હતું તેનો લાભ લઈને તે પોતાની સ્ત્રીના ખાટલા પાસે જઈને કાનમાં ગણગણ્યો : "આને બરાબર નિહાળીને જોજે."

તરત જ પાછો પોતાના અન્નદાતા તરફ ફરીને કહેવા લાગ્યો : "આ કપડાંમાં મારી સ્ત્રીનું ઊતરેલું ખમીસ છે. મારે બહાર માગવાય કેમ નીકળવું ? પહેરવા કાંઈ નથી. નહિ તો પેલી પ્રખ્યાત નટી માર્સની પાસે જઈને કાંઈક તો મદદ મેળવી શકું. એ નટીની સાથે જ હું નાટકમાં કામ કરતો. પણ તેનો સિતારો ચડતો રહ્યો. હશે ! તોય એ જૂના સંબંધો ભૂલે તેવી નથી, પણ મારે બહાર કેમ નીકળવું ? ઘરમાં સ્ત્રીનો ખાટલો, છોકરીને ઘા, ખીસામાં પૈસોય નહિ. દવાદારૂય ક્યાંથી કરવાં ! આજકાલ કળાની કદર જ ક્યાં રહી છે ! મેં તો મારી દીકરીઓને આ નાટકના ધંધાની સામુંય જોવાની ના પાડી છે. રોજ તેમની પાસે નીતિ, ધર્મ, શિયળ, વગેરે ઉપર વ્યાખ્યાનો આપું છું ને પુસ્તકો વાંચું છું. મશ્કરી નથી હોં, સાહેબ ! તેમને પૂછી જુઓ, પણ જીવનમાં જ્યાં અન્નના જ સાંસા હોય ત્યાં શું કરવું ? આવતી કાલે જ જોજો. કાલે ચોથી ફેબ્રુઆરી છે. મકાનમાલિકની કાલે છેલ્લી મુદત છે. ભાડું વરસ એકનું ચડી ગયું છે. આજે રાત સુધીમાં જો ભાડું ન અપાય તો આ મારી માંદી સ્ત્રી, મારાં બાળકો – બધાંયને લઈને મારે શેરીનું શરણ શોધવાનું છે. આ ઠંડીમાં શેરીમાં ક્યાં રહીશ ? ભાડું સાઠ રૂપિયા ચડી ગયું છે."

"ભઈલા ! લે આ પાંચ રૂપિયા. હું થોડા જ પૈસા લઈને ઘેરથી નીકળેલો ને હતા તે આ કપડાં ખરીદવામાં વપરાઈ ગયા. આજ સાંજે છ વાગ્યે હું તારા ભાડાના ચૂકવવાના સાઠ રૂપિયા અહીં આવીને આપી જઈશ."

જોદ્રેટના મોઢા ઉપર એક વિચિત્ર પ્રકારનો આનંદ ચમકી ઊઠ્યો.

"મારા જીવનદાતા !" તે લળી-લળીને નમન કરવા લાગ્યો.

"બરાબર છ વાગ્યે આવીશ." વૃદ્ધ પોતાની પુત્રીની સાથે બારણા તરફ

ફરતાં બોલ્યો.

"સાહેબ, આપનો ઓવરકોટ ખુરશી પર રહી ગયો." જોન્ડ્રેટની મોટી છોકરી બોલી ઊઠી.

"એ ભલે રહ્યો. હું મૂકી જાઉં છું."

"ધન્ય ! ધન્ય ! આભારનાં આંસુઓમાં હું ડૂબી રહ્યો છું. આપને આપની ગાડી સુધી મૂકવા માટે આવું ?"

"જરૂર નથી. બહાર નીકળતી વખતે આ ઓવરકોટ પહેરીને નીકળવું."

ત્રણેય જણ ઓરડાની બહાર નીકળ્યાં. જોન્ડ્રેટ સૌથી આગળ હતો.

મેરિયસ આ આખું દૃશ્ય પોતાની આંખ સમક્ષ જોઈ રહ્યો હતો. છતાં તેણે કાંઈ જોયું ન હતું. તેની નજર પેલી યુવતી પર જ ચોંટેલી હતી – જાણે કે કોઈ અપૂર્વ તેજની આભામાં તેની આંખો અંજાઈ ગઈ હતી. તે યુવતીને નહિ, પણ જાણે કે તેની આસપાસ ફેલાયેલા કોઈ તેજને જોઈ રહ્યો હતો. તેના કાન રૂપાની ઘંટડી જેવા અવાજ સાંભળવા આતુર હતા. આ દરિદ્રતાથી ખદબદતા ભોંયરાની અંદર જાણે કે કોઈ દેવી ઊતરી આવી હોય એમ તેને લાગતું હતું.

તે બહાર ગઈ કે તરત જ મેરિયસના મનમાં પહેલો ખ્યાલ તેની પાછળ જવાનો જ આવ્યો. તે જ્યાં જાય ત્યાં એની પાછળ જવા તે તૈયાર થયો. હવે તેને આંખથી વેગળી કરવાની ભૂલ તે કરવા નહોતો માંગતો. તે માથે ટોપી મૂકીને બારણું ઉઘાડવા જતો હતો. ત્યાં તેને વિચાર આવ્યો – કદાચ તે ગૃહસ્થ જોઈ જશે તો ? તો પાછો તે પોતાની નજર ચૂકવીને ક્યાંક બીજે રસ્તે ઊપડી જશે તો ? એટલે તે અચકાયો. પણ તે વધારે ધીરજ રાખી શકે તેમ ન હતું એટલે તે ચાલીમાં થઈને દાદરો ઊતરીને નીચે આવ્યો. સદ્‌ભાગ્યે ચાલીમાં કે દાદરા ઉપર કોઈ મળ્યું નહિ. તે નીચે આવી ઝાટકમાં થઈને ગલીમાં પેઠો. ત્યાં ગલીને પેલે નાકે ગાડી વાંક વળીને જતી તેણે જોઈ. તે તરત જ તેની પાછળ ઊપડ્યો. એક આડગલીમાં થઈને તે ગાડી આગળ નીકળી ગયો. ગાડી વેગથી તેને પડખે થઈને પસાર થઈ ગઈ. હવે શું કરવું ? પાછળ દોડવું ? તો તો કોઈ ગાંડો જ ગણી કાઢે ને ? સદ્‌ભાગ્યે તે જ વખતે એક ખાલી ગાડી ત્યાં નીકળી.

"ભાડે આવવું છે ?"

"ક્યાં જવું છે ?"

"કલાકના હિસાબે બાંધવી છે. શું લઈશ ?"

ગાડીવાળાએ મેરિયસના દીદાર જોયા. તેણે આંખ મીંચકારી ને આંગળીથી ચપટી વગાડી

"એટલે શું ?"

"પૈસા પહેલાં આપવા પડશે."

"કેટલા !"

"બે રૂપિયા."

તેના ખિસ્સામાં એક રૂપિયો ને દસ પૈસા હતા.

"પૈસા વળતાં આપીશ." તેણે કહ્યું.

ગાડીવાળો ખંધાઈથી હસીને મોઢેથી સિસોટી વગાડતો વગાડતો ઘોડાને ચાબુક મારીને હાંકી ગયો. મેરિયસ બાઘાની જેમ જોઈ રહ્યો. એક નેવું પૈસાએ તેનું જીવતર ધૂળ કરી નાખ્યું એમ તેને લાગ્યું. તેણે આજ સવારે જ પોતાના પાંચ રૂપિયા પેલી રેઢિયાળ છોકરીને આપી દીધા. જો તે ખોટી ઉદારતા બતાવીને ન આપ્યા હોત તો ? અત્યારે તે મને સ્વર્ગનું સુખ આપત. તે નિરાશ થઈને પોતાના રહેઠાણે આવ્યો.

તે દાદર ઉપર ચડતો હતો. ત્યાં તેની નજર દીવાલને અઢેલીને ઊભેલા જોન્ડ્રેટ પર પડી. તે પેલા ગૃહસ્થના ઓવરકોટમાં લપાઈને ઊભો ઊભો એક વિચિત્ર લાગતા માણસ સાથે વાત કરતો હતો. આ માણસને તેણે ધ્યાનથી જોયો. તેના મિત્ર કોરફિરાકે એક વાર આ માણસ તરફ તેનું ધ્યાન દોર્યું હતું. તે પારીસના આ બાજુના વસવાટમાં એક ભારાડી બદમાસ તરીકે સારી રીતે જાણીતો હતો. આવા વરસતા બરફમાં આ બે જણ ખુલ્લામાં શું વાતો કરતા હશે ?

૯. રંગમંચની ગોઠવણી

મેરિયસ દાદર ચડીને ચાલીમાં થઈને પોતાની ઓરડીમાં દાખલ થવા જતો હતો ત્યાં તેને લાગ્યું કે કોઈ તેની પાછળ આવે છે. તેણે પાછળ ફરીને જોયું તો જોન્દ્રેટની મોટી છોકરી હતી. મેરિયસ મનમાં તેના પર ધૂંધવાઈ રહ્યો હતો. તેને જ તેણે પાંચ રૂપિયા આપી દીધા હતા અને પરિણામે ભાડાની ગાડી ન કરી શક્યો. હવે તે પાછા માગવાનો પણ કાંઈ અર્થ ન હતો, અને એ પાછા આપે પણ ખરી ? તેમ આ છોકરીને પેલા ગૃહસ્થના ઘરનું સરનામું પૂછવાનો પણ કાંઈ અર્થ ન હતો, કારણ કે એ છોકરીએ એ ગૃહસ્થને દેવળમાંથી નીકળતી વખતે કાગળ પહોંચાડ્યો હતો. મેરિયસે ઓરડીમાં જઈને પોતાની પાછળ જોરથી બારણું બંધ કરવા માટે તેને ધક્કો માર્યો, પણ બારણું બંધ ન થયું. થોડી જ વારે તેણે બારણામાં એક હાથ દીઠો.

"કોણ ?"

પેલી જોન્દ્રેટની મોટી છોકરી દેખાઈ.

"તું છે ? પાછી તું ને તું આવી ? તારે છે શું ?" મેરિયસ ઉગ્ર થઈને બોલ્યો.

છોકરી અંદર આવવાને બદલે અધખુલ્લા બારણામાં જ ઊભી રહી. તેનામાં સવારની હિંમત દેખાતી ન હતી.

"બોલ, શું કામ છે ?"

છોકરીની ભાવહીન આંખોમાં કાંઈક ભાવનો ચમકાર દેખાયો.

"મેરિયસ, આજ કેમ કાંઈ ઉદાસ દેખાઓ છો ? તમને શું થયું છે ?"

"કાંઈ નહિ."

"ના, કાંઈક છે."

"તારે શી પંચાત ? જા અહીંથી." મેરિયસ બારણાં બંધ કરવા ઊભો થયો.

"ઊભા રહો !" તે બોલી, "એમ વાત ટાળો મા. મને ખબર છે – તમે પૈસાદાર નથી, પણ ઉદાર તો છો. અત્યારે પણ એ ઉદારતા બતાવો. તમને શું છે તે મને કહો. તમે મને સવારે અન્નદાન કર્યું છે. હું તમારા શોકમાં તમને કાંઈકેય

મદદ કરી શકું ? મને જે કહેશો તે કરવા હું તૈયાર છું. ભલે તમે મને તમારા મનની વાત ન કહેશો, પણ તમને બીજી રીતે કામમાં આવી શકું ખરી. કાંઈ કોઈને કાગળ પહોંચાડવાનો હોય કે કોઈ સરનામું મેળવવું હોય – એવાં બધાં કામો હું કરી શકું એમ છું. મારા બાપાને એ જાતની મદદ કરું જ છું.''

મેરિયસના મનમાં તરત જ એક વિચાર આવીને પસાર થઈ ગયો. તે છોકરી પાસે ગયો.

''એક કામ કરીશ ?''

''જરૂર.''

''આજે જે વૃદ્ધ ગૃહસ્થ અને તેની પુત્રી અહીં આવ્યાં હતાં. તેને તું લઈ આવી હતી ને ?''

''હા.''

''તેનું સરનામું ખબર છે ?''

''ના.''

''એ મેળવી શકીશ ?''

''એ કામ હતું ?'' છોકરીની આંખોમાં હાસ્ય ચમક્યું.

''હા.''

''તેમની સાથે ઓળખાણ છે ?''

''ના.''

''એટલે, એમની – એની સાથે ઓળખાણ કરવી છે, એમને ?''

''તું કરી શકીશ ?''

''એ સુંદરીનું સરનામું મેળવી આપીશ.'' પેલી છોકરી નાટકીય ઢબે બોલી.

''હા, એ પિતા-પુત્રીના રહેઠાણનું સરનામું...''

''ભલે'' તે અટકીને વળી બોલી, ''મને બદલામાં શું આપશો ?''

''તને ગમે તે !''

''મને ગમે તે ? સરનામું આજે જ મળી જાય, બસ !'' માથું નીચે ઢાળીને ઘડીક ઊભી રહીને પછી તરત જ બારણું બંધ કરીને ચાલી ગઈ. મેરિયસ વિચારમગ્ન દશામાં ખુરશીમાં ઢળીને બેસી પડ્યો - જાણે કે કોઈ સ્વપ્નમાંથી હજી તે પૂરો મુક્ત ન થયો હોય તેવી રીતે તેનું મન ઘેરાયેલું હતું. ત્યાં તેના કાન ઉપર જોન્ડ્રેટનો ઘોંઘરો અવાજ પડ્યો.

''એ એવડો એ જ છે – મેં બરાબર ઓળખી કાઢ્યો છે.''

જોન્ડ્રેટ તેને ઓળખતો હશે ? તો તો હવે તે ગૃહસ્થનો પૂરો પત્તો મળી શકશે. તેનો ભૂતકાળ પણ જાણી શકાશે. મેરિયસના મન પર ઘેરાયેલાં શંકાનાં

વાદળો વીંખાશે એમ તેને લાગ્યું. તે ફરી પોતાના ને પડખેના ઓરડાની દીવાલ પાસે પોતાની અસલની બેઠક ગોઠવીને બેઠો ને કાણામાંથી જોવા લાગ્યો. અંદરના દૃશ્યમાં ખાસ ફેરફાર થયો ન હતો, ફક્ત તેની સ્ત્રી તથા છોકરીઓએ આવેલા પડીકામાંથી કપડાં કાઢીને થોડાઘણાં પહેરી લીધાં હતાં.

જોન્દ્રેટ ઓરડામાં હાથ પાછળ રાખીને આમતેમ આંટા મારતો હતો અને તેની સ્ત્રી પથારીને છેડે સગડી પાસે બેઠી હતી.

"ખરેખર, તમને ખાતરી છે ?" તે બોલી.

"અરે, એમાં ભૂલ થાય ! ભલે આઠ વરસ થઈ ગયાં, પણ મેં તો જોતાવેંત તેને ઓળખી કાઢ્યો. મેં તને બે વાર તો કીધું કે તું બરાબર ધ્યાન દઈને એને જો. આઠ વરસ થયાં, પણ હજી જરાય ઉંમર લાગી નથી. આવા માણસ શું વિદ્યા જાણતા હશે કે એવડા ને એવડા જ રહેતા હશે ! એનો અવાજ પણ એવો ને એવો જ છે. કપડાં બેક સારાં પહેર્યાં હતાં એટલું જ. મારો બેટો, આવ્યો ખરો ઝપાટામાં. એય તમે બેય જણીઓ બહાર જાઓ. ઊભીઊભી આ વાત ધ્યાનપૂર્વક સાંભળતી છોકરીઓને ઉદ્દેશીને તે બોલ્યો. તરત જ પોતાની સ્ત્રીને કહેવા લાગ્યો કે, "તુંય સાવ ભોટ જેવી છો. એટલુંય ધ્યાન ન ગયું તારું ?"

પેલી બેય જણીઓ બારણા તરફ ફરી. "પણ આ નાનીને હાથે વાગ્યું છે ને ?" તેની માએ કહ્યું.

"તે ભલે ને ! બહારની ચોખ્ખી હવાથી વહેલો આરામ થશે." જોન્દ્રેટ બોલ્યો. "જાઓ જલદી. ઊભી રહે." મોટી છોકરીનો હાથ પકડીને કહ્યું, "જો, બરાબર પાંચ વાગ્યે અહીં બેય જણીઓ આવી જજો. મારે કામ છે."

છોકરીઓ ગઈ. મેરિયસનો રસ વધ્યો. તેને થયું કે હવે તે ગૃહસ્થનો ભૂતકાળ ઉખેળાશે.

જોન્દ્રેટ થોડી વાર પાછો આંટો મારવા લાગ્યો : "અને હં ! બીજી વાત કહું. પેલી છોકરી..."

"શું ?"

મેરિયસના કાન વધુ તીવ્ર બન્યા. તેને થયું કે મૂળ મુદ્દાની વાત આખરે આવી.

"એને ઓળખી ? એ જ પેલી..."

"હોય નહિ !"

"હોય નહિ શું ? એ જ."

જોન્દ્રેટની સ્ત્રીના માંદલા ફિક્કા મુખ ઉપર અનેક લાગણીઓના રંગ ચમકવા લાગ્યા. આશ્ચર્ય, ક્રોધ, તિરસ્કાર – આ બધા ભાવો ભેગા મળીને એક ભયંકર

સ્વરૂપે પ્રગટ થયા. જોન્દ્રેટે તેના કાનમાં કાંઈક કહ્યું – તે છોકરીનું નામ જ હશે.

"શું કહો છો ?" તે બોલી ઊઠી. 'મારી દીકરીઓ આમ ઉઘાડે પગે ચીંથરેહાલ ને ભૂખ્યે પેટે શેરીઓમાં આથડે અને એ ભિખારડી સો સો રૂપિયાનાં કપડાં પહેરીને મોટી રાજાની કુંવરીની જેમ ફરે ? ના, ના. તમારી ભૂલ થાય છે. એ છોકરી તો દીઠેય સૂગ ચડે તેવી હતી, અને આ તો ઠાવકી છે."

"પણ હું કહું છું કે એ જ છે. હવે બીજી વાત કહું ?"

"શી ?"

"હવે મારાં નસીબ આડેથી પાંદડું ખસી ગયું."

તેની સ્ત્રી બાઘાની જેમ જોઈ રહી. તેને થયું કે તેના ધણીનું પૂરેપૂરું ફટકી ગયું છે.

"આ આટલાં વરસથી કૂતરા જેવી જિંદગી ગાળી. નથી પેટ ભરીને રોટલો ખાધો કે નથી સારું કપડું અંગે અડાડ્યું. હવે એનીયે હદ હોય ને ? હું ગાંડાં નથી કાઢતો હોં ! અત્યાર સુધી ઘણાં ગાંડાં કાઢ્યાં. હવે મારો વારો આવ્યો છે. હવે સુખે રોટલો ખાવો છે. હવે ભોગવવું છે."

"એટલે શું ?"

"સાંભળ. આ શાહુકારનો દીકરો જાળમાં સપડાયો છે. બધુંય ગોઠવી દીધું છે. માણસોની સાથે વાત પણ થઈ ગઈ છે. છ વાગ્યે એ પાછો આવશે, સાઠ રૂપિયા આપવા માટે. આપણો પાડોશી એ વખતે રોજ જમવા જાય છે. મકાનની રખેવાળ ડોશી ગામમાં ઠામ-વાસણ માંજવા જાય છે. આખા મકાનમાં બીજું કાંઈ નહિ હોય. સાત વાગ્યા પહેલાં આ પડખેવાળો કોઈ દી આવતો નથી. છોકરીઓની ચોકી કરવા ગોઠવી દઈશું. તું પણ અમને મદદમાં હોઈશ. અને પછી આપણે છીએ ને એ છે."

"પણ એ દાદ નહિ આપે તો ?"

"તો આપણા હાથ ક્યાં ભાંગી ગયા છે ?"

તે હસી પડ્યો. મેરિયસે જોન્દ્રેટને આ પહેલી જ વાર હસતાં જોયો. હાસ્યમાં રહેલી ભયાનકતાથી મેરિયસ પણ ધ્રૂજી ઊઠ્યો. જોન્દ્રેટે કબાટમાંથી એક જૂની ટોપી કાઢીને માથા પર મૂકી. "હું જરાક બહાર જઈ આવું. હજી બે-ત્રણ મિત્રોને મળવાનું બાકી છે. તું ઘેર રહેજે. હું પાછો જેમ બને તેમ જલદી આવું છું. આજ તો ખરેખરી રમત છે."

તે બહાર ગયો. પાછો એકદમ કાંઈક સાંભર્યું હોય એમ અંદર આવ્યો : "અને જો, એક લોઢાની સગડી ખરીદીને તૈયાર રાખજે. આ લે પાંચ રૂપિયા." પેલા ગૃહસ્થે આપેલા પાંચ રૂપિયા તેણે તેની સ્ત્રીને આપ્યા.

જોન્ડ્રેટ ગયો. દાદર ઉપર તેનાં ઊતરવાનાં પગલાં સંભળાતાં બંધ થયાં. પડખેના દેવળની ઘડિયાળમાં એકનો ટકોરો થયો.

મેરિયસના મનમાંથી સ્વપ્નસૃષ્ટિ ઊડી ગઈ. તે સાવધ થયો. ભય જેવી વસ્તુ તો તેનામાં હતી જ નહિ. તેનામાં જેમ દયા હતી તેમ અન્યાય પ્રત્યે ભયંકર તિરસ્કાર હતો. દેડકું કચરાતું તે નહોતો જોઈ શકતો, પણ સર્પને તો છૂંદી નાખે તેવો હતો. તેણે જોયું કે એક ભયંકર કાવતરું તેના પડખેના જ ઓરડામાં ગોઠવાઈ રહ્યું છે. તેમાં પોતાની કલ્પનાસૃષ્ટિની દેવીસમી યુવતી સપડાશે કે કેમ તે શી ખબર પણ તેનો પિતા તો સપડાવાનો જ, એમ તેણે જોઈ લીધું. તેણે કાણામાંથી જોયું તો પેલી સ્ત્રીએ ખૂણામાંથી એક જૂનો લોઢાનો ચૂલો કાઢ્યો અને કાંઈક વિચિત્ર એવા હથિયારોમાં તે ખાંખાંખોળાં કરતી હતી. મેરિયસ દીવાલના કાણાવાળા જગ્યાએથી નીચે ઊતર્યો અને ખુરશી પર બેઠો. તેને મનમાં એક પ્રકારનો આનંદ તો હતો કે તે જેને હૃદયથી ચાહી રહ્યો છે તેને માટે કાંઈક કરવાની તેને તક મળી છે, પણ શું કરવું તે તેને સૂઝતું ન હતું. તે ગૃહસ્થને જઈને ચેતવવો ? પણ તેને સરનામાની ખબર નહોતી. તો પછી મકાનના દરવાજા પાસે તેની વાટ જોઈને ઊભા રહેવું અને તે આવે ત્યારે તેને આ જાળમાં જતાં અટકાવવા ? પણ તો તો જોન્ડ્રેટ ને તેના સાથીઓ તેને જોઈ જાય. એક વાગ્યો હતો. પાંચ કલાક હજી હતા. કપડાં પહેરીને ધીમે પગલે જોડા પહેર્યા વગર તે ઓરડાની બહાર નીકળી ગયો ને દાદર ઊતરીને મકાનની બહાર નીકળ્યો.

તે પૂછતો-પૂછતો નજીકમાં નજીકના પોલીસ-થાણે પહોંચ્યો. ત્યાં જઈને તેણે પોલીસ-અમલદાર છે કે કેમ તેની તપાસ કરી. અમલદાર પોતે નહોતો, પણ તેના હાથ નીચેનો માણસ છે એમ તેને ખબર મળ્યા. એટલે તે અંદર થાણાની ઑફિસમાં ગયો. સામે ટેબલ પર એક ચોરસ ચહેરાવાળો, વિશાળ જડબાંવાળો, ઊંચો પડછંદ આદમી બેઠેલો જોયો. દેખાવમાં જોન્ડ્રેટ કરતાં તે ઓછો ભયાનક નહોતો લાગતો.

"કોનું કામ છે ?" તેણે મેરિયસને તોછડાઈથી પૂછ્યું.

"અમલદારનું."

"તે રજા ઉપર છે. તેને બદલે હું કામ કરું છું."

"ખાસ ખાનગી કામ છે."

"બોલો."

"અને ખૂબ તાકીદનું છે."

"તો પછી જલદી બોલો."

મેરિયસ એકશ્વાસે સવારથી અત્યાર સુધીમાં બનેલા બનાવો બોલી ગયો. તેણે જોન્ડ્રેટના મકાનનો નંબર 50/52 છે એ પણ કહ્યું.

પોલીસ – અમલદાર એ નંબર સાંભળતાં જ ટટ્ટાર થયો, “એ ઓરડો ચાલીને છેડે આવેલો છે ને ?”

“બરાબર એ જ, તમને ખબર લાગે છે !” મેરિયસ બોલ્યો.

જમાદાર કાંઈ બોલ્યો નહિ. તે પોતાના પગને ટેબલની નીચે ડોલાવતો થોડી વારે બોલ્યો : “હા... જ તો !”

“બધા માણસોને તમે બરાબર જોયા છે ?”

“એકાદ જણને બરાબર જોયો છે.”

“કેવો... દાઢીવાળો હતો ?”

“હા.”

“ઠીક ત્યારે એને તો ઓળખ્યો. બીજા કોઈને નહોતા જોયા ?”

“ના, એક આ જોન્ડ્રેટ, બીજો એ દાઢીવાળો.”

“ઠીક,” થોડી વાર વિચાર કરીને મેરિયસને પગથી માથા સુધી જોઈને તે બોલ્યો : “તમને બીક કેવીક લાગે ?”

“કોની બીક ?”

“એ માણસોની.”

“મને તો તમારીય બીક નથી ને એનીય નથી !”

જમાદારને લાગ્યું કે આ જુવાનિયો વધારે પડતી છૂટ લેતો હતો.

“લાગો છો તો છાતીવાળા અને સાચકલા ?”

“ઠીક, પણ હવે એનું શું કરવું છે ?”

“હં, ફાટકની ચાવી તે જોન્ડ્રેટ પાસે હોય છે ?”

“હા.”

“તમારી પાસે ?”

“એક મારી પાસે પણ છે.”

“અત્યારે અહીં છે ?”

“હા.”

“તે લાવો, મને આપો.”

મેરિયસે તેને અંદરના ખિસ્સામાંથી ચાવી કાઢીને આપી. “આ મામલો સહેલો નથી. સાથે પોલીસ સારી રીતે લાવજો.”

જમાદાર આ સલાહ આપનાર પ્રત્યે સહેજ મૂછમાં હસ્યો. તેણે પાટલૂનના ખિસ્સામાં હાથ નાખી અંદરથી બે નાની પિસ્તોલો કાઢીને મેરિયસના હાથમાં મૂકી.

“ચાલો, હવે ઘેર જાઓ. તમારી ઓરડીમાં અત્યારથી સંતાઈને બેસી જાઓ. તમારા પાડોશીને એમ થવું જોઈએ કે તમે હજી ઘેર આવ્યા જ નથી. તમે ભીંતના

કાણામાંથી બરાબર તે ઓરડામાં જોયા કરજો. તે બધા આવે ને થોડી વાર બધી રમત ચાલવા દેજો. જ્યારે લાગે કે હવે બરાબર ઘડી આવી છે ને હવે વચ્ચે પડવાનું છે એટલે પિસ્તોલનો ધડાકો કરવો. બસ, બાકીનું બધું હું સંભાળી લઈશ. ધડાકો ગમે ત્યાં કરો – હવામાં, છાપરામાં, પણ એટલું ધ્યાન રાખવું કે વખતથી વહેલી પિસ્તોલ ન ફોડવી. કેમ ફાવશે ને ?''

મેરિયસે પિસ્તોલ હાથમાં લીધી ને તોળીને કોટના ખિસ્સામાં મૂકી.

''એમ નહિ, કોટના ખિસ્સામાં તો કોઈકને શક પડે, પાટલૂનના ખિસ્સામાં મૂકો.''

મેરિયસે તેમ કર્યું.

''હવે જલદી ઊપડો. કેટલા વાગ્યા છે ? અઢી. પેલો... કેટલા... સાત વાગ્યે આવવાનો છે ને ?''

''છ વાગ્યે.''

''હજી વખત છે. વાંધો નહિ. જરા ઉતાવળ રાખવી પડશે. તમે જાઓ. મેં કહ્યું તે બરાબર યાદ રાખજો. પિસ્તોલનો ભડાકો કરવાનો.''

''ભલે'' મેરિયસ બારણું ઉઘાડીને બહાર પગ મૂકતો હતો ત્યાં જમાદાર બોલ્યો.

''અને હાં, જુઓ, છ વાગ્યા સુધીમાં જો મારું કામ પડે તો તમે આવી શકો તો ઠીક, નહિ તો કોઈને મોકલજો, હું કદાચ અહીં ન હોઉં તો પૂછી જોવું કે જેવર્ટ જમાદાર ક્યાં છે ?''

મેરિયસ વેળાસર 50/52 નંબરના મકાને આવી ગયો. હજી ફાટક ખુલ્લું હતું એટલે તેને ચાવીની જરૂર નહોતી. તે છાનોમાનો લપાતો-લપાતો પગની એડી ઉપર ચાલતો-ચાલતો દાદર ચડી ગયો. ચાલીમાં સામાન્ય રીતે અંધારું જ રહેતું. ચાલીની બંને બાજુ ઓરડાઓ હતા. તે બધા ભાડે આપવાના હોવાથી મોટે ભાગે ખુલ્લા જ રહેતા. મેરિયસે એક ઓરડા પાસેથી પસાર થતાં જોયું તો કોઈ ચાર માણસનાં માથાં ઝાંખાં-ઝાંખાં દેખાયાં. મેરિયસ વધારે તપાસ કરવા રોકાવાને બદલે સીધો પોતાના ઓરડામાં જ ગયો.

તે વખતસર આવી ગયો હતો, કારણ કે થોડીક જ વારે મકાનને સાચવનારી બાઈએ ફાટક બંધ કર્યું. તેનો અવાજ તેણે સાંભળ્યો.

આખા મકાનમાં નિઃસ્તબ્ધ શાંતિ હતી. મેરિયસના હૃદયમાં ધબકારા એટલા જોરથી ચાલતા હતા કે તેને જાણે કે તેના પર હથોડા વાગતા હોય એમ લાગતું હતું. ભયંકર કાવતરાનું વાદળ ક્ષિતિજમાંથી ઘેરાતું આવતું હતું. બીજી બાજુથી પોલીસો પણ આ કાવતરાને પકડવા માટે પોતાની જાળ બિછાવી રહ્યા હતા.

સાંજ પડી ગઈ. સાડા પાંચ ઉપર વખત થઈ ગયો. અંધારું પણ થઈ ગયું. મેરિયસે કાણામાંથી જોયું તો અંદર રાતો પ્રકાશ દેખાતો હતો. ઓરડામાં કોઈનો શ્વાસ પણ સંભળાતો ન હતો. કેટલીક મિનિટો આ પ્રમાણે પસાર થયા પછી મેરિયસે મકાનનું ફાટક ઊઘડવાનો અવાજ સાંભળ્યો, કોઈનાં ઝડપી પગલાં સંભળાયાં, અને પડખેના ઓરડાનું બારણું ઊઘડ્યું. તેણે જોયું તો જોન્ડ્રેટ અંદર આવ્યો હતો. જોન્ડ્રેટ અંદર આવવાની સાથે ઓરડામાં હિલચાલ શરૂ થઈ ગઈ. તેની સ્ત્રી છોકરાં બધાં જાણે ક્યાંથી ફૂટી નીકળ્યાં હોય એમ દેખાવા લાગ્યાં. તે બધાં આટલો વખત ઓરડામાં જ હતાં.

"આ ફરસીને સગડીમાં તપાવવા મૂકી દે." જોન્ડ્રેટે તેની સ્ત્રીને કહ્યું, "ઉંદરિયું તૈયાર થઈ ગયું છે ને બિલાડીઓ પણ ટાંપીને બેઠી છે."

સગડીમાં કોલસા ખોરવાનો અવાજ મેરિયસે સાંભળ્યો.

"બારણાનાં મિજાગરામાં તેલ તો મૂક્યું છે ને ? નહિ તો ઊઘડતી વખતે અવાજ થશે." જોન્ડ્રેટ પૂછ્યું.

"હા" તેની સ્ત્રીએ જવાબ દીધો.

"કેટલા વાગ્યા હશે ?"

"છ થવા આવ્યા. સાડા પાંચનો ડંકો હમણાં જ સંભળાયો હતો."

"ત્યારે છોકરીઓને જલદી ચોકી પર ગોઠવી દેવી પડશે. અલી, જુઓ, સાંભળો." જોન્ડ્રેટે ધીમેથી તે છોકરીઓના કાનમાં કાંઈક કહ્યું, પાછું મોટેથી બોલ્યો : "ડોશી તો બહાર ગઈ છે ને ?"

"હા."

"અને પડખેના ઓરડામાં કોઈ નથી ને ?"

"એ તો આજ આખો દિવસ દેખાયો નથી."

"ખાતરી છે ?"

"પૂરેપૂરી."

"તોય ખાતરી પાકી કરવી પડશે. જઈને જોવામાં આપણું શું જાય છે ? અલી મોટી જા, મીણબત્તી લઈને જોઈ આવ."

મેરિયસ ઘૂંટણભર થઈને ચાર પગે મીંદડીની જેમ ચાલીને ખાટલા નીચે સંતાઈ ગયો. ત્યાં તરત જ બારણાંની તડમાંથી મીણબત્તીનું અજવાળું દેખાયું.

"બાપા, નથી." મોટી છોકરીનો અવાજ મેરિયસે પારખ્યો.

"અંદર ઓરડામાં જઈને જોયું ?"

"ના, પણ બારણું બંધ છે ને ચાવી તાળામાં જ છે."

"તોય અંદર જઈને જો ને" બાપનો ક્રોધભર્યો અવાજ આવ્યો.

બારણું ઊઘડ્યું. છોકરી અંદર આવી. સીધી પથારી પાસે આવી. મેરિયસને થયું કે મોત આવ્યું, પણ પથારીને પડખેની ભીંત ઉપર અરીસો લટકતો હતો અને તે સીધી કાચની સામે જ ગઈ. તે જરાક ઊંચી થઈને કાચમાં મોઢું જોવા લાગી. પડખેના ઓરડામાં લોઢાનાં હથિયાર ખખડતાં હતાં. તેણે હાથથી પોતાના વિખરાયેલા વાળ સીધા કર્યા અને કાચમાં જોઈને જરાક હસી અને કાંઈક મોઢેથી ગીત ગણગણવા લાગી. મેરિયસ ધ્રૂજતો હતો. તેને થયું કે નક્કી પોતાનો શ્વાસોચ્છ્‌વાસ આ છોકરી સાંભળી જશે. તે કાચ પાસેથી સીધી બારીએ ગઈ ને બારીની બહાર જોવા લાગી. તે અર્ધગાંડાની જેમ બબડી :

“આ પારીસ સફેદ ચાંદનીમાં કેટલું બેડોળ લાગે છે !” તે પાછી કાચ પાસે આવીને મોઢું જોવા લાગી.

“ત્યાં હજી સુધી શું કરે છે ?” બાપનો અવાજ આવ્યો.

“પથારી ને ટેબલ ને ખુરશી – બધાંની પાછળ ને નીચે તપાસ કરું છું.”

“હવે અહીં મર જલદી.”

“એ આવી !”

તે અરીસામાં છેલ્લી નજર નાખીને બહાર નીકળી ગઈ ને બારણું અટકાવી દીધું. થોડી વારે મેરિયસે બેય છોકરીઓનાં દાદરો ઊતરતાં પગલાં સાંભળ્યાં. જોન્ડ્રેટનો અવાજ પણ ગાજતો સંભળાયો.

“જુઓ, ધ્યાન રાખો. એક જણી ફાટકને પડખે ને બીજી ગલીને નાકે ઊભી રહેજો. કાંઈક લાગે કે તરત જ દોડીને ખબર આપજો. આ ફાટકની ચાવી સાચવીને રાખજો.”

“પણ આ ઠંડીમાં ઉઘાડે પગે કેમ ઊભું રહેવાશે ?”

“ગગી, કાલે રેશમી મોજડી અપાવીશ, જાઓ !” બંને છોકરીઓ નીચે ઊતરી ગઈ. ફાટક ઊઘડવાનો ને બંધ થવાનો અવાજ સંભળાયો. પછી આખા મકાનમાં ઘડીભર શાંતિ છવાઈ ગઈ.

૧૦. ઘાત ગઈ !

મેરિયસને લાગ્યું કે હવે નાટક શરૂ થવાને વાર નથી, એટલે તે તરત જ ચપળતાથી ભીંતના કાણા પાસે ટેબલ પર ગોઠવાઈ ગયો. ઓરડામાં સગડીના કોલસાનો લાલ પ્રકાશ ફેલાઈ રહ્યો હતો.. મીણબતી એ પ્રકાશમાં સાવ ઝાંખી લાગતી હતી.. સગડીમાં એક ફરશીનું પાનું તપી રહ્યું હતું. બારણા પાસેના ખૂણામાં બે ઢગલા પડ્યા હતા – એક લોઢાનાં ઓજારોનો અને બીજો દોરડાંનો હતો.

જોન્ડ્રેટે નેતર વગરની ખુરશીમાં બેઠોબેઠો હોકલી સળગાવીને પીતો હતો. તેની સ્ત્રીએ વિદૂષક જેવો પોશાક પહેર્યો હતો. પીંછા ખોસેલી મથરાવટી, બુટ્ટાદાર અને ભરેલી ગરમ શાલ અને પગમાં પુરુષવાન જોડાં – ટૂંકામાં તેની પાસે સવારે આવેલ ભેટ કપડાનું આ એક પ્રદર્શન જ હતું. પણ ડાકણ જેવા તેના મોઢાના દેખાવમાં એ વધારો જ કરતું હતું.

“જો !” જોન્ડ્રેટે તેની સ્ત્રીને કહ્યું. “આ ઠંડીમાં ને બરફમાં તે ઘોડાગાડીમાં બેસીને જ આવવાનો. તું દીવો સળગાવીને નીચે જા. ગાડીનો અવાજ સંભળાય એટલે ફાટક ઉઘાડી નાખજે. એ આવે એટલે તેને દીવો ધરજે ને દાદર સુધી પહોંચાડીને તરત જ પાછી ફાટક પાસે જઈને ગાડીનું ભાડું ચૂકવીને રવાના કરી દેજે.”

“ભાડાના પૈસા ક્યાંથી કાઢવા ?”

“આ લે.” જોન્ડ્રેટે ખિસ્સાં ખોળીને પાંચ રૂપિયા કાઢ્યા.

“ક્યાંથી કાઢ્યા ?”

“સવારે આ આપણા પાડોશીએ મોટી છોકરીને આપ્યા હતા. અને બે ખુરશીઓ આપણે જોઈશે.”

“શું કામ ?”

“બેસવા.”

“પડખે પાડોશીની ઓરડીમાંથી લઈ આવજે.” મેરિયસ આ સાદા વાક્યથી ધ્રૂજી ઊઠ્યો.

સ્ત્રી બારણું ઉઘાડી બહાર આવી.

“મીણબત્તી લેતી જા.” જોન્ડ્રેટે કહ્યું.

"ના રે ના, બે હાથમાં બે ખુરશી હોય ત્યાં મીણબત્તી ક્યાંથી ઉપાડવી ? વળી ચાંદનીનો ઝાંખો પ્રકાશ છે."

બારણું ઊઘડ્યું. મેરિયસ પોતાની જગ્યાએ જડાઈ ગયો હોય તેમ બેસી રહ્યો. ઉપર અજવાળિયામાંથી ઝાંખી ચાંદની આવતી હતી. સદ્‌ભાગ્યે મેરિયસ બેઠો હતો, ત્યાં પૂરેપૂરું અંધારું હતું. જોન્ડ્રેટની સ્ત્રી બે ખુરશીઓ બે હાથમાં પકડીને આઘુંપાછું જોયા વિના નીકળી ગઈ.

"લો આ બે ખુરશી."

"હવે તું બત્તી લઈને જલદી નીચે જા. તેને આવવાનો વખત થઈ ગયો છે."

જોન્ડ્રેટે ખુરશીઓ ટેબલની બે બાજુ ગોઠવી પેલી ફરસીને સગડીમાં ફેરવીને પાછો ઊંડો વિચારમાં પડ્યો હોય એમ ખુરશી પર બેસી ગયો. વચ્ચેવચ્ચે તે પોતાના હાથની મુક્કી હવામાં ઉગામીને ટેબલ પર પછાડતો હતો. વળી ટેબલના ખાનામાંથી લાંબી છરી કાઢીને તેની ધાર પર અંગૂઠો ફેરવી જોયો, પછી તેને ખાનામાં મૂકી. મેરિયસે પોતાની પિસ્તોલ ખિસ્સામાંથી કાઢીને તેનો ઘોડો બરાબર ગોઠવી જોયો. એને લીધે 'ટક' એવો તીણો અવાજ થયો. જોન્ડ્રેટ ચમક્યો ને ખુરશીમાંથી ઊભો થઈ ગયો.

"કોણ છે ?" તેણે બૂમ મારી.

મેરિયસનો શ્વાસ પણ થંભી ગયો.

"હું ય સાવ મૂરખ છું ને !" જોન્ડ્રેટ થોડી વારે બોલ્યો : "ભીંતમાંથી કાંકરી-બાંકરી ખરી હશે !"

આ જ ક્ષણે ફરીથી છ વાગ્યાના ટકોરા સંભળાયા. જોન્ડ્રેટે એકએક ટકોરે પોતાનું માથું હલાવ્યું ને ટકોરા બરાબર ગણ્યા. તે અધીરાઈમાં ઊભો થઈ ગયો ને ઓરડામાં આંટા મારવા લાગ્યો. "હવે આવવો જોઈએ." તે મનમાં ગણગણ્યો. પાછો જ્યાં ખુરશી ઉપર બેસવા જતો હતો ત્યાં બારણું ઊઘડ્યું. તેની સ્ત્રી બારણું ખોલીને બાજુ પર ઊભી રહી.

"પધારો !" તે બોલી.

"પધારો, પધારો, મારા શેઠ !" જોન્ડ્રેટ બોલ્યો.

તે જ વૃદ્ધ ગૃહસ્થ અંદર દાખલ થયો. મેરિયસે કાણામાંથી જોયું તો તે વૃદ્ધના મોં ઉપર ગહન ગંભીરતા વ્યાપેલી હતી. તેને જોતાંવેંત તેના તરફ માનની લાગણી થયા વગર રહે જ નહિ. તેણે અંદર આવતાંવેંત ખિસ્સામાંથી વીસ રૂપિયાની ચાર નોટ કાઢીને ટેબલ ઉપર મૂકી. "આ લો તમારું ભાડું, ફેબેન્ટો ! અને ઉપરાંત થોડાક હાથ-ખરચીના પૈસા પણ આમાંથી વધારે નીકળશે. વધારે માટે વળી આગળ ઉપર આપણે જોઈશું."

"ભગવાન તમને એકના હજારગણા કરીને આપશે મારા અન્નદાતા !" તેણે પોતાની સ્ત્રી પાસે જઈને ખાનગીમાં ધીમેથી કાનમાં કહ્યું : "ગાડીને રવાના કરી દે જલદી."

તે સ્ત્રી ત્યાંથી સરકી ગઈ. જોન્દ્રેટ તો લળી-લળીને આભાર પ્રગટ કરવા લાગ્યો અને તે વૃદ્ધને ખુરશી ઉપર આદરથી બેસાડ્યો. જોન્દ્રેટ તેની સામેની ખુરશી પર બેઠો, "કેમ છે તમારી નાની દીકરીને ?" વૃદ્ધે ખાલી ખાટલા તરફ જોઈને કહ્યું.

"સ્થિતિ વિષમ છે. તેની મોટી બહેન તેને ધર્માદાના દવાખાને પાટો બંધાવવા લઈ ગઈ છે. હવે હમણાં જ આવવી જોઈએ."

"તેની માને હવે ઠીક લાગે છે." કામ પતાવીને બારણામાં જ ચોકીદારની જેમ ઊભેલી તેની સ્ત્રી તરફ જોઈને તે વૃદ્ધ બોલ્યો.

"એ તો મરવા પડી છે, પણ એના મનોબળથી ખરી થઈને કામ કરે છે. એ તો બૈરાનું મનોબળ જ એવું હોય છે. બિચારી જાત કાઢી નાખીને પણ મને ને ઘરને સાચવે છે. જીવનમાં ઈશ્વરે એ એક સ્ત્રીનું સુખ આપ્યું છે. તેને આધારે જીવ્યા કરું છું. ભગવાને હાથ આપ્યા છે, પણ કામ મળતું નથી, જ્ઞાન આપ્યું છે, પણ કોઈને કદર નથી. સરકાર તે શું કરે છે તે ખબર પડતી નથી. હું કાંઈ ક્રાંતિવાદી પક્ષનો નથી હોં ! તોય આટલું કહ્યા સિવાય છૂટકો નથી. મારી દીકરીઓને મારે અત્યારે પૂંઠાંનાં ખોખાં બનાવવાનો ધંધો શીખવવો પડે એવો વખત આવ્યો છે. દીકરી માણસને ધંધે લગાડવી પડે એ કેવી વાત કહેવાય, આપ જ કહો !"

આ વાતચીત દરમિયાન મેરિયસે એક નવા જ માણસને અંદર આવેલો જોયો. તેનાં કપડાં સાવ ફાટેલ-તૂટેલ હતાં. ચોરણો સાવ કોથળા જેવો હતો. હાથ કોણી સુધી ખુલ્લા હતા અને તેના પર છૂંદણાં ટાંકેલાં હતાં. તેનું મોઢું સાવ કાળું હતું. તે ધીમેથી પડખેના જ એક ખાટલા પર અદબ વાળીને બેસી ગયો. પેલો વૃદ્ધ જાણે કે ગંધ આવી હોય તેમ ચમક્યો ને તે તરફ જોયું. તે ચમક્યો :

"આ કોણ છે ?"

"આવડો આ ? એ તો પાડોશી છે, અમસ્તો આવ્યો છે."

"હં, તમે શું કહેતા હતા ?" તરત જ સ્વસ્થ થઈને તે વૃદ્ધ પુરુષે કહ્યું.

"હા જી, હું શું કહેતો હતો ?" સંભાળતો હોય એમ તે ઘડીક અટકીને બોલ્યો. "એક કાળે મેં સુખ જોયું છે. આજે આ ઘરમાં દરિદ્રતાનું જ રાજ્ય છે. મારી સમૃદ્ધિના અવશેષ જેવું એકમાત્ર ચિત્ર મારી પાસે પડ્યું છે. એ ચિત્ર દુનિયાનાં મહાન ચિત્રોની હરોળમાં મૂકી શકાય તેવું છે – અદ્‌ભુત કલા-સર્જન છે. અત્યાર સુધી તેને મેં જીવની જેમ સાચવી રાખ્યું છે, પણ હવે આ પાપી પેટને ખાતર તેને પણ વેચી દેવું પડશે. પણ આપ જેવા મહાન ઉદાર ગૃહસ્થની પાસે તે જાય

તો તે ચિત્રના વિયોગનું દુઃખ કાંઈકેય હળવું થશે.''

''લાવો જોઈએ એ ચિત્ર.''

જોટ્રેટે ખૂણામાં પડેલ એક મોટું લાંબું પાટિયું આપ્યું. તેમાં કાંઈક ચિત્ર જેવું દેખાતું હતું, પણ તે એટલું બધું ઝાંખું હતું કે મીણબત્તીના અજવાળામાં તેની વિગતો કાંઈ દેખાતી ન હતી.

વૃદ્ધ તે ચિત્રને ધ્યાનથી જોવા લાગ્યો, પણ તરત જ તેણે પોતાની નજર ચિત્ર પરથી ખેસડીને ઓરડીના ખૂણામાં ફેરવી. ઓરડીમાં એક પછી એક એમ ચાર નવા ચહેરા તેણે જોયા. ત્રણ જણ ખાટલા ઉપર બેઠા હતા ને એક બારણાની પાસે ઊભો હતો. ખાટલા પર બેઠેલામાં એક સાવ ઘરડો ડોસો હતો. તે દીવાલને અઢેલીને આંખો મીંચીને પડ્યો હતો. કદાચ ઊંઘતો હશે. બધાયના ચહેરા કાળા હતા. જોટ્રેટે જોયું કે તે વૃદ્ધનું ધ્યાન તેમના તરફ ખેંચાયું છે.

''એ બધા મારા ભાઈબંધો છે. પડોશમાં જ રહે છે. બિચારા રસોડાનાં ધુમાડિયાં સાફ કરવાનો ધંધો કરે છે. એટલે મોઢાં કાળાં છે. એના તરફ ધ્યાન આપવાની જરૂર નથી. આ ચિત્ર ખરીદી લો ને મારા ઉપકાર કરો. મારે એની બહુ કિંમત પણ આપની પાસેથી લેવી નથી. આપ કેટલી કિંમત મૂકો છો ?''

''કિંમત ?'' વૃદ્ધે જાણે કે પોતાના બચાવ માટે સજ્જ થયો હોય તેવી રીતે જોટ્રેટ તરફ નજર માંડીને કહ્યું, ''આ તો કોઈ ભઠિયારખાનાનું પાટિયું લાગે છે. બહુ તો ત્રણ રૂપિયાની કિંમત ગણાય.''

''આપ પાકીટ સાથે લાવ્યા છો ? ફક્ત સો રૂપિયા આપશો તો મને સંતોષ છે.''

વૃદ્ધ ખુરશી પર ઊભો થયો ને ભીંતે અઢેલીને ઊભો રહ્યો. તેની એક બાજુ બારી તરફ જોટ્રેટ ને બીજી બાજુ બારણા તરફ પેલા ચાર પાડોશીઓ અને જોટ્રેટની સ્ત્રી હતાં. જોટ્રેટે આગળ ચલાવ્યું : ''મારું ચિત્ર આપ નહિ ખરીદો તો મારે માટે આપઘાત સિવાય બીજો કોઈ માર્ગ નથી. મારી દીકરીઓને કાગળનાં ખોખાં બનાવવા માટે સાધનો પણ ક્યાંથી કાઢવાં ? ગુંદર જેવી ચીજ લાવવાના પણ પૈસા નથી. સાચું માનશો ? પરમ દિવસે હું સીન નદી પર એકલો છાનોમાનો ગયો હતો. શું કામ, ખબર છે ? નદીમાં પડીને ડૂબી મરવા. પણ વળી થયું કે બિચારાં છોકરાં રખડી પડશે. એકાએક જોટ્રેટની આંખો અંગારની જેમ ચમકવા લાગી. તે વૃદ્ધ ગૃહસ્થની સાવ નજીક આવ્યો અને મેઘગર્જના જેવા અવાજથી બોલી ઊઠ્યો :

''મૂળ મુદ્દાની વાત એ નથી. મને ઓળખ્યો ?''

તે જ ક્ષણે ઓરડીનાં ફાટક ખૂલી ગયાં અને ત્રણ માણસો અંદર દાખલ થયા. તેમણે ભૂરાં કપડાં પહેર્યાં હતાં અને મોઢા ઉપર કાળા કાગળના બુરખા

પહેર્યા હતા. એકના હાથમાં કુહાડી હતી, એકના હાથમાં લોઢાના ગઠ્ઠાવાળા લાકડાનો ધોકો હતો. એકના હાથમાં મોટી ચાવી હતી. જોન્ડ્રેટ જાણે કે આ નવા આવનારાઓની વાટ જ જોતો હોય એમ તરત જ તેમના તરફ ફર્યો.

"બધું તૈયાર છે ?"

"હા." એક જણે જવાબ આપ્યો.

"પાંજરાં પણ તૈયાર છે ?"

"હા."

"ઘોડા કેવા છે ?"

"પાણીદાર"

"મેં કહ્યું હતું ત્યાં જ ગાડી ઊભી છે ને ?"

"હા."

"ભલે."

વૃદ્ધ ગૃહસ્થનો ચહેરો પહેલી ક્ષણે ફિક્કો થઈ ગયો. તે સમજી ગયો કે તેની ફરતી જાળ ગોઠવાઈ ગઈ છે, પણ તે તરત જ સ્વસ્થ થઈ ગયો. ઘડીક પહેલાં વૃદ્ધ લાગતા પુરુષના એકએક અવયવમાં જાણે કે વજ્રનો સંચાર થઈ ગયો. કોઈ કદાવર પહેલવાન જેવો તેનો સીનો દેખાવા લાગ્યો. ખુરશીની પીઠ પર પોતાની મુક્કી રાખીને તે ઊભો. તેના મુખ પર ગભરાટનું કે ભયનું રજ પણ નિશાન ન હતું. આવા ભયની સામે આવી સ્વસ્થતાથી માણસ ઊભો રહી શકે એ વસ્તુએ મેરિયસના હૃદયમાં આ માણસ માટે આદર ઉત્પન્ન કર્યો. એમાંય આ માણસ પોતાના પ્રેમપાત્રનો પિતા હતો.

પહેલાં આવેલા ચારમાંથી ત્રણ જણા પણ ખૂણામાં પડેલા ઢગલામાંથી એક એક હથિયાર લઈને સજ્જ થઈ ગયા. એકે ચીપિયો લીધો, એકે હથોડો લીધો, એકે મોટી ફરસી લીધી, મેરિયસે પોતાની પિસ્તોલ સજ્જ કરીને ધડાકો કરવાની ક્ષણ આવી ગઈ એમ માનીને છાપરા તરફ તાકી પણ ખરી.

જોન્ડ્રેટ પાછો તે વૃદ્ધ તરફ ફર્યો.

"મને હજી ના ઓળખ્યો ?"

"ના." તેણે શાંતિથી કહ્યું.

જોન્ડ્રેટ વળી તેની પાસે જઈને કરડવા માટે તૈયાર ઊભેલા કૂતરાની જેમ ડાચિયું કરીને બોલ્યો :

"મારું નામ ફેબેન્ટોય નથી, જોન્ડ્રેટેય નથી. મારું નામ તો થેનાર્ડિયર છે, સમજ્યા શેઠ ? થેનાર્ડિયર... પેલી મોન્ટફરમિલની વીશીનો માલિક હું... હવે ઓળખ્યો ?"

વૃદ્ધનાં ભવાં ઉપરથી આશ્ચર્યની રેખા આવીને પસાર થઈ ગઈ, પણ તેના

અવાજમાં ધ્રુજારીનું નામ ન હતું. "ના જરાય નહિ."

મેરિયસના કાન પર થેનાર્ડિયરનું નામ પડતાં જ તેનાં સમસ્ત ગાત્રો જાણે કે ગળી ગયાં. તેને અંગેઅંગમાં પ્રસ્વેદ વ્યાપી ગયો, જાણે કે કોઈ તીક્ષ્ણ તલવારે તેને છાતીસોંસરો ભીંત સાથે જડી દીધો. 'થેનાર્ડિયર ?' આ નામ તેના પિતાના મૃત્યુની ક્ષણથી તેના મનમાં રમી રહ્યું હતું. તેના પિતાના આખરી પત્રમાં લખ્યું હતું કે થેનાર્ડિયર નામના માણસે યુદ્ધના મેદાનમાં મારો પ્રાણ બચાવ્યો હતો. તેને જો મારો પુત્ર મળે તો તેને માટે જે કાંઈ થઈ શકે તે કરે. શું આ જ તે થેનાર્ડિયર ! જેને માટે તેના હૃદયમાં કોમળમાં કોમળ લાગણીઓ ભરેલી પડી હતી તે જ આ રાક્ષસ ! પોતાના પિતાને જીવતદાન દેનાર અત્યારે એક નિર્દોષનો જીવ લેવા તૈયાર થયો છે ! આ માણસની તરફ કૃતજ્ઞતા બતાવવાનો મારા પિતાનો આખરી સંદેશ છે ! ચાર વરસથી તેના હૃદયની સૌથી મોટી ઝંખના આ માણસને શોધી કાઢવાની હતી ! અને જે ક્ષણે તે એક ભયંકર ગુનેગારને કાયદાના હાથમાં સોંપવાની અણી પર છે તે વખતે પ્રારબ્ધ પોકારે છે : "ખામોશ ! એ થેનાર્ડિયર છે." પણ બીજી બાજુ તે પોતાની સગી આંખે થતું આ ખૂન કેમ જોઈ શકે ? શું કરવું ? જો તે પિસ્તોલનો ધડાકો કરે તો પેલો વૃદ્ધ નિર્દોષ બચી જાય છે, પણ થેનાર્ડિયર મરે છે. જો તે ધડાકો ન કરે તો આ નિર્દોષ વૃદ્ધ મરે અને થેનાર્ડિયર સપડાય છે. પછી તે નાસી જાય તો જુદી વાત છે. શું કરવું ? તે આ કટોકટીની ક્ષણે કિંકર્તવ્યમૂઢ બની ગયો. એક ક્ષણ મહાન નિર્ણયની વાટ જોતી હતી, પણ તેના મગજમાં ઊઠેલું તોફાન પણ નિર્ણય બાંધવા દે તેમ ન હતું. તે મૂર્છા પામવાની અણી પર હતો.

દરમિયાન થેનાર્ડિયર (હવે આપણે તેનું તે નામ જ લઈશું.) ઓરડામાં આંટા મારવા લાગ્યો. પાછો તે એકાએક અટકીને તે વૃદ્ધ પાસે આવ્યો.

"આખરે સકંજામાં આવ્યા છો, મારા મહેરબાન ! મોટા દાનેશ્વરી ! મોટા લક્ષાધિપતિના દીકરા ! ભિખારી જેવો કોટ પહેરીને ઢીંગલીઓ લાવી દીધી'તી. મને શેનો ઓળખે ! આઠ વરસ પહેલાં તેવીસની સાલમાં નાતાલની આગલી રાતે મારી વીશીમાં કોણ આવ્યું'તું ! ફ્રેન્ટાઇનની છોકરીને કોણ લઈ ગયું'તું ? ઓલી બુલબુલને, યાદ છે ને ?" તેની પત્ની તરફ ફરીને કહ્યું : "આપણને બનાવીને છોકરીને ઉપાડી ગયો ! આજ હવે તેને પાઠ ભણાવી દઉં."

"તે દી મને મૂરખ બનાવી ગયો. પંદરસો રૂપિયામાં મારું બધું કામ કરનાર છોકરીને ઉપાડી ગયો. એ છોકરીનાં માબાપ પૈસાદાર હશે ત્યારે ને ? નહિ તો દર વરસે મને રકમ મળ્યા કરતી હતી. તેં મારો રોટલો ટાળ્યો. પણ વાંધો નહિ. તે દી હું એકલો હતો ને તારી પાસે દંડો હતો, આજે તું એકલો છે ને મારી પાસે આટલાં બધાં છે. હવે તારું આવી બન્યું છે. કેવો સાણસામાં આવ્યો હેં !" તે હસી પડ્યો.

"તું શું કહે છે તે મને કાંઈ સમજાતું નથી. તારી ભૂલ થાય છે. હું તો ગરીબ માણસ છું. હું લક્ષાધિપતિ નથી ને તને ઓળખતો નથી. તેં મને કોક બીજો ધાર્યો લાગે છે.'' પેલા વૃદ્ધે શાંતિથી કહ્યું.

"વાહ જી વાહ ! હજી રમતડી રમવી છે, એમ ને ? હજી યાદ નથી આવતું હું કોણ છું તે ?''

"હં હં બરાબર, હું સમજ્યો.'' તે વૃદ્ધે મક્કમ, પણ શાંત અવાજે કહ્યું. "મને ખબર પડી કે તું બદમાસ છે.''

"બદમાસ ! હા. મને ખબર છે. તમે ધનના મદમાં અમને બદમાસ જ ગણશો. હા, મેં દેવાળું કાઢ્યું છે માટે છુપાતાં ફરવું પડે છે. મારે ખાવા ધાન નથી, ખિસ્સામાં પાઈ નથી. અને હું ધાડપાડું છું. પેટમાં ત્રણ દીથી અન્નનો દાણો પડ્યો નથી અને તમે સગડીની હૂંફે, ગરમ કપડાંમાં દેહ ઢાંકીને તાપતાં-તાપતાં અમને બદમાસ કહો છો ! ઠંડી કેટલી છે તે જાણવા તમે થરમોમીટર સામે નજર કરો છો, પણ અમે આ જીવતાં-જાગતાં થરમોમીટર છીએ. પણ યાદ રાખજો, અમે ભૂખ્યાડાંસ જેવાં ભેગા થઈને તમને જ ખાઈ જઈશું. હું હજી નાગરિક છું. મને મતાધિકાર છે. તારે એ મતાધિકાર હોય એમ મને લાગતું નથી. હું તારી જેમ શકમંદ માણસ નથી. બીજાનાં ઘરનાં છોકરા ચોરી જાઉં તેવો હું નથી. હું તો ફ્રાંસના લશ્કરનો એક વખતનો સૈનિક છું. મને તો ચાંદ મળવો જોઈતો હતો. હું વૉટર્લૂની લડાઈમાં હતો અને ત્યાં મેં એક જનરલને – તેનું નામ પોન્ટમર્સી હતું – બચાવ્યો હતો. આ ચિત્રમાં જો, એ બનાવ આમાં મેં એક ચિત્રકાર પાસે ચીતરાવ્યો છે, પણ હવે લાંબી વાત પડતી મૂકીને મૂળ વાત કહું. મારે પૈસા જોઈએ છે. મારે મોટી એવી રકમ જોઈએ. નહિ તો તું બીજી જ ક્ષણે આ લોકમાંથી પરલોકમાં પહોંચી જઈશ.''

મેરિયસના દિલમાં આ થેનાર્ડિયર તેના પિતાને બચાવનાર જ છે તે વિશે હવે શંકા ન રહી અને એથી તેની મૂંઝવણ બમણી થઈ. થેનાર્ડિયરે પોતાની લાલઘૂમ આંખો તે વૃદ્ધ તરફ ફેરવીને પૂછ્યું : "તને હાથકડી નાખીએ તે પહેલાં તારે કાંઈ કહેવાનું છે ?''

વૃદ્ધ કાંઈ ન બોલ્યો. તે સ્થિરપણે ઊભો હતો, પણ તેની આંખો ઓરડામાં ઘૂમતી હતી. થેનાર્ડિયર ક્રોધના આવેશમાં ધ્રૂજતો હતો. એ આવેશના વેગમાં ઓરડામાં આમથી તેમ આંટા મારતો હતો. તેને ખાતરી હતી કે આ હથિયાર વગરનો એકલો ઘરડો માણસ લાચાર હાલતમાં ઊભેલો છે અને પોતાની સાથે સાતસાત હથિયારબંધ પહેલવાનોનું જૂથ છે. તેની સ્ત્રીને તે પહેલવાનોમાંની એક તરીકે ગણતો હતો. થેનાર્ડિયર તે વૃદ્ધ તરફ પીઠ ફેરવીને એક માણસ સાથે કાંઈ

વાત કરવા ફર્યો. ત્યાં એકાએક તે વૃદ્ધે પોતાના હાથથી ખુરશીને અને પગથી ટેબલને લાત મારીને ઊથલાવી નાખ્યાં ને એક જ છલાંગે બારીએ પહોંચ્યો ને

બારી ઉઘાડીને તેની બહાર અરધો નીકળી ગયો. તેટલી વારમાં તો છ મજબૂત હાથોએ તેને પકડ્યો અને ઢસડીને પાછો અંદર આણ્યો, પણ ધુમાડિયું સાફ કરનારા તેના પર તૂટી પડ્યા હતા. અને થેનાર્ડિયરની સ્ત્રીએ તેના વાળ પકડ્યા હતા. આ ધમાલમાં પેલો દારૂના ઘેનમાં ઊંઘતો ડોસો પણ જાગી ગયો ને પથરા ભાંગવાનો ઘણ લઈને ઊભો થઈ ગયો. મેરિયસ મનમાં ગણગણ્યો : "હે પ્રભુ, મને માફ કરજે !" તેણે પિસ્તોલના ઘોડા પર અંગૂઠો મૂક્યો. તે દાબવાની અણી પર હતો ત્યાં થેનાર્ડિયરનો અવાજ આવ્યો : "તેને કોઈ મારશો નહિ."

થેનાર્ડિયર જેવો ઝનૂની હતો તેવો જ ખેલાડી હતો. તેણે જોયું કે આ શિકાર કોઈ સામાન્ય નથી. એટલે એણે તરત જ પોતાની ચાલ બદલી. "એને કોઈ ઘા કરશો નહિ." મેરિયસ ઘોડો દાબતાં અટકી ગયો. તેણે જોયું કે કટોકટીની ઘડી જરાક આઘી ઠેલાઈ છે. દરમિયાન આ નાનકડા ઓરડામાં તુમુલ યુદ્ધ ખેલાયું. એક મુક્કીના ઘાથી પેલો હથોડો લઈ ઊભેલા ડોસાને આ વૃદ્ધે ભીંત સુધી ગબડાવીને મોકલી દીધો. બીજા બેને હાથના પાછલા ઘાથી નીચે પાડી દીધા અને બંનેને પોતાના ઢીંચણ નીચે દાબી દીધા. બંને જણ આ ઢીંચણના દબાણથી ઊંકારા પણ માંડમાંડ કરી શકતા હતા. આ રીતે બે જણની ઉપર એ વૃદ્ધ અને એ વૃદ્ધની ઉપર બીજા ચાર જણનો ગંજ જામી ગયો હતો. આખરે તે વૃદ્ધને ઉપાડીને બારી પાસેની પથારીમાં લઈ ગયા. થેનાર્ડિયરની સ્ત્રીએ હજી પણ એ વૃદ્ધના વાળ પકડી રાખ્યા હતા.

"હવે તું મૂકી દે. તારાં નવાં કપડાં ફાટશે. તું આઘી રહે.' તેના પતિએ કહ્યું. "અને હવે એનાં ખિસ્સાં તપાસો."

પેલા વૃદ્ધે કોઈ પણ જાતનો સામનો હવે બંધ કરી દીધો હતો. તેનાં ખિસ્સાં તપાસ્યાં તો તેમાંથી ચામડાના એક પાકીટમાં છ રૂપિયાના સિક્કા નીકળ્યા. એ ઉપરાંત તેનો એક રૂમાલ નીકળ્યો. રૂમાલ થેનાર્ડિયરે પોતાના ખિસ્સામાં મૂક્યો...

"કેમ નોટોનું પાકીટ નથી ?"

"ના, ઘડિયાળ પણ નથી." તેના સાથીઓમાંથી એકે કહ્યું.

"કાંઈ વાંધો નહિ." થેનાર્ડિયર બોલ્યો ને ખૂણામાંથી દોરડાંના ઢગલામાંથી એક દોરડું કાઢીને તેણે કહ્યું : "ખાટલાને પાયે એને બાંધી દો." વૃદ્ધને આખા શરીરે દોરડાથી બાંધીને તેના પગને ખાટલાના પાયા સાથે બાંધી દીધા. થેનાર્ડિયર તેની સામે ખુરશી નાખીને બેઠો. તેના ચહેરા પર આશ્ચર્યજનક ફેરફાર થઈ ગયો. ઘડીક પહેલાંનો ખુન્નસથી ભરેલો તેનો ચહેરો સાવ બદલાઈ ગયો ને તેના પર નમ્રતા છવાઈ ગઈ. મેરિયસ આ ફેરફારથી વધારે વિમાસણમાં પડ્યો. ઉંદરને મારતાં પહેલાં બિલાડી તેને રમાડે છે તેવું તો આ નહિ હોય ?

"શેઠજી !" તેણે પોતાની આસપાસ ઊભેલા તેના સાથીઓને કહ્યું. "તમે હમણાં બધા આઘા જાઓ. મારે આ ગૃહસ્થ સાથે અગત્યની વાત કરવી છે." બધા બારણા તરફ ચાલ્યા ગયા. તે પછી તેણે આગળ ચલાવ્યું.

"બારીએથી કૂદીને નાસવાનો પ્રયત્ન કર્યો એમાં આપે બહુ જોખમ ખેડ્યું. એમાં તો પગબગ ભાગી જાય. હવે જરાક નિરાંતે આપને એક વાત કરવી છે. એક વાત ઉપર મારું ખાસ ધ્યાન ખેંચાયું ને આપનું પણ ધ્યાન ખેંચું છું કે તમે અત્યાર સુધી એક પણ બૂમ પાડી નથી."

થેનાર્ડિયરની વાત સાચી હતી. આટલી ઝપાઝપીમાં પણ આ ગૃહસ્થ મોઢામાંથી એક શબ્દ પણ બોલ્યો ન હતો.

"મને હતું કે આ કટોકટીના વખતે તમે મદદને માટે બૂમ પાડશો. સામાન્ય રીતે 'ખૂન' કે એવી બૂમ આવે વખતે પાડવામાં આવે છે. એવું કાંઈ અત્યારે ન બન્યું એટલે મેં મારી આખી યોજના પલટી નાખી છે. જો તમે જરાક મોઢેથી ગડબડ કરી હોત તોય મને ખાસ મુશ્કેલી જેવું નથી, કારણ કે આ ઓરડો બહેરો છે. આ મકાન આખું બહેરું છું. અહીંયાં તમે બંદૂક ફોડો તોય કોઈને એમ જ લાગે કે કોઈ દારૂડિયાનાં નસકોરાં બોલતાં હશે, પણ તમે બૂમ ન પાડી એથી મને નવાઈ તો લાગે જ ને ! પણ મને તરત જ તેનું કારણ જડી ગયું.

"માણસ મદદ માટે બૂમ પાડે ત્યારે કોણ આવે ? પોલીસ આવે. અને પોલીસની પાછળ કોણ આવે ! કાયદો, કેસ, કૉર્ટ વગેરે. તમે મદદ માટે બૂમ

ન પાડી એનો અર્થ એ કે અમારી જેમ તમે પણ પોલીસ અહીં આવે એમ ઇચ્છતા નથી. મને પહેલેથી જરાક શંકા તો હતી જ, પણ આ પછી તો ખાતરી થઈ ગઈ કે તમને પણ પોલીસથી છુપાયેલા રહેવામાં કાંઈક સ્વાર્થ છે. એટલે એ બાબતમાં આપણે બંને એક જ મતના છીએ અને એટલે આપણી વચ્ચે સમાધાન થવાની શક્યતા છે.''

થેનાર્ડિયર કોઈ રાજકીય મુત્સદ્દીની અદાથી આ ગૃહસ્થના મન ઉપર પોતાની વાતની અસર કરવા માટે શબ્દેશબ્દ ઉપર નાટકીય ઢબે વજન આપી રહ્યો હતો. અને તેની અસર પારખવા માટે તેના મુખ તરફ તાકી રહ્યો હતો.

પણ આ ગૃહસ્થના મુખ પરનો એક પણ ભાવ બદલાયો નહિ. તેવું જ શાંત સ્થિર તેજ, તે જ વિષાદઘેરી તેની આંખો. આ મૃત્યુની આટલી નજીક ઊભેલા માણસના મોઢા પર આ સ્થિરતા જોઈને મેરિયસનું સમસ્ત હૃદય તેનાં ચરણોમાં ઢળી પડ્યું. થેનાર્ડિયર પાછો ઊભો થઈ ગયો ને ઓરડામાં એક-બે આંટા મારી આવ્યો. સગડીમાં તપી-તપીને લાલઘૂમ બનેલી ફરસીને તેણે તપાસી. પાછો ખુરશી પર આવીને બેઠો.

''એટલે આપણે કાંઈ સમાધાનને રસ્તે આવી શકીએ ખરા. શાંતિથી આપણે એ પતાવી દઈએ. તમારી પાસે સારી રીતે પૈસા છે. એટલે જ મેં પૈસા માટે માગણી કરી હતી, અને એમાં કાંઈ ગેરવાજબી નહોતું. તમારી પાસે પૈસા છે, પણ તમારા મગજ ઉપર કાંઈક ઉપાધિ રહ્યા કરે છે. અને ચિંતા તો કોને નથી ? મારે કાંઈ તમને સાવ પાયમાલ કરી નાખવા નથી. એવો દુષ્ટ હું નથી. હું એમ તકનો લાભ લઈને બધું લૂંટી લઉં એમાંનો નથી. હું મારા પક્ષે ભોગ આપીને મારી માગણી સાવ મોળી કરી નાખું છું. ફક્ત બે લાખ રૂપિયા મને મળે એટલે મને સંતોષ છે.''

તે વૃદ્ધ કાંઈ ન બોલ્યો.

''તમારી પાસે કેટલો પૈસો છે તે કાંઈ મને ખબર નથી, પણ તમને પૈસાની પરવા નથી એ વાત નક્કી. એટલે આટલા બે લાખ રૂપિયા નાખી દેતાં તમને કાંઈ વાંધો આવે એમ નથી. આ આજ સવારથી તે અત્યાર સુધી મેં ને મારા સાથીઓએ જે જહેમત ઉઠાવીને આ બધું ગોઠવ્યું છે તે કાંઈ બે-ત્રણ રૂપિયા મેળવવા માટે તો હોય જ નહિ. ભલે, તો પછી એમ કરો હું કાગળમાં લખાવું તે પ્રમાણે લખો.

થેનાર્ડિયરે ટેબલ પાસે આણ્યું. તેના ખાનામાંથી ખડિયો, કલમ અને કાગળ કાઢ્યાં.

''લો લખો.''

આખરે તે વૃદ્ધ બોલ્યો : ''કઈ રીતે લખું ? મારા હાથ તો બાંધેલા છે.''

"બરાબર છે, મારી ભૂલ થઈ, માફ કરજો !" તેણે તે ગૃહસ્થનો જમણો હાથ છોડ્યો ને તેના હાથમાં શાહી બોળેલી કલમ મૂકી.

"જુઓ સાહેબ, તમે એક વાતની ખાતરી રાખજો. તમે પૂરેપૂરા અમારા સકંજામાં આવેલા છો. તમને કોઈ આદમી એમાંથી છોડાવી શકે તેમ નથી. હું કહું તે પ્રમાણે કરવા સિવાય તમારે માટે બીજો કોઈ ઉપાય નથી. મને તમારું નામ કે રહેઠાણ કાંઈ ખબર નથી. હવે લખો."

"શું લખું ?"

થેનાર્ડિયરે લખાવવા માંડ્યું : "મારી વહાલી પુત્રી."

તે વૃદ્ધ ચમક્યો ને તેણે થેનાર્ડિયર તરફ જોયું. થેનાર્ડિયરે તે ચાલુ રાખ્યું :

"તું અહીં એકદમ આવ. મારે તારું જરૂરી કામ છે. આ ચિઠ્ઠી લઈને આવનાર તને અહીં લઈ આવશે. હું રાહ જોઉં છું. કોઈ શંકા રાખ્યા વગર આવજે."

વૃદ્ધે તે પ્રમાણે લખ્યું.

"ના, ના, એમ કરો, છેલ્લું વાક્ય ચેકી નાખો. તેનાથી ઊલટી તેને શંકા પડશે."

તે વૃદ્ધે છેલ્લું વાક્ય ચેકી નાખ્યું ને પૂછ્યું : "આ કાગળ કોના ઉપર છે ?"

"કેમ, હમણાં આપણે વાત થઈ તે છોકરી ઉપર !" તેણે 'બુલબુલ' એ નામ જાણી જોઈને ન લીધું, કારણ કે નહિ તો તેના સાથીદારો તેના આ 'અંગત' બનાવને જાણી જાય.

"હવે સહી કરો. શું તમારું નામ ?"

"પૂરબો ફાંબ્રે." વૃદ્ધે કહ્યું.

"ઊભા રહો" તેણે આ જ ગૃહસ્થનો રૂમાલ પોતાના ખિસ્સામાં મૂક્યો હતો તે કાઢ્યો. રૂમાલને છેડે તે નામના પહેલા બે અક્ષરો દોરાથી ભરેલા હતા. "બરાબર, હવે સહી કરો."

તેણે સહી કરી.

"હવે સરનામું કરો. તમે કયા લત્તામાં રહો છો તેની મને થોડીક તો ખબર છે. એટલે જેમ તમારું નામ સાચું લખ્યું છે તેમ સરનામું પણ સાચું જ કરજો હોં !"

વૃદ્ધ કેદીએ થોડો વખત વિચાર કરીને પછી સરનામું લખ્યું.

"હં, બરાબર, અલી એય !" પોતાની પત્ની તરફ ફરીને તેણે કહ્યું : "જા જલદી આ ચિઠ્ઠી લઈને, નીચે ગાડી તૈયાર ઊભી છે, અને એય !" પોતાના એક કુહાડી લઈને ઊભેલા સાથીને કહ્યું : "તું ગાડીની પાછળના ભાગમાં ઊભો રહેજો. સાથે જા."

તેની સ્ત્રી અને સાથી બંને ગયાં.

"બસ, હમણાં પોણા કલાકમાં પાછાં આવવાં જોઈએ. ઘોડા ભારે પાણીવાળા છે." દૂર ઘોડાના ડાબલા સંભળાયા.

ઓરડામાં પાછી શાંતિ છવાઈ ગઈ. થેનાર્ડિયર સગડી પાસે બેસીને પોતાના પગ તપાવવા લાગ્યો.

મેરિયસ પોતાની જગ્યાએ બેઠોબેઠો આ શાંતિમાં કોઈ ભયાનક તોફાનના ભણકારા સાંભળવા લાગ્યો. "આ 'બુલબુલ' કોણ હશે ? એ જ હશે ? જો એ જ હોય તો તો મારા સર્વસ્વને ભોગે હું ત્યાં કૂદી પડીશ ને તેના રક્ષણ માટે મારી જાતનો ભોગ આપીશ. અરધો કલાક આ ઓરડો સ્મશાનશાંતિમાં ડૂબી ગયો. થેનાર્ડિયર પણ ઊંડા વિચારમાં ડૂબી ગયેલો લાગતો હતો. એકાએક તે વૃદ્ધ તરફ ફર્યો ને બોલ્યો :

"જુઓ, એક બીજી વાત. હમણાં મારી સ્ત્રી પાછી આવશે. એ 'બુલબુલ' તમારી જ દીકરી છે અને એ તમારી જ રહેશે, પણ હમણાં એવી વ્યવ થા કરવામાં આવી છે કે મારી સ્ત્રી તમારી દીકરીને એક બીજી જગ્યાએ સહીસલામત રીતે લઈ જશે. ત્યાં તેને કોઈ જાતની અડચણ નહિ આવવા દે. પછી મારી સ્ત્રી એ બધી હકીકત લઈને અહીં આવશે. તમે બે લાખ રૂપિયા મને સોંપી દો એ લે હું તમને તમારી દીકરી સોંપી દઉં એવી વ્યવસ્થા મેં કરી છે. તમે જો એમાં કાંઈ દગો-ફટકો રમવા જશો તો તમારી દીકરીને હાથથી ખોઈ બેસશો. એટલે સો વાતની એક વાત. તમે હાથે કરીને ઉપાધિ ઊભી નહિ કરો તો બધું સારધાર પાર પડી જશે. મારી સ્ત્રી હમણાં આવીને ખબર આપશે કે તમારી દીકરીને યોગ્ય સ્થળે લઈ જવામાં આવી છે. એટલે તમને છૂટા કરી દઈશું તમતમારે લહેરથી ઘેર જઈને આરામ કરો."

વળી પાછી શાંતિ છવાઈ ગઈ. થોડી વારે દૂરથી ઘોડાના ડાબલા સંભળાયા. દાદર પર પગલાંનો અવાજ આવ્યો. "આ આવી !" થેનાર્ડિયર ઊભો થઈ ગયો. તેની સ્ત્રી શ્વાસભેર અંદર આવીને ખુરશી પર એકદમ બેસી પડી ને હાથ સાથળ પર પછાડી બોલી :

"ખોટું સરનામું."

"ખોટું સરનામું આપ્યું ?" થેનાર્ડિયર બોલી ઊઠ્યો.

"હા, નરાતાળ ખોટું. આ બૂઢિયાએ તમને ને મને બધાંને બનાવ્યાં. તમે સાવ ભોળા છો. મેં તમને કેટલી વાર ચેતવ્યા છે કે તમે સાવ ભોળા છો. મારા જેવી તો એની છાતીએ ચડીને છરી ગળા પર ધરી રાખીને પૈસા કઢાવે. હું ઠેઠ એ સરનામા પ્રમાણે ગોતતી ગોતતી ગઈ, ત્યાં તો કોઈ ભૂતોભાઈએ રહેતો નથી !"

“હાશ !” મેરિયસે નિરાંતની લાગણી અનુભવી. તેની ‘બુલબુલ’ બચી ગઈ.

‘ખોટું સરનામું આપ્યું હતું ? શી આશાએ એમ કર્યું ?” થેનાર્ડિયરે વૃદ્ધને પૂછ્યું.

“વખત કાઢવા.” વૃદ્ધે કહ્યું અને એકઝપાટે તેના શરીર પરનાં તમામ બંધનો છૂટી ગયાં. ફક્ત એક પગ ખાટલાના પાયા સાથે બાંધેલો રહી ગયો હતો. તે બંધન કેવી રીતે તૂટી ગયાં તે એક ચમત્કાર જેવું હતું. આ ઓરડીની પોલીસોએ પાછળથી જ્યારે જડતી લીધી ત્યારે ત્યાં એક ઢબ્બુ જેવા કદનો સિક્કો બે ફાડિયાં થઈને પડ્યો હતો, અને તેને પડખે એક નાનકડી કરકરિયાવાળી કમાન પડી હતી. ભરાડી અને જમાનાના ખાધેલ જન્મકેદીઓ આવી રીતે મોટા સિક્કાને વચ્ચેથી કોઈ રીતે ઉઘાડીને કોતરી કોતરીને સાવ પોલો કરી નાખે છે. અને સિક્કા ઉપરથી ઠેઠ છાપ સુધી કોરીને ડાબલી જેવો બનાવીને તેની અંદર ઘડિયાળની કમાન જેવી કરવતને ગૂંચળું વાળીને છુપાવી દઈને વળી એ બેય ચગદાંને સાંધી દે છે. જરૂર પડ્યે આ સિક્કામાંથી એ કમાન બહાર કાઢીને ગમે તેવા લોઢાને પણ કાપવાનું કામ કેદીઓ કરી શકે છે. તે કામની કેદીઓની આ કરામત પોલીસો પણ પૂરી જાણતા ન હતા. એ અહીં ક્યાંથી આવી હશે તેની કોઈને ખબર નહોતી. તે વૃદ્ધ બંધનોમાંથી છૂટેલા વીફરેલ સિંહની જેમ માથું પાછળ નાખીને ટટ્ટાર છાતીએ ઊભો ને બોલ્યો : “તમે એમ માનતા હશો કે તમે મને ડરાવીને મારી પાસે તમારું ધાર્યું કરાવી શકશો, પણ મને હજી તમે ઓળખ્યો નથી. આમ જુઓ.” એમ કહી તેણે ડાબા હાથની બાંયો ઊંચી લઈને જમણા હાથમાં સગડીમાં તપીને લાલઘૂમ બનેલી ફરસી લઈને ડાબા હાથ પર મૂકી. માંસ બળવાની વાસ આખા ઓરડામાં ફેલાઈ ગઈ. મેરિયસ ધ્રૂજી ઊઠ્યો. બદમાસો ઘડીભર સ્તબ્ધ થઈ ગયા. તે વૃદ્ધના ચહેરા પરની એક પણ રેખા બદલાઈ નહિ.

“જોયું ? તમે મારાથી બીતા નહિ. હું કાંઈ નહિ કરું. તેમ હું તમારાથી બીતો નથી.” કહીને તે ફરસીને માંસથી છૂટી કરીને બારીમાંથી ઘા કરીને બહાર ફેંકી દીધી. ફરસી ખરતા તારાની જેમ બહાર અદશ્ય થઈ ગઈ. બરફ પર તેનો છમકારો થયો.

“હવે તમારે જે કરવું હોય તે કરી લો.”

“તેને પકડો !” થેનાર્ડિયરે હુકમ કર્યો. બે જણ તેના હાથે વળગ્યા. બે જણ તેને ગળે વળગ્યા. એક જણ મોટો ઘણ લઈને તેના માથા પર તોળીને ઊભો રહ્યો.

“હવે એક જ ઉપાય છે.” મેરિયસે ધીમેથી થતી વાતચીત કાન દઈને સાંભળી.

“શું ?”

“ગળેથી વાઢી નાખો.”

"બરાબર."

થેનાર્ડિયરે ટેબલનું ખાનું ઉઘાડ્યું ને અંદરથી તૈયાર સજાવેલ છરો કાઢ્યો. તેની ધાર આ અંધારા ઓરડામાં ચમકતી હતી. મેરિયસે પિસ્તોલનો ઘોડો ફરી સાંભળ્યો, પણ તે દાબતાં જીવ ચાલતો ન હતો. હજી તેના હૃદયમાં તેના પિતાના શબ્દો ગાજતા હતા. બીજી બાજુથી એક નિર્દોષનો જાન જતો તેની નજર સમક્ષ લાચારીથી તે જોતો હતો. બંને કર્તવ્યનું પાલન એકીસાથે કેમ કરી શકાય ? શું કરવું ? થેનાર્ડિયર પોતાની છરીની ધાર તપાસી રહ્યો હતો. મેરિયસ વ્યાકુળ થઈને બધે જોવા લાગ્યો. એકાએક તેની નજર એક કાગળના ટુકડા પર પડી. તે કાગળ પર નીચેના શબ્દો લખેલા હતા : "દાદા આવે છે." હજી આજે જ સવારે થેનાર્ડિયરની છોકરીએ આ શબ્દો પોતાના અક્ષરો કેવા લાગે છે તે બતાવવા લખ્યા હતા. મેરિયસને તરત જ વિચાર આવ્યો. તેણે તે કાગળ લીધો. ભીંતમાંથી થોડોક ચૂનો ઉખાડીને તે કાગળમાં ભરીને તેની ગોળી વાળી ને કાણામાંથી તેને થેનાર્ડિયરની ઓરડીમાં ફેંક્યો. તે સીધો થેનાર્ડિયરના પગ પાસે જ પડ્યો.

"આ શું ?"

તેણે તરત જ તે કાગળની ગોળી હાથમાં લીધી. તેને ખોલીને વાંચી. "આ તો મોટીના અક્ષર છે... માર્યા ! એલા, દોરડાની સીડી બારીએથી જલદી નીચે ઉતારો !"

"પણ આ ડોસાનું કાંઈ કરવું નથી ?" એક જણે કહ્યું.

"વખત ક્યાં છે ? જલદી કરો. હમણાં પોલીસ આવ્યા સમજો." ડૂબતા વહાણમાંથી હોડીમાં ઊતરવા જે જાતની ધક્કામુક્કી થાય તેવી ધક્કામુક્કી બારી પાસે નીચે ઊતરવા માટે થવા લાગી.

"એય, પહેલાં બૈરાંને ઊતરવાનું છે." થેનાર્ડિયર બોલ્યો અને પોતે જ પહેલો બારીએ પહોંચ્યો !

"અરે, તમે બેય જણ પાછળથી ઊતરજો. અમને પહેલાં જવા દો." એક જણે થેનાર્ડિયરને કોટના કાંઠલેથી પકડી પાછો ખેંચ્યો.

"તો આપણે ચિઠ્ઠીઓ નાખીએ. જેનું નામ પહેલું આવે તે પહેલો ઊતરે."

"એલા, તમે તે દારૂ પીધો છે કે શું ? અત્યારે ચિઠ્ઠીઓ નાખવાનો વખત છે ? ઓલ્યા તમારા કાકા આવી પહોંચશે ત્યારે ?" થેનાર્ડિયરે હાંફળો-ફાંફળો બોલ્યો.

"ચિઠ્ઠીઓ નાખવી હોય તો કાગળ આપું." બારણામાંથી અવાજ આવ્યો. બધા બારણા તરફ ફર્યા. હાથમાં ટોપો લઈને જેવર્ટ હસતો હસતો ઊભો હતો.

૧૧. પાંજરું ખાલી !

જેવર્ટે યોજના પ્રમાણે પોતાની જાળ બરાબર વખતસર અને મજબૂત રીતે ગોઠવી દીધી હતી. આવા કામની તેને કુદરતી સૂઝ હતી, તેમ જ ગુનાઓ પકડવાનો તેનો ઉત્સાહ પણ ખૂબ જ હતો. આ કામને તેણે કલાકારના રસથી હાથમાં ધર્યું હતું.

સાંજ પડી. મેરિયસે આપેલો છ વાગ્યાનો સમય પાસે આવવા લાગ્યો. જેવર્ટે તે મકાનની આસપાસ ચોકી-પહેરો ગોઠવી દીધો હતો. છ વાગ્યા. જેવર્ટે જોયું કે એક વૃદ્ધ ગૃહસ્થ મકાનમાં ગયો. વળી કોઈ જાતની હિલચાલ ન દેખાઈ. જેવર્ટ મેરિયસની નિશાનીની વાટ જોતો હતો. ઘણી વાર થઈ. તે અધીરો બન્યો. થોડી વારે તેણે જોયું કે થોડાક ગુંડાઓ પણ અંદર ગયા. વળી ત્યાં ફાટક પાસે ગાડી ઊભી રહી. તે ગાડી ત્યાંથી એક બાઈને લઈને ગઈ. વળી અડધા કલાકે ગાડી પાછી આવી. જેવર્ટ આ બધાનો અર્થ સમજી ન શક્યો. તેને લાગ્યું કે મામલો વધારે ગંભીર છે. તેણે નક્કી કર્યું કે હવે પિસ્તોલના ધડાકાની રાહ જોવી નકામી છે. તેણે મેરિયસે આપેલી ચાવીથી ફાટક ઉઘાડ્યું ને પોતાના માણસો સાથે અંદર આવ્યો. તે વખતસર જ આવ્યો હતો તે આપણે જોયું.

ગુંડાઓ એક ક્ષણ તો આભા જ બની ગયા, પણ તરત જ સાવધાન થઈને એક ખૂણામાં સામનો કરવા માટે સજ્જ થઈને ગોઠવાઈ ગયા. દરેકે પોતાના હાથમાં જે મળ્યું તે હથિયાર લઈ લીધું.

જેવર્ટ સ્વસ્થતાથી આ બધા સામે નજર માંડીને ઓરડાની અંદર આવ્યો.

"જુઓ, બારીએથી કોઈએ જવાનું નથી. બારણેથી સૌએ જવાનું છે. તમે સાત જણા છો ને અમે પંદર છીએ. એટલે તકરાર કરવી નકામી છે. બધા અંદર આવો." તેણે બૂમ મારી. થોડી જ વારમાં પંદર જેટલા સિપાઈઓનું ટોળું અંદર આવ્યું. આખો ઓરડો માણસોથી ચિક્કાર ભરાઈ ગયો.

"બધાને હાથકડીઓ નાખી દો." જેવર્ટે હુકમ કર્યો.

"અહીં આવી તો જુઓ, મારા રોયા !" આ અવાજ ઓરડાના ખૂણામાંથી આવ્યો હતો. જેવર્ટે જોયું તો થેનાર્ડિયરની સ્ત્રી પોતાની ઓઢણી નાખી દઈને હાથમાં મોટો પથરો લઈને ઊભી હતી. થેનાર્ડિયર તેની પાછળ પેલી

ઓઢણીમાં લપાઈને સંતાતો હતો.

"એલા, બધાય માથાં નીચાં કરી નાખો." તેણે બૂમ મારી. બધા ગુંડાઓએ તેના કહેવા પ્રમાણે કર્યું. તે સ્ત્રીએ બધાની સામે તિરસ્કારભરી નજર નાખીને કહ્યું : 'બાયલા, મારા રોયા !"

જેવર્ટ તે સ્ત્રી તરફ જવા ગયો ત્યાં તે બોલી ઊઠી. "જો પાસે આવ્યો તો માથું ભાંગી નાખીશ."

"વાહ રે વાહ ! તું તો દોઢ ભાયડો લાગે છે હોં !" જેવર્ટે હસતાં-હસતાં કહ્યું ને તે આગળ વધ્યો. પેલી સ્ત્રીએ પથ્થર બે હાથે જોરથી જેવર્ટ તરફ ફેંક્યો. જેવર્ટ બાજુ પર ખસી ગયો. પથ્થર ભીંતમાં અફળાયો ને ભીંત પરના ચૂનામાં મોટું ગાબડું પડી ગયું. જેવર્ટે પાસે જઈને એક હાથે થેનાર્ડિયરની પત્નીનો ખભો પકડ્યો ને બીજે હાથે નીચે લપાઈને બેઠેલા થેનાર્ડિયરનું ગળું પકડ્યું. "આ બેય જણને આ જગ્યાએ કડીઓ પહેરાવી દો." તેણે સિપાઈઓને કહ્યું.

થેનાર્ડિયરની સ્ત્રીનું ઘડી પહેલાંનું રુદ્ર સ્વરૂપ કોણ જાણે ક્યાં ગળી ગયું. તે ઢગલો થઈ ગઈ ને ધ્રુસકે ધ્રુસકે રડવા લાગી : 'હાય, હાય, મારી દીકરીનું શું થશે ?"

"તેની ચિંતા ન કરશો, ડોશી ! એ બેય લહેરમાં છે." એ જ વખત બારણાની પાછળ ખૂણામાં દારૂના ઘેનમાં પડેલો ડોસો પોલીસની નજરે પડ્યો. તેને ઢંઢોળીને બેઠો કર્યો એટલે તેણે કહ્યું : "કેમ જોડ્રેટ, બધું પતી ગયું ?"

"હોવે !" જેવર્ટે કહ્યું.

જેવર્ટે હાથકડી પહેરીને ઊભેલા બધા ગુંડાઓ સામે એક પછી એક જોઈને કહ્યું : "કાં ? રામરામ ભાઈ બ્રીજો ! કેમ છે ? બાબેટ, તમેય પહોંચી ગયા છો ને ? લો, ગુલેમર તમેય છો ?'

દરમિયાનમાં તેની નજર પેલા શાંતપણે ઊભેલા કેદી તરફ પડી. "આ ગૃહસ્થને છોડી નાખો. કોઈ ઓરડાની બહાર ન જાય તે જોજો.' એમ કહીને જેવર્ટ ટેબલ પાસે ગયો. ત્યાં પડેલાં કાગળ, ખડિયો, કલમ બધું જોઈને તે ખુરશી પર બેઠો. ખિસ્સામાંથી તેણે સરકારી છાપવાળો કાગળ કાઢ્યો ને અત્યારના બનાવનો અહેવાલ લખવા લાગ્યો. રાબેતા મુજબનું શરૂઆતનું લખાણ લખ્યા પછી તેણે લખતાં-લખતાં જ કહ્યું :

"જે ગૃહસ્થને આ લોકોએ બાંધ્યા હતા તેમને જરા પાસે બોલાવો."

પોલીસોએ આસપાસ જોયું.

"ક્યાં છે ?" જેવર્ટે ઊંચું જોયું. તે ગૃહસ્થનો પત્તો ન હતો. બારણા ઉપર ચોકી હતી, પણ બારીએ કોઈ નહોતું. એક પોલીસ બારી પાસે ગયો ને નીચે

જોયું. કોઈ દેખાયું નહિ, ફક્ત આ બદમાશોએ ભાગવા માટે નીચે ઉતારેલા દોરડાની સીડી હજી ઝોલાં ખાતી હતી.

"મારો બેટો ! આ તો આ બધાયને ટપી જાય એવો નીકળ્યો !" જેવર્ટ દાંત ભીંસીને બોલ્યો.

બીજે દિવસે સવારે એક દૂબળો-પાતળો છોકરો 50/52 નંબરના ઘરના ફાટક પાસે આવ્યો ને બૂમ મારી : "ઓ ડોશીમા !"

"અટાણમાં કોણ છે ?"

"એ તો હું."

રખેવાળ ડોશી ટાઢે ધ્રૂજતી આવી : "કોણ છે ? એલા તું રખડાઉ ! પાછો આવ્યો ? શું કામ છે ?"

"અમારા પૂજ્ય વડીલોની મુલાકાતે."

"એ તો બધા ગયા."

"ક્યાં ?"

"વગર ભાડાની કોટડીમાં !"

"બસ ! ઠી...ક..." છોકરો મોઢેથી સિસોટી વગાડતો વગાડતો ચાલ્યો ગયો.

૧૨. કાદવમાં કમળ

આ જ અરસામાં ફ્રાંસના રાજકારણમાં વળી ક્રાન્તિકારક ફેરફારો થઈ રહ્યા હતા. ગઈ સદીના છેલ્લા દાયકાથી ફ્રાંસ ઉપરાઉપરી ઊથલપાથલોના સપાટા ખમી રહ્યું હતું, ફ્રાંસની રાજક્રાંતિએ તો દુનિયા આખીનું ધ્યાન ખેંચ્યું. યુરોપના રાજાઓ પોતાના માથા પરનો ડોલી ગયેલો મુગટ સંભાળવા લાગ્યા. રાજાશાહીનો મૃત્યુઘંટ સંભળાવા લાગ્યો, પણ વળી તે ક્રાન્તિની આગ બુઝાઈ ગઈ. ફ્રાંસમાંથી રાજાશાહી ગઈ તો નેપોલિયને રંગભૂમિ પર આવીને લોકોના પ્રતિનિધિ બનીને તેમના પર ભૂરકી નાખીને પાછલે બારણેથી રાજાપદ મેળવી લીધું. તેની મહત્ત્વાકાંક્ષાને થોભ ન રહ્યો. યુરોપ આખાને આ સૈનિક બાદશાહે પોતાના પગની એડી નીચે દાબી દીધું. રાજાઓને વળી લાગ્યું કે તેમનો તાજ જોખમમાં છે, પણ રાજાશાહીનાં પુણ્ય કદાચ હજી પૂરાં પરવાર્યાં નહિ હોય. યુરોપના રાજાઓએ ભેગા મળીને આ અણહકના ઘૂસી ગયેલા રાજાને કાઢ્યો. ફ્રાંસ પણ આ ધરાર પટેલે પોતાને માથે લડાઈઓની પરંપરાથી જે ખુવારી આણી હતી તેનાથી અંદરખાને કંટાળ્યું હતું. એટલે નેપોલિયન જવાથી ફ્રાંસને ઘડીક લાગ્યું કે કાશ ગઈ, પણ તરત જ ફ્રાંસના રાજકારણમાં શૂન્યાવકાશ ઊભો થયો. ઓગણીસમી સદીની શરૂઆતમાં વળી પ્રજાના જૂના સંસ્કાર જાગૃત થયા. પોતાના રાજાને ફાંસીએ દેનાર પ્રજાએ વળી તે વંશના કોઈ બચી ગયેલા વારસને ગાદીએ બેસાર્યો, પણ રાજામાંથી પણ મૂળ સંસ્કારો આ ક્રાન્તિમાં ફાંસીનો પાઠ મળ્યા પછી પણ ગયા ન હતા. તેણે પહેલાં પ્રમાણે જ પોતાનો દોરદમામ ચાલુ કરવા માંડ્યો. પ્રજા પરના એ જ જુલમો, અમીર-ઉમરાવોની એ જ જાહોજલાલી, રાજદરબારના ભપકા, ખેડૂતોની પાયમાલી – એ લક્ષણો પાછાં ફ્રાંસમાં દેખાવા લાગ્યાં, પણ ફ્રાંસીય રાજક્રાન્તિનો નાશ થયા છતાં તેની આગ હજી ભારેલી પડી હતી. બીજી બાજુથી યુરોપમાં નવીન પ્રકારની જ સમાજરચનાનાં સ્વપ્નો સેવતા ક્રાન્તિકારો ધીમેધીમે પોતાના વિચારોના લોકોમાં ઊંડાં મૂળ નાખવા લાગ્યા હતા. રાજ્ય શ્રમજીવીઓનું છે એ વિચારપ્રવાહ યુરોપના લોકોમાં ગુપ્તપણે પણ વેગથી વહી રહ્યો હતો. ફ્રાંસના બુદ્ધિશાળી વર્ગમાં, પારીસના જુવાનોમાં, શ્રમજીવીઓમાં, આમપ્રજામાં ન સમજાય એવો તરવરાટ દેખાતો હતો.

દારૂનાં પીઠાંમાં, કાવાખાનામાં, અંધારી ગલીઓમાં, ઉજ્જડ મકાનોમાં ઠેરઠેર ન સમજાય તેવી સંજ્ઞાઓની આપ-લે થઈ રહી છે. હવામાં કોઈ ભેદી વાતાવરણનો સંચાર દેખાય છે. કોઈ કોઈ વાર નાનાંમોટાં છમકલાં પણ થાય છે, પણ તેને રાજ તરફથી તરત જ દાબી દેવામાં આવે છે, પણ પાછું કોઈ બીજું નિમિત્ત ધારણ કરીને છમકલું ફૂટી નીકળે છે. ભેદી પત્રિકાઓ ભીંત પર ચોડાય છે. તેમાં સંગઠનની હાકલ કરવામાં આવી છે. હવા આખીમાં કોઈ તોફાનના ભણકારા ગાજી રહ્યા હોય એમ લાગે છે.

*

મેરિયસ તે રાતના બનાવથી એટલો બધો અસ્વસ્થ બની ગયો હતો કે તે આ જગ્યાએ હવે એક ઘડીભર પણ રહી શકે તેમ ન હતો. તે જેવર્ટ, સિપાઈઓ અને કેદીઓના ગયા પછી તરત જ ત્યાંથી ભાગ્યો ને પોતાના જૂના મિત્ર કોરફિરાકને ત્યા જઈને સૂતો. કોરફિરાકે પોતાનું રહેઠાણ અમુક 'રાજકીય કારણો'સર બદલ્યું હતું. આ જગ્યાએ બીજા અનેક જુવાનિયાઓ રાતે સૂવા માટે આવતા.

"હું અત્યારે અહીં સૂવાનો છું."

"ભલે." કોરફિરાકે તેને એક સાદડી નાખી આપી.

બીજે દિવસે સવારે મેરિયસે પોતાના મકાને જઈને ભાડું ચૂકવીને બધો સામાન એક રેંકડી કરીને ત્યાંથી ફેરવી નાખ્યો.

થોડી વાર પછી જેવર્ટે ત્યાં આવ્યો ને ડોશીને મેરિયસની બાબતમાં પૂછપરછ કરી, પણ જ્યારે ડોશીએ તેને કહ્યું કે હમણાં જ તે સામાન લઈને ઓરડી ખાલી કરીને ક્યાંક ચાલ્યો ગયો છે ત્યારે તે બોલી ઊઠ્યો : "એય જબરો નીકળ્યો ! આમ ચહેરા ઉપરથી તો બિચારો છોકરી જેવો લાગતો હતો !"

મેરિયસના મનમાં એ મકાન અને તે દૃશ્ય પ્રત્યે એક જાતના ઊંડા ભયની લાગણી પેસી ગઈ હતી. વળી પેલા થેનાર્ડિયર પ્રત્યે તેના મનમાં અનહદ ઘૃણા ઉત્પન્ન થઈ હતી, પણ તેના પિતાના મૃત્યુ વખતની ઇચ્છાને કોઈ પણ ભોગે સંતોષવા માટે તેણે થેનાર્ડિયરનો પત્તો મેળવ્યો. તેને એક પોલીસ-થાણામાં એકાંત કેદી તરીકે રાખ્યો હતો. મેરિયસ કોરફિરાક પાસેથી દર અઠવાડિયે પાંચ રૂપિયા ઉછીના લઈને ખાનગી રીતે થેનાર્ડિયરને પણ ખબર ન પડે તે રીતે તેને પહોંચાડતો. કોરફિરાકને થતું કે આ મેરિયસ પૈસા કોને આપતો હશે ? થેનાર્ડિયરને થતું કે આ પૈસા ક્યાંથી આવતા હશે ?

મેરિયસના જીવનમાંથી રસ માત્ર ખૂટી ગયો હતો. તે જાણે કે કોઈ મહાન અંધારી ખીણમાં ગબડી પડ્યો હોય એમ તેને લાગવા માંડ્યું. તે વૃદ્ધ કોણ હશે ? તે શું કામ છાનોમાનો નાસી ગયો હશે ? પેલી તેની છોકરી જ હશે ? થેનાર્ડિયરે

તેમને ઓળખવામાં ભૂલ ખાધી હશે ? હવે એ બંનેનો પત્તો લાગશે ? વિચારોની પરંપરા તેના પર આક્રમણ કરીને તેને થકવી નાખતી તોપણ તેનાથી વિચાર કર્યા વગર રહેવાતું નહિ. ધીમેધીમે વિચારની જગ્યાએ કેવળ ઝંખના જ થવા લાગી. તે દિવસે સવારે ભીંતના કાણામાંથી જોયેલી તે યુવતીની છબી જાણે કે તેની નજર સમક્ષ નિરંતર તરવર્યા કરતી. તેમ છતાં તેણે પોતાની બુદ્ધિ-શક્તિ ગુમાવી ન હતી. તે પોતાની આ વિહ્વળ દશાને સમજી શકતો અને પોતાના મનને ધીરેધીરે બીજા વિષયોમાં વાળવા મથતો હતો. ફક્ત જ્યારેજ્યારે તે ફરવા નીકળતો ત્યારે તે વૃદ્ધ અને તેની પુત્રીની બેસવાની જગ્યાએ આવતાં તેનાં જૂનાં સ્મરણો જાગૃત થતાં, અને તેમ છતાં તે ત્યાં ફરવા નીકળ્યા સિવાય રહી શકતો નહિ.

આ સિવાય મેરિયસ ભાગ્યે જ બહાર નીકળતો. કેવળ પેલા વૃદ્ધ વનસ્પતિશાસ્ત્રી મેબ્યુને ત્યાં તે અવારનવાર જતો. ત્યાં તેના હૃદયને અપૂર્વ શાંતિ મળતી. એ વૃદ્ધ ધૂની હજી પણ પોતાનું વનસ્પતિશાસ્ત્રનું પુસ્તક પૂરું કરી શક્યો ન હતો. બીજી બાજુથી બગીચો સાચવવા માટેનું શરીરબળ કે ધનબળ કાંઈ તેની પાસે હતું નહિ. તે પોતાનો મહાન ગ્રંથ પ્રસિદ્ધ થયા પછી વનસ્પતિશાસ્ત્રમાં એક નવીન ક્રાંતિ આવશે એમ માનતો હતો અને તેમાંથી તેને અઢળક દ્રવ્ય મળશે એમ પણ તેને ખાતરી હતી. તે આખો દિવસ પોતાના છોડ સાથે વાતો કરતો. એક દિવસ સંધ્યાકાળે તે બગીચામાં ફરવા નીકળ્યો. અંધારું થવા આવ્યું હતું. છેલ્લા ચાર દિવસથી બગીચાને પાણી મળ્યું ન હતું. વરસાદ કે ઝાકળ કાંઈ પડતું ન હતું ને સૂર્ય ખૂબ તપતો હતો. પવન પણ ખૂબ ફૂંકાતો હતો. એને લીધે છોડવાઓ ચાર દિવસથી ઝૂરતા હતા. મેબ્યુ આખો દિવસ લખી-લખીને થાકી ગયો હતો તોપણ તે ડોલ લઈને કૂવે ઊપડ્યો. પાણી સીંચવા ડોલ કૂવામાં નાખી, પણ સીંચવાની તાકાત ન હતી. તે નિરાશ થઈને ઊભો રહ્યો. ત્યાં તેને કાને અવાજ આવ્યો : "મેબ્યુદાદા, હું પાણી કાઢીને બગીચો પાઈ દઉં ?"

મેબ્યુએ પાછા ફરીને જોયું તો એ જ ચીંથરેહાલ ને સુકલકડી છોકરીને જોઈ. તેના બેસી ગયેલા ડાચાને લીધે અને થતા આવતા અંધારાને લીધે કોઈ ભૂતસૃષ્ટિની હોય એવી તે લાગતી હતી. મેબ્યુ જરા ભય પામ્યો, પણ તે જવાબ આપવાની હિંમત કરે તે પહેલાં તો પેલી છોકરીએ તેના હાથમાંથી ડોલ લઈને પાણી કાઢવા માંડ્યું, ને ક્યારે ક્યારે પાણી રેડવા લાગી. મેબ્યુ સ્તબ્ધ થઈને જોઈ જ રહ્યો. તેને હજી આ છોકરી આ દુનિયા પરની છે તેની ખાતરી ન હતી, પણ જ્યાં ક્યારે ક્યારે માટીમાંથી પાણી રેડવાને લીધે સુગંધ મહેકવા માંડી એટલે મેબ્યુનું મન પ્રફુલ્લિત થઈ ઊઠ્યું : "ભગવાન તારું ભલું કરશે, દીકરી ! ફૂલ ઉપર તને પ્રેમ છે, તે તું કોઈ સ્વર્ગીય જીવ હોવી જોઈએ."

"ના... રે ના ! હું તો ડાકણોની દુનિયાની છું." તે છોકરી બોલી ઊઠી.

"શું કરું, દીકરી ? હુંય સાવ બેહાલ અવસ્થામાં છું. તને આપવાનુંય કાંઈ મારી પાસે નથી."

"ના, છે." છોકરીએ કહ્યું.

"તો માગી લે."

"મેરિયસ ક્યાં છે તે કહો."

ડોસો સમજ્યો જ નહિ.

"કોણ ? કયો મેરિયસ ?"

"પેલો તમારે ત્યાં જે જુવાનિયો વારે વારે આવે છે તે."

"હા, હા, પેલો વકીલ મેરિયસ... એ ને ? મેરિયસ પોન્ટમર્સી, ખરું ને ? હા, એ જીવે તો છે. ના, ના, એ જીવતો નહિ હોય... હેં ! હા, મને ખબર નથી." જાણે પાછું કોઈ સંભારતો હોય એમ બોલ્યો : 'હા, હા, સાંભર્યું. લો, એ આમ કોઈક વાર આવે છે ને રોજ... પેલા મેદાનમાં ફરવા જાય છે. ત્યાં મળી જશે."

તેણે ઊંચે જોયું તો સામે કોઈ ન હતું. તે એકલો જ હતો. તે હવે ખરેખર ડર્યો.

"આ બગીચાને પાણી પવાયું છે એ વાત નક્કી, બાકી એ છોકરી કોઈક ભૂત જ હશે."

આ બનાવ પછી થોડા જ દિવસે મેરિયસ નિયમ પ્રમાણે પાંચ રૂપિયા થેનાર્ડિયરને આપવા માટે ખિસ્સામાં લઈને ફરવા માટે મેદાનમાં ગયો. રોજના નિયમ પ્રમાણે અમુક જ ઝાડ નીચે તે પથ્થર પર બેઠો. સૂર્યનાં કિરણો પાંદડાંઓ વચ્ચે થઈને તેના શરીર પર નાચતાં હતાં. દૂરદૂર સીન નદીના આરા પર ધોબીનાં કપડાં ધોવાના ધબકારા તાલબદ્ધ સંભળાતા હતા. મેરિયસનું ચિત્ત તેની કલ્પનાની મૂર્તિના પ્રકાશથી ભરેલું હતું. ત્યાં તેના કાન પર પરિચિત અવાજ આવ્યો :

"આ અહીં જ બેઠા છે !"

તેણે આંખો ઊંચી કરીને જોયું તો થેનાર્ડિયરની મોટી છોકરી ઇંપોનાઈન ઊભી હતી. નવાઈની વાત એ હતી કે આ છોકરી કાંઈક દેખાવડી લાગવા માંડી હતી. અલબત્ત, તેનાં કપડાં વધારે ચીંથરેહાલ હતાં. તેના પગ ઉઘાડા હતા. તેનાં કપડાંનાં કાણાં વધારે મોટાં થયાં. હતાં. તેનો અવાજ પહેલાંના જેવો જ કઠોર હતો, પણ તેની આંખમાં કાંઈક પહેલાં ન દેખાતો તેવો વિષાદ તેના ચહેરા પરથી કઠોરતાને ગાળી નાખતો હતો.

"આખરે તમે મળ્યા ખરા ! મેબ્યુદાદાએ ઠેકાણું તો બરાબર બતાવ્યું. મેં તમને કેટલા ગોત્યા, ખબર છે ? એક પખવાડિયાથી તમારી પાછળ ભટકું છે. કેદમાંથી મને તો તરત છોડી મૂકી, કારણ કે મારી સામે કાંઈ ગુનો સાબિત ન થયો. વળી મારી

પુખ્ત ઉંમર ગણવામાં હજી બે મહિના ઓછા હતા... તે હવે તમે ત્યાં નથી રહેતા ?''

''ના.''

''હા, સમજી એવું થાય એટલે આપણું મન ત્યાંથી ઊઠી જ જાય... તે તમે જૂનો ટોપો કેમ પહેરો છો ? તમારા જેવા જુવાને તો ફક્કડ કપડાં પહેરવાં જોઈએ. તમને મેબ્યુ ડોસા તો બેરન મેરિયસ કહે છે. મેરિયસ કેવા... કાંઈ અટપટુ નામ હતું. ભૂલી ગઈ. હવે ક્યાં રહો છો ?''

મેરિયસે જવાબ ન આપ્યો.

''હું અહીં તમને મળી એ તમને ગમ્યું નહિ, ખરું ને ?'' મેરિયસ મૂંગો રહ્યો.

''હું ધારું તો તમને રાજીરાજી કરી દઉં.''

''એટલે ?'' મેરિયસ એકદમ બોલી ઊઠ્યો.

ઇપોનાઈને પોતાનો હોઠ કરડ્યો : તે જરાક ખચકાઈ, કાંઈક મનમાં નિર્ણય કરતી હોય એમ ઘડીક મૌન ઊભી. પછી બોલી :

'કાંઈ વાંધો નહિ. તમે ઉદાસ રહો છો ને મારે તમને ઉદાસ રહેવા દેવા નથી. ફક્ત મને વચન આપો – તમે મને હસવાનું વચન આપો. મારા મનમાં એ જ ઇચ્છા છે કે તમને હસતા જોઉં અને તમને એમ બોલતા સાંભળું : ''કેવું મજાનું !'' તમે મને એક વાર માટે જે માગું તે આપવાનું વચન આપ્યું હતું, યાદ છે ને ?''

''હા, પણ જલદી બોલ ને ?''

તેણે મેરિયસ સામે તાકીને જોયું અને કહ્યું : ''મને સરનામું મળ્યું છે.''

''શેનું સરનામું ?''

''જેનું સરનામું મેળવવા તમે મને કહ્યું હતું તેનું.'' તે અચકાતી અચકાતી બોલી.

''હા.''

''તે યુવતીનું.''

મેરિયસ બેઠો હતો ત્યાંથી ઊભો થયો અને ઇપોનાઈનનો તેણે હાથ પકડ્યો.

''ચાલ, મને ત્યાં લઈ જા, તારે જે જોઈએ તે માગી લે. તે ક્યાં રહે છે?''

''ચાલો મારી સાથે મને ગલીનું નામ કે ઘરનો નંબર ખબર નથી, પણ ઘરને બરાબર ઓળખું છે.''

છોકરીએ પોતાનો હાથ ખેંચી લીધો અન ગળગળા અવાજે તે બોલી ઊઠી : ''તમને કેટલો આનંદ થયો, નહિ !''

મેરિયસને વળી એકાએક વિચાર આવ્યો. તેણે છોકરીનો ફરી હાથ પકડ્યો : 'મને વચન આપ, સોગંદ ખા.''

''સોગંદ ? સોગંદ ખાવા જેવું શું છે ?'' તે હસી પડી.

"ઇપોનાઈન, મને વચન આપ કે એ ઘરના સરનામાની તારા બાપને ખબર નહિ આપે."

"લે, મારું નામ પણ તમને આવડી ગયું !" તે આશ્ચર્યથી જોઈ રહી.

"મેં કહ્યું તેનું વચન આપ."

પણ જાણે કે તે સાંભળતી જ ન હોય તેમ બોલી : "કેવું મજાનું ! મને નામ દઈને બોલાવી તે મને કેટલું બધું ગમે છે!"

મેરિયસે તેના બેય હાથ પકડ્યા : "મને વચન આપ કે તારા બાપને તું એ સરનામું કહીશ નહિ."

"મારા બાપને ? એ તો બિચારા હજી કેદમાં છે અને મારેય એમની શી પડી છે ?"

"પણ તું મને વચન તો આપતી નથી ?"

"મને જવા દો. મને કેટલા જોરથી તમે હલાવી નાખો છો ! હા, હા, વચન આપું છું, બસ ! સોગંદ ખાઉં છું. પછી કાંઈ ? મારા બાપને નહિ વાત કરું, બસ ? હવે સંતોષ થયો ?"

"અને બીજા કોઈને પણ નહિ કહેતી."

"કોઈને નહિ કહું."

"હવે ચાલ, મને ઘર બતાવ."

"અત્યારે જ ?"

"હા."

"ઠીક, ચાલો."

બંને થોડુંક ચાલ્યાં. ઇપોનાઈન એકાએક અટકીને કહે : "તમે મારી સાવ પડખોપડખ ન ચાલો. અને જાણે કે મારી પાછળ-પાછળ ચાલો છો એમ ન લાગે તેવી રીતે ચાલો. તમારા જેવા સદ્‌ગૃહસ્થને મારા જેવી બાઈ સાથે ચાલતું કોઈ જુએ તે ઠીક નહિ."

આ છોકરીએ કહેલા 'બાઈ' શબ્દના ઉચ્ચારણમાં જે ભર્યું હતું તે વર્ણવવા માટે સમર્થ કોઈ ભાષા જ નથી. તે થોડાંક પગલાં આગળ થઈ. વળી અટકી.

"અને હં, મને તમે કાંઈક આપવાનું વચન આપ્યું છે, યાદ છે ને ?"

મેરિયસે તેના ખિસ્સામાં હાથ નાખ્યો. તેના જ પિતાને આપવા માટેના પાંચ રૂપિયા સિવાય તેમાં કાંઈ ન હતું. તેણે તે રકમ કાઢીને છોકરીના હાથમાં મૂકી. છોકરીએ પોતાનાં આંગળાંની વચ્ચેથી નોટને જમીન પર પડવા દીધી અને કાંઈક ક્રોધભરી નજરે તેણે મેરિયસ સામે જોયું : "મારે તમારા પૈસા નથી જોઈતા."

૧૩. પ્રથમ પ્રભાત

ઓગણીસમા સૈકામાં ફ્રાંસની પાર્લમેન્ટના એક પ્રમુખે એક મકાન ખરીદ્યું હતું. ફ્રાંસમાં એ વખતે અમીર-ઉમરાવો માટે એક-બે ઉપપત્નીઓ હોવી એ ગર્વનો વિષય ગણાતો. ત્યારે પૈસાદાર વર્ગને માટે ઉપપત્નીઓ હજી 'ખાનગી વ્યવસ્થા' ગણાતી. આ પ્રમુખે પોતાની ઉપપત્ની – રખાતને માટે આ મકાનમાં જ ખાનગી ગોઠવણ કરી હતી. તેમણે એક ખૂબ વિશાળ જગ્યા આને માટે ખરીદી હતી. તેમાં આસપાસ મોટો બગીચો બનાવીને વચ્ચે એક બે માળનું મકાન બનાવ્યું હતું. તે મકાનની પાછળ એક નાનકડું નોકરબાઈ તથા 'ખાનગી બાળક'ને રહેવા માટે બે ઓરડાવાળું મકાન કર્યું હતું. આ મકાનની પાછળ બે બાજુ ઊંચી દીવાલો કરીને એક નાનકડી ગલી બનાવી હતી. આ ગલી તે વિશાળ જગ્યાના ઠેઠ છેડા સુધી જઈને એક બીજા જ લત્તામાં ઊઘડતી હતી, જેથી એક લત્તામાં પ્રવેશ કરીને ઠેઠ આ બીજા જ લત્તામાં આવેલા મકાનમાં છૂપી રીતે આવી શકાય. પ્રમુખે પોતાનો આ વ્યવહાર ગુપ્ત રહે તે માટે અઢળક દ્રવ્ય ખર્ચ્યું હતું, પણ તેને પરિણામે તેમને કેટલી સફળતા મળી તેની કાંઈ ખબર નથી, કારણ કે આ પછી તો આખા ફ્રાંસની સમાજરચનાને પાયામાંથી હચમચાવી મૂકતી ક્રાન્તિ આવી ને આ પ્રમુખ જેવા કેટલાય એમાં અદૃશ્ય થઈ ગયા. આ મકાન ઉજ્જડ પડ્યું. તેના વારસદારોએ આ વિશાળ જગ્યાના જુદાજુદા વિભાગો પાડીને વેચી નાખવા માંડ્યા. અને અત્યારે મૂળ મકાન એક નાનકડી જગ્યામાં આવી ગયું હતું. તેની બધી બાજુ બગીચાની જગ્યાએ જંગલ થઈ ગયું હતું. માણસની દેખરેખ બંધ થતાં કુદરતે પોતાની અનુકૂળતા પ્રમાણે તેની દેખરેખ સંભાળી લીધી હતી. ફરતા અનેક બગીચાઓ જુદાજુદા માણસોએ રાખી લીધા હતા. ફક્ત પેલી દીવાલો વચ્ચેની ગલી એમ ને એમ હતી, પણ તે ગલીની બંને બાજુ રહેતા માણસોને આ ફક્ત બે જગ્યાની હદ બાંધતી દીવાલો જ લાગતી હતી. વચ્ચે એક છૂપો માર્ગ છે તેની ખબર હજી પણ કોઈને પડી ન હતી.

આ મકાન કેટલાય કાળથી બંધ જ રહેલું. રસ્તા પરથી કેવળ મકાનની ઉપરની એકાદ-બે બારી દેખાતી, બાકીનું આખું મકાન ઝાડથી ઢંકાયેલું રહેતું, પણ આપણે

ઓગણીસમા સૈકાના જે પહેલા દસકાની વાત કરીએ છીએ તેમાં એક દિવસ આ લત્તાના રસ્તા પરથી પસાર થતા માણસોને ઉપરની બારી ઉઘાડી દેખાઈ. બારીને પડદા પણ લાગેલા હતા એટલે કોઈ કુટુંબ અહીં રહેવા આવ્યું હશે એવું અનુમાન લોકોએ કર્યું.

થોડા જ વખત પહેલાં એક વૃદ્ધ ગૃહસ્થે આ મકાન ભાડે રાખ્યું હતું. તેની સાથે પોતાની એક પુત્રી હતી ને એક નોકર ડોશી હતી. તે ગૃહસ્થનું નામ મોન્શ્યોર ફોશલેવા હતું. આ ભાડૂત સંબંધે કોઈ કુતૂહલ ધરાવતું ન હતું, કારણ કે આસપાસ કોઈ પાડોશી રહેતા જ નહોતા.

આપણે તો આ ભાડૂતને ઓળખી ગયા છીએ. તે જિન-વાલજિન હતો અને છોકરી તે કૉઝેટ હતી. તેણે જે નોકરબાઈ રાખી હતી તે પણ તેની જૂની પરિચિત હતી. આ બાઈને મેડેલીનકાકાએ માંદગીમાંથી અને ગરીબ અવસ્થામાંથી ઉગારી હતી. આ બાઈ વૃદ્ધ હતી, ગામડિયા જેવી હતી અને વળી જીભે થોથવાતી હતી. આ ત્રણેય લક્ષણો જિન-વાલજિનને ખૂબ અનુકૂળ હતાં. આ પહેલાંના પ્રકરણમાં બનેલા બનાવોમાં આપણે થેનાર્ડિયરની પહેલાં જ જિન-વાલજિનને ઓળખી ગયા છીએ.

જિન-વાલજિન સાધ્વીઓના મઠમાં ખૂબ સુખ-સંતોષમાં પોતાનો કાળ વિતાવી રહ્યો હતો. દુનિયામાં તેને આથી વધારે સુખની ઝંખના હતી જ નહિ, પણ ત્યાં તેના મનમાં એક નવો જ અજંપો ઊભો થયો. તે રોજ કૉઝેટને જોતો, તેને મળતો. જિન-વાલજિનના હૃદયમાં ઊંડાણમાં વાત્સલ્યની એક અપૂર્વ સરવાણી ફૂટવા લાગી. તેનું સમસ્ત જીવન આ વાત્સલ્યભાવથી છલોછલ ભરાઈ ગયું. તેને લાગ્યું કે કૉઝેટ તેની જ છે. દુનિયામાં કોઈ મારા આ અધિકારની આડે આવી શકે તેમ નથી. કૉઝેટ અહીં મઠમાં જ રહેશે. સાધ્વી થશે. પોતે પણ આ મઠમાં પોતાનું જીવન પૂરું કરશે. મૃત્યુ સુધી કૉઝેટ મારાથી વિખૂટી પડવાની જ નથી. જીવનનો કેવો સુખી અંત ! પણ ત્યાં વળી એના મનમાં બીજો વિચાર આવ્યો : "આ મઠમાં હું સુખથી મારી જિંદગી પૂરી કરીશ. પણ મારી પુત્રી મારી જેમ જ સુખ અનુભવતી હશે ? મારા સુખને ખાતર હું તે પણ સુખી જ છે અને રહેશે એમ માની લઉં તે છેતરપિંડી નથી ? બહારની દુનિયાની ઝાંખી પણ કર્યા સિવાય સંસારનો ત્યાગ કરીને તે સાધ્વી બને તેમાં તેના સુખનો અધિકાર હું ઝૂંટવી લેતો તો નથી ? તેને પણ આ સંસારને જાતે જોવાનો, તેનો પરિચય કરવાનો હક નથી ? તે સાધ્વી થાય તે તો કેવળ તેને બીજું કાંઈ જીવનમાં હોઈ શકે તેની જ ખબર નથી માટે થાય, પણ ભવિષ્યમાં મોટી થાય, અને સાધ્વી થયા પછી તેને ખબર પડે કે આ મઠ ઉપરાંત પણ બીજી દુનિયા છે, તો તે અંતરથી મને કેટલા શાપ દે ?"

તેણે નક્કી કર્યું કે આ મઠ છોડીને વળી બહારની દુનિયામાં આવવું. છ વરસ સુધી આ મઠની દીવાલોની વચ્ચે રહેવાથી હવે તેના મનમાંથી પકડાઈ જવાની બીક ચાલી ગઈ હતી.

તે હવે ઘરડો થવા લાગ્યો. તેના દેખાવમાં પણ થોડોક ફેર પડવા માંડ્યો હતો. તે બહાર નીકળવા માટેની અનુકૂળ તકની રાહ જોવા લાગ્યો. એવામાં ઘરડો માળી ગુજરી ગયો. જિન-વાલજિને સાધ્વી માતાજી પાસે જઈને કહ્યું : "મારો મોટો ભાઈ ગુજરી ગયો છે. તેની થોડી-ઘણી મિલકત મને મળી છે. હવે મારે પણ નોકરી કરવી નથી. મારી દીકરી પણ હવે ભણી રહેવા આવી છે. તો હવે હું કામમાંથી છૂટો થવા ઇચ્છું છું, ને મારી દીકરીને પણ સાથે લઈ જવા ઇચ્છું છું. મારી દીકરી અહીં સાવ મફત ભણી છે. એટલે તેનો ભણવા તથા રહેવા-ખાવાનો અત્યાર સુધીનો ખર્ચ પણ અહીં આપી જવા ઇચ્છું છું."

આ રીતે છ વરસના ગુપ્તવાસ પછી જિન-વાલજિન પારીસના ધમાલિયા વાતાવરણમાં દાખલ થયો. તેણે ઉપર જણાવ્યું તે મકાન ભાડે રાખી લીધું. એ ઉપરાંત બીજાં બે મકાનો પણ દૂર-દૂરના લત્તામાં તેણે ભાડે રાખ્યાં હતાં. એક જ જગ્યાએ લાંબો વખત રહેવાથી કોઈને શંકા પડે એટલે એ બીજાં બે મકાનોમાં પણ અવારનવાર થોડો વખત રહેવા જતો. પણ વધુ વખત તે આ જ મકાનમાં રહેતો હતો.

અહીં તદ્દન એકાંતમાં કોઈ જાતના વિક્ષેપ વગર તે બંનેની દિનચર્યા ચાલતી હતી. કૉઝેટને માટે તેણે એક અલાયદો મોટો ઓરડો આપ્યો હતો. તેમાં તેને માટે ઉત્તમમાં ઉત્તમ રાચરચીલું, પુસ્તકો, સંગીતનાં સાધનો વસાવ્યાં હતાં. પોતે એ મકાનની પાછળની નોકર માટેની ઓરડીમાં રહેતો હતો. ભોજન વખતે પિતા-પુત્રી સાથે જ બેસતાં, પણ જિન-વાલજિનના ભાણામાં કાળી રોટી પીરસાતી. કૉઝેટને માટે બધી જાતની વાનીઓ તૈયાર હતી.

કૉઝેટના જીવનમાં ઉલ્લાસ-આનંદ સિવાય બીજું કાંઈ ન હતું. જિન-વાલજિન તેને મન તેનું સર્વસ્વ હતું. પોતાનો હૃદયનો પ્રેમ તેના પિતા પર ઢોળીને તેને નવરાવી નાખતી. તેના પિતા શા માટે જુદા ઓરડામાં રહે છે, કાળી રોટી ખાય છે, સાવ સાદાં કપડાં પહેરે છે, એક નાનકડી પેટી શા માટે પોતાની પડખે જ રાખ્યા કરે છે ને કોઈ દી ખોલતા નથી કે તેમાં શું છે તે બતાવતા નથી. એ તેને સમજાતું ન હતું. પેલી નાનકડી પેટીની તો તેને અદેખાઈ જ આવતી. પોતાના કરતાં પણ તેને તે વધારે સાચવતા હતા માટે. તેના ઓરડામાં કોઈ દી સગડી સળગતી જ નહિ. એક વાર કૉઝેટ તો ત્યાં જઈને તેના પિતાને લાડમાં રિસાઈને કહેવા લાગી : "મારે તમારા ઓરડામાં હવે કોઈ દી આવવું નથી. અહીં તો ઠંડી લાગે છે. તમે સગડી સળગાવો તો જ હું આવીશ."

"તું આવીશ ત્યારે સગડી સળગાવીશ." જિન-વાલજિન હેતથી કહેતો.

"તો તો હું અહીં જ પડી રહીશ."

વળી કોઈ વાર તે કહેતી :

"તમે કેમ સાવ આવાં કપડાં પહેરો છો ?"

"તને ખબર છે ? દુનિયામાં કેટલાય એવા છે કે જેમને મારા જેવાં કપડાં પણ પહેરવા મળતાં નથી, જેમને રહેવા માટે માથે છાપરું પણ નથી હોતું."

"તો પછી મને કેમ સારાં સારાં કપડાં પહેરાવો છો ?"

"તું હજી બાળક છે !"

"તે... મોટા માણસોએ આવાં જ કપડાં પહેરવાં પડે ?"

"હા, કેટલાક જણે પહેરવાં પડે."

કૉઝેટ રોજ સવારસાંજ પોતાની માતાને માટે ઈશ્વરની પ્રાર્થના કરતી. કોઈ વાર તેને તેનું બાળપણ પણ સાંભરતું, પણ તેમાં કેવળ થેનાર્ડિયર દંપતીની ભયંકર ઝાંખી છબી જ નજરે ચડતી. માની તો કેવળ કલ્પના જ કરતી. તેને પેલી અંધારી રાતે પાણી લેવા ગઈ હતી તે પ્રસંગ હજી સાંભરતો હતો. જિન-વાલજિને તેને જાણે કે કોઈ ગાઢ અંધારા ગર્તમાંથી બહાર ખેંચી કાઢી હોય એવી છાપ તેના પર પડી હતી. તેની મા સંબંધે જાણવાનું તેને ખૂબ કુતૂહલ થયું. એક વાર તેણે જિન-વાલજિનને તેનું નામ પૂછ્યું ત્યારે તેણે જરાક સ્મિત કર્યું. ત્રીજી વાર પૂછ્યું ત્યારે તેની આંખમાંથી આંસુ ખરી પડ્યાં એટલે કૉઝેટે આગળ પૂછવાનું માંડી વાળ્યું. કૉઝેટ સ્વપ્નમાં કોઈ કોઈ વાર આવેલી પોતાની માને જોતી. તેનું મોઢું જિન-વાલજિન જેવું જ હતું.

કૉઝેટ જ્યારે તેના પિતાની સાથે ફરવા નીકળતી ત્યારે તે તેના હાથને પકડીને ચાલતી, આવા પિતાનો હાથ પકડીને ચાલવામાં તેના મનમાં ગૌરવની લાગણી થતી. જિન-વાલજિન આ નિર્દોષ નિર્વ્યાજ પ્રેમના સ્પર્શથી ધ્રૂજી ઊઠતો. આટલું સુખ જાણે કે તેનાથી જીરવાતું ન હોય તેમ તે અસ્વસ્થ થઈ જતો. તે મનમાં કહેતો : "ઈશ્વર કેટલો દયાળુ છે ! હજી મારી તપશ્ચર્યા તો ઘણી બાકી છે. તે પહેલાં મને સુખ હોય !"

એક દિવસ ઓચિંતા કૉઝેટે અરીસામાં પોતાનું મોઢું જોયું. તે એકદમ ચમકી : "લે, હું આટલી બધી રૂપાળી છું ?" તે ઘડીક તો મૂંઝાઈ પડી. તેને એમ જ હતું કે તે સાવ કદરૂપી છે, એટલે તે કાચમાં ભાગ્યે જ પોતાનું મોઢું જોતી, પણ આજે જ તેને ભાન થયું કે તે તો દેખાવમાં સુંદર છે. તે રાતે તેને ઊંઘ ન આવી. તેને થયું : "ધારો કે હું રૂપાળી હોઉં તો ?"

બીજે દિવસે પાછું તેણે ઊઠીને પહેલું જ કામ અરીસામાં પોતાનું મોઢું જોવાનું

કર્યું. ''ના રે ના, એ તો કાલ મને ભ્રમ થયો, હું ક્યાં રૂપાળી છું ? એવી ને એવી જ કદરૂપી છું.''

એક વાર તે બગીચામાં ફરતી હતી ત્યાં તેણે પેલી ડોશીને બોલતાં સાંભળી : ''મોટા ભાઈ, આ છોકરી તો હવે રૂપ કાઢવા માંડી છે હોં ! તમને કેમ લાગે છે ?''

જિન-વાલજિને આનો શો જવાબ આપ્યો તે તેને સંભળાયું નહિ, પણ કૉઝેટના દિલમાં એક આનંદની ઝણઝણાટી આવી ગઈ. તે દોડીને પોતાના ઓરડામાં ગઈ ને કાચમાં મોઢું જોવા લાગી તેનાથી બૂમ પડાઈ ગઈ – તે પોતાના રૂપથી જ અંજાઈ ગઈ.

તેને ખાતરી થઈ કે તે સુંદર છે. તેની ભૂરી આંખોમાં કોઈ અપૂર્વ તેજ ઝબકવા લાગ્યું હતું. તેની ચામડીમાં જુદી જ ચમક દેખાવા લાગી હતી. તેના આનંદનો પાર ન હતો. તે બગીચામાં કૂદવા લાગી. તેનામાં ઉન્માદનો આવેગ ઊછળવા લાગ્યો.

જિન-વાલજિનના હૃદય ઉપર કૉઝેટના આ નવા વલણથી એક જાતનો ાર લાગવા માંડ્યો. કૉઝેટનું સૌંદર્ય વિકસતું જોઈને તે એક પ્રકારનો ભય અનુભ વા લાગ્યો હતો. કૉઝેટના જીવનમાં પ્રભાત ઊગતું હતું; જિન-વાલજિનને જાણે ત પડતી હોય એમ લાગતું હતું.

સાચી વાત એમ છે કે કૉઝેટ કદરૂપી હતી જ નહિ, પણ હવે તેને પોતાના સૌંદર્યનું ભાન થયું. જિન-વાલજિને પોતાના જીવનમાં અત્યાર સુધી દુઃખ-ધૃષ્ટતાનો જ અનુભવ કર્યો હતો. હજી તેના દિલમાંથી ભૂતકાળના જ જખમોનું લોહી વહેતું હતું, હજી કાયદો તેની પાછળ શિકારીની જેમ ફરતો હતો. હજી પણ તે વધારે દુઃખો ખમવા માટે તૈયાર હતો. તેને દુનિયામાં કોઈના તરફ દ્વેષ ન હતો, તેણે પોતાના પર અન્યાય કરનાર દરેકને હૃદયથી ક્ષમા આપી હતી. તે સર્વનું કલ્યાણ થાઓ એમ અંતરથી પ્રાર્થતો હતો. તે ફક્ત દુનિયા પાસે – ઈશ્વર પાસે એક જ અંતરની આરજૂ કરતો હતો કે કૉઝેટ તેની જ રહે, તેને જ ચાહે. તેના અને પોતાની વચ્ચેના પ્રેમમાં કોઈ વિઘ્ન ન નાખે. તેનાં સર્વ સંતાપો – દુઃખોના જખમો ઉપર કૉઝેટનો નિર્દોષ પ્રેમ શીતળ ઔષધી સમાન હતો. તેને કૉઝેટના પ્રેમના ભોગે સ્વર્ગનું સુખ પણ જોઈતું ન હતું. પણ જેમજેમ તે આ બાળાનું સૌન્દર્ય વધારે ને વધારે વિકસતું જોવા લાગ્યો તેમતેમ તેનું અંતર પૂછવા લાગ્યું : ''આ કેટલી સ્વરૂપવાન છે ! હવે મારું શું થશે ?'' માતામાં અને તેનામાં આ જ એક તફાવત હતો. માતા પોતાની પુત્રીના સૌંદર્યને જોઈને રાજી થાય છે : જિન-વાલજિનના દિલમાં અસુખ થવા લાગ્યું.

કૉઝેટને હવે જ ભાન થવા લાગ્યું કે તે કપડાં પહેરવામાં અત્યાર સુધી બહુ જ બેદરકાર હતી. તે હવે ફરવા નીકળતાં પહેલાં કપડાં પહેરવામાં ઘણો વખત કાઢવા લાગી. તે રસ્તે નીકળતી ત્યારે તેને લાગવા માંડ્યું કે બધા તેની સામું જ જુએ છે. તે પણ વારંવાર પોતાનાં કપડાં બરાબર છે કે નહિ તે જોયા કરતી. તે એક દિવસ તેના પિતા સાથે ફરવા માટે નીકળી. તેના શરીરમાં આનંદ ઊછળતો હતો. તેણે તેના પિતાને પૂછ્યું : "બાપુ, હું કેવી લાગું છું ?"

"બહુ જ સરસ !" કૉઝેટના ગાલ ઉપર લજ્જાની ગુલાબી ઝાંખી દેખાઈ. અત્યાસ સુધી કૉઝેટને ફરવા નીકળવા માટે જિન-વાલજિન કહેતો ત્યારે તે કહેતી : "બાપુ, મને તો અહીં જ તમારી પાસે બેસીને વાંચવું ને વાતો કરવી ગમે છે." હવે કૉઝેટ ફરવાનો વખત થાય તે પહેલાં જ તેના બાપુને તૈયાર કરતી.

બરાબર આ જ વખત દરમિયાન મેરિયસે તેને ફરવાની જગ્યાએ જોઈ.

કૉઝેટ અને મેરિયસ બંનેને માટે જીવનનો આ એક નવો જ અનુભવ હતો. બંને આ દુનિયાના રંગોથી સાવ અલિપ્ત હતાં. ભાવિએ કોઈ ગહન યોજનાથી આ બંને આત્માઓને એકબીજાની સમક્ષ દોરીને આણ્યા. કૉઝેટને ખબર નહોતી કે તેણે અજાણતાં કરેલી નજરે મેરિયસના દિલમાં ખળભળાટ મચાવ્યો છે, તેમ મેરિયસને પણ ખબર નહોતી કે તેણે કૉઝેટના દિલ ઉપર પણ અસર કરી છે.

કૉઝેટ જ્યારે-જ્યારે ફરવા નીકળતી ત્યારે અચૂક મેરિયસને જોતી. મેરિયસ તેની તરફ જોતો કે નહિ તેની તેને ખબર નહોતી, પણ એક વાર બંનેની નજર ભેગી થઈ. કૉઝેટને તે રાતે ઊંઘ ન આવી, તેને આ અજાણ્યા યુવાન પર ખીજ ચડી. તેણે કેમ પોતાની સામું જોયું ? તેને થયું કે હજી એક વાર તેની પાસેથી જ નીકળું તે કેવુંક સામે જુએ છે ? બીજે દિવસે તેના પિતાને તેણે કહ્યું : "બાપુ, આપણે પેલી બાજુ ફરવા જઈએ તો ?" એ પેલી બાજુ બેઠેલા જુવાન તરફ હજી જિન-વાલજિનનું ધ્યાન ખેંચાયેલું નહોતું. એટલે આ માગણીને તદ્દન સ્વાભાવિક ગણીને તે તેની પુત્રીની ઇચ્છાને સંતોષવા તેની સાથે ગયો.

કૉઝેટને હજી દુન્યવી અર્થમાં 'પ્રેમ' એટલે શું તેની ખબર જ નહોતી. તેણે મઠમાં "પ્રેમ શબ્દ કેવળ ઈશ્વર-પ્રેમના અર્થમાં સાંભળેલો એટલે તેના મનમાં થતું મંથન કાંઈ જાતનું છે તે તેને સમજાતું ન હતું. તોપણ તે મંથનનો વેગ ઓછો નહોતો. તે આખો વખત અસ્વસ્થ રહેતી, પણ ધીમેધીમે મેરિયસની મૂર્તિ તેની કલ્પનાને ભરી મૂકવા લાગી. તે રોજ ફરવા જવાના વખતની જ વાટ જોતી. ફરીને આવીને તે તેના પિતાને કહેતી : "હમણાં આ મેદાન કેટલું સુંદર લાગે છે ! મને બહુ જ ગમે છે."

જિન-વાલજિનને કૉઝેટના ચિત્તમાં થતા ફેરફારની ગંધ આવવા લાગી. તેને

કાંઈક નવું બનતું હોય એમ લાગ્યું. તેને તે સમજાતું ન હતું. તેના કારણની તેને ખબર પડતી ન હતી. તેના હૃદયના ઊંડાણમાં તે ગભરામણ અનુભવવા લાગ્યો. મેરિયસ પણ કુદરતી પ્રેરણાથી જ એમ સમજ્યો કે આ વૃદ્ધને મારી હાજરી બહુ ગમતી નહિ હોય, એટલે તે પોતાની જાતને છુપાવવાનો પ્રયત્ન કરતો. તે તેમની નજીક પસાર થતો અટકી ગયો, પણ ફરવા આવ્યા સિવાય તે રહી શકતો નહિ. તે દૂર તેઓ જોઈ શકે તેટલે અંતરે બેસી રહેતો. બીજી બાજુથી કૉઝેટ પણ મેરિયસ તરફ પોતાનું ધ્યાન જાય છે એ વાત છુપાવવા પ્રયત્ન કરતી. તેને કોણ જાણે ક્યાંથી એમ લાગ્યું કે આ વાત છુપાવવા જેવી છે.

જિન-વાલજિને આ યુવાન વિશે કાંઈ પણ વાત કૉઝેટ પાસે ઉચ્ચારી ન હતી, પણ તોય એક દિવસ તેનાથી ન રહેવાયું : "પેલો જુવાન જરાક વેદિયા જેવો લાગે છે, નહિ ?"

"કયો, પેલો જુવાન ?" કૉઝેટે પણ જાણે કે તેને પહેલી જ વાર જોતી હોય તેમ આશ્ચર્યથી કહ્યું.

"હુંય કેવો ઘેલો છું ! આ બિચારીને તો એનું રજ પણ ધ્યાન નથી. હું મફતનો માની બેઠો."

ક્યાં આ બાળકની ગહનતા, ક્યાં આ બિચારા ડોસાનું ભોળપણ ! બિચારો આ જુવાનિયો કૉઝેટની પાછળ ઘેલો થયો છે, કૉઝેટને બિચારીને એનો ખ્યાલેય નથી !

જિન-વાલજિનને નિરાંત થઈ, પણ તોય એક વાર કૉઝેટથી ભૂલ થઈ ગઈ. ફરવાની જગ્યાએ બે-ત્રણ કલાક સુધી બેસી રહ્યા પછી જિન-વાલજિને જવા માટે ઊઠવાનું કહ્યું ત્યારે કૉઝેટથી બોલી જવાયું : "બસ ! વખત થઈ ગયો ?"

જિન-વાલજિને ફરવાની જગ્યા ન બદલી, કારણ કે તેને લીધે કૉઝેટને કદાચ વહેમ પડે, પણ તે મેરિયસ સામે પોતાની આંખો ઘુરકાવવા લાગ્યો. કોઈ અજાણ્યો જુવાન પોતાની પુત્રી તરફ નજર કરે તે કોઈ પણ પિતા કેમ સાંખે ? અને તે પણ પોતાની પુત્રીની જાણ બહાર !

જિન-વાલજિને સજ્જન તરીકે તે યુવાનને કાંઈ પણ કહેવાને બદલે ત્યાં ફરવા આવવાનું જ બંધ કરી દીધું.

કૉઝેટ આ નવી પરિસ્થિતિ માટે બિલકુલ તૈયાર ન હતી, પણ તે પોતાના પિતાને કાંઈ પણ કહી શકે તેમ પણ ન હતી. ઊલટું આ ફેરફારની તેના ઉપર કાંઈ પણ અસર થઈ નથી તે બતાવવાનો તેને પ્રયાસ કરવાનો હતો. પણ ધીમે-ધીમે કૉઝેટ રોજ ઉદાસ રહેવા લાગી. તે બહુ જ ઓછું અને જરૂર પૂરતું જ બોલતી. જિન-વાલજિન કૉઝેટના આ વલણથી મૂંઝાયો. તેને કૉઝેટની ઉદાસીનતાનું કારણ ન સમજાયું, અને તેને લીધે જિન-વાલજિન પોતે પણ દુઃખી થવા લાગ્યો. પોતાની

પુત્રીના ઉલ્લાસમાંથી તો તે જીવનનું સુખ મેળવતો હતો. તે બંધ થતાં તેનું હૃદય કરમાવા લાગ્યું. કૉઝેટ જિન-વાલજિનની ઉદાસીનતાનું કારણ સમજતી ન હતી એટલે તેને પણ તેનું દુઃખ રહ્યા કરતું હતું.

એક વાર જિન-વાલજિન કૉઝેટને બગીચામાં ફરતાં-ફરતાં પૂછ્યું : "તને હમણાં કેમ ઠીક નથી રહેતું ?"

"ના, મને તો કાંઈ નથી, તમને શું થયું છે ?"

"મને ? મને શું થાય !" જિન-વાલજિન ફિક્કુ હસ્યો. બે નિર્દોષ આત્માઓ એકબીજાના સુખ માટે આટલું ઝંખતાં છતાં કોઈ-કોઈને સુખ આપી શકતાં ન હતાં એ એક કરુણ ઘટના હતી. કૉઝેટ પોતાના ફૂટતા યૌવનસહજ એવો તરવરાટ અનુભવ્યા વગર રહી શકતી ન હતી, પણ જિન-વાલજિનના હૃદયમાં તો જાણે સગડી ઠરી ગઈ હતી.

એવામાં એક દિવસ જિન-વાલજિન સાથે સવારે એક અતિ કંગાળ કુટુંબમાં તે જઈ ચડી. ત્યાંની દશા જોઈને તે આખો દિવસ ખૂબ ઉદાસ રહી. પોતાનું દુઃખ ભૂલી બીજાના દુઃખને તે પોતાનું દુઃખ બનાવીને પોતાના દિલને તપાસી રહી હતી. જિન-વાલજિન રાતે ફરીને મોડો ઘેર આવ્યો તે વખતે તે ઊંઘી ગઈ હતી એટલે વહેલી સવારે ઊઠીને તે જિન-વાલજિન પાસે ગઈ. જિન-વાલજિનને જોઈને તે ચમકી ઊઠી. તેના મુખ પર વેદનાના ભાવ ભર્યા હતા, તેના હાથ ઉપર મોટો જખમ હતો. તેનો આખો હાથ સૂજીને જાડો અને લાલઘૂમ થઈ ગયો હતો.

"આ તમને શું થયું,બાપુ ?" તે બેબાકળી બનીને નોકરને બોલાવી લાવી. ઘરમાંથી દવા, પાટા વગેરે લાવીને તે ઘાને ધોઈને મલમ લગાડીને પાટો બાંધ્યો. જિન-વાલજિનના ઉદાસ હૃદયમાં આનંદની લહરીઓ ઊઠવા લાગી. તે અંતરથી આ ઘાને આશિષ આપવા લાગ્યો. તેણે જ પોતાની પુત્રીનો પ્રેમ પાછો આણ્યો હતો. તે દિવસથી રોજ કૉઝેટ આખો દિવસ તેના પિતાની પાસે જ ગાળતી અને તેની પાસે પુસ્તકો વાંચતી, તેની સારવાર કરતી. જિન-વાલજિન મનમાં ઇચ્છતો કે આ ઘા ન જ રુઝાય તો કેવું સારું !

૧૪. મળી દષ્ટોદષ્ટ

જિન-વાલજિનનો ઘા રુઝાતાં વાર ન લાગી. ઘા રુઝાતાં જ જિન-વાલજિનને કોઈ અગત્યના કામે બહારગામ જવાનું થયું. આ કામ શું હતું તેની કૉઝેટને પણ ખબર નહોતી, પણ જિન-વાલજિન કોઈ-કોઈ વાર આવી રીતે બહારગામ થોડા દિવસો માટે જતો હતો. એટલે કૉઝેટે એ બાબતમાં કાંઈ પૂછપરછ કરી ન હતી.

જિન-વાલજિનની ગેરહાજરી દરમિયાન કૉઝેટ એક દિવસ સમી સાંજે બગીચામાં ફરતી હતી. ત્યાં તેને કોઈ માણસનો પડછાયો બગીચામાં ઘાસ પર પડેલો હોય તેવો આભાસ થયો. તે એકદમ ગભરાય તેવી પોચી ન હતી. તોપણ આવા ઉજ્જડ લત્તામાં સાવચેત રહેવું જોઈએ એમ તેને લાગ્યું. તેણે ડોશીને પણ આ વાત કરેલી. રાતે તે અવારનવાર જાગીને આસપાસ નજર ફેરવતી. બીજે દિવસે જિન-વાલજિન આવ્યો. તેને કૉઝેટે વાત કરી ત્યારે તેણે તે હસી કાઢી.

વળી એક દિવસ જિન-વાલજિન સાંજે એકલો ફરવા ગયો હતો. મોડી રાત સુધી તે આવ્યો નહિ એટલે કૉઝેટ જાગતી હતી, અને બગીચામાં આંટા મારતી હતી. બગીચાને છેડે એક પથ્થરનો બાંકડો હતો. તેની પાસેથી તે આંટો મારીને પાછી ફરતી-ફરતી ફરી એ બાંકડા પર બેસવાના વિચારથી આવી. તેણે જોયું તો એ બાંકડા પર એક પથ્થર પડેલો હતો. પહેલી વખતે તેણે એ પથ્થર નહિ જોયેલો એની તેની ખાતરી હતી. તે આ પથ્થર જોઈને ચમકી, ડરી અને તે પથ્થરને અડવા જેટલી પણ તેની હિંમત ન ચાલી. તે દોડતી-દોડતી ઘરમાં આવી અને બારણું બંધ કરીને હાંફતી-હાંફતી ઊભી રહી. ડોશી પણ કૉઝેટની આ સ્થિતિથી ખૂબ ગભરાઈ. તેણે બારીઓ પણ બંધ કરી દીધી. આડા લોઢાના સળિયા મૂક્યા, અને જિન-વાલજિન આવે ત્યાં સુધી બંને જણ જાગતાં બેસી રહ્યાં. જિન-વાલજિન પોતાના ઓરડામાં મોડી રાતે આવ્યો તેની ખાતરી થઈ ત્યારે જ કૉઝેટ પોતાના ઓરડામાં સૂવા ગઈ. આખી રાત તેને તે પથ્થર જાણે કે મોટો ડુંગર બનીને તેની સામે ડોલતો હતો.

સવાર પડી. સૂર્યનાં કિરણો તેની બારીની તડમાંથી પ્રકાશના દોરા જેવાં આવતાં તેણે જોયાં, તે રાતની પોતાની બીક પર હસવા લાગી : "હુંય કેવી ડરપોક

થઈ ગઈ છું ! મને કોઈના ને કોઈના ભણકારા જ થયા કરે છે. પથ્થર પણ મેં આ ભ્રમમાં જ જોયેલો. ત્યાં તે પથ્થર ક્યાંથી હોય !''

પોતાના મનની બીક કાઢવા તે ઊઠીને તરત જ બગીચામાં ગઈ. અત્યારે રાતના ભયની જગ્યા કુતૂહલે લીધી હતી. તે બાંકડા પાસે ગઈ. ખરેખર ત્યાં રાતનો જ પથ્થર પડ્યો હતો, તેની નીચે કાંઈક કાગળ જેવું સફેદ પડ્યું હતું, કૉઝેટનું કુતૂહલ વધ્યું, તેણે તે કાગળ ઉપાડ્યો. તે બીડેલો હતો. તેણે તે ખોલ્યો, કાગળ ઉપર કોઈનું નામ લખેલું ન હતું, પણ અંદર સુંદર મોતીના દાણા જેવા અક્ષરે કાંઈક લખાણ લખ્યું હતું. તે વાંચવા લાગી. વાંચતી ગઈ તેમતેમ તેના હૃદયમાં કોઈ અદમ્ય ઉલ્લાસ ઊછળવા લાગ્યો. તેને લાગ્યું કે સૃષ્ટિ આખી આ ઉલ્લાસમાં નાહી રહી છે. તેમાં આમ લખ્યું હતું :

જ્યાં સમષ્ટિ વ્યક્તિમાં જાય છે અને જ્યાં વ્યક્તિ સમષ્ટિ જેટલી વિશાળ લાગે છે તે પ્રેમ.

હે ઋતુરાજ વસંત ! તું જ મારો પ્રેમપત્ર છે.

તું જે આદરે છે તે તો ઈશ્વર જ પૂરું કરી શકે છે.

જો તું પથ્થર હો તો લોહચુંબકનો પથ્થર બનજે. જો તું છોડ હો તો લજામણીનો છોડ બનજે, જો તું માણસ હો તો પ્રેમ બનજે.

''હજી તે આ મેદાનમાં ફરવા આવે છે ?'' ''ના.'' ''હજી તે આ દેવળમાં પ્રાર્થના માટે આવે છે ?'' ''ના.''

''હજી તે આ મકાનમાં રહે છે ?'' ''ના.'' તે ચાલી ગઈ છે ?'' ''તે ક્યાં ગઈ છે ?'' ''તેણે કહ્યું નથી.''

પોતાનો પ્રાણ ક્યાં છે તેની ખબર ન હોય એનાથી વધારે દુઃખદ બીજું શું છે ?

જો દુનિયામાં કોઈ પ્રેમ ન કરતું હોય તો સૂર્ય બુઝાઈ ગયો હોત.

કૉઝેટના હૃદયમાં ગૂંગળાતું ધુમ્મસ જાણે આ પત્રના પ્રકાશથી ઊડી ગયું. આ પત્ર બીજા કોઈનો નથી – તેનો જ છે એની તેને ખાતરી હતી. તેણે તે પત્ર ફરી-ફરીને વાંચ્યો. તે તેનાથી ન ધરાઈ. તે દોડીને પોતાના ઓરડામાં ગઈ. બારણાં બંધ કર્યાં ને પથારીમાં બેસીને ફરી તે કાગળ વાંચવા લાગી. તે કાગળ તેણે ચૂમીને છાતીસરસો ચાંપ્યો.

તે દિવસે સાંજે જિન-વાલજિન બહાર ફરવા ગયો એટલે કૉઝેટ નવાં કપડાં કાઢીને પહેરવા લાગી. શું કામ તે આમ કરતી હતી તેની તેને પણ ખબર ન હતી. તે ક્યાંય બહાર જવાની નહોતી. કોઈ તેને મળવા પણ આવવાનું નહોતું. તોપણ તે સારામાં સારાં કપડાં પહેરીને બગીચામાં ગઈ અને તે જ પથ્થરના બાંકડા

પર બેઠી, થોડી વારે તેને લાગ્યું કે કોઈ તેની પાછળ ઊભું છે. તેણે પાછળ જોયું, તે જ ઊભો હતો. સંધ્યાના ઝાંખા પ્રકાશમાં તે કોઈ છાયામૂર્તિ જેવો લાગતો હતો. તેનું વિશાળ કપાળ આ ઝાંખા અંધારામાં ચમકતું હતું. તેની આંખો ચમકતી હતી. કૉઝેટને લાગ્યું કે તે બેભાન બની જશે. તેનાથી બૂમ પાડી ન શકાઈ. કૉઝેટ થોડી જ ક્ષણોમાં સ્વસ્થ થઈ. પણ પડી જવાશે તે બીકે પડખેના ઝાડને અઢેલીને ઊભી રહી ગઈ. તે તો ત્યાં જ ઊભો હતો.

થોડી વારે કૉઝેટના કાન ઉપર અવાજ આવ્યો. માંડ સાંભળી શકાય તેટલો ધીમો તે અવાજ હતો :

"મને અહીં આવવા માટે ક્ષમા કરજો. મારાથી ન રહેવાયું. અહીં ખેચાઈને આવ્યો. તમે પથ્થર નીચે મૂકેલું લખાણ વાંચ્યું ? મને તમે ઓળખો છો ? મારાથી ડરશો નહિ. તમે તે દિવસે પહેલી જ વાર મારી સામે જોયું હતું તે યાદ છે ? તે વાતને તો આજે વરસ થઈ જવા આવ્યું. હું ઘણા વખતથી તમારી ખોજમાં હતો. આખરે પત્તો મળ્યો. હું અહીં રોજ આવું છું, તમને જોઉં છું, પણ તમને બીક લાગે એમ માનીને ભાગી જાઉં છું. તમને ગાતાં સાંભળું છું. મારું હૃદય આનંદ અનુભવે છે. તમને ખબર છે, મારું હૃદય તમારું જ રટણ કરે છે ? માફ કરજો – મારાથી કદાચ આવેશમાં વધારે પડતું બોલાયું હોય તો. તમને માઠું તો નથી લાગ્યું ને ?"

"વોય મા !" કૉઝેટ બોલીને જાણે હમણાં ઢગલો થઈ જશે તેમ પડુંપડું થઈ ગઈ. તેણે તેના હાથ પકડી લીધા, પણ તે પોતે જ કેટલો અસ્થિર હતો ? તેની નજર એકાએક કૉઝેટના કપડામાંથી થોડાક બહાર ડોકાતા કાગળ પર પડી. તેનામાં હિંમત આવી. તે ધ્રૂજતે અવાજે બોલ્યો :

"તમે પણ મને ચાહો છો ?"

"ચૂપ !" તે બોલી. "તમે જાણો તો છો !" તેણે લજ્જાથી પોતાનું મુખ તેની છાતીમાં છુપાવી દીધું. પથ્થરના બાંકડા પર તે બંને બેઠાં. ઘણી વાર સુધી કાંઈ બોલ્યા સિવાય તે એમ ને એમ બેસી રહ્યાં. મુખની ભાષા બોલતી બંધ થઈ ગઈ હતી. હૃદયની ભાષા બોલતી હતી. આખરે મુખની વાણી ખોલી. એકબીજાના જીવનની અંગતમાં અંગત વાતો એકબીજાને કરી. તેમનાં હૃદયના ભાવો, કલ્પનાઓ, મહત્ત્વાકાંક્ષાઓ એકબીજા પાસે ઠાલવ્યાં. આ રીતે હૃદયની આપ-લે થઈ. છેવટે કૉઝેટે પૂછ્યું :

"તમારું નામ ?"

"મેરિયસ, અને તમારું ?"

"કૉઝેટ."

૧૫. આકાશી મદદ

ગાવરોશને એક દિવસ સાંજે ખાવાનું ન મળ્યું. તેને તે જ વખતે યાદ આવ્યું કે તેણે આજે સવારેય ખાધું નથી. ત્યાં એક નાનકડા બગીચામાં તેણે સફરજન લટકતાં જોયાં. બગીચો સાવ એકાંતમાં હતો એટલે તેને પકડાવાની બીક ન હતી. તે વાડ પાછળથી છીંડાની તપાસ કરવા લાગ્યો ત્યાં તેના કાન ઉપર વાડની પાછળથી કાંઈક અવાજ સંભળાયો :

"મેબ્યુકાકા !" એક ઘરડી ડોશીનો અવાજ હતો.

"મેબ્યુ ! ભારે વિચિત્ર નામ છે !" ગાવરોશે મનમાં કહ્યું.

"શું છે ?" એક ડોસાનો અવાજ આવ્યો.

"હવે ઘરધણી ખિજાયો છે."

"શું કામ ?"

"ભાડું ત્રણ મહિનાનું ચડી ગયું છે."

"એક મહિના પછી ચાર મહિના થશે, નહિ ?"

"તે કહે છે કે તો ઘરમાંથી બહાર કાઢવાં પડશે."

"તે... નીકળશું !"

"મોદીખાનાવાળી બાઈ પણ ઉઘરાણી કરે છે. કોલસાવાળોય તકાદો કરે છે. કોલસા વગર આપણે શિયાળામાં શું કરીશું ?"

"સૂરજ છે ને ?"

"પેલો ખાટકી પણ કહેતો હતો કે હવે ઉધાર માંસ નહિ મળે."

"મને માંસ માફક પણ આવતું નથી."

"તો ખાશું શું ?"

"રોટી."

"પણ ભઠિયારો ઉધાર આપવાની ના પાડે છે."

"ભલે."

"તો ખાશું શું ?"

"આ સફરજન છે !"

"પણ મારી પૈસા નથી."

ડોશી ચાલી ગઈ. ડોસો બેસી રહ્યો. ગાવરોશ વિચારમાં પડી ગયો. રાત પડી ગઈ હતી.

તે વાડ કૂદીને અંદર પડવાને બદલે વાડની નીચેથી અંદર ગયો ને લતામંડપ નીચે ભરાઈ ગયો. તેણે આજે ખાવાને બદલે ઊંઘવાનું નક્કી કર્યું. પણ તેની ઊંઘ કુત્તા-નીંદર જેવી હતી. તે ઘડીકે ઘડીકે જાગી જતો. થોડી વારે તેના કાન પર કાંઈક અવાજ આવ્યો. તેણે વાડમાંથી ડોકાઈને જોયું તો રસ્તા ઉપર બે આકૃતિ ચાલી જતી હતી. એક આગળ ચાલતી હતી ને બીજી તેનાથી થોડે અંતરે પાછળ ચાલતી હતી. આગળનો માણસ ઊંચો પડછંદ હતો. તેણે મોટો ઓવરકોટ પહેર્યો હતો. પાછળના માણસને ગાવરોશે ઓળખી કાઢ્યો. તે તેના પિતા જોંદ્રેટની ટોળીનો જ સૌથી નાનો સાગરીત મોન્ટપાર્નાં હતો. તેની ટોળીની ધરપકડમાંથી તે છટકી ગયો હતો. આગળ ચાલનાર માણસને પાછળ કોઈ આવે છે તેની ખબર લાગતી ન હતી

પાછળ ચાલતો આદમી લપાતો-લપાતો ચાલતો હતો. ગાવરોશ સમજી ગયો. થોડી જ ક્ષણોમાં તે બદમાસ આગળ ચાલતા માણસ પર તૂટી પડ્યો. તેને ગળે વળગી પડ્યો. ગાવરોશથી બૂમ પડાઈ ગઈ. થોડીક વારમાં બેમાંથી એક જણ નીચે પડ્યો ને બીજો તેની છાતી પર ઘૂંટણ રાખીને બેસી ગયો. ગાવરોશને થયું કે કોઈ નિર્દોષ માણસનું ખૂન થઈ રહ્યું છે. તે બહાર આવ્યો. પાસે સંતાઈને તેણે જોયું તો તેને આશ્ચર્ય થયું. પેલો બદમાશ નીચે હતો ને પેલો ગૃહસ્થ તેના ઉપર હતો. "માળો બૂઢિયોય જબરો છે !" ગાવરોશ મનમાં બોલ્યો.

થોડીક વારમાં બદમાશે છૂટવા માટેનાં ફાંફાં મારવાં બંધ કર્યાં. ગાવરોશને થયું કે તેના રામ રમી ગયા. તેને ખૂબ ગમ્મત પડી.

થોડી વારે તે ગૃહસ્થે પોતાનો ગોઠણ નીચે પડેલા માણસ પરથી ઉઠાવ્યો ને ઊભો થયો. પેલો બદમાશ પણ માંડમાંડ ઊભો થયો. તે ગૃહસ્થે પોતાના એક હાથે તેના બંને હાથ પકડ્યા હતા.

"તને કેટલાં વરસ થયાં ?" તે વૃદ્ધ ગૃહસ્થે પૂછ્યું.

"ઓગણીસ"

"તારું શરીર તો કામ કરી શકે એવું છે, કાંઈક ધંધો કેમ નથી કરતો ?"

"કામ કરવામાં કંટાળો આવે છે."

"ત્યારે તું શું કરે છે આખો દિવસ ?"

'રખડું છું."

"જો. જરાક ગંભીર થઈને વાત કર. હું તને કાંઈ મદદ કરી શકું એમ છું, તારે શું ધંધો કરવા ઇચ્છા છે ?"

"ચોરી."

દરમિયાન તે બદમાશ તેના હાથમાંથી છૂટવા માટે આમતેમ ફાંફાં મારતો હતો, પણ જાણે કાંઈ જ ન બનતું હોય તેમ તે ગૃહસ્થ સ્થિરપણે તેના બંને હાથ પકડીને ઊભો હતો. આખરે તે બોલ્યો :

"જો બેટા, તું હજી તારા જીવનમાં પગ મૂકે છે અને તને ચોરી સિવાય બીજું કોઈ કામ સૂઝતું નથી. તું એક ઊંડી ખાઈમાં જઈ રહ્યો છે. હજી ચેતી જા ને કોઈ પ્રામાણિક ધંધે લાગી જા. નહિ તો તારી જિંદગી બરબાદ થઈ જશે. એક પછી એક ચોરીની જાળમાં ફસાતો-ફસાતો તું ક્યાંય ખૂણામાં ફેંકાઈ જઈશ, પણ મજૂરી કરીને પ્રામાણિકપણે તારું પેટ ભરવાનો પ્રયત્ન કર. શરીર-શ્રમ એ જીવનનું અમૃત છે. ખેતી કર. સુતાર બન, લુહાર બન. કાંઈક કર. તને તેમાં તારા જીવનનું સ્વર્ગ દેખાશે.

"તું ખોટો માર્ગ લઈ રહ્યો છે. આળસે તારી બુદ્ધિ હણી લીધી છે, આળસ ખંખેરી નાખ. બદમાશ થવું સહેલું હશે, પણ પ્રામાણિક બનવું અઘરું નથી. હવે જા. તું શું કામ મારી પાસે આવ્યો હતો ? તારે કાંઈક જોઈએ છે ને ? લે આ કોથળી. એ તારે જોઈતી હતી ને ?"

તેણે તે છોકરાને છૂટો કર્યો, તેના હાથમાં પૈસાની કોથળી મૂકી અને તે પીઠ ફેરવીને ચાલતો થયો. 'સાવ મૂરખનો જામ લાગે છે !' ગાવરોશે પોતાનો અભિપ્રાય પ્રગટ કર્યો. આપણે આ 'મૂરખના જામ'ને ઓળખી ગયા છીએ.

આ બાજુ પેલો વૃદ્ધ ડોસો મેબ્યુ પોતાની જગ્યાએ બેઠો હતો. તે બેઠોબેઠો વિચાર કરતો હતો કે ઊંઘતો હતો તે જણાતું ન હતું. પેલો ગાવરોશ લપાતો-લપાતો પેલા બદમાશની પાછળ ઊપડ્યો. તે બદમાશને તો પોતાનો જાન બચ્યાના આનંદમાં ને ઉપર જતાં પૈસા પણ મળ્યા તેના હરખમાં આગળ-પાછળ ધ્યાન રાખવાનું સૂઝે નહિ એ સ્વાભાવિક છે. ગાવરોશ તેની પાસે પહોંચ્યો. એક લાંબા કામના અનુભવી ચાલાક કલાકારની અદાથી તેણે તે બદમાશના ખિસ્સામાંથી કોથળી ખેંચી લીધી, ને એવી જ છટાથી લપાતો-લપાતો તે પેલો વૃદ્ધ બેઠો હતો તે જગ્યાએ વાડ પાસે આવ્યો ને બહારથી કોથળીનો ઘા કર્યો. કોથળી વૃદ્ધના પગ પાસે જ પડી. ગાવરોશ કોથળીનો ઘા કરીને ભાગી ગયો.

વૃદ્ધે પોતાની તંદ્રામાંથી જાગીને જોયું તો પગ પાસે કાંઈક પડ્યું હતું. તેણે તે હાથમાં લીધું. કોથળી ખાલી. કોથળીમાં બે ખાનાં હતાં. એકમાં થોડુંક પરચૂરણ હતું, બીજામાં થોડી નોટો હતી.

તે એકદમ ઊભો થયો ને ડોશી પાસે જઈને તેણે કોથળી તેના હાથમાં મૂકી. "આકાશમાંથી મદદ આવી !" ડોશીએ કહ્યું.

૧૬. ગજેન્દ્ર–નિવાસ !

પારીસની વસંતઋતુ વિચિત્ર હતી. કોઈકોઈ વાર આ ઋતુમાં ઉત્તરી ઠંડો પવન જોરથી ફૂંકાવા લાગે છે, ને ઘડીભર તો આ ઋતુને શિયાળાની ઋતુમાં પલટી નાખે છે.

એક સાંજે ગાવરોશ પોતાનાં ચીંથરેહાલ લૂગડાંમાં દાંતની ડાકલી વગાડતો વગાડતો રસ્તા પરથી પસાર થતો હતો. સડકની એક બાજુએ એક હજામની દુકાન હતી. તેણે બારીમાંથી જોયું તો દુકાનમાં હૂંફાળી સગડી બળતી હતી અને એક માણસ ખુરશી પર બેસીને હજામત કરાવી રહ્યો હતો. તેવામાં આઘેથી બે નાનાં છોકરાંને તેણે આવતાં જોયાં. એકની ઉંમર લગભગ સાત વરસની ને બીજાની પાંચક વરસની હતી. બંનેએ કપડાં પ્રમાણમાં ઠીક પહેર્યાં હતાં, પણ આ બાળકોને જ્યારે તેણે તે હજામની દુકાનમાં જઈને ખાવાનું માગતાં જોયાં ત્યારે તેને નવાઈ લાગી. બંને છોકરાં દયામણું મોઢું કરીને હાથ લાંબા કરીને "કાંઈક ખાવાનું આપશો, શેઠ ?" એમ બોલતાં હતાં. હજામે ડોળા ઘૂરકાવીને તેમના તરફ ફરીને કહ્યું :

"સાલાઓ ! આવી-આવીને બારણાં ઉઘાડીને અમને ટાઢે ઠારો છો ? ભાગો !" તેણે બંનેને ધક્કા મારીને બહાર કાઢ્યાં ને બારણું બંધ કરી દીધું.

છોકરાં દુકાનમાંથી બહાર નીકળ્યાં ને "કોઈ ખાવાનું આપો શેઠ" એમ બૂમ પાડતાં રસ્તાની કિનારી પર ચાલવા લાગ્યાં. વરસાદ વરસવો શરૂ થઈ ગયો.

ગાવરોશ તેમની પાછળ દોડ્યો ને તેમને પકડ્યાં : "એલાં એ ટાબરિયાં શું છે ?"

"અમારે સૂવું છે, પણ ક્યાં સૂવું ?"

"બસ ! એટલું જ ? સૂવા માટે તે કોઈ રોતું હશે ! ચાલો મારી સાથે."

"હા જી." બંને બાળકો ગાવરોશની પાછળ-પાછળ ચાલ્યાં ને રડતાં બંધ થઈ ગયાં.

ગાવરોશે એક છેલ્લી નજર પેલા હજામની દુકાન તરફ નાખી : "સાલાને દિલની જગ્યાએ કુદરતે પથરો ગોઠવ્યો લાગે છે."

આગળ ગાવરોશ, પાછળ મોટું બાળક ને તેની પછી નાનું બાળક એમ ત્રણેય જણ કૂચ કરતાં હોય એમ ચાલતાં હતાં.

આગળ જતાં રોટી વેચવાની દુકાન આવી, "કેમ, ભૂખબૂખ લાગી છે ?" તેણે છોકરાને પૂછ્યું.

"આજ સવારનું ખાધું નથી."

ગાવરોશે ખિસ્સામાં હાથ નાખ્યો. અંદરથી એક દશિયું નીકળ્યું.

તેણે દુકાનના થડા ઉપર સિક્કો અવાજ સાથે મૂકીને કહ્યું : "દસ પૈસાની રોટી લાવ."

દુકાનદારે પાઉં લઈને છરીથી તેને કાપવા માંડ્યો, "ત્રણ કટકા કરજે, અમે ત્રણ જણ છીએ."

રોટી લઈને તેણે બે ભાગ બંને જણને વહેંચી આપ્યા : "લો, ખાઓ."

રોટી ખાતાંખાતાં ત્રણેય જણ બેસ્તીયના પ્રખ્યાત કિલ્લાની દિશામાં ચાલવા લાગ્યાં. આગળ જતાં રસ્તામાં ગાવરોશે જોયું તો બદમાશોની ટોળીના સૌથી નાના સાગરીત મોન્ટપાર્નાને જતાં જોયો.

"એય, કાં દોસ્ત ! અટાણે કઈ બાજુ ?" ગાવરોશે તેને સાદ પાડ્યો.

"લે, તું અહીં ક્યાંથી ! આ વળી બે રમકડાં ક્યાંથી ગોતી કાઢ્યાં !" મોન્ટપાર્નાએ પાસે આવીને કહ્યું.

"રસ્તામાંથી મળ્યાં. આમ ક્યાં ઊપડ્યો ?"

"બાબેટને ગોતવા."

"કેમ ક્યાંય તડાકો પાડવાનો છે ?" ગાવરોશે આંખ મીંચકારીને કહ્યું.

"ત્યારે જ તો !" મોન્ટપાર્નાએ કહ્યું. "એલા, થોડા દિવસ પહેલાં એક ગમ્મત થઈ. એક માલદારને મેં પકડ્યો. તેણે મને લાંબુંલચ ભાષણ ને પૈસાની મોટી કોથળી આપી. એક મિનિટમાં તો પાછી કોથળી મારા ખિસ્સામાંથી ગુમ થઈ ગઈ.

"ભાષણ રહી ગયું !" ગાવરોશ હસી પડ્યો.

"હવે આ બેયને લઈને કેણી કોર ?"

"મારે ઘેર."

"તારું ઘર ક્યાં આવ્યું ?"

"મારા ઘરે."

"ઓરડી રાખી છે ?"

"હું."

"ક્યાં આગળ ?"

"હાથીની અંદર."

મોન્ટપાર્ના ઘડીક તો સમજ્યો જ નહિ.

"હાથીની અંદર ?"

"હા, હા !"

"હું, સમજ્યો, ત્યાં ફાવે છે ?"

"મજાનું છે. નહિ પવન કે ઠંડી કોઈ !"

"અંદર કેમ કરીને જાય છે?"

"તેના આગલા બે પગ વચ્ચે કાણું છે, પણ કોઈને આ વાત કરતો નહિ. નકામા પાછા પેલા ડગલીવાળા ડખો કરશે."

"પણ એ કાણા સુધી પહોંચાય છે કેમ કરીને ? કેટલું ઊંચું છે ?"

"કેમ શું – ઝટ ઝટ દઈને !" ગાવરોશે ચપટી વગાડી. "પણ આ છોકરાંઓને ચડાવવા નિસરણી જોશે."

"આ વેઠ વળી ક્યાં વળગાડી ? ઠીક હું જાઉં છું." મોન્ટપાર્નો ચાલ્યો ગયો.

બેસ્તીયનો વિશાળ કિલ્લો અંધારામાં પડછાયા જેવો દેખાતો હતો. તેની સામેના વિશાળ મેદાનમાં એ કાળે નેપોલિયને એક હાથીનું પ્લાસ્ટરનું બનાવેલું પ્રચંડ ચાલીસ ફૂટ ઊંચું પૂતળું મૂક્યું હતું. દૂરથી આ પૂતળું રાતના વખતે ભારે બિહામણું લાગતું હતું.

ગાવરોશ બંને બાળકોને લઈને તેની પાસે આવ્યો. તેણે બંનેને કહ્યું : "બીશો નહિ હો ?" બંને બાળકો ધ્રૂજતાં હતાં. તે એક પલકારામાં હાથીના ખરબચડા પગને બાથ ભરીને ઉપર ચડી ગયો ને બે પગ વચ્ચેના એક છૂપા કાણામાં પેઠો. ત્યાંથી ડોકું બહાર કાઢીને તેણે કહ્યું : "જોજો તો ખરાં, અંદર કેવી મજા છે ! પહેલાં તું મોટો આવ, લે હાથ આપું." બંને બાળકો ભયથી એકબીજા સામું જોવા લાગ્યાં.

"આમ જોઈ શું રહ્યાં છો ? હમણાં પાછો વરસાદ તૂટી પડશે ને ટાઢે મરી જશો. અહીં તમને કોઈ ખાઈ નહિ જાય. ચાલ જલદી."

મોટાએ આખરે હિંમત કરી. ને થાંભલાને વળગીને ધીમેધીમે ઉપર ચડવા લાગ્યો. ગાવરોશ તેને હિંમત આપતો હતો.

"બીતો નહિ, શાબાશ ! બસ, હવે આવી ગયો છે." તે નજીક આવ્યો એટલે ગાવરોશે તેને ઉપર ખેંચી લીધો.

"હવે તું ઊભો રહેજે હોં ?" તેણે નાનાને કહ્યું. તે પાછો નીચે ઊતર્યો. નાનાને કેડેથી ઉપાડીને ઊંચો કર્યો : "લે, થાંભલાને વળગીને થોડુંક ઉપર ચડ. એલા, તું પછી એને ઉપર ખેંચી લેજે."

'આ રીતે બંનેને હાથીમાં ચડાવીને ગાવરોશ ઉપર આવ્યો.

"ચાલો હવે અંદર. આ મારું ઘર."

બિચારા નેપોલિયનને ખ્યાલ પણ નહિ હોય કે એના અભિમાનનું પ્રદર્શન

કરતું આ ભવ્ય પૂતળું આ રીતે વપરાશે. અને આથી વધારે સારો ઉપયોગ બીજો કયો ગણાય ? અંદર આવીને તેણે એક પાટિયાનો કટકો એ કાણાની આડે મૂકી દીધો.

અંદર ઘોર અંધારું હતું. હાથીના આ વિશાળ ઉદરની અંદરની દીવાલો પર બાઝેલાં કરોળિયાનાં જાળાં તેમનાં મોઢાં પર અટવાતાં હતાં. વળી વચ્ચે ખરી પડેલા પ્લાસ્ટરનો ઢગ પડ્યો હતો.

નાનું બાળક એકદમ તેના ભાઈને વળગી પડ્યું : "બહુ અંધારું છે !"

ગાવરોશનો મિજાજ ગરમ થયો : "અંધારું છે તે તમને ખાઈ જાય છે ? અહીં કાંઈ મામાનું ઘર છે ? ગડબડ નહિ. હું કહી દઉં છું મારી પાસે લાડ નહિ ચાલે."

આવે પ્રસંગે ધમકી પણ આશ્વાસનનું કામ કરે છે. બંને બાળકો ગાવરોશની સોડમાં લપાવા લાગ્યાં. ગાવરોશના અવાજમાં પાછી નરમાશ આવી : "જુઓ બહાર વરસાદ છે, ઠંડી છે. અહીં એમાંનું કાંઈ છે કે એક ટીપુંય પડે છે ? ને કેવી હૂંફ વળે છે ? અને જો, હમણાં મીણબત્તી કરું છું હોં !"

ગાવરોશે અંધારામાં પણ તરત જ મીણબત્તી ને બાકસ શોધી કાઢ્યાં. મીણબત્તીનો પ્રકાશ થતાં જ હાથીનું વિશાળ પેટ કોઈ ભેદી ગુફા જેવું દેખાવા લાગ્યું. ગાવરોશની પથારી હાથીના પેટના ભાગમાં ઊંડી હતી. પાગરણમાં એક સાદડી અને એક ઓઢવાનું બે જ હતાં.

ગાવરોશ બંને જણને પોતાની પથારીએ લઈ ગયો. "તમે બેય ભેગા સૂઈ રહો." ગાવરોશ તેમને સુવાડીને ઉપર ચાદર ઓઢાડીને પડખે બેઠો. બંને બાળકોના શરીરમાં ધીમેધીમે હૂંફ વળવા લાગી.

"કેમ, હવે ઠીક છે ને ? અલ્યા, તું મોટો થઈને શેરીમાં ઊભોઊભો કેમ રોતો હતો ?

"અમારે કાંઈ ખાવાનું ન હતું ને રાત પડી ગઈ હતી."

"જુઓ, હવે તમારે ચિંતા નહિ. રોજ તમારે અહીં મારી સાથે આવવું. ત્યાં એકાએક અંધારું થઈ ગયું. મીણબત્તી પૂરી થઈ ગઈ હતી. ગભરાશો નહિ હોં ? હવે બીજી મીણબત્તી નથી. મહિને ત્રણ પૈસા હું દીવાબત્તી માટે વાપરું છું. ચાંદની હોય ત્યારે તો હું દીવો સળગાવતો જ નથી."

બંને બાળકો મૂંગાંમૂંગાં પડ્યાં હતાં. તેમને ઊંઘ આવતી નહોતી. થોડીક વારે અંદર ગડબડ થવા લાગી.

"આ શું થાય છે?" નાનો બોલી ઊઠ્યો.

"એ તો ઉંદરડા છે."

ગાવરોશ જરાક આડે પડખે થયો. હાથીના આ પેટમાં ઉંદરડાઓની સેના ધમાચકડી મચાવતી હતી.

"આટલા બધા ઉંદર છે ?" નાનો છોકરો પાછો બોલી ઊઠ્યો.

"હા."

"તો એક બિલાડી હોય તો કેવું સારું !" મોટાએ કહ્યું.

"અરે ભઈલા, બિલાડી તો હું લઈ આવ્યો હતો, પણ બધા ભેગા થઈને ચાવી ગયા."

"કોણ ચાવી ગયા ?"

"ઉંદરડા."

"ઉંદરડા કોને ખાઈ ગયા ?"

"બિલાડીને."

બંને છોકરાના શરીરમાં ધ્રુજારી છૂટી ગઈ. મોડી રાતે થાકના માર્યા બંને ઊંઘી ગયા.

૧૭. બહાદુર છોકરી

વાચકને હવે ખ્યાલ તો આવી ગયો હશે કે મેરિયસ અને કૉઝેટની મુલાકાતની અનુકૂળતા પેલી થેનાર્ડિયરની મોટી પુત્રી ઇપોનાઈનને જ આભારી હતી. મેરિયસ આ સ્વર્ગીય આનંદના સાગરમાં આખા જગતને ભૂલી ગયો હતો, તો આ નાનકડી વાત પણ ભૂલી જાય એમાં નવાઈ નથી.

આ ઉજ્જડ એકાંત બગીચામાં આ નિર્દોષ પ્રેમીઓ પોતાની આસપાસનું બધુંય ભૂલીને કેવળ પ્રેમના જ વાતાવરણમાં વીંટાયેલા રહેતાં. મેરિયસ રાત પડી ગયા પછી જ એ બાજુ નીકળતો અને કૉઝેટ એ જ વખતે તેની રાહ જોતી.

બંને જણ બગીચામાં રોજ પેલા પથ્થર ઉપર બેસતાં. તેમને કાંઈ વાતો કરવાની સૂઝતી નહિ. પણ બેસવામાં કેટલો વખત ગયો તેની તેમને ખબર ન રહેતી. કોઈ વાર વાતો થતી તો તે કેવળ બાલિશ વાતો જ હોય.

કૉઝેટે એક વાર કહ્યું : "મારું નામ તો યુફ્રેસી છે."

"યુફ્રેસી ? ના રે ના, તારું નામ તો કૉઝેટ છે !" મેરિયસે કહ્યું.

"હાય ! પણ એવું કૉઝેટ જેવું નામ કેવું ભૂંડુંભટ્ટ લાગે છે ! હું નાની હતી ત્યારે કોણ જાણે કોણેય પાડ્યું હશે ! યુફ્રેસી નામ કેવું રૂપા...ળું લાગે છે, નહિ ?"

"હા યુફ્રેસી નામ તો ઠીક, પણ આ કૉઝેટ મને તો ગમે છે."

"તમને કૉઝેટ નામ યુફ્રેસી કરતાંય વધારે ગમે ?"

"હા, હા."

"તો મનેય કૉઝેટ નામ બહુ જ ગમે છે. હા, હોં ! કૉઝેટ નામ લાગે છે તો બહુ સુંદર... મને કૉઝેટ જ કહેજો."

"તને એક વાત કહું ? મેં પહેલવહેલી તને જોઈ ત્યારે મેં મનમાંથી તારું નામ ઊર્સુલા પાડેલું."

આ વાત ઉપર બંને જણાં આખો વખત હસ્યા જ કર્યાં.

આ મુલાકાતો દરમિયાન બંનેએ પોતપોતાનાં હૃદય એકબીજા પાસે ખુલ્લાં મૂકી દીધાં હતાં. તેમને એકબીજાથી છુપાવવા જેવું કાંઈ ન હતું. મેરિયસે કૉઝેટને પોતાના જીવનની તમામ પૂર્વકથા કહી દીધી હતી. તે અનાથ હતો. એક કાળે

તેનો પિતા એક મોટો લશ્કરી અમલદાર હતો. તેણે વકીલાતનો અભ્યાસ પણ કર્યો છે. અત્યારે પુસ્તકો લખવાનું અને તરજુમા કરવાનું પરચૂરણ કામ કરે છે. મેરિયસે જ્યારે જરા ગૌરવથી એમ જણાવ્યું કે તેને બેરનનો ઇલકાબ પણ મળ્યો છે ત્યારે તેની કાંઈ ધારી અસર ન થઈ. તેને મન બેરન શબ્દ કરતાં મેરિયસ શબ્દ વધારે મોટો હતો. અથવા કહો કે તે જ તેને મન સર્વસ્વ હતું.

શરીરે યુવાનીમાં પ્રવેશતાં છતાં દુનિયાના અનુભવમાં બાળક એવાં આ બે જણ આ એકાંત ઉજ્જડ જેવી વાડીમાં વનલતાની જેમ ખીલી રહ્યાં હતાં.

જિન-વાલજિનને આ બાબતની બિલકુલ ગંધ પણ નહોતી. કૉઝેટના હૃદયમાં જે ઉલ્લાસ ઊછળતો હતો તે જિન-વાલજિનના હૃદયને સુખી કરવા માટે પૂરતો હતો. કૉઝેટ આખો દિવસ તેના પિતાની સંભાળમાં જ ગાળતી. તેના દિલને પોતાની કાલીઘેલી વાતોથી બહેલાવતી. જિન-વાલજિનને બિચારાને શી ખબર કે કૉઝેટની આ પ્રસન્નતાની સરવાણી પોતે નથી, પણ કોઈક બીજું છે ! નિર્દોષ કૉઝેટને આ છલવિદ્યા કોણે શીખવી હશે ? પેલી નોકર ડોશીમા પણ બિચારાં બહુ જ વહેલાં સૂઈ જતાં એટલે એમને પણ કાંઈ ખબર પડે એમ ન હતું. મેરિયસ બે વસ્તુ બરાબર ધ્યાનમાં રાખીને તેનો અમલ કરતો હતો : તે કદી કૉઝેટના ઘરમાં પગ ન મૂકતો અને દિવસે કદી એ બાજુ દેખાતો નહિ. તેના મિત્ર કોરફિરાકનું ધ્યાન આ બાબતમાં ગયું તો હતું. પણ પારીસના યુવાનો રાતે એક વાગ્યા પહેલાં ઘેર આવે તો જ તેના મિત્રોને નવાઈ લાગે.

મેરિયસ અને કૉઝેટ નિયમિત રીતે રોજ રાતે તે વાડીના એકાંત ખૂણામાં કલાકો સુધી વાતો કરતાં હતાં. મેરિયસ રાજકારણની વાતો કરે તો તેમાંય કૉઝેટને રસ હતો., અને કૉઝેટ કપડાંની વાતો કરે તો તેમાં મેરિયસને એટલો જ રસ પડતો. રસ વાતોમાં નહોતો. વાત કરનારમાં હતો.

એક દિવસ સમી સાંજે મેરિયસ નિયમ પ્રમાણે કૉઝેટને મળવા માટે નીકળ્યો હતો ત્યાં રસ્તાના એક વળાંક પાસે તેણે પાછળથી સાદ સાંભળ્યો : ''મહાશય મેરિયસ !''

તેણે પાછળ જોયું. સામે ઇપોનાઇન ઊભી હતી. મેરિયસ એક ક્ષણ જાણે કે પાછો પડી ગયો. કૉઝેટનું રહેઠાણ બતાવ્યા પછી આ છોકરી સંબંધે તેને કોઈ દિવસ વિચાર પણ નહિ આવેલો. અલબત્ત, તેના મનમાં તે છોકરી પ્રત્યે આભારની લાગણી તો હતી, કારણ કે આ સ્વર્ગનાં દ્વાર તેણે જ બતાવ્યાં હતાં, પણ કોણ જાણે કેમ – તે છોકરીને જોતાં તેનું મન સંકોડાઈ ગયું. માણસ કોઈ બળવાન અને ભવ્ય ઊર્મિના આવેશમાં હોય છે ત્યારે તેના બધા ગુણો ખીલી નીકળે છે એવું નથી બનતું, પણ તેનામાં એક ખાસિયત તો આવે જ છે અને તે ભૂલી જવાની.

તે આવી અવસ્થામાં દુર્જન થવાનું ભૂલી જાય છે તેમ સજ્જનતા પણ ભૂલી જાય છે. એમાં મેરિયસને દોષ દેવો એ ખોટું છે. જે પિતા તેના હૃદયમાં દેવને સ્થાને હતા તે પિતાની મૂર્તિ પણ અત્યારે તો તેના હૃદયમાં ઝાંખી પડી હતી.

"શું છે, ઇપોનાઇન, તું છે ને ?" તે જરાક ગભરાટથી બોલ્યો.

"કેમ આમ કરડાકીથી બોલો છો ? મેં કાંઈ તમારું બગાડ્યું છે ?"

"ના," તે વધારે ન બોલ્યો.

થોડી વારે તે બોલી : "હવે કહો જોઈએ..." તે એકાએક અટકી ગઈ. આટલી બધી ધૃષ્ટ અને હિંમતવાળી છોકરી પહેલી જ વાર આગળ બોલવા માટેના શબ્દો શોધવા ફાંફાં મારવા લાગી. તે વળી બોલી : "ત્યારે..." પાછી તે અટકી ગઈ. તે પોતાની આંખો નીચે ઢાળીને ઊભી રહી ગઈ.

"ઠીક ત્યારે, રામરામ, મહાશય !" તે ઝપાટાબંધ ત્યાંથી ચાલી ગઈ.

બીજે દિવસે સમીસાંજે એ જ રસ્તે મેરિયસ પોતાની ધૂનમાં ચાલ્યો જતો હતો. આજે પણ તેણે તે જ ખૂણા ઉપર ઇપોનાઇનને ઊભેલી જોઈ. મેરિયસને થયું કે આ છોકરી હવે મારી પાછળ જ પડી છે. તેને ચીતરી ચડી હોય તેમ તરત જ મોઢું ફેરવીને ખૂણે વળી ગયો. ઇપોનાઇન આજે તેની પાછળ-પાછળ ગઈ. મેરિયસ વાડ પાસે આવ્યો. લોઢાનો સળિયો ખસેડ્યો ને બગીચામાં પેઠો. ઇપોનાઇને આ બધું જોયું. તે વાડને પડખે એક પથ્થર પર બેઠી. તે શું કામ બેઠી હતી તેની કદાચ તેને પણ ખબર નહોતી. લગભગ રાતના દસેક વાગ્યા હશે.

આખા લત્તામાં સોપો પડી ગયો હતો. ભાગ્યે જ કોઈ માણસ રસ્તા પર દેખાતું. એકાદ વેપારી જેવો માણસ આમતેમ ભયથી ચારે તરફ નજર કરતો ઝડપથી ચાલ્યો જતો દેખાયો. થોડી જ વારે એ રસ્તા ઉપર છએક જેટલા માણસો વાડની ઓથે લપાતા-લપાતા ચાલ્યા આવતા દેખાયા. છયે જણ આમ તો એકબીજાથી છેટેછેટે ચાલતા હતા, પણ બધા એક જ ટોળીના હોય એમ સ્પષ્ટ દેખાતું હતું. ઇપોનાઇન જે ખૂણામાં બેઠી હતી ત્યાં તદ્દન અંધારું હતું. પેલા છ જણ તેનાથી થોડે છેટે એક ઝાડની ઘટામાં લપાઈને ઊભા ને ગુપચુપ વાતો કરવા લાગ્યા :

"એલા, અંદર કૂતરા હશે ?"

"શી ખબર ! પણ મારી પાસે લાડવો છે. ખવરાવીએ એટલે તેનો ફેંસલો થઈ જશે."

"બારીનું પાનું આણ્યું છે ?"

"હા."

"મકાન સાવ ભંગાર છે. વાંધો નથી."

એક જણ વંડીની આડા નાખેલ સળિયા તપાસવા માંડ્યો. જે સળિયો ખસેડીને

મેરિયસ રોજ અંદર જતો તે ઢીલો સળિયો આ માણસે પણ શોધી કાઢ્યો. તે એ સળિયાને ખસેડવા જાય છે ત્યાં તેના હાથ પર કોઈનો હાથ પડ્યો. તેણે પોતાનો હાથ પાછો ખેંચ્યો. તેણે સામે જોયું તો એક સાવ દૂબળી-પાતળી છોકરી ઊભી હતી. તે બોલી : "અંદર કૂતરું છે."

પેલો માણસ ભૂતથી ભડક્યો હોય એમ ભડકી ઊઠ્યો. બીજા તેના સાથીઓ પણ જોઈ રહ્યા : "આ કોણ છે ?"

"તમારી દીકરી."

ઇપોનાઈન થેનાર્ડિયરનો હાથ પકડીને ઊભી હતી. થેનાર્ડિયર તથા તેના સાથીઓ કઈ રીતે કેદખાનામાંથી ભાગ્યા તે વાત કહેવા માટે આપણે નહિ થોભીએ. એના જેવાને માટે કાંઈ અશક્ય નથી એ તો આપણને ખાતરી જ છે. તેના સાથીઓ બાબેટ, મોન્ટપાર્નાં, બ્રૂજો – એ બધા આજે આ બાજુ શિકાર માટે નીકળ્યા હતા. દરેકના હાથમાં વિચિત્ર પ્રકારનાં – કદાચ તેમના જ ભેજામાંથી શોધાયેલાં હથિયારો હતાં.

"તું અહીં ક્યાંથી ફૂટી નીકળી ? અહીં તારું શું કામ છે ?" થેનાર્ડિયર બોલી ઊઠ્યો. "અમારા કામમાં ક્યાં વળી તું માથું મારે છે ?"

"બાપુ, હું તો અહીં જ છું, કેમ કે હું અહીં જ છું. આ પથ્થર પર ન બેસવાનો કાંઈ કાયદો છે ? અહીં શું કામ આવ્યા છો ? પણ બાપુ, એક વાર મને તમને ભેટી લેવા દો. કેટલા દિવસે તમને ભાળ્યા ! તે તમે છૂટી ગયા ?" થેનાર્ડિયર આ છોકરીના વહાલથી કંટાળીને તેમાંથી છૂટવા મથતો હતો.

"બસ, હવે ભેટી લીધું ? થયું, હું છૂટ્યો ! બસ ! હવે અહીંથી ટળ !"

પણ ઇપોનાઈને પોતાનું આલિંગન છોડ્યું નહિ.

"પણ બાપુ, તમે કેમ કરીને છૂટ્યા ? તમે બધી મને માંડીને વાત કરો. અને મારી મા ક્યાં છે ? માની વાત મને કરો."

"તારી મા એ રહી. મને ખબર નથી. હવે મારો કેડો મૂક. કહું છું અહીંથી જા."

"ના બાપુ, મારે તો ક્યાંય જવું નથી." તે લાડથી બોલવા લાગી. "અમે ચાર-ચાર મહિનાથી તમને જોયા જ ન હોય અને જોઈએ ત્યારે અમને જાકારો કહો, તે અમારે શું કરવું ?" તે તેના બાપને ગળે વળગી પડી.

"આ શું ચાળા આદર્યા છે ?" થેનાર્ડિયરના એક સાથીએ કહ્યું

"પછી મોડું કેટલું થાય છે ?" બીજાએ પૂછ્યું.

"લે, આ તો બધા આપણા ઓળખીતા જ છે ને શું !" ઇપોનાઈન તેમના તરફ ફરીને બોલી.

"હા, હવે જાય છે કે નહિ ?"

"પણ અહીં તમારે શું કામ છે ?"

"તેનું તારે શું કામ છે ?" થેનાર્ડિયર બોલ્યો. "અમે કામ હશે ત્યારે જ આવ્યા હોઈશું ને ?"

"આ ઘરમાં કામ છે ?"

"હા."

"પણ ત્યાં તો તમને કાંઈ નહિ મળે !" ઇપોનાઈન બોલી. "બધા ભિખારી જેવા રહે છે."

"એ કેવા ભિખારી છે એ બધી અમને ખબર છે, તું તારે આઘી ખસ ને ! અમે બધું સંભાળી લઈશું." થેનાર્ડિયરે ઇપોનાઈનને વછોડીને આઘી કરી.

"તે તમે આ ઘરમાં જશો... એમ ?"

"હા, એમ જ છે."

"તો તમને કહી દઉં છું કે તમે અંદર નહિ જઈ શકો." ઇપોનાઈનના અવાજમાં અપૂર્વ એવું જોમ હતું. થેનાર્ડિયર અને તેના સાથીઓ ઘડીભર સ્તબ્ધ થઈ ગયા.

"જુઓ, હું કહી દઉં છું હું એ નહિ થવા દઉં. તમે જો અંદર પેઠા તો બૂમાબૂમ કરી ઊઠીશ. આસપાસના બધાય પાડોશીઓને જગાડી મૂકીશ. તમને છએયને પકડાવી દઈશ !"

"એ કહે છે એમ જ કરશે." થેનાર્ડિયરે નિરાશ થઈને તેના સાથીઓને કહ્યું.

"આને તે આજ શું થયું છે ?" થેનાર્ડિયરે કહ્યું. તેના મોઢા પર ખુન્નસ ભરાયું. તે ધીમેથી ઇપોનાઈનની પાસે આવ્યો.

"આઘા રહેજો. મને તમારી કોઈની બીક નથી. તમે મને શું કરવાના છો ? બહુ બહુ તો ગળાચીપ દઈને મારી નાખશો ને કાલે સુધરાઈ ખાતાના માણસો મારું મડદું ઢસડીને નાખી આવશે – તોય મને શું છે ? એમાં ક્યાં અત્યારના કરતાં વધારે દુઃખ છે ? પણ તમને બધાને તો હું પોલીસને હવાલે કરીશ એ નક્કી, જો આ મકાનમાં તમે પેઠા તો !"

"પણ દીકરી, તું આકળી શું કામ થાય છે ?" થેનાર્ડિયરે વળી પોતાની ચાલ બદલી. "અમારે તને શું કામ મારવી હોય ? આ તારા માટે થઈને જ અમે હેરાન થઈએ છીએ. તમારું સૌનું પેટ ભરવા માટે આ અવસ્થાએ રાતે આમ કોઈનાં ઘર ફાડવા નીકળવું પડે છે. તને તારા બાપનીય દયા નથી ?"

"હવે તમે વધારે બોલશો મા. તમે બોલો છો ને મને ઊબકા આવે છે."

"તોય ખાધા વગર કાંઈ ચાલે છે ? શું કરવું ?"

"મરી જવું."

"હવે તમે તમારે અંદર ઘૂસો. હું અહીં ઊભો છું. હું છું ને આ છોકરી છે." થેનાર્ડિયરે ખિસ્સામાંથી એક ધારદાર ચપ્પુ કાઢ્યું. "તે કાંઈ કરશે તો હું જોઈ લઈશ."

બ્રૂજો હજી સુધી મૂંગો ઊભો હતો. તેને બાબેટે પૂછ્યું : "તને કેમ લાગે છે, બ્રૂજો ?"

"મને આમાં સારાવાટ દેખાતી નથી. આજે જવા દઈએ."

તેણે થેનાર્ડિયર સિવાય બીજા બધાના મનમાં વિચારનો પડઘો પાડ્યો હતો.

બધા ચાલ્યા ગયા.

ઇપોનાઇન તેમની પાછળ ક્યાંય સુધી જોઈ રહી.

૧૮. સ્વપ્નભંગ

જે વખતે દીવાલની આ બાજુ આ એક માંદલી ફિક્કી છોકરી પારીસની ભૂતાવળસમા આ ભયંકર બદમાશોને પોતાની સર્વ શક્તિથી અંદર જતાં અટકાવી રહી હતી, તે વખતે એ જ દીવાલની બીજી બાજુ બગીચાના એક ખૂણામાં એક કરુણાન્ત નાટક ભજવાઈ રહ્યું હતું.

આકાશ તારાઓથી મઢેલું હતું. ઝાડ પર કોઈ પક્ષી હજી પણ અજંપાનું માર્યું રહી-રહીને એકાદ સૂર કાઢ્યા કરતું હતું, પણ મેરિયસ અને કૉઝેટના હૃદયના આકાશમાં વાદળાં ઘેરાવા લાગ્યાં હતાં. મેરિયસે આવતાંવેંત કૉઝેટની હંમેશની પ્રસન્ન મુખાકૃતિની જગ્યાએ ગમગીનીથી છવાયેલું મુખ જોયું. ગ્રહણથી ઘેરાયેલા ચંદ્રનો પડછાયો પૃથ્વી પર પડે તેમ આ કૉઝેટની ગમગીની મેરિયસના મુખ પર છવાઈ ગઈ. આ અદ્ભુત અને નવીન રચાતી સૃષ્ટિમાં આ પહેલું જ અમંગળ હતું. કૉઝેટની મોટી આંખો જાણે કે આંસુઓના છલોછલ ભરેલા સરોવરમાં કમળની જેમ તરતી હતી

"શું છે ?"

કૉઝેટ જાણે કે સહાનુભૂતિના નાનકડા શબ્દની વાટ જ જોતી હોય તેમ ભાંગી પડી ત્યાં જ પથ્થર પર બેસી ગઈ. મેરિયસ તેની પાસે બેઠો.

"બાપુ જવાના છે. મને સાથે લઈ જવાના છે. મને આજ સવારે જ કહ્યું કે આપણે તૈયારી કરો, બહારગામ જવાનું છે. કદાચ પરદેશ જવાનું પણ હોય !"

મેરિયસના શરીરમાં કંપ આવ્યો.

જીવનના અવસાનકાળે મરવું એટલે ચાલ્યા જવું એવો અર્થ થાય છે, પણ જીવનના નવયૌવનકાળે તો ચાલ્યા જવું એટલે જ મરવું !

છેલ્લાં છ અઠવાડિયાંમાં મેરિયસ અને કૉઝેટે એકબીજાનાં સમસ્ત જીવનને આવરી લીધાં હતાં. મેરિયસ કૉઝેટને પોતાની જ નહિ, પણ તે પોતે જ હોય એમ માનતો હતો. તેની કલ્પનાસૃષ્ટિમાં તે કૉઝેટનો જાણે કે સ્વામી હતો. તે બંને એકબીજામાં એટલાં બધાં ઓતપ્રોત થઈ ગયાં હતાં કે તેમના બંનેના આત્માને દેહમાંથી વિખૂટા કરીને સેળભેળ કરી નાખ્યા હોય અને પછી બેયને પોતપોતાનો

આત્મા શોધી લેવાનું કહ્યું હોય તો તેમને ખબર ન પડે. આ મુગ્ધાવસ્થાને સુલભ એવી શ્રદ્ધાથી પોતાની સ્વપ્નસૃષ્ટિમાં રાચતા બંને જીવોને જાણે કે કોઈકે ઢંઢોળીને સાદ માર્યો : "અલ્યા ઊઠો, કૉઝેટ તારી નથી – મેરિયસ તારો નથી." વાસ્તવિકતાની ડુંગરમાળામાંથી આ કઠોર સાદ આવ્યો. તેઓ ચમકીને જાગ્યાં. સ્વપ્નસૃષ્ટિના ચૂરેચૂરા થવા લાગ્યા.

મેરિયસ પાસે પોતાનો ભાવ વ્યક્ત કરવાના શબ્દો ન હતા, પણ તેનું આ મૌન કૉઝેટને અકળાવતું હતું. તેણે કહ્યું : "શું વિચારે છે?"

"તેં શું કહ્યું ? મને સમજાયું જ નથી."

"આજે સવારે બાપુએ મારો સામાન બાંધીને તૈયાર રહેવા કહ્યું છે. એકાદ અઠવાડિયામાં જ અમારે ઊપડવાનું થશે. કદાચ ઇંગ્લાંડ જવાનું થાય."

"પણ એ તો જુલમ કહેવાય ને ?"

દુનિયાના ઇતિહાસમાં થઈ ગયેલા કોઈ પણ ઘાતકી રાજા કરતાં કૉઝેટનો આ પિતા મેરિયસને ઘાતકી લાગ્યો. પોતાને કામ હોય તેમાં તેની દીકરીને પણ સાથે લઈ જવી !

"ક્યારે ઊપડવાનાં ?"

"તેમણે કહ્યું નથી."

"પાછાં ક્યારે આવવાનાં ?"

"તે પણ કહ્યું નથી."

મેરિયસ ઊભો થઈ ગયો. તેણે કઠોર અવાજે કહ્યું : "તું પણ જવાની ?"

કૉઝેટે પોતાની શોકભરી આંખો તેના પર માંડી.

"ક્યાં ?" તે બોલી.

"ઈંગ્લાંડ તારા પિતાની સાથે."

"એમ કેમ પૂછે છે ?"

"હું પૂછું છું કે તું જવાની ?"

"હું શું કરું એમ તું ઇચ્છે છે ?"

"એટલે... તું જવાની, એમ ને ?"

"મારા બાપુ જાય ત્યારે –"

"એટલે... તું જવાની જ, એમ ખરું ને ?"

કૉઝેટ જવાબ ન આપ્યો. મેરિયસનો હાથ પોતાના હાથમાં લઈને દાબ્યો.

"ઠીક, ભલે. તો હું ક્યાંક બીજે ચાલ્યો જઈશ."

"એટલે ?" તે માંડમાંડ બોલી.

મેરિયસે તેની સામે જોયું. ધીમેથી આકાશ સામે જોઈ તે બોલ્યો : "કાંઈ નહિ."

"મેરિયસ !" કૉઝેટના મનમાં એકાએક કોઈ નવો જ વિચાર સ્ફુર્યો. તેના મોઢા પર હર્ષ છવાઈ ગયો. "આપણે એમ કરીએ તો ? મને એક વિચાર આવ્યો છે."

"શું ?"

"હું જે દિવસે ઊપડવાની હોઈશ ત્યારે તને પણ આગળથી ખબર આપીશ. તુંય હું જાઉં ત્યાં આવજે."

ગાંડી ભોળી કૉઝેટ ! ઇંગ્લાંડ કેમ જવાતું હશે તેની તને કેમ ખબર હોય ! મેરિયસને કૉઝેટની વણેલી સ્વપ્નસૃષ્ટિમાં પણ પોતાની અંધારી દરિદ્ર દુનિયાનું ભાન રહ્યા કરતું હતું.

"તારી સાથે ? શું ગાંડી વાત કરે છે ! ઇંગ્લાંડ જવામાં પૈસા જોઈએ, ખબર છે ? મારી પાસે પાઈ પણ નથી – તો ઇંગ્લાંડ તો ક્યાંથી જવાય ? કેટલી રકમ મેં ઉધાર કરી છે ? મારો મિત્ર કોરફિરાક બિચારો મને પૈસા ધીર્યે રાખે છે. તે મિત્રને તું ક્યાં ઓળખે છે ! મારી પાસે કપડાંની એકે જોડી પણ નથી. આ રાત્રિ બિચારી મારી એ દરિદ્રતાને ઢાંકે છે એટલું સારું છે, નહિ તો દિવસે મારાં આ કપડાં જોઈને તો તું મારી સામે પણ ન જુએ. અત્યારે તું જે પ્રેમ વરસાવી રહી છો એને બદલે દિવસના વખતમાં તું મને જોઈને કદાચ ગાળો જ વરસાવે."

મેરિયસના બોલવામાં ઉશ્કેરાટ હતો, એટલું જ નહિ, પણ સહેજ તિરસ્કાર પણ હતો. તે પડખેના ઝાડને અઢેલીને ઊભો રહી ગયો. કેટલીય વાર બેમાંથી કોઈ કાંઈ ન બોલ્યું. બંને એકબીજાથી મોઢું ફેરવીને ઊભાં હતાં. થોડી વારે મેરિયસને કાને ડૂસકાંનો અવાજ આવ્યો. તેણે મોઢું ફેરવીને જોયું તો કૉઝેટ મૂંગાં ડૂસકાં ભરી રહી હતી. મેરિયસનો ઉશ્કેરાટ પીગળી ગયો.

"તું રડ નહિ !"

"હું શું કરું ? મારે ગયા વગર પણ કેમ ચાલે ? ને તું ત્યાં આવતો નથી – મારે શું કરવું ?"

"કૉઝેટ !" તે બોલ્યો. "જીવનમાં હું કોઈ દિવસ સોગંદ ખાતો નથી, પણ સોગંદ ખાવાથી બોલવાની વધારે અસર થતી હોય તો મારા જીવનમાં દેવ જેવા મારા પિતાના શપથથી હું કહું છું કે તું જઈશ એટલે મારો દેહ નહિ રહે."

મેરિયસના કંઠમાંથી આ શબ્દો ખૂબ મહેનતે જાણે બહાર આવતા હોય એમ તે આટલું બોલતાં જોરથી શ્વાસ લેવા લાગ્યો. કૉઝેટના દિલ ઉપર આ શબ્દો તલવારની ધાર જેમ પડ્યા. આ આઘાતથી કૉઝેટ રડતી અટકી ગઈ.

થોડી વાર વળી બંને જણ મૌન રહ્યાં. એકાએક મેરિયસ જાણે કે ઊંઘમાંથી ઝબકીને જાગ્યો હોય એમ કૉઝેટનો હાથ પકડીને બોલી ઊઠ્યો :

"જો કૉઝેટ, એમ કર. આવતી કાલે હું તને નહિ મળું."

"કેમ ?" કૉઝેટના હૃદયના ધબકારા વધી પડ્યા.

"પરમ દિવસે પણ નહિ મળું." મેરિયસના અવાજમાં આનંદનો રણકાર હતો. પણ કૉઝેટના હૃદયમાં તો ગભરાટ વધતો જતો હતો.

"હાય ! હાય ! કેમ ?"

"એ પછી તને કહીશ."

"પણ મારે બે દિવસ કેમ કાઢવા ?" કૉઝેટ કહ્યું.

"આખી જિંદગીના સુખ માટે બે દિવસના સુખનો ભોગ ન આપવો ?" કૉઝેટના હૃદયનો ભાર એકદમ ઊતરી ગયો.

"ખરેખર ?"

"હા, મારું સરનામું તને આપતો જાઉં – કદાચ તારે ખબર કાઢવી હોય તો." તેણે ખિસ્સામાં હાથ નાખીને ચપ્પુ શોધી કાઢ્યું ને પડખેની દીવાલના ચૂના પર પોતાના મિત્ર કોરફિરાકના ઘરનું સરનામું કોતર્યું.

"તારા મનમાં કાંઈક નવો તુક્કો આવ્યો લાગે છે. મને કહે ને ? તું મને વાત નહિ કરે તો મને આખી રાત ઊંઘ નહિ આવે."

"વાત બીજી શું હોય ? આપણે છૂટાં પડીએ એમ ઈશ્વર કદી ઇચ્છે. પરમ દિવસે મારી વાટ જોજે."

"ત્યાં સુધી મારે શું કરવું ? તમે પુરુષો તો બહાર હરીફરીને પણ વખત કાઢો અને તમારું મન બીજે વાળો; અમે સ્ત્રીઓ બહાર પણ ક્યાં જઈએ ? હું તો ઘરમાં બેઠીબેઠી ભગવાનને એક જ પ્રાર્થના કર્યા કરીશ કે ભગવાન તારી યોજના સફળ કરે. પરમ દિવસે રાતે તારી વાટ જોઈશ – બરાબર નવ વાગ્યે, નહિ તો પછી –"

"નવ વાગ્યે જરૂર." મેરિયસે કૉઝેટનો હાથ પોતાના બંને હાથમાં લઈને દબાવ્યો. બંને પ્રેમીઓ કેટલીય વાર એમ ને એમ ઊભાં રહ્યાં. આખરે મેરિયસ કૉઝેટની વિદાય લઈને ભીંત પાસેનો ઢીલો સળિયો ખસેડીને બહાર શેરીના રસ્તા પર આવ્યો. આખી શેરીમાં સોપો પડી ગયો હતો. ઇપોનાઈને આડા ફરીને અટકાવેલા બદમાશો હજી હમણાં જ અહીંથી ચાલ્યા ગયા હતા.

ઉજ્જડ રસ્તા પર ચિંતનમાં ડૂબેલો મેરિયસ ધીમે પગલે ચાલ્યો જતો હતો.

૧૯. છેલ્લો પ્રયત્ન

મેરિયસના દાદા ગિલનોર્માં મહાશય હવે નવ દસકા વટાવીને સદીના છેલ્લા દસકામાં પ્રવેશ કરી ચૂક્યા હતા. પોતાની નેવુમી વરસગાંઠ તેમણે પોતાનાથી પણ ઘરડા એવા મકાનમાં ઊજવી. ઉજવણીમાં ભાગ લેનાર સાથી ફક્ત તેની વૃદ્ધાવસ્થાની મધ્યમાં પહોંચી ચૂકેલી પુત્રી તથા તેના જેટલી જ ઘરડી તેની નોકરડી એ બે હતાં.

એક સદીનો ભાર પણ આ વૃદ્ધના હૃદયને હજી નમાવી શક્યો ન હતો. તેમના શરીર પર કાળે થોડીક રેખાઓ મૂકવા માંડી હતી. તેમનું દિલ વૃદ્ધ થવાની હજી ના જ પાડતું હતું, પણ કાળ પોતાનું કામ કર્યા વગર કેમ રહી શકે ? તે સૂક્ષ્મ રીતે વૃદ્ધના દિલ પર અસર કર્યા કરતો હતો, પણ તે બહારથી જોનારાના ખ્યાલમાં આવે તેમ ન હતું. ફક્ત તેની ચિરસંગિની પુત્રી જ આ ફેરફાર પારખી શકતી હતી. વાતવાતમાં કે નાની એવી ભૂલમાં જે વૃદ્ધ પોતાની આવડી મોટી ઉંમરની પુત્રીને ધમકાવી નાખતો અને નોકરડીને તો તમાચો પણ મારી દેતો તે વૃદ્ધનો મિજાજ કાંઈક શિથિલ થયો હતો. હંમેશાં પ્રસન્ન અને રંગીલા સ્વભાવમાં હવે ક્યારેક ગમગીનીની છાયા ફેલાયેલી રહેતી. ક્યારેક કલાકો સુધી પોતાની આરામ-ખુરશીમાં માથું ઢાળીને ગિલનોર્માં પડ્યા રહેતા હતા. તેમની ચાલ ટટ્ટાર હતી, તેમના અવાજમાં રણકાર હતો, પણ તેના જીવનની આ ભવ્ય રંગીન અને પુરાણી ખખડધજ ઇમારતમાં ઊંડે કોઈ શોકનો-દુઃખનો કીડો કાણાં પાડવા લાગ્યો હતો.

વાત એમ હતી કે છેલ્લાં ચાર વરસથી તેના મનમાં મેરિયસની મૂર્તિ રમ્યા કરતી હતી. મેરિયસ ઘર છોડીને ગયો તે વખતે તે ઉદ્ધત છોકરાની છોકરમતને તેણે હસી કાઢી હતી ને જાણે કે કોઈ બનાવ બન્યો નથી એમ તેનું જીવન પહેલાંની જેમ ચાલવા લાગ્યું. આ પછી તેને થવા લાગ્યું કે એ ઉદ્ધત, રખડાઉ, રેઢિયાળ છોકરો દુનિયામાં રખડી-ભટકીને એક દિવસ તેના ઘરનું કડું ખખડાવશે ને માફી માગીને આશરો લેશે, પણ એ ન બન્યું. હવે છેલ્લાં ચાર વરસથી તેને લાગવા માંડ્યું કે કદાચ મેરિયસ હવે પાછો નહિ જ આવે. તેને મનમાંથી ઊગવા માંડ્યું

કે તેના મૃત્યુની ઘડી સુધી મેરિયસનું મોઢું તે નહિ જોઈ શકે, પણ તેના હૃદયની આ વેદના તે કોઈની પાસે પ્રગટ કરી શકે તેમ નહોતું. સદાય બેપરવા, કડક, અભિમાની એવો આ ફ્રાંસીય પોતાના દિલની નબળાઈ કોઈની પાસે દેખાવા દે ખરો ? અને તેનું હૃદય પ્રગટ કરવા જેવું પણ તેનું સમોવડિયું કોણ હતું ? તેની પુત્રી ઉંમરમાં ગમે તેટલી મોટી તોપણ આખરે પુત્રી જ હતી. આ વેદના ભારેલા અગ્નિની જેમ તેને અંદરથી બાળી રહી હતી.

તેના ઓરડામાં પથારીની સામે જ તેની મૃત્યુ પામેલી પુત્રીનું ચિત્ર ટાંગેલું હતું. એક વાર એકાએક તેણે તેની પુત્રીને પૂછ્યું : "મોઢું મળતું આવે છે, નહિ ?"

"કોની સાથે ?"

"મેરિયસ સાથે."

વૃદ્ધ પુત્રીને લાગ્યું કે પિતાના હૃદયમાં મેરિયસ માટે કોમળ લાગણી ફરી જાગૃત થઈ છે – જૂની પડવા આવેલી અગાસીની ફાટમાંથી જેમ કાંઈ પીપળાની ડાળખી ફૂટે તેમ.

એક વાર વૃદ્ધ પોતાની વિશાળ આરામખુરશીમાં તેના હાથા પર હાથની કોણીઓ ટેકવીને તેના પર પોતાનું સફેદ વાળવાળું માથું ટેકવીને વિચારમગ્ન દશામાં બેઠો હતો. તે વખતે તેની પુત્રીએ પોતાની બધી હિંમત ભેગી કરીને પૂછ્યું : "બાપુજી, હજી તમારી રીસ ઊતરી નથી ?"

"શેની રીસ ? કોના ઉપર ?"

"બિચારા મેરિયસ પરની."

તેણે માથું ઊંચક્યું. કરચલીવાળા તેના હાથની મુક્કી જોરથી ટેબલ પર પછડાઈ. તેણે બૂમ મારી :

"મેરિયસ ! બિચારો ! તે બદમાસ, અભિમાનનું પૂતળું, કૃતઘ્ન, રેઢિયાળ, મેરિયસ ! નિષ્ઠુર ! તેને નથી હૃદય કે નથી આત્મા ! દુષ્ટ ! નઠોર !"

તેણે એકદમ મોઢું ફેરવી લીધું. તે વૃદ્ધની આંખોમાં વીરલ એવું આંસુનું ટીપુ પડ્યું ને સુકાઈ ગયું.

ચાર દિવસ સુધી આ બાબત ઉપર ફરી વાત ઉચ્ચારાઈ જ નહિ. ચોથે દિવસે વળી એક વાર બંને જણ ઓરડામાં મૂંગાંમૂંગાં બેઠાં હતાં. એકાએક ડોસો બોલી ઊઠ્યો : "જો, હું તને કહી દઉં છું. એ મેરિયસનું નામ મારી પાસે ન ઉચ્ચારતી."

ડોશી સમજી ગઈ કે ડોસાનો મેરિયસ પ્રત્યેનો તિરસ્કાર હજી એવો જ ઉગ્ર છે. તેણે એ વાત ફરી ન ઉચ્ચારવાનો નિશ્ચય કરી લીધો.

ચોથી જૂનનો દિવસ હતો. ઉનાળાની ગરમી હોવા છતાં વૃદ્ધ પોતાના ઓરડામાં

સગડી સળગાવીને તાપતો બેઠો હતો. તે સગડી સામે ખુરશી નાખીને પડ્યો હતો. ઓરડામાં બીજું કોઈ ન હતું. એકધારી નજરે તાપણીના કોલસા તરફ તે તાકી રહ્યો હતો. એકાંતની પળોમાં ઊંડામાં ઊંડા ઘા તાજા થાય છે. મેરિયસ તરફની તેની લાગણી આજે ખૂબ ઉગ્ર બની હતી. તેનું હૃદય એક બાળકની જેમ આજે ખિજાયું હતું. મેરિયસ હજી કેમ નહિ આવતો હોય ? તેનું મેં શું બગાડ્યું છે ? મેરિયસને માટે હવે શું કરવું ? આવા રિસાળ વિચારોના ઊભરા તેના હૃદયમાં ઊભરાતા હતા. વૃદ્ધાવસ્થાએ આવેલું ઠરેલપણું જાણે કે તેનું હૃદય ગુમાવી બેઠું હતું. તે બુદ્ધિથી પોતાને સમજાવવાનો પ્રયત્ન કરતો : "હવે ? મારા મૃત્યુ સુધી તે મારું મોઢું જુએ ખરો ?" પણ તોય મૂરખ મન ફરી-ફરીને મેરિયસ માટે હઠ કરતું હતું. ડોસો આ મહામંથનમાં ડૂબેલો હતો ત્યાં તેના કાન પર અવાજ આવ્યો :

"મેરિયસ આપને મળવા આવે, બાપુજી !"

વૃદ્ધ જાણે ભડક્યો હોય એમ એકદમ ટટ્ટાર થઈ ગયો : "કોણ ?" સામે નોકર-બાઈ ધાકથી ધ્રૂજતી ઊભી હતી. ડોસો ફરી વાર બોલ્યો : તેનો અવાજ પહેલી જ વાર થોથરાવા લાગ્યો :

"મેરિયસ ? કોણ ?"

"મને ખબર નથી., બાપુજી ! મેં તો તેને જોયો પણ નથી, પણ માળીએ કહ્યું કે કોઈક જુવાન બહાર ઊભો છે અને તેનું નામ મેરિયસ છે."

વૃદ્ધ ધીમેથી અવાજ દાબીને બોલ્યો : "અંદર બોલાવ."

પાછો તે પહેલાંની જેમ માથું ઢાળીને ખુરશીમાં બેસી રહ્યો. નજર બારણા પર ચોટેલી હતી. બારણું ઊઘડ્યું. એક યુવાન અંદર આવ્યો. તે બારણામાં અટકીને ઊભો. અંદર બોલાવવાની જાણે કે રાહ જોતો હતો. તેનાં ફાટેલાં-તૂટેલાં કપડાં બારણાની આડશના પડછાયામાં સ્પષ્ટ દેખાતાં ન હતાં. તેનો સ્થિર, શાંત, ગંભીર, પણ શોકાકુલ ચહેરો સ્પષ્ટ દેખાતો હતો. વૃદ્ધ પિતામહને માટે આ ક્ષણ કારમી હતી. તે આશ્ચર્યથી લગભગ જડ જેવો બની ગયો. તે જાણે કે અનેક વરસો પછીના અંધારામાંથી નીકળીને કોઈ અપૂર્વ પ્રકાશથી અંજાઈ ગયો હોય એમ સ્તબ્ધ બની ગયો. તે લગભગ મૂર્છા જેવી અવસ્થા અનુભવવા લાગ્યો. આ ખરેખર મેરિયસ જ હતો. ચાર વરસ પછી આખરે આવ્યો ! આહા ! આ જ મેરિયસ ! કેવો રૂપાળો ! કેવડો મોટો થઈ ગયો ! કેવો યુવાન ! તેના મુખની આસપાસ કેવી પ્રતિભા ઝળહળી રહી છે ! તેને થયું કે હાથ પહોળા કરીને તેને બથમાં બીડી લઉં. હૃદયમાંથી વાત્સલ્યની કોમળમાં કોમળ લાગણીઓ જાગી ઊઠી, હોઠ સુધી આવી, પણ ત્યાં અટકી ગઈ. તેના સ્વભાવમાં રહેલી વાણીની કઠોરતાનું કાળમીંઢ પડ આડું આવ્યું. તે બોલ્યો. "શું કામ છે ?"

મેરિયસ ગભરાટથી ભરેલા અવાજે માંડ બોલી શક્યો : "વડીલશ્રી..."

વૃદ્ધ તો મેરિયસ કૂદીને તેના ખોળામાં – તેના આલિંગનમાં ઢંકાઈ જાય એમ તલસતો હતો, પણ એવું કાંઈ ન બન્યું. તેને પોતાની જાત પર ને મેરિયસ પર ખીજ ચડી. પોતે કેવો તુંડમિજાજી છે ? મેરિયસ કેટલો કઠોર દિલનો છે ? હૃદયમાંથી આટલો કોમળ હોવા છતાં પોતે કેમ મીઠાશભર્યા શબ્દો મોઢામાંથી કાઢતો નથી ? પોતાના પરની આ ચીડ વાણીમાં ઊતરી.

"તો પછી તારે શું કામ છે ?"

"તો પછી" એટલે જો તારે મને ભેટીને તારા પ્રેમથી તરબોળ કરવો નથી તો – એવો અર્થ ડોસાએ પોતાના મનમાં અધ્યાહાર રાખ્યો હતો, પણ એ સમજવા જેટલું મેરિયસનું જ્ઞાન ક્યાંથી હોય ! તે તો દાદાના સફેદ આરસપહાણ જેવા મુખ તરફ જોઈ રહ્યો.

"વડીલ..."

"તું મારી પાસે ક્ષમા માગવા આવ્યો છે ! તારી ભૂલનો તને પસ્તાવો થયો કે ?"

વૃદ્ધે માનેલું કે છોકરાને તે આ રીતે તેને જે કહેવું છે તે કહેવાનું સુઝાડી રહ્યો છે, અને તેનો સંકોચ, શરમ દૂર કરી રહ્યો છે. મેરિયસ આ સાંભળીને ક્રોધથી ધ્રૂજી ઊઠ્યો. તેણે આ વાક્યમાં પોતાના મૃત પિતાનું હડહડતું અપમાન જોયું. તે બોલ્યો : "ના જી."

"એમ છે ?" ડોસાના અવાજમાં તેની હંમેશની તીક્ષ્ણતા આવી, પણ તેમાં શોકનો રણકાર ભળેલો હતો.

"તો પછી મારું શું કામ છે ?"

મેરિયસ પોતાના બંને હાથનાં આંગળાં એકબીજામાં ભેરવીને ઊભો હતો. તે એક ડગલું આગળ વધ્યો. ધ્રૂજતો અને પડી ગયેલા અવાજે તે બોલ્યો :

"મારા પર દયા કરો !"

"આ વાક્યથી વૃદ્ધના દિલનો અણુએ અણુ હલી ઊઠ્યો. જો આ જ વાક્ય એકાદ મિનિટ પહેલાં બોલાયું હોત તો તેણે ધારી અસર ઉપજાવી હોત, પણ વૃદ્ધના સ્વભાવની કડકાઈએ વેગ મેળવી લીધો હતો. વાક્ય જરાક મોડું પડ્યું હતું. તે ઊભો થઈ ગયો. તેણે પોતાની લાકડી પર બંને હાથે ટેકો દીધો હતો. આ વિશાળકાય વૃદ્ધ પાસે મેરિયસની નાજુક કાયા ઢંકાઈ જતી હતી.

"તારા પર દયા કરવાની ! એક જુવાન એક સૈકાનું જીવતર ભોગવીને દુનિયા પાસેથી રજા માગી રહેલા વૃદ્ધની પાસે દયાની યાચના કરે છે ! તું જીવનમાં હજી પગ માંડે છે, હું તો હવે દુકાન વધાવી રહ્યો છું. તું તો જીવનના તમામ આનંદો

ભોગવી શકે છે – રમે છે, નાટકો જુએ છે, યુવાન સ્ત્રીઓની મૈત્રી બાંધે છે, તોડે છે, તું સુંદર છે, મોહક છે – અને હું આ ઉનાળામાંય સગડીના કોલસા ખેરવ્યા કરું છું. તારી પાસે યૌવનની સમૃદ્ધિ છે. મારી પાસે તો વૃદ્ધાવસ્થાનું દારિદ્રય જ રહ્યું છે. હું એકલો-અટૂલો મરવાના વાંકે જીવી રહ્યો છું. તારી મોઢાની બત્રીસી હજી તો તાજી જ છે. મારે તો એકે દાંત રહ્યો નથી. ધોળા વાળ પણ આજે તો હવે ખરવા લાગ્યા છે. પગ ભાંગી ગયા છે. યાદશક્તિ પણ હવે તો જવા બેઠી છે. તારો હજી તો જીવનનો નવીન સૂર્ય ઊગી રહ્યો છે. હું અંધારામાં ડૂબતો જાઉં છું. તું પ્રેમની દુનિયામાં પ્રવેશી રહ્યો છે, મારે જીવનમાં કોઈ પ્રેમનો એક શબ્દ બોલીને હૈયું ઠારે તેવું નથી અને તોય તું મારી પાસે દયાની ભીખ માગી રહ્યો છે ! વકીલો કોર્ટમાં વૃદ્ધોની આવી જ મશ્કરી કરતા હશે, નહિ ?'' વૃદ્ધના અવાજમાં ક્રોધનો આવેશ દેખાવા લાગ્યો. તેણે ઉમેર્યું : ''તું આટલા માટે જ આવ્યો હતો ?''

''વડીલશ્રી, હું જાણું છું કે મારી હાજરી તમને ખૂબ જ આકરી થઈ પડી છે. હું ફક્ત એક જ ભીખ તમારી પાસે માગવા આવ્યો છું તે પછી તરત જ ચાલ્યો જઈશ.''

''મૂરખ છે !'' વૃદ્ધ બોલ્યો, ''તને ચાલ્યા જવાનું કહે છે કોણ ?''

તેના હૃદયમાં ભાવોનું આ વાણીમાં ઊતરેલ ભાષાન્તર જ હતું. તે ભાવો હતા : ''મારી માફી માગી લે ને ! શું કામ નથી માગી લેતો ? મારા ગળામાં તારા હાથ ભેરવીને મને ભેટી શું કામ નથી પડતો ?'' વૃદ્ધને થયું કે નક્કી મેરિયસ થોડી જ વારમાં પાછો ચાલ્યો જશે. પોતાની વાણીથી તેને ખૂબ જ માઠું લાગ્યું છે. પણ મેરિયસ કેમ તેના હૃદયમાં રહેલ કોમળ લાગણી જ હજી નહિ સમજતો હોય ! તે કેટલો મૂરખ છે ! અજડ છે ! એટલે વળી પાછી તેની વાણીમાં કઠોરતા આવી. ''તેં મને કેટલો પજવ્યો છે, ખબર છે ? તું મારું ઘર છોડીને ભાગી ગયો – કોણ જાણે ક્યાં ? તારી માસીની પણ તને દયા ન આવી. રખડાઉનું જીવન તું ગાળવા માંડ્યો. ખાવું, પીવું, ગમે ત્યાં ભટકવું, ગમે ત્યારે ઘેર આવવું. તું શું કરે છે, તું જીવે છે કે નહિ તેના ખબર પણ મને આપ્યા નથી. ગામના પૈસા ઉછીના લઈ લઈ દેવું ચડાવ્યા કર્યું, પણ મને તે દેવું ભરી દેવા માટે વાત કરી નથી. અને ચાર વરસ પછી મારે ઘેર આવીને ઊભો રહે છે અને ફક્ત કહે છે. ''મારા પર દયા કરો !''

પોતાના પૌત્રના હૃદયના પોતાના પ્રત્યે કોમળ ભાવો ઉત્પન્ન કરવા માટેની આ આવી કઠોર રીતનું પરિણામ ઊલટું જ આવ્યું. મેરિયસ કાંઈ ન બોલ્યો. વૃદ્ધે પોતાના હાથની અદબ વાળી. હુમલો કરવા પહેલાંની તૈયારી જેવી આ છટા હતી. તે તીખે અવાજે બોલ્યો : ''હવે જલદી પતાવો ! તું મને કાંઈક પૂછવા આવ્યો છે. શું છે ? કહી દે !''

કોઈ ઊંચી ભેખડ પરથી પડતું મૂકતો હોય એવા ભાવથી મેરિયસ બોલ્યો : ‘‘જી, હું લગ્ન કરવા માટેની આપની રજા લેવા આવ્યો છું.’’

વૃદ્ધે તરત જ ઘંટડી વગાડી. નોકર-બાઈ બારણામાં દેખાઈ. ‘‘મોટીને મોકલ.’’

બીજી જ ક્ષણે મેરિયસની વૃદ્ધ માસી અંદર આવી અને મૌન ઊભી રહી. વૃદ્ધ તેની પાસે ગયો ને બોલ્યો : ‘‘કાંઈ ખાસ નથી. આ સાહેબ પરણવા માંગે છે. બસ, હવે જા.’’

વૃદ્ધનો અવાજ તેના હૃદયમાં ઊઠેલ ક્રોધનો પડઘો પાડતો હતો. માસી મેરિયસ સામે એક ભયભીત નજર નાખીને ચાલી ગઈ.

‘‘પરણવું છે ? એકવીસ વરસ થયાં, નહિ ? બધું નક્કી કરી નાખ્યું છે ને હવે તો એક નામમાત્રની મંજૂરી લેવાની બાકી રાખી છે ! બેસો ! નીચે બેસો, જરા મહેરબાન ! તું છેલ્લે અહીંથી નીકળ્યો તે પછી તો ફ્રાંસમાં ક્રાંતિ થઈ ગઈ, નહિ ? તું તો બેરનનો ઇલકાબ ધરાવે છે, નહિ ? એટલે હવે તો તું પ્રજાતંત્રવાદી ન ગણાય, ખરું ને ? તે હવે તમારે પરણવું છે, એમ ? વાંધો ન હોય તો જરાક પૂછી લઉં – એ સન્નારી કોણ છે ?’’

મેરિયસ નવાઈ પામે તે પહેલાં વળી તે બોલી ઊઠ્યો :

‘‘તમારી અત્યાર સુધીની કમાણીની મૂડી કેટલી અને ધંધો શું ચાલે છે ? વકીલાતનું ભણ્યા છો ને ?’’

‘‘કાંઈ નહિ ? તો પછી તે કન્યાનું કુટુંબ ખૂબ પૈસાદાર હશે ?’’

‘‘મારા જેવું જ !’’

‘‘હેં ?’’

‘‘હા. જી.’’

‘‘કાંઈ વારસો મળે એમ છે ?’’

‘‘લાગતું નથી.’’

‘‘તેય ખાલીખમ ! તેનો બાપ શું કરે છે ?’’

‘‘ખબર નથી.’’

‘‘તેનું નામ શું ?’’

‘‘ફોશલેવાં’’

‘‘ફોશલેવાં ?’’

‘‘ફોશલેવાં’’

‘‘ઠી...ક’’

‘‘જી...’’

‘‘એમ છે ત્યારે. એકવીસ વરસ, કામ-ધંધો ન મળે. ન મળે કાંઈ કન્યાના

બાપની કમાણી. બેરન મેરિયસની પત્ની બે પૈસા લઈને ભઠિયારાની દુકાનેથી રોટલો લઈ આવે, ને બેય જણ ખાય !"

"જી, હું તમારે પગે પડું છું. હું હાથ જોડીને તમને આજીજી કરું છું. ઈશ્વરને ખાતર મને પરણવાની રજા આપો !" મેરિયસનો અવાજ ગળગળો થઈ ગયો.

વૃદ્ધે ગળું ખંખાર્યું ને બોલ્યો :

"તેં મને સાવ મૂરખ ધાર્યો હશે નહિ ? તને એમ કે એ ડોસાને મનાવી-પટાવીને રજા મેળવી લઈશ. હું એવો મૂરખ નથી. મૂરખ તો તું છે ! જેની પાસે પાઈ નથી, જેનો બાપ શું કરે છે તે ખબર નથી. એવીને પરણવું એના કરતાં તો ગળે પથરો બાંધીને નદીમાં પડવું શું ખોટું ? કદી નહિ, એવી રજા હું કદી ન આપું."

"બાપુજી !"

"નહિ."

આ નકાર પાછળ રહેલા બળને મેરિયસ સમજી ગયો. તેણે બધી આશા છોડી દીધી અને નીચું માથું કરીને મૃત્યુના મુખમાં જતા માનવીની જેમ તે ઓરડાના બારણા તરફ વળ્યો. મેરિયસ બારણામાંથી બહાર નીકળવાની તૈયારીમાં હતો, ત્યાં વૃદ્ધ ચાર ફલાંગો ભરીને તેની પાસે પહોંચ્યો ને તેને કોટના કાંઠલેથી પકડીને અટકાવીને તેને પાસેની ખુરશી સુધી લાવીને તેમાં બેસાડ્યો.

"મને બધી વાત કર જોઈએ."

મેરિયસના મોઢામાંથી નીકળેલા "બાપુજી" શબ્દે આ જાદુ કર્યું હતું. વડીલ પાછો પિતા બન્યો.

"મને બધી વાત કર. માંડીને તારી પ્રેમકહાણી કહે જોઈએ. જુવાનીમાં બધાય મૂરખ જ હોય !"

"બાપુ !"

વૃદ્ધના સફેદ મુખ પર ઘડીક લાલી છવાઈ ગઈ.

"તે... ખરેખર તારી પાસે પૈસા નથી ? આમ આવ. મવાલી જેવાં લૂગડાં કેમ પહેર્યાં છે ?"

ટેબલના ખાનામાંથી એક કોથળી કાઢીને ટેબલ પર મૂકી. "લે, આમાંથી એક હેટ ખરીદી લેજે."

"બાપુ, બાપુ ! તમને કલ્પના નહિ આવે કે મને તેના તરફ કેવો પ્રેમ છે તે. તે રોજ ફરવા આવતી. પહેલાં તો મારું ધ્યાન તેના તરફ ગયું પણ ન હતું, પણ પછી કોણ જાણે કેમ મારું દિલ તેનામાં પરોવાઈ ગયું. અમે રોજ મળીએ છીએ. તેના બાપને પણ હજી ખબર નથી. હવે તેનો બાપ પરદેશ જાય છે. પોતાની

પુત્રીને સાથે લઈ જાય છે. મને થયું કે દાદાજી પાસે જઈને આ વાત કરું – કાં તો તેને હું મારી કરું, ને કાં તો મારે આપઘાત કરવો. એ બે જ માર્ગ મારી સામે છે. કાંઈ પણ છુપાવ્યા વગર તમને બધું કહી દઉં છું.''

વૃદ્ધનું મુખ મરક-મરક થવા લાગ્યું હતું. વાત પૂરી થતાં જ તે હસી પડ્યો. તેની જુવાનીના કાળમાં જે જાતના ઇશારાથી તેની આંખે ટેવાયેલી હતી તે ઇશારાથી તેણે ખંધાઈભરી રીતે આંખ મીંચકારી. મેરિયસના ગોઠણ પર પોતાનો હાથ ઠોક્યો અને ખભા હલાવીને બોલ્યો :

''મૂરખા ! તે એને તારું ઉપવસ્ત્ર* બનાવી દે ને ! પરણવાની શી જરૂર છે ?''

મેરિયસના મોઢા પર ? કાએક ફેરફાર દેખાયો. તે પૂણી જેવો ફિક્કો બની ગયો. વૃદ્ધના મુખમાંથી નીકળેલા આ વાક્યે તેના પર વજ્રનો પ્રહાર કર્યો. તેની રગેરગમાં અગ્નિ વ્યાપી ગયો. તે ઊભો થઈ ગયો. જમીન પર પડેલી હેટને તેણે ઊંચકીને તે બારણા તરફ ઝડપથી ગયો. પાછા ફરીને તેણે વૃદ્ધ તરફ જોઈને જરાક નીચા નમીને ટટ્ટાર થઈને કહ્યું, ''ચાર વરસ પહેલાં તમે માર પિતા તરફ કાદવ ઉડાડ્યો હતો. આજે મારી પત્નીનું તમે અપમાન કર્યું. મારે હવે તમારી પાસેથી કશું જોઈતું નથી. હું જાઉં છું.''

વૃદ્ધ દાદાને માટે મેરિયસનું આ વર્તન એટલું જ અણધાર્યું હતું. તેનું ઢું ફાટી રહ્યું. સ્તબ્ધ બનીને તે આ બધું સાંભળી રહ્યો, જોઈ રહ્યો. મેરિયસ ગયો તે પછી કેટલીય વારે તે વસ્તુસ્થિતિ સમજી શક્યો. તે એકદમ ખુરશીમાંથી ઊછળીને ઊભો થયો. ઓરડાની બહાર દોડ્યો અને ગાંડાની જેમ બૂમો પાડવા લાગ્યો :

''દોડો દોડો !''

તેની દીકરી આવી. તે ફાટેલા અવાજે બોલવા લાગ્યો. 'દોડો, કોઈ તેની પાછળ દોડો, તેને પકડી પાડો ! હાય હાય ! મેં તેને કેવો દૂભવ્યો ? તે નક્કી ગાંડો થઈ જશે, ભાગી જશે ! ભગવાન ! પ્રભુ ! હવે તે કદી નહિ આવે ! નક્કી નહિ જ આવે !''

તે બારીએ દોડ્યો. બારીમાંથી લંબાઈને શેરીમાં જોવા લાગ્યો. તેનું અરધું શરીર બારીની બહાર લટકતું હતું. તેની પુત્રીએ તેને માંડ પકડી રાખ્યો હતો : ''મેરિયસ ! મેરિયસ ! મેરિયસ !''

પણ મેરિયસ દૂર નીકળી ગયો હતો. વૃદ્ધ લમણા પર હાથ દાબીને પોતાની વેદના શમાવવા મથતો હતો. તેનું આખું શરીર કંપવા લાગ્યું, લથડિયાં ખાવા લાગ્યું. અશ્રુહીન, ભાવહીન, મૌન એવું એ શરીર આરામખુરશીમાં ઢગલો થઈને પડ્યું.

---

*રખાત.

૨૦. સાદ

જિન-વાલજિન છેલ્લા પંદર દિવસથી વળી અસ્વસ્થ બન્યો હતો. થેનાર્ડિયરના અને જેવર્ટના પંજામાંથી છૂટ્યા પછી તેના જીવનનાં જળ જાણે કે આછર્યાં હતાં. કૉઝેટના એકધારા પ્રેમ-પ્રવાહમાં તેનું દિલ ભીંજાયેલું રહેતું. દુનિયામાં આથી વધારે સુખની તેણે કદી કલ્પના કરેલી નહોતી, અને આશા પણ રાખી નહોતી.

પણ વળી તેના જીવનના આ શાંત સરોવરમાં પથરો પડ્યો. પંદર દિવસ પહેલાં એકાએક તેના ઘરની પાસેના જ રસ્તા ઉપર તેણે થેનાર્ડિયરને પસાર થતો જોયો. અલબત્ત, થેનાર્ડિયર તેને ઓળખી શક્યો ન હતો. આ દિશામાં થેનાર્ડિયરનો સંચાર માત્ર તેને ભડકાવવા માટે પૂરતો હતો. થેનાર્ડિયર એટલે જ તેનો સર્વનાશ. વળી થોડા વખતથી પારીસનું રાજકીય વાતાવરણ ધૂંધવાવા લાગ્યું હતું. ક્રાન્તિના ભણકારા ઊંડે ગાજતા હતા. પોલીસની આંખોમાં શંકા ભરેલી હતી, અને જે માણસના જીવનમાં કાંઈક પણ છુપાવવા જેવું પડ્યું હોય તેના હૃદયમાં ભય ઉત્પન્ન કરવા માટે આ પૂરતું હતું. તેણે નિશ્ચય કરી લીધો કે વહેલામાં વહેલી તકે પારીસથી બહાર નીકળી જવું, એટલું જ નહિ, પણ બને તો ઇંગ્લાંડ ચાલ્યા જવું, કૉઝેટને તેણે આ બાબતની ચેતવણી પણ આપી દીધી હતી.

જે દિવસે મેરિયસ પોતાના જીવનનું મહાનમાં મહાન સ્વપ્ન સિદ્ધ કરવા માટે પોતાના દાદાને ત્યાં ધ્રૂજતે હૈયે ગયો તે જ દિવસે આ જિન-વાલજિન રોજની ફરવાની જગ્યાએ ધ્રૂજતે હૈયે બેઠોબેઠો કેમ ભાગી છૂટવું તેની યોજના વિચારી રહ્યો હતો. ભાગી છૂટવાના તેના નિર્ણયને સૌથી વધારે વેગ આપે તેવો એક નાનકડો બનાવ આજે સવારે જ બન્યો હતો. બગીચામાં તે એકલો ફરતો હતો, તે વખતે ખૂણામાં દીવાલ પર તેણે કાંઈક અક્ષરો કોતરેલા જોયા. કોઈ શેરીનું તે સરનામું હતું. તે સર્પને જોઈને ચમકે તેમ ચમક્યો. અક્ષરો તદ્દન તાજા જ હતા, હજી તે અક્ષરોની નીચે જ જમીન પર ઊખડેલા ચૂનાની ભૂકી પડી હતી. શેનું સરનામું હશે ? તેની આસપાસ વળી કોઈ નવું કાવતરું વણાઈ રહ્યું હશે ? કોઈક આ એકાંત સ્થળની ભાળ મેળવી ચૂક્યું છે એ વાત નક્કી. કૉઝેટ કોઈક વાર અજાણ્યા માણસો આ બાજુ ફરતા હોવાની વાત કરતી ત્યારે જિન-વાલજિન હસી કાઢતો હતો, પણ હવે

તેને ખાતરી થઈ. તેણે કૉઝેટને આ અક્ષરોની વાત ન કરી – તે નાહકની ગભરાઈ જાય.

આ બધા બનાવોને ભેગા કરીને તે મનમાં ને મનમાં અનેક પ્રકારની ગડમથલ અનુભવતો એકાંત જગ્યામાં બેઠો હતો. ત્યાં તેને લાગ્યું કે તેની પાછળ જરાક ઊંચી જગ્યાએ કોઈ મનુષ્યઆકૃતિ ઊભેલી છે. તે પાછું ફરીને જોવા જાય છે ત્યાં એક કાગળનો ડૂચો તેના માથા પર પડ્યો. તેણે તે કાગળ ખોલ્યો. એની અંદર મોટા અક્ષરે પેન્સિલથી લખ્યું હતું; "ઘર બદલો."

જિન-વાલજિન એકદમ ઊભો થઈ ગયો. પાછળ કોઈ ન હતું. તેણે આસપાસ જોયું તો એક છોકરાથી મોટી પણ માણસથી નાની એવી મનુષ્યઆકૃતિ ઝડપથી સડક ઉપર ચાલી જતી હતી. જિન-વાલજિન વિચારમગ્ન દશામાં ઘેર ગયો.

મેરિયસ જ્યારે તેના દાદાના ઘરમાંથી નીકળ્યો ત્યારે તેનું દિલ સાવ ભાંગી ગયું હતું. તે પોતાના દાદાને ત્યાં ગયો ત્યારે જ તેના પગમાં જોઈએ તેટલું જોર તો નહોતું જ, અને જ્યારે તે ઘરની બહાર નીકળ્યો ત્યારે તેના આખા શરીરમાંથી જાણે કે જોર ચાલ્યું ગયું હતું. તે રસ્તા ઉપર આગળ ને આગળ ચાલ્યો જતો હતો. તે કાંઈ પણ વિચારી શકે તેવી પણ તેની માનસિક સ્થિતિ ન હતી. રાતના બે વાગ્યે તે પોતાના મિત્ર કોરફિરાકને ઘેર પહોંચ્યો, પહેરેલા કપડે એમ ને એમ તે સાદડી ઉપર પડ્યો. ઠેઠ અજવાળું થયું ત્યારે તેની આંખ મીંચાઈ ગઈ. ત્યાં સુધી તે જાગતો છતાં ભયંકર સ્વપ્નો અનુભવતો પડ્યો રહ્યો. તે જાગ્યો ત્યારે તેણે જોયું કે કોરફિરાક, એન્જોલ્રાસ, કૉમ્બિફિયર વગેરે મિત્રો ક્યાંક બહાર જવાની તૈયારી કરતા હતા.

કોરફિરાકે કહ્યું, "આવવું છે ?"

"ક્યાં ?"

"સરદાર લામાર્કની સ્મશાનયાત્રામાં."

કોરફિરાક કઈ ભાષા બોલે છે તેની પણ મેરિયસને ખબર ન પડી. તે બધા ગયા પછી થોડી જ વારે તે પણ બહાર જવા તૈયાર થયો. તેણે પાટલૂનના ખિસ્સામાં જેવર્ટની આપેલી બેય ભરેલી પિસ્તોલો લઈ લીધી. તેના મગજમાં તે પિસ્તોલો લેતી વખતે શો ખ્યાલ હશે તે ખબર નથી. તેને પોતાને પણ તેની ખબર નહિ હોય ! તે આખો દિવસ એમ ને એમ ભટક્યા કર્યો. વરસાદનાં ઝાપટાં આવ્યાં કરતાં હતાં, પણ તેનું તેને ભાન ન હતું. ખિસ્સામાં જે થોડા પૈસા હતા તેમાંથી તેણે ખાવાનું લીધું, પણ તે ખાવાનું એમ ને એમ ખિસ્સામાં પડ્યું જ રહ્યું હતું. તેના મગજમાં કાંઈ ન સમજાય એવી આંધી ઊઠી હતી, પણ આ આંધીમાં પણ તેને એટલું તો ભાન હતું કે નવ વાગ્યે કૉઝેટને મળવાનું છે. મગજમાં ઊઠેલા આ મહાતોફાનમાં આ કૉઝેટની મુલાકાત જ તેનો ધ્રુવતારક હતો. તે અર્ધઘેનમાં ને અર્ધભાનમાં પારીસના રસ્તાઓ ઉપર સુકાન વગરના વહાણની જેમ ફર્યા કરતો હતો. તેના કાન ઉપર ચારે બાજુથી કાંઈક વિચિત્ર અવાજો આવ્યા કરતા હતા. તે બહારથી આવતા હતા કે તેની પોતાની અંદર ઊઠતા હતા તેની તેને ખબર પડતી ન હતી. જાણે કે ક્યાંક મારામારી ચાલતી હોય એવી જાતનો એ અવાજ હતો.

રાતના નવ વાગ્યા. તે કૉઝેટના ઘર પાસે પહોંચ્યો. ભીંતમાંનો ઢીલો સળિયો ખસેડી તે બગીચામાં પેઠો. અંદર પેસતાંવેંત તેના સર્વ સંતાપો જાણે કે શમી ગયા. એકમાત્ર આનંદનું જ સ્વર્ગ તેની આસપાસ ખડું થઈ ગયું. તે રોજની જગ્યાએ ગયો. કૉઝેટ ત્યાં ન હતી. મેરિયસ બગીચામાં થઈને મકાનની દીવાલ પાસે પહોંચ્યો." કદાચ ત્યાં મકાનની અગાસી પર વાટ જોતી હશે." ત્યાં પણ કોઈ ન હતું. મેરિયસના મનમાં ચટપટી થવા લાગી, તેણે હિંમત કરીને બારણું ખખડાવ્યું. તેને ખાતરી હતી કે હમણાં જ કૉઝેટનો બાપ તેની સામે ડોળા ઘુરકાવતો બહાર આવશે. પણ તેમેય ન બન્યું, તેણે વધારે હિંમત કરીને બૂમ મારી : "કૉઝેટ !" તેણે વળી જોરથી બૂમ મારી "કૉઝેટ !" કાંઈ જવાબ ન મળ્યો. બસ ! બગીચામાં કે ઘરમાં કોઈ ન હતું. તેના નિરાશ હૃદયમાંથી રહ્યોસહ્યો રસ પણ સુકાઈ ગયો. તે પથ્થર પર બેસી ગયો. જીવનનું એકમાત્ર છેલ્લું અવલંબન પણ છૂટી ગયું. એકાએક શેરીમાંથી તેના કાન પર અવાજ આવ્યો : "મેરિયસ !"

તે ઊભો થયો.

"મેરિયસ !"

"કોણ ?"

"મેરિયસ ! તમે છો ને ?"

"હા."

"મેરિયસ ! તમારા મિત્રો તમારી વાટ જોઈ રહ્યા છે – કેનટ્રેરી ગલીને નાકે, ગઢી ઉપર."

અવાજ સાવ અજાણ્યો ન લાગ્યો. પેલી થેનાર્ડિયરની પુત્રી ઇપોનાઈનના સૂકા અને ઘોઘરા અવાજને મળતો એ અવાજ હતો. મેરિયસ વંડી તરફ દોડ્યો. સળિયો ખસેડી માથું મારીને તે બહાર નીકળ્યો. તેણે જોયું તો કોઈક આકૃતિ દોડતી દોડતી અંધારામાં અદશ્ય થઈ ગઈ.

૨૧. આગ લાગી

ફ્રાંસનું રાજકારણ ઘણા વખતથી ધૂંધવાતું હતું, અથવા કહો કે 1789થી શરૂ થયેલ ક્રાંતિની આગ હજી બુઝાઈ ન હતી. તેના પર રાખ વળી જતી. પાછો પવન ફૂંકાતાં રાખ ઊડી જતી, ને અંગારા આખા વાતાવરણને સળગાવી મૂકતા. ફ્રાંસના પાટનગર પારીસમાં ફ્રાંસ આખાના માનસનું પ્રતિબિંબ પડતું હતું. પારીસમાં અત્યારે મુખ્ય ત્રણ પક્ષો હતા : એક રાજા પક્ષ, એક નેપોલિયન પક્ષ અને એક લોકશાહી પક્ષ. નેપોલિયનના મૃત્યુ બાદ નેપોલિયનને દેવ જેવો ગણનાર એક વર્ગ ઊભો થયો હતો. તેઓ જૂની રાજાશાહીને ફગાવી દેવા તૈયાર હતા, પણ સાથે-સાથે પ્રજાતંત્ર પર તેમને શ્રદ્ધા ન હતી. નેપોલિયન ગયા પછી વળી ફ્રાંસમાં રાજાશાહી સ્થપાઈ, પણ હજી ક્રાન્તિના તાજા જ ઘા ખાધા પછી કોઈ પણ રાજા જોહુકમી ચલાવવા જેટલી હિંમત કરી શકે તેમ ન હતું. છતાં એકહથ્થુ સત્તાને ન સાંખનાર લોકશાહી પક્ષ પણ ઘણો બળવાન હતો. એટલું જ નહિ, પણ એમાં પણ એક એવો ઉદ્દામવાદી વર્ગ હતો કે જે આમ જનતાનું રાજ્ય સ્થાપવાનાં સ્વપ્નાં સેવી રહ્યો હતો. આમ જુદાજુદા પક્ષો પોતપોતાના પેંતરાઓ અંદર-અંદર તૈયાર કરી રહ્યા હતા. અવારનવાર રાજાપક્ષ અને લોકશાહી પક્ષ વચ્ચે અથડામણો થયા કરતી, પણ તે એક છમકલું જ ગણાતું.

એમાં એક એવો પ્રસંગ આવ્યો જ્યારે વળી વાતાવરણ ગરમ થયું. ફ્રાંસની પ્રજાનો એક માનીતો સેનાપતિ લામાર્ક મૃત્યુ પામ્યો. તે સેનાપતિ ખૂબ જ લોકપ્રિય હતો. તે રાજાશાહીને ધિક્કારતો હતો, પણ તે ઉદ્દામવાદી લોકશાહીમાં પણ માનતો ન હતો. નેપોલિયનશાહી તંત્ર જ ફ્રાંસ માટેનું ઉત્તમ રાજતંત્ર છે એમ તે માનતો હતો. સંગ્રામમાં તેની તલવારમાં જે છટા હતી તે જ છટા તેની વાણીમાં હતી. તે જ્યારે જાહેર પ્રવચન કરતો ત્યારે લોકોનાં દિલને ડોલાવતો. તેના મૃત્યુનો પ્રસંગ લોકમાનસને ખળભળાવી નાખે તેમાં નવાઈ નથી.

આ લોકપ્રિય સરદારની સ્મશાનયાત્રામાં સરકાર તરફથી તથા પ્રજા તરફથી પણ પૂરતી તૈયારી હતી. આખા શહેરમાં લશ્કરી પોશાક પહેરીને ઘોડેસવારો

સવારથી જ ઘૂમી રહ્યા હતા. લોકોનાં છૂટાછવાયાં ટોળાં નાનકડાં શસ્ત્રો છુપાવીને આમતેમ ફરતાં હતાં.

આખરે સરઘસ નીકળ્યું. આગળ લશ્કરી વાજાં ને ઘોડેસવારો, વચ્ચે લામાર્કના શબને લઈ જતી ગાડી, પાછળ પાયદળ અને તેની પાછળ લોકોનો મોટો સમૂહ. તેમાં દરેક પ્રકારના માણસો દેખાતા હતા. વળી સરઘસની બંને બાજુએ પણ લોકોની ઠઠ જામી હતી. લશ્કરી સિપાઈઓ કોઈ પણ ક્ષેત્રે શસ્ત્ર ઉગામવા તૈયાર હતા, કયે વખતે ક્યાંથી ભડકો થશે તેની કોઈને ખબર પડે તેમ ન હતું. સરઘસ ખૂબ લાંબે સુધી ચાલ્યું. આખરે શબને દાટવાનું સ્થળ આવ્યું. ત્યાં આગળ લામાર્કની મહત્તાનાં ગુણગાન ગવાવા લાગ્યાં. એવામાં એકાએક સમૂહમાં હોહા થઈ, લાલ વાવટો લઈને કોઈક માણસ ઘોડા પર ચડીને ટોળામાં બૂમો પાડતો ઘૂસ્યો. થોડી જ વારમાં તે અદૃશ્ય થઈ ગયો, પણ લોકોમાં નાસભાગ શરૂ થઈ, હોહા થવા લાગી. જોતજોતાંમાં ન સમજાય તેવી રીતે લશ્કર અને લોકોનાં ટોળાં વચ્ચે અથડામણ શરૂ થઈ. થોડી વારમાં લોકો વીખરાઈ ગયા. વળી બધું શાંત થઈ ગયું, પણ આ બનાવ આખા શહેરમાં વીજળીની જેમ પહોંચી ગયો, અને જેમ વરસાદ પડે ત્યારે ડુંગરાઓમાંથી નાનાંનાનાં ઝરણાં વહેતાં-વહેતાં ભેગાં થાય ને તેમાંથી પૂર આવે તેમ ગલીએ-ગલીએ નાનાંનાનાં ટોળાં આપોઆપ નીકળવા લાગ્યાં ને તેમાંથી માનવમેદનીનું પૂર રાજમાર્ગ પર વહેવા લાગ્યું. તેમાં વિદ્યાર્થીઓ હતા, દુકાનદારો હતા, મજૂરો હતા, ગરીબો હતા – એમ ભાતભાતના લોકો હતા. જાતજાતનાં સૂત્રોના નાદ તેમાંથી નીકળતા હતા. રસ્તા પરનાં મકાનોની બારીઓમાંથી ભયભીત બનેલી સ્ત્રીઓ તથા બાળકો બહાર નજર નાખીને તરત જ બારીઓ બંધ કરી દેવા લાગ્યાં.

પેલો નાનકડો રખડાઉ 'રેઢિયાળ' ગાવરોશ કોણ જાણે શાથી પણ રંગમાં આવી ગયો હતો. જેમ વરસાદ પડવા માંડે ને છોકરું ઘરમાં ઝાલ્યું ન રહે તેમ આ ગાવરોશ આજે રાજમાર્ગ પર મસ્તીમાં આવીને બૂમો પાડતો હતો : "નીકળો, દોસ્તો ! બહાર નીકળો. આજે તો મોટો ઉત્સવ છે."

આગળ ચાલતાં તેણે એક દુકાનમાં ભાતભાતની ચીજો પાથરીને બેઠેલી એક બાઈને જોઈ. "શું નામ તમારું માડી ! આ જરાક ઉછીની લઈ જાઉં છું હો !" કહીને તેમાં પડેલી એક પિસ્તોલ ઉપાડી, ને મોઢેથી સિસોટી વગાડતો આગળ ચાલ્યો. ગાવરોશ આજે જંગમાં જતો હતો. તેના પેટમાં ભૂખ લાગી હતી, તેણે ખિસ્સાં જોયાં, તેમાંથી એક પૈસો પણ નીકળ્યો નહિ. એટલે એમ ને એમ આગળ ચાલ્યો. શેરીએ-શેરીએથી થોકેથોકે ઊમટતાં ટોળાંઓને જોઈ ને તે વધારે ને વધારે ઉત્સાહમાં આવી ગયો. "ચાલો, મારા દોસ્તો ! રસોઈ હવે લગભગ તૈયાર છે. ભાણા પર ઝાપટ મારો, આનંદો !"

ગાવરોશ આ પ્રમાણે આગળ વધ્યે જતો હતો, ત્યાં કોરફિરાક, ઍંજોલ્રાસ, કૉમ્બિફિયરની ટોળી પોતાની પાછળ એક મોટા ટોળાને દોરતી બીજી બાજુથી ચાલી આવતી હતી. કોઈના હાથમાં પિસ્તોલ, તો કોઈના હાથમાં તલવાર, તો કોઈના હાથમાં ધારિયું હતું. કોઈની પાસે બે જોટાળી બંદૂક તો કોઈની પાસે કારતૂસોનો હારડો હતો. કોઈના હાથમાં જામગરીનો કાકડો જ હતો. ગાવરોશ નિરાંતે તેમની નજીક ગયો.

"આપણે કઈ બાજુ જઈએ છીએ ?" તેણે પૂછ્યું.

"ચાલને તું તારે."

કોરફિરાકની મંડળીનો એક સભ્ય બેહોરેલ રાતું જાકીટ પહેરીને પાછળ ચાલ્યો આવતો હતો. રસ્તાની બાજુમાં ચાલ્યા જતા એક માણસે તેની સામે જોઈને કહ્યું : "આ તો લાલ વાવટો લાગે છે."

"હા, હા, તે લાલ રંગ જોઈને ભડકો છો ! કેમ ! કેમ કાંઈ અમે કોઈ જંગલી ઢોર છીએ, મહેરબાન ! હવે રાતાની ભડક કાઢી નાખો. સમજ્યા !"

ટોળું જેમજેમ આગળ વધતું જતું હતું તેમ મોટું થતું જતું હતું. કોરફિરાક સૌથી આગળ હતો, પણ સૌથી નવાઈ ઉપજાવે તેવી વાત તો એ હતી કે તેની પાછળ લગોલગ એક ડોસો પણ કૂચકદમ કરી રહ્યો હતો. આપણે આ ડોસાને ઓળખીએ છીએ. તે પેલો ધૂની અને મુફલિસ બની ગયેલો વનસ્પતિશાસ્ત્રી મેબ્યુ હતો. વાત એમ બનેલી કે ઍંજોલ્રાસ અને તેના સાથીઓ શાહી કોઠાર પાસે એકઠા થયા હતા. ત્યાં લશ્કરી સંત્રીઓએ તેમના પર એકાએક ગોળીબાર શરૂ કર્યો. બધા એકદમ પંખીઓની જેમ વીખરાઈ ગયા. ઍંજોલ્રાસે હુકમ છોડ્યો : "બધા ગઢી પર પહોંચી જાઓ." એ દોડાદોડમાં ઍંજોલ્રાસની નજર આ દૂરથી આવતા વૃદ્ધ પર પડી. તેણે તેને ઓળખી કાઢ્યો. આ તોફાનમાં આ ડોસો ક્યાંક સપડાઈ જશે એ બીકે તે તેની પાસે પહોંચ્યો.

"દાદા ! તમે જલદી ઘર ભેગા થઈ જાઓ !"

"કેમ ?"

"તોફાન છે."

"ભલે."

"તલવાર ને બંદૂકની ઝૂક બોલી રહી છે."

"ભલે."

"તોપો પણ છૂટવાની."

"ભલે, તમે કઈ બાજુ ઊપડ્યા ?"

"સરકારને ઊથલાવી પાડવા."

"ભલે."

તે તેમની પાછળ-પાછળ ચાલવા લાગ્યો, પણ આ પછી એક શબ્દ પણ તે મોઢામાંથી બોલ્યો ન હતો. આ ટોળાની લગભગ મોખરે એક જુવાનની છટાથી તે ચાલ્યો આવતો હતો. આ વૃદ્ધને જોતાં જ તેની પાછળ ચાલ્યા આવતા વિદ્યાર્થીઓમાંથી કોઈક બોલી ઊઠ્યું : 'શું નિશ્ચયબળ છે ડોસાનું !' આ વૃદ્ધે જોતજોતાંમાં વિદ્યાર્થીઓમાં નવું જ ચેતન ભરી દીધું. તેઓની અંદર વાતો થવા લાગી કે તે ક્રાંતિના જ વખતનો કોઈક ભેદી નેતા છે.

ટોળું આગળ વધતું-વધતું કોરફિરાકના મકાન પાસેથી પસાર થયું. કોરફિરાકે કહ્યું : "લો, આ ઠીક થઈ ગયું, મારે થોડુંક કામ હતું. ઘરમાં પૈસા ભૂલી ગયો છું. સાથે લઈ લઉં." તે પોતાના ઘરમાં ગયો. ઘરમાંથી પૈસાની કોથળી લઈને નીચે ઊતરતો હતો ત્યાં એક ફાટેલતૂટેલ કપડાં પહેરેલ છોકરી જેવા ચહેરાવાળો લાગતો છોકરો ઊભો હતો. "મેરિયસ ક્યાં છે ? ખબર છે ? તેણે ઘોઘરે અવાજે પૂછ્યું.

"ઘરમાં નથી."

"આજે રાતે ઘેર આવશે ?"

"મને તે વિશે કાંઈ ખબર નથી." કોરફિરાકે કહ્યું ને ઉમેર્યું "હું પણ રાતે આવવાનો નથી."

"કેમ ?"

"કેમ એટલે નથી આવવાનો એમ !" કોરફિરાકે કંટાળીને કહ્યું.

"તમે ક્યાં જાઓ છો ?"

"તારે શું કામ છે ?"

"તમારી સાથે આવું !"

"હું તો ગઢી પર લડવા જાઉં છું."

"હું આવું તો ?"

"તારી મરજી. રસ્તો ક્યાં કોઈના બાપનો છે ? ચાલ્યો આવ."

કોરફિરાક દોડીને ટોળીની સાથે થઈ ગયો. ઘણી વારે તેણે પાછળ ફરીને જોયું તો પેલો જુવાનિયો તે ટોળામાં સાથે હતો.

ટોળું એ તો ડુંગરમાંથી ધોધમાર નીકળતા પ્રવાહ જેવું છે. તે ક્યાં જવાનું છે તેની પણ તેને ખબર હોતી નથી. આ ટોળું એકાએક સેન્ટ ડેનિશના લત્તાના નાકા આગળ આવીને અટક્યું.

૨૨. મોરચાબંધી

એ કાળે પારીસની લગભગ દરેક ગલીને નાકે એકાદ પીઠું તો જોવામાં આવે જ. અમીર-ઉમરાવો સિવાય લગભગ દરેક વર્ગના માણસો આમાં નિયમિત રીત આવતા, અને નવરા પડે ત્યારે કલાકો સુધી શાંત પડ્યા રહેતા. આ પીઠાના માલિકો કેવળ વેપારી જ ન હતા, પણ અનેકવિધ પ્રવૃત્તિઓના મંડળના મંત્રીઓ હોય તેમ તેવી પ્રવૃત્તિઓ પણ ચલાવતા. અલબત્ત, આ બધી પ્રવૃત્તિઓ આ દારૂની પ્યાલીઓવાળા ગોળ મેજની આસપાસ જ ચાલતી.

આવું એક પીઠું આ ટોળું જે ગલીને નાકે આવીને ઊભું હતું ત્યાં પણ હતું. આ પીઠું લગભગ એક સદીથી પોતાના માનવંતા ગ્રાહકોની અને તેમની બે-ત્રણ પેઢીની સેવા કરી રહ્યું હતું. આ પીઠાનો માલિક ફ્રાંસીય ખાસિયતનો એક વિશિષ્ટ નમૂનો હતો. તેને જ્યારે જુઓ ત્યારે ખીજમાં જ હોય એમ દેખાય. ઘરાકો ઉપર પણ ધૂંવાપૂંવાં થઈ જતો હતો, તેમને પીરસતી વખતે પણ વાતવાતમાં તે તકરાર કરી બેસતો, પણ લોકોની ત્યાં હંમેશાં ભીડ રહેતી. એ વાત પણ એટલી જ સાચી હતી. અનેક જુવાનિયા થોડા દિવસ થાય ને કહેતા હતા : "ચાલોને, જરાક કાકાના પીઠામાં આંટો મારી આવીએ." તે તેની જુવાનીમાં અનેક વેશો ભજવી ચૂક્યો હતો. તલવારના પટ્ટા ખેલવામાં એક્કો હતો અને તેનો તાલીમબાજ પણ હતો. હજી પણ તેના ઘરડા ચહેરા પરના મૂછોના થોભિયા તેના વીરત્વનો ખ્યાલ આપતા હતા. તે જેવો ખિજાળ દેખાતો હતો તેવો જ આનંદી હતો. તે કોઈ વાર એકાએક એકદમ હસી પડતો. ને આખું પીઠું તેના હાસ્યથી ગાજી ઊઠતું. તેની સ્ત્રી પણ તેના કામમાં સાથી તરીકે હતી. તેની દાઢી ને મૂછના ભાગમાં જે થોડા ઘણા વાળ ઊગેલા હતા તે તેની કદરૂપતામાં ઉમેરો કરતા હતા.

આ પીઠાનો માલિક 1860માં ગુજરી ગયો, એટલે તે પીઠાની અરધી જાહોજલાલી ઘટી ગઈ. તોપણ કેટલાક લોકો આ જ પીઠાને વફાદાર રહ્યા હતા. પીઠાની વિધવા માલિક યથાશક્તિ વહીવટ ચલાવી રહી હતી. અહીં મળતી ચીજો પહેલેથી જ હલકી મળતી હતી, પણ હવે તે વધારે બગડવા લાગી હતી. તોપણ

પીઠામાં ભીડ ઘટતી ન હતી. કોરફિરાકની સરદારી નીચે ધસી આવતું ટોળું આ પીઠાની પાસે અટક્યું. આ પીઠાનું નાકું સાચવતું હતું. આ મકાન ત્રણ માળનું હતું. નીચે વીશી જેવું હતું, ઉપલે માળે પીઠું હતું, ને તેની ઉપરના માળે રહેવાનું હતું. નીચેના ઓરડામાં ભાંગલાંતૂટેલાં ટેબલ-ખુરશીઓ લગભગ ખીચોખચ ગોઠવેલાં પડ્યાં હતાં. ઉપલા માળે દિવસના ભાગમાં પણ મીણબત્તી બાળવી પડે તેવું અંધારું રહેતું. તેમાં ગોઠવેલ રાચરચીલું અડતાંની સાથે નાચ કરવા મંડી પડે તેવું હતું. આજ સવારથી જ કેટલાક જુવાનિયા આ વીશીમાં ધામા નાખીને પડ્યા હતા. વારંવાર ખાવાનું મગાવીને અને દારૂના બાટલા પર બાટલા મગાવીને પીઠાવાળી ડોશીને પજવ્યા કરતા હતા. કોરફિરાકની સરદારી નીચે ટોળું આ ગલીના નાકા પાસે આવ્યું એટલે પીઠામાંથી તે જુવાનિયા બહાર આવ્યા.

"કોરફિરાક ! કઈ બાજુ ?"

"કઈ બાજુ કેમ ? કિલ્લો ઊભો કરવાનો છે."

"તો પછી આ જગ્યા શું ખોટી છે ?"

"હા, હા, ભલે એમ કરીએ."

આ જગ્યા લશ્કરી માણસોની સામે આડશ ઊભી કરવા માટે ખૂબ અનુકૂળ હતી. ગલીનું આ નાકું પહોળું હતું, અને આગળ જતાં ગલી ધીમેધીમે સાંકડી થતીથતી પુરાઈ જતી હતી. એટલે લશ્કરના માણસોનો હલ્લો એક જ તરફથી અને તે પણ સામેથી જ આવે એમ હતું. કોરફિરાકે એક સેનાપતિની નજરે આસપાસ નજર નાખીને તરત જ નિર્ણય કરી નાખ્યો અને પોતાના સાથીઓ જણાવી દીધું : "અહીં જ આપણો મોરચો બાંધવાનો છે."

હવે ખરાખરીનો ખેલ શરૂ થવાનો છે એવી ખાતરી થતાં જ એ ટોળામાંથી પ્રેક્ષકવર્ગ જેવા માણસો ધીમેધીમે સરકી ગયા અને ખેલ કરનારા જ બાકી રહ્યા. લગભગ ચાલીસથી પચાસ જુવાન વિદ્યાર્થીઓનું તથા ચીંથરેહાલ મજૂરોનું આ ટોળું હતું. શેરીના માણસોએ પણ આ પરિસ્થિતિને તરત જ પારખી લીધી, ઘરનાં બારીબારણાં ફટોફટ બંધ થવા લાગ્યાં, ઉપલા માળની બારીએથી કુતૂહલથી જોતાં છોકરાંને અંદર ખેંચીખેંચીને સ્ત્રીઓ તે બારીઓ પણ બંધ કરવા લાગી ગઈ. એક ફક્ત નામ પૂરતું આ પીઠું ખુલ્લું હતું. ખાલી જગ્યામાં હવા ભરાય તેવા વિજ્ઞાનના નિયમને વશ થઈને ટોળું આ પીઠામાં ઘૂસ્યું. ડોશીમા "હે ભગવાન !" એટલું જ બોલી શક્યાં.

જોતજોતાંમાં પીઠાના આગળના દરવાજામાંથી લોઢાના સળિયા ખેંચાવા

લાગ્યા. અને તે સળિયાની કોશ બનાવીને આ લોકો રસ્તા પર જડેલા પથ્થરનાં મોટાં બેલાં ઉખેડીને ભેગાં કરવા લાગ્યા, જોતજોતાંમાં ત્રીસ મીટર જેટલા વિસ્તારાના પથ્થરો ઉખડી ગયા. ગાવરોશ અને બેહોરેલ એક ચૂનાનાં પીપ ભરીને જતા ગાડાની આડા ફર્યા. ગાડાવાળાને નીચે ઉતાર્યો ને આખું ગાડું શેરીને નાકે લઈ આવ્યા. ચૂનાથી ભરેલાં પીપોને હારબંધ ગોઠવીને તેના ઉપર પથ્થરોની પાટો ગોઠવી દીધી હતી. દરમિયાન કોરફિરાકે પીઠાના ભંડકિયામાં શોધખોળ શરૂ કરી દીધી હતી. તેમાંથી ખાલી પીપો પુષ્કળ મળી આવ્યાં. આ બધાંને પણ એવી જ રીતે ઊભાં હારબંધ ગોઠવી દીધાં. ને તેના પર લાદીઓ ગોઠવી દીધી. દારૂનાં પીપ લાવવા માટેના મોટા રેંકડા પણ આ પીપોની પડખે જ ઊંધા ને આડા ગોઠવી દેવામાં આવ્યા. જોતજોતાંમાં શેરીમાં જવા માટેનો રસ્તો પૂરેપૂરો રૂંધાઈ ગયો. આડશ લગભગ છએક મીટર ઊંચી થઈ હતી. પીઠાની માલિક ડોશી ફાટી આંખે આ બધું જોઈ રહી હતી, પણ તેના હાથ નીચે કામ કરતી બે નોકર-બાઈઓ તો આ બધાની સાથે કામ કરવા લાગી ગઈ હતી. કોઈ પણ સામાનની જરૂર પડે તો પીઠામાં તે કઈ જગ્યાએ પડ્યો હશે તેની માહિતી તેમની પાસેથી તરત જ મળી શકતી. એટલું જ નહિ, પણ તે ચીજ પણ તરત જ હાજર થઈ જતી હતી. રસ્તાનો જે છેડો હજી પુરાવો બાકી હતો ત્યાં શું મૂકવું તેનો વિચાર ચાલતો હતો તે દરમિયાન એક મોટો ખટારો સામેથી ચાલ્યો આવતો હતો. તેમાં બે ઊંચા સફેદ ઘોડા જોડેલા હતા. બોસેટ તરત જ તેના સ્વાગતમાં સામે દોડ્યો. ખટારાવાળાને આગ્રહપૂર્વક નીચે ઉતાર્યો. અંદર બેઠેલા ઉતારુઓને વિનયપૂર્વક નીચે ઊતરી જવા જણાવ્યું. અને તેમાં બેઠેલી સ્ત્રીઓને પોતાનો હાથ આપીને શાંતિથી નીચે ઉતારવામાં મદદ કરી. હાંકનારને વિદાય કર્યો, ને ઘોડાની લગામ હાથમાં લઈ ખટારાને શેરીને નાકે લઈ આવ્યો. ઘોડાઓને છોડી નાખ્યા. ખટારાને ત્યાં આગળ આડો પાડી દીધો. શેરી હવે પૂરેપૂરી રૂંધાઈ ગઈ હતી.

પીઠાવાળી ડોશીમા તો ગભરાટમાં ઉપલે માળે ચડી પોતાની ઓરડીમાં ભરાઈ ગઈ હતી. તેની બૂમો પાડવાની પણ તાકાત ન હતી. "હે ભગવાન ! હવે તો દુનિયાનો પ્રલય થવા બેઠો લાગે છે!"

એંજોલ્રાસ આ ગઢીને મથાળે આવીને ઊભો હતો. તેના હાથમાં બંદૂક હતી. તેણે પોતાનો કોઈ મુગ્ધ બાળા જેવો રૂપાળો ચહેરો ચારે બાજુ ફેરવ્યો. તેનો એક સાથી હજી દારૂના ઘેનમાં લથડિયાં ખાતો હતો. તેના પગ જેમ લથડિયાં ખાતા હતા તેમ તેની જીભ પણ ગમે તેમ ચાલતી હતી. એંજોલ્રાસે તેની સામે જઈને

ઉગ્ર અવાજે કહ્યું :"ગ્રેન્ટાઈર ! અહીં દારૂડિયાનું કામ નથી. અહીંથી ચાલ્યો જા. દારૂનું ઘેન ઉતારીને આવજે. આ ગઢને અપવિત્ર ન બનાવ."

આ શબ્દોએ ગ્રેન્ટાઈરના દારૂના ઘેનમાં ચકચૂર મગજ પર વીજળી જેવી અસર કરી. તે એકદમ ગંભીર બની ગયો, ને કરગરતા અવાજે બોલ્યો : "એંજોલ્રાસ, મને મારું ઘેન ઉતારવા અહીં જ સૂઈ જવા દો !"

"નહિ, બીજે જઈને સૂઈ જા."

"બીજે નહિ. અહીં જ. હું મરીશ ત્યાં સુધી અહીં જ સૂઈશ."

"તું મરવા માટે પણ નકામો થઈ ગયો છે."

"એ હું બતાવી દઈશ."

૨૩. દેવ કે દાનવ !

બેહોરેલે આખી કિલ્લેબંધી ઉપર નજર ફેરવીને કહ્યું : "હવે આખી શેરી કેવી દીપે છે ? જાણે કે નાચ માટે સજ્જ થયેલી કોઈ સુંદરી !"

કોરફિરાક આ કિલ્લેબંધી ઉપર છેવટનો હાથ મારી રહ્યો હતો. પીઠામાંથી તમામ ખુરશી-ટેબલો અને બીજો જે કાંઈ સામાન હતો તે બધો સામાન આ કિલ્લેબંધી પૂરવામાં વપરાવા લાગ્યો હતો.

ધીમેધીમે બળવાખોરો એકઠા થવા લાગ્યા. કોઈ પોતાના કપડા નીચે દારૂ, તો કોઈ સ્પિરિટ, તો કોઈ તેલવાળા કાકડા – એમ જાતજાતની ચીજો છુપાવીને એક પછી એક આવવા લાગ્યા. એંજાલ્રાસે તથા તેના સાથીઓએ આ મોટી કિલ્લેબંધીના પાછળના ભાગમાં એક બીજી નાની આડશ પણ તૈયાર કરી નાખીં હતી. અને એ રીતે એક ચોરસ ગઢ તૈયાર થઈ ગયો. બે પડખે મકાનો અને બે બાજુ આડશ, વચમાં બળવાખોરોનો બધો સામાન. આ રીતે વ્યૂહ રચાયો હતો. લગભગ દરેક માણસની પાસે એકાદ હથિયાર હતું. દરેક સૈનિક ચિત્રવિચિત્ર ગણવેશમાં સજ્જ હતો. સૈનિકનો ટોપો, મજૂરનો કોટ, ગુજરીમાંથી ખરીદેલું પાટલૂન, આવા પોશાકમાં સજ્જ થયેલા આમાંના ઘણાખરા માણસો હતા.

જેમ એક બાજુથી કિલ્લા પર સૈનિકો ગોઠવાઈ રહ્યા હતા તેમ બીજી બાજુ પીઠાના રસોડાને કારખાનામાં ફેરવી નાખવામાં આવ્યું હતું. મોટા ચૂલા સળગાવવામાં આવ્યા હતા. પીઠામાંનો લોઢાનો બધી જાતનો સામાન આ ભઠ્ઠીમાં ગાળીને તેમાંથી બંદૂક માટેની ગોળીઓ તૈયાર કરવામાં આવતી હતી. ચમચા-કડછીથી માંડીને મોટી મોટી કડાઈઓને ભઠ્ઠીમાં તપાવીને તેમાંથી અસ્ત્રોશસ્ત્રો તૈયાર થઈ રહ્યાં હતાં. કેટલાક કપડાના ગાભા ફાડીને તેમાંથી દારૂ ઠાંસવા માટેના ડૂચા તૈયાર કરી રહ્યા હતા. આ બધામાં એક લાંબો કદાવર અને સાવ અજાણ્યો આદમી પણ ઘૂમી રહ્યો હતો. અને નાની કિલ્લેબંધીના કામમાં મદદ કરતો હતો.

પણ આ બધામાં જો કોઈ સૌથી વધારે ધ્યાન ખેંચે તેવું હોય તો તે પેલો નાનકડો ગાવરોશ. આજે તેને એક ક્ષણનીય નવરાશ ન હતી, તેના દિલમાં જંપ ન હતો, તેના શરીરને થાક ન હતો, તેના શરીરની સાથે જ તેની જીભ પણ સતત કામમાં

રોકાતી. કાં તો હુકમો પર હુકમો છોડતો હોય. કાં તો ગાતો હોય, તો કોઈની મશ્કરી કરતો હોય. ઘડીક કારખાનાની ભઠ્ઠી પાસે, તો ઘડીક ઉપલે માળે પીઠાવાળી ડોશીને આશ્વાસન આપતો હોય. ઘડીક કોરફિરાકના હુકમો ઉઠાવતો હોય, તો ઘડીક કોઈક કામમાં આળસ કરતો જણાય તેને ચીમકી દેતો હોય. આ જ દૂબળા-પાતળા અને માંદલા ગાવરોશમાં આજે કોણ જાણે ક્યાંથી આ ચેતન ઊભરાતું હતું.

"હજી વધારે પથ્થરો જોઈશે ! આ કાણાં પૂરવા ચૂનો લાવો ! આ આડશ હજી વધારે ઊંચી કરવી પડશે. ખાલી ભાગ ઠાંસી-ઠાંસીને ભરી દો ! અરે ! પેલી કાચની બારી કાઢી આવો !"

"કાચની બારી !" કામ કરતા માણસો ગાવરોશનો આ હુકમ સાંભળીને ચમક્યા.

"કાચની બારી જ ખરી કામની છે. પેલા કાકાઓ દોડતા આવશે અને કાચ તોડીને આગળ વધવા જશે એટલે આખા શરીરે કાચની અણીઓ ખૂંચી જશે. કોઈ દી કાચના કટકા જડેલી દીવાલ પર થઈને કોઈના વાડામાં ઊતરી જોયું છે ? તો ખબર પડે કે કાચને ઓળંગવો કેટલો મુશ્કેલ છે !"

ગાવરોશ કૉમ્બિફ્યિર પાસે ગયો. "આવી પિસ્તોલડી મને નહિ ફાવે ! એક બંદૂક મારે જોઈએ !"

"બંદૂક ? તારે જોઈએ ?"

"હા જ તો. કેમ ? 1830માં જ્યારે આપણે લડ્યા હતા ત્યારે મારી પાસે બંદૂક હતી."

"બધા મોટાઓને પૂરી મળી જાય પછી છોકરાંને આપીશું." ઍંજોલ્રાસે કહ્યું.

"એમ !" ગાવરોશ ખીજમાં બોલ્યો. "મારી પહેલાં જો મરવાનો તારો વારો આવશે તો તારી બંદૂર હું વાપરીશ.

"બદમાશ !" એન્જોલ્રાસે હસીને કહ્યું.

"હરામખોર !" ગાવરોશે જવાબ આપ્યો.

આડશ હવે પૂરેપૂરી તૈયાર થઈ ગઈ હતી. લગભગ સાતેક મીટર ઊંચી આ આડશની પાછળના ભાગમાં 'લશ્કર' છુપાઈ શકે એવી અનુકૂળતા હતી, વળી આડશના મથાળે પહોંચવા માટે પથ્થરોનાં પગથિયાં પણ મૂક્યાં હતાં. વળી આખી આડશની પીઠાવાળી બાજુના ભાગમાં એક નાનકડી ગલી જેવું રાખ્યું હતું, જેથી પીઠામાંનો સામાન એ આખા કિલ્લાને એક છેડેથી બીજે છેડે પહોંચાડી શકાય અલબત્ત, આ ગલી માંડ એક માણસ ચાલી શકે તેવડી જ હતી. આ નાનક ગલી એથી આગળ વધીને એક પડખેના નાનકડા માર્ગે સાથે જોડાઈ જતી હત અલબત્ત, બહારથી જોનારને આની ખબર પડે તેમ ન હતું. કોરફિરાકે બહાર દુનિયા સાથે સંબંધ રાખવા માટે આ માર્ગ રાખ્યો હતો.

હવે કિલ્લેબંધી સંપૂર્ણ બની ગઈ હતી. કોરફિરાકે બધા સૈનિકોને કારતૂસોની વહેંચણી કરી દીધી. શસ્ત્રો પણ જેટલાં હતાં, તેટલાં વહેંચી દીધાં. ચોકીદારો કિલ્લેબંધીનાં જુદાંજુદાં નાકાં પર ગોઠવી દીધા. હવે ફક્ત છેલ્લો જ વિધિ બાકી હતો. એક મોટો વાંસ આડશની ટોચ ઉપર ઊભો કરવામાં આવ્યો. ને તેના ઉપર લાલ વાવટો ચડાવવામાં આવ્યો. હવે તો ફક્ત આવનાર હલ્લાની જ રાહ જોવાની હતી. સાંજ પડી, ધીરેધીરે અંધારું થવા આવ્યું, હજી સુધી કોઈ પણ જાતની હિલચાલ જણાતી ન હતી. આખી શેરીમાં અંધકાર વ્યાપી ગયો. બધું સૂનકાર અને ભયાનક લાગતું હતું. આડશના અંદરના ભાગમાં કોઈકોઈ વાર નાનકડી મશાલ હરતીફરતી દેખાતી હતી. પીઠાની અંદરના ભાગમાંથી પણ જરાજરા અવાજ આવતો હતો. અંધારામાં લાલ વાવટો જોઈ શકાય તે માટે એક બત્તી ખૂણામાં એવી રીતે ગોઠવીને મૂકી કે જેથી તેનું અજવાળું બીજે ક્યાંય ન પડતાં વાવટા ઉપર જ પડે. એ બત્તીના ઝાંખા પ્રકાશમાં લાલ વાવટો વધારે લાલ લાગતો હતો.

રાત પડી ગઈ. જાતજાતની અફવાઓ આવ્યા કરતી હતી. સરકાર તરફથી હજી સુધી કોઈ જાતની હિલચાલ દેખાતી ન હતી. કદાચ સરકાર મોટા પાયા પર તૈયારી કરતી હોવી જોઈએ. એંજોલ્રાસની અધીરાઈ વધતી જતી હતી.

ગાવરોશ કારખાનામાં કારતૂસો બનાવવામાં મશગૂલ હતો. પેલો નવો અજાણ્યો આદમી બધા ટોળાથી જુદો પડી જતો હતો. તે ભઠ્ઠીવાળા ઓરડામાં આવ્યો ને ખૂણામાં પડેલી એક ખુરશી પર બેસી ગયો. આ ધમાલમાં ભાગ્યે જ તેના તરફ કોઈનું ધ્યાન જતું, પણ પેલા ગાવરોશની બધે ઘૂમી વળતી નજર વારંવાર તેના પર પડતી. તે બહાર જતાં અને અંદર આવતાં તેની પડખેથી જ નીકળતો અને એક ત્રાંસી નજર તેના પર નાખી લેતો. પેલો માણસ જાણે સમાધિમાં હોય તેમ સ્થિરપણે બેઠો હતો. ગાવરોશને આ ધમાલમાં આટલી નિરાંતે બેઠેલા માણસને જોઈને કુતૂહલ થયું. તે વારંવાર તેના તરફ જોવા લાગ્યો. એથી આગળ વધીને તે તેની ફરતા આંટા મારવા લાગ્યો. હવે તેને કુતૂહલને બદલે શંકા થવા લાગી. "હોય નહિ ! ના રે ના ! એ ન હોય ! ના, ના, એ જ હશે, હોં કાંઈ કહેવાય નહિ !"

ગાવરોશ શંકાઆશંકામાં ફેરા કરતો હતો ત્યાં એંજોલ્રાસની નજરે તે પડ્યો.

"ગાવરોશ, એય ! અહીં આવજે. તું નાનકડો છે એટલે ઠીક પડશે. જા, અહીંથી છાનોમાનો લપાતો ઊપડી જા, અને બીજે બધે આડશો કેવી અને કેટલી તૈયાર છે તે જોઈ આવ. અને જલદી પાછો આવતો રહે."

"તે અમે નાનાઓ બસ આટાંફેરાના જ કામના, એમને ! ભલે ! હું જાઉં છું, પણ દરમિયાનમાં ધ્યાન રાખતા રહેજો. જેમ નાનાઓ ઉપર ભરોસો મૂકે તેમ મોટાઓ પર ન મૂકતા હોં !" કહીને તેણે પેલા ખૂણામાં બેઠેલા માણસ તરફ નજર

કરી, અને આંગળી ચીંધી.

"ક્યો ? પેલો લાંબો ?"

"હા."

"કોણ છે. ?"

"જાસૂસ છે."

"નક્કી ?"

"અરે ! પંદર દિવસ પહેલાં જ તેણ રસ્તા પર મારો કાન ખેંચ્યો હતો. પોલીસનો માણસ છે !"

એંજોલ્રાસ તરત જ ત્યાંથી ચાલ્યો ગયો અને થોડી જ વારમાં બીજા ત્રણ માણસોને લઈને પેલા માણસ પાસે આવ્યો. ત્રણે જણ તે માણસની ખુરશીની ફરતા ગોઠવાઈ ગયા. એંજોલ્રાસ તેની સામે આવીને ઊભો.

"કોણ છો ?"

પેલો માણસ જાણે ઊંઘમાંથી ઊઠ્યો હોય તેમ ઝબક્યો. તેણે એંજોલ્રાસની સામે વેધક નજર નાખી. તે જરાક હસ્યો. તે હાસ્યમાં બેપરવાઈ, તિરસ્કાર અને નિશ્ચય ભરેલાં હતાં. તેણે જવાબ આપ્યો :

"હું સમજી ગયો તમે શું પૂછવા માગો છો તે. હા."

"હા ? જાસૂસ છો ?"

"પોલીસખાતાનો અમલદાર છું."

"તમારું નામ..."

"જેવર્ટ."

એંજોલ્રાસે ઇશારો કર્યો અને એક ક્ષણમાં ચારે જણે તેને બાંધી લીધો. તેનાં ખિસ્સાં તપાસવામાં આવ્યાં. તેમાંથી થોડાક પરચૂરણ સિક્કા તથા જેવર્ટ નામનું પતાકડું નીકળ્યું. ગાવરોશ આ બધો વિધિ ખૂબ જ કુતૂહલ અને આનંદપૂર્વક જોઈ રહ્યો હતો. ઝડતી પૂરી થયા પછી તેના હાથ પાછળ બાંધી રાખી ઓરડાની વચ્ચે એક થાંભલા સાથે તેને બાંધી દેવામાં આવ્યો. ગાવરોશે આ જોઈને પૂરો સંતોષ અનુભવ્યો. તેણે જેવર્ટની પાસે આવીને કહ્યું : "એલા ! આ તો ઉંદરડે બિલાડો પકડ્યો !"

આ બધું એટલી બધી ઝડપથી પતી ગયું કે તેની ખબર બહારના માણસોને આ બધું પતી ગયા પછી પડી. ખબર પડતાં જ બધા અંદર દોડી આવ્યા ને કોઈ નવું જ જાનવર પકડાયું હોય એમ જેવર્ટની આસપાસ વીંટાઈ વળ્યા. જેવર્ટને મુશ્કેરાટ બાંધ્યો હતો, પણ તેના મોઢામાંથી એક ઊંકારો પણ ન નીકળ્યો. તેનો ગંભીર ચહેરો એવો ને એવો સ્વસ્થ હતો.

"આ સરકારી જાસૂસ છે." એંજોલ્રાસે ટોળાને ઉદ્દેશીને અને જેવર્ટ તરફ

આંગળી ચીંધીને કહ્યું.

"અમારો કિલ્લો કબજે લેવાશે તે પહેલાં બે મિનિટે તમને ગોળીએ દેવામાં આવશે."

"હમણાં જ કેમ નથી દઈ દેતા ?" જેવર્ટે જરા પણ ઉશ્કેરાયા વગર ભારપૂર્વક કહ્યું.

"હમણાં અમારે ગોળીઓની કરકસર કરવી પડે એમ છે."

"તો પછી છરાથી પતાવી દો !" જેવર્ટે કહ્યું.

"અમે જલ્લાદો નથી, સમજ્યા ?" એંજોલ્રાસે કહ્યું. "ગાવરોશ ! જા જલદી. મેં કહ્યું એ કામ પતાવી આવ."

"આ ઊપડ્યો." કહીને ગાવરોશ બારણા તરફ દોડ્યો, પણ એકાએક અટકીને પાછો ફર્યો.

"તો પછી આ જાસૂસની બંદૂક હું લેતો જાઉં, એને હવે નકામી છે." ગાવરોશ અદૃશ્ય થઈ ગયો.

બહાર મોરચા ઉપર જુદીજુદી જગ્યાએથી લોકો આવતાજતા હતા. કોણ આવે છે ને કોણ જાય છે તે કળવું મુશ્કેલ હતું. આ ટોળામાં પણ જુદીજુદી ટોળીઓ બંધાવા લાગી હતી.

"એલા ! આ પાંચ માળનું મકાન બહુ કામમાં આવે એમ છે. એમાં ઉપર ચડીને બારીમાંથી ગોળીઓ છોડવી બહુ ફાવે એમ છે." એક જણે પોતાની પડખે ઊભેલા સાથીઓને કહ્યું.

"પણ એ મકાન તો અંદર બંધ છે."

"તે આપણે ઊઘડાવીએ."

"પણ એમ કાંઈ એ ઉઘાડે ખરા ?"

"અરે, તો બારણાં તોડી પાડીએ !"

તરત જ ટોળું તે મકાનને દરવાજે પહોંચ્યું. ટોળાના નાયકે બારણું ખખડાવ્યું, તે ઊઘડ્યું નહિ. ફરી ખખડાવ્યું, તોય કોઈએ જવાબ ન આપ્યો.

"કોઈ છે કે નહિ ઘરમાં ?" પણ જવાબ ન મળ્યો. નાયકે બંદૂકના કુંદા વડે જોરથી બારણાને ઠોકવા માંડ્યું. બારણું સાવ તકલાદી હતું. બંદૂકના જોરથી પડતા આ કુંદાથી તેનાં પાટિયેપાટિયાં હલવા માંડ્યાં, એટલું જ નહિ, પણ ઘર આખું જાણે હલતું હોય એવો અવાજ થવા લાગ્યો. આખરે ત્રીજા માળની એક બારી ઊઘડી. બત્તી દેખાઈ અને એક વૃદ્ધ માણસનું મોઢું દેખાયું.

"કેમ ભાઈ ! શું કામ છે ?"

"ઉઘાડ !"

"નહિ ઊઘડે."

"કહું છું, ઉઘાડ !"

"ના જી."

"ઉઘાડે છે કે નહિ ! હા કે ના કહી દે !"

"નહિ."

"સાચેસાચું કહે છે ને ?"

"મેં કહ્યું તો ખરું કે..."

વૃદ્ધ વાક્ય પૂરું ન કરી શક્યો. નાયકની ગોળી વછૂટી ને વૃદ્ધની હડપચીમાં થઈને ગળા પાછળ વીંધી પાડીને નીકળી ગઈ.

બત્તી પડી ગઈ ને વૃદ્ધનું માથું તે બારીમાં એમ ને એમ ઢળી પડ્યું. ફરી શાંતિ ફેલાઈ ગઈ.

"પત્યું, ચાલો." કહીને નાયક પોતાની બંદૂક ખભેથી નીચે ઉતારતો હતો, ત્યાં પાછળથી એક હાથ તેના ખભા પર પડ્યો. તે પાછળ ફરે તે પહેલાં તેના કાન પર શબ્દ પડ્યો : "ઘૂંટણિયે પડ !"

દૂબળો ફિક્કો એંજોલ્રાસ આ ખૂનીની સામે ઊભો હતો. તેના આંખમાંથી અગ્નિ ઝરતો હતો, અને તેના સફેદ ચહેરામાં તેની આ આંખો બરફથી છવાયેલા જ્વાળામુખીની અગ્નિશિખાઓ જેવી લાગતી હતી. તેણે ફરી વાર કહ્યું : "ઘૂંટણિયે પડ !"

કદાવર શરીરવાળો આ ખૂની આ છોકરડા જેવા એંજોલ્રાસની સામે નરમ ઘેંસ જેવો બની ગયો. તેના પગમાંથી જોર ચાલ્યું ગયું. તે ત્યાં જ ઘૂંટણિયે પડ્યો. એંજોલ્રાસ અત્યારે અપૂર્વ દેખાતો હતો. તેનો મુગ્ધ બાળા જેવો કોમળ ચહેરો, તેના વિખરાયેલા વાળ, તેની ઉઘાડી ડોક કોઈ પ્રાચીન કાળની પૌરાણિક દેવીનો ખ્યાલ આપતાં હતાં. આસપાસ ઊભેલા ટોળામાંથી કોઈની તાકાત ન હતી કે એંજોલ્રાસની સામે મીટ માંડી શકે.

"પ્રાર્થના કરી લે !" એંજોલ્રાસે કહ્યું. "તને એક મિનિટનો વખત આપવામાં આવે છે."

"એક વાર દયા કરો." ઘૂંટણિયે પડેલો ખૂની ધ્રૂજતો-ધ્રૂજતો બોલ્યો.

એંજોલ્રાસ ખિસ્સામાંથી ઘડિયાળ કાઢીને તેના કાંટા સામે જોઈ રહ્યો હતો. એક મિનિટ પૂરી થતાં તેણે ઘડિયાળ ખિસ્સામાં મૂકી. તેણે વાળ પકડીને પેલા ખૂનીને ઊભો કર્યો અને પોતાની પિસ્તોલની નાળ તેના કાનમાં મૂકી. આસપાસ ઊભેલા ભયના માર્યા ત્યાંથી ખસી ગયા. ધડાકો થયો. પેલો નાયક જમીન પર ઢળીને પડ્યો. એંજોલ્રાસે ચારે બાજુ એક નજર નાખી ને મડદા સામે જોઈ તેને એક લાત મારીને કહ્યું :

"આને બહાર ફગાવી દો !"

હજી આ મડદું તરફડતું હતું ત્યાં જ થોડાક માણસોએ તેને ઉપાડીને પેલી નાની આડશની પાછળ ફગાવી દીધું. એંજોલ્રાસ મોટે અવાજે બોલ્યો :

"બિરાદરો, નગરજનો ! આ માણસે જે કર્યું તે ભયંકર હતું. મેં જે કર્યું તે એનાથી પણ વધારે ભયંકર હતું. તેણે એક નિર્દોષનું ખૂન કર્યું, અને એટલે જ મેં તેનો વધ કર્યો છે. આપણા બળવામાં ખૂનને સ્થાન નથી. ખૂન એ આ બળવામાં મોટામાં મોટો ગુનો છે. આપણે ક્રાંતિના ઝંડા નીચે એકઠા મળેલા છીએ. આપણે લોકશાહીના પૂજારીઓ છીએ, આપણી ક્રાંતિને લાંછન લાગે તેવું આપણાથી કેમ થઈ શકે ? એટલે જ મેં આ ખૂની પર તહોમતનામું ચલાવ્યું ને તેનો ચુકાદો આપ્યો ને ચુકાદાનો અમલ પણ મેં જ કર્યો, પણ મેં અત્યારે જે કાંઈ કર્યું તે માટે મારી જાત ઉપર પણ મેં તો મુકદ્દમો માંડ્યો છે. તેનો ચુકાદો પણ થોડા જ વખતમાં તમે જોશો."

આ છેલ્લું વાક્ય સાંભળતાવેંત સૌ ધ્રૂજી ઊઠ્યા.

"જે ફેંસલો તારો થશે તે જ ફેંસલો અમારો થશે." કૉમ્બિફિયરે કહ્યું.

"ભલે." એંજોલ્રાસે આગળ ચલાવ્યું. "એક વાત બીજી કરી લઉં. આ માણસને મેં મારી નાખ્યો, કારણ કે આ ક્ષણનો એ અનિવાર્ય ક્રમ હતો, પણ જીવનનો એ અનિવાર્ય ક્રમ નથી. પ્રેમ શબ્દ આ ક્ષણે ઉચ્ચારતાં પણ મને શરમ આવે છે, પણ તોય મને કહેવા દો કે ભવિષ્યનો કોઈ સનાતન શબ્દ હોય તો તે પ્રેમ જ છે. તે પ્રેમ પાસે દુનિયાની તમામ જાલિમિયત પીગળી જવાની છે. મૃત્યુ ! અત્યારે ભલે તારો આશ્રય અમારો લેવો પડ્યો છે, પણ તું અમારો કાયમી સાથી નથી. તારા પર અમને નફરત છે. મિત્રો ! ભવિષ્યમાં આ અંધકાર નહિ હોય, આ ઘોર અજ્ઞાન નહિ હોય, લોહીની પ્યાસથી લબલબાતી જીભો નહિ હોય, ભવિષ્યમાં કોઈ માનવી બીજા માનવીનું લોહી નહિ પીએ. આ પૃથ્વી પર ઉલ્લાસ હશે, માનવીમાં પ્રેમનું સામ્રાજ્ય હશે. મિત્રો ! એ દિવસો આવી રહ્યા છે. તે કાળે માનવજીવનમાં આનંદ, સંગીત, પ્રકાશ, મૈત્રી હશે. મિત્રો ! એ દિવસ જલદી આવે એ માટે આપણે અહીં મોતને ભેટવા તૈયાર ઊભા છીએ."

એંજોલ્રાસ બોલતો બંધ થયો, અને મૌનપણે ઘણી વાર સુધી ત્યાં ને ત્યાં ઊભો રહ્યો. જાણે કે કોઈ આરસનું પૂતળું ઊભું હોય એવો તે લાગતો હતો. કૉમ્બિફિયર તથા તેના બીજા સાથીઓ આ દેવ અને દાનવની પ્રતિમા સામે સાશ્ચર્ય જોઈ રહ્યા.

૨૪. મોતનો સાદ

હતાશ મેરિયસના કાન ઉપર અંધારામાંથી કોઈની હાકલ સંભળાઈ, અને તેને લાગ્યું કે કોઈ અદૃશ્ય જ ભાવિ તેને બોલાવી રહ્યું છે. તે મૃત્યુને ઝંખતો હતો, અને તેની પાસે જ જવા માટે તેને સાદ પાડી રહ્યો હતો. કબરના દરવાજાને ખખડાવી રહ્યો હતો ત્યાં જ અંધારામાંથી જાણે કોઈ અદૃશ્ય હાથ તેને તે દરવાજાની ચાવી આપી રહ્યો છે. નિરાશાના અંધકારમાં આવો પ્રકાશ લોભામણો બને છે. મેરિયસ દીવાલમાંનો ઢીલો સળિયો ખસેડીને બહાર આવ્યો, એક વાર બગીચા તરફ નજર કરીને જાણે કે પેલા અવાજને જવાબ આપતો હોય તેમ બોલ્યો : ''આવું છું.'' બે મહિના સ્વર્ગીય સુખમાં, પ્રેમના ઉન્માદમાં એક ક્ષણની જેમ વિતાવ્યા પછી આ વિરહ ને આઘાતે લગભગ ગાંડા જેવા થઈ ગયેલો મેરિયસ કાંઈ પણ હેતુ વગર – ધ્યેય વગર શૂન્યમને તે કેવળ આ જીવનનો કેમ જલદી અંત આવે એમ ઝંખતો આગળ ચાલ્યો. તેના ખિસ્સામાં જેવર્ટની આપેલી બે પિસ્તોલો તો સવારથી જ હતી. જે વ્યક્તિએ મેરિયસને સાદ કર્યો હતો તે કોણ હતી તેની મેરિયસને ખબર ન પડી, કારણ કે તે તો સાદ પાડીને તરત જ અદૃશ્ય થઈ ગઈ હતી.

મેરિયસ રસ્તા ઉપર એમ ને એમ ચાલ્યો જતો હતો. રાત પડી ગઈ હતી. કોઈકોઈ લત્તામાં કાંઈક હિલચાલ દેખાતી હતી. બાકી એકંદરે બધે સૂમસામ લાગતું. ક્યાંકક્યાંક વચ્ચે ઘોડેસવાર લશ્કરી અમલદારો તેની પડખેથી પસાર થતા હતા. કોઈ જગ્યાએ કોઈ અંધારા ખૂણામાં ગુસપુસ અવાજ કરતું ટોળું ઝાંખું દેખાતું હતું. મેરિયસ બને ત્યાં સુધી મુખ્ય રસ્તા એક બાજુ મૂકીને ગલીઓનો માર્ગ પસંદ કરતો હતો.

એક પછી એક ગલીઓ વટાવતો તે આગળ ને આગળ ચાલ્યા કરતો હતો. તેને જે ગલીના ઊભા કરાયેલા મોરચા પર પહોંચવાનો સાદ કર્યો હતો, તે દિશામાં જવા જેટલા ભાનમાં તે હતો. જેમજેમ તે આગળ જતો ગયો તેમ તેમ લોકોની હિલચાલ ઓછી ને ઓછી થતી જતી દેખાતી હતી. ટોળાબંધ લોકો, લશ્કરના માણસો કે રાહદારી લોકો પણ હવે તો દેખાતા ન હતા. એટલું જ નહિ, પણ માર્ગમાં બત્તીઓ

પણ દેખાતી ન હતી. કોઈ પણ ગલીમાં પેસતાં જ જાણે કોઈ ભોંયરામાં પેસતો હોય એમ લાગતું હતું. તે અંધારામાં પોતે કઈ ગલી પાસે પહોંચ્યો છે, તે પણ કળી ન શકતો. આવી જ એક ગલીમાં તે પેસવા જતો હતો, ત્યાં તે કોઈની સાથે અથડાયો. તેણે હાથ ફેરવીને જોયું તો તેને લાગ્યું કે આ કોઈ મોટું ગાડું આડું પડેલું છે. તેને ખાતરી થઈ કે શેરી આડી આડશ ઊભી કરવામાં આવી છે, પણ આડશ પૂરી કર્યા વગર તેને છોડી દેવામાં આવી છે. તે ત્યાંથી આગળ વધ્યો. એકાએક તેના કાન પાસેથી સણસણાટ કરતી એક બંદૂકની ગોળી પસાર થઈ ગઈ ને કોઈ મકાનના કાચ સાથે અથડાઈ. મેરિયસે આગળ ગતિ ચાલુ રાખી.

સામાન્ય રીતે પ્રવૃત્તિથી રાતદિવસ ધમધમતો રહેતો એવો પારીસનો આ ભાગ અત્યારે કોઈ મોટા અંધારા કબ્રસ્તાન જેવો લાગતો હતો. છતાં એમ લાગતું હતું કે આ આખા વિભાગમાં અદશ્ય રીતે ભૂતડાંની જેમ ટોળાબંધ લોકો ઘૂમી રહ્યાં છે. અવાજ નથી. પણ સંચાર છે. પોલીસો દેખાતા નથી. પણ જાણે કે હથિયારો અદશ્ય રીતે આકાશમાં તોળાઈ રહ્યાં છે. વાતવરણમાં શાંતિ છે. પણ વરસાદ પહેલાં પવન પડી જાય ને જે ગૂંગળામણ-અકળામણ થાય તેવું આખા વાતાવરણમાં દેખાતું હતું. જાણે કે કુદરતે પણ માણસના હૃદયના વાતવરણને અનુરૂપ વાતવરણ સર્જી લીધું છે. આકાશમાં એક પણ તારો દેખાતો નથી.

મેરિયસ મુખ્ય બજારમાં પહોંચ્યો. ત્યાં પણ સાવ શાંતિ હતી. ત્યાંથી આગ વધતાં દૂર એક ગલીને નાકેથી કાંઈક પ્રકાશ આવતો દેખાયો, મેરિયસ તે પ્રકાશની દિશામાં આગળ વધવા લાગ્યો : એક ગલીના નાકે ચોકીદાર ઊભો હતો, પણ મેરિયસ તેની સામેને છેડે અંધારામાં લપાઈને આગળ વધ્યો. પેલો પ્રકાશ નજીક દેખાયો. તેણે જોયું કે જે ગલીને નાકે તેને પહોંચવાનું હતું તે જ જગ્યા પાસે તે આવી પહોંચ્યો હતો. પેલું પીઠું તે સ્પષ્ટ રીતે ઓળખી શક્યો. શેરીને નાકે ઊભી કરેલી પેલી આડશ ઝાંખીઝાંખી દેખાતી હતી. વચ્ચોવચ ઊભો કરેલો વાવટો લાલ બત્તીના પ્રકાશમાં દેખાતો હતો. મેરિયસ જરાક આગળ વધે એટલે તે મોરચા પર પહોંચી જાય તેમ હતું, પણ મેરિયસ અહીં જરાક થંભ્યો. એક પથ્થર પર તે બેસી ગયો. આ દશ્ય જોતાંવેંત તેને તેના વીર પિતા સાંભર્યા. તેઓ ફ્રાંસ માટે જિંદગીભર લડ્યા હતા. ફ્રાંસની સરહદના રક્ષણ માટે તે કેવા ઝઝૂમ્યા હતા ? તેમણે પોતાનું જે લોહી રણમેદાનોમાં વહાવ્યું હતું તે જ લોહી આજે તેની નસોમાં વહી રહ્યું છે. તે પોતાના મનને કહેવા લાગ્યો : "આજે હવે તે જ પરાક્રમો બતાવવા માટેના મારા દિવસો આવ્યા છે, એટલું જ નહિ, પણ તેની ઘડી પણ આવી પહોંચી છે. આજે મૃત્યુને સામે મોંએ ભેટવાની પળ આવી છે. સામી છાતીએ સંગીન ઝીલવાનો લહાવો ચાલ્યો આવે છે. સામે જ યુદ્ધનું મેદાન પડેલું છે. ભલે મારા

પિતાનું યુદ્ધનું સ્થળ કોઈ પહાડોમાં કે વિશાળ મેદાનોમાં હશે, મારું મેદાન આજે આ શેરીમાં છે, આ ભલે કોઈ દેશ-દેશ વચ્ચેની લડાઈ નથી, આ તો આંતરવિગ્રહ છે. ક્યાં મારા પિતાના ભવ્ય રણસંગ્રામો અને ક્યાં આ હુલ્લડ જેવાં છમકલાં ! સારું છે કે આજે મારા પિતાની તલવાર મારી પાસે નથી, નહિ તો આવા ક્ષુદ્ર યુદ્ધમાં એ તલવાર લાજી મરત. મારા પિતા પણ સ્વર્ગમાં લાજી મરત !'' તેના પિતાનાં સ્મરણોથી તેનું હૈયું છલોછલ ભરાઈ ગયું અને તે હૈયાફાટ રડી પડ્યો.

અશ્રુપ્રવાહની સાથે જ કૉઝેટનું સ્મરણ થયું. કૉઝેટ વિના તે જીવી શકે તેમ ન હતું. તે તો ચાલી ગઈ, તેની સાથે તેનું સર્વસ્વ ચાલ્યું ગયું. તેણે કૉઝેટની સમક્ષ જ પ્રતિજ્ઞા લીધી હતી કે જે ઘડીએ કૉઝેટ તેને છોડીને જશે તે જ ઘડીએ તે પોતાનો દેહ પાડશે. આ બધું જાણતાં છતાં તે ગઈ. તેને ખબર પણ ન આપ્યા. તેનો અર્થ એ કે તે મારા મોતમાં રાજી છે. તેને પોતાના તરફ પ્રેમ નથી, તેને સરનામાની ખબર છે તોપણ એક કાગળની ચબરખી પણ લખી નહિ. હવે જીવવું કોને માટે ? મૃત્યુની આટલો તો નજીક આવ્યો છું. હવે ત્યાંથી પાછા ફરવું ? હવે મનને એમ મનાવવું કે આ તો ખાલી હુલ્લડ જેવું છે, આંતરવિગ્રહ છે, તેમાં શું પડવું ? અને એવી રીતે મિત્રોને છેહ દઈને કાયર બનીને નાસી છૂટવું અને રાજદ્રોહમાં આ હુલ્લડમાં ભળવું તે પાપ છે એમ દુનિયાને કહેવું એમ ? ના, તે નહિ બને ! તેના પિતા ઉપરથી નજર કરે ને તેને પાછા પગલાં ભરતો જુએ તો ચાબખો મારીને કહેવાના કે : "આગે કદમ ! નામર્દ ! આગે કદમ."

આમ વિચારવમળમાં ડૂબેલો મેરિયસ નીચું માથું ઢાળીને ક્યાંય સુધી પથ્થર પર બેસી રહ્યો. પણ એકાએક તેણે તેના મનમાં નિશ્ચય કરી લીધો હોય તેમ તે ટટ્ટાર થઈ ગયો. મૃત્યુની તદ્દન નજીક આવતી વખતે માણસનું મગજ સાફ બની જાય છે. તેની વિચારશક્તિ સ્વચ્છ બની જાય છે. જે કાર્ય માટે તે તૈયાર થઈને ઊભો હતો તે કાર્યની મહત્તા વિશે, ભવ્યતા વિશે તેના મનમાં શંકા જ ન રહી. અંધકારથી છવાઈને પડેલી શેરી તેની નજરમાં કોઈ ભવ્ય રણમેદાન બની ગઈ.

એકાએક તેના કાન પર બંદૂકનો ધડાકો સંભળાયો. તે ઊભો થઈ ગયો. એક મકાનની ત્રીજા માળની બારીમાં બત્તી લઈને ઊભેલો એક વૃદ્ધ ચીસ નાખીને ઢળી પડ્યો. તેની ફાટી આંખો, ઉઘાડું મો, વીખરાયેલા વાળ પેલી આડશની મશાલના તેજમાં ઝાંખા જોઈ શકાતાં હતાં. એટલું જ નહિ, પણ તેના ઘામાંથી ચૂતું લોહી પણ ટપટપ નીચે પડતું જોઈ શકાતું હતું. જાણે કે એ ડોસો નીચે ઊભેલાને બારીએ ડોકાઈને પોતાને માર્ગે પાછળપાછળ આવવાનું કહેતો હોય એમ લાગતું હતું.

૨૫. મેદાનમાં પ્રવેશ

દેવળના ઘડિયાળમાં દસના ટકોરા થયા. પણ હજી કાંઈ સંચાર દેખાતો ન હતો. ઍંજોલ્રાસ અને કૉમ્બિફ્યિર આડશની પાછળ હાથમાં બંદૂક રાખીને વાટ જોતા બેઠા હતા. બંનેના કાન દૂરદૂરથી આવતા અવાજોને પકડવા માટે મથી રહ્યા હતા, પણ ક્યાંયથી કોઈ જાતનો અવાજ આવતો ન હતો.

એકાએક આ ભયાનક શાંતિમાં એક ઉલ્લસિત, સ્પષ્ટ અને સુરીલ અવાજ હવામાં તરતો-તરતો તેમના કાન પર આવ્યો. ફ્રાંસનું જૂનું પ્રખ્યાત લોકગીત કોઈ બાલકંઠમાંથી આવતું હતું. બંને એકબીજાનો હાથ પકડીને ઘડીક સ્તબ્ધ બની ગયા.

"ગાવરોશ છે !"

"આપણને સાવધ થવાનું કહે છે !" થોડી વારમાં શેરીના શાંત વાતાવરણમાં કોઈના દોડવાનો અવાજ સંભળાયો, અને જોતજોતાંમાં જાણે છલાંગ મારીને કૂદ્યો હોય તેમ ગાવરોશ આડશ ઉપર પડીને પાછળ આવી પહોંચ્યો. તેનો શ્વાસ માતો ન હતો. "મારી બંદૂક લાવો. એ આવ્યા."

આખા મોરચા ઉપર વીજળીનો સંચાર થઈ ગયો. અનેક હાથો પોતાની બંદૂકો ખોળવા લાગી ગયા.

"મારી નાનકડી બંદૂક આપું ?" ઍંજોલ્રાસે ગાવરોશને કહ્યું.

"મારે મોટી જ જોઈએ છે." તેણે જેવર્ટવાળી બંદૂક જ લીધી. શેરીને નાકે મૂકેલા ચોકીદારો પણ પાછા આવી ગયા હતા. દરેક જણ પોતાની જગ્યાએ ગોઠવાઈ ગયા. એંજોલ્રાસ, કોમ્બિફિયર, કોરફિરાક, ગાવરોશ, બેહોરેલ વગેરે આગલી મોટી આડશમાં ગોઠવાયા હતા કેટલાક પાછળની નાની આડશમાં ગોઠવાયા હતા. થોડી જ વારે દૂરથી એક તાલે પડતાં ભારે પગલાંનો અવાજ આવ્યો. અવાજ ધીરેધીરે વધારે ને વધારે ભારે થતો જતો હતો. વળી થોડો વખત તદ્દન શાંતિ થઈ જતી, વળી પાછાં એ જ પગલાં સંભળાતાં. એકાએક દૂર ગાઢ અંધારામાં આડશમાંથી મશાલના પ્રકાશમાં થોડે છેટે કાંઈક ચમકતી સોય જેવું દેખાયું. તે ચાલ્યા આવતાં પોલીસના માણસોની સંગીનો હતી એમાં હવે શંકા જેવું ન હતું. એકાએક આ ગાઢ અંધકારને વીંધીને એક અવાજ આવ્યો. જાણે કે અંધકાર જ ગર્જી ઊઠ્યો; "ત્યાં કોણ છે ?" બંદૂકનો ઘોડો ચડાવવાનો અવાજ તેની સાથે જ સંભળાયો. એંજોલ્રાસે એવા જ અવાજે જવાબ આપ્યો. "ક્રાંતિ !"

"ગોળી ચલાવ !" હુકમ છૂટ્યો.

શેરીના નાકાની સામે જ અંધકારમાંથી પ્રકાશના ચમકારા થયા. જાણે કે કોઈ મોટી ભઠ્ઠીનું બારણું ઊઘડ્યું હોય અને પછી તરત જ દેવાઈ ગયું હોય એમ લાગ્યું, અને ગોળીઓનો વરસાદ વરસ્યો. આડશ પર ફરકી રહેલા વાવટાનો વાંસ તૂટીને નીચે પડ્યો. ગોળીબારનો મારો એટલો જોરથી અને ભરચક હતો કે વાંસ વચ્ચેથી કપાઈ ગયો. કેટલીય ગોળીઓ શેરીનાં મકાનોની દીવાલો સાથે અથડાઈ ને એટલા જ વેગથી પાછી મોરચાબંધી ઉપર અથડાઈ, અને કેટલાય ઘાયલ થઈને પડ્યા. ગોળીબાર બેફામ રીતે કરવામાં આવ્યો હતો. તેની સામે કેમ ટકાશે એમ ગમે તેવા બહાદુરને પણ ઘડીભર થઈ જાય એમ હતું.

"બિરાદરો !" કોરફિરાકે કહ્યું. "આપણે સામે ગોળીબાર નથી કરવો. આપણી પાસે જેટલા કારતૂસો છે, તે સાચવી રાખવાની છે. એ લશ્કરી ટુકડીને આપણા પટમાં આવવા દો."

"અને દરમિયાન આ પડી ગયેલો વાવટો ફરી ફરકાવવાનો છે !" એંજોલ્રાસે કહ્યું.

તેના પગ પાસે પડેલા વાવટાની કાઠી તેણે ઊંચી કરી, લશ્કરી ટુકડી ફરી પોતાની કારતૂસો બંદૂકોમાં ભરતી હતી એમ લાગ્યું.

"કોણે છે માઈનો પૂત ? આ વાવટો ઉપર ચડીને કોણ ફરકાવશે ?"

કોઈએ જવાબ ન આપ્યો. આ ઘડીએ વાવટો ચડાવવા આડશ ઉપર ચડવું એ જાન ગુમાવવા બરાબર જ હતું.

“બસ, કોઈ તૈયાર નથી ?” એંજોલ્રાસે ધ્રૂજતે અવાજે કહ્યું.

એકાએક અંધારામાંથી એક માણસે એંજોલ્રાસના હાથમાંથી વાવટાની કાઠી પકડી લીધી. મશાલના ઝાંખા પ્રકાશમાં એંજોલ્રાસે જોયું તો એક વૃદ્ધ તેની પડખે ઊભો હતો, તે પેલો ગાંડો વનસ્પતિશાસ્ત્રી મેબ્યુ હતો. અત્યાર સુધી તે પીઠાના નીચલા ભાગમાં એક બાજુ બેસી રહ્યો હતો. તેને શું કામ કરવાનું છે તેની ખબર ન હતી, તેમ કોઈ તેને કામ ચીંધતું પણ ન હતું. સૌ પોતપોતાની જગ્યાએ ગોઠવાઈ ગયા પછી પણ આ મેબ્યુ એ ઓરડામાં જ બેસી રહ્યો હતો. તે ઓરડામાં ફક્ત થાંભલે બાંધેલો જેવર્ટ અને આ મેબ્યુ બે જ હતા. એકાએક તેના કાન પર ગોળીબારનો અવાજ આવ્યો. તેના કાન ચમક્યા. તે બહાર આવ્યો. ત્યાં એંજોલ્રાસનો અવાજ આવ્યો : “વાવટો ફરકાવવા કોણ તૈયાર છે ?” મેબ્યુ તરત જ ત્યાં ઊપડ્યો, અને એંજોલ્રાસે ફરી વાર હાકલ કરી કે તરત જ તેણે વાવટો પોતાના હાથમાં પકડી લીધો.

બધા જોઈ રહ્યા. એંશી વરસનો ડોસો ધ્રૂજતી ડોકે પણ સ્થિર પગલે આડશની પાછળ ગોઠવેલાં પગથિયાં પર ચડવા લાગ્યો. બધા આ ભવ્ય દૃશ્ય જોઈ રહ્યા હતા. બધાના મુખમાંથી એકીસાથે “નમસ્તે”નો હુકમ છૂટ્યો. સૌએ પોતાના ટોપાઓ આ વૃદ્ધના માનમાં ઉતાર્યા. જેમજેમ તે ઉપર ચડતો ગયો તેમતેમ તેનું ફિક્કું મુખ, ધોળા વાળ, ઊંડી આંખો, કરચલીઓથી ભરેલું કપાળ વધારે ને વધારે ભવ્ય લાગવા માંડ્યાં. જાણે કે 1793ની ક્રાંતિનો આત્મા કબરમાંથી જાગૃત થઈને અહીં ફરી પોતાનો ધ્વજ ફરકાવવા આવી પહોંચ્યો છે. તે છેલ્લે પગથિયે ચડ્યો. લાલ વાવટાની કાઠી તેણે ઊંચી કરી, તેની જગ્યાએ ખોડી ને જોરથી ગર્જના કરી : “ઇન્કલાબ ઝિંદાબાદ ! પ્રજાતંત્ર ઝિંદાબાદ ! ભ્રાતૃભાવ ! સમાનતા !”

“હટી જાઓ !” સામેથી લશ્કરી ટુકડીના નાયકનો એક જ ગાજતો અવાજ સંભળાયો.

મેબ્યુએ વાવટો પોતાના માથા પર ઊંચો કર્યો. તેની ઊંડી આંખો વધારે ચમકી ઊઠી. તેણે સામે ગર્જના કરી :

“પ્રજાતંત્ર ઝિંદાબાદ.”

“ગોળી ચલાવ !” સામેથી હુકમ છૂટ્યો, ને તેની સાથે જ ગોળીઓની ઝડી વરસી. મેબ્યુ ગોઠણભર ઢળી પડ્યો. પાછો ઊભો થયો, પાછો ચત્તોપાટ ઢળી પડ્યો. વાવટો હાથમાંથી પડી ગયો, ને તેનું મડદું આડશની પાછળ પછડાઈને પડ્યું. લોહીનો ધોધવો તેના શરીરમાંથી વહેતો હતો, તેની આંખો ફાટી ને ફાટી આડશ તરફ તાકી રહી હતી.

“કેવા વીર છે આ બળવાખોરો !” એંજોલ્રાસ બોલી ઊઠ્યો.

કોરફિરાકે એંજોલ્રાસના કાનમાં કહ્યું : “આ તો આપણી વચ્ચે જ સમજવાનું છે. આ માણસ કાંઈ કોઈ બળવાખોર નહોતો હોં ! આને હું ઓળખું છું. આ તો એક મોટો ઘનચક્કર હતો.”

“હા, મગજનો ચક્કર હશે, પણ છાતીનો તો સિંહ હતો એ નક્કી.” એંજોલ્રાસે કહ્યું. તેણે પોતાનો અવાજ મોટો કર્યો. “મિત્રો ! એક વૃદ્ધે પોતાના લોહીથી આજે આપણને જુવાનોને નવો પાઠ ભણાવ્યો. આપણે જ્યાં જતાં ગભરાતા હતા ત્યાં તે નિઃશંકપણે ચડ્યો. વૃદ્ધાવસ્થાથી ધ્રૂજતો માણસ ભયથી ધ્રૂજતા માણસને આમ પ્રેરણા આપી શકે છે. તેનું આટલું લાંબું આયુષ્ય તેણે આવું ધન્ય મૃત્યુ મેળવીને સફળ કર્યું. ચાલો, આપણે પણ તે જ પળ માટે તૈયાર થઈએ. આપણા કિલ્લાને આપણે અભેદ્ય બનાવીશું.” તેણે વૃદ્ધના શબને ઊંચું કર્યું, તેના, કપાળ પર ચુંબન કર્યું, તેનો લોહીથી ખરડાયેલો કોટ તેણે ધીમે રહીને કાઢી નાખ્યો અને કહ્યું : “હવે આ કોટ આપણો વાવટો બને છે.”

વૃદ્ધના શબ ઉપર એક કાળું વસ્ત્ર ઓઢાડી દેવામાં આવ્યું. બંદૂકોની ઠાઠડી બનાવીને તેના પર આ શબને ચડાવીને બધા તે શબને પીઠાની અંદર લઈ ગયા ને ત્યાં ટેબલ પર મૂક્યું. જેવર્ટ હજી બાંધેલી દશામાં ઊભો હતો. તેની પડખેથી નીકળતી વખતે એંજોલ્રાસે તેને ઉદ્દેશીને કહ્યું : “તારો વારો હમણાં જ આવશે !”

ગાવરોશ આ બધી ધમાલ દરમિયાન પોતાની જગ્યાએથી ખસ્યો નહોતો. તેને ચોકીદાર તરીકે એક ખૂણે ઊભા રહેવાનું હતું. તેણે અંધારામાં તીણી નજર કરીને જોયું તો તેને લાગ્યું કે પડછાયા જેવા લાગતા માણસો લપાતા-લપાતા સાવ નજીક આવી પહોંચ્યા છે. તેણે તરત જ બૂમ મારી : “હોશિયાર !” કોરફિરાક, કૉમ્બિફ્રિયર, એંજોલ્રાસ વગેરે એકદમ પીઠામાંથી દોડતા આવ્યા, પણ તોય તેઓ મોડા પડ્યા હતા. ચમકતી સંગીનોની કતાર આડશની સાવ નજીક તેમણે જોઈ. કેટલાક સિપાઈઓ તો આડા પડેલા ગાડા ઉપર પણ ચડી ગયા હતા. એક મિનિટમાં જ આ આખો કિલ્લો દુશ્મનોના હાથમાં કબજે થઈ જશે એમ લાગવા માંડ્યું. નદીનું પૂર જાણે કે બંધની સપાટીની લગોલગ આવી ગયું હતું; અને બંધની ચિરાડોમાંથી તો જાણે કે પાણી ગળવા માંડ્યું પણ હતું. બેહોરેલ પહેલાં જ સિપાઈ તરફ ફર્યો ને પોતાની નાની રાઈફલમાંથી ગોળી તાકીને લગાવી. ને સિપાઈ ઢળી પડ્યો. બીજા સિપાઈએ તરત જ સંગીન વડે બેહોરેલને વીંધી નાખ્યો. એક સિપાઈ કોરફિરાક પર તોળાઈ રહ્યો હતો. કોરફિરાક મદદની બૂમ પાડી રહ્યો હતો. ગાવરોશે

પોતાના કરતાંય મોટી બંદૂક ઊંચકી, તાકીને ઘોડો દાબ્યો, પણ ગોળી વછૂટી જ
નહિ. જેવર્ટે તેમાં કારતૂસ ભરેલી જ નહોતી ! પેલો પ્રચંડ સિપાઈ હસી પડ્યો
ને ગાવરોશને છૂંદી નાખવા આગળ વધ્યો, પણ એકાએક તે સિપાઈના હાથમાંથી
બંદૂક પડી ગઈ. તેના કપાળમાં ક્યાંકથી આવીને ગોળી લાગી. ચત્તોપાટ પડી
ગયો. એક બીજી ગોળી કોરફિરાક ઉપર તૂટી પડતા સિપાઈને બરાબર છાતીમાં
વાગી. તે પણ ઢળી પડ્યો.

મેરિયસ હાથમાં પિસ્તોલ લઈને ગઢીમાં પ્રવેશતો હતો. આ બંને નિશાનો
તેની જ પિસ્તોલનાં હતાં.

૨૬. પ્રેમ-મિલન

મેરિયસ અંધારામાં પેલા પથ્થર પર છુપાઈને બેઠોબેઠો આ બધું જોઈ રહ્યો હતો. લડાઈનો શરૂ થયેલો પહેલો દોર તે ધ્રૂજતે હૈયે જોઈ રહ્યો. તેનો નિશ્ચય ઘડીક ડગી ગયો. પણ મેબ્યુનું મૃત્યુ, કોરફિરાકની "મદદ"ની બૂમ, પેલા ગભરુ ગાવરોશની પર તોળાઈ રહેલો સિપાઈ – આ બધું જોતાં જ તેનામાં વજ્ર જેવું નિશ્ચયબળ આવી ગયું. ભય માત્ર ઊડી ગયો અને પિસ્તોલો લઈને તે દોડ્યો. પહેલા જ નિશાને ગાવરોશના દુશ્મનને પાડ્યો, બીજા નિશાને કોરફિરાકને મારવા તૈયાર થયેલા સૈનિકને ઉડાવી દીધો. સૈનિકોની મૃત્યુની ચીસ તથા પિસ્તોલના ભડાકા સાંભળીને બીજા સૈનિકો ધસી આવ્યા. લગભગ પોણા ભાગની આડશ ઉપર તેઓ છવાઈ ગયા. પણ અંદર કૂદી પડવાની હિંમત તેઓએ ન કરી. અંદર કઈ જાતની જાળ બિછાવેલી હશે તેની તેમને ખબર ન હતી. અંદર સિંહની બોડ જેવો અંધકાર હતો. મેરિયસે પોતાની ખાલી થઈ ગયેલી પિસ્તોલો ફેંકી દીધી, પણ પીઠાના દરવાજામાં જ પડેલું દારૂગોળાનું પીપ તેની નજરે પડ્યું. તે તેના તરફ ઊપડવા જતો હતો ત્યાં એક સૈનિકે તેના તરફ બંદૂક તાકી, અને જેવી ગોળી છોડવા જાય છે ત્યાં તે બંદૂકના કુંદા ઉપર કોઈકનો હાથ પડ્યો. એક મજૂર જેવા દેખાતા માણસે તેને અટકાવ્યો, પણ ઘોડો ચાંપી દીધો હતો. ગોળી વછૂટીને આડા ફરનાર મજૂરના હાથને વીંધીને ચાલી ગઈ. મેરિયસનું આ તરફ ધ્યાન ન હતું. તેણે ફક્ત બંદૂકનો ધડાકો જ સાંભળ્યો, પણ તે અત્યારે બેપરવા મનોદશાવાળો બની ગયો હતો. બળવાખોરો અધીરા બન્યા હતા, પણ એંજોલ્રાસે કહ્યું : "ખામોશ ! હજી ગોળીઓને સાચવી રાખો." અને એંજોલ્રાસનો હુકમ સાચો હતો. આ ગભરાટમાં અને અંધાધૂંધીમાં ગોળીઓ દુશ્મનોને વાગવાને બદલે પોતાના જ માણસોને વાગી જાય એમ હતું. કેટલાક બળવાખોરો તો આ મામલો જોઈને પડખેના મકાનના ઉપલા માળે તથા બારીઓ પાછળ પહોંચી ગયા હતા, પણ એંજોલ્રાસ વગેરેની સાથે કેટલાક એક બહાદુરો હજી તે મકાનની ભીંત સાથે પીઠ કરીને દુશ્મનોની સામે તૈયાર ઊભા હતા. આડશની ઉપર દુશ્મનોના સૈનિકો ગોઠવાઈ ગયા હતા. આ બધું આગળથી કોઈ પણ જાતની યોજના વગર થયા કરતું હતું. એક ક્ષણમાં જ નિર્ણય કરી લેવો

પડે એવી સ્થિતિ હતી. બેય દળો સામસામાં નિશાન તાકવા તૈયાર ઊભાં હતાં. બંને ટુકડી એટલી નજીક હતી કે સામસામી વાતો પણ કરી શકે એમ હતું. બંને ટુકડીઓ નિશાન છોડવાની લગભગ તૈયારીમાં હતી, ત્યાં લશ્કરી ટુકડીનો એક અમલદાર હાથમાંની તલવાર લંબાવીને બોલ્યો : "હથિયારો નીચે મૂકી દો !"

"ગોળી ચલાવ !" એંજોલ્રાસનો હુકમ છૂટ્યો – હુકમ અને ગોળી એકસાથે જ છૂટ્યાં. ધુમાડાના ગોટેગોટા ઊડ્યા. મરણચીસો આ ધુમાડાના ગોટામાં વધારે ભયાનક લાગતી હતી. ધુમાડો થોડી વારે શમ્યો. બંને ટુકડીઓ સામસામી એમ ને એમ જ ઊભી હતી, ફક્ત વચ્ચેથી કેટલાય માણસો અદશ્ય થઈ ગયા હતા અને બંને કતારો પાંખી પડી ગઈ હતી. બંને ટુકડીઓ પાછી પોતાની બંદૂકો ભરવા લાગી હતી, ત્યાં એકાએક એક ગંભીર અવાજ ગાજી ઊઠ્યો :

"હટી જાઓ, નહિ તો આ આખો કિલ્લો દારૂથી ઉડાડી મૂકું છું !"

બધા એ અવાજ તરફ ફર્યા. મેરિયસે દુકાનમાંથી દારૂનું પીપ ઉઘાડ્યું હતું, અને ધુમાડાના ગોટાનો લાભ લઈને તે પીપને આડશના બરાબર મધ્ય ભાગમાં ઉપાડી ગયો. ત્યાં નીચે મશાલ ખોડેલી હતી. તેણે તે મશાલ ખેંચી કાઢી, તેના ખાડામાં દારૂ ભર્યો. દારૂના આડા પડેલા પીપ પર પથ્થરનું મોટું બેલું મૂકીને તેના પર તે ઊભો થઈ ગયો. બંને પક્ષના માણસો આભા બનીને જોઈ રહ્યા. હાથમાં રાખેલી મશાલના પ્રકાશમાં મેરિયસનો ચહેરો ચમકી રહ્યો હતો. મશાલ દારૂના પીપથી થોડે જ દૂર હતી.

"હટી જાઓ, નહિ તો એકભડાકે ફૂંકી મારું છું. !"

થોડી જ ક્ષણો પહેલાં એક વૃદ્ધનું બલિદાન જોયું, હવે તેની સ્પર્ધામાં ઊતરતા આ જુવાનના બલિદાન તરફ સૌ આશ્ચર્યમૂઢ થઈને જોઈ રહ્યા.

"કિલ્લાને ઉડાવી દેવો છે ?" એક સૈનિકે પૂછ્યું "અને તું પોતે ?"

"હું પોતે પણ ભેગો જ !" એમ બોલીને મેરિયસે મશાલ નીચી કરી. ઢોળાયેલા દારૂને મશાલ ને થોડુંક જ છેટું હતું. પણ ત્યાં તો આડશની ઉપરનો બધો ભાગ ખાલી થઈ ગયો હતો. એકેક સૈનિક પોતાના ઘવાયેલા અને મરેલા સાથીઓને એમ ને એમ મૂકીને ભાગી ગયા અને અંધારામાં અદશ્ય થઈ ગયા. કિલ્લો બચી ગયો. બધા ક્રાંતિકારો મેરિયસની આસપાસ વીંટળાઈ વળ્યા. કોરફિરાક તેને ગળે વળગી પડ્યો :

"તું આવ્યો ખરો !"

"આથી વધુ સુખ બીજું કયું કહેવાય !" કોમ્બિફ્યિર બોલ્યો.

"તું પણ બરાબર ખરે વખતે આવી ગયો હોં ! તું ન આવ્યો હોત તો હું તો સ્વર્ગમાં પહોંચી ગયો હોત !" કોરફિરાકે કહ્યું.

"અને હું નરકમાં પહોંચી ગયો હોત !" ગાવરોશે કહ્યું.

"આપણો નેતા કોણ છે ?" મેરિયસે પૂછ્યું.

"તું જ !"

મેરિયસના મગજમાં લોહી જોરથી ધમધમવા માંડ્યું. આખો દિવસ તેનું મગજ તંગ તો હતું જ, પણ આ છેલ્લા બનાવે તેના મગજમાં ઝંઝાવાત ઊભો કરી દીધો. દુનિયાનું તમામ સુખ – તમામ આશાઓ છોડીને જાણે કે જીવનથી દૂર ને દૂર કોઈ અગાધ અજાણ્યા પરદેશમાં દૂર ને દૂર તે ધકેલાઈ રહ્યો હતો. અણધાર્યા બનાવો તે જ જીવનની વાસ્તવિકતા છે એવો ખ્યાલ તેના મનમાં રમવા લાગ્યો. તેના મગજમાં છવાઈ ગયેલા ધુમ્મસમાં તે કોઈ બનાવને તેના વાસ્તવિક રૂપમાં જોઈ શકે તેમ ન હતું. તેણે પીઠાના ઓરડામાં વચ્ચોવચ બાંધેલા જેવર્ટને પણ ઓળખ્યો નહિ. તેની આસપાસ ગોળીઓનો વરસતો વરસાદ તેના મન ઉપર કાંઈ અસર કરી ન શક્યો.

દરમિયાન પાછા હટી ગયેલા સરકારી સૈનિકો પણ વ્યવસ્થિત થવા પ્રયત્ન કરતા હતા, પણ નજીક આવવાની હજી તેમની હિંમત ચાલતી ન હતી. બળવાખોરોએ પોતાના ચોકીદારો ફરી જુદે જુદે નાકે ગોઠવી દીધા હતા, દાક્તરી વિદ્યાનો અભ્યાસ કરતા કેટલાક વિદ્યાર્થીઓએ ઘાયલોની સારવાર શરૂ કરી દીધી હતી. મડદાંને ઉપાડીને પીઠાની અંદર મૂકવામાં આવ્યાં.

મેરિયસે થોડા જ વખતમાં આખા મોરચાની પરિસ્થિતિ એક સેનાપતિની અદાથી જોઈ લીધી. અત્યાર સુધી લડાઈનો મોરચો મોટી આડશ પર જ રચાયેલો હતો, પણ મેરિયસે એ આડશની પાછળ ઊભી કરવામાં આવેલી નાની આડશને પણ તપાસી લેવી એ યોગ્ય ધાર્યું, અને તે તરફ જવા ઊપડતો હતો ત્યાં તેના કાન ઉપર એક ફિક્કો અવાજ આવ્યો :

"મેરિયસ !"

તે ચમક્યો અવાજ પરિચિત હતો. આ જ અવાજ તેને કૉઝેટના બગીચામાં સંભળાયો હતો. તેને લડાઈને મોરચે પહોંચાડવાની હાકલ કરતો અવાજ આ જ હતો. તેણે આસપાસ નજર નાખી. કોઈ દેખાયું નહિ. તે આગળ વધ્યો. ત્યાં વળી એ જ અવાજ આવ્યો :

"મેરિયસ !" હવે તેને શંકા ન રહી. ખરેખર કોઈ તેને બોલાવતું જ હતું. તેણે બધે નજર ફેરવી.

"તમારા પગમાં જુઓ !" અવાજ આવ્યો.

તે નીચે નમ્યો, અને જોયું તો નીચે કોઈ આકૃતિ ઢસડાતી-ઢસડાતી તેના તરફ આવતી હતી. બત્તીના ઝાંખા પ્રકાશમાં તેણે જોયું તો ફાટેલાં કપડાં અને ઉઘાડા પગવાળો માણસ માંડમાંડ પેટે ઘસાતો તેના તરફ આવતો હતો. મેરિયસે

તેના ફિક્કા ચહેરા સામે જોયું.

"મને ન ઓળખી ?"

"ના."

"હું ઇપોનાઇન."

મેરિયસ એકદમ નીચે લળી પડ્યો. ખરેખર તે થેનાર્ડિયરની બેહાલ છોકરી ઇપોનાઈન જ હતી. તેણે કપડાં પુરુષનાં પહેર્યાં હતાં.

"તું અહીં ક્યાંથી ? શું કામ આવી છે ? શું કરે છે ?"

"હું મરવા આવી હતી, અને અત્યારે તે કામ પતી જવા આવ્યું છે."

મેરિયસને આ સાદા શબ્દોએ હલાવી મૂક્યો.

"તું ઘવાઈ છે ? ઊભી રહે. તને ઊંચકીને અંદર પીઠામાં લઈ જાઉં. ત્યાં ઘા ઉપર પાટો બાંધી દેશે. ઘા કેવોક છે ? તને ક્યાંથી પકડીને ઊંચકું જેથી તને ઘા દુખાય નહિ ? ઘા ક્યાં વાગ્યો છે ? પણ... તું અહીં શું કામ આવી હતી ?"

મેરિયસ તેના શરીરની નીચે હાથ નાખીને તેને ઊંચકવા ગયો અને ઇપોનાઈનના હાથને તેનો હાથ અડક્યો. તેનાથી તીણી બૂમ પડાઈ ગઈ.

"ઘા દુખાયો ?"

"જરાક !" તેણે હાથ ઊંચો કરીને મેરિયસના મોઢા પાસે ધર્યો. હાથમાં સોંસરું વીંધું પડી ગયું હતું.

"હાથે શું થયું છે ?"

"વીંધાઈ ગયો છે."

"કોનાથી ?"

"ગોળીઓથી."

"કેમ કરતાં ?"

"તમે તમારા તરફ બંદૂક તાકીને ઊભેલા સૈનિકને નહોતો જોયો ?"

"હા, ત્યાં કોઈકે તેનો આડો હાથ ધર્યો."

"એ હાથ મારો હતો."

મેરિયસ ફરી ધ્રૂજી ઊઠ્યો :

"ગાંડી ! એમ આડો હાથ ધરાય ? ઠીક ચાલ, તને ઉપાડીને અંદર લઉં જાઉં. એ ઘા કાંઈ જીવલેણ ન કહેવાય. હાથમાં ગોળી વાગ્યે કાંઈ મરી નહિ જવાય. ચાલ અંદર, પાટો બંધાવી દઉં."

"મને હાથમાં પેઠેલી ગોળી મારી છાતી વીંધીને સોંસરવી નીકળી ગયેલી છે. હવે મને ઉપાડીને બીજે લઈ જવી એ નકામું છે. કોઈ પણ ડૉક્ટરની મારે જરૂર નથી. તમે મારે પડખે ઘડીક બેસો એ જ મારે જોઈએ છે. ડૉક્ટર કરતાં

તમે મને વધારે આરામ આપશો.''

મેરિયસ પડખે એક પથ્થર પર બેઠો. ઇપોનાઈને પોતાનું માથું મેરિયસના ગોઠણ પર ટેકવ્યું.

''કે... વો આરામ લાગે છે ! હવે મને જરાય પીડા થતી નથી !''

તે થોડી વાર એમ ને એમ પડી રહી પછી મેરિયસ તરફ પ્રયત્નપૂર્વક નજર ફેરવી બોલી :

''તમને ખબર છે, મેરિયસ ! મેં જ તમને એ ઘર બતાવ્યું હતું, પણ તમે તે બગીચામાં જ્યારે પેઠા ત્યારે મને તે જરાય ન ગમ્યું. હું કેટલી મૂરખ હતી. મને એટલીય ખબર ન પડી કે તમારા જેવો યુવાન અને ભણેલગણેલ...''

તે વળી બોલતાં અટકી ગઈ. થોડી વારે પાછી તે કરુણતાથી છલકતું એક હાસ્ય કરીને બોલી :

''તમને હું બહુ... જ કદરૂપી લાગી હતી, નહિ !'' તેણે આગળ ચલાવ્યું. ''તમને હું અહીં બોલાવી લાવી. અહીં આવેલાને માટે મોત જ નિર્માયું છે એની મને ખબર હતી. થોડા જ વખતમાં તમે ને તમારા સાથીઓ મોતને ભેટવાના છો, તેમ છતાં તમારી સામે તાકીને ઊભેલા સૈનિકની આડે મેં મારી જાત ધરી, કારણ મને પણ તમારી સાથે જ મરવાની હોંશ હતી. ગોળી વાગી ત્યારે હું તરત તો ન મરી, એટલે તમને ખોળતી-ખોળતી ઢસડાતી આટલે માંડ પહોંચી. મારા ઘાની વેદનામાં મારાં કપડાંને હું બટકાં ભરતી હતી. કોઈએ મને જોઈ પણ નહિ, ને કોઈએ મને ઉપાડી પણ નહિ. તમને તે દિવસ યાદ છે – તમારી ઓરડીમાં આવીને તમારા કાચમાં હું મારું મોઢું જોતી હતી ? તે દિવસ યાદ છે – તમને હું રસ્તામાં મળી હતી અને તમે મને પાંચ રૂપિયા આપ્યા હતા અને મેં જે પાછા વાળ્યા હતા ? તમે તે પાછા લીધા કે નહિ તે મને ખબર નથી, પણ લઈ લીધા હશે એમ માનું છું. કારણ કે તમે કાંઈ પૈસાદાર નથી તે મને ખબર છે ! આ બધું યાદ છે ? બસ ! એ સ્મરણો જ કેટલાં મીઠાં છે ! અત્યારે મારા સુખનો પાર નથી ! મરવાનું તો સૌને છે જ !''

તેણે મેરિયસ સામે ફરી એક વાર જોયું. ''વોય વોય !' તેણે પીડાની એક ચીસ નાખી. પહેરેલા ખમીસને વેદનાના જોરમાં હાથથી ને મોઢેથી તોડવા લાગી, ત્યાં ગાવરોશનો મીઠો અવાજ સંભળાયો. તે કોઈ રાષ્ટ્રગીતની કડી ગાઈ રહ્યો હતો. આ ગીત આ કાળે ખૂબ જ લોકપ્રિય હતું.

''એ અવાજ તેનો જ !'' ઇપોનાઈન એકદમ ઊંઘમાંથી જાગી હોય તેમ બોલી ઊઠી. મારો ભાઈ છે. તે આ બાજુ ન આવે હોં ? તે મને જોશે તો મને વઢશે.''

''તારો ભાઈ ?'' થેનાર્ડિયરના કુટુંબ તરફની તેના પિતાએ સોંપેલી ફરજો તે અત્યારે યાદ કરી રહ્યો હતો.

''હા, એ નાનકડો છોકરો મારો ભાઈ છે.''

''ગાય છે તે ?''

''હા.''

મેરિયસ ઊભો થવા જતો હતો.

''ઘડીક બેસો, હવે બહુ વાર નથી.''

તે લગભગ બેઠી થઈ ગઈ હતી, પણ તેનો અવાજ મંદ પડતો જતો હતો. ઘડીકે ઘડીકે તેનો શ્વાસ અટકી પડતો હોય એમ લાગતું હતું. તેણે પોતાનો ચહેરો મેરિયસના ચહેરાની જેટલી નજીક લાવી શકાય તેટલો આણ્યો.

''હવે તમને હું નહિ બનાવું હોં ? સાચું કહું છું. કાલનો મારી પાસે એક તમને આપવાનો કાગળ પડ્યો છે. હું ટપાલમાં નાખવાની હતી, પણ પછી મને થયું કે તે કાગળ તમને ન મળે તો સારું. એટલે મેં મારી પાસે જ રાખી મૂક્યો. મારા પર ખિજાશો તો નહિ ને ?''

તેણે મેરિયસનો હાથ પોતાના ધ્રૂજતા ઘવાયેલા હાથે પકડ્યો, ને તેના ખમીસના ખિસ્સા સુધી તે હાથ લઈ ગઈ. તેમાં એક કાગળ હતો.

''લઈ લો.''

મેરિયસે કાગળ બહાર કાઢ્યો. ઇપોનાઈનના મોઢા પર સંતોષનો ભાવ છવાઈ ગયો.

''તમારી વાત પૂરી થઈ. હવે મારી વાત.''

''શું ?''

''મને એક વચન આપો.''

''વચન આપું છું.''

''મને વચન આપો કે હું મરી જાઉં એટલે મારા કપાળ પર એક ચુંબન કરશો.''

ઇપોનાઈનનું માથું મેરિયસના ગોઠણ પર ઢળી પડ્યું. તેની આંખો મીંચાઈ ગઈ. તેનો દુ:ખી જીવ તેનો કંગાળ દેહ છોડીને ચાલ્યો ગયો એમ મેરિયસને લાગ્યું. ઇપોનાઈન કેટલીક ક્ષણો સાવ નિશ્ચેષ્ટ પડી રહી, પણ એકાએક તેણે પોતાની આંખો ધીમેથી ઉઘાડી ને મેરિયસ ઉપર થોડો વખત ઠેરવી. તેની આંખોમાં મૃત્યુ વખતની છેલ્લી ચમક દેખાતી હતી. જાણે કે કોઈ બીજી જ દુનિયાના દ્વારમાં પ્રવેશતી વખતે તે બોલતી હોય તેમ તે ધીમેથી બોલી :

''અને મેરિયસ ! એક છેલ્લી વાત. મને એમ છે કે હું તમને ચાહતી હતી.''

તેણે ફરી હસવાનો પ્રયત્ન કર્યો અને તેનો પ્રાણ ઊડી ગયો.

૨૭. પ્રેમપંથના પ્રવાસીઓ

મેરિયસે પોતાનું વચન પાળ્યું. તેણે ઇપોનાઇનના હિમ જેવા ઠંડા પડી ગયેલા કપાળ પર ચુંબન કર્યું. કૉઝેટ તરફની આ બેવફાઈ ન હતી, પણ જીવનભર દુ:ખી એવા એક આત્માને છેવટની વિદાય હતી.

મેરિયસ પેલો કાગળ વાંચવા માટે અધીરો બની ગયો હતો. તેણે ધીમેથી ઇપોનાઇનને નીચે સુવાડી અને ત્યાંથી ઊઠ્યો. એક શબની હાજરીમાં આ કાગળ વાંચતાં તેનો જીવ ન ચાલ્યો. તે પીઠાના નીચેના ઓરડામાં મીણબત્તી પાસે ગયો. તે એક નાનકડી ચિઠ્ઠી જ હતી, પણ તેને ખૂબ જ કાળજીપૂર્વક ઘડી કરીને વાળેલી હતી, ઉપર સ્ત્રીના હસ્તાક્ષરમાં સરનામું કર્યું હતું : “શ્રી મેરિયસ પોન્ટમર્સી. શ્રી કોરફિરાકને ઘેર, ઓરડા નં.-16, કેનવ્રે ગલીમાં.”

તેણે ચિઠ્ઠીની ગડ ખોલી. અંદર લખ્યું હતું :

‘પ્રાણપ્રિય.’

હાય ! મારા બાપુ હમણાં જ ઊપડી જવાનો આગ્રહ રાખે છે. અને આજ સાંજે હોમ આર્મી લત્તાના 7મા નંબરના મકાનમાં અમે હઈશું. એક અઠવાડિયામાં અમે લંડન પહોંચીશું.

લિ. કૉઝેટ

મેરિયસે આજે પહેલી જ વાર હજી કૉઝેટના લખેલા અક્ષરો જોયા !

આ ચિઠ્ઠી ઇપોનાઈન મારફતે અહીં કઈ રીતે આવી તે આપણે જોઈએ : આમાં ઇપોનાઈને મુખ્ય ભાગ ભજવ્યો હતો. 3જી જૂને રાતે ઇપોનાઈને એકીસાથે બે યોજના ઘડી હતી. એક બાજુથી તેણે તેના બાપને તથા બદમાસ સાગરીતોને કૉઝેટના મકાનમાં ખાતર પાડતા અટકાવ્યા, બીજી બાજુથી કેવળ એક પ્રેમીને સહજ એવી ઈર્ષાથી મેરિયસ અને કૉઝેટ છૂટાં પડે તે માટે પણ તેણે યુક્તિ અજમાવી. તેણે તેના જ જેવા કોઈ રખડાઉ છોકરા સાથે તેનાં કપડાંની અદલાબદલી કરી, અને પોતે છોકરાનો પોશાક પહેરી લીધો. જિન-વાલજિન જાતે ફરવા નીકળ્યો હતો ત્યારે તેણે જ ઘર બદલી નાખવાની સૂચના આપતી ચિઠ્ઠી પાછળથી ફેંકી હતી. જિન-વાલજિન તરત જ ઘેર ગયો ને કૉઝેટને કહ્યું : “આપણે અત્યારે જ ઘર

બદલી નાખવાનું છે અને આવતે જ અઠવાડિયે લંડન પહોંચી જવાનું છે.'' કૉઝેટ આ અણધાર્યા ઘાથી ઘડીક તો સડક થઈ ગઈ, પણ તેણે ઉતાવળે એક કાગળ મેરિયસને લખી નાખ્યો. પણ તેને ટપાલમાં કઈ રીતે નાખવો ? તેણે એકલાં કદી ઘર બહાર પગ મૂક્યો નહોતો, અને તેની ઘરડી નોકરડીને જો આ કામ સોંપવામાં આવે તો તે તરત જ શેઠને ખબર આપી દે. આ મૂંઝવણમાં તેણે ઘરની બહાર જ પુરુષના વેશમાં ઊભેલી ઇપોનાઈનને જોઈ. તે આ મકાન ફરતાં આંટા માર્યા જ કરતી હતી. કૉઝેટે એક રૂપિયાનો સિક્કો કાઢીને આ મજૂર 'છોકરા'ના હાથમાં તે સિક્કો અને કાગળ મૂક્યા : ''આમાં લખેલા સરનામે આ કાગળ આપી આવીશ ?'' ઇપોનાઈને કાગળ પોતાના ખિસ્સામાં મૂક્યો. બીજે દિવસે તે કોરફિરાકને ઘેર ગઈ. ત્યાં મેરિયસની તપાસ કરી, પણ પત્તો ન લાગ્યો. તેણે ત્યાં મેરિયસની વાટ ઘણી જોઈ. આખરે કોરફિરાકની સાથે તેણે બળવાખોરો સાથે નીકળવા નક્કી કર્યું. તેણે સાથેસાથે વિચાર કર્યો કે મેરિયસને પણ આ તોફાનમાં ધકેલવો. તેને ખાતરી હતી કે રાતના વખતે મેરિયસ કૉઝેટને ત્યાં નિયમ પ્રમાણે જવાનો જ. બન્યું પણ તેમ જ. તેને કૉઝેટનો લખેલો કાગળ મળ્યો નહોતો એટલે તે તો વખતસર બગીચામાં દાખલ થયો અને કૉઝેટને ન જોતાં નિરાશ થયો. ઇપોનાઈને તેને ગઢી પર પહોંચી જવા માટે સાદ કર્યો. મેરિયસ આ સાદ સાંભળીને તે બાજુ નીકળ્યો. ઇપોનાઈનને પોતાની બધી યોજના સફળ થયાનો સંતોષ થયો. હવે તેને બીજી કોઈ ઇચ્છા બાકી રહી ન હતી. મેરિયસ ત્યાં મોરચા ઉપર આવવાનો એની તેને ખાતરી હતી. કૉઝેટથી વિખૂટો પડેલો મેરિયસ છેવટે રણક્ષેત્રમાં તેને મળશે અને જેને માટે તે આટલા વખતથી ઝંખતી હતી તે મેરિયસને પડખે રહીને મરવાનો તેને લાગ મળી જશે એવી તેને આશા હતી. તેની આશા પણ છેવટે ફળી.

મેરિયસે કૉઝેટના કાગળને ચુંબનોથી ભરી દીધો. ઘડીક તેને થયું કે અહીંથી દોડીને ત્યાં જાઉં, પણ તરત જ તેણે વિચાર કર્યો : ''કૉઝેટના પિતા તેને ઇંગ્લાંડ લઈ જવાના એ નક્કી. મારા દાદા પણ કોઈ રીતે મને તેની સાથે લગ્ન કરવાની રજા આપે તેમ નથી. વિધાતાએ હજી સુધી પરિસ્થિતિમાં કાંઈ પલટો આણ્યો નથી. હવે મારે માટે તો મૃત્યુ એ જ માર્ગ છે.'' તેને લાગ્યું કે હવે તેને માટે ત્રણ જ ફરજો બાકી છે : એક તો કૉઝેટને પોતાના મૃત્યુના ખબર પહોંચાડવા, બીજું તેને વિદાયની સલામ પહોંચાડવી, અને ત્રીજું થેનાર્ડિયરના પુત્ર તથા ઇપોનાઈનના નાનકડા ભાઈ ગાવરોશને આ મૃત્યુની પકડમાંથી બચાવી લેવો. તેના ખિસ્સામાં નાનકડી નોંધપોથી હતી. તેમાંથી એક પાનું ફાડીને પેન્સિલથી તેમાં લખ્યું :

''આપણું લગ્ન થાય એ અસંભવિત હતું. મેં મારા દાદાની સંમતિ માગી જોઈ, પણ તેમણે ના પાડી. મારી પાસે નથી કાંઈ મૂડી કે નથી તું. હું તારે ત્યાં

દોડી ગયો, પણ તું ત્યાં નહોતી. મેં તારી સમક્ષ પ્રતિજ્ઞા કરી હતી, તને યાદ છે ? તે પ્રતિજ્ઞા અત્યારે હું પાળી રહ્યો છું. હું મૃત્યુની ગોદમાં પોઢી રહ્યો છું. હું તને ચાહું છું. તું આ વાંચતી હોઈશ ત્યારે મારો આત્મા તારી પડખે જ ઊભો હશે અને તારા પર સ્મિત વરસાવી રહ્યો હશે.''

કાગળને બીડીને ચોડવા માટે કાંઈ સાધન ન હતું. એટલે એમ ને એમ ગડી વાળીને તેના પર સરનામું કર્યું :

કુમારી કૉઝેટ ફોશલેવાં, નં-7, હોમ આર્મી ગલી.

કાગળ બીડીને થોડી વાર તે વિચારમાં પડી ગયો. પછી તરત જ ખિસ્સામાંથી નોંધપોથી કાઢીને તેના પહેલા જ પાના ઉપર એ જ પેન્સિલે લખ્યું : ''મારું નામ મેરિયસ પોન્ટમર્સી છે. મારા મૃત્યુદેહને મારા દાદા ગિલનોર્માં પાસે લઈ જજો. તેમનું સરનામું ઘર નં-6, કેલ્વર શેરી, મેરેઇસ પરા.''

તેણે નોધપોથી પાછી ખિસ્સામાં મૂકી અને ગાવરોશને બોલાવ્યો. મેરિયસનો અવાજ સાંભળતાં જ તે રાજી થતો થતો તેની પાસે આવ્યો.

''મારું એક કામ કરીશ ?''

''એક નહિ, બધુંય.'' ગાવરોશે કહ્યું. ''તમે તો મારા જીવનદાતા છો. મારા તો ક્યારકના રામ રમી ગયા હોત.''

''આ કાગળ જોયો ?''

''હા.''

''તે લઈ જા. અત્યારે જ આ જગ્યાએથી ઊપડી જા. (ગાવરોશ માથું ખંજોળવા માંડ્યો) કાલે સવારે ઉપર લખેલ સરનામે આ કાગળ આપી દેજે.''

''પણ તે દરમિયાનમાં અહીં આપણા પર હુમલો થશે તો ?''

''કાલ સવાર સુધી કોઈ અહીં આવે તેમ નથી, અને કાલે સાંજ સુધી કિલ્લો કોઈ સર કરી શકે તેમ નથી.''

''કાગળ આપવા સવારે જાઉં તો ?''

''બહુ મોડું થાય, વળી સવાર પહેલાં તો કદાચ આ શેરીનાં નાકાં પણ બંધ થઈ ગયાં હશે. પછી નીકળવું મુશ્કેલ પડશે. હમણાં જ જા.''

ગાવરોશ પાસે આનો જવાબ નહોતો. થોડીક વાર તે માથું ખંજવાળતો ઊભો રહ્યો. પછી એકદમ બોલ્યો : ''ભલે, જાઉં છું.'' તે દોડતો ઊપડ્યો. તેના મનમાં એમ હતું કે રાતોરાત જ ચિઠ્ઠી આપીને તરત જ પાછો આવી જઈશ.

જેવું ખળભળાટનું વાતાવરણ પારીસમાં હતું તેનાથી ક્યાંય ચડી જાય તેવો ખળભળાટ જિન-વાલજિનના મગજમાં ઊમટ્યો હતો. તેની અંદર જાણે કે ધરતીકંપના આંચકા આવી રહ્યા હતા.

તે જ દિવસે સાંજે તે કૉઝેટ તથા ઘરડી નોકરડી સાથે બીજા મકાનમાં ફરી ગયો. કૉઝેટ ત્યાંથી કોઈ પણ રીતે ખસવા રાજી ન હતી. જીવનમાં આજે પહેલી જ વાર કૉઝેટ અને જિન-વાલજિનની મરજી જુદીજુદી દિશામાં વહી રહી હતી. જિન-વાલજિન પોતાની ચિંતામાં કૉઝેટનું દુઃખ જોઈ શકે તેમ ન હતું, કૉઝેટ પોતાના શોકમાં જિન-વાલજિનની ચિંતા પારખી શકે તેમ ન હતું. કૉઝેટ કોઈ રીતે ખસવા માગતી ન હતી, જિન-વાલજિન પહેલી જ ક્ષણે અહીંથી નીકળી જવા માગતો હતો. તેને ક્ષણેક્ષણે ભણકારા થતા હતા કે કોઈ તેની પાછળ પડ્યું છે.

બાપ-દીકરી સમી સાંજે હોમ આર્મી લત્તામાં રાખેલા મકાનમાં પહોંચ્યાં. કોઈ એકબીજા સાથે બોલતું ન હતું. પેલી ડોશી નોકરડીને આ ઓચિંતા પ્રસ્થાનથી કોઈ પણ જાતનું કુતૂહલ ન થયું – તેના સ્વભાવમાં જ કુતૂહલ જેવી વસ્તુ ન હતી. જિન-વાલજિન પોતાની સાથે કોઈ પણ સામાન લીધા વગર નીકળી ગયો હતો. ફક્ત તેનાથી કદી વિખૂટી ન પડતી નાનકડી જૂની પેટી તેણે સાથે લીધી હતી. કૉઝેટે તે પેટીનું નામ "પહેલા ખોળાની" પાડ્યું હતું. કૉઝેટે ફક્ત લખવાનાં સાધન તથા તે રાખવાનું નાનકડું દફતર લીધાં હતાં, નોકરડીએ ઉતાવળ ને ઉતાવળમાં કૉઝેટનાં થોડાંક કપડાં લઈ લીધાં હતાં. કૉઝેટે ઊપડતાં પહેલાં વખત મેળવીને મેરિયસને ચિઠ્ઠી લખી નાખી અને મજૂરવેશમાં આંટા મારતી ઇપોનાઈનને તે આપી દીધી.

જિન-વાલજિનનું આ બીજું ઘર ખૂબ જ એકાંત સ્થળમાં આવેલું હતું. તે મકાનના બીજા માળ ઉપર બે ઓરડા, એક રસોડું અને એક નાની ઓરડી એટલી જગ્યા હતી. મકાનમાં જોઈતું રાચરચીલું આગળથી જ જિન-વાલજિને વસાવી રાખેલું હતું, અને અવારનવાર તે અહીં થોડા દિવસો માટે રહેવા પણ આવતો. જિન-વાલજિનને આ એકાંત સ્થળ અત્યારે રણમાં વીરડી જેવું મીઠું લાગ્યું. તેને થયું કે તે હવે થોડા વખત માટે તો સહીસલામત છે. કૉઝેટ ખૂબ જ અસ્વસ્થ હતી. તે માથું દુખવાનું બહાનું કાઢીને પોતાના સૂવાના ઓરડામાં જ પડી રહી. જિન-વાલજિન થોડું ઘણું જમ્યો. જમતી વખતે તેનું મન કયાંનું ક્યાંય વિચારે ચડી ગયેલું હતું. એક-બે વાર નોકર બાઈ તેને કહી ગઈ : "મોટા ભાઈ, વળી ક્યાંક તોફાન થતું હોય એમ લાગે છે." પણ જિન-વાલજિનનું તેના તરફ ધ્યાન ન ગયું. જમીને તે ઓરડામાં આંટા મારવા લાગ્યો. એકાએક સામેના કાચમાં તેણે જોયું તો તેમાં તેને કાંઈક લખાણનું પ્રતિબિંબ નજરે પડ્યું. સામે જ ટેબલ પર પડેલા એક શાહીચૂસ કાગળ પર ઊંધા પડેલા અક્ષરો કાચમાં સવળા દેખાતા હતા. તાજા જ હતા, અને સ્પષ્ટ ઊઠેલા હતા :

'પ્રાણપ્રિય.'

હાય ! મારા બાપુ હમણાં જ ઊપડી જવાનો આગ્રહ રાખે છે. અને આજ સાંજે હોમ આર્મી લત્તાના 7મા નંબરના મકાનમાં અમે હઈશું. એક અઠવાડિયામાં અમે લંડન પહોચીશું.

લિ. કૉઝેટ

જિન-વાલજિન ફાટી આંખે આ લખાણ તરફ જોઈ રહ્યો. કૉઝેટે મકાનમાં આવતાંવેંત પોતાનાં લખવાનાં સાધનો આ ઓરડામાં મૂક્યાં હતાં, અને પછી ઉતાવળમાં ને મનની અસ્વસ્થતામાં તે ત્યાં ને ત્યાં ભૂલી ગઈ હતી. પત્ર તદ્દન સાદો, ટૂંકો હતો, પણ તેનામાં કોઈ ડુંગર જેટલો ભાર હતો. જિન-વાલજિને ફરી તે કાગળ વાંચ્યો, પણ તે સાચું માની ન શક્યો. તેને આ બધું ભ્રમણા જેવું લાગ્યું. તે પાછળ ફર્યો. પેલો કાગળ હાથમાં લીધો. તેના પર એ જ લખાણ ઊંધું પડેલું હતું. "આમાં તો કાંઈ નથી. મને ખરેખર ભ્રમ થાય છે !" તેનો જીવ વળી હેઠો બેઠો : "હું કેટલો બધો મૂરખ છું ! આવું વિચિત્ર લખાણ મને કાચમાં કેમ દેખાયું હશે ?" કહી તેણે વળી તે કાગળ ત્યાં ને ત્યાં ટેબલ પર મૂક્યો. વળી કાચમાં તેણે નજર કરી. વળી એને એ જ અક્ષરો દેખાયા. પાછો તે ચમક્યો. નક્કી આ કૉઝેટના જ અક્ષરો છે. તેણે જ આ કાગળ કોઈના પર લખ્યો છે.

જીવનમાં બાળપણથી તે અત્યાર સુધી ઘા ઉપર ઘા ખમતો આવેલો જિન-વાલજિન રીઢો થઈ ગયો હતો. દુનિયામાં વિધિએ, સમાજે, ન્યાયાધીશોએ, રાજ્યે-સૌએ તેને કોઈ ને કોઈ બહાને રિબાવ્યા કર્યો હતો, અને તેમ છતાં તે બધાની સામે ટકીને પોતાનું જીવન વિતાવ્યે જતો. અલબત્ત, અવસ્થા થતાં તે ધીરેધીરે ઘા સહી-સહીને જેમ બહારથી રીઢો થયો હતો, તેમ અંદરથી તે વધારે ને વધારે નબળો પડતો જતો હતો, પણ આજે તેના જીવનની સૌથી મોટામાં મોટી કસોટીએ ચઢ્યો હતો. જીવતરની અત્યાર સુધીની સર્વ કસોટીઓ આની પાસે તુચ્છ હતી. જીવનની સૌથી વહાલામાં વહાલી ચીજ આપણી પાસેથી કોઈ ખૂંચવી લેવા તૈયાર થાય તે કરતાં વધારે કપરી કસોટી બીજી કઈ હોઈ શકે ?

બિચારો વૃદ્ધ ભોળો જિન-વાલજિન ! કૉઝેટ ઉપરનો તેનો પ્રેમ કેવળ વાત્સલ્યભાવે ભરેલો હતો, પણ તેના જીવનમાં તેણે કોઈ પણ પ્રકારના પ્રેમનો અનુભવ અત્યાર સુધી કર્યો જ ન હતો. પ્રેમની એકેએક અવસ્થાના ઉપભોગનો આનંદ તેને માત્ર આ વાત્સલ્યભાવમાં જ મેળવવાનો હતો. તે કૉઝેટનો પિતા જ નહોતો, તેની માતા હતો, તેનો ભાઈ હતો. તેની બહેન હતો. તેણે જીવનમાં પત્ની કે પ્રેયસીનો પ્રેમ અનુભવ્યો જ ન હતો, પણ આ બધા પ્રેમમાં ઝાંખા, સૂક્ષ્મ, નિર્વ્યાજ રૂપે એ પ્રેમ પણ તેને ખબર પણ ન પડે એ રીતે ભળેલો હતો. કુદરતે આપેલી

સહજવૃત્તિ તેના પવિત્રમાં-પવિત્ર સ્વર્ગીય રૂપે પણ તેનામાં વ્યાપેલી હતી. આ અપૂર્વ અદ્વિતીય એવી મનોદશાને બહુ જ કાળજીપૂર્વક સમજવી જરૂરી છે. જીવનમાં તેને પ્રેમ શું કહેવાય તેની ખબર ન હતી. પ્રેમની એક પછી એક પલટાતી અવસ્થાનો તેને અનુભવ ન હતો. પચાસ વરસની ઉંમર વટાવ્યા પછી તેને કૉઝેટ મળી. જિન-વાલજિનને મન કૉઝેટ પોતાના સિવાય બીજા કોઈને દેખતી પણ ન હતી. આજે જાણે કે કૉઝેટ તેના પ્રેમના પાંજરામાંથી પાંખો ફફડાવીને બહાર નીકળવા મથી રહી છે. એક વાદળીની જેમ તે તેના પડખેથી પસાર થઈ જાય છે, પાણીની જેમ તેના પગ નીચેથી તે સરી જાય છે, કૉઝેટનો પ્રેમ આજે બીજે ઢળ્યો છે, પોતે તો માત્ર કૉઝેટનો પિતા જ રહ્યો છે. તેના પ્રેમની અખંડ મૂર્તિ પર જાણે કોઈ અદશ્ય વ્યક્તિએ વજ્રનો પ્રહાર કરી તેના ટુકડા કરી નાખ્યા. તેનો સમસ્ત આત્મા વિધિના આ ઓચિંતા પ્રહારની સામે બળવો પોકારી રહ્યો. પોતાની કૉઝેટને છીનવી લેવાનો પ્રયત્ન કરનાર જે કોઈ હોય તેની સામે તે યુદ્ધ માટે સજ્જ થઈ ગયો. કેટલાંય વરસોથી તેના અંતરના ઊંડાણમાં દટાઈ ગયેલો પેલો 'ધિક્કાર' પાછો જાગૃત થયો. જીવનમાં આટલું સહન કર્યું, અને હવે જ્યારે માંડ સુખનો વારો આવ્યો ત્યાં આ જીવલેણ ઘા કોણે માર્યો ? ભાવિએ કોઈ પણ જાતની ચેતવણી આપ્યા સિવાય પાછળથી તેને ફટકો માર્યો હતો. તે સિંહની જેમ છંછેડાયો.

આમ ને આમ કેટલો વખત વીતી ગયો તેનું તેને ભાન ન રહ્યું. રાત ઘણી વીતી ગઈ હશે. નોકરડી અંદર આવી.

''એ બધું ક્યાં આગળ ચાલે છે ?'' જિન-વાલજિને તેને જોતાંવેંત પૂછ્યું.

''શું ?''

''પેલું તોફાન.''

''હા હા, સેંટ મેરીના લત્તા બાજુ.''

જાણે કોઈએ પાછળથી ધક્કો માર્યો હોય એમ તે ઊભો થઈ ગયો. એમ તે એમ ઉઘાડે માથે તે ઘરની બહાર નીકળ્યો, શેરીમાં આવ્યો ને ત્યાં પડેલા એક બાંકડા પર બેસી ગયો.

રાત વધતી જતી હતી. તે કેટલો વખત બેસી રહ્યો તેની તેને ખબર ન પડી, શેરીમાં સાવ સોપો પડી ગયો હતો. ઘરની સામે જ સુધરાઈ ખાતાની બત્તી શેરીમાં ઝાંખો પ્રકાશ પાડી રહી હતી. દૂર-દૂરથી રહી-રહીને હોકારા-દેકારા તથા બંદૂકોના ધડાકા સંભળાતા હતા. દૂર દેવળમાં જાણે કે અગિયારના ટકોરા સંભળાયા. જાણે કે કાળ કહેતો હતો કે મારું કાર્ય તો અવિરતપણે ચાલ્યા જ કરે છે. એકાએક દૂર મુખ્ય બજારની દિશામાંથી બંદૂકોના ધડાકા સંભળાયા. વળી ઘડીક શાંતિ છવાઈ ગઈ. વળી પાછા એ જ ધડાકાઓ સંભળાયા. કદાચ આપણે આગળ પેલા પીઠા

પાસેના મોરચા પર જોયા હતા તે જ આ ધડાકા હતા. જિન-વાલજિન ચમકીને ઊભો થઈ ગયો. તે અવાજની દિશામાં પગ ઉપાડતો હતો ત્યાં વળી અટકી પડ્યો ને બાંકડા પર બેસી ગયો. તેની અંદર ચાલી રહેલું યુદ્ધ પાછું ચાલુ થયું.

એકાએક તેણે શેરીમાં કોઈકને આવતું જોયું. બત્તીના પ્રકાશમાં એક નાનકડો છોકરો ચાલ્યો આવતો હતો. તે ગાવરોશ હતો. ગાવરોશ રસ્તાની બંને બાજુ ઊંચી નજર કર્યા કરતો હતો, પછી તરત જ નીચે બંને બાજુ નજર કરતો હતો. તે બારીકાઈથી બારણાં ઉપર નજર કરતો હતો. બારણાં-બારી બધું બંધ હતું. છોકરાએ ઊંચે જોઈને કહ્યું : "આયે સાલું ભારે છે !"

જિન-વાલજિનને કોણ જાણે શાથી, પણ એકાએક આ છોકરા તરફ અનુભૂતિ ઉત્પન્ન થઈ

"શું છે, બેટા ? કોનું કામ છે ?"

"શું છે શું ? ભૂખ લાગી છે." ગાવરોશે કહ્યું. "અને મને બેટો ન કહેવો !"

જિન-વાલજિને ખિસ્સામાં હાથ નાખ્યો ને એક રૂપિયાનો સિક્કો કાઢીને ગાવરોશના હાથમાં મૂક્યો, પણ ગાવરોશનું ધ્યાન તે તરફ ન હતું. તેની નજર બત્તી તરફ ગઈ ને તેણે નીચે પડેલો એક પથ્થર ઉપાડ્યો.

એલા હજી તમારે ત્યાં બત્તીઓ બળે છે ? તમને એટલીય ખબર નથી કે અત્યારે બત્તીઓ બાળવાની નથી ? આ કાયદાનો ભંગ છે. ફોડી નાખો !"

તેણે તાકીને બત્તી ઉપર પથ્થર નાખ્યો. બત્તીનો કાચ ફૂટ્યો અને બત્તીએ થોડો વખત તરફડિયાં માર્યાં ને તે ઓલવાઈ ગઈ. આખી શેરીમાં અંધારું વ્યાપી ગયું : "બસ, હવે શેરી કેવી સુંદર લાગે છે !"

"બિચારો ભૂખ્યો છે !" જિન-વાલજિન જાણે મનમાં જ બોલતો હોય તેમ બોલ્યો અને તેણે એક રૂપિયાવાળો સિક્કો ગાવરોશનાં હાથમાં મૂક્યો. ગાવરોશે કુતૂહલપૂર્વક આ મોટા સિક્કા તરફ જોયું. તેણે આ સિક્કાના કદનાં ને રૂપનાં વખાણ ખૂબ સાંભળ્યાં હતાં. આજે પહેલી જ વાર તેને જોઈને તેને તે વખાણ વાજબી લાગ્યાં, પણ તેણે તરત જ તે સિક્કો પાછો જિન-વાલજિન તરફ ધર્યો.

"મહેરબાન, મને આ સિક્કા કરતાં બત્તી ફોડવાનું વધારે ગમે છે. તમને એમ છે કે હું આ સિક્કાની લાલચે લોભાઈ જઈશ ને બત્તીઓ નહિ ફોડું !"

"તારે મા છે ?" જિન-વાલજિને પૂછ્યું.

"તમારા કરતાં વધારે છે."

"તો પછી આ સિક્કો તારી માને આપજે."

ગાવરોશ ઉપર આ કોમળ શબ્દોની જાદુઈ અસર થઈ. વળી આ માણસ પણ તેના જેવો જ સામાન્ય મજૂર જેવો દેખાતો હતો.

"ત્યારે... હું બત્તીઓ ફોડું એમાં તમારે વાંધો નથી ને ?"

"ના... રે ના ! જેટલી ફોડાય તેટલી ફોડ ને !"

"તમે મજાના આદમી છો !"

તેણે સિક્કો પોતાના ખિસ્સામાં મૂક્યો : "અને હા, તમે આ જ લત્તામાં રહો છો ?"

"હા, કેમ ?"

"7મા નંબરનું ઘર કયું, ખબર છે ?"

"તું મને આપવાનો કાગળ લાવ્યો છું ને ?" જિન-વાલજિને એક ક્ષણમાં જ પરિસ્થિતિને સમજી લીધી.

"તમને ? તમે ક્યાં સ્ત્રી છો ?"

"કાગળ કૉઝેટને આપવાનો છે ને ?"

"કૉઝેટ ? કાંઈક એવું જ કચરા જેવું નામ છે."

"ત્યારે એ કાગળ મને જ આપવાનો છે. મારે જ તેને આપવાનો છે. મને આપ."

"એમ ? એ કાગળ હું ઠેઠ સુધીના મોરચા પરથી લાવ્યો છું એ ખબર છે ને ?"

"હા જ તો !"

ગાવરોશે ખિસ્સામાંથી કાગળ કાઢ્યો, અને તે હાથમાં રાખીને બોલ્યો :

"આ કાગળ ફ્રાંસની કામચલાઉ સરકાર તરફથી આવેલો છે." તેણે તે કાગળ જિન-વાલજિનના હાથમાં મૂકીને લશ્કરી સલામ ભરી.

"આનો જવાબ ક્યાં મોકલવાનો છે ?"

"જવાબ યુદ્ધના મોરચા પર. કેનવેરી ગલીના નાકે, પીઠાની બાજુમાં. સાહેબજી !"

ગાવરોશ જોતજોતાંમાં અંધારામાં અદશ્ય થઈ ગયો. તેનાં પગલાં સંભળાતાં બંધ પડ્યાં. શેરીમાં ફરી સ્મશાન જેવી શાંતિ છવાઈ ગઈ.

જિન-વાલજિન કાગળને હાથમાં લઈને ધ્રૂજતે હૈયે ઘરમાં ગયો. પોતાના ઓરડામાં જઈને તેણે બારણું અંદરથી બંધ કર્યું. ઘુવડ રાતે કોઈ શિકાર પકડીને પોતાની બખોલમાં પેસી જાય તેવા આનંદથી તે ઓરડામાં પુરાયો. તેણે મીણબત્તી સળગાવી, કાગળ ખોલ્યો ને વાંચ્યો. એને કેવળ આટલા શબ્દો જ બરાબર ઊકલ્યા :

" – હું મૃત્યુની ગોદમાં પોઢી રહ્યો છું. હું તને ચાહું છું. આ પત્ર વાંચતી હોઈશ ત્યારે મારો આત્મા તારી પડખે ઊભો હશે."

આ એક જ લીટીએ તેના દિલમાં ભયંકર લાગણીઓનાં મોજાં ઉછાળ્યાં.

એક ક્ષણ તો જાણે કોઈ ક્રૂર આનંદના ભારે દબાઈ ગયો. કોઈ દારૂડિયાનો કેફી આનંદ તેનાં અંગેઅંગમાં વ્યાપી ગયો. 'બસ, હવે વાંધો નથી. જે વ્યક્તિ તેના માર્ગમાં આડે આવીને ઊભી હતી, તે ખસી જાય છે – તે પોતાની રાજીખુશીથી માર્ગમાંથી ખસી જાય છે. કદાચ તેના જીવનનો અંત પણ આવી ગયો હશે, પણ તેની ખાતરી શી ? કાગળ કદાચ કાલે સવારે પહોંચવાની ગણતરી હોય તો ? તો તો તે હજી કદાચ જીવતો પણ હોય ! તો પછી ? તો શું કરવું ? નહિ નહિ મારે જાતે જ ખાતરી કરવી સારી. ત્યાં સુધી મારા મનને જંપ કેમ વળશે ? એક વાર ખાતરી થાય એટલે ફરી કૉઝેટ મારી પોતાની જ રહેશે. આ કાગળ કૉઝેટને આપવાની જરૂર નથી. તેને બિચારીને એનું શું થયું તેની ખબર પણ પડવાની નથી. બળવામાં ઝંપલાવ્યા પછી તે માણસ બચે એમ નથી એ નક્કી. તે નહિ મર્યો હોય તો મરવાની તૈયારીમાં જ હશે. એમાં શંકા નથી. હાશ !'' પોતાના મનમાંથી ઊઠતા આ ભાવોથી તેનું મન પ્રફુલ્લિત થવાને બદલે ઉદાસ થઈ ગયું.

એક કલાક પછી જિન-વાલજિન રાષ્ટ્રીય દળના સૈનિકનો ગણવેશ ધારણ કરીને ઘરની બહાર નીકળ્યો. તેના હાથમાં બંદૂક તથા કેડે કારતૂસનો પટ્ટો હતો. તે મુખ્ય બજારની દિશામાં ચાલ્યો.

૨૮. મોતની ઉમેદવારી

બળવાખોરોને જે વખત મળી ગયો હતો તેનો તેમણે પૂરેપૂરો ઉપયોગ કર્યો હતો. તેમણે પોતાની કિલ્લેબંધી પાછી વ્યવસ્થિત કરી લીધી, એટલું જ નહિ, પણ તેને વધારે ઊંચી ને મજબૂત કરી. આગેવાન બળવાખોરોએ પોતાના લશ્કરનું બળ બરાબર માપી લીધું. કેટલા વખત સુધી ટક્કર ઝીલી શકાશે તેની પણ ગણતરી કરી લીધી. સવાલ હારજીતનો હતો જ નહિ, પણ કેટલો વખત દુશ્મનોને ખાળી રાખીને તેમને આપણી શક્તિનું ભાન કરાવી શકીશું તે હતો. મૃત્યુ એ જ છેવટનો નિશ્ચિત અંત તો સૌએ કલ્પી જ લીધેલો હતો. એટલે આવતા મૃત્યુને ભેટવાની આતુરતાને બને તેટલી રોકી રાખીને સામા પક્ષને કેટલી ખુવારી પહોંચાડી શકાય છે તેનો જ તેમને હિસાબ કાઢવાનો હતો.

પીઠાની માલિક બાઈ તથા તેની બે નોકર બાઈઓએ જોયું કે પીઠું સલામત નથી, એટલું નહિ, પણ પોતે પણ સલામત નથી એટલે 'आत्मार्थे पृथिवीं त्यजेत्' એ સૂત્રનો અમલ કરીને પીઠું છોડીને કોઈના ઘરમાં આશરો લઈને ભરાઈ ગઈ હતી.

એંજોલ્રાસે યુદ્ધનો બીજો દોર શરૂ થાય, તે પહેલાં સૌને બે કલાક ઊંઘ લઈ લેવા માટે છૂટ આપી હતી, પણ તે છૂટનો લાભ લેવા કોઈ તૈયાર ન હતું. બધા પોતપોતાનાં હથિયારો સજ્જ કરવામાં લાગી ગયા હતા, અને કેટલાક ઘાયલ થયેલા હતા તે પણ પાછા લડવા માટે તૈયાર થઈ ગયા હતા. ઘાયલો માટેના ઇસ્પિતાલના ઓરડામાં ફક્ત પેલા ડોસા મેબ્યુનું મડદું તથા થાંભલે બાંધેલો જેવર્ટ બે જ હતા.

બળવાખોરો પાસે ખાવાનું કાંઈ રહ્યું નહોતું, જે થોડુંઘણું હતું તે તો આગલે દિવસે જ ખલાસ થઈ ગયું હતું, ફક્ત થોડોઘણો દારૂ પીઠાના ભંડકિયામાં પડ્યો હતો, તેનાથી સૌએ ભૂખ શમાવી.

રાતે બે વાગ્યે છેવટની ગિનતી કરવામાં આવી. બધા થઈને સાડત્રીસ માણસો હતા. પો ફાટવાની તૈયારી હતી. મશાલ પણ હવે હોલવાઈ ગઈ હતી, આખી છાવણી અંધકારમાં ડૂબેલી હતી. બળવાખોરો કાળા ઓળાઓની જેમ આમતેમ ફરતા દેખાતા હતા. છાવણી પાછળ ઊભેલાં ઊંચાં મકાનો આ છાવણી પર જાણે

કે તોળાઈ રહ્યાં હોય એવા લાગતાં હતાં. પેલા મકાનને ત્રીજે માળે બારીમાં હજી પેલા વૃદ્ધ નોકરનું ઢળેલું માથું એમ ને એમ પડ્યું હતું.

એંજોલ્રાસ બીજી છાવણીઓની હાલતની તપાસ કરવા માટે ઊપડી ગયો હતો. બધા ક્રાંતિકારીઓ ઉત્સાહમાં આવી ગયેલા હતા. આખી રાત કોઈ પણ જાતનો હુમલો થયો નહિ, એટલે સરકારી લશ્કરમાં ધાક પેસી ગઈ છે એમ તેમને ખાતરી થઈ હતી.

એંજોલ્રાસ જ્યારે બીજી છાવણીઓની તપાસ કરીને પાછો આવ્યો ત્યારે સૌએ ખૂબ ઉત્સાહથી તેનું સ્વાગત કર્યું. એંજોલ્રાસ હાથની અદબ વાળીને થોડીક વાર આ હર્ષના ઊભરાને જોઈ રહ્યો. પછી તે બધા તરફ પોતાનું રૂપાળું મોં ફેરવીને બોલ્યો :

"મિત્રો, પારીસનું આખું સૈન્ય આપણી ક્રાંતિને કચડી નાખવા તૈયાર થઈને નીકળી પડ્યું છે. તે લશ્કરનો ત્રીજો ભાગ કેવળ આપણી છાવણીને ભસ્મ કરવા આવી રહ્યો છે. તેમાં રાષ્ટ્રીય દળના માણસો પણ ભેગા છે. એક કલાકમાં હલ્લો આવી પહોંચશે. કાલે પારીસના લોકોમાં કાંઈકેય ઉશ્કેરાટ હતો. આજે તેઓ ઠરી ગયા છે. હવે રાહ જોવાની નથી. કોઈની આશા પણ કરવાની નથી. આપણે એકલા જ છીએ."

સાંભળનારના કાન ઉપર આ શબ્દો પડતાંની સાથે જ અપૂર્વ શાંતિ છવાઈ ગઈ – જાણે કે માથા પર હમણાં જ મૃત્યુની વિશાળ પાંખનો ફફડાટ સંભળાયો હોય એમ નિઃસ્તબ્ધતા વ્યાપી ગઈ, પણ આવી ક્ષણો બહુ જ થોડી ગઈ. ટોળામાંથી એક અવાજ ગાજી ઊઠ્યો :

"ભલે, આ આડશની ઓથે રહીને ઠેઠ સુધી લડીશું. આ આડશ તૂટશે તો આપણાં મડદાંની ઢાલ કરીને લડીશું. પારીસના લોકો ભલે આપણને છોડી ગયા, આપણે પારીસના લોકોનો દ્રોહ નહિ કરીએ."

ફરી ક્રાંતિકારીઓમાં ઉત્સાહ વ્યાપી ગયો. મૃત્યુની ચિંતાનું વાદળ હટી ગયું આ શબ્દો ક્યાંથી આવ્યા, કોણ બોલ્યું, તેની કોઈને ખબર ન પડી.

ક્રાંતિની કટોકટીની પળે આવી વાણી જાણે કે ક્રાંતિના ગર્ભમાંથી સંભળાય છે. બોલનાર કોણ હોય છે તેની કદી ખબર પડતી જ નથી, પણ આ વાણી સત્તાવાહક હોય છે, નિર્ણયાત્મક બને છે, લોકોને પ્રેરણા આપે છે. "પારીસની પ્રજા આપણે પડખે રહે કે ન રહે, આપણે છેલ્લા માણસ સુધી લડીશું." આ નિર્ણય દરેક ક્રાંતિવીરના હૃદયમાંથી નીકળ્યો.

"મૃત્યુ અમર રહો ! આપણે સૌ સાથે જ મરીશું." છાવણીમાંથી ઘોષ ઊઠ્યો.

"બધા શા માટે ?"

"બધાય, બધાય."

"આપણો મોરચો મજબૂત છે. ત્રીસ માણસો તેના બચાવ માટે પૂરતા છે,

તો ચાલીશને શા માટે હોમવા ?'' એંજોલ્રાસે કહ્યું.

''અમારામાંથી કોઈ ખસવા માગતો નથી.''

''મિત્રો ! એંજોલ્રાસનો અવાજ ગર્જ્યો. ''ફ્રાંસીય પ્રજાસત્તાક પાસે માણસોની એવી છત નથી કે ગમે તેમ જાન વેડફી દઈ શકાય. જો આપણે મરવા માટે પણ તૈયાર રહી શકીએ છીએ તો કોઈકે જરૂર પડે ત્યારે જીવવા પણ તૈયાર રહેવું પડે.''

એંજોલ્રાસના અવાજમાં – તેના ચહેરામાં જ કાંઈક એવું હતું કે તેની સામે કોઈ દલીલ ન હતી. પણ છતાં આજે એંજોલ્રાસે જોયું કે તેનાં વચનોની ધારી અસર થઈ નથી. તેણે ફરી કહ્યું :

''ત્રીસની સંખ્યા રહેવાથી જે ડરતો હોય તે પોતાનો હાથ ઊંચો કરે.''

ગણગણાટ ઊલટો વધ્યો.

''અને છાવણી છોડીને જવાનું પણ સહેલું નથી. આપણી છાવણી બધી બાજુથી ઘેરાઈ ગઈ છે.'' એક જણે કહ્યું.

''ના, બજાર બાજુનો રસ્તો હજી ખુલ્લો છે.'' એંજોલ્રાસે કહ્યું.

''હા, પણ ત્યાં પહોંચ્યા પછી તો દુશ્મનના હાથમાં જ પડવાનું છે. આપણો પહેરવેશ જોતાંવેંત જ આપણને પકડી લેવાના. પૂછશે કે ક્યાંથી આવો છો ? બળવાખોર લાગો છો, આપણા હાથ સૂંઘીને કહેશે કે હાથમાં બંદૂકના દારૂની વાસ આવે છે, બસ થયું. ત્યાં ને ત્યાં ગોળીએ.'' એંજોલ્રાસે કાંઈ પણ જવાબ આપ્યા વગર કૉમ્બિફ્રિયરના ખભા પર હાથ મૂક્યો. બંને જણ પીઠામાં ગયા ને થોડી જ વારે બહાર આવ્યા. એંજોલ્રાસના હાથમાં રાષ્ટ્રીય દળના ચાર ગણવેશો હતા. કૉમ્બિફ્રિયરના હાથમાં ચોકડી પટ્ટા તથા બિલ્લા હતા.

''આ ગણવેશ પહેરીને તમે સરકારી દળમાં સહેલાઈથી ભળી જઈ શકશો. તમારા પર શક કોઈને નહિ જાય. ચાર જણને પૂરા પડે તેટલા ગણવેશો છે.''

''ચાલો, વિચાર કરવાનો અત્યારે વખત નથી. અત્યારે સવાલ શેનો છે, ખબર છે ? તમારો જાન બચાવવાનો સવાલ જ નથી; સવાલ તો તમારી પાછળ રહેલા કુટુંબનો છે, તમારી સ્ત્રીનો છે, તમારાં બાળકોનો છે. પગથી પારણાની દોરી ખેંચતી ને છાતીએ બીજાં બાળકો ધવરાવતી, ને આસપાસ એક છોકરાંને રમાડતી માતાનું હૃદય જેણે ન જોયું હોય એ માણસ પોતાની આંગળી ઊંચી કરે ! તમને સૌને મરવાની હોંશ છે, મને ખબર છે. મને પણ મરવાની ખૂબ હોંશ છે, પણ આક્રંદ કરતી માતાઓ અને વિધવાઓ મારા મડદા આસપાસ વીંટળાઈ વળે, તેવું મૃત્યુ મારે નથી જોઈતું. જાતે ખુશીથી મરો, પણ તમારી પાછળ હોય તેને ન મારો, આપણે જે આપઘાત કરીએ છીએ, તે કેસરિયાંમાં ખપશે, પણ આપણી પાછળ થતા આપઘાતો તે ખૂન ગણાશે. હમણાં જ હું ચોકીએથી પાછો ફરતો હતો. એક

મકાનને ઉપલે માળે બારીમાંથી એક વૃદ્ધા ડોકિયું કરીને બહાર બહાવરીની જેમ નજર ફેરવતી હતી. તે તમારામાંથી જ કોઈની માતા હશે. તમે તેની પાસે જાઓ. તેને કહો કે : "માડી, હું આ આવ્યો." બસ ! મારે મન તે માણસે જ પોતાની ફરજ બજાવી ગણાશે. જેના પર કુટુંબ પોતાનું પેટ ભરે છે, તેને કુટુંબનો ત્યાગ કરવાનો શો અધિકાર છે ? આજે તમે મૃત્યુને ભેટો, ને કાલે તમારાં ભાડું, સ્ત્રી, બાળકો કે માતા રોટી માટે શેરીમાં રઝળતાં થાય, તેમાં તમારો ત્યાગ છે ?

"હું જાણું છું કે તમે વીર છો. તમારા દિલમાં આ ભવ્ય મૃત્યુને ભેટવા માટેની જે આતુરતા છે, તમારા હૃદયમાં જે આનંદ ઊછળી રહ્યો છે, તે હું જાણું છું, પણ દુનિયામાં માત્ર આપણે જ એકલા નથી. બીજાનો પણ આપણે વિચાર કરવાનો છે. આપણું વીરત્વ, આપણો ત્યાગ પણ સ્વાર્થી ન હોવા જોઈએ."

એંજોલ્રાસની આ ભવ્ય વાણીને સૌ નીચે મોઢે સાંભળી રહ્યા.

મેરિયસ જાણે કે મૃત્યુની ગુફામાં પ્રવેશ કરતી વખતે પાછળથી કોઈ આકાશવાણી સાંભળી રહ્યો હોય એમ તેને લાગતું હતું. તે જાણે કે નિદ્રાવસ્થામાં હરતો-ફરતો હોય અને આ બધું સાંભળતો હોય એમ લાગતું હતું. તે મૃત્યુ સિવાય બીજું કાંઈ જોઈ શકતો જ ન હતો. તે જાણે એકલો પોતાના મનને જ કહેતો હોય એમ મોટે અવાજે બોલ્યો:

"બરાબર છે, એંજોલ્રાસ કહે છે તે બરાબર છે. તમારામાંથી જે જે કુટુંબવાળા છે તે સૌ આ છાવણી છોડીને ચાલ્યા જાય."

કોઈ હલ્યું નહિ.

"પરણેલા અને કુટુંબનો જેના પર આધાર છે તેવા છાવણીમાંથી ચાલ્યા જાય." મેરિયસે ફરી કહ્યું.

"મારો હુકમ છે." એંજોલ્રાસે કહ્યું.

બધા અંદરોઅંદર ગુસપુસ વાતો કરવા લાગ્યા. સૌ એકબીજાને કહેવા લાગ્યા : "તારે બે બહેનો છે." "તું ત્રણ છોકરાંનો બાપ છે." "તું ઊપડી જા."

"જલદી કરો, વખત નથી. પા કલાકમાં બધું પતી જવું જોઈએ." એંજોલ્રાસે કહ્યું. "મિત્રો, આપણે ત્યાં સૌની સત્તા સરખી છે તમે પોતે જ તમારામાંથી જે કોઈ કુટુંબવાળા હોય તેમને જુદા તારવી લો."

એંજોલ્રાસના કહેવાની અસર થઈ. પાંચ જણને જુદા તારવી લેવામાં આવ્યા.

"આ તો પાંચ જણ છે." મેરિયસે કહ્યું.

"પણ ગણવેશ તો ચાર જ છે."

"તો અમારામાંથી એક જણ રોકાઈ જશું." પાંચે જણ બોલી ઊઠ્યા. વળી અંદરોઅંદર ખેંચતાણ શરૂ થઈ.

"તારે સ્ત્રી છે અને તારા વગર રહી શકે તેમ નથી." "તારી મા બિચારી સાવ અપંગ છે ને ઘરડી છે." "તારે નથી મા કે નથી બાપ, તારાં ત્રણ નાનાં ભાંડુનું કોણ કરશે ?" "તારે તો પાંચ છોકરાં છે." "હજી તું તો હમણાં જ પરણ્યો છે. તારે હજી તો જિંદગી શરૂ થાયે છે."

આ તો વીરત્વનો મેળો હતો. માથાના દાનની ચડસાચડસી હતી. દુનિયામાં અશક્ય ગણાતી વાત અહીં એક સામાન્ય વાત હતી.

"ચાલો, જલદી કરો."

"મેરિયસ, તમે જ અમારામાંથી એક જણને પસંદ કરો, તે રોકાઈ જશે."

પણ મેરિયસની જિગર ન ચાલી. મરવા માટે માણસને પસંદ કરવાની કલ્પના આવતાં જ તેનું મગજ ચકરી ખાવા લાગ્યું. તોય તે પાંચે જણની નજીક ગયો. પરણવા માટે આતુર ઉમેદવારી સામે ઊભેલી કન્યા સામે જે આતુરતાથી જોઈ રહે, તે આતુરતા પાંચેના ચહેરા ઉપર હતી.

મેરિયસે ફરી પાંચેને ગણી જોયા. તેને મૂર્ખાઈભર્યો વિચાર આવ્યો કે કદાચ આ પાંચ જણને બદલે ચાર જણ હોય તો ! તેણે પાસે પડેલા ગણવેશના ઢગલા પર નજર કરી. તે ચાર જ હતા. એકાએક આકાશમાંથી પડ્યો હોય તેમ રાષ્ટ્રીય દળના સૈનિકનો એક ગણવેશ ઉપરથી પેલા ઢગલા ઉપર પડ્યો. મેરિયસે ઊંચે જોયું. સામે જિન-વાલજિન ઊભો હતો.

જિન-વાલજિન રાષ્ટ્રીય સ્વયંસેવક દળના ગણવેશમાં આ છાવણી તરફ આવવા નીકળ્યો હતો. તેને આ ગણવેશમાં કોઈ પોલીસ કે સૈનિકે અટકાવ્યો નહિ. તે જ્યારે છાવણીમાં પેઠો ત્યાર એ કોઈનું તેના તરફ ધ્યાન ન ગયું, કારણ કે સૌ આ પાંચ જણના ફેંસલાની રાહ જોવામાં તલ્લીન હતા, જિન-વાલજિન પણ ત્યાં આવ્યો. પળવારમાં તેણે પરિસ્થિતિ સમજી લીધી. પોતાનો કોટ ઉતારીને તેણે ઢગલામાં નાખ્યો. આખી છાવણીમાં કોઈ અવર્ણનીય લાગણી છવાઈ ગઈ.

"કોણ છે આ ?" એક જણ બોલ્યો.

"એક આદમી છે. પોતાના એક બિરાદરનો જીવનદાતા છે."

"હું તેને ઓળખું છું." મેરિયસે કહ્યું.

"બસ, મેરિયસની જામીનગીરી પૂરતી છે." એંજોલ્રાસે કહ્યું ને તે જિન-વાલજિન તરફ ફર્યો.

"બિરાદર, તમને બધા વતી આવકાર આપું છું." તેણે ઉમેર્યું, "તમને ખબર તો હશે કે અહીં મરવાનું છે."

જિન-વાલજિન કાંઈ પણ બોલ્યા સિવાય પેલા પાંચમાંથી એક જણને રાષ્ટ્રીય દળના સૈનિકનો પોશાક પહેરવામાં મદદ કરવા લાગી ગયો.

૨૯. 'રેઢિયાળ'નો અંત

એંજોલ્રાસે જોઈ લીધું કે આ ભવ્ય નાટકના છેલ્લા કરુણાન્ત અંક માટેની બધી તૈયારીઓ પૂર્ણ થઈ ગઈ છે. પાત્રોની પસંદગી પર છેવટની મહોર વાગી ગઈ છે. પડદાઓ ઊંચકાવા તૈયાર છે, નટો તૈયાર છે.

એંજોલ્રાસ સૂત્રધારની અદાથી જાણે છેવટની સૂચના આપતો હોય તેમ આડશનાં પગથિયાં પર એક પગ નીચે અને એક ઉપર એમ મૂકીને ઊભો રહ્યો અને બધાને ઉદ્દેશીને બોલ્યો :

"મિત્રો, આ ભવ્ય પ્રસંગે – જીવનની આ છેલ્લી ગણાતી ઘડીએ તમારી નજરને દૂર ભવિષ્ય તરફ લઈ જવા હું ઇચ્છું છું. પ્રકાશથી ઝળહળતી શહેરની શેરીઓ, રસ્તાની બંને બાજુ ઝૂકી રહેલાં લીલાંછમ વૃક્ષો, આપણા રાષ્ટ્રની પ્રામાણિક ભગિનીઓ તથા બંધુઓ, બાળકો પર આશિષ વરસાવતા વૃદ્ધો, પૂર્ણ સ્વતંત્રપણે વિચાર કરતા લોકો – આ બધું તમારી નજર સમક્ષ ખડું કરો. કોઈ કોઈનો દ્વેષ કરતું નથી. કારખાનાં-નિશાળોમાં ભ્રાતૃભાવ કેળવાઈ રહ્યો છે. ત્યાં ઇનામ કે સજા કાંઈ નહિ હોય. ત્યાં બધાને કામ મળે છે, બધાને હકો મળે છે, ત્યાં બધાને શાંતિ મળે છે. હવે રક્તપાત-લડાઈઓ એ બધું ગયું. હવે તો સુખી માતાઓ દેખાય છે. તમને થશે કે આ તો હવાઈ વાતો છે. ના, જરાક ભૂતકાળમાં નજર કરો, માણસ જ્યારે જંગલી અવસ્થામાં જંગલનાં પશુઓ વચ્ચે જીવન ગુજારતો હતો, ત્યારે તેની દશા શું હતી ? માણસ બધી બાજુથી જંગલનાં ભયંકર પશુઓથી-જળચરોથી ઘેરાયેલો હતો. તેમાંથી માણસે પોતાની બુદ્ધિની જાળો રચીને આ બધાને પોતાના કબજામાં લીધાં. પોતાનું વર્ચસ કુદરતમાં સ્થાપ્યું, તો પછી ભાઈઓ ! હિંમત રાખી આગે બઢો ! સત્યનું પ્રભાત ઊગી રહ્યું છે. આપણે પ્રભાતના સંદેશવાહકો ધ્વજવાહકો છીએ. માનવસમાજના ઐક્ય તરફ આપણે આગળ વધી રહ્યા છીએ. વીરો ! આજે ભલે ગમે તે બને, પણ આવતી કાલની ક્રાંતિ આપણે સર્જી રહ્યા છીએ. ભલે અત્યારે આપણો નાશ થાય, આપણો પરાજય થાય – આવી ક્રાંતિની મશાલો આખી માનવજાતને ઉજાળશે. માણસ પોતાની જાતનો સાર્વભૌમ સત્તાધીશ હોય એ જ ખરો રાજકીય સિદ્ધાંત છે. દરેક હકોનું રક્ષણ

એ જ સમાનતા છે. આમ થશે પછી કોણ કોના પર આક્રમણ કરશે ? ત્યારે રાજા નહિ હોય, શોષણ નહિ હોય, નાલાયકોને પણ વારસાહકે મળતી સત્તા નહિ હોય. દુકાળ, રોગ, વ્યભિચાર, ખૂન, ફાંસી – એ કાંઈ નહિ હોય, મિત્રો, અત્યારે આપણે એક નિરાશ કરી મૂકે તેવી પરિસ્થિતિમાં ઊભા છીએ, પણ ઊજળા ભવિષ્યને વરવા માટે આટલી કિંમત ચૂકવવી પડે જ છે. મિત્રો, અત્યારે અહીં જે મૃત્યુને ભેટશે તે જગતને માટે નવપ્રભાત સર્જશે. પ્રભાતના પ્રકાશથી ઝળહળતી કબરમાં આપણે પ્રકાશ કરી રહ્યા છીએ."

એંજોલ્રાસ બોલતો બંધ થયો. તેના પાતળા ઘાટીલા હોઠ હજી પણ ફફડતા હતા. સાંભળનારા તાળી પાડવા જેટલા પણ ભાનમાં ન હતા. એંજોલ્રાસે વહાવેલ ભાવનાના પૂરમાં સૌ તણાતા હતા.

મેરિયસનું મગજ વધારે ને વધારે ગૂંચવાઈ રહ્યું હતું. કૉઝેટનો બાપ અહીં ક્યાંથી ? તે શું કામ આવ્યો હશે ? આવી શંકાઓ ઉઠાવવા જેટલું પણ તેના મગજમાં બળ ન હતું, તેમ તેને પૂછવાની મરજી પણ ન હતી. તેને તો અત્યારની મનોદશામાં એમ જ લાગતું હતું કે સૌ અહીં જ આવે. અત્યારે બધા મરવા જ તૈયાર હોય ને !

પેલા પાંચ જણને વિદાય કર્યા પછી છેવટનું એક બાકી રહી ગયેલું કામ પતાવવા એંજોલ્રાસ મકાનની અંદર ગયો, ને થાંભલે બાંધેલા જેવર્ટ પાસે જઈને ઊભો.

"કાંઈ જોઈએ છે ?" એંજોલ્રાસે તેને પૂછ્યું.

"હવે મારું ક્યારે પતાવો છો ?"

"હજી વાર છે. હજી કારતૂસોની થોડીક ખેંચ છે."

"તો પછી હમણાં કાંઈક પીવા માટે મને આપો."

એંજોલ્રાસે પોતે તેના મોઢા આગળ પાણીનો પ્યાલો ધર્યો અને તેને પાણી પાયું.

"બસ ?"

"આમ થાંભલે ઊભાં ને ઊભાં મને બરાબર ફાવતું નથી. આખી રાત આમ બાંધી રાખ્યો હોત તો જરા ઠીક ગણાત. ભલે ! મને બાંધેલો રાખો તેનો વાંધો નહિ, પણ ટેબલ પર સુવાડી રાખો તો ઠીક – પેલું મડદું સુવાડ્યું છે તેમ." તેણે આંખના ઇશારાથી પડખે જ પડેલા વૃદ્ધ મેબ્યુનું મડદું બતાવ્યું. એંજોલ્રાસે તરત જ પોતાના સાથીઓને હુકમ કર્યો. જેવર્ટને ત્યાંથી છોડીને બંદૂકના પહેરા નીચે થોડેક દૂર પડેલા એક બાંકડા પડખે લાવવામાં આવ્યો ને ત્યાં તેને ટેબલ પર સુવાડીને પાછો કેડેથી, ગળેથી, હાથેથી ને પગેથી ટેબલ સાથે દોરડે બાંધી દેવામાં આવ્યો. એંજોલ્રાસની કડક નજર હેઠળ આ બધો વિધિ કરવામાં આવ્યો. જેવર્ટે

સૂતાંસૂતાં બધી બાજુ નજર ફેરવી દરવાજામાં ઊભેલા જિન-વાલજિનને તેણે જોયો – ઓળખ્યો, પણ તેના મોઢા પર આશ્ચર્ય ન દેખાયું. "આવા માણસો અહીં જ ભેગા થાય ને !" તેણે મનમાં કહ્યું.

સવારનું અજવાળું શરૂ થઈ ગયું હતું, પણ કોઈ જાતનો સંચાર દેખાતો ન હતો. પ્રભાત થયું, પણ પ્રવૃત્તિ ન હતી. લશ્કર તો આગલી રાતે જ ચાલ્યું ગયું હતું. સામેનો ચોક સાવ ખુલ્લો હતો, પણ ત્યાં કોઈ માણસ ફરકતું ન હતું. વરસાદના તોફાન પહેલાં પવન પડી જાય તેમ અહીં વાતાવરણ શાંત હતું. એંજોલ્રાસને ખાતરી હતી કે થોડા જ વખતમાં યુદ્ધ શરૂ થવાનું. તેણે પોતાના મોરચાની બધી બાજુ બની શકે તેટલી મજબૂત કરી લીધી હતી. સૌને પોતપોતાનું સ્થાન પણ સોંપી દેવાયું હતું, હવે તો ફક્ત દુશ્મનોની વાટ જોવાનું જ બાકી હતું.

અને તેમને લાંબો વખત વાટ ન જોવી પડી. દૂરથી મોટી મોટી સાંકળોનો અવાજ આવવા લાગ્યો. પૈડાંનો ઘરઘરાટ સંભળાવા લાગ્યો. એની પાછળ માણસોનો અવાજ પણ સંભળાવા લાગ્યો. દૂરથી રસ્તાના વળાંક પાસે જંગી તોપનું મોઢું દેખાયું. બે જણ તોપના મોઢા પાસે હતા, ચાર જણા પૈડાં પાસે હતા અને એક માણસના હાથમાં સળગાવેલી જામગરી હતી.

"ગોળી ચલાવ !" એંજોલ્રાસે હુકમ છોડ્યો.

આખી આડશ એક ક્ષણભર ઝબૂકી ઊઠી. ધડાધડ ગોળીઓ છૂટી. તોપની આસપાસ ધુમાડો છવાઈ ગયો. થોડી જ વારે વળી ધુમાડો શમી ગયો. તોપચીઓ જાણે કે કાંઈ બન્યું નથી તેમ તોપને હજી વધારે ને વધારે આગળ લાવી રહ્યા હતા – જાણે કે કોઈ મહાન ખગોળશાસ્ત્રી પોતાનું દૂરબીન ગોઠવતો હોય એટલી નિરાંતે તેઓ કામ કરતા હતા.

"શાબાશ છે, તોપચીઓ !" બળવાખોરોમાંથી કોઈ બોલી ઊઠ્યું. અને બધા બળવાખોરોએ આ શાબાશીને તાળીઓથી વધાવી.

"ફરી બંદૂકો તૈયાર કરો !" એંજોલ્રાસે હુકમ કર્યો. આ બાજુથી બંદૂકો તૈયાર થવા લાગી. પેલી બાજુથી તોપ તૈયાર થવા લાગી.

"ધડૂમ !" તોપમાંથી ગોળો છૂટ્યો અને એ જ વખતે 'હાજર' એવો અવાજ આવ્યો. તે આડશ કૂદીને નાનકડો ગાવરોશ અંદર પડ્યો. આગલી રાતનો મેરિયસનો મોકલેલો ગાવરોશ અત્યારે માંડમાંડ અહીં પહોંચ્યો. તોપનો ગોળો અને ગાવરોશ બંને લગભગ એકીસાથે જ પહોંચ્યા, પણ તોપના ગોળા કરતાં પણ ગાવરોશે બધાનું ધ્યાન વધારે ખેંચ્યું. તોપને ગોળે ઊંધા પડેલા ગાડાનું પૈડું ઉડાડી મૂક્યું. આ ઊડતું પૈડું જોઈને બધાને ખૂબ હસવું આવ્યું.

"આપણું કામ ચલાવો !" બંદૂક તાકી તૈયાર ઊભેલાઓને પાછો હુકમ આપ્યો.

મેરિયસે ગાવરોશને પાછો આવેલો જોયો ત્યારે તેને ધ્રાસકો પડ્યો. તેને એ એક બાજુ ખેંચી લઈ ગયો : "પાછો કેમ આવ્યો ?"

"વાહ રે ! કેવો સવાલ પૂછો છો ! તમે શું કામ આવ્યા છો ?" ગાવરોશે સામે પૂછ્યું.

"તને પાછા આવવાનું મેં ક્યાં કહ્યું હતું ? મારો કાગળ તો પહોંચાડ્યો ને ?"

"નોકરના હાથમાં કાગળ આપ્યો હતો. બાઈસાહેબ ઊંઘી ગયાં હતાં." ગાવરોશે ટૂંકમાં પતાવવા જૂઠું ભેળવ્યું. મેરિયસનો એક હેતુ કાગળ પહોંચાડવાનો સર્યો, પણ બીજો હેતુ ગાવરોશને અહીંથી ખસેડવાનો ન સર્યો. કૉઝેટને કાગળ પહોંચાડવાની સાથે તેના બાપને અહીં આવવા સાથે કાંઈ સંબંધ છે કે કેમ તે જાણવા તેણે ગાવરોશને પૂછ્યું : "આ પેલા માણસને ઓળખે છે ?"

"ના." ગાવરોશે રાતે અંધારામાં જેના હાથમાં કાગળ મૂક્યો હતો તેનો ચહેરો બરાબર જોયો ન હતો. મેરિયસના મનની ગૂંચવણ ઊલટી વધી.

દરમિયાન સામેથી ફરી તોપ તૈયાર થઈ રહી હતી. એક સુંદર દેખાવડો યુવાન તોપને તૈયાર કરી રહ્યો હતો. તેને જોતાંવેંત ગમે તેવા દુશ્મનની આંખ ઠરે તેવો હતો.

ઍંજોલ્રાસે કહ્યું : "હવે બીજી તોપ છૂટે તે પહેલાં આપણે કાંઈક કરવું જોઈએ" કહીને તેણે સામેના તોપચી તરફ બંદૂક તાકી.

"ના, ના, આવા દૂધમલ યુવાનનું ખૂન આપણા હાથે ન શોભે." કૉમ્બિફિયર બોલી ઊઠ્યો. "એવો વખત હવે ક્યારે આવશે જ્યારે આવા યુવાનોનું લોહી રેડાવું બંધ થશે !"

"શું થાય ? અત્યારે તો બીજો ઉપાય નથી." ઍંજોલ્રાસની આંખમાંથી આંસુનું બિંદુ ટપક્યું ને તેણે બંદૂક તાકી. ધડાકો થયો. યુવાન તોપચી ઢળી પડ્યો. એક વાર ફરી ઊભો થવા ગયો, પાછો નિશ્ચેષ્ટ થઈને પડ્યો.

બસ ! આ આખરી સંગ્રામનું જ પગરણ હતું. સામેથી ફરી તોપ તથા બંદૂકોનો મારો શરૂ થઈ ગયો. પીઠાના ઉપરના માળની બારીઓ તથા બારણાં ધડાધડ તૂટીને નીચે પડવા લાગ્યાં, પણ ઍંજોલ્રાસે હજી પોતાની ટુકડીને ખામોશ રહેવા કહ્યું હતું. આડશમાં છુપાઈને બેઠેલા બળવાખોરોએ હજી પોતાનો મારો શરૂ ન કર્યો. તેમની પાસે દારૂગોળો ખૂબ ઓછો હતો એટલે દુશ્મનોનો દારૂગોળો ખૂટે અને તેઓ થાકે એટલે અહીંથી હલ્લો શરૂ કરવો એવી ગણતરી હતી. સામી બાજુ સરકારી સૈનિકો પણ વિચારમાં પડી ગયા. સામેથી કેમ કોઈ ફરકતું પણ નથી એ તેમને મન કોયડો હતો. અને તેમને લાગ્યું કે બળવાખોરો કોઈ નવી જ ચાલબાજી ખેલી રહ્યા છે. તેમના મોરચાની આડી પથ્થરની જે દીવાલ હતી તેની પાછળ

શું થાય છે તે જોવા માટે પ્રયત્ન કરતા હતા. એવામાં બળવાખોરોને પડખેના મકાનની બારીમાંથી એક ટોપો ચડાવેલો ચહેરો દેખાયો.

"કોઈ જાસૂસ આવ્યો લાગે છે !" એંજોલ્રાસે કહ્યું. તરત જ પડખે ઊભેલા જિન-વાલજિનની બંદૂકમાંથી ગોળી છૂટી. ટોપો ઊડીને સડક પર ખણખણ અવાજ કરતો પડ્યો. ચહેરો દેખાતો બંધ થયો. થોડી પળે બીજો ટોપો દેખાયો. જિન-વાલજિનના નિશાને તે ટોપો પણ પડ્યો. ત્રીજી વાર કોઈ ટોપો ન દેખાયો.

"કેમ એને જીવતો જવા દીધો ?" કૉમ્બિફિયરે પૂછ્યું.

જિન-વાલજિને જવાબ ન આપ્યો.

એકાએક સામેથી સૈનિકોનો ધસારો શરૂ થઈ ગયો, પણ એટલી જ ઝડપથી બળવાખોરોની બંદૂકોમાંથી ગોળીઓનો મારો શરૂ થઈ ગયો. આ ધસારો કરનાર રાષ્ટ્રીય દળના સૈનિકો હતા, તેઓ બહાદુર હતા, પણ લશ્કરી કુનેહવાળા ન હોવાને કારણે તેમનું આક્રમણ નિષ્ફળ ગયું. ચારેક જણ ઠેઠ મોરચાની દીવાલ સુધી પહોંચી ગયા, પણ ત્યાં જ તેઓ ઢળી પડ્યા. બીજા પંદરેક વચ્ચે મરાયા. બાકીના પાછા હઠી ગયા.

પણ આ પછી તરત જ બીજો ધસારો શરૂ થઈ ગયો. તોપ થોડીથોડી વારે પીઠાના મકાન પર ગોળા છોડ્યા કરતી હતી, પણ તેની અસર ધારી થતી ન હતી. સામે જ આવતા ધસારાને રોકવા માટે બળવાખોરોએ પોતાની તમામ તાકાત હોડમાં મૂકી દીધી. બંને બાજુથી ગોળીઓનો વરસાદ શરૂ થઈ ગયો. સંખ્યા અને સામગ્રીમાં ક્યાંય ચડિયાતા એવા લશ્કરી સૈનિકો ધીમેધીમે આગળ વધતા જતા હતા. બળવખોરોના ગોળીબારથી નીચે પડતા સૈનિકોની જગ્યા પાછળથી પુરાતી જતી હતી. આ બાજુ બળવાખોરોની પાસે કારતૂસોનો સંગ્રહ ઘટતો જતો હતો, પણ બળવાખોરોનો જુસ્સો ઘટતો ન હતો. તેમના મુખ ઉપર મરણિયા માણસની બેપરવાઈ હતી. તેવામાં એકાએક સંગ્રામમાં નવો પલટો આવ્યો. બીજી એક મોટી તોપ મોઢું ફાડીને મોરચાની સામે જ આવીને ઊભી. તેના તોપચીઓ તોપને બરોબર ગોઠવે તે પહેલાં તો બળવાખોરોની બંદૂકોએ તેમનામાંથી અરધા ઉપરાંતના માણસોને ઢાળી દીધાં.

"વાંધો નથી." કૉમ્બિફિયર બોલ્યો.

"વાંધો અત્યારે નથી, પણ આ કલાક પછી આપણો દારૂગોળાનો સંગ્રહ ખલાસ થાય છે."

ગાવરોશ આ વાતચીત સાંભળી ગયો. તે તરત જ આડશનાં પગથિયાં પરથી નીચે શેરીમાં ઊતર્યો અને બંને બાજુથી વરસતી ગોળીઓની ઝડી વચ્ચે ફરવા લાગ્યો. એંજોલ્રાસની નજર તેના પર પડી.

"એલા એય ! ત્યાં શું કરે છે ?"

"દોસ્ત, આ ફાજલ પડેલી ગોળીઓ ને કારતૂસો ભેગાં કરું છું."

"અરે... પણ આ સામેથી તોપમારો થાય છે !"

"હા, તે... ભલે ને !"

"પાછો આવતો રે !"

"એ... આ આવ્યો."

ગાવરોશ શેરીની વચ્ચે પડેલાં સૈનિકોનાં શબો પાસે પહોંચ્યો, તેમના કારતૂસોના પટ્ટા તથા દારૂ ભરવાની મશકો તેણે કાઢવા માંડી. તેના તરફ તાકીને ગોળીઓ આવતી હતી. પણ સદ્‌ભાગ્યે તે મડદાંને જ વાગતી હતી. લગભગ વીસેક જેટલી કારતૂસની પટ્ટીઓ તેણે એકઠી કરી. તેનું નાનકડું શરીર મડદાંની આડશમાં છુપાવતો છુપાવતો તે વધારે કારતૂસો મેળવવાના લોભમાં આગળ વધવા લાગ્યો. તે ગોળીઓ વીણી-વીણીને આડશની નીચે બળવાખોરોએ મૂકેલી પેટીમાં નાખતો જતો હતો, અને બીજી વીણવા માટે ઊપડી જતો હતો. આખરે સરકારી સૈનિકોનું આ છોકરા તરફ ધ્યાન ખેંચાયું. હવે ગોળીઓ તેની પર તાકીને આવવા લાગી. બળવાખોરોએ જોયું કે ગાવરોશ પર હવે મોત ઝઝૂમી રહ્યું છે, પણ તેઓ બૂમ મારીને તેને બોલાવે તો સામેથી દુશ્મનોનું ધ્યાન વધારે ખેંચાય, એટલે તેઓએ તેને બોલવ્યો નહિ. ગાવરોશ સમજી ગયો કે તેના તરફ ગોળીનો મારો શરૂ થઈ ગયો છે, પણ તેનો ચપળ દેહ એક ક્ષણ પણ એક જગ્યાએ સ્થિર ન રહેતાં ઘૂમ્યા કરતો હતો. ઘડીક સંતાતો, ઘડીક દેખાતો, ઘડીક સૂઈ જતો, ઘડીક કૂદતો એ એક પંખીની જેમ ઊડતો લાગતો હતો. તેના મોઢામાંથી રાષ્ટ્રગીતની એક પછી એક કડી નીકળ્યે જતી હતી. ગોળી તેને પડખેથી પસાર થતી ત્યારે તે ખીલી ઊઠતો. આ બધું કરતાં છતાં ગોળીઓ વીણવાનું તેનું કામ ચાલ્યા કરતું હતું. જોતજોતાંમાં તેણે આડશને પડખે પડેલી પેટી કારતૂસોથી ભરી દીધી. દારૂગોળાની મશકો પણ ભેગી કરી. તે પોતાનું કામ પૂરું કરીને ઉપર ચડવાની તૈયારી કરતો હતો. ત્યાં એક ગોળી બરાબર તેના માથામાં આવી. તે ઊછળ્યો, તરત જ નીચે પડ્યો. બળવાખોરોના મુખમાંથી કાળી ચીસ નીકળી ગઈ. ગાવરોશ વળી ઊભો થયો. તેણે બંને હાથ ઊંચા કર્યા, તેનો ચહેરો લોહીથી નીતરવા લાગ્યો. તેણે રાષ્ટ્રગીતની પોતાની પ્રિય કડી લલકારી, પણ કડીની છેલ્લી લીટી માંડ અડધી ગવાઈ ત્યાં તે ઢળી પડ્યો. સામેથી બીજી ગોળીએ તેને આરપાર વીંધી નાખ્યો. શેરીની ફરસ ઉપર તે મોંભેર પડ્યો. તેનું શરીર હલતું બંધ થઈ ગયું. આ બાળવીરનું પ્રાણપંખેરું ઊડી ગયું.

૩૦. મેરિયસ પકડાયો

મેરિયસ બધાની ચીસ સાંભળીને બહાર આવ્યો, પણ તે મોડો પડ્યો હતો. તેણે ગાવરોશનું મડદું પોતાના બંને હાથમાં લીધું. તેનું હૈયું ભરાઈ આવ્યું. આ જ છોકરાના બાપે એક વાર રણમેદાનમાંથી પોતાના બાપને ખભે ઊંચકીને બચાવ્યો હતો. આજે તેના જ દીકરાને પોતે બચાવી ન શક્યો ! તે ગાવરોશને હળવે હાથે ઊંચકીને અંદર આવ્યો ત્યારે તેના મોઢા પર લોહીનો રેલો હતો, પણ તેનું તેને ભાન ન હતું, તે મડદાને ઊંચકવા ગયો ત્યારે તેના પર સામેથી છૂટેલી ગોળીએ લમણા પર છરકો કર્યો હતો.

ગાવરોશને મેબ્યુની પડખે જ સાદડીએ સુવાડ્યો. આખી છાવણીમાં ગમગીની છવાઈ ગઈ. જિન-વાલજિન ક્યારનોય બારણાને પડખે પડેલા ટેબલ પર એમ ને એમ મૂંઢની જેમ બેસી રહ્યો હતો. આ વિચિત્ર માણસને હજી કોઈ બરાબર સમજી શક્યું ન હતું અને અત્યારે કોઈને સમજવાની નવરાશ પણ નહોતી. શેરીની આડશે ઊભો કરેલાં પથ્થર, લાકડાં, ગાડાં વગેરેનો ઊભો કરેલ મોરચો હવે ઘડી બે ઘડીમાં ભુક્કો થઈ જશે એમાં કોઈને શંકા ન હતી, પણ હવે આખરી વ્યૂહ કેવો રચવો તે વિશે જ વિચારવાનું હતું. એંજોલ્રાસે તરત જ આ નવા મોરચાનો હુકમ છોડ્યો : “શેરી પરનો મોરચો છોડીને આપણે સૌ પીઠાના મકાનમાં આવી જાઓ. તે પહેલાં અરધા માણસો આડશમાં ગોઠવેલાં પથ્થરનાં બેલાં ઉપાડીને બારી અને બારણાં આડાં ગોઠવવા માંડો. અડધા માણસો આ પથ્થર ઉપાડનાર અને ગોઠવનારના રક્ષણ માટે બંદૂકો લઈને ઊભા રહો.”

હુકમ છૂટતાવેંત જ બે ટુકડીઓ પડી ગઈ અને પીઠાનાં બારણાં આડાં પથ્થરનાં બેલાં ગોઠવવા લાગ્યાં. ચોવીસ કલાકથી બારણાં આડાં પથ્થરનાં બેલાં ગોઠવવા લાગ્યાં. ચોવીસ કલાકથી ભૂખ્યા-તરસ્યા આ બળવાખોરો અદમ્ય ઉત્સાહથી આ કામ કરી રહ્યા હતા. થોડા જ વખતમાં આ પીઠાને કિલ્લાના રૂપમાં ફેરવી નાખવામાં આવ્યું. આ દરમિયાન સામેના સરકારી સૈનિકો તથા રાષ્ટ્રીય દળના માણસો આરામ કરતા હતા. તેમને પોતાના વિજયમાં સંપૂર્ણ શ્રદ્ધા હતી, અને તેમને કોઈ જાતની ઉતાવળ પણ ન હતી. એંજોલ્રાસને પણ પોતાની ટુકડીના ભાવિ વિશે જરાય શંકા

ન હતી, પણ તેને તો એટલી જ હોંશ હતી કે ભવ્ય મૃત્યુ શું કહેવાય તેનું દર્શન દુશ્મનોને કરાવવું – જગત ને કરાવવું.

તેણે મેરિયસને કહ્યું :

"આપણે બંને આ ટુકડીના નાયકો છીએ. તમે બહાર મોરચો સંભાળો, હું અંદરનો સંભાળીશ."

મેરિયસ આડશની ટોચ ઉપર ઊભો. એંજોલ્રાસ રસોડાને દરવાજે ઊભો. અત્યારે આ રસોડું એ દરદીઓ અને શબોને માટેની ઇસ્પતાલ હતી.

તેણે પીઠાના ભોંયતળિયાવાળા ઓરડામાં ઊભેલા સૈનિકોને કહી રાખ્યું : "કુહાડીઓ તૈયાર રાખજો. જરૂર પડે એટલે ઉપરના માળે જઈને દાદરો તોડી નાખજો. આપણે બધા થઈને છવ્વીસ માણસો છીએ. વીસ જણ લડાઈના મોરચે રહેશે. છ જણ અંદર રહેશે. આપણી પાસે બધી થઈને ચોત્રીસ બંદૂકો છે, જે વધારાની આઠ બંદૂકો છે તે પણ તૈયાર રાખવી. અંદરના બધા બિરાદરો બારીઓમાં ગોઠવાઈ જાઓ અને પથ્થરની આડશમાંના કાણામાંથી બદૂકો તાકજો. કોઈ પણ માણસે નવરા પડવાનું નથી. નગારું બજતાં વીસ જણ બહારના મોરચે પહોંચી જજો."

સૂચનાઓ પૂરી કર્યા પછી તે જેવર્ટ તરફ ફર્યો : "તમને હું ભૂલી ગયો નથી. છેલ્લો બચેલો માણસ આ પિસ્તોલથી આ ગૃહસ્થનો નિકાલ કરી નાખે." તેણે ખિસ્સામાંથી પિસ્તોલ કાઢીને જેવર્ટને બાંધ્યો હતો તે જ ટેબલ પર મૂકી.

એ જ વખતે જિન-વાલજિન પોતાની જગ્યાએથી ઊભો થઈને આગળ આવ્યો.

"તમે જ નાયક છો ને ?"

"હા, કેમ ?"

"તમે થોડા વખત પહેલાં મારી એક નાનકડી સેવાના બદલામાં આભાર માન્યો હતો."

"હા, ફ્રાંસના પ્રજાતંત્ર વતી તમારો મેં આભાર માનેલો. આપણા મોરચાને બચાવનાર બે જણ છે – એક મેરિયસ અને બીજા તમે."

"તમને લાગે છે કે એ સેવાના બદલામાં કાંઈક આપી શકાય તો ઠીક ?"

"જરૂર."

"તો હું બદલામાં એક ચીજ માગું ?"

"શું છે ?"

"આ માણસને ગોળીથી ઉડાડી દેવાનું કામ મને સોંપો." તેણે જેવર્ટ તરફ જોઈને કહ્યું.

જેવર્ટે પોતાનો ચહેરો જિન-વાલજિન તરફ ફેરવ્યો. તે જરાક ચમક્યો. પણ તરત જ બબડ્યો : "વાજબી છે."

"કાંઈ વાંધો નથી ને ?" એંજલ્રાસે ચારેય તરફ નજર ફેરવીને પોતાના સાથીઓની મંજૂરી લીધી.

"તો ભલે, એને સંભાળી લ્યો." એંજાલ્રાસે જિન-વાલજિનને કહ્યું.

જિન-વાલજિન ટેબલને છેડે પડેલી ખુરશી પર બેઠો અને હાથમાં પિસ્તોલ લીધી. તેનો ઘોડો બરાબર છે તેની ખાતરી કરી લીધી. એ જ વખતે બ્યૂગલનો નાદ ગાજી ઊઠ્યો.

"હોશિયાર !" બહારથી મેરિયસનો અવાજ પણ ગાજી ઊઠ્યો. જેવર્ટ આ બધા છોકરાઓની મૂર્ખાઈ પર મૂંગોમૂંગો હસવા લાગ્યો અને જેવા બધા બળવાખોરો દોડીને બહાર જવા લાગ્યા એટલે તે તેમના પર પાછળથી થૂંક્યો; " હમણાં આપણે બધાય ભેગા થઈ જઈશું. ઊપડો."

જોતજોતાંમાં સૌ બહાર મોરચા પર પહોંચી ગયા જિન-વાલજિન એકલો જ આખા ઓરડામાં હતો. તેણે જેવર્ટના બંધ એક પછી એક છૂટા કરવા માંડ્યા. તેના બંધો છોડી નાખ્યા પછી ઇશારાથી જેવર્ટને ઊભા થવાનું કહ્યું. જેવર્ટ મોઢા પર આછું સ્મિત ફરકાવતો પોતાના ઉપરીનો હુકમ ઉઠાવતો હોય એમ ઊઠ્યો. તેના પગે હજી દોરડું બાંધેલું જ રાખ્યું હતું, જિન-વાલજિને તેને બોચીથી પકડીને આગળ કર્યો, ને પીઠાના ઓરડાની બહાર લઈ ગયો. જેવર્ટના પગ બાંધેલા હોવાથી તે ધીમે જ ચાલી શકતો હતો. જિન-વાલજિનના એક હાથમાં પિસ્તોલ હતી.

મોરચાની પાછળના ભાગમાં જે નાનકડી આડશ હતી તે વટાવીને તે તેને આગળ ઉપાડી ગયો. બળવાખોરો આગલા મોરચા પર હુમલા માટે તૈયાર ઊભા હતા.

તેમનું કોઈનું ધ્યાન આ તરફ ન હતું. ફક્ત મેરિયસનું ધ્યાન આ બે માણસો તરફ ખેંચાયું. જેવર્ટ અને તેનો જલ્લાદ ધીમી ગતિએ મોરચો વટાવીને શેરીના પાછળના ભાગમાં ઊતર્યાં અને ત્યાંથી ગલી વાંકી વળતી હતી, તે જગ્યાએ ઊભા. બળવાખોરો હવે દેખાતા ન હતા. બળવાખોરોમાંથી જેટલા મરાયા હતા તેમાંના કેટલાકનાં મડદાં અહીં પડ્યાં હતાં. કોઈકનો હાથ, કોઈકનો પગ પણ આમ તેમ પડ્યા હતા. મડદામાં એક જુદી જ ભાત પાડતો ચહેરો દેખાતો હતો. વિખાયેલા વાળ, ગોળીથી વીંધાઈ ગયેલો હાથ, અર્ધી ખુલ્લી થઈ ગયેલી છાતી. તે ઈપોનાઈન હતી. જેવર્ટે તેના તરફ જોયું. તે બોલી ઊઠ્યો : ''આને મેં ક્યાંક જોઈ હોય એમ લાગે છે.''

જિન-વાલજિને જેવર્ટના ગળા પરથી પોતાનો હાથ ઉઠાવી લીધો ને તેના સામે જોયું'-જાણે કે બોલતો હોય : ''જેવર્ટ મને ઓળખ્યો ?''

''હા, હવે વેર લઈ લે.''

જિન-વાલજિને ખિસ્સામાંથી એક છરી કાઢી અને તેને ઉઘાડી.

''છરી મજાની છે ! બરાબર છે ! તારા હાથમાં એ વધારે શોભે છે !''

જિન-વાલજિને છરી વડે જેવર્ટના પગનાં બંધન પણ તોડી નાખ્યાં અને કહ્યું : ''જા, તું છૂટો છે.''

જેવર્ટને માટે સામાન્ય રીતે આશ્ચર્ય પામવું એ જ આશ્ચર્ય હતું, પણ અત્યારે તે ચમકી ઊઠ્યો. તે મોઢું ફાડીને જિન-વાલજિનની સામે જોઈ રહ્યો, જિન-વાલજિને આગળ ચલાવ્યું : ''હું હવે અહીંથી જીવતો નીકળી શકું તેમ નથી. છતાં કદાચ કાંઈક અકસ્માત થાય તો મારું સરનામું તને જણાવી દઉં. હોમ આર્મી ગલીમાં સાતમા નંબરનું ઘર મારું. હું ફોશલેવાં નામથી ત્યાં ઓળખાઉં છું.''

જેવર્ટની આંખમાં વાઘનું ખુન્નસ ચમકી ઊઠ્યું. તે દાંત વચ્ચે અવાજને ભીંસીને બોલ્યો :

''જોજો હોં !''

''ચાલવા માંડ.''

''શું તેં કહ્યું ? ફોશલેવાં, હોમ આર્મી ગલી...'' જેવર્ટે કહ્યું.

''ઘર નંબર સાત'' જિન-વાલજિને કહ્યું.

જેવર્ટે પોતાના કોટનાં બટન બરાબર કર્યાં. કપડાં ખંખેર્યાં. ટોપો સીધો કર્યો ને ચાલવા માંડ્યું. થોડાંક ડગલાં જઈને એ પાછો આવ્યો :

''ના, ના, એના કરતાં મને અહીં જ પૂરો કરી નાખ.''

''ચાલ્યો જા !'' જિન-વાલજિને કહ્યું.

જેવર્ટે ફરી વાર મોટી બજારની દિશામાં ધીમેધીમે ચાલવા માંડ્યું. તે દેખાતો બંધ થયો એટલે જિન-વાલજિને પિસ્તોલનો ઘોડો દબાવીને હવામાં ધડાકો કર્યો

અને મોરચા પર આવીને બોલ્યો :

"બસ, પતી ગયું."

દરમિયાનમાં મેરિયસ આ વધસ્થાને જતા માણસને સ્મૃતિમાં લાવવાનો પ્રયત્ન કરી રહ્યો હતો. તેને થતું હતું કે આને ક્યાંક જોયો છે. તેણે એંજોલ્રાસને બોલાવ્યો ને પૂછ્યું : "આ જાસૂસને પકડ્યો છે તેનું નામ શું ?"

"જેવર્ટ."

મેરિયસ આ નામ સાંભળીને ચમક્યો. તેને પિસ્તોલ આપનાર તે જ આ જેવર્ટ. તે પાછળ ફર્યો. તે જ ઘડીએ પિસ્તોલનો ધડાકો સંભાળાયો ને જિન-વાલજિનને આવતો દીઠો. જિન-વાલજિને કહ્યું : "બસ, ખલાસ ! પતી ગયું !" મેરિયસના શરીરમાંથી ધ્રુજારી પસાર થઈ ગઈ.

દરમિયાનમાં આખા મોરચા પર મૃત્યુની આખરી ઘડીની નોબત વાગવા લાગી હતી. આખા વાતાવરણમાં જાણે કે મૃત્યુ પોતાની વિશાળ પાંખો ફફડાવી રહ્યું હોય તેવો ગૂઢ અવ્યક્ત અવાજ ગુંજતો હતો. શેરીના ગર્ભમાં જાણે કે કોઈ મહાન લાવારસ ધરતીનું પડ ફાડીને બહાર નીકળવા મથતો હોય એમ લાગતું હતું. ઘોડાના ડાબલા, બંદૂકના ધડાકા, તોપની ગર્જના ઠેરઠેર ગાજીને પડઘા પાડતા હતા. શેરીની બંને બાજુનાં ઘરોમાં સ્મશાનશાંતિ છવાઈ ગઈ હતી.

એકાએક દુંદુભિ ગાજ્યું ને હલ્લો શરૂ થઈ ગયો. કોઈ મહાન સરોવરનો બંધ તૂટી જાય ને પાણીનું પૂર ઊમટે તેમ સામેથી સૈનિકોએ ધસારો કર્યો. બળવાખોરોને કચડી નાખવાના નિશ્ચય સાથે આ હુમલો કરવામાં આવ્યો હતો. પાછળ તોપનો મારો પીઠા ઉપર સતત ચાલુ હતો. બ્યૂગલો પર બ્યૂગલો ને નગારાંનો કાન ફાડી નાખે તેવો અવાજ લડનારને ગાંડા કરી મૂકે તેવો હતો. સૈનિકો ઠેઠ બળવાખોરોના કિલ્લાની દીવાલ સુધી આવી પહોંચ્યા. બળવાખોરોનો બંદૂકોનો મારો એકધારો ચાલુ હતો. કિલ્લાની દીવાલ પર ચડવું ખૂબ મુશ્કેલ હતું. અહીં બળવાખોરો મરણિયા થઈને ઝઝૂમતા હતા. એક પણ સૈનિક દીવાલ ઓળંગી ન શક્યો. ઘડીભર તેઓ થંભી ગયા, પણ તરત જ પાછા ઝનૂનપૂર્વક આગળ ધપવા લાગ્યા. મરનારની જગ્યા ઝડપભેર પુરાતી જતી હતી. રાષ્ટ્રીય દળના સ્વયંસેવકો આ 'બળવાખોરોને' કચડી નાખવાનો નિર્ધાર કરીને રણમાં પડ્યા હતા. તેમનો જુસ્સો બળવાખોરોથી જરાય ઊતરતો નહોતો. તેઓ આ ધમાલમાં મોખરે હતા. બંને બાજુથી ગોળીઓની રમઝટ વરસી રહી હતી. આખી શેરી જોતજોતાંમાં મડદાંઓથી છવાઈ ગઈ. હવા ધુમાડાથી છવાઈ ગઈ હતી. બળવાખોરો દીવાલનાં કાણાંમાંથી સહીસલામત રીતે દુશ્મનોને એક પછી એક પૂરા કરી રહ્યા હતા. તેમની સંખ્યા ઓછી હતી, પણ તેમને પથ્થરોનાં બેલાંની દીવાલનું રક્ષણ હતું. એંજોલ્રાસ આ કિલ્લાની એક બાજુ સાચવતો હતો અને મેરિયસ બીજી

બાજુ સાચવી રહ્યો હતો. એંજોલ્રાસ કાળજીપૂર્વક પોતાની જાતને છુપાવતો હતો. તે જાણતો હતો કે સંગ્રામને ઠેઠ સુધી ટકાવી રાખવામાં પોતાની ખૂબ જરૂર છે, પણ મેરિયસ એટલો સાવધાન નહોતો. તે અવારનવાર અરધો બહાર આવીને ગોળીઓ છોડતો હતો. આ પથ્થરની ઊભી કરેલી દીવાલે પણ રંગ રાખ્યો. આટલા તોપમારા સામે પણ તે હજી ટકી રહી હતી, પણ સામેથી આવતું સૈન્ય સંખ્યાબળમાં અમાપ હતું. તે સૈન્ય એક એક ડગલે આગળ ને આગળ વધ્યા કરતું હતું. આ ચોવીસ કલાકથી ભૂખ્યા-તરસ્યા ચીંથરેહાલ ક્રાંતિવીરોની શક્તિની પણ હવે હદ આવી જવા લાગી હતી. તેમની પાસેનો દારૂગોળો પણ હવે ખૂટવા આવ્યો હતો. હવે આ યુદ્ધ નહોતું રહ્યું. આ તો કેવળ આક્રમણ જ હતું. આ તો હવે ભઠ્ઠીમાં જીવતાં શેકાવાનું જ હતું. ક્રાંતિકારીઓ લોહીલોહાણ હાલતમાં કેસરિયાં કરીને ઝઝૂમતા હતા. હવે સામાને હરાવવાનો સવાલ નહોતો, પણ વીરતાથી મરવાનો જ પ્રશ્ન હતો. વીરત્વની પરાકાષ્ઠા અહીં દેખાતી હતી. કોઈના મોઢા પર દુઃખની વેદના નહોતી, પણ નવી દુનિયામાં જવાનો ઉત્સાહ હતો. દુશ્મનો આખરે દીવાલ પર ચડી ગયા. હાથોહાથની લડાઈ શરૂ થઈ. તલવારના ઝબકારાઓ વીજળીની જેમ થવા લાગ્યા. તલવાર વગરના મુક્કાઓથી, પથ્થરથી, બારીના તૂટેલા કાચથી, જે આવ્યું તેનાથી લડી રહ્યા હતા. બોસે, કોરફિરાક, જોલી એમ એક પછી એક પડવા લાગ્યા. કોમ્બિફિયરને છાતીસોંસરો ત્રણ સંગીનોએ વીંધી નાખ્યો. મેરિયસ હજી પણ લડી રહ્યો હતો. તેને આખે શરીરે ઠેરઠેર જખમો થયા હતા. તેનો ચહેરો લોહીમાં ઓળખી શકાય તેવો રહ્યો ન હતો – જાણે કે તેણે મોઢે રાતો રૂમાલ ઢાંકી દીધો હોય એમ લાગતું હતું. એંજોલ્રાસને હજી સુધી એક પણ ઘા થયો ન હતો. ઠેઠ સુધી યુદ્ધનું સંચાલન પોતાના હાથમાં રાખવા ખાતર તેણે પોતાની જાતને બચાવી રાખી હતી.

પણ શહાદતની તમન્નાની સાથે જ માણસમાં ઊંડેઊંડે પડેલી જિજીવિષા પણ આખરી ઘડીઓમાં જોર કરતી હોય છે. કેટલાક બળવાખોરોએ મૃત્યુને સામે મોઢું ફાડી ઊભેલું જોતાં જ ભયથી પોતાના દેહને આવતા મૃત્યુને છેતરવા માટે મડદાંની જેમ સુવાડી દીધા હતા. પણ ત્યાં પડ્યાપડ્યા બચાય એમ નહોતું. એમ લાગતાં જ તેઓ ત્યાંથી ઊઠ્યા ને બાજુ પરના એક મોટા મકાન તરફ દોડ્યા. મકાનનું બારણું બંધ હતું. બારણાને તેઓ જોરથી ધકેલવા લાગ્યા : "ખોલો ! ખોલો !" એમ બૂમો પાડવા લાગ્યા. બારણાં ઊઘડ્યાં નહિ... એંજોલ્રાસે આ જોયું. તેણે ત્રાડ મારી : "બાયલાઓ ! હજી જીવવાની ઇચ્છા છે ? તમને એમ છે કે તમે જીવતા રહેશો ? પાછા ફરો, નહિ તો વીંધી નાખું છું. ચાલો, આપણા અંદરના મોરચામાં પહોંચી જાઓ. આખરી સંગ્રામ હજી તો ત્યાં ખેલાવાનો છે. એક-બે ઘડી માટે થઈને મોત શું કામ બગાડો છો ?"

ભાગનારા શરમાયા. પાછા ફર્યા. એંજોલ્રાસ આ બધાને લઈને પીઠાના મકાનની અંદર ગયો.

મેરિયસ હજી બહાર ઊભોઊભો પોતાની કારતૂસો ખૂટે ત્યાં સુધી અને શરીર એની મેળે પડી ન જાય ત્યાં સુધી ઝઝૂમવાના નિશ્ચય સાથે ગોળીઓ પર ગોળીઓ છોડી રહ્યો હતો. સામેના દુશ્મનોનું એકમાત્ર નિશાન હવે આ મેરિયસ જ રહ્યો હતો. એક ગોળી બરાબર મેરિયસના ગળાના કાંઠલા પર આવી. આખે શરીરે લોહી નીકળતો મેરિયસ આ ઘા સામે ટકી ન શક્યો. તેને આંખે લાલપીળાં થવા લાગ્યાં. તેને થયું કે કોઈ નવી દુનિયાનો પ્રકાશ તેની આંખ સામે ઝળહળી રહ્યો છે. તે ઢળી પડ્યો. તે જ ઘડીએ તેને લાગ્યું કે કોઈ મજબૂત હાથે તેને વચ્ચેથી પકડી લીધો છે. તેની આંખો બંધ હતી કૉઝેટની મૂર્તિ તેની સામે દેખાવા લાગી. જાણે કે તેને તે કહેતો હતો : ‘‘બસ, હવે હું પકડાઈ ગયો છું. હમણાં જ મને ગોળીઓ વીંધી નાખશે !’’

૩૧. પડદો પડ્યો

એંજોલ્રાસ જ્યારે બચેલા બળવાખોરો સાથે પીઠાની અંદર ગયો ત્યારે તેને ખ્યાલ ન રહ્યો કે મેરિયસ બહાર રહી ગયો છે, પણ હવે મેરિયસને અંદર લાવવા જેટલો વખત ન હતો. દુશ્મનોએ આ છેલ્લા કોઠા પર પણ પોતાનો હુમલો શરૂ કરી દીધો હતો. બારણા આડા મૂકેલા પથ્થરોને ખસેડીને સરકારી સૈનિકો અને રાષ્ટ્રીય દળના સ્વયંસેવકો અંદર ઘૂસી ગયા. એંજોલ્રાસે કહ્યું : "બિરાદરો, આપણા જીવતરનાં મૂલ કેટલાં મોંઘા છે તે આપણે બતાવી દેવાનું છે." તેણે ટેબલ પર સુવાડેલા ગાવરોશ અને મેબ્યુનાં શબ તરફ એક નજર નાખી. ગાવરોશનો નીચે લટકતો ઠંડોગાર હાથ ઊંચો કરી તેના પર એક ચુંબન કર્યું.

હવે તો આ નાનકડા, પણ ભવ્ય નાટકના કરુણાન્ત દશ્યનો પડદો પડવાનો જ બાકી છે. આડશના રક્ષણ માટે આખર સુધી આ બળવાખોરો ઝઝૂમ્યા. તેનું રક્ષણ કરવું અશક્ય લાગતાં પાછા હટીને તેમણે દારૂના પીઠાને પોતાનો કિલ્લો બનાવ્યો. હવે બચવાનો સવાલ નહોતો, યુદ્ધ અટકાવવાનો સવાલ નહોતો, સંધિનો પણ સવાલ નહોતો – હવે ઠેઠ સુધી લડીને કેમ મરવું તે જ સવાલ હતો. ક્રોધથી ગાંડા બનેલા અને સંખ્યાબળમાં ક્યાંય ચડી જાય એવા સરકારી સૈનિકો અને રાષ્ટ્રીય દળના સ્વયંસેવકો પાણીના પૂરની જેમ આગળ ધસી રહ્યા હતા. તેઓ પીઠામાં પેઠા ત્યારે આખો ઓરડો કોઈ ભયાનક ખંડિયેર જેવો બની ગયો હતો. વચમાં જ ઉપલા માળ પર ચડવાનો દાદરો તૂટી ગયેલો પડ્યો હતો. બારી-બારણાંના કાચની કરચો ઠેરઠેર વીખરાયેલી પડી હતી. ઓરડામાં કોઈ માણસ દેખાતું ન હતું. બચેલા બળવાખોરો ઉપલા માળ પર આખરી સંગ્રામ માટે પહોંચી ગયા હતા. તેમની પાસેની કારતૂસો ખલાસ થઈ ગઈ હતી. મરણિયા માણસને હથિયારની જરૂર હોતી જ નથી. બારણાંના લાકડાં, કાચ, કઠોડાના હાથા – જે આવ્યું તે હથિયાર લઈને તેઓ નીચે ઊભેલા સૈનિકો પર પ્રહાર કર્યે જતા હતા. નીચેના સૈનિકો માટે આ પ્રકારનું યુદ્ધ નવું જ હતું, પણ તેઓએ પાછા ન હઠવાનો નિશ્ચય કર્યો હતો. દાદરો ઊંચકાવીને તેણે ભીંત અડતો ઊભો કર્યો. લોહીલુહાણ હાલતમાં

કેટલાક સૈનિકો આ દાદરો પકડી રાખીને ઊભા રહ્યા, બાકીના ઉપર ચડવા લાગ્યા. દાદરના નાકે ઊભેલા બળવાખોરો પાટિયાં, બંદૂકના કુંદા, દારૂના શીશા – એ બધાં હથિયાર વડે લડી રહ્યા હતા, પણ તોય આ પૂરને ખાળવામાં તેઓ સફળ ન થયા. સૈનિકો દાદર પર થઈને ઉપલા માળે ચડી ગયા. એક પછી એક બળવાખોર પડવા લાગ્યા. આખરે આખી ટુકડીમાંથી ફક્ત એક ઍંજોલ્રાસ જ બાકી રહ્યો. એક મોટા બિલિયર્ડ રમવાના ટેબલની એક બાજુ લોહીલોહાણ હાલતમાં ઊભેલો ઍંજોલ્રાસ હિમ-ગિરિ પર ઊગેલા જાસૂદના ફૂલ જેવો શોભતો હતો. તેની આંખોમાંથી વીજળી ઝરતી હોય એમ લાગતું હતું. સૈનિકોમાંથી એક અવાજ આવ્યો : "એ જ બળવાખોરોનો નાયક છે. એણે જ આપણા તોપચીને ગોળીએ વીંધ્યો હતો. તેને પૂરો કરો – અહીં ને અહીં જ પૂરો કરો !"

"મને ગોળીએ વીંધી નાખો !" ઍંજોલ્રાસ શાંતિથી બોલ્યો. તેણે પોતાના હાથમાંનું હથિયાર ફેંકી દીધું ને અદબ વાળીને ઊભો રહ્યો. આખું વાતાવરણ જોતજોતાંમાં બદલાઈ ગયું. પ્રલય પછીની શાંતિ જાણે કે સર્વત્ર છવાઈ ગઈ. ઝનૂની અને જંગલી સંગ્રામની જગ્યાએ કોઈ દૈવી દૃશ્ય ખડું થઈ ગયું. બધા સૈનિકો પણ આ એક સુંદરી જેવા કોમળ અંગોવાળા ઍંજોલ્રાસનું લોહીલોહાણ તેજસ્વી મોઢું જોઈ રહ્યા. તેના ચહેરાની ફિક્કાશ વધતી જતી હતી. ચોવીસ કલાકના એકધારા શ્રમથી તેના ચહેરા પર થાકનાં ચિહ્નો દેખાવા લાગ્યાં હતાં, જાણે કે હવે આરામશય્યામાં પોઢવાની ઘડીએ કોઈ બાળકની આંખો ઘેરાતી હોય તેવો તેની આંખોના પોપચા પર ભાર હતો. એક રાષ્ટ્રીય દળના સ્વયંસેવકની બંદૂક તેના તરફ તાકેલી હતી. તે એક ઘડી માટે તો પાછી પડી ગઈ. 'મને એમ થાય છે કે જાણે કોઈ ફૂલને ચીમળી નાખવા હું તૈયાર થયો છું' એમ તેને લાગ્યું.

આખરે બાર સૈનિકો ઓરડાને એક ખૂણે બંદૂકો સજીને તૈયાર થયા.

"હોશિયાર !" અમલદારનો હુકમ છૂટ્યો.

"ઊભા રહો !" અમલદારે કહ્યું ને તે ઍંજોલ્રાસ તરફ ફર્યો. "તમારે આંખે પાટા બાંધવા છે ?"

"ના."

"તમે જ અમારા જુવાન તોપચીને ગોળી મારી હતી ?"

"હા."

તે જ ઘડીએ એક લથડિયાં ખાતો યુવાન બળવાખોર ગ્રેન્ટાઇર ક્યાંકથી આવીને ઍંજોલ્રાસને પડખે આવીને ઊભો રહ્યો. આ દારૂડિયા બળવાખોરને

એંજોલ્રાસે આ યુદ્ધની શરૂઆતમાં જ ધકેલીને એક ખૂણામાં સુવાડી દીધો હતો. આ બધી ધમાલમાં તે ઘસઘસાટ ઊંઘતો હતો, પણ ધમાલ બંધ થઈ. બધે શાંતિ છવાઈ ગઈ, એટલે તેની ઊંઘ ઊડી. સામાન્ય માણસ અને દારૂડિયામાં આ ફેર છે. સામાન્ય માણસ શાંતિમાં ઊંઘી રહે છે ને અવાજ થાય ત્યારે જાગે છે, જ્યારે દારૂડિયા ઘોંઘાટમાં ઘોરી રહે છે ને શાંતિ થાય એટલે જાગી જાય છે. એ જ પ્રમાણે આ યુવાન દારૂડિયો બળવાખોર જાગી ઊઠ્યો. તેણે ચારે તરફ નજર કરી, અને કોઈ ન દેખાતાં દાદરા, ઉપર ચડ્યો. તે જ વખતે અમલદારનો હુકમ 'હોશિયાર !' છૂટ્યો.

"પ્રજાતંત્ર ઝિંદાબાદ !" તે એંજોલ્રાસની આડે પેલા બંદૂક ભરીને ઊભેલા સૈનિકોની સામે ઊભો રહ્યો.

"અમને બંનેને સાથે જ વીંધી નાખો." અને એ એંજોલ્રાસ તરફ ફરીને શરમાતો અને સંકોચ અનુભવતો હોય એમ બોલ્યો.

"તમારી રજા છે ને ?"

એંજોલ્રાસે તેનો હાથ પોતાના હાથમાં લઈને દબાવ્યો, અને તેના મોઢા પર મધુર હાસ્ય ફરકી ઊઠ્યું. બસ, આ તેનું છેલ્લું હાસ્ય હતું. બંદૂકની ગોળીઓ ધડાધડ છૂટી. ગ્રેન્ટાઇર એંજોલ્રાસના પગ પાસે ઢળી પડ્યો. એંજોલ્રાસ ભીંતને અઢેલીને ઊભો હતો તે જ રીતે ઊભો રહ્યો, ફક્ત તેનું માથું છાતી પર ઢળી પડ્યું. આઠ ગોળીઓએ તેના શરીરને વીંધી નાખ્યું હતું. બાકીની ગોળીઓએ તેના સાથીને વીંધી નાખ્યો હતો.

હજી ખૂણેખાંચરે છુપાઈ રહેલા રડ્યાખડ્યા બળવાખોરો અને સૈનિકો વચ્ચે યુદ્ધ ચાલ્યું. હાથોહાથની કુસ્તીઓ ચાલી. છાપરાં પરથી, બારીમાંથી, ખૂણેખાંચરેથી, ભંડકિયામાંથી, કાતરિયામાંથી એમ ઠેરઠેરથી આ યુદ્ધનાં છેલ્લાં દશ્યો જોવા મળતાં હતાં. છાપરાં પર કુસ્તીમાં બથ્થંબથ્થા આવેલા સૈનિકો ને બળવાખોરો ત્યાંથી દડતાં-દડતાં સીધા શેરીના પથ્થરો પર પડતા હતા અને તેમના શરીરના છૂંદેછૂંદા નીકળી જતા હતા, પણ આ બધું જોતજોતાંમાં શાંત થઈ ગયું. ચોવીસ કલાક જેટલા વખત સુધી ભજવાતું એક વીર કરુણાંત નાટક આમ પુરું થયું.

૩૨. પાતાળપ્રવેશ

મેરિયસને પોતાના ભાનની છેલ્લી ક્ષણોમાં કોઈનો હાથ તેના શરીરને પકડે છે એમ લાગ્યું હતું તે બરાબર હતું. ફક્ત ફેર એટલો જ હતો કે મેરિયસને એમ લાગ્યું હતું કે તે દુશ્મનોના હાથમાં પકડાયો છે, પણ ખરું જોતા તે જિન-વાલજિનના હાથમાં આવી પડ્યો હતો.

જિન-વાલજિન આખા આ યુદ્ધ દરમિયાન બિલકુલ લડ્યો ન હતો, પણ તે ગોળીબારની ઝડીઓની વચ્ચે ઊભો રહ્યો હતો. યુદ્ધની આ ધમાલમાં બધા મારવું કે મરવું એ જ ધૂનમાં હતા. તે વખતે ઘાયલ થયેલાઓનું ધ્યાન રાખવાની કોઈને પરવા કે નવરાશ નહોતી. જિન-વાલજિને આ કામ પોતાને માથે ઉપાડી લીધું હતું, કોઈ ઘવાયો કે તરત જ જિન-વાલજિન ગમે તેવા જોખમમાં પણ ત્યાં જઈને તેને ઉપાડીને સલામત જગ્યાએ ફેરવીને તેને પાટાપિંડી કરતો હતો. નવરો પડતો ત્યારે આડશમાંના ખસી ગયેલા પથરા તથા લાકડાં પાછાં ગોઠવી દેતો. તેની નજર એકએક લડતા બળવાખોર તરફ ફર્યા કરતી હતી. મેરિયસ તરફ પણ તેની નજર અવારનવાર જતી હોય એમ લાગતું હતું, પણ ખરું જોતાં તો તેની નજરનું મધ્ય-બિંદુ જ મેરિયસ હતો. બધી બાજુ ફરી આવીને તેની નજર આ અપૂર્વ ઝનૂનથી લડી રહેલા મેરિયસ તરફ જ વળેલી રહેતી. જે ઘડીએ મેરિયસ ગોળીના ઘાથી વીંધાઈને નીચે પડવા

જતો હતો તે જ ઘડીએ તે છલાંગ મારીને ત્યાં કૂદી ગયો ને પડતા મેરિયસને અધ્ધર ઝીલી લીધો અને તેને દૂર લઈ ગયો.

આ ઘોર તુમુલ સંગ્રામમાં કોણ મર્યું ને પડ્યું તે જોવાની કોઈને નવરાશ ન હતી એટલે જિન-વાલજિન મેરિયસના શરીરને સહીસલામત રીતે ઘણે દૂર સુધી લઈ જઈ શક્યો. ઘૂઘવતાં મોજાંવાળા સાગરને તળિયે જેમ શાંતિ હોય છે તેમ આ તોફાનવાળા વિસ્તારની પાછળના ભાગમાં, ગલી જ્યાં આગળ વળાંક લેતી હતી ત્યાં, તદ્દન શાંતિ હતી. જિન-વાલજિન મેરિયસના શરીરને ઉપાડીને તે તરફ આગળ વધવા લાગ્યો. ઈપોનાઈન આ ગલીના વળાંક પાસે જ મૃત્યુ પામી હતી. જિન વાલજિન ઘડીક થોભ્યો, મેરિયસને ઘડીક નીચે મૂક્યો, ને આસપાસ નજર ફેરવવા લાગ્યો.

પરિસ્થિતિ ઘણી જ નાજુક અને ભયંકર હતી. જો આમ ને આમ આગળ વધે તોપણ તે સરકારી માણસોના હાથમાં પડે તેમાં શંકા ન હતી. તેમ તે જગ્યાએ લાંબો વખત રોકાઈ શકાય તેમ પણ ન હતું. પાછા જવાનો કાંઈ અર્થ ન હતો. આજથી આઠ વરસ પહેલાં જિન-વાલજિન આ જ સ્થિતિમાં મુકાયો હતો. ચારે બાજુથી તે જેવર્ટના સિપાઈઓથી ઘેરાઈ ગયો હતો. તે વખતે તેની પાસે કૉઝેટ હતી – આજે તેના હાથમાં મેરિયસ છે. ચારેય બાજુથી દુશ્મનો અને જાસૂસોથી ઘેરાયેલા ભાગમાં તે ઊભો હતો. પાછળ છ માળનું ઊંચું પેલું મકાન ઊભું હતું. પેલો વૃદ્ધ નોકર હજી પણ એ જ હાલતમાં બારીમાં માથું ઢાળીને પડ્યો હતો.

જમણી બાજુ પેલી આડશનો પાછલો ભાગ પડેલો છે તે ઓળંગીને સામે જવામાં પણ જોખમ હતું, કારણ કે તે બાજુ પણ સરકારી સિપાઈઓની સંગીનો દૂરથી ચમકતી દેખાતી હતી. ડાબી બાજુ તો યુદ્ધનો મોરચો ગાજતો હતો. હવે ક્યાં જવું ? આ સ્થિતિમાં એક પક્ષી જ સલામતીથી છટકી શકે તેમ હતું. એક એક ઘડી કટોકટીની પસાર થતી હતી. એક જ ક્ષણમાં તેણે નિર્ણય કરી લેવાનો હતો. સદ્દભાગ્યે કોઈ દુશ્મન સૈનિકની નજર આટલે સુધી હજી પહોંચી ન હતી એટલે તેને થોડોક વખત મળી ગયો. તેણે પોતાની બાવરી નજર ચારે તરફ ફેરવી. ઊંચે પણ ફેરવી, નીચે ભોંય પર પણ તેણે નજર નાખી. તેની નજર જાણે કે ધરતી ભેદવા મથી રહી હતી. એકાએક તેની આંખ ચમકી ઊઠી. તે ઊભો હતો ત્યાંથી થોડે જ દૂર આડશના આડાઅવળા પડેલા પથ્થરોની વચ્ચે જમીનમાં તેને લોઢાના સળિયા દેખાયા. અડખેપડખેથી પથ્થરો ખોદી કાઢવાને લીધે તે લોઢાના સળિયાની અંદર કાંઈક ખુલ્લી જગ્યા દેખાતી હતી. તે જાળી પાસે ગયો. વરસો પહેલાં કેળવેલી તેની કળા ફરી તેના મગજમાં ઝબકી ઊઠી. એક ક્ષણમાં જ તેણે નિર્ણય કરી લીધો. તેણે મજબૂત લોઢાના સળિયાવાળી જાળી ખસેડી નાખી. મેરિયસના શરીરને ખભા પર ઊંચકીને તે અંદર અંધારામાં ઊતર્યો. અત્યારે વધારે

વિચાર કરવાનો વખત ન હતો. ફક્ત બહારની દુનિયાથી અદશ્ય થઈ જવું એ જ એની મનોદશા હતી. તે અંદર ઊતર્યો. જાળી પાછી ગોઠવી દીધી. સદ્‌ભાગ્યે તેને બહુ ઊંડું ઊતરવું પડે તેમ ન હતું. તેના પગ નક્કર જમીનને અડ્યા. તેનું રાક્ષસી બળ, તેની બાજ જેવી નજર અને તેની રક્ષણવૃત્તિ ત્રણેએ સાથે મળીને આ કામ એક ક્ષણમાં જ પતાવી દીધું.

જિન-વાલજિનને અંદર ઊતર્યા પછી થોડી વાર તો કાંઈ દેખાયું જ નહિ. ચારે તરફ અંધારું હતું. થોડી વાર પછી તેની નજર અંધારાથી ટેવાઈ અને તેણે જોયું તો લાંબા ભોંયરા જેવું તેને સામે દેખાયું. ત્યાં સંપૂર્ણ શાંતિ, મૌન, અંધાર પથરાયેલાં હતાં. આજથી આઠ વરસ પહેલાં દીવાલ કૂદીને તે બગીચામાં પડ્યો હતો ત્યારે એક પ્રકારની શાંતિ હતી. આજે પૃથ્વીના ગર્ભમાં ઊતરીને તેણે એથી જુદા જ પ્રકારની શાંતિ અનુભવી. ધરતીના ઉપરના પડ પર ચાલી રહેલા ખળભળાટ તેના કાન ઉપર માત્ર એક ગણગણાટ જેમ પડતો હતો.

થોડેક આગળ વધતાં જિન-વાલજિનને ભાન થયું કે તે પારીસ શહેરની ગટરમાં આવી પડ્યો છે. પારીસની એ ગટર દુનિયાની તે કાળની અજાયબીઓમાં ગણાય તેવી હતી, જાણે કે પારીસ શહેરના ભભકાની નીચે જ તે શહેરની એક બિહામણી આવૃત્તિ ઘડવામાં આવી હતી ! પારીસ શહેરના જાહોજલાલીભર્યા સુંદર દેહનાં જાણે કે આ આંતરડાં હતાં. જિન-વાલજિન ઘડીભર દિગ્મૂઢ બની ગયો. મધ્યાહ્નનો પહોર એકાએક મધ્યરાત્રિના રૂપમાં ફેરવાઈ જાય ત્યારે કેવું લાગે ? ઘોંઘાટ ને ધમાલની એકધારી ઝડીમાંથી માણસ સ્મશાનની શાંતિના વાતાવરણમાં આવી પડે ત્યારે કેવું લાગે ? ચારે તરફ મૃત્યુથી ઘેરાયેલા માણસ બીજી જ ક્ષણે તદ્દન ભયમુક્ત સલામત એવી પરિસ્થિતિમાં મુકાય ત્યારે તેના મનમાં કેવા ભાવો ઊઠે ? જિન-વાલજિન અત્યારે આવી વિચિત્ર મનોદશા અનુભવી રહ્યો હતો. કોઈ દૈવી શક્તિ તેને જીવનની કટોકટીની છેલ્લી ક્ષણમાં કેવી અદ્‌ભુત રીતે સહાય કરે છે !

જિન-વાલજિન આગળ વધવા લાગ્યો. તેના ખભા પર લોથ જેમ પડેલ મેરિયસ હજી સુધી બિલકુલ હલ્યોચલ્યો ન હતો. જિન-વાલજિનને ખબર નહોતી કે આ યુવાનમાં જીવ રહ્યો છે કે નહિ. તે તો એ ભોંયરું જે બાજુ લઈ જાય તે બાજુ પગલાં માંડી રહ્યો હતો. તેને એટલી જ ખબર પડતી હતી કે તેના પગ નીચે કઠણ એવી જમીન છે. ગાઢ અંધકારમાં તે પોતાના બંને હાથ વારાફરતી બાજુની દીવાલ તરફ લંબાવીને અંતર માપતો જતો હતો. માર્ગ ઘણો સાંકડો છે એમ તેને હાથથી લાગ્યું. તેનો પગ એક વાર લપસ્યો ત્યારે તેને ખાતરી થઈ કે ગટરનું વહેણ હવે શરૂ થશે. તે અંધારામાં એકએક પગલું સંભાળીને મૂકતો હતો. ક્યાં ખાડો આવે કે ક્યાં પહોળી નીક આવે કે ક્યાં કાદવ આવે તેની તેને ખબર ન હતી. પણ ધીમેધીમે તેની આંખો અંધકારથી ટેવાઈ ગઈ ને તેને ઝાંખું દેખાવા લાગ્યું. તે જે જાળિયામાંથી ઊતરીને અંદર આવ્યો હતો તે જાળિયાનો પ્રકાશ આટલે દૂર પણ કામ આપતો હતો. પણ જેમજેમ તે આગળ વધતો ગયો તેમતેમ એ જાળિયાનો પ્રકાશ ઘટતો ગયો અને વળી પાછો ગાઢ અંધકાર છવાઈ ગયો. તેને હજુ મનમાં બીક હતી કે કદાચ દુશ્મનોની નજર પેલા જાળિયા પર પડે ને તેઓ વહેમાઈને અંદર પણ ઊતરે, એટલે અટકવું તેને કોઈ રીતે પોસાય તેમ ન હતું. તેણે મેરિયસને ઘડીક નીચે ઉતાર્યો, વળી ખભો બદલીને બીજે ખભે ઉપાડ્યો, ને આગળ વધ્યો. પંચાસેક મીટર આગળ વધયો એટલે વળી એક બીજી મુશ્કેલી આવીને ઊભી રહી. અહીં આ ગટર એક મોટી ગટરમાં મળી જતી હતી. હવે કઈ દિશામાં આગળ વધવું – જમણી બાજુ કે ડાબી બાજુ ? આખી ગટરનો ઢાળ તો સીન નદી તરફ ઢળતો હોય તે વાત જિન-વાલજિનના ખ્યાલમાં તરત જ આવી ગઈ. જો તે સીન નદી તરફના ઢાળ તરફ આગળ વધે તો પાએક કલાકમાં તો તે સીન નદી આગળના ગટરના મુખ પાસે પહોંચે. પણ સીન નદી તો શહેરના બરાબર મધ્ય ગટરના મુખમાંથી પસાર થતી હતી, અને ધોળે દિવસે સીન નદી આગળ ગટરના મુખમાંથી બહાર આવવું એટલે સીધું પોલીસના હાથમાં પડવા બરાબર હતું. એટલે હજુ બને તેટલો વખત આ ભોંયરાને ન છોડવું એમ તેણે નક્કી કર્યું, અને તે ગટરના વહેણની ઉપરવાસ ચાલવા લાગ્યો. મેરિયસનો એક હાથ તેના ગળા પરથી પસાર થઈને તેના ખભા પર લટકતો હતો. તેના પગ જિન-વાલજિનની પીઠ તરફ લટકતા હતા. મેરિયસના ગાલ તેના ગાલને અડેલા હતા, અને તે લોહીવાળા હોવાને કારણે જિન-વાલજિનના ગાલ સાથે ચોંટી ગયા હતા. હજુ તેના લમણા પાસે થયેલા જખમમાંથી ઊનું લોહી ટપકી રહ્યું હતું. તેના નાકમાંથી નીકળતો ગરમ શ્વાસ જિન-વાલજિનના ચહેરા પર લાગતો હતો. મેરિયસમાં હજી જીવ છે એમ આ ઉપરથી જિન-વાલજિનને ખાતરી થઈ. ધીમેધીમે

ગટરનો માર્ગ સાંકડો થતો જતો હતો. તે ખૂબ જ સંભાળપૂર્વક આ ઘોર અંધકારમાં આગળ વધતો હતો. ત્યાં દૂરથી પ્રકાશનું એક ઝાંખું કિરણ તેને દેખાયું. ગટરનું બીજું જાળિયું આવતું હતું એમ તેને લાગ્યું. પારીસની ગલીઓની જેમ વાંકીચૂકી ચાલતી આ ગટરમાંથી એક અર્ધમૃત માણસના દેહને સાચવીને લાવવાનું કામ સહેલું નહોતું. પણ જિન-વાલજિનના શરીરમાં જે રાક્ષસી બળ હતું તેને લીધે એ મેરિયસના શરીરને ફૂલની જેમ ઊંચકીને આગળ વધી રહ્યો હતો. આ રસ્તો તેને ક્યાં લઈ જશે તેની તેને સૂઝ પડતી ન હતી. અત્યારે તો તેને પોતાની સલામતી પૂરતી નિરાંત હતી, પણ લાંબો વખત આ ગંધારી જગ્યામાં એક ઘાયલ શરીરને ઉપાડીને કેટલો વખત ફરી શકાય ? તેનો માર્ગ વધારે ને વધારે વાંકોચૂકો થતો જતો હતો. ત્યાં એકાએક તેના પગ પાણીમાં પડ્યા. તે ચમક્યો. સીન નદી આવી કે શું ? ધીમેધીમે પાણી વધતું જતું હતું. તે વધુ ગભરાયો. જિન-વાલજિન પારીસની મુખ્ય ધોરી ગટરને કાંઠે આવીને ઊભો હતો. આ ગટર એક ભૂગર્ભ નદી જેવી જ હતી. નાની નાની અનેક ગટરો આ ધોરી ગટરમાં ઠલવાતી હતી. જિન-વાલજિન આગળ વધવા લાગ્યો. તેની આસપાસ ગાઢ અંધકાર હતો. ચીકણી ભેજવાળી દીવાલને હાથનો ટેકો દઈને આગળ વધતો હતો. એકાએક તેને માથે ધબધબ અવાજ સંભળાવા લાગ્યા ને દૂરથી પ્રકાશનું એક કિરણ માંડમાંડ અંધાર ભેદતું તેને દેખાયું. જિન-વાલજિનને થયું કે બસ હવે આવી બન્યું. તેણે તીણી નજરે જોયું તો તે પ્રકાશની પાછળ આઠ-દસ કાળા ઓળાઓ ચાલતા હતા.

૩૩. 'અરધો ભાગ મારો'

વાત એમ હતી કે રાજ્યના સૈનિકોએ બળવાખોરોને સદંતર દાબી દેવાનો મક્કમ નિર્ધાર કર્યો હતો, અને તેમને ખૂણે-ખાંચરેથી શોધી કાઢવા માટે શહેરનું સમસ્ત પોલીસદળ લાગી પડ્યું હતું. ગટરોમાં પણ તેમણે તપાસ ચલાવી હતી. પોલીસોની એક ટુકડી જિન-વાલજિનવાળી ગટરમાં ઊતરી હતી. તેનો મુખ્ય નાયક આગળ બત્તી લઈને ચાલતો હતો. તેના કાન ઉપર આ ગટરની લાદી પર કોઈનાં પગલાં સંભળાયાં. આવી બંધિયાર જગ્યામાં આવાં પગલાંનો ઘોર વધારે મોટો જ થાય. એટલે આ અવાજની દિશામાં તેઓ આગળ વધ્યા. પણ ત્યાં અનેક નાની મોટી ગટરોની જુદીજુદી શાખાઓ ફંટાતી હતી. એટલે કઈ ગલીમાંથી આ અવાજ આવે છે તે પારખવું મુશ્કેલ હતું. તોપણ તેઓ બત્તી ધરીને આગળ વધ્યા. જિન-વાલજિનની આ ભારે વસમી ઘડી હતી. સદ્ભાગ્યે તે દીવાને જેટલી સ્પષ્ટતાથી જોઈ શકતો હતો એટલી સ્પષ્ટતાથી દીવો તેને જોઈ નહોતો શકતો. એટલે તે દીવાલ અડતો લપાઈને ઊભો રહી ગયો. તે આખરી ઘડી માટે તૈયાર હતો. થોડી વારમાં બધું શાંત થઈ ગયું. ત્યાં એકાએક એક પ્રકાશનો ચમકારો દૂરથી દેખાયો, એક ધડાકો થયો અને તેનાથી થોડે જ દૂર ગટરની ઉપરની છતમાંથી થોડાક પથ્થરો નીચે ખરી પડ્યા. થોડી વારે વળી બધું શાંત થઈ ગયું, પ્રકાશ પણ દેખાતો બંધ થઈ ગયો. પગલાં સંભળાતાં બંધ થઈ ગયાં. જિન-વાલજિન કેટલીય વાર સુધી એમ ને એમ એ જ જગ્યાએ ઊભો રહ્યો. જ્યારે તેને ખાતરી થઈ કે હવે બધા ચાલ્યા ગયા છે ત્યારે તેણે આગળ વધવાનું શરૂ કર્યું.

પારીસની પોલીસ આવા તોફાનના વખતમાં પણ પોતાનો ચોકી-પહેરો બરાબર સંભાળ્યા કરતી હતી. આવી અંધાધૂંધીનો લાભ શહેરના જાણીતા ગુંડાઓ ન લઈ જાય તે માટે પણ તકેદારી રાખવામાં આવતી હતી. પારીસ શહેરના એકાંત ભાગોમાં પણ પોલીસના માણસો ફરતા હતા.

શહેરના બહારના ભાગમાં સીન નદીને કાંઠે એક ચીંથરેહાલ વીખરાયેલ વાળવાળો બુઢ્ઢા જેવો લાગતો માણસ આમતેમ જોતોજોતો લપાતો-લપાતો ચાલ્યો જતો હતો. તેની પાછળ થોડે દૂર એક ઊંચો પડછંદ પોલીસ-અમલદાર ચાલ્યો

આવતો હતો. આ માણસ ધારે તો તેને પકડી શકે એમ હતું પણ તેનો ઇરાદો તેને પકડવાને બદલે તેનો પીછો પકડવાનો હશે એમ લાગતું હતું. કદાચ આ બદમાશ પોતાની ટોળીના અડ્ડામાં પકડી શકાય એમ તેને હતું. પડખેથી પસાર થતી એક ખાલી ભાડૂતી ગાડીને તેની નિશાનીથી અટકાવી અને ગાડીવાળાને પોતાની પાછળ ધીમે ધીમે ચાલ્યા આવવાનું જણાવ્યું. કોઈ પણ અકસ્માત વખતે ઘોડાગાડી જેવું વાહન તૈયાર રાખવામાં અગમચેતી હતી અને આવા એકાંત સ્થળે ધાર્યે વખતે વાહન ન પણ મળે.

ધીમેધીમે પેલો માણસ નદીના એક જૂના ભાંગેલા ઓવારા પાસે આવી પહોંચ્યો. જૂના વખતમાં ઘોડાઓને પાણી પાવા માટે આ ઢાળ પડતો આરો બાંધ્યો હતો એમ લાગતું હતું, પણ હવે એ આરો રસ્તામાં આડે આવતો હોવાથી તોડી નાખવામાં આવ્યો હતો. આ આરાના ઊંચાણવાળા ભાગ પર પેલો ભાગતો માણસ ચડ્યો. પાછળ પેલો પોલીસ જરા પણ ચૂક્યા વગર ચાલ્યો આવતો હતો. તેને ખાતરી હતી કે માણસ ક્યાંય ભાગીને જઈ શકે તેમ ન હતું, કારણ કે હવે તો સામે નદી જ હતી. તે ઢાળ ઊતર્યો એટલે ઘડીક દેખાતો બંધ થઈ ગયો, પણ પેલો પોલીસ તો બહુ જ ખાતરીપૂર્વક પાછળ ને પાછળ ચાલ્યો આવતો હતો. તે પણ ઓવારાના ઊંચાણવાળા ભાગ પર આવી પહોંચ્યો. તેનો શિકાર ત્યાં દેખાયો નહિ. નદીમાં પણ કોઈ પડ્યું હોય એમ દેખાતું ન હતું. ત્યારે શું થયું ? પેલો ક્યાં સંતાઈ ગયો ? પોલીસ-અમલદાર ઘડીક તો મૂંઝાયો. તેણે આરાના તૂટી ગયેલા પથ્થરો પરથી ધીમેધીમે નીચે ઊતરતાં ચારે તરફ નજર દોડાવવા માંડી. એકાએક તે અટક્યો. તેણે કપાળે પોતાનો હાથ પછાડ્યો : 'હું ય કેવો મૂરખ બન્યો !' તેના પગ પાસે જ લોઢાના સળિયાનું એક મોટું જાળિયું દેખાયું. આ જાળિયામાંથી તેણે જોયું તો એક મોટી ગટરનું આ મુખદ્વાર હતું. અને અહીં આગળ તેમાંથી ગંદુ કાળું પાણી સીન નદીમાં પડતું હતું જાળીનું તાળું દેખાતું ન હતું. તેને ખાતરી થઈ કે માણસ આ ગટરમાં ઘૂસી ગયો છે. "ભલે ! હું બહાર વાટ જોતો બેસું. અંદર ગયો છે તે કાંઈ નીકળ્યા વગર તો નહિ જ રહે !" કહીને પોલીસ-અમલદાર ઓવારાના ઊંચાણવાળા ભાગ પર એક ઉકરડા પાસે બેઠો.

*

જિન-વાલજિન જેમજેમ આગળ વધતો ગયો તેમતેમ તેને લાગવા માંડ્યું કે તે શહેરના મુખ્ય ભાગોથી દૂર થતો જાય છે. તેના માથા પર હવે ઘોડાગાડી વગેરે વાહનો દોડવાનો અવાજ આવતો નથી. વળી ગટર પણ વધારે ને વધારે પહોળી થતી જતી હતી, એટલું જ નહિ પણ તેમાં પાણી વધતું જતું હતું.

ઘણી વારે હવાબારી આવી. દિવસના ત્રણેક વાગ્યા હશે. પણ આ જાળિયામાંથી

આવતો પ્રકાશ આ ગાઢ અંધકારવાળા વાતાવરણમાં ચાંદની જેવો આછો લાગતો હતો. તે થાકીને લોથ થઈ ગયો હતો. આખા નગરનું મેલું લઈને વહી જતી આ ગટરની હવા પોતાના માટે પણ અસહ્ય હતી, તો આ લગભગ મૃત્યુ પામેલ શરીરને માટે કેવી હશે તે સમજી શકાય તેમ છે. આ હવામાંથી આ શરીરને લઈને બહાર જેમ બને તેમ જલદી નીકળી જવા માટે તે જેટલો આતુર હતો તેટલો જ તે પોલીસોના પંજામાંથી બચી જવાને આતુર હતો.

તેણે ઘડીક થાક ખાધો. મેરિયસના શરીરને દીવાલ અડતું મૂક્યું. તેના મોઢા પર જાળિયામાંથી પ્રકાશ પડતો હતો તેનાથી તેનો ચહેરો વધારે ફિક્કો લાગતો હતો. તેના લમણામાંથી વહેતા લોહીથી તેના વાળ લાલ રંગે રંગેલી પીંછીના જેવા કડક થઈ ગયા હતા. જિન-વાલજિને મેરિયસના કોટનાં બટન ખોલતાં તેની નજરે કોટના અંદરના ખિસ્સામાંથી રોટીનો એક ટુકડો અને એક કાગળ દેખાયો. તેણે કાગળ કાઢ્યો ને ખોલીને વાંચ્યો. તેમાં લખ્યું હતું :

"મારું નામ મેરિયસ પોન્ટમર્સી છે. મારા મૃતદેહને મારા દાદા ગિલનોર્મા પાસે લઈ જજો. તેમનું સરનામું : ઘર નં-6, કેલ્વેરી શેરી, મેરેઈસ પરા."

જિન-વાલજિન કેટલીય વાર સુધી વિચારમાં ને વિચારમાં ઊભો રહ્યો. તે આ સરનામું એક-બે વાર મોઢેથી ગણગણ્યો. પછી કાગળ મેરિયસના ખિસ્સામાં મૂકી, રોટીનો ટુકડો ખાઈ, મેરિયસને ખભા ઉપર ચડાવીને વળી આગળ ચાલ્યો.

એકાએક વળી એક નવીન મુશ્કેલી તેની સામે આવીને ઊભી રહી. તેના પગ નીચે અત્યાર સુધી જે લાદી જડેલી જમીન આવતી હતી, તેને બદલે તેના પગ નીચે કાદવ આવ્યો. ઘણી કાંપવાળી નદીઓને કિનારે કળણો આવે છે. આ કળણમાં તમારો પગ પડે એટલે તમે તેમાં ઊંડા જ ઊતરવા માંડવાના. જેમ પગ બહાર કાઢવા જોર કરો તેમ તમે વધારે ને વધારે ઊંડા ઊતરતા જાઓ. નદીકાંઠે આવો અનુભવ થાય તે એક વાત છે, પણ પારીસના પેટાળમાં આવેલા આ નર્કસ્થાનમાં પગ નીચેની જમીન સરી જાય ને પગ એ ગંધાતા કાદવમાં ઊંડો ને ઊંડો ઊતરતો જાય તે વખતે શું થાય તેની કલ્પના કરવી પણ મુશ્કેલ છે. બે બે કલાકથી એક શરીરને ખભા પર ઊંચકીને, છત ઉપર ભટકાવાની બીકે નીચા નમીને ચાલતો આવતો આ જિન-વાલજિન જાણે કે હવે હતાશ થઈ ગયો. એક એક ડગલું આગળ વધતાં-વધતાં તે કાદવ વધતો ગયો. ગોઠણ સુધી કાદવ અને કેડ સુધી પાણી આવ્યું. જેમજેમ તે આગળ ડગલું ભરતો ગયો. તેમ કાદવ તથા પાણી વધતાં જ ગયાં. જિન-વાલજિનને પોતાની સમક્ષ મૃત્યુ દેખાવા લાગ્યું. જીવનના આટલા સંગ્રામો લડીને પાર ઊતરેલ લડવૈયો એક આવા ગંધાતા નર્ક ખાડામાં મૃત્યુ પામે એ ખ્યાલ કેટલો ભયંકર છે ! તેને પોતે ઊંચકેલ વજનને

ફેંકી દેવાનું મન થયું. દુનિયા સમસ્ત પરનો તેનો ઊંડોઊંડો ઊતરી ગયેલો તિરસ્કાર ફરી પ્રગટ થયો. પણ એ જ વખતે તેને કૉઝેટ સાંભરી. અમૃતનું બિંદુ પડતાં જ જેમ બળી ગયેલું ઝાડ નવપલ્લવિત થાય તેમ તેના ચિત્તમાં આશાનો સંચાર થયો. તેણે આગળ ડગલાં ભરવા માંડ્યાં. પાણી તેના ગળા સમાણું થયું. તેના નાકની સાવ નજીક આ વહેતો જળનો પ્રવાહ આવી રહ્યો. હવે તો માથા પર પાણી ફરી વળે એટલી જ વાર હતી. ત્યાં બીજું પગલું ઉપાડતાં જ તેના પગ નીચે પથ્થર આવ્યો. તેના પર પગ ટેકવીને બીજું ડગલું માંડતાં વળી બીજા પથ્થર પર તેનો પગ પડ્યો. થોડી વારે તે પાછો ગોઠણભેર પાણીમાં અને નીચે લાદીવાળી જમીન પર આવી પહોંચ્યો. જૂના કાળની ગટરની નીચેની ફરસ આ જગ્યાએ ધોવાણને કારણે તૂટી ગઈ હતી અને મોટો ખાડો પડી ગયો હતો. તેમાં કાદવ ભરાઈ ગયો હતો. અને ઉપર પાણી વહી જતું હતું. જિન-વાલજિન આ ખાડામાં આવી પડ્યો હતો. સદ્ભાગ્યે આ ખાડાની લંબાઈ બહુ ન હોવાથી તે સહીસલામત સામે પાર આવી પહોંચ્યો. તેણે મેરિયસના દેહને ઠેઠ સુધી પાણીનું ટીપું પણ ન અડે તે માટે ખૂબ કાળજી રાખી હતી, પણ તેનો તેને થાક ન હતો.

ધીમેધીમે આ ગુફા વધારે ને વધારે પહોળી થતી જતી હતી. પાણી વેગથી વહેતું હતું. થોડી વારે સામે તેને મોટો લોઢાનો જાળીવાળો દરવાજો દેખાયો. તેને થયું કે હવે આ નરકયાત્રાનો અંત આવ્યો, પણ તેણે જોયું તો દરવાજે તાળું હતું. તેણે મેરિયસને નીચે ઉતાર્યો ને તાળું તપાસવા માંડ્યું. ત્યાં તેના ખભા પર કોઈનો હાથ પડ્યો ને તેના કાન પર એક ઘોઘરો અવાજ આવ્યો : ''અરધો ભાગ મારો !''

૩૪. નર્કમાંથી ઉદ્ધાર

જિન-વાલજિન ચમક્યો ને પાછા ફરીને જોયું તો આ ગટરમાંથી જ ઉત્પન્ન થયા હોય તેવો ભૂત જેવો બિહામણો એક માણસ તેને દેખાયો. તેને ઘડીક તો એમ લાગ્યું કે આ ભયંકર સ્થાનમાં તેને આ આભાસ થઈ રહ્યો છે. ચીંથરેહાલ, ઢંગધડા વગરના વાળવાળો, હાથમાં જોડા લઈને ઊભેલો આ માણસ કોઈ જુદી જ દુનિયાનો લાગતો હતો. પણ જરાક ધ્યાનથી જોતાવેંત જ જિન-વાલજિને તેને ઓળખી કાઢ્યો. આ માણસ થેનાર્ડિયર હતો. આ માણસને આ જગ્યાએ જોઈને તેને આશ્ચર્ય ન થયું, પણ જરાક ગભરામણ તો થઈ. સદ્‌ભાગ્યે અત્યારના તેના પોશાકમાં ને આ ઝાંખા અજવાળામાં થેનાર્ડિયર તેને ઓળખી ન શક્યો હોય એમ લાગ્યું. થેનાર્ડિયરે આંખે હાથની છાજલી કરીને ધ્યાનથી જોયું તો ખરું, પણ તે જિન-વાલજિનને ઓળખી ન શક્યો. બંને જણ ઘડીભર એકબીજાની હિલચાલની રાહ જોતા ઊભા રહ્યા. આખરે થેનાર્ડિયરે શરૂઆત કરી :

"બહાર કેમ કરીને નીકળીશ ?"

જિન-વાલજિને જવાબ ન આપ્યો એટલે થેનાર્ડિયરે આગળ ચલાવ્યું :

"તાળું તૂટે એવું નથી, અને બહાર નીકળ્યા વગર કાંઈ છૂટકો છે ?"

"સાચું." જિન-વાલજિને કહ્યું.

"તો પછી અરધો ભાગ મારો."

"એટલે ?"

"તેં આ માણસનું ખૂન તો કર્યું. ભલે ! હવે આ તાળાની ચાવી મારી પાસે છે." થેનાર્ડિયરે મેરિયસ તરફ આંગળી ચીંધીને કહ્યું : "હું તને ઓળખતો નથી, પણ તું આપણો ભાઈબંધ કહેવાય, તને મારે મદદ તો કરવી જોઈએ ને !"

જિન-વાલજિન હવે થેનાર્ડિયરના બોલવાનો અર્થ સમજવા માંડ્યો. તેણે તેને ખૂની માન્યો હતો.

"એટલે... મારું કહેવાનું એમ છે કે તેં આ આદમીને માર્યો તે કાંઈ તેની પાસે કાંઈક માલપાણી છે એમ ખાતરી થયા પછી માર્યો હશે ને ! એ માલમાં અરધો ભાગ મારો અને આ તાળાની ચાવીથી હું તાળું ઉઘાડી દઉં." થેનાર્ડિયરે

ખિસ્સામાંથી મોટી ચાવી અરધી કાઢીને દેખાડી.

ઈશ્વર કોઈ વાર દેવદૂતના રૂપમાં, તો કોઈ વાર ભયંકર ભૂતના રૂપમાં પણ તારણહારનું સ્વરૂપ ધારણ કરે છે એમ જિન-વાલજિનને લાગ્યું.

"અને લે આ દોરડું પણ બદલામાં તને આપું."

"દોરડું શું કામ ?"

"દોરડું અને પથરો બે વાનાં તો જોશે ને ?" થેનાર્ડિયરે કહ્યું. "પથરા તો બહાર જોઈએ એટલા મળશે પણ દોરડું ક્યાંય નહિ મળે. આ લે."

"પણ પથરાનું શું કામ છે ?"

"સાવ ગધેડા જેવો છે. આ મડદું નદીમાં નાખીશ ત્યારે તેની સાથે પથ્થર બાંધીને નાખીશ ત્યારે કામ આવે ને ? નહિ તો મડદું તરીને ઉપર આવે ત્યારે તારું આવી બને !"

જિન-વાલજિને દોરડું લઈ લીધું.

"એલા ! આ નેળિયામાંથી તું કેમ કરીને આટલે પહોંચ્યો ? મારા તો અંદર ડગલું ભરતાંય હાંજા ગગડી જાય છે. ઊંહ ! તું કેવો વાસ મારે છે ?" થેનાર્ડિયર બોલ્યે જતો હતો, પણ જિન-વાલજિન તેનો ઉત્તર ભાગ્યે જ આપતો.

"તું ભારે ઉસ્તાદ છે હો ! ન બોલવામાં નવ ગુણ – બોલે એ જ બેટો ! પકડાઈએ તોય બોલવું નહિ. પણ પકડાઈએ જ શેના હેં ? હું છું ને તારે પડખે ! એલા... પણ મડદાને આમ બહાર લઈ જઈને નદીમાં નાખવા કરતાં આ ગટરમાં જ પધરાવી દે ને ! એલા... પણ... ના હો ! મારી ભૂલ થાય છે. કાલે ઓલ્યા ગટર સાફ કરવા નીકળે ને મડદું દેખાય તો તરત જ તારી વાંસે પોલીસ પડે, ને પછી તને સાત પાતાળમાંથીય ગોતી કાઢે; એના કરતાં આ નદી માતા સારાં – કાંઈ બોલે કે ચાલે !" જિન-વાલજિન હજી પણ મૌન હતો.

"તો પછી હવે આપણે મૂળ વાત પર આવીએ. મેં મારી ચાવી બતાવી, હવે તું તારો ચોરીનો માલ બતાવ !"

થેનાર્ડિયરને પણ પોતાના અમુક નીતિ-નિયમો હતા. કોઈ પણ સદ્‌ગૃહસ્થને ઘડીના છઠ્ઠા ભાગમાં ગળાચીપ દઈને મારી નાખતાં તે અચકાય તેમ નહોતો, પણ પોતાના ધંધામાં પડેલા માણસ સાથે તે ખૂબ પ્રામાણિકતાથી વર્તવા તૈયાર રહેતો, અને પ્રામાણિક્તા એ કામ કરવાની ઉત્તમ યુક્તિ છે તે વિષે તેને શંકા ન હતી. તે જિન-વાલજિન સાથે ખૂબ જ નમ્રતાથી વાત કરતો હતો.

જિન-વાલજિનને થેનાર્ડિયરની દુષ્ટતાનો પૂરેપૂરો પરિચય થઈ ચૂક્યો હતો. આ માણસની પાછળ હજી બીજી મોટી બદમાશોની ટોળી એટલામાં જ ક્યાંય છુપાયેલી હોવી જોઈએ એમ તેને હતું. એટલે કોઈ પણ જાતના ઘર્ષણ વિના આ

મામલો જલદી ઊકલી જાય તે માટે તે આતુર હતો. એટલે તેણે થેનાર્ડિયરની યોજનામાં બને ત્યાં સુધી દખલ ન કરવાનું નક્કી કર્યું હતું.

"કેટલોક માલ હશે ?" તેણે જિન-વાલજિનને પૂછ્યું. જિન-વાલજિને પોતાનાં ખિસ્સાં તપાસ્યાં. વાચકને એ તો યાદ હશે કે તેનો નિયમ હતો કે બહાર નીકળતી વખતે ખિસ્સામાં કાંઈક ને કાંઈક રકમ તો રાખવી જ. ક્યારે ઓચિંતા નાસવું પડે તેની ખાતરી ન હતી. પણ ગઈકાલે જ તે પોતાનું પાકીટ ઘેર ભૂલી ગયો. રાષ્ટ્રીય સ્વયંસેવકદળનો ગણવેશ ધારણ કરતી વખતે પાકીટ સાથે લેવાનું તેને ન સૂઝ્યું. તે વખતે તે મનથી પણ ઘણો વ્યગ્ર હતો એટલે ભૂલી જાય તેમાં નવાઈ નથી. એટલે તેની પાસે અત્યારે થોડુંએક પરચૂરણ જ હતું. તેણે કાઢીને થેનાર્ડિયરને બતાવ્યું.

"અરે...ભલા માણસ ! આટલી નાની રકમ માટે થઈને આનો જીવ લીધો !" થેનાર્ડિયરે જિન-વાલજિનનાં તથા મેરિયસનાં બધાં ખિસ્સાં એક પછી એક નિરાંતે તપાસ્યાં. જિન-વાલજિન કાંઈ પણ બોલ્યા સિવાય ઊભો રહ્યો. "બસ, માંડ ત્રીસ રૂપિયા છે !" થેનાર્ડિયર બોલ્યો અને તે બધુંય પરચૂરણ તેણે પોતાના ખિસ્સામાં નાખ્યું. અડધા ભાગની વાત તે સ્વાભાવિક રીતે જ ભૂલી ગયો.

"લે હવે આ કૂંચી. હવે ઉતાવળ રાખ હો, આ તો નાટકની ટિકિટ જેવું છે. ટિકિટ આપી એટલે જવાની રજા મળી ગઈ."

તે ખંધાઈથી હસવા લાગ્યો. થેનાર્ડિયરની આ ઉદારતા જિન-વાલજિન માટે મોટો કોયડો હતો. પણ અત્યારે તેને તે ઉકેલવાની નવરાશ ન હતી. તેણે મેરિયસના શરીરને પાછું ઉપાડ્યું. થેનાર્ડિયરે તેને ટેકો આપ્યો. બંને દરવાજા પાસે પહોંચ્યા. થેનાર્ડિયરે આસપાસ નજર કરી, હોઠ પર આંગળી મૂકીને જિન-વાલજિનને મૌન રહેવાની સૂચના કરી. થોડી વાર પછી તેણે ચાવી કાઢીને તાળું ઉઘાડ્યું. દરવાજાના બારણાને તેણે અંદર ખેંચ્યું. બારણું જરા પણ અવાજ કર્યા વગર ઊઘડ્યું. આવી ગટરના દરવાજાને ખોલતાં અવાજ ન થયો તેની પાછળ પણ રહસ્ય હતું. થેનાર્ડિયરના મંડળના માણસો અનેક વાર આનો ઉપયોગ કરતા અને તે બારણાં બરાબર કામ આપે તે માટે પોતાને ખરચે તેને તેલ પૂરતા.

થેનાર્ડિયરે જિન-વાલજિન જઈ શકે તેટલું બારણું ઉઘાડ્યું. જિન-વાલજિન બહાર નીકળ્યો એટલે પાછું તેને તરત જ બંધ કરીને પાછું તાળું મારી દીધું.

જિન-વાલજિન આ ભયંકર નરકગારમાંથી બહાર નીકળ્યો.

૩૫. શિકારી ગુમ !

ઘડીક પહેલાંની યાતનાઓના યંત્રમાંથી બહાર નીકળીને જિન-વાલજિને ખુલ્લું આકાશ, ખુલ્લી હવા, વિશાળ નદી જોયાં. તેને લાગ્યું કે તે સ્વર્ગમાં આવ્યો છે. આસપાસ સંપૂર્ણ શાંતિ હતી. હજી તો દિવસ બાકી હતો, પણ આ ભાગમાં લોકોની અવરજવર નહિ જેવી જ હતી. પશ્ચિમ તરફ ઢળેલા સૂર્યના પ્રકાશમાં પોતાનો લાંબો પડછાયો તેણે જોયો. તેને લાગ્યું કે કોઈ મહાન દૈવી તત્ત્વ તેની પાછળ રક્ષણ કરતું ઊભું છે. તેના દિલમાંથી ઈશ્વર પ્રત્યે પ્રાર્થનાના મૂંગા સ્વરો ઊભરાવા લાગ્યા. ઘડીભર આ આનંદસમાધિમાં તે સર્વસ્વ ભૂલી ગયો.

પણ થોડી વારે તેને પોતાનું કર્તવ્ય સાંભર્યું. મેરિયસનું શરીર તેણે બહાર આવીને તરત જ નીચે ઉતાર્યું હતું. તેના તરફ તેણે જોયું. તે નીચો નમ્યો. મેરિયસની આંખો બંધ હતી, પણ શ્વાસોચ્છ્વાસની ક્રિયામાં તેના હોઠ જરા હલતા દેખાતા હતા. તે નદીમાંથી ખોબામાં થોડું પાણી લઈ આવ્યો ને તેના મોઢામાં થોડાં ટીપાં રેડ્યાં. ફરી તેણે પાણીનો ખોબો ભરવા નદીમાં હાથ બોળ્યા તે વખતે લાગ્યું કે કોઈ તેની પાછળ ઊભું છે. તે પાછળ ફર્યો અને જોયું તો એક ઊંચો કદાવર આદમી ઊભો હતો. તેણે મોટો ઓવરકોટ પહેર્યો હતો. જમણા હાથમાં સીસાના ગઠ્ઠાવાળો દંડો હતો. આ આકૃતિ એકાએક જોઈને સામાન્ય માણસ તો છળીને ફાટી જ મરે, જિન-વાલજિન પણ ચમક્યા વગર તો ન રહી શક્યો. આ આદમીને જિન-વાલજિને ઓળખ્યો, તે જેવર્ટ હતો. વાચકો હવે સમજી ગયા હશે કે થોડા વખત પહેલાં નદીકાંઠે એક બદમાશની પાછળ પડેલ પોલીસ તે આ જેવર્ટ હતો. તે બદમાશ થેનાર્ડિયર પોતે જ હતો. એ કહેવાની જરૂર નથી. થેનાર્ડિયર એકાએક ગુમ થયો એટલે જેવર્ટે તેની તપાસમાં આ ગટરના નાકા પર પોતાની ચોકી ગોઠવી દીધી હતી. તેને ખાતરી હતી કે બદમાશ બહાર નીકળ્યા વગર રહેશે નહિ. જેવર્ટ જિન-વાલજિન પાસેથી મુક્તિ મેળવ્યા પછી તરત પોતાની ફરજ ઉપર ચડી ગયો હતો.

થેનાર્ડિરની ઉદારતાનો ભેદ પણ હવે ઊકલી જશે. તેને ખાતરી હતી કે બહાર તેના સ્વાગત માટેની તૈયારી પોલીસોએ કરેલી જ હોવી જોઈએ. પણ એ સ્વાગત સ્વીકારવા માટે કોઈ મૂરખ આવી જગ્યાએ પણ મળી જશે એમ તો તેને

કલ્પનામાંય ક્યાંથી હોય ! અને જ્યારે આવો મૂરખ તેને મળી રહ્યો, એટલે તેના આનંદમાં તેણે ફક્ત એ મૂરખ પાસેથી પૈસા પડાવીને જ જવા દીધો.

જિન-વાલજિન આવી જગ્યાએ પણ જેવર્ટને જોઈને ઘડીભર ડઘાઈ ગયો. તેને લાગ્યું કે જેવર્ટ સર્વવ્યાપી છે. તે મારાં પાપોનું પ્રતીક જ છે. જેવર્ટ જિન-વાલજિનને ન ઓળખી શક્યો. તેના ખ્યાલમાં તો પેલો નાઠેલો બદમાશ જ હતો. તેણે ખભાથી જિન-વાલજિનને પકડીને પૂછ્યું :

"કોણ છે ?"

"હું પોતે."

"હું પોતે કોણ ?"

"જિન-વાલજિન."

હવે ચમકવાનો વારો જેવર્ટનો આવ્યો. તેણે જિન-વાલજિનના બંને ખભા ઉપર હાથ મૂકીને તેનો ચહેરો કાળજીપૂર્વક જોયો. તે પોતાનું મોઢું ઠેઠ જિન-વાલજિનના મોઢાને અડે એટલું પાસે લઈ ગયો. જેવર્ટની આંખો આટલી નજીકથી ખૂબ ભયંકર દેખાતી હતી. જેવર્ટે જિન-વાલજિનને ઓળખ્યો.

"જેવર્ટ, આખરે હું પાછો તારા હાથમાં આવ્યો છું. મેં મારા મનથી મારી જાતને તારો કેદી જ માનેલ છે. ફક્ત મારી એક વિનંતી સ્વીકાર – પછી મને તું ઠીક પડે ત્યાં લઈ જા."

જેવર્ટ હજી તો આખી વસ્તુસ્થિતિને સમજવા પ્રયત્ન કરતો હોય એમ સ્થિરપણે ઊભો હતો. થોડી વારે તેણે જિન-વાલજિનના ખભા પરથી હાથ લઈ લીધા.

"અહીં શું કરે છે ? આ કોણ છે ?" તેણે મેરિયસ તરફ દંડો બતાવી કહ્યું.

"મારે એને વિષે જ તને વાત કરવાની છે. મારું તારે જે કરવું હોય તે કરજે, ફક્ત આ જુવાનને તેને ઘેર પહોંચાડવામાં મને મદદ કર. બસ, એક આટલી મારી આજીજી માન્ય કર !"

જેવર્ટનાં ભવાં સંકોચાયાં. તેની વિચારમગ્ન દશાનું આ ચિહ્ન હતું. તે ઘડીક ઊભો રહ્યો. તેણે ખિસ્સામાંથી રૂમાલ કાઢ્યો, નદીના પાણીમાં બોળ્યો ને તેને નિચોવીને મેરિયસના મોઢા પરથી લોહીના ડાઘ લૂછ્યા.

"આ માણસ તો ત્યાં શેરીના નાકે આડશમાં લડવામાં હતો. બધા આને મેરિયસ કહેતા." તે નીચે નમ્યો ને તેણે મેરિયસનો હાથ પકડ્યો ને નાડ જોવા લાગ્યો.

"તે ખૂબ ઘાયલ થયેલો છે." જિન-વાલજિને કહ્યું.

"ના, મરી ગયો છે."

"ના, હજી જીવે છે." જિન-વાલજિને કહ્યું.

"તે તું એને લડાઈને મોરચેથી અહીં લઈ આવ્યો ?"

જેવર્ટને આશ્ચર્યની પરંપરામાં જિન-વાલજિન પોતાના પ્રશ્નનો જવાબ નથી આપતો તેનો પણ ખ્યાલ ન આવ્યો. જિન-વાલજિનના મનમાં તો એક વાત ઘૂમતી હતી :

"આને તેના દાદાને ઘેર પહોંચાડવાનો છે. તે ક્યાંક કેલ્વેર શેરીમાં રહે છે. તેના દાદાનું નામ..." તેણે મેરિયસના ખિસ્સામાંથી કાગળ કાઢ્યો ને વાંચ્યો : "હા, મહાશય ગિલનોર્માં, ઘર નં-6."

"એ...ય ગાડીવાલા !" જેવર્ટે દૂર ઊભેલ ગાડીવાળાને બૂમ મારી. પોલીસો કોઈ પણ અકસ્માતને પહોંચી વળવા માટે પોતાનાથી થોડે જ અંતરે એકાદ ભાડૂતી ઘોડાગાડીને ફરતી રાખતા જ.

ગાડી આવી પહોંચી. બંને જણાએ મેરિયસને ધીમેથી ઊંચકીને ગાડીમાં મૂક્યો ને તેની બંને બાજુ બેય જણ બેસી ગયા. ગાડીવાળાને ગાડી હાંકવાનો હુકમ કર્યો. મેરિયસનું શરીર સાવ લાકડા જેવું થઈ ગયું હતું. તેના પગ ઠંડાગાર હતા. જિન-વાલજિન વિષાદની મૂર્તિ જેવો લાગતો હતો. આમ મડદું, ભૂત અને પૂતળું ત્રણ જણ ભેગાં હોય તેવું લાગતું હતું.

મેરિયસના દાદાના ઘસ પાસે ગાડી આવી ત્યારે અંધારું થઈ ગયું હતું. જેવર્ટ પહેલો નીચે ઊતર્યો. દરવાજે જઈને ઘરનો નંબર તપાસી જોયો. ફાટકનો આગળિયો ઊંચો કરી તે અંદર પેઠો. ઘરનો પગી બગાસાં ખાતો હાથમાં બત્તી લઈને આવતો દેખાયો. ઘરમાં કોઈ જાગતું હોય એમ લાગતું ન હતું. અને આ બળવો ને તોફાનોના દિવસોમાં બધા ઘર વહેલું બંધ કરીને સૂઈ જતા.

દરમિયાન જિન-વાલજિને ગાડીવાળાની મદદથી મેરિયસને ઊંચક્યો ને ફાટકની અંદર આવ્યા.

"કોઈ ગિલનોર્માં નામનું અહીં રહે છે ?" જેવર્ટે પોલીસની અદાથી બૂમ પાડી.

"હા, કેમ શું કામ છે ?" ચોકીદારની ઊંઘ ઊડી ગઈ.

"એના છોકરાને અમે લઈ આવ્યા છીએ."

"એનો છોકરો !" ચોકીદારે આશ્ચર્યથી પૂછ્યું.

"હા, મરી ગયો છે." ચોકીદારના આશ્ચર્યમાં ગભરામણ ઉમેરાઈ. પાછળ ચાલ્યા આવતા જિન-વાલજિને માથું હલાવી ના પાડી. પણ તેનો અર્થ ચોકીદાર ન સમજ્યો

"હા, બળવામાં ભળ્યો હતો તે ત્યાં મરાયો છે; આ રહ્યો."

"બળવામાં ?"

"હા જા જલદી તારા શેઠને ઉઠાડ."

નોકર તો ત્યાં જ સ્તબ્ધ થઈ ગયો હતો.

"જા જલદી, કાલે સવારે તો એનો જનાજો કાઢવો પડશે."

ચોકીદારે નોકરને જગાડવાનું યોગ્ય ધાર્યું. નોકરે બાઈને જગાડી. બાઈએ શેઠાણીને ઉઠાડ્યાં. મહાશય ગિલનોર્માને ઉઠાડવાની હિંમત તેની પુત્રીની પણ નહોતી. એટલે તેણે જ બધી વ્યવસ્થા હાથમાં લીધી. મેરિયસને પહેલે માળે એક ઓરડામાં પલંગ પર સુવાડ્યો. નોકર વૈદને બોલાવવા ઊપડ્યો. બીજા બધા મેરિયસની આસપાસ બાઘાની જેમ ઊભા રહ્યા. જિન-વાલજિનના ખભા ઉપર જેવર્ટનો હાથ અડ્યો. જિન-વાલજિન સમજી ગયો. બંને જણ નીચે ઊતર્યા, ફાટક બહાર આવ્યા ને હજી સુધી વાટ જોઈને ઊભેલી ગાડીમાં બેઠા.

"જેવર્ટ, એક બીજી માગણી કરું ?" જિન-વાલજિને કહ્યું.

"શું છે ?"

"એક ઘડી માટે મને ઘેર જવા દે. પછી તારે મને જ્યાં લઈ જવો હોય ત્યાં લઈ જજે."

જેવર્ટ થોડી વાર મૂંગો રહ્યો. પછી ગાડીની બારીમાંથી ડોકું કાઢીને બહાર બેઠેલા ગાડીવાનને કહ્યું :

"હોમ આર્મી ગલીમાં સાતમા નંબરના મકાને હાંક."

ગાડીમાં બંને જણ મૂંગા બેસી રહ્યા. જિન-વાલજિનની છેવટની એક જ ઇચ્છા હતી : કૉઝેટને ખબર આપવાની. કૉઝેટને આખી પરિસ્થિતિનો ખ્યાલ આપવો, અને જરૂર પડ્યે છેવટની બધી વ્યવસ્થાની સૂચનાઓ પણ તેને આપી દેવી જેથી કૉઝેટ ગભરાય નહિ એ તેનો હેતુ હતો. પોતા પૂરતી તો તેણે છેવટની યોજના વિચારી જ લીધી હતી. જેવર્ટને પોતાની જાત સોંપ્યા પછી તેને પોતાને કાંઈ વિચારવાનું રહેતું જ ન હતું હવે જેવર્ટને દગો દઈને છટકવાની કે જેવર્ટને જ સપાટામાં લેવાની તેની ઇચ્છા ન હતી. જોકે તેને માટે પૂરતી અનુકૂળતા હતી. પણ કોઈનો જીવ કાઢતાં, પોતાના ખુદનો પણ – હવે તેનું હૃદય કંપી ઊઠતું હતું. તે કોઈ પણ પ્રકારના ભાવિને ભેટવા તૈયાર હતો.

જિન-વાલજિનના ઘરવાળી ગલી આવી પહોંચી. ગલી સાંકડી હોવાથી ગાડીને ત્યાં નાકે જ ઊભી રાખવી પડી. બંને જણ નીચે ઊતર્યા.

"મહેરબાન ફોજદાર સાહેબ !" ગાડીવાળાએ નીચે ઊતરીને સલામ ભરીને કહ્યું : "પેલા મડદાના ઘામાંથી લોહીનાં ટીપાં પડીને મારી ગાડીની બેસવાની ગાદી ડાઘાવાળી થઈ છે. વળી લોહીના ડાઘ જોઈને કોઈક પોલીસના માણસને શંકા જાય એટલે આપ આ મારા પરવાનાની નોંધમાં આપને હાથે લખી આપો કે આમાં વહેમ લાવવા જેવું કાંઈ નથી."

“તને કેટલું ભાડું ચૂકવવાનું છે, તારા રોકાણના કલાક પણ ગણી લેજે.”

“સાહેબ, બધા થઈને સાડા સાત કલાક થયા. અને આ ગાદીને ડાઘા પડ્યા, એ જુદું – બધા થઈને એંશી રૂપિયા ગણાય.”

જેવર્ટે પોતાના પાટલૂનના ખિસ્સામાંથી પાકીટ કાઢીને તેમાંથી એંશી રૂપિયા કાઢી ગાડીવાળાને આપ્યા ને ગાડીવાળાને રજા આપી. જિન-વાલજિને ધાર્યું કે જેવર્ટ તેને ચલાવીને જ થાણામાં લઈ જશે.

બન્ને જણ ગલીમાં પેઠા. સાત નંબરના મકાન પાસે આવીને જિન-વાલજિને ફાટક ઉઘાડ્યું.

“તું જા ઉપર.” જેવર્ટે કહ્યું. અને જાણે પરાણે બોલતો હોય તેવી વિચિત્ર રીતે તેણે ઉમેર્યું : “હું અહીં તારી વાટ જોતો ઊભો છું.”

જિન-વાલજિનને માટે જેવર્ટની આ બોલવાની ઢબ ભારે નવાઈ ઉપજાવે તેવી હતી. જિન-વાલજિન ઉપર આટલો વિશ્વાસ તે મૂકે, એ એક ચમત્કાર જ ગણાય ને !

તેણે ઘરનું કમાડ ઉઘાડ્યું. અંદર પેઠો. જોરથી નોકરને બૂમ મારીને કહ્યું : “એ તો હું છું.” નોકર પથારીમાં પડ્યોપડ્યો ઊંઘતો હતો, તેને જગાડ્યા વગર તે ઉપર ગયો. દાદરના ઉપલે છેડે બારી હતી, તે ઉઘાડી હતી. શેરીની બત્તીનું અજવાળું તે બારીમાંથી અંદર આવતું હતું. જિન-વાલજિન એ બારી પાસે ઘડીક શ્વાસ ખાવા થંભ્યો. ને બહુ જ સ્વાભાવિક રીતે જ બારીમાંથી તેણે બહાર શેરીમાં ડોકિયું કર્યું. જિન-વાલજિન એકાએક આશ્ચર્યમાં ચમકી ઊઠ્યો.

જેવર્ટ જ્યાં ઊભો હતો ત્યાંથી ચાલ્યો ગયો હતો !

૩૬. પુણ્યનો ભાર

વૈદ આવી પહોંચ્યો, તે દરમિયાનમાં મેરિયસનાં માસીબાએ કેટલાક ભવ જોઈ નાખ્યા. તેના ગભરાટનો પાર ન હતો. જો દાદાજી ઊઠ્યા ને આ બધું જોશે તો શું કરશે ? તેની કલ્પનાથી તે થરથરતી હતી. દાદાના જ આરામ કરવાના એક પલંગને લોહીના પણ ડાઘાવાળો થવા દેવો એનાથી મોટો ગુનો બીજો કયો કહેવાય ! પણ મેરિયસને બીજે ક્યાં સુવાડવો ? મેરિયસને અહીં આ હાલતમાં જોઈને ડોસાના મોઢામાંથી કઈ જાતની વાણી નીકળશે તેની પણ તેને ખબર ન હતી. પણ તેણે પોતાના મનને ગમે તેવા આકરા ઠપકા માટે ને આવી પડે તો એકાદ-બે ધોલો ખાવા માટે પણ તૈયાર કરી રાખ્યું હતું. "આ અવળે ધંધે જ ચડી ગયો ને અત્યારે અહીં ઉપાધિ કરાવી" એટલું તેનાથી બોલી જવાયું.

વૈદે આવીને તેને તપાસ્યો. નાડ હજી નિયમિત રીતે – જોકે નબળી – ચાલે છે, એટલે ખાતરી કર્યા પછી તેને ચત્તોપાટ સુવાડ્યો. માથેથી ઓશીકું પણ લઈ લેવરાવ્યું ને માથું આખા શરીર કરતાં સહેજ નીચે ઉતાર્યું, જેથી તેનો શ્વાસોચ્છ્વાસ વધારે નિયમિત બને.

આ પછી તેનાં બધાં કપડાં કાઢીને શરીર પરના ઘા તપાસ્યા. લગભગ આખે શરીરે તેને જખમો થયા હતા. તરવારના ચરકા તો ઠેરઠેર થયા હતા. માથામાં સૌથી વધારે ઘા થયા હતા. પણ સદ્‌ભાગ્યે તે ખોપરીથી ઊંડે ગયા ન હતા. કેડથી નીચે તેને ઓછામાં ઓછું વાગ્યું હતું. નોકરોને રેશમી લૂગડાંના ચીંદરડાઓમાંથી પાટા તૈયાર કરવા માંડ્યાં. વૈદે વહેતા જખમોને સાફ કરીને બંધ કરી દીધા ને ઉપર પાટાપિંડી કરી લીધી. વૈદ આખો વખત મનમાં કાંઈક ને કાંઈક બોલ્યા જ કરતો હતો. વૈદે મેરિયસના મોઢા પર પાણીનું પોતું ફેરવવા માંડ્યું, ને તેની બંધ આંખોને આંગળીથી ઉઘાડવાનો પ્રયત્ન કરતો હતો, ત્યાં પાછળથી બારણું ઊઘડ્યું. દાદા પોતે જ અંદર આવ્યા.

ઘરડા માણસોની ઊંઘ બહુ જ છીછરી હોય છે. તેના સૂવાના ઓરડાની પડખેના જ ઓરડામાં આ બધો વિધિ ચાલતો હતો. બધા માણસોની ખૂબ જ કાળજી હોય, છતાં થોડોઘણો અવાજ થયા વગર ન જ રહે. ડોસાએ બારણાની

તડમાંથી બીજા ઓરડામાં પ્રકાશ જોયો. તેણે ઊભા થઈને બારણું ઉઘાડ્યું. ને આ અકલ્પ્ય દેખાવ જોઈને સ્તબ્ધ થઈને ત્યાં ને ત્યાં બારણામાં જ ઊભો રહી ગયો. અરધો ઉઘાડો પાટાથી વીંટળાયેલો ધોળો પૂણી જેવો એક દેહ પલંગ પર પડ્યો છે, પડખે વૈદ ઊભા છે, નોકરો બધા આતુર નયને આસપાસ વીંટળાઈને ઊભા છે. વૃદ્ધના શરીરમાંથી ધ્રુજારી પસાર થઈ ગઈ. તેના ઢીંચણમાંથી પગ જાણે કે છૂટા પડી જશે, એમ તેને લાગવા માંડ્યું. તેના મોઢામાંથી માંડમાંડ અવાજ નીકળી પડ્યો.

"મેરિયસ !"

"દાદાજી, હમણાં જ એમને લઈ આવ્યા. તે પીઠા પાસેના ધીંગાણામાં ગયા હતા." નોકરે કહ્યું.

"અને ત્યાં મરી ગયો." વૃદ્ધના અવાજમાં ભયંકર કંપ હતો.

તેમનું એક સદીના ભારથી નમી ગયેલું શરીર એકદમ ટટાર થઈ ગયું ને પથારીની પાસે આવ્યા.

"તમે વૈદ છો ને ! મને પહેલી એ વાત કરો આ મડદું છે ને ! ખરું કે નહિ ?"

વૈદ મૌન રહ્યો. તે પોતે પણ મેરિયસના જીવવા વિષે બહુ આશા ધરાવતો ન હતો.

"તેનો જીવ ઊડી ગયો છે ! તે મરી ગયો. મારા તરફની દાઝ તેણે તોફાનની વચ્ચે જઈને પોતાના પર કાઢી. મારા પરનું વેર વાળ્યું. હરામખોર, મારા જીવલેણ ! વેરની વસૂલાત આ રીતે કરી એમ ને ! મારા છેલ્લા દિવસો તેં ધૂળ કર્યા. હાય ! હાય ! મેરિયસ ઊડી ગયો."

તે બારી પાસે ગયો. જાણે કે ગૂંગળાતો હોય તેમ તેણે બારીને સાવ ખોલી નાખી. અને બારીમાં ઊભોઊભો જાણે કે રાતને સંબોધી રહ્યો હોય તેમ બોલવા લાગ્યો :

"આ ચારણીની જેમ વીંધાઈ ગયો છે. તને મેં આવી હાલતમાં પાછા આવવાનું કહ્યું હતું ? રોજ તારી વાટ જોતો. તારા માટે મારી પડખેનો જ ઓરડો, મારી જ પથારી, મેં તૈયાર કરી રાખ્યાં હતાં. મને ખાતરી હતી કે તું પાછો આવવાનો જ. તને મેં આવી રીતે આવવાનું કહ્યું હતું ? તું એમ ને એમ આવ્યો હોત ને મારા ઓરડાના બારણે ટકોરા મારીને 'એ તો હું મેરિયસ' એટલું જ કહ્યું હોત તો બસ હતું. આ આખા ઘરનો માલીક તું જ હોત. પણ તને તો આ બુઢ્ઢાની કડવી વાણીમાં દાઝ ચડી ગઈ. મેં તારા બાપનું નામ લીધું એમાં તો તને રૂંવે રૂંવે ક્રોધ વ્યાપી ગયો, ને સીધો બળવામાં જઈને, સામે જઈને મોત માગી લીધું. કેવળ મને કહેવા કે 'લે લેતો જા બૂઢિયા ! હવે તારું કોણ રહ્યું ?' પણ તને આવું કરવું શોભે ?"

તે મેરિયસ પાસે ગયો. મેરિયસ સાવ ચેતનહીન પડ્યો હતો. વૃદ્ધ વાંકો વળીને તેના ચહેરા તરફ તાકી રહ્યો. તે કાંઈક બોલતો હોય તેમ હોઠ ફફડાવતો હતો. પણ શું બોલે છે તે સમજાતું ન હતું. ધીમેધીમે તેનો અવાજ આવેશ ને આવેશમાં મોટો થવા લાગ્યો.

"નિષ્ઠુર, લુચ્ચો, તોફાની મંડળીવાળો !" મરવા પડેલો માણસ મરી ગયેલાને ઠપકો આપી રહ્યો હતો.

આ ક્ષણે મેરિયસે ધીમેથી પોતાની આંખો ખોલી. તેની આંખોમાં હજી ચેતનનો ચમકારો ન હતો, પણ તે આંખો તેના વૃદ્ધ દાદા પર મંડાઈ.

"મેરિયસ !" વૃદ્ધ બૂમ પાડી ઊઠ્યો, "મારો મેરિયસ, બેટા ! મારા લાલ, તેં આંખો ઉઘાડી ! મારા સામું જોયું. તું જીવે છે ! તું જીવતો છે. હાશ !"

વૃદ્ધ મૂર્છા ખાઈને ઢળી પડ્યો.

*

જિન-વાલજિન પોતાના મકાનમાં ગયો કે તરત જ જેવર્ટે ચાલવા માંડ્યું. માથું નીચું ઢાળીને પાછળ હાથ રાખીને તે ધીમેધીમે ચાલતો હતો. જેવર્ટને આ સ્થિતિમાં ચાલતાં કોઈએ જોયો નહિ હોય. તે હંમેશાં હાથની અદબ છાતી પર ટટ્ટાર રાખીને જ ચાલતો. આજે કાંઈક અપૂર્વ ફેરફાર તેના આખા શરીરમાં થઈ ગયો હતો. તે એક ગલીમાં થઈને બીજી ગલીમાં, એમ ગલી પર ગલી વટાવતો આગળ ને આગળ ચાલ્યો જતો હતો.

આખરે તે સીન નદીના કાંઠા પર આવ્યો, ને તે કાંઠેકાંઠે ચાલવા લાગ્યો. તે ક્યાં જાય છે તેની તેને પણ ખબર ન હોય એમ લાગતું હતું.

નદીકાંઠે આગળ ને આગળ ચાલતાં તે નદીના ઢાળમાં જોરથી વહેતા પ્રવાહવાળી જગ્યાએ આવ્યો. અહીં નદી ખૂબ જોરમાં વહેતી હતી, અને તેના પર બાંધેલા પુલની કમાનોને જાણે હમણાં તોડી નાખશે, તેટલો જોરથી પ્રવાહ વહેતો હતો. જેવર્ટ આ પુલના બંધ ઉપર કોણી રાખી તેના પર માથું ટેકવીને નદી સામે જોતો ઊભો રહ્યો.

આજે તેની અંદર એક ભયંકર ક્રાંતિ, તોફાન ઊઠ્યાં હતાં. આ મનોદશા તેને માટે એટલી બધી નવીન હતી કે તેને સમજતાં પણ ખૂબ મુશ્કેલી પડતી હતી. કોઈ અસહ્ય વેદના તેને વીંછીના ડંખની જેમ બાળી રહી હતી. થોડાએક કલાકથી જેવર્ટ એક સાદોસીધો જેવર્ટ મટીને આંટીઘૂંટીવાળી બની ગયો હતો. નિર્ણય કરવામાં કોઈ દિવસ ન મૂંઝાય તેવી તેની મતિ આજે મૂંઝાઈ ગઈ હતી.

આજે પહેલી જ વાર તેને પોતાની નજર સમક્ષ એકીસાથે બે સરખા જ માર્ગો આવીને ઊભા હતા. બંને એક જ સરખા હોવા છતાં બંને સાવ વિરુદ્ધ

દિશામાં જતા હતા. જીવનનાં આટલાં વરસો એક જ માર્ગે ચાલવા ટેવાયેલો જેવર્ટ કયો માર્ગ પસંદ કરવો, તે બાબતમાં મૂંઝાઈને ઊભો રહ્યો. એક ભયંકર ગુનેગાર બદમાસે તેને બચાવ્યો. તેને ઉપકાર ગણવો કે કેમ ? અને તે ઉપકારના બદલામાં તેને જતો કરીને સામો બદલો આપવો કે કેમ ? અને તેને જતો કરવો એટલે સમાજ પ્રત્યેની પોતાની ફરજ ચૂકવી એમ નહિ ? આવા બદમાસોને સમાજમાં ફરવાની અનુકૂળતા કેવળ પોતાના હૃદયમાં ઊભી થયેલ ઉપકારની કોમળ લાગણીને વશ થઈને કરી આપવી ? અને તેમ છતાં જિન-વાલજિનને ફરી પકડતાં તેનું મન માનતું ન હતું. મન આમ કેમ જખ મારતું હશે, તે જ તેને મન મોટો કોયડો હતો. જિન-વાલજિને તેના પર દયા કરીને તેને જીવિતદાન આપ્યું એ તેને મન જેમ કોયડો હતો તેમ તેણે પોતે જિન-વાલજિનને હાથમાં આવ્યા છતાં કેમ જતો કર્યો તે પણ એવો જ મોટો કોયડો હતો.

જિન-વાલજિન તેને ઘડીક વહાણ પરના ગુલામના રૂપમાં તો ઘડીક એક દેવદૂતના રૂપમાં વારાફરતી અને કોઈકોઈ વાર સાથે દેખાવા લાગ્યો. મેડેલીનની શાંત તેજસ્વી મૂર્તિ પાછળથી ધીમેધીમે આવીને જિન-વાલજિનના રૂપમાં મળી જતી તેણે જોઈ. તેની આંખે અંધારાં આવવા લાગ્યાં. એક ભયંકર ગુનેગાર પવિત્ર દેવ-સ્વરૂપ દેખાય ! પણ આજે તેને આવું વિચિત્ર દર્શન થવા લાગ્યું. આજે તેને એ ભયંકર બદમાસના શરીરમાં દયાની દેવી, અપકાર ઉપર ઉપકાર કરનાર એક સંત, વેરના બદલામાં પ્રેમ વરસાવનાર મહાત્માનાં દર્શન થવા લાગ્યાં. આવો સંત રાક્ષસ પણ દુનિયામાં હોય છે ખરો !

આ માણસને જવા દેવો તે સમાજનો દ્રોહ છે, પકડવો તેમાં ઈશ્વરનો દ્રોહ છે. ભલભલા ચોર-ડાકુઓને પકડવામાં એક્કો જેવર્ટ આજે હિંમત હારી ચૂક્યો હતો. તેની બધી નિર્ણયશક્તિ જાણે કે ચાલી ગઈ હતી. "શું કરું ?" એવો પ્રશ્ન પહેલી જ વાર તેના દિલમાં ઊઠ્યો. તેને પોતાની જાત પર તિરસ્કાર આવ્યો. તે આટલો બધો નબળો છે ? પણ તેમ છતાં તે નબળો જ પડતો જતો હતો. કિંકર્તવ્યમૂઢતા વધતી જતી હતી.

આજે પહેલી જ વાર તેને તેના ઉપરી અમલદાર તથા સમાજ પ્રત્યેની ફરજ કરતાં પણ જુદા પ્રકારની બીજી ફરજોનો વિચાર આવ્યો. હૃદયમાં કૃતજ્ઞતા જાગી ને તે વિહ્વળ બની ગયો.

આ વિહ્વળ દશામાંથી બહાર નીકળવાના બે માર્ગ હતા. એક હતો અહીંથી સીધા જિન-વાલજિનને ત્યાં જવું, તેને પકડવો, અને પાછો જેલની અંધારી કોટડીમાં ધકેલી દેવો અને બીજો...

જેવર્ટ ટટ્ટાર થયો. જે પુલ ઉપરથી ઊતરીને તે પાછો આવ્યો હતો. તે રસ્તે

પાછો ફર્યો. થોડેક દૂર જઈને તે એક પોલીસથાણા પાસે ગયો. બહાર ચોકી ભરતા પોલીસને તેણે ઓળખાણ આપી. બંનેએ એકબીજાને સલામ ભરી. જેવર્ટ અંદર ગયો. બત્તી મોટી કરીને ખુરશીમાં બેસી ટેબલ ઉપર પડેલા કાગળમાં લખવા લાગ્યો ! તેણે પોતાની કારકિર્દી દરમિયાન અનુભવો પરથી જે તારણો તારવ્યાં હતાં, તેને એક પછી એક તે ટપકાવવા લાગ્યો. તેમાંનાં કેટલાંક આ પ્રકારનાં હતા :

1. કેદીઓને મૅજિસ્ટ્રેટની ઑફિસમાં જ્યારે તપાસવામાં આવે છે, ત્યારે તેમને ઉઘાડે પગે પથ્થરની લાદી પર ઊભા રાખવામાં આવે છે; તેમાંના ઘણાખરા જ્યારે જેલમાં પાછા આવે છે ત્યારે તેમને ઉધરસ લાંગુ પડે છે, આને લીધે આપણા ખાતાને દવાનો ખર્ચ વધે છે.

૨. ચોરની પાછળ તો પડવું જ જોઈએ. પણ એકને બદલે બે જણાએ એકબીજાથી થોડેથોડે અંતરે રહીને નીકળવું જોઈએ - જેથી એક જણ કોઈ કારણથી પકડવામાં ન ફાવ્યો તો બીજો તરત જ તેની જગ્યાએ ગોઠવાઈ જાય.

3. જેલમાં કેદી પોતાને ખર્ચે ખુરશી રાખવા માગતો હોય તો તેને શું કામ ન આપવી તે માટેનો ખુલાસો આપણી પાસે નથી.

4. જેલમાં કેદીઓને પોતાનું ભાણું લેવા માટે રસોડા પાસે બે જ સાંકડી બારીઓ છે. આને લીધે ભાણું લેતી વખતે ભાણું આપનાર બાઈના હાથ કેદીના હાથને અડી જાય છે.

પ. ઑફિસમાં કામ કરતા કેદીઓ, મુલાકાત માટે ઑફિસમાં બોલાવવામાં આવતા કેદીઓ પાસે પોતપોતાનું નામ બરાબર સમજાય તેવી રીતે બોલવા બદલ બે પૈસા માગે છે. આ ચોખ્ખી લૂંટ જ છે.

6. સાળ ખાતામાં કામ કરતા કેદીઓ પાસેથી તાણાના તૂટીને નીચે પડેલા દોરાઓ દીઠ કેદીમુકાદમ દસ દસ પૈસા પડાવે છે. આને લીધે વણાતું કાપડ બગડે છે.

જેવર્ટે બહુ જ શાંતિથી સ્થિર ચિત્તે સ્પષ્ટ અને સુઘડ રીતે આ લખીને નીચે પોતાની સહી કરી : જેવર્ટ, પહેલા વર્ગનો પોલીસ ઇન્સ્પેક્ટર. સમય રાતના 1. તા. 7-6-1832. સ્થળ........... પોલીસ થાણું.

આ પછી કાગળની બરાબર ઘડ વાળીને તેણે ટેબલ પર મૂક્યો. ઉપર 'ખાતાની કામગીરી અંગેની સૂચનાઓ' એમ લખીને તે ઓરડામાંથી બહાર નીકળ્યો, અને પાછો નદીના કાંઠે ચાલતો પેલા જોરથી વહેતા પ્રવાહ સામેના પુલ પર આવી પહોંચ્યો. પુલની પાળ પર પાછો કોણી ટેકવીને એ ને એ હાલતમાં તે ક્યાંય સુધી ઊભો રહ્યો. મધરાતનું ઘોર અંધારું તેને વીંટળાઈ વળ્યું હતું. આકાશમાં તારાઓ આડી વાદળાંની છત બંધાઈ ગઈ હતી. નીચે ઘૂઘવાટા નાખતી સીન નદી કાન

પડ્યું સાંભળવા દેતી ન હતી. સીનના પાણી પછડાઈ-પછડાઈને ઘૂમરીઓ ખાતાં હતાં. પછડાતા પાણીના ઠંડાં સીકરો ઠેઠ જેવર્ટના મોઢા પર ઊડતાં હતાં.

જેવર્ટ સીન નદીના વમળવાળા ભાગ સામે જોઈ રહ્યો હતો. જાણે કે સીન નદી અહીં મોઢું ફાડીને હસતી હતી. એકાએક જેવર્ટ ટટ્ટાર થઈ ગયો. તેણે માથા પરની હેટ ઉતારીને પાળ પર મૂકી. એક ક્ષણ પછી નદી કાંઠેથી પસાર થતા કોઈ એકલ માણસે આ પાળ પર કોઈ ઊંચી કદાવર કાળી આકૃતિ જોઈ. થોડી વારે આ આકૃતિ નદી તરફ ઝૂકી, અને પાછળથી પગ ઊંચા કરીને તે આકૃતિ ઉપર પગ નીચે માથું એ હાલતમાં નદીના વમળમાં કૂદી પડતી જોઈ. પાણીમાં એક ધબાકો થયો. આકૃતિ પાણીમાં અદશ્ય થઈ ગઈ.

૩૭. 'બાપુ'ની બક્ષિસ

મેરિયસે કેટલાય વખત સુધી મૃત્યુ અને જીવન વચ્ચે ઝોલાં ખાધા કર્યાં. જાણે કે બેમાંથી શું પસંદ કરવું તેની ગડમથલ તેના પ્રાણ કર્યા કરતા હતા. સખત તાવ સાથે સનેપાત, કેટલાંય અઠવાડિયાં સુધી ચાલુ રહ્યો. તેને માથામાં જે ઘા વાગેલા, તે બહુ જ ભયંકર હતા. અને તેને લીધે તેના માથા ઉપર વધારે પડતી અસર થઈ ગઈ હતી એમ વૈદોનું કહેવું હતું. માથાના ઘાને હવા ન લાગે તે બહુ જ જરૂરી હતું. કારણ કે હવાનો ભેજ લાગે તો વકરે. વળી જો દરદીનું મગજ ઉશ્કેરાયેલું રહે, તોપણ આ ઘા ઉપર ખૂબ જ અસર થાય. એટલે વૈદો વારંવાર એક જ સલાહ આપ્યા કરતા : ''ઋતુ બદલો થાય, ત્યારે દરદીને બને તેટલો આનંદમાં રાખો.''

વળી તે વખતે આવા ઘા ઉપર પાટો બાંધવા માટેના અત્યારની જેવા મલમો, જંતુઘ્ન દવાઓ તથા પાટા બાંધવાની રીતો શોધાઈ ન હતી. એટલે એ વખતે પાટા બાંધવા તે એક ખૂબ મુશ્કેલ અને આંટીઘૂંટીવાળું કામ ગણાતું. પાઘડી જેવા લાંબા પાટાઓ ઘા પર વીંટવામાં આવતા. જ્યાં સુધી આ માથાના જખમો ઉપર મૃત્યુની છાયા વીંટાયેલી હતી ત્યાં સુધી મેરિયસના દાદા તેના માંદગીના બિછાનાની પડખે મૃત્યુ અને જીવનની વચ્ચેની કોઈ વિચિત્ર અવસ્થા અનુભવી રહ્યા હતા.

જેમ કોઈ માણસ વેગથી ઝૂલતા ઝૂલા સામું એકીટસે જોઈ રહે ને તેને ચક્કર ચડવા માંડે તેમ આ મેરિયસની પથારી પાસેથી ઘડીભર પણ ન ખસતા ડોસાને પણ પોતે જીવન અને મૃત્યુ વચ્ચે ઝૂલતો હોય એમ લાગતું હતું.

ધોળા વાળવાળો પણ શરીરે બહુ વૃદ્ધ ન લાગતો એક માણસ અહીં રોજ એક વાર ને ઘણી વાર બે વાર આવતો, નોકરને મેરિયસની તબિયતના ખબર પૂછીને તે પાછો ચાલ્યો જતો હતો. આ માણસને ખબર કાઢવા આવવાનું શું પ્રયોજન હશે, તેની કોઈને ખબર નહોતી. સદ્ભાગ્યે મેરિયસના દાદાને આ વિચિત્ર મુલાકાતની ખબર જ આપવામાં આવી ન હતી. નહિ તો એવા 'લેભાગુ'ને પોતાના છોકરાની તબિયતમાં 'રસ' લેતાં આકરું પડી જાત.

બરાબર ચાર મહિનાની રાત-દિવસની એકતાંતણે લટકી રહેલી મેરિયસની જિંદગીમાં ફરી પાછાં ચેતનનાં લક્ષણો આવવા લાગ્યાં. વૈદે કહ્યું : ''મેરિયસ બચી

જશે, એવી આશા હવે બંધાઈ છે, પણ હજી પૂરા બે મહિના તેને પથારીમાંથી ઊભો થવા નહિ દેવાય. આ માંદગી લંબાણે પડી તેને લીધે જ તે બચી શક્યો છે. એટલે હવે સારવારમાં બિલકુલ ઉતાવળ ન કરવી. અને વળી દરદી હવે ભાનમાં હોવાથી ઊભા થવાની હઠ લેશે, એટલે હવે જ તેને ખાસ જાળવવાનો છે.''

આ તોફાનોને અંગે સરકાર તરફથી થોડી ઘણી તપાસ ને ધરપકડો થયેલી, પણ મેરિયસ ચાર મહિના સુધી પથારીમાં જ હોવાથી તેનો પત્તો મળી શક્યો ન હતો. અને આવી બાબતમાં સરકાર બહુ ચીકાશ રાખે તેવી ન હતી. એટલે મેરિયસ પકડાવાના જોખમમાંથી મુક્ત હતો.

મેરિયસના દાદાને પણ હવે જીવમાં જીવ આવ્યો. તે મેરિયસની પથારી પાસે જ પોતાની મોટી આરામખુરશી રાખતો, તે ત્યાં જ ખાતોપીતો ને કોઈ વાર રાતે સૂઈ પણ રહેતો. આવી કઠોર દિનચર્યા તેને માટે બહુ જ જોખમકારક હતી, પણ તેને આ બાબતમાં કોઈ સમજાવી શકે તેમ ન હતું. તે પોતે તો આ વાત શેનો જ સમજે ? તે જેટલી વાર આવે તેટલી વાર તેને પ્રશ્નો પૂછીને મૂંઝવી નાખતો.

પણ જેમ મેરિયસની તબિયતમાં સુધારો થવા લાગ્યો, તેમતેમ દાદાના વર્તનમાં પણ ફેરફાર થવા લાગ્યો. તેના મુખ ઉપરની કઠોર રેખાઓ જાણે કે ઘસાવા લાગી. તે નોકરો સાથે ઠઠ્ઠામશ્કરી કરતો, વાતવાતમાં નોકરને કારણ વગર પૈસા આપી દેતો, પોતાના ઓરડામાં જઈને સૂતાં પહેલાં ઘડીક નાચ કરતો, ને નાટકનું એકાદ ગાયન ગાતો.

વૈદ જ્યારે કહેતો કે આજ મેરિયસની તબિયતમાં ઘણો સુધારો છે, એટલે તે બૂમ પાડી ઊઠતો, ''પ્રજાતંત્ર ઝિંદાબાદ.'' તે મેરિયસને બેરનના ઇલકાબના સંબોધન સાથે બોલાવવા લાગ્યો. મેરિયસ આખા ઘરની પ્રવૃત્તિનું કેન્દ્ર બની ગયો હતો. જે કાંઈ થતું તે તેને જ માટે થતું હતું. ગિલનોર્માંએ પોતાનું સર્વસ્વ તન, મન અને ધન – આ મેરિયસને માટે છૂટું મૂકી દીધું હતું.

મેરિયસ ભાનમાં આવ્યા પછી આ બધી સારવાર છતાં હજી મનથી આ બધાથી સાવ અલિપ્ત હતો. મન કેવળ કૉઝેટને જ ઝંખતું હતું. પણ કૉઝેટનું નામ તેના મોઢામાંથી નીકળતું ન હતું. એથી ઘરનાં માણસોને લાગ્યું કે હવે તે તેને ભૂલી ગયો છે. પણ વાત એથી ઊલટી હતી. બળવા વખતનો બનાવ તેના મનમાં એક ઝાંખા ધુમ્મસ જેવા સ્વપ્ન સમો લાગતો હતો. ઈપોનાઈન, મેબ્યુ, શેરીની આડો ઊભો કરેલો ગઢ, થેનાર્ડિયર, ફોશલેવાં – આ બધી મૂર્તિઓ આવી-આવીને તેની આંખ પાસેથી પસાર થઈને હવામાં ઊડી જતી હતી. તેને ગોળી વાગી તે પછી તેનું શું થયું તેની ખબર જ ન હતી. ઘોડાગાડીમાં તેને ઘેર પહોંચાડનાર માણસ કોણ હતો તેની તેને તો ખબર ન હતી. પણ ઘરમાંય કોઈને તે માણસની

ખબર ન હતી. રાતના અંધારામાં કોઈ અદૃશ્ય વ્યક્તિ જાણે કે તેને અહીં પહોંચાડી ગઈ હતી. આ બધા આછા ધુમ્મસથી ઘેરાયેલા તેના મગજમાં એક જ ધ્રુવતારક હતો. અને તે કૉઝેટ. કૉઝેટને ફરી શોધી કાઢવી એ જ તેની એક માત્રા ઝંખના હતી. તેને મન મૃત્યુના મુખમાંથી પાછા આવવું અને કૉઝેટને મેળવવી એ બંને એક જ વસ્તુ હતી.

પણ તે જાણતો હતો કે આ વાત દાદા સમક્ષ ખોલવી એ કેવું મુશ્કેલ છે. અત્યારે તેના દાદા તેના પર જે વહાલ વરસાવી રહ્યા છે તે કૉઝેટની વાત ઊઘડતાં જ રણમાં વરસાદ સુકાઈ જાય તેમ સુકાઈ જશે એમાં તેને શંકા ન હતી, અને તેને આટલા અનુભવ પછી તે વિષેની પરવા પણ ન હતી. એટલે જ તે દાદાના વહાલની સામે કઠોર સ્વસ્થતા ધારણ કરી રહ્યો હતો. મેરિયસે ભાનમાં આવ્યા પછી તેના દાદાને એકેય વાર 'બાપુજી' સંબોધનથી સંબોધ્યા ન હતા. અલબત્ત 'મુરબ્બી' જેવો સાવ કઠોર શિષ્ટાચારવાળો શબ્દ પણ તેણે વાપર્યો ન હતો. તે આવા શબ્દપ્રયોગનો વખત આવે ત્યારે વાતને ઝડપથી બીજી રીતે ફેરવી નાખતો.

પણ લાંબો વખત આ જાતની તંગદિલી ચાલી શકે તેમ ન હતું. ધીમેધીમે વાતનો ઘટસ્ફોટ કરવાનો વખત સામે આવતો જતો હતો. મેરિયસે મનમાં નિશ્ચય કર્યો કે કૉઝેટની બાબતમાં દાદાનું આખરી વલણ જાણી લેવું અને તે જાણ્યા પછી આખરી નિર્ણય પણ કરી જ નાખવો. દાદા એક વાર મેરિયસ પાસે બેસીને તેને છાપું વાંચી સંભળાવતા હતા. તેમાં 1793ની સંક્રાંતિ સંબંધે એક લેખ હતો. તેમાં બળવાખોરોની થોડીઘણી ટીકા હતી. મેરિયસથી ન રહેવાયું. તે બોલી ઊઠ્યો : ''ક્રાંતિના નેતાઓ ખરેખર વીરતાની અને મહાનતાની મૂર્તિ હતા !'' ડોસો આના જવાબમાં કાંઈ ન બોલ્યો, એટલું જ નહિ પણ તે આખો દિવસ મૂંગો રહ્યો. મેરિયસ આ મૌનની પાછળનો ભયંકર અર્થ સમજી ગયો. તેણે નક્કી કર્યું કે હવે યુદ્ધ જાહેર કરવું જ. જો મારી માગણીને દાદા નકારે તો તે જ ઘડીએ આ ઘરની અત્યાર સુધી લીધેલ સારવારને નકારવાના ચિહ્ન તરીકે આ બધા પાટાઓ ફાડીને ફેંકી દેવા. અને બધા જખમો ફરી ખુલ્લા કરી નાખવા, અને ખોરાક લેવાનો ઇન્કાર કરી દેવો. આ ઘા તે જ આ બાબતમાં તેનો આખરી ઘા હતો. કાં તો કૉઝેટ ને કાં તો મૃત્યુ. તે આ પ્રસંગ ખોલવાની અનુકૂળ તકની રાહ જોવા લાગ્યો. આખરે એ તક આવી.

એક દિવસ દાદા મેરિયસની પથારી પાસે બેઠા હતા. મેરિયસની માસી તેનું ખાવાનું ભાણું તેની પથારી પાસે ટેબલ પર પીરસતી હતી ત્યારે દાદા બોલ્યા :

''એલા મેરિયસ, જો, તારી જગ્યાએ હું હોઉં તો આ માછલીને બદલે માંસ ઉપર જ ત્રાપડ મારું. માછલીનો ખોરાક હલકો ખરો, પણ માંસ વગર પગમાં જોર ન આવે.''

મેરિયસમાં હવે બેઠો થઈ શકે તેટલી તાકાત આવી હતી. તે બંને હાથની મુઠ્ઠીઓને ટેકે ટટ્ટાર થયો ને દાદાની આંખ સામે આંખ માંડીને કઠોર અવાજે બોલ્યો :

"આ વાત નીકળી ત્યારે તમને એક વાત કહેવાની છે."

"કઈ ?"

"મારે પરણવાની મરજી છે."

"એ તો મેં આગળથી ધાર્યું જ હતું !" ડોસો ખડખડાટ હસી પડ્યો.

"આગળથી કઈ રીતે ?"

"હા, હા, આગળથી જ... પેલી નાનકડી છોકરી ને ? હા, હા, એ તને મળશે, બસ !"

મેરિયસ ઘડીભર આભો બની ગયો. તેનાં અંગેઅંગ ધ્રૂજવા લાગ્યાં. ડોસાએ કહ્યું :

"પેલી નાનકડી તારી જ છે, હો ! તે રોજ અહીં આવે છે, પણ એક બુઢ્ઢાના વેશમાં આવે છે હો ! તે રોજ તારા ખબર પૂછે છે. મેં બધી તપાસ કરી છે. તે ક્યાં રહે છે તે પણ હું જાણું છું. તારા કાવતરાની પણ બધી ખબર હતી. તેં મનમાં તો ધારેલું કે બુઢ્ઢાને ચોખ્ખેચોખ્ખું સંભળાવી દેવું કે પરણવાની ના પાડીશ તો હવે તારું આવી બન્યું છે. પણ તારી છાતી ક્યાં ચાલતી હતી ? આ તો મેં વાત કાઢી ત્યારે તારી જીભ ઊપડી. તેં તો લડવાની બધી તૈયારી કરેલી, પણ આ બૂઢિયો હવે લડી શકે એવું નથી. તેં તો મનમાં મોટું ભાષાણ ગોઠવી રાખ્યું હશે પણ હવે ટૂંકું ને ટચ. તું કહે એમ મારે કરવાનું છે. મેં બધી તપાસ કરી લીધી છે. છોકરી રૂપાળી છે, ગરવી છે અને તારી પાછળ ગાંડી છે. જો તું મરી ગયો હોત તો એકીસાથે ત્રણ ઠાઠડી નીકળત. તારી, મારી અને કૉઝેટની. એ બધી મને ખબર છે. તને મારા પરથી પ્રેમ ઊઠી ગયો છે એય મને ખબર છે. હું તને તારી કૉઝેટ પાછી લાવી આપું છું. બદલામાં ફક્ત તું મારા પર હેત રાખ એટલું જ માંગું છું. તેં માન્યું હશે કે લગ્નની વાત નીકળશે ત્યાં તો બુઢ્ઢો રાતોપીળો થઈ જશે ને ફુંગરાશે. એ વખત ગયો, તારે કૉઝેટ જોઈએ છે ? ભલે, તેને પરણ, સુખી થા, બેટા !"

વૃદ્ધ આટલું બોલતાં તો ધ્રુસકે ધ્રુસકે રડી પડ્યો ને મેરિયસનું માથું પોતાના ધ્રૂજતા હાથમાં લઈને છાતીએ ચાંપ્યું. મેરિયસથી પણ ન રહેવાયું. તે પણ રડી પડ્યો. આ સુખની પરાકાષ્ઠાનો જ એક પ્રકાર છે.

"મારા બાપુજી !" મેરિયસ બોલી ઊઠ્યો.

"ફરી બોલ, એક વાર !"

"બાપુજી !"

"બસ, તારા હૃદયમાંના ભોગળ ઊઘડી ગયા. હવે તારા પ્રેમનો પ્રકાશ મને મળ્યો. મને 'બાપુ' કહ્યું !"

મેરિયસ દાદાના આલિંગનમાંથી છૂટીને બોલ્યો :

"હવે તો મારી તબિયત ખૂબ સારી છે. મને લાગે છે હવે કોઝેટ –?"

"ધાર્યું જ હતું. કાલે જ અહીં આવશે."

"આજે આવે તો ?"

"ભલે આજે, બસ ! મને બાપ કહીને બોલાવ્યો એની એટલી કિંમત તો ખરી ને ! હમણાં જ ગોઠવણ કરું છું."

૩૮. જીવનદાતાની તલાશ

ફરી મેરિયસ અને કૉઝેટ મળ્યાં. આ મિલનનું વર્ણન કલમથી કરવાનો પ્રયત્ન જ વ્યર્થ છે. એમાં ગમે તેવા કલમબાજની હાંસી છે. કેટલાંક દશ્યો જ કલમની મર્યાદાથી પર હોય છે.

મેરિયસની પથારી ફરતાં તેના કુટુંબનાં તમામ માણસો બેઠેલાં હતાં. કૉઝેટે બારણામાં પ્રવેશ કર્યો ત્યારે આખા ઓરડાની હવાંમાં કોઈ દિવ્ય પ્રકાશ ફેલાઈ ગયો હોય એમ લાગ્યું. દાદાથી બોલી જવાયું : "કેવી રૂપાળી છે !"

કૉઝેટના હૃદયમાં આનંદની ભરતી ચડી હતી. પણ તેની આસપાસ ઊભેલાં વડીલજનો ને અજાણ્યાંની હાજરીમાં લજ્જાએ તેને પકડી રાખી. કૉઝેટની પાછળ એક વૃદ્ધ માણસ ઊભો હતો. તેના મોઢા પર ગંભીર ભાવો હતા. પણ હોઠ ઉપર આછું સ્મિત હતું. આ મહાશય ફોશલેવાં હતો – જિન-વાલજિન હતો. સાતમી જૂને રાતના ચીંથરેહાલ ગંધાતા ભિખારીના વેશમાં આવેલ માણસ સાથે આ માણસનું સામ્ય કોઈ નોકરના ખ્યાલમાં ક્યાંથી જ આવે ? ફક્ત ચોકીદારને એટલું લાગ્યું કે આ ચહેરો ક્યાંક જોયો છે.

ફોશલેવાં બારણામાં જ ઊભો હતો. તેની બગલમાં એક મોટી ચોપડી દાબેલી દેખાતી હતી.

મેરિયસના દાદાની આ વૃદ્ધ ઉપર નજર પડી. તેણે તરત જ નમીને કહ્યું : મહાશય ફોશલેવાં, નમસ્તે !" ગિલનોર્મોએ જાણી જોઈને વિચિત્ર સંબોધન નહોતું કર્યું. નામો યાદ રાખવામાં કાળજી ન રાખવી તે એ વખતે ખાનદાનીનું લક્ષણ ગણાતું. "આપને એક વિનંતી કરવાની છે. આપની પુત્રીના હાથની માગણી મારા આ પાત્ર માટે હું કરું છું."

ફોશલેવાંએ સામે નમસ્કાર કર્યા.

"અચ્છા !" વૃદ્ધે આ શબ્દથી નિર્ણય થઈ ગયેલો નક્કી કર્યો.

"બેટા ! હવે તમારાં ટાયલાં ચાલુ કરી દો." વૃદ્ધે મેરિયસ અને કૉઝેટને ઉદ્દેશીને કહ્યું ને કૉઝેટને બેસવા માટે મેરિયસની પથારી પાસે જગ્યા કરી આપી.

કૉઝેટ મેરિયસની પથારી પાસે ઊભી. મેરિયસ કોણીને ટેકે તેના તરફ ફરીને

અર્ધો બેઠો થયો. કૉઝેટ ધીમે અવાજે બોલી : "કેટલી વખતે તને જોયો ? હે ભગવાન ! આમ તે લડાઈમાં ચાલ્યા જવાતું હશે ? તને જરાય દયા ન આવી ? મેં તારું શું બગાડ્યું હતું ? હવે આ વખતે તો તને જવા દઉં છું, પણ હવે આવું ન કરતો. ચાર મહિનાથી હું મરેલી જ પડી હતી. તને મળવા આવવાની મને વાત કરી, ત્યારે પણ જાણે હું મરી જઈશ એમ લાગતું હતું. પણ તે આનંદ દિલમાં ન સમાવાથી હું તો એમ ને એમ પહેર્યે કપડે અહીં ચાલી આવી. તારા કુટુંબનાં મને ફૂવડ કહેશે, એમ ને ! પણ શું કરું ? તને તો કહે છે – ખભામાં ઊંડો ઘા થયો હતો. મારો હાથ ચાલ્યો જાય એવડો, હેં ! કહે છે, કાતરથી તારું માંસ ડૉક્ટર કાપતા ! હાય ! હાય ! તોય તને કાંઈ નહોતું થયું ? હું તો રોઈ-રોઈને આંધળી થઈ ગઈ હતી. તારા દાદા બહુ જ હેતાળ લાગે છે, નહિ ? આમ કોણી ઉપર ભાર દે મા. તને પીડા થશે. હુંય સાવ મૂરખ છું. મારે કેટલુંય કહેવાનું હતું ? બધુંય ભૂલી ગઈ લે ! હજી અમે રહેતાં હતાં ત્યાં જ રહીએ છીએ, હો !' મેં તારા માટે કેટલાય પાટા તૈયાર કરીને મોકલાવેલા, ખબર છે ? આજ તો પાટા બનાવી-બનાવીને મારાં આંગળાં કેવાં બરછટ થઈ ગયાં છે ? બધોય તારો વાંક છે."

"દેવી !" મેરિયસ એક શબ્દ જ બોલી શક્યો. પણ એ એક શબ્દ જ પૂરતો હતો.

મેરિયસના દાદાના ઉત્સાહનો પાર ન હતો. તે બોલી ઊઠ્યો : "એલાં...બધાં મૂંગાં કેમ બેઠાં છો ? વાતો કરવા માંડો. જરાક ગડબડ થાય તો આ બેય જણાં તમે ન સાંભળો એમ વાતો કરી શકે ! એલાં તમે બેય જણ તમારી વાતો ચલાવ્યે રાખજો હો ! કેમ મોટી ?" તે પોતાની દીકરી તરફ ફર્યો. "મેં નહોતું કીધું કે આમ જ થશે. કેવાં કિલ્લોલ કરે છે !" મોટી પુત્રીને આ 'કિલ્લોલ'ના અર્થની ખબર જ નહોતી. વૃદ્ધે ચલાવ્યું : "છોકરી કેવી રૂપાળી છે ! મારો બેટો ફાવી ગયો. હું જો અત્યાર કરતાં પંદર વીસ વરસે નાનો હોત તો, બેટમજી, આ છોકરી માટે આપણે બેયને તલવારો ખેંચવી પડત ! ખેર ! હવે તો ધામધૂમથી લગ્ન ઊજવવાં છે. બસ લહેર કરો, મારા બેટાઓ ! પણ એલાં... એક મુશ્કેલી છે. હું છું ત્યાં સુધી તો મારું વર્ષાસન ચાલશે, પણ પછી શું થશે ?"

"પણ કન્યા પાસે તેના બાપનો સાઠ હજાર રૂપિયાનો વારસો છે." પાછળથી જિન-વાલજિનનો અવાજ આવ્યો. તે આ વૃદ્ધ પિતા-પુત્રીની વાત સાંભળતો હતો.

"કઈ કન્યા ?"

"હું પોતે." કૉઝેટ બોલી.

"સાઠ હજાર રૂપિયા !" ડોસાની આંખો પહોળી થઈ.

જે અત્યાર સુધી ચોપડી જેવું લાગતું હતું તે બંડલ જિન-વાલજિને ટેબલ

ઉપર મૂક્યું. તેમાં 58400 રૂપિયાની નોટો હતી.

"આ ચોપડી ભારે જબરી, ભાઈ !" નોકરથી બોલી જવાયું.

"ત્યારે હવે તો બધી વાત ઊકલી ગઈ, ખરું ને મોટી ? મારા બેટાએ સસરો પણ લખેસરી ગોત્યો હો ! ઝાડવું જ ખંખેર્યું. હવેનાં જુવાનિયાં કોઈથી લીધાં જાય તેવાં નથી."

"અઠ્ઠાવન હજાર ને ચારસો." ડોશીએ કાળજીથી રકમ ગણી. લગભગ 60,000 થયા કહેવાય ને !" 60,000માં પડતી 1,600 રૂપિયાની ખાધ ડોશીની નજરમાંથી છટકી શકી નહિ.

આપણે જાણીએ છીએ કે જિન-વાલજિનની મ...નગરના મેયર તરીકેના દિવસો દરમિયાન કરેલ કમાણી તેણે મોન્ટફરમીલ પાસેના એક ગાઢ જંગલમાં ક્યાંક છુપાવી હતી અને અવારનવાર તે તેમાંથી જોઈતા પૈસા લઈ આવતો હતો. હવે તેણે નક્કી કર્યું હતું કે જેટલી મિલકત છે તે બધી લઈ આવવી ને કૉઝેટને સોંપી દેવી. કારણ કે જેવર્ટ હવે આ દુનિયામાં નહોતો. હવે ઓળખાવાનો કે પકડાવાનો ભય તેને નહોતો. તેણે પોતાના ઓરડામાં પેલી રૂપાની દીવીઓ પણ હવે ટેબલ પર ગોઠવીને મૂકી. હવે તે નિર્ભય હતો.

લગ્નની તૈયારીઓ ચાલવા લાગી. અત્યારે ડિસેમ્બર મહિનો ચાલતો હતો. ફેબ્રુઆરીમાં લગ્નનું મુહૂર્ત નક્કી થયું. જિન-વાલજિન મેરિયસ અને કૉઝેટ કરતાં પણ આ પ્રસંગ માટે અધીરો હતો. જાણે કે માથા પરનો કોઈ મોટો બોજો ઊંચકીને ચાલતો મજૂર વિસામો દેખતાં જ અધીરો બને તેમ જિન-વાલજિન જલદી લગ્ન પતાવવાની ઉતાવળમાં હતો.

લગ્નનો વિધિ અદાલતમાં નોંધાવવામાં જે કાયદાની મુશ્કેલીઓ હોય છે તેનો પણ તેને ખ્યાલ હતો. તેણે બહુ જ કાળજીપૂર્વક કૉઝેટ માટે એક કુટુંબ પણ રચી દીધું. કૉઝેટ તેની પુત્રી નથી પણ બીજા એક ફોશલેવાંની પુત્રી હતી, અને તે તો તેનો ભાઈ થતો હતો. આ બે ફોશલેવાં – ભાઈઓની હયાતી વિષેના પુરાવાઓ તેણે મઠમાંથી ભેગા કર્યા હતા. મઠવાળાઓને કાંઈ એ યાદ ન હોય કે બેમાંથી કયા ભાઈની આ પુત્રી હતી, એટલે કૉઝેટ ફોશલેવાં કુટુંબની દીકરી તરીકે નોંધાઈ. તેનાં માબાપ ગુજરી ગયાં છે. એટલે તેના વાલી તરીકે તેના કાકાનું નામ નોંધાવ્યું. વારસાની 60,000 જેટલી મોટી રકમ તેના કોઈ દૂરના સગાએ મરતી વખતે કૉઝેટને નામે કરી હતી, પણ તેના નામની ખબર તેના બાપને પણ નહોતી. એટલે તેના કાકાને તો ક્યાંથી જ હોય ? પણ તેના નામે તે મિલકત હતી એ વાત નક્કી. મૂળ તો 94,000 રૂપિયા હતા પણ તેમાંથી 5,000 તેની કેળવણી માટે મઠમાં આપવામાં આવ્યા હતા. હવે કૉઝેટ પુખ્ત વયની થતાં તે વારસો તેને સોંપવામાં

આવ્યો. આ રીતે બધું ગોઠવાઈ ગયું. સામા પક્ષને 60,000થી પૂરતું સમાધાન થઈ ગયું હતું. મેરિયસને તો કૉઝેટ એ જ મોટું સમાધાન હતું.

કૉઝેટને જ્યારે ખબર પડી કે તે જેને પોતાના પિતા માનતી હતી તે તેના ખરા પિતા નથી, ત્યારે તેને ઘડીક ખૂબ આઘાત થયો. પણ પ્રેમના ઉન્માદમાં તે તરત જ બધું ભૂલી ગઈ. તેના હૃદય-ક્ષિતિજમાં મેરિયસનો ઉદય થતાં જ વૃદ્ધની મૂર્તિ ઝાંખી થવા લાગી, તોય તે જિન-વાલજિનને 'બાપુ' કહીને જ બોલાવતી.

જે વખતે જિન-વાલજિન કૉઝેટને માટે સમાજમાં તેનું સ્થાન ઊંચું લાવવા કાયદાઓનો આશ્રય લઈને મથી રહ્યો હતો તે વખતે મેરિયસના દાદા લગ્ન માટેના સરંજામની ગોઠવણમાં પડ્યા હતા. વર તથા કન્યા માટેનાં કપડાં, ઘરેણાં, મિજબાનીઓ, વરઘોડો – આ બધાંની ઝીણામાં ઝીણી વિગતમાં તે જાતે ઊતરતો. પોતાની ત્રણેક પત્નીઓનાં સાચવી રાખેલાં કીમતીમાં કીમતી કપડાંના ટ્રંકો તેણે ખાલી કરાવ્યા ને તેમાંથી ઉત્તમોત્તમ કપડાં તેણે કૉઝેટને શણગારવા માટે જુદાં કાઢ્યાં.

મેરિયસ અને કૉઝેટ રોજ મળતાં. આવી રીતે કન્યા રોજ મુરતિયાને ત્યાં મળવા આવે એ રિવાજની વિરુદ્ધ હતું. પણ મેરિયસની માંદગીને કારણે એ અનિવાર્ય હતું. કૉઝેટનો પિતા પણ રોજ તેની સાથે મેરિયસ પાસે આવતો, પણ બંને જણાં ભાગ્યે જ વાતો કરતાં હતાં. આમ દેખાવે ગામડિયા જેવો લાગતો ફોશલેવાં જ્યારે બોલતો ત્યારે તેની વાણી સંસ્કારી અને કોઈ વિદ્વાનની જીભમાં શોભે તેવી દેખાતી. મેરિયસની સ્મૃતિમાં આ માણસ કૉઝેટની સાથે જ દેખાતો હતો, પણ કોઈ કોઈ વાર તેને લાગતું કે આને કૉઝેટની ગેરહાજરીમાં પણ ક્યાંક જોયો છે, પણ તે કેવળ ભ્રમણા હોય એમ તેને ખાતરી થઈ. તે લડાઈને મોરચે ઘાયલ થયો તે બાબતનું આખું દૃશ્ય તેને સ્વપ્ન જ લાગતું હતું. ઍંજોલ્રાસ, કૉમ્બિફિયર, તરવરિયો ગાવરોશ, વગેરે તેના મિત્રો તેની સ્મૃતિમાં આવી-આવીને ચાલ્યા જતા. આ બધા અત્યારે ક્યાં છે, તેઓ અત્યારે છે કે કેમ એવા વિચારો પણ આવી-આવીને ઊડી જતા. એ પોતે પણ મેરિયસ જ છે કે કેમ તેની તેને શંકા થવા લાગતી, એટલે તે થાકીને આ વિચારોના વમળમાંથી છૂટવા પ્રયત્ન કરતો. અને કૉઝેટને જોતાં જ તેનું આ બધું મંથન શમી જતું. એક માત્ર વાસ્તવિક દુનિયા હોય તો આ કૉઝેટ જ હતી. આ બધાં ભૂત જેવાં આવી-આવીને ઊડી જતાં તત્ત્વોમાં આ ફોશલેવાં પણ હતો, પણ કૉઝેટની સાથે તેને ઊભેલો જોઈને તે પણ વાસ્તવિકતાનો જ એક ભાગ બની ગયો હતો – તોય એક વાર મેરિયસે વાતવાતમાં ફોશલેવાંને પૂછ્યું :

"તમે પેલી પીઠાવાળી શેરી જોઈ છે ?"

"કઈ ?"

" પેલું ધિંગાણું થયું હતું તે !"

"મેં તો તેનું કોઈ દિવસ નામ પણ સાંભળ્યું નથી." ફોશલેવાંએ બહુ જ સ્વાભાવિક આશ્ચર્યથી આ વાત કરી. મેરિયસને પોતાના ભ્રમ વિષે પાકી ખાતરી થઈ.

લગ્નના દિવસો પાસે આવતા ગયા તેમતેમ મેરિયસ પોતાના આનંદમાં પોતાનાં કર્તવ્યોને પણ યાદ કરતો હતો. હવે એકને બદલે બે વ્યક્તિઓ તરફ તેનું ઋણ ચડ્યું હતું. એક તેના પિતાને રણમેદાનમાં બચાવનાર થેનાર્ડિયર અને બીજી તેને પોતાને જ રણમેદાનમાંથી ઉગારનાર કોઈ અજાણ વ્યક્તિ. જીવનની આનંદની પળોમાં આ બેને ભૂલી જવા જેટલો તે બેવફા ન હતો. આ બે ઋણો ચૂકવ્યા પછી જેતે જીવનમાં નિશ્ચિંતપણે સુખ ભોગવવા ઇચ્છતો હતો. થેનાર્ડિયર ગમે તેવો દુષ્ટ હતો, તોપણ તેના પિતાને તેણે બચાવ્યા હતા એ હકીકત હતી. થેનાર્ડિયરને શોધી કાઢવા માટે મેરિયસે કેટલાય માણસો મારફતે પ્રયત્ન કર્યા, પણ તેનો પત્તો ન મળ્યો. થેનાર્ડિયરની સ્ત્રી જેલમાં જ મરી ગઈ હતી. તેની એક દીકરી અને પોતે ક્યાં છે તેનો કોઈને પત્તો ન હતો. પોલીસોએ પણ હવે તેની તપાસ પડતી મૂકી હતી.

પોતાને બચાવનાર વ્યક્તિ માટેની તપાસ પણ નિષ્ફળ જ નીવડી. મોટી ગટરના મુખ આગળથી ગાડીમાં નાખીને લાવનાર ગાડીવાન પાસેથી પણ તે માણસ સંબંધે કાંઈ વિગત ન મળી શકી. જે પોલીસ ત્યાં હતો તે કોણ હતો તેની પણ તે ગાડીવાળાને ખબર ન હતી. તેને તો એટલી ખબર હતી કે ગટરમાંથી મેરિયસના મડદા જેવા શરીરને લઈને એક ભૂત જેવો ભયંકર માણસ બહાર આવ્યો હતો, ને પોલીસે તેને પકડ્યો હતો, અને બેય જણા મેરિયસને ઉપાડીને તેના દાદાને ત્યાં લઈ આવ્યા. પોલીસખાતામાં પણ મેરિયસે તપાસ કરાવી કે ફલાણે-ફલાણે દિવસે ગટરના મુખ આગળથી કોઈ પોલીસે ગટરમાંથી કોઈ માણસને પકડ્યો હતો ? તે બાબતમાં પોલીસખાતામાં પણ કોઈને ખબર ન હતી. વળી ઘરના માણસોએ પણ આ બેમાંથી કોઈનાં મોઢાં બરાબર જોયેલાં નહિ, કારણ કે રાત અંધારી હતી. ફક્ત નોકરે એટલું કહ્યું : "આવનાર માણસ ભારે બિહામણો હતો."

એ જ દિવસે સાંજે મેરિયસ પોતાના મડદાને ઘેર લાવવામાં આવ્યું તે પ્રસંગની વાત કૉઝેટ તથા જિન-વાલજિનની હાજરીમાં કરતો હતો. તેણે પોતાને બચાવનાર માણસ માટે કેટલી તપાસ કરી તેવી વાત કરતો હતો. કૉઝેટનો બાપ બહુ જ તટસ્થભાવે આ વાત સાંભળી રહ્યો હતો.

"તે માણસ ગમે તે હોય, પણ કોઈ મહાત્મા હોવો જોઈએ. તેણે શું કર્યું, ખબર છે ? લડાઈના જંગમાં તેણે ઝંપલાવીને મને ઊંચકી લીધો અને ગટરનું ઢાંકણું ઉઘાડી મને અંદર લઈ ગયો. એ ગટરની અંધારી ગલીઓમાં થઈને તે મને બહાર લઈ આવ્યો. મને ઊંચકીને ગટરની આવી ગલીકૂંચીમાંથી તે કેમ નીકળ્યો

હશે તેની કલ્પના તો કરી જુઓ. ગટરની બહાર આવતાં જ પોલીસે તેને શક પર પકડ્યો. મને બચાવવાનો તેને આ બદલો મળ્યો ! જો...જો... કૉઝેટના સાઠ હજાર રૂપિયા મારા કબજામાં હોય..."

"તે તમારા જ છે !" જિન-વાલજિને કહ્યું.

"તો એ માણસને શોધી કાઢવામાં આ સાઠે હજાર હું ખર્ચી નાખું."

જિન-વાલજિન કાંઈ ન બોલ્યો.

૩૯. લગ્ન

16મી ફેબ્રુઆરી, 1833ની સાંજ. મેરિયસ અને કૉઝેટનાં લગ્ન હતાં. મહાશય ગિલનોર્માંને ઘેર આજે ધમાલ હતી. રંગબેરંગી કપડાં પહેરીને અનેક સ્ત્રીઓ ઘરમાં આવ-જા કરતી હતી. નોકર-ચાકરો સામાન લઈને આમતેમ દોડાદોડી કરી રહ્યા હતા. શેરીના લોકો કુતૂહલથી આ બધી ધમાલ જોઈ રહ્યા હતા. વૃદ્ધ ડોસાને આજે ઘડીનીય નવરાશ નહોતી. ઝીણામાં ઝીણી વિગતોમાં તેની સંમતિ વગર કાંઈ પણ ન કરવાનો તેનો હુકમ હતો. નાસ્તામાં, મિજબાનીમાં કઈ-કઈ ચીજો તૈયાર કરવી, વરઘોડામાં શું વ્યવસ્થા કરવાની, કૉઝેટે તથા મેરિયસે કઈ જાતનાં કપડાં પહેરવાનાં- આ બધી બાબતો તે જ નક્કી કરતો. આજે તેના ઉત્સાહનો પાર ન હતો. કૉઝેટના પિતા માટે તેણે પોતાના મકાનનો એક ઓરડો ઉતારા માટે તૈયાર કરાવ્યો હતો. ફોશલેવાં કૉઝેટના આગ્રહથી આગલા દિવસથી જ ત્યાં રહેવા આવી ગયો હતો. કૉઝેટના પિતાએ લગ્નને આગલે દિવસે જ પોતાની 58400 રૂપિયાની રકમ મેરિયસના હાથમાં મૂકી દીધી હતી.

લગ્નવિધિની ધમાલ સાંજ સુધીમાં પતી ગઈ. મ્યુનિસિપાલિટીમાં લગ્ન નોંધાઈ ગયાં. દુર્ભાગ્યે આગલે જ દિવસે કાંઈક અકસ્માતથી જિન-વાલજિનનો અંગૂઠો મરડાઈ ગયો હતો, અને ત્યાં તેને સખત પીડા થતી હોય એમ લાગતું હતું. તેણે પોતાની મેળે જ પાટો બાંધીને હાથ ઝોળીમાં નાખી રાખ્યો હતો, તેથી તે પોતાની સહી કરી શકે તેવી સ્થિતિમાં ન હતો, એટલે તેના વતી ગિલનોર્માં મહાશયે બધું પતાવી દીધું. દેવળમાં પાદરીની સમક્ષ વર-કન્યાએ એકબીજાના હાથની વીંટીઓ બદલાવી. પાદરીએ આશીર્વચન આપ્યાં. કૉઝેટે મોટું વિશાળ ઘેરાવાવાળું સફેદ સ્કર્ટ પહેર્યું હતું. માથા પર નારંગીનાં ફૂલોનો મુગટ પહેર્યો હતો. ગળામાં સફેદ મોતીની માળા પહેરી હતી. સફેદ પરી જેવી લાગતી આ કૉઝેટને જોઈને મેરિયસના દાદાએ જિન-વાલજિનને કહ્યું : "કેવી લક્ષ્મી જેવી દીપે છે ! આજનો દિવસ ખરેખર ધન્ય છે ! આજે મારા જીવનની, આનંદની પરિસીમા અનુભવી રહ્યો છું. આથી વધારે આનંદ બીજો કયો હોય ?"

મેરિયસ પણ કાળા પોશાકમાં કૉઝેટને પડખે જુદી જ ભાત પાડતો હતો.

તેના વાંકડિયા વાળ, તેનું રૂપાળું બાલિશ મોઢું, તેના પર દેખાતાં ઘાનાં ચિહ્નો – આ બધાથી તે ખૂબ સુંદર લાગતો હતો. બંને જણ કોઈ અપૂર્વ આનંદના સરોવરમાં તરતાં હોય એવો અનુભવ કરતાં હતાં.

લગ્નવિધિ પતાવીને મોટી ખુલ્લી ઘોડાગાડીમાં જ્યારે એક બાજુ મેરિયસ અને કૉઝેટ તથા તેની સામી બાજુ બેય બુઢ્ઢાની સવારી નીકળી ત્યારે શેરીએ-શેરીએ લોકો આ જોવા ઊમટ્યાં. દેવળથી ઠેઠ ઘર સુધી આ વરઘોડાએ લોકોનું ધ્યાન ખેંચ્યા કર્યું. અનેક ભિખારીઓએ પણ આ તકનો લાભ લીધો, અને મહાશય ગિલનોર્માં આજે કોઈને નિરાશ કરે તેમ ન હતું.

હવે મહેમાનોને માટે સૌથી વધારે આકર્ષક એવો કાર્યક્રમ ભોજનનો બાકી હતો. તેને માટે તડામાર તૈયારીઓ ચાલતી હતી. મેરિયસની માસીને માથે આની મુખ્ય જવાબદારી હતી. આવો મોટો સમારંભ કરવાનું તેને માટે આ પહેલી જ વાર હોવાથી તેની મૂંઝવણનો પાર ન હતો. વળી તેના બાપા તેને કઈ બાબતમાં ધમકાવી નાખશે તેની તેને ખબર ન હતી. એક પછી એક મહેમાનો આવવા લાગ્યા હતા. એક બે સંગીતકારો વાયોલિન સાથે અનેક લોકપ્રિય ગીતો ગાઈને મહેમાનોને રાજી કરવા પ્રયત્ન કરી રહ્યા હતા. જિન-વાલજિન હાથે પાટો બાંધીને વિશાળ ઓરડાના બારણાની ઓથે બેઠો હતો. એવામાં કૉઝેટ અંદર આવી. પોતાનો વિશાળ ઘેરવાળો પોશાક બે હાથે વધારે પહોળો કરીને તે જિન-વાલજિનને નમન કરીને પાસે આવી ને લાડમાં બોલી :

‘‘બાપુજી ! તમને આ ગમ્યું ?’’

‘‘હા, મને ખૂબ ગમ્યું !’’ જિન-વાલજિને કહ્યું.

‘‘તો પછી એક વાર હસો જોઈએ !’’

જિન-વાલજિન હસવા લાગ્યો. થોડી વારે નોકરે આવીને જાહેરાત કરી કે ભોજન તૈયાર છે, સહુ પધારો. સહુ તેની જ રાહ જોતા હોય તેમ તરત જ ઊભા થઈ ગયા ને મિજબાનીના સ્થળે પહોંચી ગયા.

મહાશય ગિલનોર્માં સહુને આસને બેસાડતો હતો અને સત્કાર કરતો હતો. વધૂની ખુરશીને બેય પડખે બે મોટી ખુરશીઓ મૂકવામાં આવી હતી – એક મેરિયસના દાદાની અને બીજી જિન-વાલજિન માટે. ગિલનોર્માં પોતાને આસને બેસી ગયો, પણ બીજી બાજુની ખુરશી ખાલી હતી.

‘‘એય ! કન્યાના બાપ ક્યાં છે ?’’ ગિલનોર્માંએ નોકરને બૂમ મારી.

‘‘જી, એમણે મને આપને ખાસ વિનંતી કરીને કહેવાનું કહ્યું છે કે તેમના અંગૂઠે એકાએક ખૂબ પીડા ઊપડી છે એટલે ભોજન વખતે હાજર નહિ રહી શકે. તેઓ પોતાને ઘેર ગયા. હમણાં જ ગયા.’’

ઘડીક તો આ ખાલી ખુરશીથી બધાને વિચિત્ર લાગ્યું, પણ મેરિયસના દાદાએ તરત જ બેયનું સ્થાન સંભાળી લીધું. "બહુ પીડા થતી હોય, ત્યારે શું કરે ?" એમ કહીને તેણે પ્રસંગને વાળી લીધો. અને ભોજનનો કાર્યક્રમ પોતે જ એટલો રસિક હતો કે તેમાં આ નાનકડી વાત ડૂબી જાય એ સ્વાભાવિક હતું. કૉઝેટના દિલમાં જરાક ઉદ્વેગ થયો, પણ મેરિયસના દાદાએ તરત જ તે ખાલી ખુરશીમાં મેરિયસને લાવીને બેસાડી દીધો. બસ ! બધે સમાધાન થઈ ગયું. થોડી વારમાં જ જિન-વાલજિન ભુલાઈ ગયો !

આ મિજબાની એ આખા લગ્નના વિધિનો સૌથી આનંદદાયક કાર્યક્રમ હતો. ગિલનોર્માં પોતાનાં રમૂજી સંસ્મરણોથી આખી મંડળીને હાસ્યના ફુવારામાં ભીંજવી નાખતા હતા. ભોજન પછી થોડો વખત નાચગાન ચાલ્યાં. રાતના બાર વાગ્યા પછી મંડળ વીખરાયું. આખો દિવસ ઘોંઘાટ અને ધમાલથી ખળભળી રહેલું આ ઘર શાંતિમાં ડૂબી ગયું.

જિન-વાલજિન કૉઝેટની સામે હસ્યો, ને કૉઝેટ રાજી થઈને ચાલી ગઈ, એટલે જિન-વાલજિન તરત જ કોઈને ખબર ન પડે એવી રીતે ઊપડ્યો, ને તેને માટે જુદા કાઢેલા ઓરડામાં ગયો. આ જ ઓરડામાં આજથી સાત મહિના પહેલાં મેરિયસના શરીરને લઈને તે આવ્યો હતો. આજે એ ઓરડામાં મૃત્યુને બદલે જીવનના રણકાર ગાજી રહ્યા છે. ચારે બાજુ સંગીત, હાસ્યવિનોદના અવાજો આવે છે. વચ્ચે-વચ્ચે કૉઝેટનો રૂપાની ઘંટડી જેવો અવાજ રણકે છે. જિન-વાલજિન કેટલીય વાર ઓરડામાં ઊભો રહ્યો. તે પછી નોકરને, અંગૂઠે ખૂબ પીડા થાય છે માટે ભોજન સમારંભમાં હાજર નહિ રહી શકે, એમ કહીને નીચે ઊતરી બહાર નીકળી ગયો.

જિન-વાલજિન ઘેર પહોંચ્યો. બત્તી સળગાવી ઉપર પોતાના ઓરડામાં ગયો. ઘર ખાલી હતું. નોકર ડોશી પણ આજે શેઠાણીનાં લગ્ન માણવા ગઈ હતી. જિન-વાલજિનનાં ધીમાં પણ ભારે પગલાં ખાલી મકાનમાં પડઘા પાડતાં હતાં. તે કૉઝેટના ઓરડામાં ગયો. તેમાં બધાં કબાટો ખુલ્લાં હતાં. પલંગ પરની પથારી ઓછાડ વગરની પડી હતી. ઓઢવાનાં સંકેલાઈને એક ખૂણે પડ્યાં હતાં. આ પથારી સાવ સૂની લાગતી હતી, તેમાં સૂનાર હવે કોઈ નહોતું. કૉઝેટનાં તમામ કપડાં ને બીજાં સાધનો ઊપડી ગયાં હતાં. પ્રાણ વગરના હાડપિંજર જેવાં ટેબલ, ખુરશી, પલંગ પડ્યાં હતાં.

જિન-વાલજિન ત્યાંથી પોતાના ઓરડામાં ગયો. હાથમાંની મીણબત્તી ટેબલ પર મૂકી ઝોળીમાંથી હાથ બહાર કાઢ્યો. હાથમાં હવે જરાય પીડા હોય તેમ લાગતું ન હતું. તે પોતાની પથારી પાસે ગયો. તેની નજર એકાએક તેની જૂની પેટી પર

પડી. આ પેટીને જ કૉઝેટ અદેખાઈમાં "પહેલા ખોળાની" કહેતી હતી. જિન-વાલજિન તેનાથી કદી વિખૂટો પડતો જ ન હતો. તેણે તે પેટી લીધી, કોટના ખિસ્સામાંથી કૂંચી કાઢીને તેને ઉઘાડી. આજથી દસ વરસ પહેલાં વીશીમાંથી નીકળતી વખતે કૉઝેટે જે કપડાં પહેર્યાં હતાં તે કપડાં તેણે બહાર કાઢ્યાં. મેલાં-ફાટલાં ઘાઘરી પોલકું, મોટા ગામડિયા જોડા, કાળાં ગંધાતાં મોજાં. જિન-વાલજિન કલ્પનામાં નાનકડી કૉઝેટને જંગલમાં પાણીના ઝરા પાસે ટાઢ અને બીકથી ધ્રૂજતી જોવા લાગ્યો. તે જંગલ, તે રાત, તે ઠંડી જિન-વાલજિનને એ આખું દશ્ય અત્યારે ખૂબ મનોહર લાગ્યું. સાત વરસની નિરાધાર અનાથ કૉઝેટ તે જ વખતે તેને મળી હતી. કૉઝેટને મન પોતે તેનું સર્વસ્વ હતો. કૉઝેટે તેના ખોળામાં પોતાનું માથું નિશ્ચિંતપણે સોંપી દીધું હતું.

જિન-વાલજિન પથારીમાં પડ્યો. કૉઝેટનાં કપડાંમાં પોતાનું મોઢું છુપાવીને તે ધ્રુસકે-ધ્રુસકે રડી પડ્યો. તેનું હૈયું ફાટી જતું હોય એમ તેને લાગ્યું. જિન-વાલજિનના હૃદયમાં ફરી એક વાર તુમુલ યુદ્ધ મંડાયું. જિન-વાલજિનના જીવનમાં અંતરાત્મા અને વાસનાઓ વચ્ચેના મહાભારત સંગ્રામો આપણે જોયા છે. પેલા ગરીબ ખેડૂતને બચાવવા માટે આરાસ જવા ઊપડ્યો તેની આગલી રાતે જે ઘમસાણ જિન-વાલજિનના હૃદયમાં મંડાયું હતું તેનાથી પણ વધારે ઉગ્ર એવું આ ઘમસાણ હતું. આજે જિન-વાલજિનને લાગ્યું કે તેના જીવનનો મહાન પ્રશ્ન આવીને ઊભો હતો : કૉઝેટ અને મેરિયસના જીવનના સુખમાં તેનો શો ફાળો ? તે બંનેનાં જીવનને સુખી કરવાની એકમાત્ર તેની ઇચ્છા હતી, અને તે ફળી પણ ખરી, અને તેનો તેને સંતોષ થવો જોઈએ. મેરિયસે કૉઝેટને પ્રાપ્ત કરી, કૉઝેટે મેરિયસને પોતાનો કર્યો. તેમને સર્વસ્વ મળ્યું અને એ મેળવવામાં પોતે જ વધારેમાં વધારે કર્યું હતું. આ બેયનાં સુખ તરફ પોતાને માનસિક વલણ શું રાખવું ? આ તેની મૂંઝવણ હતી. તે બંનેનું સુખ તે પોતાનું પણ સુખ છે એમ મનને મનાવવું ? કૉઝેટ હવે બીજાની છે એ વાત સ્પષ્ટ હતી, તોપણ કૉઝેટ પરનો પોતાનો અધિકાર જેટલો રાખી શકાય તેટલો રાખવો ? તેણે પિતા તરીકેનું પોતાનું સ્થાન જાળવી રાખવું ? કૉઝેટના ઘરમાં તે પહેલાંની જેમ જ પિતાની જેમ જઈ-આવી શકે ? પોતાનો ભૂતકાળ આ સ્વર્ગસમા ભવિષ્યકાળમાં ખેંચી જવો ? આ બંને નિર્દોષ પ્રેમીઓની વચ્ચે જઈને તેમના આનંદમાં ભાગ પડાવવો ? હજી કાયદાનો કાળો પડછાયો એની પાછળ ભૂતની જેમ ભમી રહ્યો છે. આવા દુષ્ટ પડછાયાને સાથે રાખી આ પવિત્ર દાંપત્યજીવનના મંદિરમાં પગ મૂકવો ? જિન-વાલજિન કૉઝેટને છોડી શકતો ન હતો. તેના હૃદયનું એકમાત્ર વિશ્રામ-સ્થાન કૉઝેટ જ હતી. આજ કૉઝેટને સુખી જોઈને તે જીવનનો પરમ આનંદ-સંતોષ અનુભવે છે, પણ સાથેસાથે કૉઝેટના એક

નવીન પ્રેમજીવનમાં તેની પાછળ જવા જેટલી તેનામાં હિંમત નથી. તેનો ભૂતકાળ તેને સતાવે છે, પીડે છે. તેનાથી તે છૂટી શક્તો નથી, અને કૉઝેટથી પણ તે છૂટી શક્તો નથી. ભૂતકાળ સાથે તે કૉઝેટના નવીન જીવનમાં પ્રવેશી શકતો નથી.

એટલું સારું હતું કે જિન-વાલજિન આજે ખૂબ મોકળે હૈયે મળી શક્યો. તેના હૃદયના તમામ બંધ છૂટી ગયા. તેનું હૃદય હલકું થયું. ધોવાઈને સ્વચ્છ થયું, તે પોતાના પ્રશ્નને એક ફિલસૂફ સ્થિતપ્રજ્ઞની કક્ષાએ જોવા જેટલો સ્વસ્થ થવા તેણે પ્રયત્ન કર્યો. એક બાજુ તેણે કૉઝેટનું બલિદાન જોયું. એક બાજુ તેણે પોતાની જાતનું બલિદાન મૂક્યું. પોતાના સુખમાં કૉઝેટનું બલિદાન હતું, કૉઝેટના સુખમાં પોતાનું બલિદાન હતું તે તેણે સ્પષ્ટ જોઈ લીધું. આટલા ભગીરથ સંગ્રામોમાંથી પાર ઊતરેલા જિન-વાલજિનને પોતાનો આખરી માર્ગ નક્કી કરવાનો હતો.

આખી રાત આ સંગ્રામમાં વીતી. શિયાળાની લાંબી રાતના બાર કલાકના સતત મંથનમાં જિન-વાલજિન પથારીમાં કાંઈ પણ ઓઢ્યા વગર એમ ને એમ પડી રહ્યો હતો, તેનું તેને ભાન ન હતું.

એમ કરતાં કરતાં સવાર પડી ગઈ.

૪૦. અધિકાર – સુખનો કે દુઃખનો !

યુદ્ધને બીજે દિવસ રણમેદાનનો દેખાવ જેવો અસ્તવ્યસ્ત હોય છે, તેવો જ દેખાવ લગ્ન પછીના બીજે દિવસે ઘરનો હોય છે. ફેર એટલો જ કે રણમેદાનની અસ્તવ્યસ્તતામાં ભીષણતાનો રંગ હોય છે, જ્યારે ઘરની અસ્તવ્યસ્તતામાં ઉલ્લાસના અવશેષો હોય છે.

મહાશય ગિલનોર્માની ઘરની દશા 17મી ફેબ્રુઆરીએ સવારે આવી જ હતી. નોકર પણ હજી ગઈકાલનો થાક્યોપાક્યો આળસ મરડતો હતો, ને બગલમાં ઝાડુ રાખીને વાળવાનું શરૂ કરવાનું મુહૂર્ત જોતો હતો. ત્યાં બારણા ઉપર તેણે ટકોરા સાંભળ્યાં. તેણે બારણું ઉઘાડ્યું ને જોયું તો કૉઝેટના દાદા બારણામાં ઊભા હતા. નોકરે આદરપૂર્વક તેમને મુલાકાત માટેના મોટા ઓરડામાં બેસાડ્યા. આ ઓરડો પણ ખેદાનમેદાન હાલતમાં હતો.

"બાપુ, આજે તો અમેય બહુ મોડા ઊઠ્યા." તેણે ઓરડાની આ હાલત માટેનો ખુલાસો કર્યો.

"તારા શેઠ જાગ્યા છે ?" જિન-વાલજિને પૂછ્યું.

"તમારે હાથે કેમ છે ?"

"સારું છે. શેઠ ઊઠ્યા ?"

"ક્યા ?"

"નાના."

"બેરન ?"

નોકરને પોતાના નાના શેઠને મળેલ બેરનના ઇલકાબનું ઉચ્ચારણ કરતાં ગર્વ થતો હતો. મેરિયસના દાદાએ મેરિયસની અનિચ્છા હોવા છતાં પણ તેના બાપનો બેરનનો ઇલકાબ તેને ચોંટાડી દીધો હતો, અને નોકરોને તે ઇલકાબનું વારંવાર ઉચ્ચારણ કરવાની પણ સખત સૂચના આપેલી હતી. ડોસાએ આ ઇલકાબને ચીંથરા જેવો માનીને તેની મશ્કરી કરી હતી. આજે તેના પ્રાયશ્ચિત્તરૂપે

તેણે જ એ ઇલકાબ પરાણે મેરિયસને આપ્યો. મેરિયસે દાદાના આગ્રહને વશ થઈને ધારણ કર્યો. કૉઝેટ બેરનની પત્ની બની, તેને આ ઇલકાબમાં ખૂબ મજા પડી.

"બેરન સા'બ ?" નોકરે ફરી કહ્યું. "જોઉ, તપાસ કરું. ઊઠ્યા હોય તો કહું કે આપ આવ્યા છો."

"ના, ના, મારું નામ ન દેતો, કહેજે કે કોઈક અજાણ્યો આદમી મળવા આવ્યો છે અને તમને ખાનગીમાં મળવા માગે છે."

"એમ !" નોકરે કહ્યું.

"મારે તેમને જરા ચમકાવીને ગમ્મત કરાવવી છે."

"એમ !" નોકરે ફરી એ જ શબ્દનો ઉચ્ચાર કર્યો. તેમાં પહેલા 'એમ'નો ખુલાસો હતો.

નોકર ગયો. જિન-વાલજિન એકલો ઓરડામાં હતો. તે કેટલીક વાર સુધી એમ ને એમ સ્થિર ઊભો રહ્યો. તેની આંખો ઉજાગરાથી થાકેલી હતી. આખી રાત પહેરી રાખેલા કોટમાં પણ કરચલીઓ પડેલી દેખાતી હતી. બારણામાં કાંઈક અવાજ થયો, મેરિયસ દેખાયો. તેનો ચહેરો આખો હસી રહ્યો હતો. તેનું લીસું વિશાળ કપાળ, તેનું ટટ્ટાર માથું અને ઉજાગરાથી ઘેરાયેલી, પણ ચમકતી આંખો, તેના યૌવનને વધારે પ્રફુલ્લિત બનાવતાં હતાં.

"લે, બાપુજી તમે છો !" જિન-વાલજિનને જોઈને તે બોલી ઊઠ્યો : "પેલો ગધેડો આવીને મને કહે છે કે કોઈ ભેદી માણસ આવ્યો છે. તમે તો બહુ વહેલા આવ્યા. કૉઝેટ તો હજી ઊઠીય નથી. હજી તો બારેક વાગ્યા હશે.

મેરિયસ અત્યાર સુધી ભાગ્યે જ આટલા ઉમળકાથી પોતાના સસરા સાથે બોલ્યો હતો, પણ આજે મેરિયસના આનંદનો – ઉલ્લાસનો પાર ન હતો. આજે તો કૉઝેટના પ્રેમનાં જેટલાં-જેટલાં સ્થળો કે વ્યક્તિઓ હતાં તે બધાં સાથે તે પણ એવો જ પ્રેમ અનુભવતો હતો.

"તમને જોઈને મને એટલો આનંદ થયો ! કાલે તમે ભોજનમાં નહોતા તો અમને કેટલું અડવું લાગ્યું ! તમારે હાથે કેમ છે ? હવે તો સારું છે, નહિ ?"

પોતે ને પોતે જવાબ વાળીને તેણે આગળ ચલાવ્યું : "અમે બેય જણાં તમારી વાતો જ કરતાં હતાં. તમારા ઉપર કૉઝેટને કેટલું હેત છે ! અહીં તમારે માટે પણ અમે એક જુદો ઓરડો કાઢી રાખ્યો છે. હવે તમારે તમારા ઘરે જવાનું જ નથી. એવા ગંધાતા લત્તામાં તે તમે કેમ રહી શકતા હશો ? તમારે હવે

અહીં રહ્યા સિવાય ચાલે તેમ નથી. નહિ તો પછી કૉઝેટ તમને ઊધડા લઈ નાખશે. અમારા ઓરડાને પડખે જ તમારો ઓરડો છે. તેની બારી બગીચામાં પડે છે. એને અમે બરાબર તૈયાર કરી દઈશું. તેમાં તમારી ચોપડીઓ પણ તમને ગમે તે રીતે કૉઝેટ ગોઠવી દેશે. વળી મારા દાદાને પણ તમારી સાથે ખૂબ ગમશે. બેય બુઢ્ઢા મજા કરજો, ને હું કોર્ટમાં જાઉં ત્યારે કૉઝેટને તમે ફરવા લઈ જજો-પહેલાં જેમ ફરવા નીકળતાં તે પ્રમાણે. તમે હશો તો અમને ખૂબ જ ગમશે. અરે હા ! આજ તમે અમારી સાથે જ જમશો ને ?"

"મારે જરા વચ્ચે એક વાત કહેવાની છે." જિન-વાલજિને કહ્યું. "હું જન્મટીપ ભોગવી ચૂકેલો એક ગુનેગાર છું."

ઘણી વાર ખૂબ જ જોરથી બોલાયેલા શબ્દો કાનને સમજાતા નથી, તેમ જ વાતાવરણથી સાવ જ વિરુદ્ધ એવા ભાવવાળું આ વાક્ય મેરિયસ સમજી ન શક્યો. તેને લાગ્યું કે કંઈક વિચિત્ર વાક્ય તેના કાન પર પડ્યું. તે બાઘાની જેમ ઘડીક ઊભો રહ્યો. જિન-વાલજિને પોતાનો હાથ ઝોળીમાંથી કાઢી નાખ્યો, અંગૂઠા પરનો પાટો પણ છોડી નાખ્યો અને અંગૂઠો મેરિયસને બતાવ્યો.

"જુઓ, મને અંગૂઠે કાંઈ જ થયું ન હતું." ખરેખર અંગૂઠે કાંઈ પણ વાગેલું હતું જ નહિ.

"હું આ લગ્નપ્રસંગે હાજર ન હોઉં એ જ બધી રીતે યોગ્ય હતું. અને હું તેનાથી જેટલો અળગો રહી શક્યો તેટલો રહ્યો. કેવળ ખોટી સહી કરીને આ પવિત્ર લગ્નને અપવિત્ર અને અર્થહીન ન કરી શકું તે ખાતર જ મેં આ અંગૂઠે ખોટો પાટો બાંધી રાખ્યો હતો."

"આ બધામાં તમે શું કહો છો, કાંઈ સમજાતું નથી." મેરિયસ ખંચાતો-ખંચાતો બોલ્યો.

"એનો અર્થ એ છે કે હું ગેલીમાં કેદી ગુલામ તરીકે રહી આવેલો છું."

"મારા મગજને તમે ભમાવી મૂકશો એમ લાગે છે." મેરિયસ બોલ્યો.

"બેરન પોન્ટમર્સી, ચોરી કરવા બદલ મેં ગેલીમાં-ટૂલોં બંદરનાં વહાણોમાં ગુલામ કેદી તરીકેની સજા ભોગવી છે. મને જન્મટીપની ઓગણીસ વરસની સજા હતી, તેમાંથી નાસી છૂટવાના પ્રયત્નમાં મને એથી વધારે સજા મળી છે. આજે હું સજા ભોગવતાં-ભોગવતાં નાસી છૂટેલો કેદી છું. મારે માથે હજી સજા ભમે છે."

મેરિયસના દિલે જે વાત સાંભળતાં જ તેને માનવાનો ઇનકાર કરેલો તે

વાત જિન-વાલજિનના આટલા કથન પછી તેને માનવી પડી. તેના મનમાં ધીરેધીરે પરિસ્થિતિનું ભાન થવા લાગ્યું, પણ હજી પૂરો પ્રકાશ નહોતો મળ્યો.

"બધી વાત કહો, માંડીને બધું જ કહી દો... તમે કૉઝેટના પિતા છો ?" તે બોલી ઊઠ્યો, ને બે પગલાં પાછળ હઠી ગયો. તેના મોઢા પર ભય હતો.

"તમે મારી વાત સાચી જ માનજો. અલબત્ત, અમારા જેવા માણસોને તો ન્યાયાસન પાસે સોગંદ લેવાની પણ મનાઈ છે..."

વળી શાંતિ ફેલાઈ ગઈ. પણ થોડી જ વારે જિન-વાલજિને ગંભીર અને સ્પષ્ટ અવાજે એકએક શબ્દ ઉપર ભાર આપતો હોય એમ બોલવા માંડ્યું :

"તમે સાચું માનશો ? હું કૉઝેટનો પિતા ? ના, ના, બેરન, હું તો એક ગામડાનો ખેડૂત હતો. નાનપણમાં લાકડાં કાપીને મારું ગુજરાન કરતો. મારું નામ ફોશલેવાં પણ નથી. મારું ખરું નામ તો જિન-વાલજિન છે. કૉઝેટને હું કાંઈ થતો નથી. ખરેખર માનજો."

"એની કાંઈ સાબિતી છે ?"

"હું કહું છું તે જ એની સાબિતી."

મેરિયસે આ માણસની સામે નજર માંડી. વિષાદભર્યો શાંત એવો આ ચહેરો તે જોઈ રહ્યો. તેના મુખમાંથી જૂઠું નીકળી શકે તેમ તે ન માની શક્યો.

"મને તમારું કહેવું ખરું લાગે છે." મેરિયસે કહ્યું.

જિન-વાલજિને માથું હલાવી આભાર માનતો હોય તેમ નમન કર્યું અને આગળ ચલાવ્યું :

"કૉઝેટ સાથે મારે શું સગપણ ? હું તો રસ્તેથી પસાર થતો વટેમાર્ગુ જ હતો. મને તો તેને વિશે કાંઈ ખબર ન હતી. મને તેના પર ખૂબ જ પ્રેમ છે એ વાત સાચી. ઘણી મોટી ઉંમરે નાના બાળકને જોઈને કોને પ્રેમ ન થાય ? ઘરડા માણસોને નાનાં બાળકો દીકરાનાં બાળકોના જેવાં વહાલાં લાગે છે. મને લાગે છે કે તમને એટલું તો સમજાશે કે મારા જેવાને પણ કાંઈક હૈયા જેવું હોય છે. તે બિચારી અનાથ માબાપ વગરની હતી. તેને મારા જેવાની જરૂર હતી એટલે મેં તેને મારી પાસે રાખી અને એટલે મને તેના પર હેત થયું. બાળકો બિચારાં કેટલાં ભોળા ને અપંગ હોય છે ! જે કોઈ પહેલો તેને વહાલ બતાવે તેના પર પોતાનો ખભો ઢાળી દે છે. મેં તો કેવળ મારી ફરજ જ બજાવી હતી. આવા નાનકડા કામને કોઈ મોટું પુણ્ય કર્યાની છાપ આપવાની જરૂર નથી. આજે એ કૉઝેટ મારાથી છૂટી પડે છે. આજે અમારા બંનેના માર્ગો જુદા પડે છે. હવે

મારે તેને માટે કાંઈ કરવાનું રહેતું નથી. આજે તે મેરિયસ પોન્ટમર્સીની પત્ની બને છે. આજે તેના ભાગ્યનું ચક્ર ફર્યું છે. દૈવે તેને યારી આપી છે. 60,000 રૂપિયા વિશે પણ તમારે કાંઈ કહેવાની જરૂર નથી. તે રકમ તો મારી પાસેની થાપણ હતી. તે ક્યાંથી આવી છે તે જાણવાની જરૂર નથી. એ અનામત થાપણ હું સોંપી દઉં છું. હવે મારી પાસે આપવાનું કાંઈ નથી, તમારે માગવાનું પણ કાંઈ નથી. મારું ખરું નામ પણ આજે બતાવી દીધું. અલબત્ત, એ વાતનું તમારા પૂરતું કાંઈ મહત્ત્વ નથી. આ તો મને એમ હતું કે મારી ખરી ઓળખાણ તમને કરાવું !"

જિન-વાલજિને મેરિયસ સામે જોયું. મેરિયસના મગજમાં જાણે પવન આવે ને ટેબલ પરના તમામ ગોઠવાયેલા કાગળો ઊડીને અસ્તવ્યસ્ત થઈ જાય, તેમ મેરિયસના મગજમાં ધીમેધીમે થાળે પડતાં બધાં વિચારો, ભાવો, લાગણીઓ એકદમ ઊડાઊડ કરવા લાગ્યાં. આ તદ્દન નવી જ પરિસ્થિતિ જોઈને તે સ્તબ્ધ થઈ ગયો. થોડી વારે તે ખીજમાં બોલી ઊઠ્યો :

"પણ આ બધું તમને કહેવાનું કોણ કહે છે ? મને આ બધું શું કામ સંભળાવો છો ? આ વાત તમે તમારા મનમાં જ રાખી હોત તો તમને શું થતું હતું ? અત્યારે કોણ બધું જાણવા માટે નવરું હતું ? કોણ અત્યારે તમારી પાછળ તમને ખોળવા નીકળ્યો છે ? તમારા મનમાં કાંઈ બીજું જ લાગે છે. તમે ખુલાસાથી વાત કરો. આ બધી વાત કરવા પાછળ તમારો મૂળ હેતુ શો છે ?"

"હેતુ ?" જિન-વાલજિન જાણે પોતે એકલો જ પોતાના મનને કહેતો હોય તેવા અવાજે બોલવા લાગ્યો. "કયો હેતુ ? હેતુ એક જ પ્રાંમાણિક્તા. દુર્ભાગ્યે મારા દિલમાં એક તાંતણો ચોટેલો છે. માણસ જેમ ઘરડો થતો જાય છે તેમ આ તાંતણો વધારે ને વધારે અતૂટ બનતો જાય છે. મેં જીવનમાંથી બધુંય કાઢી નાખ્યું, પણ આ તાંતણો તોડી શક્તો નથી. જો એક એ તાંતણો હું તોડી નાખી શકતો હોય તો તો હું નિશ્ચિંતપણે એ તોડી-ફગાવીને મારે રસ્તે પડી ગયો હોત. મેં તે તારને ખેંચીને બહાર કાઢવા પ્રયત્ન કર્યો, તો તે તાર તૂટવાને બદલે મારા આખા હૃદયને બહાર ખેંચી લાવ્યો. હું બીજે ક્યાંય જઈ ન શક્યો. તમે કહો છો કે મારે જવુંય શું કામ ? અહીં મારે માટે તમામ સગવડો છે. રહેવાને હૂંફાળો ઓરડો છે, ખાવાને તૈયાર ભોજન છે. કૉઝેટ છે, મારા તરફ માનની નજરે જોનાર વૃદ્ધ ગિલનોર્માં મહાશય છે. એક જ ઘરમાં એક જ સગડીની આગપાસ બેસીને

એક જ કુટુંબના માણસની જેમ હું શું કામ ન રહું ?'' જિન-વાલજિન એકદમ અટક્યો. પાછું તરત જ આગળ ચલાવ્યું :

''કુટુંબ ? ના, મારે કુટુંબ જેવું છે જ નહિ. હું તમારા કુટુંબમાં-ના, કોઈ કુટુંબમાં બેસી શકું એવો નથી. હું તો રસ્તાનો ભટકનારો છું. મારે મા કે બાપ હતાં ? શી ખબર ? જે દિવસે મેં આ બાળકી તમને સોંપી ત્યારે મારું જે કંઈ હતું તે બધુંય ખલાસ થઈ ગયું. મેં જોયું કે તે અનાથ બાળકી ઠેકાણે પડી. તેને પતિ મળ્યો, ઘર મળ્યું, સ્નેહાળ એવો સસરો મળ્યો. હવે મારે તે ઘરમાં જવાની જરૂર નથી, મારો અધિકાર નથી. હું જૂઠું બોલીને તમને છેતરીને રહી શક્યો હોત ! પણ હવે એમ કરવાની જરૂર નહોતી. જે બાળકી માટે થઈને મેં અત્યાર સુધી મારી જાતને છુપાવી હતી, જે દુનિયાને છેતરી હતી, તે બાળકી હવે સુરક્ષિત છે, પોતાની જવાબદારી પૂરી થઈ ગઈ છે, તો પછી હવે કોઈને છેતરવાની શી જરૂર ? હવે તો કેવળ મારો જ મારે વિચાર કરવાનો છે. હવે તમને સમજાશે કે હું શું કામ મારી વાત તમારી પાસે ખુલ્લી કરું છું. મારો અંતરાત્મા મને અંદરથી તેમ કરવા પ્રેરે છે. તમારી નજરમાં હલકો પડીને જ હું મારી નજરમાં ઉન્નત સ્થિતિએ ઊભો રહેવા માગું છું. એક વાર હું એક કાયદાની દૃષ્ટિએ દુષ્ટ હતો, આજે હું મારા અંતરાત્માની આગળ દુષ્ટ રહેવા નથી ઇચ્છતો. વળી મારા જીવનના અંધકારભર્યા ઊંડાણમાં મારી સાથે કોઈને ઢસડી જવા કે પકડી રાખવા માગતો નથી. મારું ગંધાતું ગૂમડું લઈને હું નીરોગી માણસોને પડખે બેસીને તેમને સૂગ ઉત્પન્ન થાય તેવું શા માટે કરું ? ફોશલેવાં નામ તો મેં ઉછીનું લીધેલું નામ હતું. ઉછીના માલને પચાવી પાડવો એ તો ચોરી છે. એક કાળે મેં નાનપણમાં રોટી ચોરી હતી, કારણ કે મારે જીવવું હતું. આજે જીવવાને માટે હવે કોઈનું નામ ચોરવું નથી.

''તમે સુખી થાઓ. દેવને દુર્લભ એવું સુખ ભોગવો. એક ગરીબ તરછોડાયેલો માણસ પોતાનું દિલ તમારી પાસે ખુલ્લું કરે છે. એનાથી તમે જરાય અકળાશો નહિ, એને તમારા સુખમાં અંતરાયરૂપ ન બનવા દેશો.''

જિન-વાલજિન બોલતો બંધ થયો. ઘડીક વાર ઓરડામાં શાંતિ છવાઈ ગઈ.

એકાએક મેરિયસને કાંઈ વિચાર આવ્યો ને ઊભો થયો. તે જિન-વાલજિનની પાસે આવ્યો. તેનો ઠંડોગાર હાથ પોતાના હાથમાં લીધો ને બોલ્યો :

''પણ મારા દાદાને અમલદારોમાં ખૂબ જ સારી લાગવગ છે. તેની મારફતે તમારા પરનું વૉરંટ રદ કરાવે તો ? તમને માફી મળે તો ?''

"માફી ? હવે મને માફી ? દુનિયા, રાજ્ય, કાયદો તો માને છે કે હું મરી ગયેલો છું. અને એમાં હવે કાંઈ કરવાનું નથી. મને તેનો કોઈનો ભય નથી. મને તો ભય છે કેવળ મારી અંદર બેઠેલા ન્યાયધીશી અંતરાત્માનો. મારે તેની જ માફી જોઈએ છે, બીજા કોઈની નહિ."

તે જ ક્ષણે ઓરડાનું બારણું જરાક ઊઘડ્યું ને કૉઝેટનો કમળ જેવો પ્રફુલ્લ ચહેરો દેખાયો. બંને તે તરફ ફર્યાં.

૪૧. 'કામની વાત'

ઝાંખા અંધકારમાં શુક્રનો તારો ઝબકે ને જેવો પ્રકાશ ફેલાઈ જાય તેમ કૉઝેટના એકમાત્ર ચહેરાએ આખા ઓરડાની ગમગીન હવાને વિખેરી નાખી. તેની આંખમાં હજી ઊંઘ ભરી હતી. તેના વાળ વિખરાયેલા હતા. જાણે કે કોઈ પંખી પ્રભાતમાં ઊઠીને પોતાના માળામાંથી ડોકિયું કરે તેમ કૉઝેટ જોઈ રહી. બંનેની સામે નજર ફેરવીને તે બોલી ઊઠી :

"પાછા તમે કાંઈક ગરમાગરમ ચર્ચામાં પડ્યા લાગો છો. મને પડતી મૂકીને, બસ તમને તો આમ ચર્ચાનો જ નાદ લાગ્યો છે."

જિન-વાલજિન ચમક્યો.

"કૉઝેટ !" મેરિયસ અચકાતો-અચકાતો બોલ્યો. તેના મોઢા પર પણ કાવતરું પકડાઈ ગયાનો ગભરાટ હતો. કૉઝેટના મોઢા પર હાસ્ય વધતું જતું હતું.

"બરાબર પકડાઈ ગયા છો ! બાપુજીના મોઢામાંથી 'અંતરાત્મા' ને તેનો 'અવાજ'ને એવા શબ્દો સાંભળી ગઈ છું. એ રાજકારણની વાતો કરતા હશે. હજી તો કાલ પરણ્યા ને આજ પાછી પંચાત કરવા માંડ્યા !" તે બોલી.

"તારી ભૂલ છે. અમે તો આપણા ઘર અંગેની વાતો કરતા હતા. તારા પેલા સાઠ હજાર રૂપિયા કેમ ઠેકાણે પાડવા વગેરે."

"હું હમણાં જ આવું છું. મારુંય કામ છે ને ?" કહીને તે અંદર ધસી આવી. મોટો લાંબો ઝભ્ભો તેના આખા શરીરને ઢાંકી દેતો હતો. તેણે ભીંત પરના અરીસામાં જોઈને વાળ ઠીક કર્યા ને બોલવા લાગી : 'એક હતો રાજા ને એક હતી રાણી. આજે મને કોણ જાણે કેમ ખૂબ જ હર્ષ થાય છે. જુઓ અહીં તમારી બેયની વચ્ચોવચ બેસવાની. આપણે થોડી વાર પછી ભોજન કરવા બેસવાનું છે. તમે તમારે ત્યાં સુધી વાતો કરો. હું વચ્ચે નહિ બોલું. મૂંગીમૂંગી સાંભળીશ."

મેરિયસે તેનો હાથ પકડીને કોમળતાથી કહ્યું : "અમારે જરાક કામની વાતો કરવાની છે."

"સાચે, મારે એક વાત કહેવાની રહી ગઈ. આજે સવારમાં બગીચામાંથી ટોળાબંધ ચકલાં બાપુજીના ઓરડાની બારીમાં થઈને અંદર ઘૂસી ગયાં ને કલબલાટ

કરી મૂક્યો."

"કૉઝેટ, હું કહું છું કે અમારે બંનેને જરાક જરૂરી એવું કામ છે. એક થોડીક વાર પછી અમે ભોજન કરવા આવીએ છીએ, તું જા."

"ભલે, પણ પાછી એક વાત રહી ગઈ. હજી દાદાજી ઊંઘે છે. માસીબા દેવળે પ્રાર્થના કરવા ગયાં છે. બાપુ, તમારા ઓરડાના ધુમાડિયામાં તો ખૂબ ધુમાડો થતો હતો તે નોકરે તરત જ સાફ કરનાર માણસને બોલાવ્યો છે. પેલો આપણો નોકર છે તે આપણી રસોયણ બિચારી તોતડી છે તેને ખીજવે છે. મેરિયસ, હું અહીં ઘડીક બેસું તો ?

"અમે થોડીક વાર ર ફ્લા કામ પતાવી દઈને પછી તને બોલાવીશું !"

"તે એમાં મારી કાંઈ વાત છે ?"

જિન-વાલજિન કાંઈ પણ બોલતો ન હતો. કૉઝેટ તેના તરફ ફરી, "બાપુ, જુઓ તમને કહી દઉં. તમારે રોજ સવારે મને મળવાનું ને મને એક વાર બચ્ચી ભરવાની. તમે તો મેરિયસને કાંઈ કહેતા જ નથી. અમને તે બોલ ાની કેમ ના પાડી શકે ? અમને વઢે તો બાપુ કાંઈ ન બોલે. લો તમારી ફરિયાદ કરી, લેતા જાઓ." કહીને મેરિયસ તરફ ફરીને હસી.

તે જિન-વાલજિન પાસે ગઈ. "મને એક વાર ચુંબન કરો, લો !" તેણે પો તાનું કપાળ તેની પાસે ધર્યું. જિન-વાલજિન એક ડગલું આગળ આવ્યો.

"આ શું બાપુ, તમે કેમ સાવ દૂબળા પડી ગયા છો ? હાથે બહુ પીડા થાય છે ?"

"હવે આરામ છે."

"રાતે ઊંઘ નહોતી આવી ?"

"ના."

"તમે કાંઈક ચિંતામાં છો ?"

"ના."

"તો મને ચુંબન કરો."

તેણે ફરી પોતાનું કપાળ જિન-વાલજિન પાસે ધર્યું. જિન-વાલજિને તે કપાળ પર ચુંબન કર્યું.

"હવે હસો."

જિન-વાલજિને તેની આજ્ઞા પ્રમાણે હાસ્ય કર્યું, પણ તે હાસ્યમાં પ્રેતની ફિક્કાશ હતી.

"હવે મેરિયસને જરા વઢો. તેને કહો કે કૉઝેટ અહીંથી ખસશે નહિ. મોટી પૈસા મૂકવાની વાત. એમાં તે કાંઈ ખાનગી વાત છે ? નાહકના નાની વાતને

મોટી કરી મૂકવાની જ તમને પુરુષોને ટેવ હોય છે. જાણે અમને આમાં કાંઈ સમજાતું જ નહિ હોય."

"કૉઝેટ, મારું માન, અત્યારે ઘડીક તું જા."

મેરિયસે અવાજમાં જરાક કઠોરતા લાવીને કહ્યું. કૉઝેટ સહેજ વીલી બનીને ચાલી ગઈ. તોપણ બારણે પહોંચતાં સુધીમાં તો તેનો ક્રોધ ઓગળી ગયો. તે બોલી :

"આજ મને તમારી બંનેની ઉપર ખૂબ ખીજ ચડી છે." બારણું અથડાવતી તે ચાલી ગઈ.

"બિચારી કૉઝેટ જ્યારે તેને ખબર પડતાં..." મેરિયસ બબડ્યો.

જિન-વાલજિન ધ્રૂજી ઊઠ્યો હોય તેમ બોલ્યો. "કૉઝેટ ! હા, કૉઝેટને તમે આ વાત કરશો. કરવી જ જોઈએ, પણ મને તે વિચાર જ નહિ આવેલો, પણ હાય ! તે આ સમાચાર કેમ સાંભળી શકશે ? મેરિયસ, તેનું ફૂલ જેવું કોમળ હૈયું આ આઘાત સહી શકશે ? મેરિયસ, હું તમને પગે પડીને વીનવું છું. એક આ તેને ન કહેશો. તમે એકલા જાણો છો. તે બસ નથી ? ગેલીમાં ગુલામ કેદીની સજા પામેલા માણસનું નામ સાંભળતાં જ તે છળી ઊઠશે. તેણે નાનપણમાં આવા કેદીઓને સાંકળે બાંધેલા જોયા હતા, અને તે વખતે તે ભયથી કેવી થરથરી ઊઠી હતી ?"

તેણે બે હાથ વચ્ચે માથું છુપાવી દીધું. તેના ખભાના ઉછાળા ઉપરથી અનુમાન થઈ શકતું હતું કે તે રડતો હતો. રડવાનો અવાજ ન હતો. આંસુઓ મૌનપણે વહે જતાં હતાં. તેણે થોડી પળે આંસુથી તરબોળ ચહેરો ઊંચો કરી મેરિયસ સામે જોયું, તે જાણે સ્વગત બોલતો હોય એમ બબડ્યો : "ઓ પ્રભુ ! આના કરતાં મને મોત કેમ નથી આવતું ?"

"તમે નિશ્ચિંત રહો. હું એ વાત છાની જ રાખીશ."

"તમારો ઉપકાર માનું છું." જિન-વાલજિને ધીમેથી કહ્યું. તે થોડી વાર સ્થિર નજરે બેસી રહ્યો. તેની આંગળી અંગૂઠાના નખને પંપાળતી હતી. થોડી વારે તે પાછો બોલ્યો : "હવે બધું પતી ગયું છે. ફક્ત એક વાત પૂછી લઉં ?"

"કઈ ?"

"હવે તમને સર્વ અધિકાર પ્રાપ્ત થયા છે. હવે તમને પૂછી લઉં: તમને લાગે છે કે હવે કૉઝેટને મળવા ન આવું તે જ ઠીક છે ને ?"

"મને લાગે છે એ જ વધારે ઠીક છે." મેરિયસે કહ્યું.

"તો હવે હું એને મળવા નહિ આવું" તે ધીમેથી બોલ્યો અને ઊભો થઈને બારણા પાસે ગયો. બારણાના હાથા પર તેણે હાથ મૂક્યો ને બારણું ઉઘાડ્યું. બહાર જતાંજતાં વળી તે અટક્યો ને પાછો મેરિયસ પાસે આવ્યો.

"ઊભા રહો. જો તમે રજા આપો તો હું કૉઝેટને મળવા આવું. કૉઝેટને

જોઈને મારું દિલ ઠરશે. કૉઝેટને ખાતર જ મેં મારું આખું પૂર્વ-જીવન તમારી પાસે ખુલ્લું કરી દીધું. કેવળ કૉઝેટને મળવાની ઇચ્છાથી જ મેં આ વાત તમને કરી હતી. નહિ તો હું વાત કર્યા વગર જ બધું છોડીને ચાલ્યો ગયો હોત. તમને સમજાય છે ને મારી વાત ? દસ વરસથી કૉઝેટ રાતદિન મારા જ પડખામાં રહી છે. અમે નાનકડી અંધારિયા ઘોલકીમાં અમારી દુનિયા રચી હતી. તમે પહેલી વાર ફરવા નીકળ્યા ત્યારે તેને ઘાઘરી અને પોલકામાં એક નાનકડી બાલિકાના રૂપમાં જોઈ હતી ? આ પછી તો અમે ઘણાં ઘર બદલ્યાં. તે મોટી થવા લાગી, પણ તેને મન હું જ તેનો બાપ હતો, અને મારે મન તે જ મારી પુત્રી હતી. હવે એ ભૂલવું બહુ આકરું છે. જો તમારે વાંધો ન હોય તો અવારનવાર અહીં આવીને એક ઘડીક મળી લઉં. મને એક નાનકડી ઓરડી નીચેના ભાગમાં કાઢી આપજો. ત્યાં હું પાછલે દરવાજેથી નોકરોને આવવાના માર્ગેથી – આવીને ચૂપચાપ બેસીશ, કૉઝેટને મળીને તેના ખબરઅંતર પૂછીને છાનોમાનો ચાલ્યો જઈશ. રોજ સંધ્યાકાળે આવું તો મને ફાવશે – બહુ અજવાળું ન હોય..."

"ભલે, રોજ સાંજે તમે મળવા માટે આવજો. કૉઝેટ તમારી વાટ જોશે."

"મોટી મહેરબાની." જિન–વાલજિને કહ્યું.

મેરિયસ આ આખા પ્રસંગથી સાવ હતોત્સાહ બની ગયો. લગ્નજીવનને પહેલે જ દિવસે આવો વિચિત્ર અને આઘાતકારક બનાવ બનશે એવી એને કલ્પના કયાંથી આવે ? કબૂતરના માળામાં સર્પ ઘૂસી જાય તેમ તેના પ્રેમભર્યા હૈયામાં આ બનાવે તડફડાટ મચાવી મૂક્યો. તે વિચારે ચડી ગયો. કૉઝેટને તે પહેલો મળ્યો ત્યારે તેની સાથેના આ માણસ પ્રત્યે તેના મનમાં ન સમજી શકાય તેવો અણગમો, ઘૃણા ઉત્પન્ન થયાં હતાં, તેનું કારણ આ તો નહિ હોય ? તે માણસને કૉઝેટ સાથે કલ્પવો એ હવે તેને માટે અસહ્ય હતું.

આ માણસનાં એક પછી એક ચરિત્રો તેની નજર આગળ પસાર થવા લાગ્યાં. પેલા થેનાર્ડિયરને ત્યાં જેવર્ટના આવતાંવેંત તે શું કામ છટકી ગયો હતો ? તે વારંવાર ઘર શું કામ બદલતો હતો ? છેલ્લે પીઠા પાસેના યુદ્ધમાં પણ તે શું કામ આવ્યો હતો ? નક્કી તે પોલીસથી ભાગતો ફરતો હતો. છેલ્લે તોફાનને સ્થળે તે જેવર્ટને માટે જ આવ્યો હશે. તેને ખબર મળી ગયા હશે કે જેવર્ટ ત્યાં જ છે. તે ત્યાં આવ્યો, અને જેવર્ટને પોતાના હાથે જ મારીને તેના પ્રત્યેનું વેર લીધું. સાઠ હજાર રૂપિયાની રકમનું રહસ્ય તેને સ્પષ્ટ દેખાવા લાગ્યું. તે લૂંટનું-ચોરીનું ધન હતું. વાતની બધી કડીઓ મળવા લાગી. જિન-વાલજિન તેની નજરમાં વધારે ને વધારે ભયંકર માણસ બનતો ગયો. કૉઝેટના સ્વર્ગમાં કોઈ રાક્ષસ છુપાયેલો હોય એમ તેને લાગવા માંડ્યું, પણ એનાથી કૉઝેટની પ્રેમમૂર્તિ તેની નજર સમક્ષ

ઝાંખી નહોતી પડતી. કૉઝેટ ગમે તેની પાસેથી મળી હોય તોપણ તે તો કૉઝેટ જ હતી, તેના હૃદયની દેવી હતી. કારીગર ભલે દુષ્ટ હતો, પણ તેણે સર્જેલી પ્રતિમા તો અપૂર્વ, દૈવી હતી – પણ... પણ... તો પછી દુષ્ટ રાક્ષસે શું કામ પોતાની બધી વાત ખુલ્લી કરી દીધી ? તે હવે તો તદ્દન ભયમુક્ત હતો. કેવળ અંતરાત્માના અવાજને તાબે થઈને આવો નરાધમ આવો એકરાર કરી શકે ? મેરિયસને મન આ મોટો કોયડો હતો. કૉઝેટના પિતા તરીકે ડાકુ જેવો લાગતો માણસ જિન-વાલજિન તરીકે મહાન લાગવા માંડ્યો, પણ વળી પેલા સાઠ હજાર રૂપિયા – જેવર્ટનું ખૂન – વગેરે બનાવો તેની નજર સમક્ષ ખડા થયા. તેણે મનમાં નિશ્ચય કર્યો કે જિન-વાલજિનની સાથેના સંબંધો ઘટાડી નાખવા. કૉઝેટ ઉપર તેના પૂર્વ-જીવનનો ઓછાયો પણ ન પડે તેની કાળજી રાખવી. જિન-વાલજિનને તેણે રોજ સાંજે ઘેર આવવા માટેની રજા આપી તે પણ તેણે મોટી ભૂલ કરી એમ તેને લાગ્યું, પણ આટલો દુષ્ટ છતાં આટલો પ્રામાણિક માણસ ? કૉઝેટના સુખ માટે પોતાનું સર્વસ્વ અર્પી દેનાર માણસ કૉઝેટને નુકસાન થાય એવું કરે ? ના, ના... કાંઈ વાંધો નહિ. ભલે આવતો. કૉઝેટના દિલને પણ તેથી નિરાંત રહેશે. હળાહળ ઝેરથી ભરેલા સર્પે આ રત્નને તો જીવની જેમ સાચવ્યું છે, એમાં તેને શંકા ન હતી.

આમ અર્ધું સમાધાન મેળવીને મેરિયસ કૉઝેટ પાસે ગયો.

૪૨. વિદાયની પૂર્વતૈયારી

બીજે દિવસે રાત પડવા આવી ત્યારે મેરિયસના મકાનના પાછલા દરવાજેથી જિન-વાલજિને બારણા પર ટકોરા કર્યા. નોકરે બારણું ઉઘાડ્યું. નોકરને જિન-વાલજિનના આ રીતે આવવા બાબતની ખબર મેરિયસે આગળથી જ આપી હતી એટલે તેને આ બારણેથી આવેલો જોઈને આશ્ચર્ય ન થયું.

"શેઠે મને આપને પૂછવાનું કહ્યું છે કે આપ અહીં જ બેસશો કે ઉપર આવશો ?"

"ના, અહીં જ બેઠો છું" જિન-વાલજિને કહ્યું.

નોકરના વર્તનમાં પૂરેપૂરી સભ્યતા હતી. તેણે ભોંયતળિયાની એક ઓરડીનું બારણું ઉઘાડ્યું ને કહ્યું : "આપ બેસો, હું બહેનને ખબર આપું છું." જિન-વાલજિન ઓરડીમાં દાખલ થયો. ઓરડી ભેજવાળી, ગંધાતી, અંધારી ને ધૂળથી ભરેલી હતી. ઠેરઠેર બાવાં લટકતાં હતાં ને કરોળિયાનાં જાળાં જામેલાં હતાં. એક બાજુ ખાલી શીશાઓનો ખડકલો પડ્યો હતો.

એક ખૂણામાં સગડી બળતી હતી. અને બારીમાંથી રૂંધાઈને ઝાંખું તેજ આવતું હતું. જિન-વાલજિન સાત-આઠ દિવસના સતત પરિશ્રમથી થાકીને લોથ જેવો બની ગયો હતો. તેણે આ દિવસોમાં પૂરો ખોરાક કે ઊંઘ પણ લીધાં ન હતાં. નોકર બાઈ દીવો લઈને અંદર ક્યારે આવી તે પણ તેને ખબર ન પડી. તે તો માથું ઊંચું નાખીને ઘેનમાં હોય એમ પડ્યો હતો. એકાએક કૉઝેટને સામે ઊભેલી જોઈને ટટ્ટાર થઈ ગયો. જાણે કે કોઈ અંધારિયા કૂવામાં તાજી હવાનો ઝોકારો આવે તેમ ઓરડીનું વાતાવરણ બદલાઈ ગયું. જિન-વાલજિને કૉઝેટ સામે જોયું. તેના સમસ્ત શરીરમાંથી સૌન્દર્યના અંબાર છૂટતા હતા. જિન-વાલજિન ઘડીભર આ નિર્દોષ નિર્વ્યાજ તેજથી અંજાઈ ગયો.

"લે, બાપુ, તમે જાણે આમ વિચિત્ર તો છો એ મને ખબર હતી. પણ આવા હશો એ મને આજે જ જણાયું. તમને આ કેવું સૂઝ્યું ? મેરિયસ કહે કે બાપુ તને આ ઓરડીમાં જ મળવા ઇચ્છે છે !"

"હા,"

"મેં ધાર્યું જ હતું કે તમે એ જ જવાબ દેશો, પણ હું તમને કહી દઉં છું કે મારે તમારી સાથે ઝઘડ્યા વગર નહિ ચાલે. ચાલો ઝઘડાની શરૂઆત કરીએ, પહેલાં તમારે મને એક બચ્ચી કરવાની.''

તેણે પોતાનો ગાલ જિન-વાલજિન તરફ ધર્યો. જિન-વાલજિન એમ ને એમ બેસી રહ્યો.

"ઠીક છે. મારા ધ્યાનમાં છે તે બધું. તમારે પણ તકરાર કરવી છે એમ ને ! ભલે ! આ વખતે તમને માફ કરું છું. ઈસુ ભગવાને કહ્યું છે કે બીજો ગાલ ધરવો. લો, આ બીજો ગાલ ધરવો. લો, આ બીજો ગાલ.''

કૉઝેટે બીજો ગાલ ધર્યો. જિન-વાલજિન હજી પણ એમ ને એમ સ્થિર બેસી રહ્યો. જાણે કે તે જમીન સાથે જકડાઈ ગયો હતો.

"હવે મામલો જરાક ગંભીર થાય છે હોં. મેં તમારો શો વાંક કર્યો છે ? મને આમ કેમ ભોંઠી પાડો છો ? એમ નહિ ચાલે. આજ તમે અમારી સાથે જમશો ને ?''

"હું જમીને આવ્યો છું.''

"ખોટું બોલો છો. હું હમણાં દાદાને કહીને તમને ઠપકો અપાવું છું. ચાલો ઊઠો, ઉપર ચાલો મારી સાથે.''

"ના, એ નહિ બને.''

કૉઝેટ આ શબ્દોથી જરા પાછી પડી ગઈ. તેનો હુકમ કરતો અવાજ બદલાઈ ગયો.

"પણ શું કામ ? મને મળવા માટે આવી ગંધાતી ઓરડી જ જડી. અહીં તો કેવું –''

"તને ખબર છે કૉઝેટ –'' જિન-વાલજિન અટક્યો. તમને ખબર છે બહેન કે હું જરાક વિચિત્ર ધૂની માણસ છું.''

"આ શું ? બહેન... તમને... આ બધી નવી જાતની ભાષા ક્યાંથી આવી ? આ બધાનો અર્થ શો ?''

જિન-વાલજિનના મુખ પર વિવાદપૂર્ણ હાસ્ય ફરક્યું.

"કેમ તું હવે શેઠાણી થઈ. તારી ઘણા વખતથી ઇચ્છા હતી ને ?''

"પણ તમારી તો દીકરી જ ને બાપુ !''

"મને હવે બાપુ ન કહેવો.''

"શું ?''

"મને હવે મહાશય જિન, અથવા એકલો જિન જ કહીને બોલાવવો.''

"બાપુ ન કહેવા ? હું હવે કૉઝેટ મટી ગઈ ! આ બધું શું ? આ દુનિયામાં

બધી ઊથલપાથલ મચવા માંડી કે શું ? થયું છે શું ? તમે અમારી સાથે પણ રહેવાના નહિ ? મેં તમને એવા તે શું દુભવ્યા છે ? મને કહો. નક્કી કાંઈક તમારા મનમાં છે."

"કંઈ નથી."

"તો પછી ?"

"બધું હતું તેમ જ છે."

"તો પછી તમારું નામ કેમ બદલો છો ?"

"તારું નામ તેં કેમ બદલ્યું ?" તે હસ્યો.

"તું હવે શ્રીમતી મેરિયસ પોન્ટમર્સી બની ગઈ. તો હું હવે મહાશય જિન બન્યો."

"મને આ બધામાં કાંઈ સમજાતું નથી. આ બધી ગાંડી વાતો લાગે છે. મારા પતિને હું કારણ પૂછી જોઈશ કે તમને હવે જિન કહીને બોલાવાય ? એ કોઈ દી' હા પાડવાના જ નહિ. તમે મને કેટલી હેરાન કરો છો ? તમારી ધૂનમાં તમારી લાડલી દીકરીને પજવો તે ઠીક કહેવાય ? આમ તો તમે કેવા ડાહ્યા છો ?"

જિન-વાલજિને જવાબ ન આપ્યો. કૉઝેટ ઉમળકાથી જિન-વાલજિનના ખભે હાથ પકડીને પોતાના ગળા પર મૂકીને દાબ્યા.

"તમે અહીં જ રહો. અમારી સાથે જ રહો. હવે પેલા અંધારા મકાનમાં તમારે રહેવા નથી જવું. અહીં અમારી સાથે ખાઓ-પીઓ, અમને ગમ્મત કરાવો. હવે અમને તમારી વિચિત્રતાઓથી વધારે મૂંઝવો મા. મારા પિતા છો, ને પિતા જ રહો."

જિન-વાલજિને પોતાના હાથ પાછા ખેંચી લીધા.

"હવે તારે પિતાની જરૂર નથી. તને પતિ મળી ગયો છે."

કૉઝેટ ઉશ્કેરાઈને બોલી ઊઠી. "મારે હવે પિતાની જરૂર નથી, આ તમે શું બોલો છો ! મને લાગે છે કે તમને કાંઈક થઈ ગયું છે."

"મને તો આવું ઘણી વાર થઈ જાય છે, એ તને ક્યાં ખબર નથી ? એમાં તને નવાઈ કેમ લાગે છે ? મને હંમેશાં એકાંત અંધારિયો ખૂણો જ ગમે છે."

"પણ ત્યાં તો અંધારું, ભેજ, ને ગંદકી ભર્યાં છે. વળી તમે તમારું નામ પણ બદલી નાખો છો. એટલું જ નહિ, પણ મનેય શેઠાણી ગણવા માંડ્યા છો."

"આજે હું આવતો હતો ત્યારે રસ્તામાં એક દુકાને મોટો જબરો એક કબાટ વેચવા માટે મૂકેલો મેં જોયો. મને થયું કે હું કોઈ સુંદર સ્ત્રી હોઉં તો આ કબાટ એ જ ઘડીએ ખરીદી લઉં. બરાબર તારે લાયક છે. વચ્ચે મોટો કાચ છે, બે બાજુ ખાનાં છે." જિન-વાલજિને કહ્યું.

"જાઓ જાઓ હવે, મારી મશ્કરી કરો છો ?" કૉઝેટે લાડમાં તેની સામે ડોળા કાઢ્યા. "એક તો મને પજવો છો ને પાછી મારી મશ્કરી કરો છો. તમે બધાએ મને હેરાન કરવા માંડી છે. મેરિયસને તમે કાંઈ કહેતા નથી, ને મેરિયસ પણ તમારી સામે મારા પક્ષમાં ઊભા રહેતા નથી. એટલે અમે તો બસ એકલાં પડી જઈએ." એકાએક બોલતાં-બોલતાં તે ગંભીર બની ગઈ અને જિન-વાલજિન સામે જોઈને બોલી."

"હું સુખી છું, તેથી તમને મારા પર ગુસ્સો ચડ્યો છે ?"

નિર્દોષપણે સરળ ચિત્તે નીકળેલું આ વાક્ય જિન-વાલજિનના હૈયાને ભેદીને આરપાર નીકળી ગયું. કૉઝેટે નિર્દોષપણે ફેંકેલું ફૂલ વજ્ર બની ગયું. જિન-વાલજિન એકદમ ઝંખવાણો પડી ગયો. કાંઈ જવાબ આપ્યા વગર તે ઘડીભર એમ ને એમ બેસી રહ્યો ને પછી મનમાં બબડતો હોય એવું બોલ્યો : "તેનું સુખ એ એકમાત્ર મારા જીવનનું લક્ષ્ય હતું. આજે હવે ઈશ્વર મને વિદાય લેવાની આજ્ઞા કરે છે કૉઝેટ, બેટા તારું સુખ જોયું. હવે મારું જીવનકાર્ય પૂરું થાય છે."

"મને 'બેટા' કહ્યું," કૉઝેટ કૂદીને જિન-વાલજિનને ગળે વળગી પડી.

જિન-વાલજિને તેને છાતીસરસી ચાંપી. તેને લાગ્યું કે કૉઝેટને જાણે તે પાછી લઈ લેતો હતો.

લાગણીનો આ ઊભરો જિન-વાલજિનને માટે અસહ્ય હતો. તેણે ખૂબ પ્રયત્નપૂર્વક કૉઝેટના હાથ છૂટા કર્યાં. અને પોતાની હેટ હાથમાં લીધી.

"કેમ ?"

"હું જાઉં છું, તમને મોડું થશે."

જતાં જતાં ઊમરા આગળ ઊભા રહીને પાછા ફરીને તેણે કહ્યું, "તમારા પતિને કહેજો કે મારાથી ભૂલથી તમને 'બેટા' કહેવાઈ ગયું છે. હવે કદી આ ભૂલ નહિ બને."

જિન-વાલજિન કૉઝેટને દિગ્મૂઢ અવસ્થામાં મૂકીને ચાલ્યો ગયો.

બીજે દિવસે ગઈ કાલને વખતે જ જિન-વાલજિન આવ્યો. કૉઝેટે આજે કાંઈ પ્રશ્ન ન પૂછ્યા, કોઈ આશ્ચર્ય પણ વ્યક્ત ન કર્યું. તેમ જિન-વાલજિનને વહાલપૂર્વક ઉપર લઈ જવાનો આગ્રહ પણ ન કર્યો. તેણે વાતચીતમાં બાપુ કે મહાશય જિન બેમાંથી એક પણ શબ્દપ્રયોગ ન કરવો પડે તેની કાળજી રાખી, તેણે જિન-વાલજિનના 'શેઠાણી' સંબોધન સામે કાંઈ વાંધો પણ ન ઉઠાવ્યો. સંભવ છે કે મેરિયસે કૉઝેટને જિન-વાલજિનના આ વિચિત્ર વર્તન માટે કાંઈક એવો ખુલાસો કર્યો હોવો જોઈએ. પ્રેમીઓને પ્રેમમાંથી જ ઘણા ખુલાસા મળી રહે છે. ગમે તેવો અસ્પષ્ટ ખુલાસો પણ આ વખત પૂરતો થઈ પડે છે. કૉઝેટે જિન-વાલજિન માટેની ઓરડી જરા સાફસૂફ કરાવી. એકાદ-બે ખુરશીઓ તેમાં મુકાવી.

જિન-વાલજિન રોજ નિયમિતપણે ત્યાં આવતો અને ઘરના તમામ માણસોને હવે જિન-વાલજિનનું આવવું-બેસવું અને જવું સાવ સ્વાભાવિક બની ગયું. હવે કોઈનું તેના તરફ ધ્યાન પણ ખેંચાતું ન હતું.

આ જ પ્રમાણે કેટલાંક અઠવાડિયાં પસાર થઈ ગયાં. કૉઝેટના જીવનમાં નવીન જ પરિવર્તન દેખાવા લાગ્યું. નવા પરિચયો, ઘરની નવી જાતની વ્યવસ્થાની જવાબદારી, આ બધામાં કૉઝેટ આખો વખત ગૂંથાયેલી રહેતી, પણ તેમાં મેરિયસ તેની સાથે જ છે, તે વસ્તુ આ આખા જીવનવ્યવહારમાં એક અપૂર્વ ચેતન રેડતી હતી. મેરિયસ સાથે ફરવા નીકળવું એ એના જીવનનો સૌથી વધારે આહ્લાદક વ્યવસાય બની રહેતો. ઘરમાં નોકરો આ નવી શેઠાણીથી ટેવાઈ ગયા હતા. વૃદ્ધ દાદા ઘરનો બધો ભાર કૉઝેટને માથે નાખીને અને પોતાનાં બાળકોનું સુખી જીવન જોઈને સંતોષથી પોતાના છેલ્લા દિવસો પસાર કરતા હતા. માસીબા પણ હવે વડીલની અદાથી ઘરવ્યવહારમાં સલાહ-સૂચના આપતાં હતાં.

મેરિયસને, હવે ધીમેધીમે કોર્ટમાં કામ મળવા લાગ્યું હતું. જિન-વાલજિન ધીમેધીમે આખા આ સુખી ચિત્રમાંથી ખસતો જતો હતો, જિન-વાલજિન પોતે પણ ચિત્રમાંથી ખસી જવા પ્રયત્ન કરતો હતો. કૉઝેટ આખો વખત પ્રસન્ન રહેતી હતી, પણ જિન-વાલજિનના પ્રેમની ખોટ તેને સાલતી ન હતી, પણ કોઈકોઈ વાર જિન-વાલજિનને જોતી ત્યારે તેનો બાલ-સ્વભાવ ઊછળી આવતો. એક દિવસ તે જિન-વાલજિનને કહે : "એક વાર તમે શ્રીમાન ફ્રોશલેવાં હતા, આજે શ્રીમાન જિન થઈ ગયા. એક વાર તમે મારા બાપુ હતા, પાછા બાપુ મટી ગયા, વળી લગ્ન વખતે મારા કાકા બની ગયા, હવે કાકાય મટી ગયા ને જિન બની રહ્યા. ત્યારે તમે ખરેખર શું છો ? તમે કેટલા મહાન છો, તે ન જાણતી હોત તો તમારા આ નવાનવા પલટા જોઈને મને બીક જ લાગત."

જિન-વાલજિન હજી પોતાના અસલ ઘરમાં જ રહેતો હતો. ત્યાંથી કૉઝેટના મકાનમાં રહેવા આવવાનો નિર્ણય કરી શકતો ન હતો. પહેલાં તો તે કૉઝેટની સાથે થોડોક વખત વાતચીત કરીને તરત ચાલ્યો જતો, પણ ધીરેધીરે તે વધારે વખત રોકાવા લાગ્યો. શિયાળો પૂરો થયા પછી દિવસો જેમજેમ લાંબા થતા ગયા તેમ તેમ તે, રાત મોડી પડતી તેનો લાભ લેવા લાગ્યો. તે વહેલો આવતો, અને મોડો પાછો જતો. એક વાર ભૂલથી કૉઝેટના મુખમાંથી 'બાપુ' શબ્દ નીકળી ગયો, ને જિન-વાલજિનના મોઢા પર આનંદની ઝલક ક્ષણ વાર છવાઈ ગઈ. તરત જ તે સાવધ થઈને બોલ્યો : "મને જિન કહીને બોલાવો."

"હા, સાચું હોં, મહાશય જિન." કહીને તે ખડખડાટ હસી પડી.

'હં, હવે બરાબર." જિન-વાલજિને આંખમાં આવેલાં આંસુ સંતાડવા મોઢું ફેરવી લીધું.

બસ ! કૉઝેટ અને જિન-વાલજિન વચ્ચેના પ્રેમના પ્રકાશની આ છેલ્લી જ જ્યોતિ ઝબકી. પછી બધું ઓલવાઈ ગયું. હવે એ મુલાકાતો કેવળ એક ઔપચારિક મુલાકાત જેવી બનવા લાગી. નહિ નમસ્તે, નહિ હાસ્ય, નહિ તે કોમળ 'બાપુ' શબ્દ ! જિન-વાલજિને એક દિવસ કૉઝેટને પોતાનાથી આખી છૂટી પાડી. હવે તેને કટકે-કટકે છૂટી પાડવા મથતો હતો. હવે ફક્ત મુલાકાતનો આ ટૂંકો વખત એ જ એકમાત્ર તેના જીવનની સુખી ક્ષણ હતી. તે તેના પડખે બેસતો, કૉઝેટનું બાળપણ તેને સંભારી આપતો, મઠના વસવાટ દરમિયાનની વાતો કરતો, તેમાં કેવળ વાર્તાનો – પ્રસંગનો જ રસ હતો, હૃદયનો રસ ન રેડાય તેની કાળજી રાખતો હતો.

એક દિવસ જિન-વાલજિન વહેલો મુલાકાતે આવ્યો. કૉઝેટ ઘેર નહોતી. નોકરે કહ્યું : "બંને જણાં ક્યાંક ફરવા ગયાં છે." જિન-વાલજિન વાટ જોતો બેઠો. કલાક ચાલ્યો ગયો. કૉઝેટ ન આવી, તે ઊઠીને ચાલતો થયો.

બીજે દિવસે એ જ વખતે જિન-વાલજિન આવ્યો નોકરે કહ્યું : "આજે પણ બંને જણ ફરવા ગયાં છે."

જિન-વાલજિન થોડી વાર બેઠો. થોડી વારે બન્ને જણને ફાટકમાંથી દાખલ થતાં તેણે જોયાં. કૉઝેટ પાસે આવી. તેણે ગઈ કાલે ન મળ્યાં તે વાતનો ઉલ્લેખ પણ ન કર્યો. તેણે તો હરખમાં ને હરખમાં આજે ફરવાની કેવી મજા આવી તેની જ વાત શરૂ કરી. આજે તે મેરિયસ સાથે જિન-વાલજિન અને કૉઝેટ પહેલાં જે બગીચાવાળા ઘરમાં રહેતાં હતાં તે બાજુ ફરવા ગયેલાં. ત્યાં જઈને કૉઝેટ અને મેરિયસની ગુપ્ત મુલાકાતોનાં સ્મરણો તેમણે તાજાં કર્યાં. અને તે તાજાં સ્મરણોનું ઘેન એટલું બધું ચઢ્યું હતું કે જિન-વાલજિન પાસે પણ તેની જ વાત કરવા લાગી.

"તમે ત્યાં શેમાં બેસીને ગયેલાં !" જિન-વાલજિને પુછ્યું.

"પગે ચાલીને."

"આવ્યાં કઈ રીતે ?"

"ચાલીને જ.

જિન-વાલજિન છેલ્લા થોડા દિવસોથી જોતો હતો કે મેરિયસ તથા કૉઝેટ પોતાના રોજના વ્યવહારમાં કરકસર કરવા લાગ્યાં હતાં.

"તમે એક ગાડી કેમ રાખી લેતાં નથી ? મહિને બહુબહુ તો પાંચસો રૂપિયાનો ખર્ચ થશે. તમારો એટલો ખર્ચ તો કંઈ ન ગણાય. તેં એક નોકરને પણ રજા આપી છે. તારે પોતાને માટે એક દાસી રાખવી જોઈએ. એકાદ ઘરની ગાડી જોઈએ. પૈસો છે તો તેનો ઉપયોગ કેમ ન કરવો ? તો પછી પૈસા હોવાનો અર્થ શું ?"

કૉઝેટે જવાબ ન આપ્યો.

જિન-વાલજિન દિવસે-દિવસે પોતાનો મળવાનો વખત વધારતો જતો હતો. તે વાતોમાં મેરિયસનાં ગુણગાન કરતાં ધરાતો જ નહિ. કૉઝેટ આ સાંભળતાં થાકતી જ નહિ, પણ તેમાં સુધારો-વધારો કરવા તે હંમેશા તૈયાર જ હતી. આમાં વખત કેટલો જતો તેની કૉઝેટને ખબર ન રહેતી, અને કોઈ કોઈ વાર તો મેરિયસ કૉઝેટને જમવાનું મોડું થાય છે તેની યાદ આપવા નોકર મોકલતો.

એક દિવસ તે રોજ કરતાં વધારે રોકાયો. બીજે દિવસે તેણે જોયું કે આજે ઓરડીમાં સગડીમાં દેવતા ન હતો. તેણે મનને મનાવ્યું : હવે તો ઉનાળો પાસે આવતો જાય છે. હવે સગડી સળગાવવાની શી જરૂર ?

"લે અહીં તો કેટલી ઠંડી લાગે છે ?" કૉઝેટે અંદર આવતાંવેંત કહ્યું.

"ના રે, ના."

"તમે નોકરને સગડી સળગાવવાની ના પાડી ?"

"હા, હવે હમણાં તો મે મહિનો આવશે."

"પણ અમે તો જૂન સુધી સગડી સળગતી જ રાખીએ છીએ. આવી ઓરડીમાં તો બારે મહિના તાપણી રાખવી પડે એવું છે."

"મને લાગ્યું કે અહીં સગડીની કાંઈ જરૂર નથી."

"એ તમારી ધૂન છે."

બીજે દિવસે ત્યાં સગડી પેટાવેલી હતી, પણ બન્ને ખુરશીઓ ખસેડીને બારણાની સાવ અડોઅડ મૂકવામાં આવી હતી. "આમ કેમ હશે ?" જિન-વાલજિને વિચાર્યું. તેણે ફરીથી બંને ખુરશીઓ તેની રોજની જગ્યાએ મૂકી. સગડીમાંનો દેવતા જોઈને તેના શરીરમાં અને દિલમાં પણ એક પ્રકારની હૂંફનો અનુભવ થયો, અને તે દિવસે તેણે વાતોનો વખત ખૂબ લંબાવ્યો.

"કાલે મેરિયસે એક ભારે ગમ્મતની વાત કરી."

"શું ?"

"મને કહે : કૉઝેટ, ધાર કે આપણી પાસે મારા દાદાના વર્ષાસનના મળતા ત્રણ હજાર રૂપિયા ન હોય તો એટલાથી આપણે ઘર ચલાવીએ ખરાં કે નહિ ?" મેં

કહ્યું : "વાહ ! શું કામ નહિ ? એક તમે હો એટલે પછી મને બીજી કાંઈ પરવા નથી, પણ તમે આમ કેમ પૂછો છો ?" ત્યારે એ કહે : 'એ તો અમસ્તો જાણવા ખાતર.'

જિન-વાલજિનને આના જવાબમાં કાંઈ કહેવાનું હતું નહિ. કૉઝેટને હતું કે જિન-વાલજિન આનો કાંઈક ખુલાસો બતાવશે, પણ તેણે મૌનપણે આ સાંભળ્યા કર્યું. તે મૂંગો પોતાને ઘેર જવા નીકળ્યો. તેના ઘરના પડખેના ઘરનો દાદરો ચડતી વખતે તેને ખ્યાલ આવ્યો કે તે કોઈ બીજા ઘરમાં આવી ચડ્યો છે. તરત જ ભૂલ સુધારીને તે પોતાના ઘરમાં ગયો. તેના મનમાં વિચારોની પરંપરા ચાલી. મેરિયસે આમ શા માટે પૂછ્યું હશે ? શું તેને પોતાની સોંપેલી રકમ વાપરવી નથી ? તેણે તે રકમ ચોરીનો કે લૂંટનો માલ માન્યો હશે ? આવું પાપીષ્ટ ધન વાપરવા કરતાં ગરીબ હોવું તેણે પસંદ કર્યું હશે ? મુલાકાત વખતે એક દિવસ સગડી ઠારી નાખવામાં આવી, બીજે દિવસે ખુરશી બારણા પાસે મૂકવામાં આવી, તેની પાછળનો અર્થ તેને સમજાવા લાગ્યો. જિન-વાલજિને હવે કૉઝેટને મળવા ન આવવાનું સૂચન તેમાં સમાયેલું હતું. તે મેરિયસનું સૂચન છે એમ તેને ખાતરી થઈ.

બીજે દિવસે તે ઓરડામાં ગયો તયારે ત્યાંથી બંને ખુરશી ઊપડી ગઈ હતી. જિન-વાલજિન આ જોઈને ઘડીભર થંભી ગયો, પણ પછી તરત જ સ્વસ્થ થઈ ગયો. ત્યાં કૉઝેટે પ્રવેશ કર્યો.

"લે ! ખુરશીઓ ક્યાં ગઈ ?"

"હવે નથી."

"આ તો બહુ ભારે કહેવાય !"

"મેં નોકરને તે લઈ જવાનું કહ્યું હતું."

"શું કામ ?"

"મારે થોડીક જ મિનિટ રોકાવું છે એટલે."

"થોડી કે વધારે મિનિટ, પણ એમાં ખુરશી લઈ જવાનું શું કારણ ?"

"મને એમ છે કે ઉપર દીવાનખાનામાં તેની જરૂર હતી."

"શું કામ ?"

"કોઈક મહેમાન આવવાના હશે."

"ના રે ના, કોઈ આવવાનું નથી."

જિન-વાલજિન મૂંગો રહ્યો.

"ખુરશીય લેવરાવી લીધી, તે દી વળી સગડીય કાઢી નાખવાની વાત કહી, તમેય ખરા છો તે !"

''જાઉં છું.'' જિન-વાલજિન ''કૉઝેટ'' પણ ન બોલી શક્યો તેમ ''બહેન'' પણ ન બોલી શક્યો.

તેને મેરિયસના વલણની ખાતરી થતાં ખૂબ જ આઘાત થયો. તે ઘેર ગયો. બીજે દિવસે તે ન આવ્યો. કૉઝેટને તે વાતનો ખ્યાલ પણ તે દિવસે ન આવ્યો. પછીને દિવસે તેને આ વાત સાંભરી, પણ મેરિયસ સાથેની વાતમાં તરત જ તે ભૂલી ગઈ, ને તે પછી તેને બીજે દિવસ સવાર સુધી તે વાત ન સાંભરી. સવારે તેને જિન-વાલજિન સાંભર્યો. તેણે તરત જ નોકરને ખબર કાઢવા મોકલ્યો. નોકરે આવીને ખબર આપ્યા કે તેમની તબિયત સારી છે, પણ હમણાં ખૂબ કામમાં છે. એમને ક્યાંક બહારગામ કામે જવાનું છે. ત્યાંથી આવશે એટલે તરત જ મળવા આવશે. કૉઝેટને ખબર હતી કે તેના બાપુને અવારનવાર ક્યાંક કામે બહારગામ જવું પડે છે. કૉઝેટને સમાધાન થયું.

૪૩. બારણે ટકોરા

1833ના ઉનાળાની શરૂઆતના અને વસંતઋતુના આખરના દિવસોમાં પારીસના મેરેઇસ પરાના મુખ્ય રસ્તા ઉપરના દુકાનદારો અને છૂટાછવાયા ફરતા રાહદારીઓને એક વૃદ્ધ માણસ રોજ સાંજે ફરવા નીકળતો દેખાતો. તેણે ખૂબ જ સુઘડ કાળો પોશાક પહેર્યો હતો. તે રોજ સાંજના ચોક્કસ વખતે જ નીકળતો. તે એક પછી એક લત્તા વટાવતો ખૂબ જ આગળ નીકળી જતો. મેરિયસ રહેતો હતો તે શેરીના નાકા આગળ આવીને તે ઘડીક અટકતો. ત્યાં પહોંચતાંની સાથે જ તેના મુખ પરના ગમગીન ભાવો અદશ્ય થતા ને તેની જગ્યાએ આનંદના ચમકારા દેખાવા લાગતા. તે કેટલીય વાર સુધી એ નાકા પાસે ઊભો રહેતો. થોડાંક ડગલાં આગળ માંડતો, અને તરત જ જાણે કાંઈક સાંભર્યું હોય એમ પાછો વળી જતો, અને પાછો એ જ ગમગીન ભાવ ધારણ કરીને નીચે મોઢે આવ્યો હતો તે જ રસ્તે પાછો ફરતો.

તે રોજ આ રસ્તે આ જ વખતે ફરવા નીકળતો, પણ રોજ દિવસે-દિવસે તેના ફરવા જવાના વિસ્તારની મર્યાદા ઘટતી જતી હતી. પહેલાં તે મેરિયસવાળી ગલી-કેલ્વેર શેરી-ના નાકા સુધી જતો. તે પછી તે નાકા સુધી પહોંચે તે પહેલાં જ તે પાછો ફરી જતો, અને પાછા ફરતાં પહેલાં તે કેલ્વેર ગલી તરફ લાંબી નજર કરીને કાંઈક જોવાનો પ્રયત્ન કરતો, જાણે કે કોઈ ઘડિયાળની ચાવી રોજ ને રોજ ઊતરતી જતી હોય તેમ તેનું ફરવાનું ચક્કર નાનું થતું જતું હતું, પણ ઘેરથી તો તે રોજ સાંજના નિયમિત વખતે જ બહાર નીકળતો અને એ જ રસ્તે ફરવા નીકળતો. ફક્ત તે રોજ ને રોજ વહેલો ને વહેલો પાછો આવવા લાગ્યો. તેની આંખોમાં ધીમેધીમે ગમગીનીને બદલે શુષ્ક ભાવહીનતા આવવા લાગી હતી, આંખોમાં આંસુની લેશમાત્ર ભીનાશ પણ દેખાતી ન હતી. તે વૃદ્ધનું માથું હજી ઊંચું ને ટટ્ટાર રહેતું, પણ તેની દાઢી નીચે ગળા ઉપર હવે કરચલીઓ દેખાવા લાગી હતી. કોઈ વાર આકાશમાં વાદળાં હોય ત્યારે તે બગલમાં છત્રી રાખીને પણ નીકળતો, પણ તે છત્રી કોઈ દિવસ ઉઘાડી હોય એમ કોઈએ જોયું ન હતું. રસ્તા પરનાં મકાનોમાંથી જોઈ રહેતી સ્ત્રીઓ કહેતી : "બિચારો સાવ ભોટ જેવો છે." છોકરાં રમૂજમાં તેની પાછળ-પાછળ ક્યાંય સુધી જતાં.

સુખ એ પણ કેટલી ભયંકર વસ્તુ છે ! આપણને તે કેટલા બધા ઊંડા ખેંચી જાય છે - જાણે કે દુનિયામાં પોતાના સિવાય બીજું કોઈ નથી એવું ભાન આ સુખના ઊંડા કૂવામાં ઊતરી ગયા પછી લાગે છે. મેરિયસને દોષ દેવા કરતાંય આપણે આ અતિસુખની પરિસ્થિતિને જ દોષ દેવો ઘટે. તેને હવે લાગવા માંડ્યું હતું કે જિન-વાલજિનને રોજ પોતાને ત્યાં આવવાની ને કૉઝેટને મળવા માટેની રજા આપી તે જ મોટી ભૂલ હતી. તેણે તે ભૂલ સુધારવા માટે પ્રયત્ન કરવા માંડ્યો, જિન-વાલજિનને આડકતરી રીતે પોતાના મનોભાવ સમજાય તેવાં પગલાં તેણે એક પછી એક લેવા માંડ્યાં. કૉઝેટના મનમાંથી જિન-વાલજિન ક્રમેક્રમે ભુલાતો જાય તે માટે પણ તેણે પ્રયત્ન કર્યો. કૉઝેટના પિતૃપ્રેમની આડે પોતાનો પતિપ્રેમ ઢાલ તરીકે મૂકતો. આ કેવળ ઢાલ જ નહિ, પણ પ્રેમના પ્રકાશનું ગ્રહણ જ હતું. તે જિન-વાલજિન તરફ કઠોર પણ થઈ શકતો ન હતો, તેમ તે આ બાબતમાં નબળાઈ દાખવવા ઇચ્છતો ન હતો. તેને ખાનગી રીતે પોતાના પહેલાં બૅન્કમાં કારકુન તરીકે કામ કરતા એક મિત્ર પાસેથી કેટલીક ભેદભરી માહિતી મળી હતી. આ માહિતીમાં તે બહુ ઊંડો ન ઊતર્યો, કારણ કે તેને લીધે કદાચ જિન-વાલજિન આફતમાં આવી પડે, અને તેણે જિન-વાલજિનને વચન આપ્યું હતું કે તેના જીવનની આ ખાનગી વાત કોઈને તે કહેશે નહિ. પણ તેણે મનમાં નક્કી કર્યું કે જ્યાં સુધી આ રકમનો સાચો માલિક ન મળે ત્યાં સુધી આ રકમમાંથી એક પાઈને પણ અડવું નહિ.

કૉઝેટને તો આ નેપથ્યમાં ચાલતા મહાન ભેદભર્યા નાટકના દોરીસંચારનો કાંઈ ખ્યાલ જ ન હતો. પણ તે બિચારીને એમાં દોષ પણ શો આપવો ? મેરિયસ પર તેણે પોતાનો સમસ્ત પ્રેમ ઠાલવી દીધો હતો. તેને મન મેરિયસ તેનું સર્વસ્વ હતો. મેરિયસની ઇચ્છા તે જ તેની ઇચ્છા બની ગઈ હતી. જિન-વાલજિનની બાબતમાં પણ મેરિયસે પોતાના હૃદયના ભાવો અજાણપણે પણ તેનામાં રોપવા માંડ્યા હતા. મેરિયસે જિન-વાલજિન સંબંધે કાંઈ પણ વાત તેની પાસે કાઢી ન હતી, છતાં કાંઈક મેરિયસના ગુપ્ત મનોભાવોને તે એવી જ અજ્ઞાત રીતે પામી ગઈ હતી, પણ એનો અર્થ એમ નથી કે કૉઝેટના હૃદયમાંથી તેના પિતા પ્રત્યેનો પ્રેમ ઓસરી ગયો હતો. તે સાવ ભોળી હતી, ભુલકણી ન હતી. તેના પતિના તરફના પ્રેમનું નમી ગયેલું ત્રાજવું તેના પિતા પ્રત્યેના પ્રેમની ખોટ પૂરી પાડી દેતું હતું. પ્રેમથી ભરપૂર તેના હૈયાને તેથી સંતોષ હતો. કોઈકોઈ વાર કૉઝેટ મેરિયસ પાસે પોતાના પિતાની વાત કાઢતી.

“હમણાં કેમ દેખાતા જ નથી ? મને એમ છે કે ક્યાંક લાંબી મુસાફરીએ ઊપડી ગયા છે. આમ ઘણી વાર તેમને ઊપડી જવાની ધૂન ચડે છે” બે-ત્રણ વાર તેણે ઘેર તપાસ કરવા માટે માણસ મોકલ્યો. બધી વાર તેને જવાબ મળ્યો

કે હજી બહારગામથી આવ્યા નથી. કૉઝેટને આ જવાબ પૂરતો હતો. મેરિયસ તેને વારંવાર ફરવા માટે લઈ જતો. એક વાર તો તેના પિતાની કબરવાળી જગ્યાએ તેને બે-ત્રણ દિવસ માટે પ્રવાસે લઈ ગયો, તેના પિતાનાં પરાક્રમોની વાત તેને કહી. કૉઝેટને મેરિયસના પિતા દેવ જેવા લાગ્યા. બાળકો આ રીતે માબાપને ભૂલી જાય છે, તેમાં તેમનામાં કૃતઘ્નતા છે એમ બધી વાર માનવું એ ખોટું છે.

એક વાર જિન-વાલજિન સાંજને વખતે ફરવા નીકળવા માટે પોતાના ઓરડામાંથી દાદર પર થઈને નીચે ઊતર્યો. શેરીમાં બે-ત્રણ ડગલાં માંડ ભર્યાં હશે ત્યાં બાજુમાં પડેલી શિલા પર એકાએક બેસી ગયો. આ જ શિલા પર તે જૂનની પાંચમીએ બેઠો હતો, અને પેલો રેઢિયાળ છોકરો ગાવરોશ તેને મેરિયસની કૉઝેટને આપવાની ચિઠ્ઠી આપી ગયો હતો. ત્યાં તે થોડી મિનિટ બેઠો. અને પાછો ઘરમાં ઉપર ચાલ્યો ગયો. બસ ! ઘડિયાળના લોલકનો આ છેલ્લો જ ઝૂલો હતો. તે પછી ઘડિયાળ બંધ પડી ગઈ. તે પછીથી જિન-વાલજિન રસ્તા ઉપર કે શેરીમાં દેખાતો બંધ થઈ ગઈ. તે ઘરની બહાર, પોતાના ઓરડાની બહાર પણ ભાગ્યે જ દેખાતો. નોકર ડોશીએ જોયું કે તે પથારીમાંથી પણ ભાગ્યે જ ઊઠતો હતો. એક દિવસ તે જિન-વાલજિનના ઓરડામાં આવી. માટીના જે વાસણમાં તે જે ભાણું મૂકી જતી તે ભાણું હજી એમ ને એમ જ પડ્યું હતું. જિન-વાલજિને તેમાંથી કાંઈ ખાધું ન હતું.

"આ શું ? કાલનું કાંઈ ખાધું જ નથી, ભાઈ ?"

"ખાધું છે."

"આ થાળીમાં તો એમ ને એમ પડ્યું છે."

"પણ આ પાણીનો લોટો જો ને ?"

"એટલે... પાણી પીધું છે, પણ પાણી પીધું હોય એટલે કાંઈ ખાધું જ હોય એમ કહેવાય ?"

"પણ મને પાણીની જ ભૂખ લાગી હોય તો ?" જિન-વાલજિન ફિક્કું હસ્યો.

"પાણીની ભૂખ ન કહેવાય, તરસ કહેવાય, કેટલું પાણી પીએ ને ખાય ત્યારે જાણવું કે તાવ હશે."

"કાલે હું ખાઈશ."

"કે પછી પરમ દિવસે, પહેલે દહાડે ?" ડોશી જરાક ગરમ થઈ ગયાં, "મેં કાલ કેવું બટેટાં ને કોબીનું શાક તૈયાર કર્યું હતું !"

"કાલે હું ચોક્કસ ખાઈશ, બસ !"

"તમે આમ કહો છો તે મને જરાય નથી ગમતું." ડોશીમાએ આખરી શબ્દો સંભળાવી દીધા.

જિન-વાલજિનને આ ભોળી, શહેરના વાતાવરણથી અલિપ્ત એવી ડોશી સિવાય શહેરમાં બીજા કોઈ સાથે સંબંધ ન હતો, એક તો તે રહેતો હતો તે લત્તો જ ઉજ્જડ જેવો હતો, તેમાં આ એકાંત ખૂણે આવેલા ઘરમાં ભાગ્યે જ કોઈ માણસને આવવાનું મન થાય તેવું હતું.

આ પ્રમાણે અઠવાડિયું પસાર થઈ ગયું. જિન-વાલજિન હજી પથારીમાં જ પડ્યો રહેતો. ડોશીએ તેનાથી પણ વૃદ્ધ એવા તેના પતિને એક દિવસ કહ્યું : "આ ઉપરવાળા શેઠ કાંઈ ખાતા નથી, પીતા નથી. મને એમ છે કે હવે એ લાંબું નહિ કાઢે. તેને તેની છોકરી સાસરે ગયાનો આઘાત લાગ્યો છે. નહિ તો આમ ન હોય."

"જો પૈસા હોય તો પછી ડૉક્ટરને શું કામ નથી બોલાવતા ? પણ પાસે પૈસા ન હોય તો પછી શો ઉપાય ? દવાદારૂ વગર કાંઈ જિવાય ?" વૃદ્ધે પોતાનો અભિપ્રાય આપ્યો.

ડોશી આંગણામાં ઊગેલ ઘાસને દાતરડીથી વાઢતાં-વાઢતાં બોલી : "બિચારો ! કેવો પવિત્ર માણસ છે ! આમ દિલમાં મેલનો છાંટોય નથી."

ડોશી પોતે બીજે દિવસે તે લત્તાને નાકે રહેતા એક ડૉક્ટરને તેડી આવી.

ડૉક્ટરે જિન-વાલજિનને તપાસ્યો ને પછી નીચે ઊતર્યો.

"કેમ લાગે છે ?" ડોશીએ પૂછ્યું,

"મંદવાડ વધારે પડતો છે." ડૉક્ટરે કહ્યું.

"શું વ્યાધિ છે ?"

"વ્યાધિમાં કાંઈ નહિ ને બધુંય એવું છે. આમ લાગે છે કે તેને પોતાનું કોઈ વહાલામાં વહાલું મરી ગયું છે તેનો આઘાત છે. આ વ્યાધિમાંથી માણસો મરી જાય છે."

"શેઠે તમને શું કહ્યું ?"

"શેઠે તો કહ્યું કે તેમને કાંઈ નથી."

"તમે ફરી પાછા આવશો ?"

"જરૂર, પણ કોઈક વધારે જાણકાર સાથે આવે તો સારું."

એક દિવસ જિન-વાલજિનને પથારીમાંથી કોણીનો ટેકો દઈને બેઠા થવામાં પણ ખૂબ વેદના થવા લાગી. તેણે પોતાના જ હાથે પોતાની નાડી તપાસી. નાડીના ધબકારા પકડાતા ન હતા. તેના શ્વાસોચ્છ્‌વાસ પણ ખૂબ જ ટૂંકા અને ઝડપી બનવા લાગ્યા હતા, અને કોઈ વાર એકાએક શ્વાસ અટકી જતો હતો. આમ છતાં તેનામાં જેટલી તાકાત હતી તેટલી ભેગી કરીને તે બેઠો થયો અને ખાટલાને પડખે જ ટાંગેલાં કપડાં લઈને તે પહેર્યાં. આ કપડાં પહેરતાં તે કેટલીય વાર વચ્ચે થાકીને

અટકી જતો. કપાળ ઉપર પરસેવાનાં ટીપાં જામી જતાં હતાં. તેણે કબાટ ઉઘાડ્યો, તેમાંથી કૉઝેટનાં જૂનાં કપડાં બહાર કાઢ્યાં અને તેને પથારીમાં પાથર્યાં, ભીંત પરની બે ઘોડીઓ પર મૂકેલી પેલા પાદરીની રૂપાની બંને દીવીઓ એમ ને એમ પડી હતી. તેણે ખાનામાંથી બે મીણબત્તીઓ કાઢી ને દિવસનું અજવાળું હોવા છતાં તેને સળગાવીને દીવીઓમાં મૂકી. માણસની મૃત્યુની ક્ષણે દિવસે પણ આ રીતે મરણશય્યા પાસે દીવો પ્રગટાવવામાં આવે છે. આટલું કામ કરતાં-કરતાં તો તે કેટલીય વાર વચ્ચે થાકીને બેસી જતો, પણ શરીરમાં રહેલા ચેતનનું ટીપેટીપું નિચોવીને એ આ બધું કરી રહ્યો હતો.

જ્યારે વચ્ચે થાકીને તે એક મોટી ખુરશી પર બેસી પડ્યો ત્યારે તેની નજર સામેના મોટા કાચ પર પડી. આ જ કાચમાંથી તેણે કૉઝેટનો લખેલ અને શાહીચૂસ કાગળ પર ઊલટો પડેલો પત્ર કાચમાંથી સવળો વાંચ્યો હતો. તેણે કાચમાં દેખાતો ચહેરો તેનો પોતાનો છે કે કોઈ બીજાનો એનો તેને વહેમ પડ્યો. તે પોતાનો ચહેરો ઓળખી ન શક્યો. હજી તો વરસ પહેલાં માંડ પચાસ વરસની ઉંમરનો દેખાતો જિન-વાલજિન અત્યારે મોતના ઉંબરે ઊભો હોય તેવો દેખાતો હતો. હજી તેના કપાળમાં કરચલીઓ દેખાતી નહોતી, પણ તે કપાળમાં જાણે કે મૃત્યુની દેવીએ સ્વાગત માટે અદશ્ય તિલક કર્યું હોય એમ લાગતું હતું.

રાત થવા આવી. તેણે ખુરશી પાસે ટેબલને ખસેડ્યું. ટેબલમાંથી કલમ, ખડિયો ને કાગળ કાઢ્યાં. આટલું કરતાં તો તે પરિશ્રમથી બેભાન જેવો થઈ ગયો. જ્યારે તે ભાનમાં આવ્યો ત્યારે તેને ખૂબ તરસ લાગી હતી. પાણીનો લોટો ઊંચકી શકે તેટલી તેનામાં તાકાત નહોતી. તેણે વાંકા વળીને લોટા પાસે માથું લઈ જઈને લોટો નમાવીને પાણી પીધું. તેણે પોતાની પથારી તરફ જોયું – કૉઝેટનાં બાળપણનાં વસ્ત્રો ત્યાં પડ્યાં હતાં. તે કેટલીય વાર સુધી એમ ને એમ બેસી રહ્યો. એકાએક તે સાવધ થયો. તેણે ટેબલ પર એક કોણી ટેકવીને બીજે હાથે કલમ ઉપાડી. કેટલાય વખતથી વપરાયા વગર પડેલા ખડિયામાં શાહી સુકાઈ ગઈ હતી. કલમની ટાંક પણ શાહી જામી જવાથી કડક બની ગઈ હતી. તેણે થોડાં ટીપાં પાણી ખડિયામાં નાખ્યું, કપાળે વળેલો પરસેવો લૂછ્યો, અને ધ્રૂજતે હાથે લખવા માંડ્યું :

"કૉઝેટ, મારા તને આશીર્વાદ છે. હું તને એ સમજાવવા માગું છું કે તારા પતિએ મને તારી પાસેથી ખસી જવા માટે જે આડકતરું સૂચન કર્યુ તે વાજબી હતું, પણ તેની પાછળનાં કારણો સમજવામાં તેની ભૂલ હતી. નિર્ણય તદ્દન સાચો હતો. તે માણસ ખાનદાન ને ઉમદા છે. મારા ગયા પછી તેના પર ખૂબ પ્રેમ રાખજે. મેરિયસ પોન્ટમર્સી, મારી બાળકીને ખૂબ હેતથી સાચવજો. કૉઝેટ, આ કાગળ તારા વાંચવામાં આવશે. મને અત્યારે પૂરેપૂરું યાદ આવશે કે કેમ તે મને

ખબર નથી. કદાચ કાંઈક આંકડામાં ફેર પડી જાય, પણ તને આટલું ખૂબ કામ આવશે : રંગ માટેના સફેદ પથ્થરો કેટલાક નોર્વેથી આવે છે., કેટલાક ઈંગ્લેન્ડથી આવે છે અને બનાવટી કાચ ફ્રાંસમાં પણ બનાવી શકાય. એ બનાવવાનાં સાધનોમાં એક બે સે.મી. લાંબી-પહોળી એવી નાનકડી એરણ અને લાખ ઓગાળવા માટે સ્પિરિટનો દીવો. સામાન્ય રીતે રાળ અને દીવાની મેશની લાખ બનાવાય છે, પણ મેં એથી પણ સસ્તી લાખ શોધી કાઢી છે. ટર્પેન્ટાઈન અને છીપલીમાંથી લાખ જેવી ચીજ તૈયાર થઈ શકે છે. અને તે સસ્તી પડે છે. અને વળી કામ વધારે સારું આપે છે, એક લોઢાના પાતળા વાળા પર વાદળી રંગનો કાચ આ લાખથી ચોંટાડી દઈએ એટલે સુંદર બંગડીઓ ને એવી બધી ચીજો તૈયાર થાય. ગિલેટવાળાં આવાં ઘરેણાં તૈયાર કરવાં હોય તો કાળો કાચ વાપરવો. સ્પેનમાં આવાં ઘરેણાં ખૂબ ખપે છે. એ દેશને –"

અહીં તે લખતાં-લખતાં અટકી પડ્યો. કલમ તેના હાથમાંથી પડી ગઈ, અને હાથમાં માથું સંતાડી ધ્રુસકે-ધ્રુસકે રડી પડ્યો.

"પ્રભુ !" તે બોલી ઊઠ્યો. "બસ ! ખલાસ ! હવે તેને હું નહિ ભાળું. મારા જીવનનું એકમાત્ર પ્રકાશનું તે કિરણ હતું. આજે હું એકલો અંધારામાં ભળી રહ્યો છું. ફક્ત એક વાર તેને જોઉં, તેનો કોમળ સ્પર્શ અનુભવું, તેનો મધુર અવાજ સાંભળું અને પછી મરું તો કેવું સારું ! મૃત્યુ તો મારે મન કંઈ નથી. ફક્ત તેને જોયા વગર મરું છું એ જ હૃદયને ચીરી નાખે છે. તે એક વાર મારી સામે જોઈને હસે, એક શબ્દ તેના મુખમાંથી સાંભળું તો ? એમાં કોને નુકસાન થઈ જવાનું છે ? ના, પણ હવે બધું ખલાસ ! હવે તેને નહિ મળાય. "

આ જ ક્ષણે બારણા પર ટકોરા થયા.

૪૪. પરમ ભેદ

જે દિવસે અને જે વખતે – એટલે કે સાંજે જિન-વાલજિન પોતાના ઓરડાની પથારીમાં પડ્યો-પડ્યો હૃદયમાં ભયંકર વલોપાતની વેદનામાં તરફડી રહ્યો હતો. તે જ દિવસે અને તે જ વખતે મેરિયસ પોતાના અભ્યાસખંડમાં વકીલાત અંગેના થોડાક કામ માટે દાખલ થયો હતો. ત્યાં તેને નોકરે હાથમાં એક ચિઠ્ઠી આપી અને કહ્યું : "આ ચિઠ્ઠી લાવનાર માણસ બહાર ઊભો છે." કૉઝેટ તે વખતે તેના સસરાની સાથે બગીચામાં ટહેલી રહી હતી. એ ગંદા ચોળાઈ ગયેલા અને ઢંગધડા વગરના કાગળ ઉપર શ્રીયુત બેરન પોન્ટમર્સી લખ્યું હતું. મેરિયસને આ અક્ષરો કાંઈક પરિચિત જેવા લાગ્યા. તેણે આતુરતાથી કાગળ ખોલ્યો. તેમાં લખ્યું હતું :

"શ્રીયુત બેરન,

દેવની ગતિ ન્યારી છે. આજે મારા જ નામનો એક માણસ બેરન થેનાર્ડ નામનો છે. તે બેરન છે, હું નથી. તે મોટો વૈજ્ઞાનિક છે, હું સામાન્ય માણસ છું. તોપણ મારામાં જે કાંઈ છે, તેનાથી હું આપ નામદારને કાંઈક ઉપયોગી થઈ પડું એવી આશાથી આ ચિઠ્ઠી લખીને આપના બોલાવવાની રાહ જોતો આપને બારણે ઊભો છું. મારી પાસે એક માણસના જીવન વિશેની ખાનગીમાં ખાનગી માહિતી છે. તે માણસ આપના કુટુંબ સાથે જોડાયેલો છે તે જાણ્યા પછી મને એટલો બધો આઘાત થયો છે કે તેને કોઈ પણ રીતે આપના કુટુંબના સંબંધમાંથી ફેંકી દેવો, એ જ મારા મનનો એકમાત્ર મનોરથ છે. આપનાં પત્ની જેવાં ખાનદાન કુળનાં દીકરી સાથે તેનું નામ જોડાયેલું રહે તે મોટો સામાજિક અન્યાય છે. પવિત્રતાના મંદિરમાં પાપીનો પ્રવેશ કેમ હોઈ શકે ?

આપનો
થેનાર્ડ."

મેરિયસ આ પત્રના અક્ષરો, તેની લખવાની શૈલી અને સહીથી સમજી ગયો કે આ લખનાર માણસ બીજું કોઈ નથી, પણ થેનાર્ડિયર જ છે. તે જ માણસને તે ઘણા વખતથી શોધી રહ્યો હતો. તે આમ ઓચિંતો સામે આવીને જ મળી ગયો તેથી તેને આનંદ અને આશ્ચર્ય પણ થયાં.

મેરિયસે પોતાના ટેબલનું ખાનું ઉઘાડી રૂપિયાની નોટોનો એક થોકડો બહાર કાઢ્યો, ખિસ્સામાં મૂક્યો ને નોકરને કહ્યું : ''તેને અંદર બોલાવ.''

થેનાર્ડે પ્રવેશ કર્યો. મેરિયસ આ માણસને જોઈને ઘડીભર સ્તબ્ધ થઈ ગયો. આ તો જાણે કોઈ બીજો જ માણસ હતો. અથવા તો એ માણસ હતો કે કેમ તે વિશે જ તેને ઘડીક તો શંકા થઈ. ભૂત-પ્રેતમાં જો મેરિયસ માનતો હોત તો નક્કી આ કોઈ યોનિનું સત્ત્વ છે, એમ તેને લાગત. તેના ભૂખરા વાળ, લાંબું નાક, લીલાં ચશ્માં, કપાળને અરધું ઢાંકી દેતા તેના અસ્તવ્યસ્ત વાળ, તેનો માથાથી તે પગ સુધીનો લાંબો કાળો કોટ, આ બધું તેના સ્વરૂપને માણસ કરતાં કોઈ બીજું જ પ્રાણી માનવા પ્રેરી રહ્યું હતું. મેરિયસને થયું કે તેણે જે માણસ ધાર્યો હતો તે આ ન હોય. તેને આ માણસ તરફ ઘૃણા ઉત્પન્ન થઈ. નીચા નમી-નમીને સલામ ભરતા આ માણસને તેણે કડકાઈથી પૂછ્યું : ''શું કામ છે ?''

''નામદાર, આપને મેં અનેક સભાઓમાં તથા મેળાવડામાં જોયેલા છે. તે દિવસે પેલા રાજદ્વારી એલચીઓના માનમાં મોટો સમારંભ થયેલો તેમાં આપ હતા ખરું ?''

''હું કોઈ દિવસ એવા કોઈ મેળાવડામાં ગયો જ નથી, અને જતો પણ નથી.'' મેરિયસે ઉગ્રતાથી કહ્યું.

''તો ક્યાંક બીજે – પેલા પ્રખ્યાત-શેટ્રયુબ્રિયાંને ત્યાં આપણે મળ્યા હોઈશું. તે વેપારી મારો ભાઈબંધ છે, અમે ઘણી વાર ચા પીવા ભેગા થઈએ છીએ.''

મેરિયસની આંખોનાં ભવાં સંકોચાયાં, ''એવા કોઈ વેપારીને ત્યાં હું ગયો નથી. તારે કહેવાનું શું છે, એ કહે ને, મારું શું કામ છે ?''

તે માણસ નમ્રતા બતાવવા હજી વધારે ઝૂકીને નમન કરીને બોલ્યો :

''કૃપા કરીને સાંભળો. પનામાના પ્રદેશમાં લા-જોવા નામનું એક નાનકડું ગામડું છે. એ ગામમાં એક જ ઘર છે. તે ઘર ચોરસ ઘાટનું અને ત્રણ માપની ઈંટના ચણતરનું છે. મકાન ચારે બાજુ બસો મીટરની લંબાઈનું છે. આ મકાન એક મહાન કિલ્લા જેવું છે. તેમાં દારૂગોળો છે. ખાધાખોરાકીની ચીજો ભરેલી છે. તેને બારીઓ નથી. બારણાં નથી; સીડી ઉપરથી જ એક માળ પરથી બીજે માળ ચડાય એવું છે. ભીંતોમાં ફક્ત નાનાં નાનાં બાકોરાં જ મૂકેલાં છે, આ મકાનમાં બધાં મળીને 800 માણસો રહે છે. રાતે આ કિલ્લો કહો કે ગામ કહો – તેની આસપાસ ભયંકર જંગલી લોકો રહે છે. તોપણ લોકોને તે પ્રદેશમાં જવાનું આકર્ષણ રહ્યા કરે છે. કારણ ખબર છે ? કારણ એ કે ત્યાં પુષ્કળ સોનું પાકે છે.''

''પણ તારે કહેવું છે શું તે કહે ને ?'' મેરિયસ આ માણસથી કંટાળ્યો હતો.

'બેરન ! હું જૂનો રાજદ્વારી એલચી છું. હવે હું આ સુધરેલા દેશોમાં રહીને

કંટાળ્યો છું. હવે મારે મારી શક્તિ જંગલી લોકોની વચ્ચે ઉપયોગમાં લેવી છે."

"હં. પછી ?"

"અહંકાર એ મનુષ્યસ્વભાવ છે, અને સ્વાર્થ પણ તેવી જ રીતે પ્રાણીમાત્રમાં પડેલો છે. એક મજૂર સાંજ પડે કે તરત જ કામ પડતું મૂકીને ઘર તરફ ઊપડી જાય છે, પણ ખેડૂતની સ્ત્રી થાકી ગઈ હોય તોપણ પોતાના ખેતરમાં અંધારું થાય ત્યાં સુધી કામ કર્યા કરે છે. ગરીબનાં કૂતરાં પૈસાદારને ભસે છે, અને પૈસાદારનાં કૂતરાં ગરીબની પાછળ દોડે છે. સ્વાર્થ એ જ મનુષ્યના જીવનનું લક્ષ્ય છે. સોનું એ જ ખરું લોહચુંબક છે."

"પછી ? હવે જલદી પતાવ."

"મારે એ પનામા પ્રદેશના ગામમાં વસવાટ કરવો છે. મારી પત્ની, મારી પુત્રી અને હું, એમ ત્રણ જણ અમે છીએ. ત્યાંની મુસાફરી ખૂબ લાંબી અને ખર્ચાળ છે અને મારી પાસે કાંઈ પૈસા નથી."

"તે તેમાં મને શું ?"

થેનાર્ડે પોતાની ડોક ગીધની જેમ હલાવીને હસતાં-હસતાં કહ્યું :

"આપે મારો કાગળ ન વાંચ્યો ?"

"જરા સ્પષ્ટતાથી વાત કર, ગોળગોળ નહિ."

"ભલે, શ્રીમાન ! સ્પષ્ટતાથી કહું : મારી પાસે એક ખૂબ જ ખાનગી વાત વેચવાની છે."

"એ વાત મારે લગતી છે ?"

"સહેજ એવું છે."

"શું છે ?"

"હમણાં તો હું કાંઈ પણ પૈસા લીધા વિના એ વાત કહી દઉં. તમારા ઘરમાં એક લૂંટારુ અને ખૂની સંતાયેલો છે."

મેરિયસ ચોંકી ગયો.

"મારા ઘરમાં ? હોય જ નહિ."

આ જવાબ તરફ જરાય ધ્યાન ન આપતાં તે માણસે ચાલુ રાખ્યું. એક લૂંટારુ અને ખૂની. આ કોઈ ભૂતકાળની બની ગયેલી વાતનો ઇતિહાસ આપને નથી કહેતો. આ તો તાજેતરની હકીકતોના મજબૂત પુરાવા પરની રચાયેલી વાત છે.

"આ માણસ આપના ઘરમાં ઊંડે સુધી પહોંચી ગયો છે. તેણે ખોટું નામ ધારણ કરેલું છે. તેનું સાચું નામ પણ આપને જણાવવાનો છું, અને તે પણ કાંઈ પણ રકમ લીધા વગર."

"હં."

"તેનું નામ જિન-વાલજિન છે."

"મને ખબર છે."

"વળી, એક પણ પૈસો લીધા વગર તમને કહું કે તે કોણ છે ?"

"કહે."

"તે એક જૂનો-જાણીતો ભાગી છૂટેલો કેદી છે."

"મને ખબર છે."

"મેં કહ્યું એટલે આપને ખબર પડી ને ?"

"ના. તે અગાઉ મને ખબર છે."

મેરિયસના આ ઠંડા શબ્દોએ આ માણસના મનમાં છાનો ક્રોધ ઉત્પન્ન કર્યો. તેની આંખમાં એ ગુસ્સો પ્રગટ થાય ન થાય ત્યાં તો ઓલવાઈ ગયો. આ ગુસ્સાભરી આંખો સામે મેરિયસે જોયું ત્યારે તેને તરત જ તેની જૂની ઓરડીની પડખેની ઓરડીના થેનાર્ડિયરનું સ્મરણ થયું. આંખનો આ વિશિષ્ટ પ્રકારનો ભાવ અમુક જ વ્યક્તિઓના વ્યક્તિત્વમાંથી નીકળતો હોય છે. તેણે તરત જ તેનું હાસ્ય ફરકાવીને આગળ ચલાવ્યું : 'આપ કહો છો એટલે તેની સામે મારે કાંઈ કહેવાનું નથી, પણ તેમ છતાં આપ જોશો કે મારી પાસે આ બાબતમાં પૂરતી માહિતીઓ છે. હવે મારે જે ખાસ કહેવાનું છે તે કેવળ હું જ જાણું છું. અને તે વાતને આપનાં પત્ની સાથે સીધો સંબંધ છે. અને એ ભેદ ઘણો જ કીમતી છે, અને તેની કિંમત મને મળવી જોઈએ. તેની કિંમત પણ આપને જણાવી દઉં. બહુ નથી, ફક્ત 20,000 રૂપિયા.'

"તે ભેદની પણ મને ખબર જ છે." મેરિયસે કહ્યું.

"આપને જો આ કિંમત વધારે લાગતી હોય તો દસ હજાર રૂપિયા રાખીએ."

"મેં તને કહ્યું કે તારી પાસે કાંઈ મને કહેવા જેવું ખાનગી છે જ નહિ. તારે જે કહેવાનું છે તે બધાની મને ખબર છે."

એ માણસની આંખમાં ફરી એક ચમકારો આવીને પસાર થઈ ગયો.

"તોય મારે આજે પેટમાં કાંઈક નાખ્યા વગર છૂટકો નથી. તે બહુ જ અસાધારણ ખાનગી ભેદ છે. મને ફક્ત 20 રૂપિયા જ આપજો. હું તમને તે બધું કહી દઈશ."

મેરિયસે તેની સામે સ્થિર આંખો માંડી. "તારું એ અસાધારણ ખાનગી હું જાણું છું. મને જિન-વાલજિનના નામની પણ ખબર છે અને તારા નામનીય ખબર છે."

"મારા નામની ?"

"હા."

"એ તો મેં કાગળમાં જ જણાવ્યું છે. થેનાર્ડ-"

"ડિયર–"

"શું ?"

"થેનાર્ડિયર."

કેટલાંક પશુઓ ભ્રમભરી હાલતમાં ભાગે છે. કેટલાંક સામાં શિંગડાં ભરાવે છે, કેટલાંક પૂંછડી બે પગ વચ્ચે લઈ લે છે. થેનાર્ડિયર આવી જ હાલતમાં હસવા લાગ્યો. મેરિયસે કહ્યું : "તું થેનાર્ડિયર છે, ભિખારી જોન્દ્રેટ પણ તું જ છે. ફેબેન્ટો નામનો નટ, જેનફ્લોટ નામનો કવિ, ડોન આલ્વારીઝ નામનો સ્પેનિશ, મેડમ બેલિઝાર્ડ નામની સ્ત્રી, આ બધાં તું જ છે."

"મેડમ કેવા ?"

"અને તું એક વાર મોન્ટફરમીલમાં વીશી ચલાવતો."

"વીશી ? ના...રે ના."

"એ ખોટી વાત છે."

"અને તું એક મોટો બદમાશ છે. આ લે." મેરિયસે ખિસ્સામાંથી પાંચસો રૂપિયાની નોટોનો થોકડો તેના મોઢા પર ફેંક્યો.

"પાંચસો રૂપિયા !" થેનાર્ડિયર આશ્ચર્યમુગ્ધ થઈને આ થોકડા સામે જોઈ રહ્યો.

"શ્રીમાન બેરન." થેનાર્ડિયર આભારની લાગણીથી લળી પડ્યો. "ભલે તો હવે આપણે નિરાંતે વાતો કરીએ." કહીને તેણે ચશ્માં કાઢી નાખ્યાં. કપાળ પરના વાળ આઘા ખસેડ્યા, અને જોતજોતાંમાં તેનું રૂપ બદલાઈ ગયું. ઘડીક પહેલાંનો રાજદ્વારી એલચી પારીસનો પહેલા નંબરનો બદમાશ બની ગયો.

"આપે મને ખરો ઓળખી કાઢ્યો. હું થેનાર્ડિયર જ છું." થેનાર્ડિયરના મનમાં ખરેખર આશ્ચર્ય થયું હતું. આખા પારીસ શહેરની ખાનગી વાતો જાણતો આ માણસ અહીં જાણે કે હારી ગયો. એક ભોળો દેખાતો સુંદર, ખાનદાન કુટુંબનો, ભણેલો-ગણેલો માણસ આ જિન-વાલજિન જેવાને ઓળખે છે, પણ પોતાને પણ ઓળખે છે એ વાતથી તેના અહંભાવને ભારે આઘાત લાગ્યો. થેનાર્ડિયર ઘણા વખત સુધી મેરિયસનો પાડોશી રહ્યો, તેની દીકરીએ ઘણી વાર તેને એક ગરીબ યુવાન પાડોશીની વાત પણ કરી હતી, તેને તેણે એક વાર પૈસા માટે ચિઠ્ઠી પણ લખી હતી, તેનું નામ મેરિયસ જેવું હતું તે પણ તેને યાદ હતું, પણ આ બેરન પોન્ટમર્સી તે જ મેરિયસ એ તેને ખબર ન હતી.

પણ પેલા ગટરના મુખ પાસેના બનાવ પછી તેણે ગટરમાંથી નીકળનાર માણસની પછવાડે તપાસ શરૂ કરી દીધી હતી અને તે તપાસના પરિણામે તેને

એટલી ખબર પડી હતી કે તેને કૉઝેટ નામની દીકરી છે; અને તે બેરન પોન્ટમર્સીની સાથે સોળમી ફેબ્રુઆરીએ પરણી. તે પછી તેનો રસ આ કિસ્સામાં અસાધારણ વધી ગયો. અને તેણે જે પરમ રહસ્ય પ્રાપ્ત કર્યું હતું, તેનું મૂલ્ય પૈસામાં ફેરવવા માટે તે આજે અહીં આવ્યો હતો.

મેરિયસ આ માણસને જોઈને ઊંડા વિચારમાં પડી ગયો હતો. જેને તે વરસોથી શોધી રહ્યો હતો. તે આવી મળ્યો, પણ કેવી પરિસ્થિતિમાં ? આ ઋણબુદ્ધિ અને ઘૃણાનો ભાવ બંને તેના દિલમાં અથડાઈ રહ્યાં હતાં. તોપણ તેને એટલો સંતોષ હતો કે આખરે તેના પિતા પ્રત્યેનું ઋણ ચૂકવીને છુટકારાનો દમ હવે લઈ શકશે અને એની સાથે જો આ માણસની વાતમાંથી કૉઝેટને તેના બાપ તરફથી મળેલી મોટી રકમનો કાંઈ ભેદ મળી શકે તો મેળવવાની પણ તેની ઇચ્છા હતી. થોડો વખત બંને મૂંગા રહ્યા. પછી મેરિયસે જ વાત ઉપાડી :

"મેં તને તારું નામ પણ કહી દીધું. હવે તારે તારી પાસેની ખાનગી વાત મને કહેવી છે ? હું તારા જેટલું બલકે તારા કરતાં પણ વધારે જાણું છું એ તને ખબર પડી ગઈ. જિન-વાલજિન એક લૂંટારુ છે, તેણે એક મોટા ઉદ્યોગપતિ મેડેલીનને લૂંટી લીધો હતો. તે ખૂની પણ છે. તેણે જેવર્ટ નામના એક પોલીસ-જમાદારનું ખૂન કર્યું છે."

"તમારું કહેવાનું સમજાતું નથી." થેનાર્ડિયરે કહ્યું.

"જો, કહેવાનું સમજાવું. ઈ. સ. 1822માં મ... નગરમાં એક અજાણ્યો માણસ મેડેલીન નામ ધારણ કરીને રહેતો હતો. તેણે જોતજોતામાં પોતાની શક્તિ અને સદ્ગુણોથી આખા ગામની સૂરત ફેરવી નાખી; તેણે રંગનું મોટું કારખાનું શરૂ કર્યું. લોકોને માટે સુખસગવડો ઊભી કરી. ગરીબગુરબાંને ખૂબ મદદ કરી. તેને ગામનો મુખી બનાવવામાં આવ્યો હતો. કોઈ એક નાસી છૂટેલા કેદીએ તે મેડેલીનની ખોટી સહી કરીને પારીસની એક બૅન્કમાંથી લગભગ પાંચ લાખ રૂપિયાની મૂડી ઉચાપત કરી લીધી છે. આ બદમાશ તે જ જિન-વાલજિન. અને પેલા જેવર્ટને મારી નાખનાર પણ આ જિન-વાલજિન જ હતો, તે વખતે તો હું જાતે હાજર હતો."

થેનાર્ડિયરના મોઢા પર પરાજયના શોકની જગ્યાએ વિજયનું હાસ્ય ફરી ઊઠ્યું.

"મહેરબાન, આમાં આપની ભૂલ થાય છે."

"શું ?" મેરિયસ બોલી ઊઠ્યો. "આમાં તને શંકા છે ? આ બધી સાચી હકીકત છે."

"ના સાહેબ, આ આપનો ભ્રમ છે. જ્યારે આપે મને આપની પાસેની માહિતી બતાવી, ત્યારે હવે હું મારી પાસેની માહિતી આપને કહું. જિન-વાલજિને મેડેલીનને લૂંટ્યો પણ નથી, અને જેવર્ટને તેણે માર્યો પણ નથી."

“કઈ રીતે ?”

“બે કારણોને લીધે.”

“કયાં કયાં ?”

“પહેલું આ : તેણે મેડેલીનને લૂંટ્યો જ નથી, કારણ કે જિન-વાલજિન પોતે જ મેડેલીન હતો.”

“કેવી વાહિયાત વાત કરે છે ?”

“બીજું કારણ એ કે તેણે જેવર્ટને માર્યો જ નથી. જેવર્ટને મારનાર જેવર્ટ પોતે જ હતો.”

“એટલે ?”

“જેવર્ટે આપઘાત કર્યો હતો.”

“સાબિતી ?”

થેનાર્ડિયર છાપાનો અહેવાલ વાંચતો હોય એમ ધીમેથી શબ્દેશબ્દ છૂટા પાડીને બોલ્યો : “પોલીસ-જમાદાર જેવર્ટ સીન નદીના ઘાટ ઉપર ડૂબીને મૃત્યુ પામેલી હાલતમાં મળી આવ્યો હતો.”

“પણ તેની સાબિતી ?”

થેનાર્ડિયરે ખિસ્સામાંથી છાપાની ચોળાઈ ગયેલી એક કાપલી કાઢી. “આમાં બધી સાબિતીઓ છે. મેં જિન-વાલજિન સંબંધે પાકે પાયે બધી તપાસ કરી છે. જિન-વાલજિન અને મેડેલીન એક જ છે, તેની પણ સાબિતીઓ મારી પાસે છે. અને તે લખેલી નહિ, પણ છાપેલી.”

થેનાર્ડિયરે બીજા ખિસ્સામાંથી કાગળનો મોટો થોકડો કાઢ્યો. કાગળો જૂના અને પીળા પડી ગયેલા હતા. તેમાં 1823ની સાલનાં છાપાં હતાં. આપણે તો જાણીએ છીએ કે છાપાંમાં મેડેલીન અને જિન-વાલજિન એક હોવા વિશેની હકીકત આવી ગયેલી હતી. જેવર્ટના આપઘાત સંબંધે પણ છાપામાં વિગતથી અહેવાલ આવી ગયો હતો.

મેરિયસે આ બધાં છાપાં વાંચ્યાં. તેની નજર આગળ જિન-વાલજિન મોટો ને મોટો, ઊંચો, ભવ્ય બનવા લાગ્યો. “શું આ જ મેડેલીન ! આ મિલકત શું એની પોતાની જ છે ? જેવર્ટને મારવાને બદલે છોડાવનાર ને ઉગારનાર પણ આ જ જિન-વાલજિન ?”

“શું આ જિન-વાલજિન એક મહાન વીર છે ? એક મહાન આત્મા છે ? જેને હું એક રાક્ષસ માની રહ્યો હતો તે શું દેવ છે ?” મેરિયસથી બોલી જવાયું.

“ના જી.” થેનાર્ડિયરે કહ્યું. “તે માણસ વીર નથી અને સંત પણ નથી. તે તો મેં કહ્યું તે પ્રમાણે એક લૂંટારુ અને ખૂની છે. આપ જરા શાંતિ રાખીને

મારું કહેવાનું સાંભળો.''

''હજી પણ –''

''હા હજી પણ. તેણે મેડેલીનને લૂંટ્યો નથી તોય તે લૂંટારો છે. તેણે જેવર્ટને માર્યો નથી પણ તોય તે ખૂની છે.'' થેનાર્ડિયરે કહ્યું.

''તેણે નાનપણમાં એક રોટલાનું બટકું ચોર્યું હતું, એ વાત પરથી શું તું તેને લૂંટારો કહે છે ?''

''નાજી. આ તો તાજી જ વાત છે. આ વાત કયાંય છાપાંમાં નથી આવી, એ વાત ખરી, પણ આપનાં પત્નીને મળેલ કરિયાવરની રકમનું મૂળ કદાચ આમાંથી આપને મળી શકશે. એની પાછળ રહેલ એ ચોરની ચાલાકી પણ આપ સમજી શકશો. આ રીતે ચોરેલી રકમ દાનમાં આપીને એ દાનના જોર ઉપર ખાનદાન કુટુંબની ઓથે છૂપા રહી શકાય.''

''ઊભો રહે... ઠીક ચલાવ આગળ.'' મેરિયસે કહ્યું.

''મહેરબાન. મારી પાસે જેટલી હકીકત છે તેટલી આપની પાસે ખુલ્લી કરી દઈશ. તેનો બદલો આપના ઉદાર દિલને જે ઉચિત લાગે તે આપજો. આપ રજા આપો તો ઘડીક ખુરશી પર બેસું. હું થાકી ગયો છું.''

તે ખુરશી પર બેઠો ને કાગળના બંડલમાંથી વળી એક છાપું કાઢ્યું. ''જુઓ આ 1832ના જૂનની 6ઠ્ઠી તારીખનું છાપું, જે દિવસે પીઠાવાળી શેરીમાં બળવાખોરોએ બળવો કર્યો હતો. ત્યારે એક માણસ પારીસની મોટી ગટરના નદીમાં પડતા મુખ આગળ મળી આવ્યો હતો.''

મેરિયસે પોતાની ખુરશી તેની નજીક લીધી. તે આતુરતાથી સાંભળવા લાગ્યો.

''આ માણસ ગમે તે કારણે આ ગટરની અંદર છુપાઈને રહેતો હતો અને તેની પાસે આ ગટરના દરવાજાની ચાવી પણ હતી. બરાબર 6ઠ્ઠી જૂનને દિવસે સાંજે આ માણસને ગટરમાં કોઈ માણસનાં પગલાંનો અવાજ સંભળાયો. તે માણસ આશ્ચર્ય પામ્યો, ને છુપાઈને જોવા લાગ્યો. થોડી પળે તેણે એક બીજા માણસને પોતાની પાસે જોયો. તે વાંકો વળીને ચાલતો હતો; તેના ખભા ઉપર કોઈ માણસનું મડદું હતું. આવી રીતે થયેલું ખૂન ભાગ્યે જ જોવા મળે છે, અને આ મડદું ઉપાડનાર ચોર હોય એમાં તો શંકા જ નથી, કારણ કે સાવ મફતનું તો કોઈ ખૂન કરે જ નહિ. પણ નવાઈની વાત તો એ હતી કે જે ગટરના માર્ગમાંથી ભલભલા ઉસ્તાદ ચોરો પણ પસાર થઈ શકતા નથી, તેમાંથી આ માણસ એક મડદાને લઈને કેમ નીકળી શક્યો હશે ! વચ્ચે ગટરમાં એક જગ્યાએ ઊંડો ખાડો આવે છે. તેમાંથી જીવતા નીકળવું એ અશક્ય જ છે. તે વટાવીને આ માણસ ઠેઠ ગટરના મોટા નાકા સુધી એક મડદાને લઈને જીવતો આવી શક્યો એ તો એક ચમત્કાર જ કહેવાય.''

મેરિયસ હજી વધારે નજીક આવ્યો.

"તે ચોરે આ ગટરના રહેવાસીને જોયો અને એકબીજાને જે-જે કર્યા. તેણે આ મડદાના ખિસ્સાંમા જે કાંઈ હોય તે આપી દેવાની કબૂલાત આપીને બદલામાં આ ગટરના દરવાજાની ચાવી માગી. આ ચોરનું પ્રચંડ શરીર જોઈને તેને ના પાડવાની કોની છાતી ચાલે ? પણ તોય તેણે ચાવી આપવામાં બને તેટલું મોડું કર્યું. દરમિયાનમાં તેણે મડદાને બરાબર જોઈ લીધું. કોઈ લોહીલુહાણ થઈ ગયેલ જુવાનનું એ મડદું હતું. પણ લોહીના ડાઘાઓમાં ઓળખાય એમ ન હતું. પણ તોય તેણે છાનામાના તે મડદાના કોટના કાંઠલામાંથી, એક કાળી રેશમી પટ્ટી હતી તે તોડી લીધી. કોઈ વાર કામ આવી જાય. આ પછી તેણે તેને ચાવી આપી ને તે ચોર બહાર નીકળી ગયો. હવે આપ સમજી શકશો. તે ચોર હતો તે જિન-વાલજિન, ગટરનો રહેવાસી તે આ સેવક પોતે અને પેલી રેશમી લૂગડાની પટ્ટી –"

થેનાર્ડિયરે આ વાક્ય બોલતાં-બોલતાં ખિસ્સામાંથી કાળી રેશમી પટ્ટી કાઢી. તેના પર લોહીના જામી ગયેલા ડાઘ હજી પણ દેખાતા હતા. મેરિયસ ઊભો થઈ ગયો. તેના ચહેરા પરથી લોહી ઊડી ગયું. તેનો શ્વાસ થંભી ગયો. તે થોડી વાર એમ ને એમ ખુરશી પર બેસી પડ્યો.

"બેરન સાહેબ !" થેનાર્ડિયરને થયું કે હવે ધારી અસર ઉત્પન્ન થઈ ગઈ છે. પોતાના મહાન રહસ્યની કિંમત હવે પૂરેપૂરી ઊપજશે એની તેને ખાતરી થવા લાગી. તે ઉત્સાહમાં આવીને બોલ્યો, "મને પૂરેપૂરી ખાતરી છે કે જિન-વાલજિને જેનું ખૂન કર્યું, તે યુવાન કોઈ પૈસાદાર પરદેશી હોવો જોઈએ. તેને જિન-વાલજિનને પોતાની જાળમાં સપડાવીને લૂંટી લીધો અને ઉપર જતાં તેનું ખૂન કર્યું."

"તે યુવાન હું પોતે જ છું, અને આ રેશમી પટ્ટી મારા જ કોટની છે." મેરિયસ તાડૂક્યો, તે ઉશ્કેરાટમાં ઊભો થઈ ગયો, ને કબાટ ખોલીને કપડાંની થપ્પીઓ ઉથલાવીને નીચે ફેંકવા લાગ્યો, તેમાંથી એક જૂનો લોહીના ડાઘાવાળો કોટ તેણે કાઢ્યો, ને થેનાર્ડિયર પાસેથી રેશમી પટ્ટી લઈને તે કોટના કાંઠલા પર મૂકી. "જો આ કોટમાંથી તેં એ પટ્ટી ફાડેલી."

થેનાર્ડિયરના આખા શરીરમાંથી જાણે કે બધું લોહી થીજી ગયું. તે ખુરશી પર ચોંટી ગયો હોય એમ સ્થિર થઈ ગયો. મેરિયસ ધ્રૂજતો થેનાર્ડિયર પર તૂટી પડતો હોય તેમ તેની સામે જઈને બોલી ઊઠ્યો :

"બદમાશ ! જુઠ્ઠાબોલા, કાવતરાબાજ ! તું એ મહાત્મા પર મેશ ચોપડવા અહીં આવેલો, પણ તેં ઊલટો તેને ઉજ્જ્વળ બનાવ્યો. તું તેનો વિનાશ ઇચ્છતો હતો. પણ તેં જ તેને ભવ્ય બનાવ્યો. અને ચોર તો તું નીકળ્યો. તેં જ જોંડ્રીટના રૂપમાં એ મહાપુરુષને મારવા માટે જાળ રચી હતી. આ લે જંગલી, આ હજાર

રૂપિયા તને આપું છું. કુત્તા !'' તેણે ટેબલના ખાનામાંથી હજાર રૂપિયાની નોટ કાઢીને થેનાર્ડિયર પર ફેંકી. ''તને હું અત્યારે જ ન્યાયની કચેરીમાં ખડો કરી દેત, પણ શું કરું ? વૉટર્લુના યુદ્ધે તને ઉગાર્યો છે.

''હા, વૉટર્લુ. તે યુદ્ધમાં તેં એક કર્નલને બચાવ્યો હતો. હવે અહીંથી ચાલ્યો જા. તારું મોઢું એક ઘડી પણ મને દેખાડીશ મા ! આ પૈસાથી તું સુખી થા. કાલ ને કાલ તું અમેરિકા ઊપડી જા. તારી દીકરીને સાથે તેડતો જજે. તારી સ્ત્રી તો મરી ગઈ છે, જુઠ્ઠા ! તું હવે જો ફાંસમાં રહ્યો છે તો તારું આવી બન્યું છે એમ સમજજે. તું અમેરિકા જવા માટે વહાણમાં પગ મૂકે, ત્યાં સુધી હું તને નહિ છોડું. તે વખતે હું વીસ હજાર રૂપિયા તારા હાથમાં મૂકીશ. બસ ! પણ હવે તું ગમે ત્યાં બીજે જા – જા અહીંથી.''

''મહેરબાન ! આપનો ખૂબ ખૂબ અહેસાન માનું છું.'' થેનાર્ડિયર લળી-લળીને નમન કરતો ઊભો થયો ને ધીમેધીમે બહાર આવ્યો. થેનાર્ડિયર મેરિયસનું આ વિચિત્ર વર્તન ન સમજી શક્યો. તેને તો એટલું જ સમજાયું કે તેના રહસ્યનું ફળ ધાર્યા કરતાં પણ ઘણું વધારે મળી ગયું છે. મેરિયસના કહેવા પ્રમાણે તે અમેરિકા ગયો. અને મેરિયસે આપેલા વીસ હજાર રૂપિયાથી તેણે ગુલામોનો વેપાર શરૂ કરી દીધો.

થેનાર્ડિયર ગયો કે તરત જ મેરિયસ દોડતો બગીચામાં ગયો. કૉઝેટ હજી ત્યાં જ હતી.

''કૉઝેટ કૉઝેટ. જલદી ચાલ, વાર ન કર. અરે નોકર, એક ગાડી લઈ આવ. કૉઝેટ, મારી જિંદગી બચાવનાર એ જ છે. આપણે ક્ષણ પણ મોડું નથી કરવું. ચાલ તારી શાલ ઓઢી લે.''

કૉઝેટને લાગ્યું કે મેરિયસના મગજમાં કાંઈક ગાંડપણની અસર થઈ છે. તેણે કપડાં પહેરી લીધાં. મેરિયસનો શ્વાસ માતો ન હતો. તે કૉઝેટના હાથ પકડીને બોલી ઊઠ્યો : ''કૉઝેટ, હું કેટલો દુષ્ટ છું !''

જોતજોતાંમાં બંને જણાં ગાડીમાં બેઠાં. ''ગાડીવાળા, હોમ આર્મી ગલીમાં સાત નંબર પર હાંક, ઉતાવળે હોં.''

''હેં ! આપણે બાપુને ત્યાં જવું છે ? લે ! મને કેટલો આનંદ થયો ? કેટલે વખતે આપણે ત્યાં જઈએ છીએ નહિ ?'' કૉઝેટ હર્ષમાં તાળી પાડી ઊઠી. મારા બા...ના, શ્રીમાન જિનને મળવા માટે તમે જ મને લઈ જાઓ છો હેં ?''

''તારા બાપુ ! કૉઝેટ ! એ તો તારા બાપુથીયે વિશેષ છે. કૉઝેટ, મને હવે બધું સમજાયું. તેં કહ્યું હતું કે મેં ગાવરોશ નામના છોકરા સાથે મોકલાવેલો કાગળ જોયો નથી. હવે મને સમજાય છે કે તે કાગળ તારા બાપુના હાથમાં આવેલો.

એટલે જ તે યુદ્ધને મોરચે આવેલા. તેમણે જ મને ઘાયલ હાલતમાં ઉપાડેલો. તે જ મને લઈને પારીસની ગટરમાં થઈને બહાર લઈ આવેલા. હું બેભાન હતો એટલે મને કાંઈ ખબર ન હતી, પણ આજે મને બધી ખબર પડી ગઈ. તારા બાપુ તે આજે મારા પણ બાપુ બને છે. આપણે હવે તેમને અત્યારે ને અત્યારે અહીં લઈ આવવા છે. એટલા માટે જ આપણે જઈએ છીએ. તે ઘેર હોય તો કેવું સારું ! તે આવવાની ના પાડશે તો તેને પરાણે ઉપાડીને આપણે ત્યાં લઈ આવવા છે, મારે મન તે મારા પૂજ્ય દેવ છે. જિંદગીભર મારે તેમની પૂજા કરવી છે. તને આપવાનો કાગળ ગાવરોશે તેને આપ્યો હોવો જોઈએ, બસ ? હવે બધી વાતનો ખુલાસો થઈ ગયો. સમજી ?''

કૉઝેટ કાંઈ સમજી ન હતી.

૪૫. વિદાય !

"આવો." બારણા પર ટકોરો સાંભળતાં જિન-વાલજિને મંદ અવાજે કહ્યું.

બારણું ઊઘડ્યું. કૉઝેટ અને મેરિયસે અંદર પ્રવેશ કર્યો. મેરિયસ બારણાને અઢેલીને ત્યાં જ ઊભો રહી ગયો. કૉઝેટ જિન-વાલજિનની ખુરશી તરફ ગઈ.

"કૉઝેટ" જિન-વાલજિન ટટ્ટાર થઈ ગયો. તેણે બન્ને હાથ લંબાવીને પહોળા કર્યા. તેની આંખમાં આનંદ છલકાયો. કૉઝેટ લાગણીથી રૂંધાયેલ કંઠમાંથી એક શબ્દ પણ કાઢી ન શકી. તે જિન-વાલજિનની છાતી પર ઢળી પડી. "બાપુ."

જિન-વાલજિનનું હૈયું ભરાઈ ગયું. તે માંડમાંડ બોલ્યો : "કૉઝેટ તું-તમે-બહેન ! તમે છો ! હે પ્રભો !"

મેરિયસે આંસુ છુપાવવા પોતાની આંખો નીચે ઢાળી દીધી. એક ડગલું તે આગળ વધ્યો. અને હોઠમાંથી માંડમાંડ અવાજ કાઢતો હોય એમ બોલ્યો.

"બાપુ."

"તમે પણ – તમે પણ મને માફ કરો છો ?" જિન-વાલજિને કહ્યું. "તમારો કેટલો બધો અહેસાન !"

કૉઝેટ તો વૃદ્ધના ખોળામાં બેસી ગઈ, તેના વિખરાયેલા વાળને કોમળ હાથે સમાર્યા અને તેના કપાળ પર ચુંબન કર્યું. જિન-વાલજિન કૉઝેટને આમાં અટકાવવા જેટલો સ્વસ્થ ન હતો. કૉઝેટ જાણે કે આટલા બધા દિવસનું સાટું વાળતી હોય તેમ જિન-વાલજિનને હેતથી ભીંજવી નાખ્યો.

જિન-વાલજિન થોથવાતા અવાજે બોલ્યો :

"હુંય કેવો મૂરખ ! મને એમ જ થઈ ગયું હતું કે હવે તને નહિ દેખું. શ્રીમાન, તમે બંને અંદર આવ્યાં તે જ ઘડીએ હું મારા મનમાં કહેતો હતો : 'બસ ! ખલાસ, પતી ગયું ! હવે આ ગરીબ બિચારાં નેત્રો તેને નહિ જોઈ શકે, પણ ઈશ્વર કેટલો દયાળુ છે, તેની માણસને ક્યાં ખબર હોય છે ? એ તો ગરીબમાં ગરીબની ધા સાંભળે છે અને તેણે જ તમને અહીં મોકલ્યાં છે."

તે આટલું બોલતાં થાકી ગયો. શ્વાસ ખાઈ વળી તેણે ચલાવ્યું : “હું પળેપળ કૉઝેટને ઝંખી રહ્યો હતો, પણ મને ખબર હતી કે તમારા બંનેના સુખમાં હું નડતરરૂપ હતો. મેં મારા મૂરખ મનને સમજાવ્યું : મનવા તેમને તારી કાંઈ જરૂર નથી. એક ખૂણામાં છાનુંમાનું પડ્યું રહે, ને રોજ વળી મળવા શું જવું. પણ પ્રભુ તો દીનદયાળુ છે, તું પોતે જ અહીં મને મળવા આવી. કૉઝેટ ! તને ખબર છે તારો પતિ કેવો સ્વરૂપવાન યુવાન છે ? આ કોટ તેને કેવો સુંદર શોભે છે ? અને તને આ શાલ કરતાં કાશ્મીરી શાલ કેવી સરસ શોભે ? શ્રીમાન, આને થોડો વખત ‘તું’ કારે બોલાવું તો ચલાવી લેશો ? થોડી જ વાર, પછી નહિ કહું.”

“બાપુ, બાપુ, તમે કેટલા બધા નિર્દય છો ? અમને મૂકીને એમ ને એમ ચાલ્યા ગયા ? પહેલાં તો માંડ ત્રણ-ચાર દિવસ ગેરહાજર રહેતા, આ વખતે તો કેટલા દિવસ થઈ ગયા ? રોજ ખબર કઢાવું ત્યારે કહે કે હજી બહારગામથી આવ્યા જ નથી. અને આમ જુઓ ને ! તમે કેવા સાવ બદલાઈ ગયા છો ? તમે એવા ખરાબ છો ? માંદા છો, પણ અમને કહેવરાવતાય નથી ! મેરિયસ, આમ જુઓને, બાપુના હાથ કેટલા બધા ઠંડાગાર છે.” કૉઝેટ બોલી ઊઠી.

“ત્યારે બેરન પોન્ટમર્સી તમે અહીં આવ્યા એટલે મને માફ કરો છો ને ?” જિન-વાલજિને ફરી પૂછ્યું.

બસ, મેરિયસના હૃદયના બંધ જિન-વાલજિનના આ શબ્દોએ તોડી નાખ્યા. તે બોલી ઊઠ્યો : “કૉઝેટ, તું સાંભળ, મારી માફી માગે છે, અને તને ખબર છે કે તેમણે મારે માટે શું કર્યું છે ? તેમણે મારો જીવ ઉગાર્યો, એથી પણ વિશેષ, તેમણે મને તું આપી, અને તને અર્પી દીધા પછી તેમણે પોતાને માટે શું રાખ્યું, ખબર છે ? તેમણે પોતાનું સર્વસ્વ હોમી દીધું. આવા છે આ તારા બાપુ, અને મને – મારા જેવા નગુણા, નિર્દય, કૃતઘ્ન, અપરાધીને તે શું કહે છે ‘મને માફ કરો.’ કૉઝેટ, આ માણસનાં ચરણમાં મારી આખી જિંદગી ગાળી નાખું, તોપણ તેમના ઉપરનો એક હજારમા ભાગનો પણ બદલો વળે તેમ નથી. તે ભયંકર યુદ્ધમોરચો, તે નરક સમી ગટર, તે ગટરનો ઊંડો ગર્ત, તેમાંથી પોતાના પ્રાણના ભોગે એમણે મને તાર્યો, એટલું જ નહિ, પણ એ વાત તેમણે મને કહી પણ નહિ, જીવનના તમામ સદ્‌ગુણો આ તારા બાપુમાં મૂર્તિમંત દેખાય છે. તે મહાત્મા છે, દેવ છે, કૉઝેટ.”

“બસ, બસ, એ વાત પડતી મૂકી દો.”

જિન-વાલજિન વચ્ચે બોલવા ગયો, પણ મેરિયસની વાણીનો પ્રવાહ ધોધમાર

ચાલતો હતો : "પણ આ બધી વાત તમે મારાથી કેમ છુપાવી બાપુ ?" તેના અવાજમાં પ્રેમભર્યો ઠપકો હતો. "તમારોય તેમાં વાંક છે, તમે માણસોની જિંદગી 'બચાવો છો, અને તે વાત તેમનાથી જ છુપાવો છો. એટલું જ નહિ, પણ જાણે કે બધી વાત પ્રગટ કરવાનો ડોળ કરીને ઊલટી છુપાવો છો. એ કેટલું ભયંકર કહેવાય ?"

"મેં તો કેવળ સત્ય જ કહ્યું હતું." જિન-વાલજિને કહ્યું.

"ના." મેરિયસ તરત જ બોલી ઊઠ્યો. "સત્ય એટલે સંપૂર્ણ સત્ય હોવું જોઈએ. અને તમે તેવું સત્ય ન કહ્યું. તમે જ શ્રીમાન મેડેલીન હતા. તે વાત મને કેમ ન કરી ? જેવર્ટને તમે જ બચાવ્યો હતો, એ વાત કેમ ન કરી ?"

"કારણ કે મેં તમારી દૃષ્ટિએ જ વિચાર કર્યો, અને મને લાગ્યું કે તમે સાચા હતા. મારે તમારાથી અળગા થઈ જ રહેવું જોઈએ. જો મેં યુદ્ધમોરચાની, ગટરની, એ બધી વાત કરી હોત તો તમારે મને તમારી સાથે રાખવો જ પડત. એટલે મેં તે વાત ન કરી. હું એ વાત કરીને તમારા માર્ગમાં આડો ઊભો રહેવા નહોતો ઇચ્છતો."

"કોના માર્ગમાં ?" મેરિયસ તાડૂકી ઊઠ્યો. "તે તમે એમ ધારો છો કે હવે તમે અહીં એકલા રહી શકવાના છો ? અમે તમને ઉપાડી જવા જ આવ્યા છીએ. આ તો મને અકસ્માત બધી વાતની ખબર પડી ગઈ, નહિ તો... તમારે હવે એક ઘડીભર અહીં રહેવાનું નથી. તમે કૉઝેટના જ નહીં, મારા પણ પિતા છો. કાલે તમે આ અંધારિયા ઘરમાં નહિ હો."

"કાલે ?" જિન-વાલજિને કહ્યું. "હવે હું આ ઘરમાં વધારે વખત નહિ જ હોઉં, તેમ તમારા ઘરમાં પણ નહિ હોઉં."

"શું ?" મેરિયસ પાછો બોલી ઊઠ્યો. "હજી તમારે પાછા મુસાફરીએ ઊપડી જવું છે એમ ? એ હવે બનવાનું નથી. હવે તમે અમારા કબજામાં છો. હવે તમે ભાગી શકવાના નથી. આ વખતે હવે એમાં છટકાય તેમ નથી. અમે તો ગાડીય લેતાં આવ્યાં છીએ, નીચે ઊભી રાખી છે. અને જો હવે ના પાડશો તો અમે બેય જણ ઉપાડીને લઈ જશું."

કૉઝેટ ખડખડાટ હસી પડી અને પિતાને બેય હાથે ભેટી પડી. "તમારે માટે કેવો સરસ ઓરડો તૈયાર રાખ્યો છે, ખબર છે ? હમણાં તો બગીચો પણ એવો સરસ જામ્યો છે. મારા જ ઉછેરેલાં સ્ટ્રોબેરી તમને ખવડાવવાની છું. રોજ હવે તો હું બગીચામાં પાણી પાઉં છું. હવે પેલું બહેન ને બેરન એવું બધું નથી બોલવાનું. હવે તો આપણા ફ્રાંસમાં પ્રજાતંત્ર છે. ઇલકાબ નહિ જોઈએ. કેમ, ખરું ને મેરિયસ !

અને દાદાને પણ કેવી મજા આવશે. એ બિચારા રોજ સંભાર્યા કરે છે, તમને ત્યાં નવરા નહિ રહેવા દઈએ હોં. તમને બગીચામાં એક ક્યારો સોંપી દેવાનો છે, તેમાં બરાબર કરવાનું છે હોં ! હું કહું તેમ કામ કરવું પડશે હોં.''

જિન-વાલજિન તેના શબ્દો નહોતો સાંભળતો, તેનું સંગીત જ સાંભળી રહ્યો હતો. તેની આંખમાંથી આંસુનું એક મોટું ટીપું સરી પડ્યું.

''ઈશ્વર ખરેખર દયાળુ છે. કૉઝેટને તેણે જ મોકલી.'' તે ધીમેથી ગણગણ્યો.

''બાપુ.'' કૉઝેટે કહ્યું.

''તમારી સાથે રહેવું મને કેટલું બધું ગમે ? કૉઝેટની સાથે એ પંખીઓના કિલકિલાટથી ભરેલા બગીચામાં ફરવું એમાં કેટલું સુખ છે ? પણ... પણ...'' એ અટકી પડ્યો. થોડી વારે ધીમેથી કહ્યું, ''એ નસીબ ક્યાંથી ?'' જિન-વાલજિન ફિક્કું હસ્યો. જિન-વાલજિનના બન્ને હાથ કૉઝેટે પોતાના હાથમાં લીધા.

''બાપ રે ! તમારા હાથ તો કેટલા બધા, બરફ જેવા ઠંડા થઈ ગયા ? તમને કાંઈ બીમારી તો નથી ને ?''

''મને ?...ના...રે ના'' જિન-વાલજિને કહ્યું. ''મને કાંઈ નથી. એ તો ફક્ત...'' તે અટક્યો.

''ફક્ત શું ?''

''હમણાં જ મારો દેહ પડી જવાનો.''

''હેં, મૃત્યુ ?'' મેરિયસ બોલી ઊઠ્યો.

''હા; પણ એ કાંઈ મોટી વાત નથી.'' જિન-વાલજિન ફિક્કું હસ્યો ને તેણે ઉમેર્યું : 'કૉઝેટ તારી વાત આગળ ચલાવ જોઈએ. પછી પેલા તારા પાળેલા બુલબુલનું શું થયું ? મને તારી વાત સાંભળ્યા જ કરું, એમ થાય છે.''

''બાપુ, તમે નથી મરવાના, તમે જીવવાના જ છો, તમને જિવાડવા જ છે.'' કૉઝેટ ધ્રુસકે-ધ્રુસકે રડતી બોલી ઊઠી.

જિન-વાલજિને માથું ઊંચું કરી કૉઝેટ સામે જોયું.

''હા, હા મને મરવાની ના જ પાડજો. કોને ખબર ? કદાચ તમારા હુકમને તાબે પણ થઈ જાઉં. હું મૃત્યુના ઉંબરામાં પગ જ મૂકતો હતો, ત્યાં તમે આવ્યાં. મને થયું કે હું ત્યાંથી પાછો ફરી રહ્યો છું.''

''તમારામાં ભરપૂર શક્તિ, ભરપૂર પ્રાણ ભરેલો છે.'' મેરિયસે કહ્યુંઃ 'તમને આમ મૃત્યુ હોય ? તમે ખૂબ દુઃખો ભોગવ્યાં છે. પણ આજે હવે તેનો અંત આવ્યો છે. હું તમારી ક્ષમા માગું છું. તમારી પાસે ઘૂંટણિયે પડીને ક્ષમા માગું છું. અમે તમને અમારી સાથે જ લઈ જવાનાં, તમારું સુખ એ એકમાત્ર અમારું સુખ છે.''

જિન-વાલજિન વળી હસ્યો.

"તમે મને તમારે ત્યાં લઈ જશો, એટલે હું કાંઈ હું મટી જવાનો છું ? તમે અને મેં જેમ ધાર્યું હતું, તેમ જ ઈશ્વરે પણ ધારેલું જ હતું. તે પોતાનું ધાર્યું જ કરે છે. મારે માટે હવે વિદાયનો પંથ જ ઉત્તમ છે. મૃત્યુની યોજના એ એક મહાન ઈશ્વરી રચના છે, અને એ રચનાનો રચનાર તે બધું જાણે છે. મેરિયસ, કૉઝેટ, તમારા જીવનનું પ્રભાત ઊગી રહ્યું છે. તમારું જીવન, પ્રેમ-સુખના પ્રકાશમાં કમળની જેમ ખીલી રહ્યું છે. હું હવે કોઈને કશા ઉપયોગનો રહ્યો નથી, એટલે મારે જવું જ જોઈએ. જુઓ, એમ લાગણીવશ ન થઈ જાઓ, સ્થિરતાથી વિચાર કરો. મારું સમસ્ત ચેતન પોકારી રહ્યું છે કે હવે બધું ખલાસ થવા આવ્યું છે."

બારણે કાંઈક અવાજ થયો. ડૉક્ટર દરદીની તબિયત તપાસવા માટે એના રોજના ક્રમ પ્રમાણે આવ્યો હતો.

"નમસ્કાર ડૉક્ટર." જિન-વાલજિને કહ્યું : "આ મારાં છોકરાં આવ્યાં છે."

મેરિયસ ડૉક્ટર તરફ ઉતાવળે ફર્યો ને તેને પૂછ્યું. "ડૉક્ટરસાહેબ !" આ એક સંબોધનમાં જ મેરિયસના પ્રશ્નો આવી જતા હતા. ડૉક્ટરે તેનો જવાબ કેવળ આંખના ભાવોથી જ આપ્યો.

આપણને ન ગમતી વાત હોય એટલે ઈશ્વર પ્રત્યે રોષ ન હોય.

થોડી વાર આખા ઓરડામાં સંપૂર્ણ શાંતિ છવાઈ ગઈ. જિન-વાલજિન જાણે કે અનંતના પ્રવાસે જતાં પહેલાં એ મધુર દર્શનની સ્મૃતિને દિલ ભરીને પીતો હોય તેમ કૉઝેટ તરફ એકીટશે જોઈ રહ્યો હતો. તેના મૃત્યુના પડછાયાથી ઘેરાઈ ગયેલા મુખ પર હજી કૉઝેટના પ્રફુલ્લ મુખમાં કિરણોનો પ્રકાશ પડતો હોય તેમ તે મોઢા પર ચેતનની ચમક દેખાતી હતી, ડૉક્ટરે તેની નાડી તપાસી.

"બસ ! દરદીને જે જોઈતું હતું, તે મળી ગયું. તેને તમારી હાજરીની જ જરૂર હતી."

ડૉક્ટરે મેરિયસ તથા કૉઝેટ તરફ ફરીને કહ્યું : "પણ તમે ઘણાં મોડાં પડ્યાં છો."

ઘરની નોકરડી ઉપર આવીને અધખુલ્લા બારણામાં ડોકાઈ. ડૉક્ટરે તેને નિશાની કરીને નીચે જવા કહ્યું; પણ જતાં-જતાં તેનાથી બોલાયા વગર ન રહેવાયું : "પાદરીને બોલાવી લાવું ?"

"ના, તે અહીં જ છે." જિન-વાલજિને ઊંચી આંગળી કરીને નિશાની કરી. કદાચ ત્યાં પેલા પાદરી હાજર હશે જ, હશે જ નહિ હતા.

જિન-વાલજિન કૉઝેટ ભણીથી મેરિયસ તથા ડૉક્ટર તરફ એક નજર ફેરવીને બહુ જ ધીમા અવાજે બોલ્યો :

"મૃત્યુ એ કોઈ મોટી વાત નથી, પણ ન જીવવું એ પણ કેટલું ભયંકર છે ?"

તે એકદમ ખુરશીમાં ઊભો થઈ ગયો. મૃત્યની અંતિમ ઘડીએ આવતું બળ અસાધારણ હોય છે. તે સ્થિરતાથી પગલાં માંડતો, મેરિયસ અને ડૉક્ટરને પોતાના હાથથી મદદ કરતાં વારતો ભીંત સુધી પહોંચ્યો. ખીંટી પર લટકતો નાનકડો ક્રૂસ સામે ટેબલ પર મૂક્યો. "હે મહાન શહીદ !"

આટલા શ્રમથી થાકીને તે ખુરશી પર ઢગલો થઈ ગયો. કૉઝેટે રડતાં-રડતાં તેના ખભાને હાથનો ટેકો આપ્યો. તે બોલી : "બાપુ, અમને છોડીને ન જશો, તમને સદાને માટે ખોવા માટે જ અમે તમને મળવા આવ્યાં છીએ ?"

જિન-વાલજિન ફરી થોડોક ભાનમાં આવ્યો, તેણે કૉઝેટના હાથને પોતાના હાથમાં લઈને ચુંબન કર્યું.

"હવે પાછું તેમને ઠીક થતું હોય એમ લાગે છે, નહિ ?" મેરિયસે ડૉક્ટરને કહ્યું.

"તમે બન્ને કેટલાં ઉદાર છો ?" જિન-વાલજિને કહ્યું. "મારા મનમાં જે દુઃખ રહી ગયું છે તે તમને કહું, શ્રીમાન પોન્ટમર્સી, તમે મેં આપેલા પૈસા લેવાની ના પાડી, પણ તે પૈસા તમારી પત્નીના જ છે, હું તમને તે સમજાવવા માગું છું, અને એટલે જ તમે અહીં આવ્યાં તેથી મને ખૂબ આનંદ થયો. મેં જે લાખમાંથી ઘરેણાં બનાવવાનો નવો કીમિયો શોધી કાઢ્યો હતો, તેની વાત મેં આ કાગળમાં લખી છે. મેં મારી મૂડી આ ધંધામાંથી ભેગી કરેલી છે. એટલે કૉઝેટને મળેલી મૂડી તે આ જ છે. તે જેટલી કૉઝેટની છે. તેટલી જ તમારી છે, તે પ્રામાણિક રીતે મેળવેલી મૂડી છે. તમારા મનને એ પૈસો વાપરતાં જરાય દિલ ન ડંખે માટે આ કાગળમાં મેં મારા એ ધંધાનું રહસ્ય લખેલું છે. તમે આ બાબતમાં જરાય શંકા ન રાખશો. એ સાઠ હજાર રૂપિયા કૉઝેટના જ છે. જો એ પૈસા તમે નહિ વાપરો તો મારી આખરી જિંદગી વ્યર્થ ગઈ ગણાશે. અમે જર્મનીના અસલ પારાઓને ટક્કર મારે તેવા પારાઓ પણ તૈયાર કરતા હતા. વળી કેટલા સસ્તા ? બારસો પારાઓ બનાવવાનો ખર્ચ ત્રણ રૂપિયા લાગતો."

જીવનની અંતિમ પળોમાં એક ધંધાધારી માણસ પોતાના વેપારની વાતો કરતો હોય તેટલી નિરાંતે આ માણસ વાતો કરી રહ્યો હતો. અને મૃત્યુના દર્શનથી ધ્રૂજતાં આ દંપતી આ સાંભળી રહ્યાં હતાં.

તેણે મેરિયસ અને કૉઝેટને નિશાની કરીને પાસે બોલાવ્યાં. અંતિમ પળ હવે

આવી ચૂકી હતી. તેનો અવાજ હવે સાવ ક્ષીણ બની ગયો હતો. જાણે કે દીવાલની પેલી પારથી અવાજ આવતો હોય તેવા અવાજે તે બોલ્યો :

"પાસે આવો. હજી પાસે, તમે બન્ને જણ, તમને બેયને હું કેટલા હેતથી ચાહું છું ? આ રીતે મરવું એ કેટલું સુખદ છે ? કૉઝેટ તું પણ મને કેટલાં હેતથી ચાહે છે ? મને તે ખબર છે, આ બુઢ્ઢા પર તને ખૂબ જ વહાલ છે. મારી પાછળ તું થોડુંક રોઈશ ને ? પણ જોજે, બહુ ન રડતી. તને ખૂબ શોક થાય તે મને નથી ગમતું. તમે તો પ્રસન્ન રહો તો જ મને ગમે. એક વાત કહેવાની તમને રહી ગઈ. મને સૌથી વધારે કમાણી બંગડીઓમાં થઈ હતી. બાર ડઝન બંગડીઓ તૈયાર કરવામાં માંડ દસ રૂપિયા ખરચ થતો, અને ભાવ આવતો સાઠ રૂપિયા. ખરેખર એ ધંધામાં ખૂબ પૈસો મેળવી શકશો... તમે એક ઘોડાગાડી તો રાખજો જ. નાટકમાં તમારે આગળથી ખાસ જગ્યા કાયમની નોંધાવી લેવી જોઈએ : જેથી ગમે ત્યારે જઈ શકાય. નાચ માટે સાદાં કપડાં, આવું બધું જોઈએ. કૉઝેટ ! કોઈ કોઈ વાર મિત્રોને મિજાબાની આપવી જોઈએ. આમ જીવન સુખમાં વિતાવો."

"હું હમણાં જ કૉઝેટને કાગળ લખતો હતો. તેને હું આ બે રૂપાની દીવીઓ સોંપતો જાઉં છું. તે રૂપાની છે, પણ મારે મન તો સોનાથીય વધુ છે, હીરાથીય વધુ છે. આ દીવીમાં બળતી મીણબત્તીમાંથી કોઈ દૈવી પ્રકાશ નીકળે છે. જે માણસે એ દીવીઓ મને આપી છે, તેને સ્વર્ગમાં રહ્યારહ્યા મારાથી સંતોષ મળ્યો હશે કે કેમ તે મને ખબર નથી, પણ મેં મારાથી બનતું કર્યું છે. મારાં બાળકો ! ભૂલશો મા ! હું એક ગરીબ માણસ છું. મને કબ્રસ્તાનના એક નાનકડા ખૂણામાં દાટજો. ઉપર નિશાની તરીકે નાનકડો પથ્થર મૂકજો. એ મારી ઇચ્છા છે, પણ પથ્થર ઉપર કાંઈ નામ ન કોતરાવશો. ફક્ત કૉઝેટ કોઈક વાર ત્યાં આવશે તો બસ ! મને સંતોષ છે."

"મેરિયસ ! મારે કાંઈ છુપાવવાનું નથી. મારા મનમાં તમારા પ્રત્યે ઊંડો ઊંડો અણગમો હતો. હું તેની ક્ષમા યાચું છું. મારી બાળકીને તમે સુખી કરશો એ મારા પર એક મોટો ઉપકાર છે."

"તમને ખબર નથી કે આ બાળકીના સુખે હું સુખી હતો. તેને જરાક વીલી જોઈને મારું કાળજું ચિરાઈ જતું. મારા ટેબલના ખાનામાં પાંચસો રૂપિયાની નોટો પડી છે તે ગરીબોને વહેંચી આપવાની છે. કૉઝેટ ! આ પથારી પર પડેલાં કપડાં તું ઓળખે છે ? હજી તો દસ વરસ પહેલાં જ તું આ કપડાં પહેરતી, સમય કેટલો ઝડપથી વહી જાય છે !

"અમે ખૂબ સુખી હતાં. હવે એ બધું ખલાસ થાય છે. રડો નહિ મારાં બાળકો ! હું બહુ દૂર નથી જતો. હું જ્યાં હોઈશ ત્યાંથી તમને નિરંતર જોયા કરીશ. રાતે તમે નજર ફેરવશો, ને હું તમને હસતો દેખાઈશ. કૉઝેટ ! તને પેલું મોન્ટફરમીલ ગામડું યાદ છે ? તું જંગલમાં એકલી પાણી ભરવા ગઈ હતી, તું ડરની મારી ધ્રૂજતી હતી, ત્યારે મેં તારી ડોલના આંકડિયાને મારા હાથથી પકડયો ને તે વખતે પહેલી જ વાર તારા હાથનો મને સ્પર્શ થયો. તે હાથ કેટલો ઠંડો હતો ! પેલી મોટી ઢીંગલી સાંભરે છે ? – તેં એનું નામ 'રાણી' પાડ્યું હતું નહિ ? મઠમાં તું એને સાથે લઈ ન જઈ શકી, તેથી તને કેટલું દુઃખ થયું હતું, યાદ છે ? તેં મને કેટલીક વાર હસાવ્યો-રમાડ્યો છે ? તું બધું ભૂલી ગઈ હોઈશ, પણ હું એ ભૂલી શક્યો નથી, પણ આજે હવે એ બધું ખલાસ ! મોન્ટફરમીલનું એ જંગલ, એ મઠ, એ રમતગમતો, એ બાળપણનાં તારાં મધુર હાસ્ય આજે એ બધાં ભૂંસાઈ જતાં મેઘધનુષ્ય જેવાં બનતાં જાય છે. મને એ વખતે લાગતું કે બધું મારું હતું. હું મોહવશ હતો.

"થેનાર્ડિયર અને તેની સ્ત્રી ખૂબ જ દુષ્ટ હતાં, પણ અંતરથી તેને ક્ષમા કરજે. કૉઝેટ, તારી માતાનું નામ હવે તને જણાવું. તેનું નામ ફેન્ટાઈન હતું. આ નામ યાદ રાખજે. આ નામનો ઉચ્ચાર કરે ત્યારે ભક્તિભાવે તું ઘૂંટણિયે પડજે. તેણે જે સહન કર્યું છે, તે માનવીની શક્તિની બહાર છે. તેનો તારા પરનો પ્રેમ અદ્‌ભુત હતો. તેં દુનિયામાં જેટલું સુખ જોયું છે તેટલું જ દુઃખ તેણે જોયું છે. ઈશ્વરની વહેંચણી કાંઈક આવી જ છે. હવે હું વિદાય લઉં છું. બેટા ! તમારો પ્રેમ અખંડ અને ગાઢ રહો ! પ્રેમ... પ્રેમથી મહાન બીજું દુનિયામાં કાંઈ નથી. આ બુઢ્ઢાને કોઈકોઈ વાર યાદ કરજે. કૉઝેટ ! છેલ્લા કેટલાય રોજ તને મળવા, તારું મોઢું એક વખત જોઈ લેવા હું ઘેરથી નીકળતો. પણ તારી શેરીના નાકેથી આગળ વધવા હિંમત નહોતી ચાલતી, પણ એમ ને એમ તને જોયા વગર પાછા ફરતાં મારું કાળજું ફાટી જતું હતું. લોકો મને આમ ગાંડાની જેમ જતો જોઈને હસતાં. પણ શું કરું ? બસ ! હવે મારી આંખે અંધારા આવે છે, મને હવે દેખાતું નથી. હજી મારે તમને કેટલુંક કહેવાનું રહી ગયું, પણ હવે બસ ! તમારા પર ઈશ્વરના આશીર્વાદ છે. મને ખબર નથી પડતી, પણ આ મારી આંખ સામે પ્રકાશ દેખાય છે. હજી પાસે આવો. હું સુખમાં મરું છું. તમારા બન્નેના માથા પર મને હાથ મૂકવા દો."

કૉઝેટ અને મેરિયસ ઘૂંટણિયે પડ્યાં. બન્ને છાતીફાટ રડતાં હતાં.

જિન-વાલજિન ખુરશીની પીઠ પર ઢળી પડ્યો. રૂપાની દીવીમાં મઢેલી મીણબત્તીનો પ્રકાશ તેના મોઢા પર છવાઈ ગયો. તેનો સફેદ ચહેરો પ્રકાશથી ઝળકી ઊઠ્યો. કૉઝેટ અને મેરિયસે તેના બન્ને બાજુ ઝૂલતા હાથને ચુંબનોથી ઢાંકી દીધા. જિન-વાલજિનના પ્રાણ ઊડી ગયા.

રાત્રિ ગાઢ અંધકારથી છવાઈ ગઈ હતી. આકાશમાં એક પણ તારો દેખાતો ન હતો. નક્કી આ ગાઢ બંધનમાં કોઈ ફિરસ્તો આ મહાન આત્માને લઈ જવા માટે પાંખ ફેલાવીને ઊંચે ઊભેલો હતો.

૪૬. એકાકી

પારીસ શહેરના એક છેડે ગરીબો માટેના એક કબ્રસ્તાનના એક ખૂણે પડું-પડું થઈ ગયેલી દીવાલની ઓથે છોડવા અને ઘાસના ઝુંડની વચ્ચે એક નાનકડો પથ્થર છે. તે પથ્થર પર કાળનો ઘસારો લાગેલો દેખાય છે. વરસાદનાં પાણીથી તેના પર લીલ જામી છે, પણ એ લીલને હવાએ કાળી બનાવી દીધેલી છે. ત્યાં આગળ કેડી જેવું પણ નથી. લોકો તે બાજુ અવરજવર કરતાય નથી, કારણ કે ત્યાં ઘાસ ખૂબ ઊંચું ઊગી ગયેલું છે. તડકો નીકળે છે ત્યારે કાચંડા, ગરોળી, ઘો જેવાં પ્રાણીઓ તેના પર ચડીને સૂર્યના પ્રકાશમાં હૂંફ મેળવે છે.

પથ્થર સાવ કોરો છે. તે પથ્થર મૂકનારાઓએ એક માણસના માપનો પથ્થર મૂક્યા સિવાય બીજી કોઈ મહેનત લીધી હોય એમ લાગતું ન હતું.

તેના પર કોઈનું નામ પણ નથી.

ફક્ત કેટલાંક વરસો પહેલાં કોઈએ પેન્સિલથી એક ચાર લીટીઓનું લખાણ એના પર લખ્યું હતું. વરસાદ અને ધૂળથી તે અક્ષરો ધીમેધીમે ઝાંખા પડી ગયા હતા. અત્યારે તો તે સાવ ભૂંસાઈ ગયા છે.

તે અહીં ચિરનિદ્રામાં પોઢ્યો છે. વિચિત્ર ભાગ્યે તેનો પીછો પકડ્યો હતો, તોપણ તે જીવ્યો. પણ દેવે દીધેલ એવું એનું સ્વજન તેનાથી વિખૂટું પડ્યું ને દિવસની પાછળ રાત આવે તેમ મોતે આવીને તેને પોતાની ગોદમાં સમાવી દીધો.

■■■